ಚೈತ್ರದ ಕೋಗಿಲೆ

ಸಾಯಿಸುತೆ

ಸುಧಾ ಎಂಟರ್‌ಪ್ರೈಸಸ್
ನಂ. 761, 8ನೇ ಮೈನ್, 3ನೇ ಬ್ಲಾಕ್,
ಕೋರಮಂಗಲ, ಬೆಂಗಳೂರು – 560 034.

CHAITRADA KOGILE (Kannada): a social novel by Smt. Saisuthe; published by Sudha Enterprises, # 761, 8th Main, 3rd Block, Koramangala, Bangalore - 560 034.

ಹಿಂದೆ ಮುದ್ರಿತವಾದ ವರ್ಷಗಳು	:	1981, 1983, 1986, 1989, 2005
ಆರನೆಯ ಮುದ್ರಣ	:	2016
ಬೆಲೆ	:	ರೂ. 120
ಉಪಯೋಗಿಸಿದ ಕಾಗದ	:	70 ಜಿ.ಎಸ್.ಎಂ. ಮ್ಯಾಪ್‌ಲಿಥೋ
ಪುಟಗಳು	:	194
ಮುಖಪುಟ ವಿನ್ಯಾಸ	:	ಶ್ರೀ ಚಂದ್ರನಾಥ ಆಚಾರ್ಯ
ಹಕ್ಕುಗಳು	:	ಲೇಖಕಿಯವರದು
ISBN	:	978-93-81119-92-1

ಸುಧಾ ಎಂಟರ್‌ಪ್ರೈಸಸ್
ನಂ. 761, 8ನೇ ಮುಖ್ಯರಸ್ತೆ, 3ನೇ ಬ್ಲಾಕ್,
ಕೋರಮಂಗಲ, ಬೆಂಗಳೂರು - 560034.

ಅಕ್ಷರ ಜೋಡಣೆ :
ಲೇಜರ್ ಲೈನ್ ಗ್ರಾಫಿಕ್ಸ್
ಬೆಂಗಳೂರು - 27.
ದೂರವಾಣಿ: 22278231

ಮುದ್ರಣ :
ಅಶ್ವಿನಿ ಪ್ರಿಂಟರ್ಸ್,
ಕಾಟನ್‌ಪೇಟೆ,
ಬೆಂಗಳೂರು - 53.

ಮುನ್ನುಡಿ

ಆತ್ಮೀಯ ಓದುಗರಲ್ಲಿ,

ನನ್ನ ಚಿಕ್ಕಂದಿನ ದಿನಗಳಲ್ಲಿ ಕಂಡಿದ್ದ 'ಬುದವತಾರ' ಎಂದು ಕರೆಸಿಕೊಳ್ಳುತ್ತಿದ್ದ ಯುವಕ ಕಾದಂಬರಿಯಲ್ಲಿ ನೆಲೆ ನಿಂತ. ಇಂದಿಗೂ 'ಚೈತ್ರದ ಕೋಗಿಲೆ' ಕಾದಂಬರಿಯ ನೆನಪಾದರೆ 'ಮುರುಳಿ' ಬಂದು ಎದುರು ನಿಲ್ಲುತ್ತಾನೆ. ಅಂಥ ಯುವಕನನ್ನು ಕಾಣುವ ಅವಕಾಶ ಮತ್ತೆ ನನಗೆ ಸಿಗಲಿಲ್ಲ.

ಈ ಕಾದಂಬರಿಯನ್ನು ಮತ್ತೆ ತಮ್ಮ ಪ್ರಕಾಶನ ಸಂಸ್ಥೆಯ ಮೂಲಕ ಹೊರತರುತ್ತಿದ್ದಾರೆ, ಅದರ ಮಾಲೀಕರಾದ ಶ್ರೀ ಕೆ.ಎಸ್. ಮುರಳಿಯವರು. ಅವರಿಗೆ ಕೃತಜ್ಞತೆಗಳು.

ಸಾಯಿಸುತೆ

"ಸಾಯಿಸದನ"

12, 2ನೇ ಮುಖ್ಯರಸ್ತೆ, 2ನೇ ಅಡ್ಡರಸ್ತೆ,
ಮಾರುತಿನಗರ, ಕೋಗಿಲೆ ಕ್ರಾಸ್, ಯಲಹಂಕ
ಓಲ್ಡ್ ಟೌನ್, ಬೆಂಗಳೂರು – 560064.
ದೂ.: 080–23195445

ನಮ್ಮಲ್ಲಿ ದೊರೆಯುವ ಸಾಯಿಸುತೆಯವರ
ಇತರ ಕೃತಿಗಳು

ಸಾಯಿಸುತೆಯವರ
ಮುಂದಿನ ಹೊಸ ಕಾದಂಬರಿ
"ಅನುಪಲ್ಲವಿ"

ಮುರುಳಿ ಬುದ್ಧಿವಂತ ವಿದ್ಯಾರ್ಥಿ ಎಂದು ಪ್ರಾಧ್ಯಾಪಕರು ಅವನನ್ನು ಮೆಚ್ಚಿದ್ದರು. ಅವನ ತರಗತಿಯ ಸಹಪಾಠಿಗಳಲ್ಲದೆ, ಇತರೇ ವಿದ್ಯಾರ್ಥಿಗಳು, ವಿದ್ಯಾರ್ಥಿನಿಯರು ಅವನ ಬುದ್ಧಿವಂತಿಕೆಯ ಮಟ್ಟವನ್ನು ಗುರುತಿಸಿದ್ದರು. ಕೆಲವರಿಗೆ ಅತಿಯಾದ ಅಭಿಮಾನವಿದ್ದರೆ ಮತ್ತೆ ಕೆಲವರಿಗೆ ಮಾತ್ಸರ್ಯವಿತ್ತು. ಅದನ್ನು ಬೌದ್ಧಿಕ ಮಾತ್ಸರ್ಯವೆನ್ನಬಹುದು. ಒಟ್ಟಿನಲ್ಲಿ ಅವನು ಒಳ್ಳೆಯ ವಿದ್ಯಾರ್ಥಿ ಎಂದು ಹೆಸರು ಪಡೆದುಕೊಂಡಿದ್ದ.

ಅವನಿಗೂ ಇತರ ವಿದ್ಯಾರ್ಥಿಗಳಿಗೂ ಬಹಳಷ್ಟು ಅಂತರವಿತ್ತು. ಇತರರಿಗೆ ಜೀವನದ ಹೊರೆ, ಅನುಭವ ತತ್‌ಪರಿಣಾಮದಿಂದ ಉಂಟಾಗುವ ವಾಸ್ತವತೆಯ ಪರಿಜ್ಞಾನವಿರಲಿಲ್ಲ. ಅವನಿಗೆ ಅದೆಲ್ಲವೂ ಇದ್ದವು; ಇರಲೇಬೇಕಿತ್ತು.

ಚಿಕ್ಕಂದಿನಲ್ಲೇ, ತಾಯಿಯನ್ನು ಕಳೆದುಕೊಂಡಿದ್ದ, ಹೈಸ್ಕೂಲು ಎರಡನೇ ವರ್ಷದಲ್ಲಿದ್ದಾಗ ತಂದೆ ತೀರಿಕೊಂಡರು. ಅವನಿಗಾಗಿ ಅವರು ಉಳಿಸಿಹೋದದ್ದು ಒಂದು ಸಣ್ಣ ಹೆಂಚಿನ ಮನೆ, ಅದರ ಸುತ್ತಲೂ ಸ್ವಲ್ಪ ಜಾಗ. ಖಾಲಿ ಜಾಗವೇ ಅವನನ್ನು ಪೋಷಿಸುತ್ತಿತ್ತು. ಅಲ್ಲಿ ಬೆಳೆದ ತರಕಾರಿ, ಹೂ ಮುಂತಾದುವುಗಳಿಂದ ಜೀವನ ನಿರ್ವಹಣೆ ಮಾಡುತ್ತಿದ್ದ. ಆಗಾಗ ಬಂದು ಹೋಗುವ ಸೋದರಮಾವ ಅಷ್ಟಿಷ್ಟು ಸಹಾಯ ಮಾಡುತ್ತಿದ್ದರು. ಸಾಹಿತ್ಯ ವ್ಯಾಸಂಗವೇ ಅವನ ಜೀವನದ ಉಸಿರಾಗಿತ್ತು.

ಕಾಲೇಜಿನಿಂದ ಬಂದವನೆ ಕೈಕಾಲು ಮುಖ ತೊಳೆದು ಬೆಳಿಗ್ಗೆ ಮಾಡಿಟ್ಟು ಹೋಗಿದ್ದ ಅನ್ನಕ್ಕೆ ಮಜ್ಜಿಗೆ ಹಾಕಿಕೊಂಡು ತಿಂದ. ಈ ತರಹ ಊಟ ಅವನಿಗೆ ಅಭ್ಯಾಸವಾಗಿ ಹೋಗಿತ್ತು. ಅದಕ್ಕಾಗಿ ಚಿಂತಿಸುತ್ತಿರಲಿಲ್ಲ. ಎಲ್ಲ ವಿಷಯಗಳನ್ನು ಧ್ಯೇಯವಾದ ದೃಷ್ಟಿಕೋನದಿಂದ ನೋಡುತ್ತಿದ್ದ.

ಹೊರಗಡೆ ಬಂದು ನಿಂತ. ಸೊಂಪಾಗಿ ಬೆಳೆದು ನಿಂತ ಹಸಿರು ಮನಸ್ಸಿಗೆ ಆಹ್ಲಾದವನ್ನು ನೀಡಿತು. ಷರಟನ್ನು ಬಿಚ್ಚಿ ಮೊಳೆಗೆ ನೇತುಹಾಕಿ ಪ್ಲಾಸ್ಟಿಕ್ ಬಕೆಟ್ ಹಿಡಿದು ಬಂದ. ಬಾವಿಯಲ್ಲಿ ಕೈಗೆಟುಕುವ ಅಂತರದಲ್ಲಿ ನೀರಿತ್ತು. ತುಂಬಿ ತುಂಬಿ ಎಲ್ಲಾ ಗಿಡಗಳಿಗೂ ಹಾಯಿಸಿದ. ತಿಂಗಳು ಹುರುಳಿಕಾಯಿ ತೊನೆಯುತ್ತಿತ್ತು. ತಟ್ಟನೆ ಅವನಿಗೆ ಜ್ಞಾಪಕ ಬಂತು. ಅವನ ವಿಭಾಗದ ಒಬ್ಬ ಪ್ರಾಧ್ಯಾಪಕರು ನಿವೃತ್ತಿಯಾಗಿದ್ದರು. ಅವರಿಗೆ ಗೌರವ ಸಮಾರಂಭ ಏರ್ಪಡಿಸಬೇಕೆಂದು ಕಾಲೇಜಿಗೆ ಕೆಲವು ವಿದ್ಯಾರ್ಥಿಗಳು ನಿಶ್ಚಯಿಸಿದ್ದರು. ಪ್ರತಿಯೊಬ್ಬರೂ ಐದು ರೂಪಾಯಿ ಚಂದಾ ಕೊಡಬೇಕಿತ್ತು. ಚಂದಾ ವಸೂಲಿಯನ್ನ ವಿದ್ಯಾರ್ಥಿನಿ ಉಷಾ ವಹಿಸಿಕೊಂಡಿದ್ದಳು. ದಾಕ್ಷಿಣ್ಯಕದ ಹೆಣ್ಣು

ಯಾರಿಗೂ ಸೊಪ್ಪು ಹಾಕುತ್ತಿರಲಿಲ್ಲ. ಅವಳನ್ನು ಛೇಡಿಸಬೇಕೆನ್ನುವವನಿಗೆ ಎಂಟೆದೆ ಇರಬೇಕಿತ್ತು. ಯಾವಾಗಲೂ ಹುಡುಗಿಯರ ದೊಡ್ಡ ಹಿಂಡನ್ನು ಕಟ್ಟಿಕೊಂಡಿರುತ್ತಿದ್ದಳು.

ಕಾಲೇಜಿನ ಕಾಂಪೌಂಡಿನಿಂದ ಹೊರಕ್ಕೆ ಬರುತ್ತಿದ್ದಾಗ ಉಷಾ ಗೆಳೆಯರೊಂದಿಗೆ ಎದುರಾಗಿದ್ದಳು. ವ್ಯಂಗ್ಯ ನೋಟವನ್ನು ಅವನತ್ತ ಎಸೆಯುತ್ತಾ "ಏನ್ರೀ-ಬುದ್ಧಾವತಾರ್! ಪ್ರೊಫೆಸರರಿಗೆ ಸತ್ಕಾರ ಮಾಡೋ ವಿಷ್ಯ ನಿಮ್ಗೆ ಗೊತ್ತಿಲ್ವಾ? ಐದು ರೂಪಾಯಿ ಕೊಡೋಕೂ ಮೀನಾಮೇಷ ಎಣಿಸ್ತೀರಲ್ಲ!" ಅವಮಾನದಿಂದ ಮುರುಳಿ ಮುಖ ಕೆಂಪಾಯಿತು. ಅವಳ ಬಗ್ಗೆ ಸಂಗಡಿಗರೆಲ್ಲ ಕೆಟ್ಟದಾಗಿ ಮಾತನಾಡಿಕೊಳ್ಳುತ್ತಿದ್ದರು. ಅಂಥ ಸಂದರ್ಭಗಳಲ್ಲಿ "ಸುಮ್ನಿರೋ, ಬೇರೊಬ್ಬ ಹುಡ್ಗಿಯ ವಿಷಯದಲ್ಲಿ ಮರ್ಯಾದೆ ಕೊಡ್ದೇ ಮಾತಾಡೋದ್ಬೇಡ" ಎಂದಿದ್ದ. ಈಗ... ಐದು ರೂಪಾಯಿ ಎತ್ತಿ ಅವಳ ಮುಖದ ಮೇಲೆ ಎಸೆಯಲು ಜೇಬಿನಲ್ಲಿ ಹಣವಿರಲಿಲ್ಲ.

"ನೀವು ಪ್ರೈಮರಿ ಸ್ಕೂಲ್‌ನಲ್ಲಿ ಓದೋ ಹುಡ್ಗಿಯಲ್ಲ. ಮರ್ಯಾದೆಯಾಗಿ ಮಾತಾಡೋದ್ನ ಕಲ್ತುಕೊಳ್ಳಿ. ಪ್ರೊಫೆಸರ ವಿಷಯವಾಗಿ ನಂಗೂ ಗೌರವವಿದೆ. ಚಂದಾ ಹಣಾನ ನಾಳೆ ನಿಮ್ಗೆ ನಾನೇ ತಲುಪಿಸ್ತೀನಿ" ಎಂದು ಸರಸರನೆ ನಡೆದುಬಿಟ್ಟಿದ್ದ.

ಒಳಗಿದ್ದ ಮಂಕರಿಯನ್ನ ಹೊರಗೆ ತಂದು ಹುರುಳಿಕಾಯಿ ಬಿಡಿಸಲು ಮುಂದಾದ. ಕೈಗಳು ಆತುರಾತುರವಾಗಿ ಕೆಲಸ ಮಾಡುತ್ತಿದ್ದವು. ನೋಡು ನೋಡುತ್ತಿದ್ದಂತೆ ಮಂಕರಿ ತುಂಬಿತು. ಈಗ ಮುರುಳಿಗೆ ಆಯಾಸ ಕಾಣಿಸಿಕೊಂಡಿತು. ಬಾವಿ ನೀರಿನಿಂದ ಮುಖ ತೊಳೆದು ಕಲ್ಲು ಹಾಸಿನ ಮೇಲೆ ಕೂತ, ನಳನಳಿಸುತ್ತಾ ಮಂಕರಿ ತುಂಬಿ ಕೂತ ಹುರುಳಿಕಾಯಿ ಕಡೆಗೆ ದೃಷ್ಟಿ ಹೊರಳಿಸಿದ. ಕಣ್ಣುಗಳಲ್ಲಿ ಸಂತೃಪ್ತಿ ಮಿನುಗಿತು.

"ಏನು ಸ್ವಾಮಿ, ಆರಾಮವಾಗಿ ಕೂತುಬಿಟ್ರಿ!" ತರಕಾರಿ ಮಾರುವ ಮೋಟಯ್ಯನ ಧ್ವನಿ ಅವನನ್ನು ಎಚ್ಚರಿಸಿತು. ಹಸನ್ಮುಖಿವಾಗಿ ಎದ್ದು ಬಂದು ಹುರುಳಿಕಾಯಿ ತೂಗಿ ಹಾಕಿದ. ಕೈಯಲ್ಲಿ ಹಣ ಬಿದ್ದಾಗ ಸಮಸ್ಯೆ ಪರಿಹಾರವಾಯಿತೆಂದುಕೊಂಡ.

ದುಡ್ಡು ಜೇಬಿನಲ್ಲಿ ಹಾಕ್ಕೊಂಡು ಕೈಯಲ್ಲಿ ಚೀಲ ಹಿಡಿದು ಹೊರಟ. ಐದು ರೂಪಾಯಿಯನ್ನು ಬೇರೆಡೆ ತೆಗೆದಿರಿಸಲು ಮರೆಯಲಿಲ್ಲ. ಆ ದುರಹಂಕಾರಿ ಹೆಣ್ಣಿನ ಮುಂದೆ ಮುಖಭಂಗಿತನಾಗಲು ಅವನಿಗೆ ಇಷ್ಟವಿಲ್ಲ. ತೀರಾ ಅವಶ್ಯಕವಾದುದನ್ನ ಕೊಂಡು ಮನೆಗೆ ಬಂದ.

ಗೇಟು ಸರಿಸಿ ಒಳಗೆ ಕಾಲಿಟ್ಟಾಗ ಹೊಸಲಿನ ಬಳಿಯಿದ್ದ ಕಲ್ಲು ಮೇಲೆ ರೇಣು ಕೂತಿದ್ದ. ಅವನ ಕೈಯಲ್ಲಿ ಒಂದು ಪೊಟ್ಟಣವಿತ್ತು. ಆಗಾಗ ಹೀಗೆ ಬರುವುದುಂಟು - ಏನಾದರೂ ತರುವುದುಂಟು. ಸಹಪಾಠಿ ಗಿರಿಜ ಕರುಣೆಯಿಂದಲೋ - ಅಭಿಮಾನದಿಂದಲೋ ತಮ್ಮ ಕೈಯಲ್ಲಿ ಏನಾದರೂ ಕಳುಹಿಸಿಕೊಡುತ್ತಿದ್ದಳು.

"ರೇಣು, ಬಂದು ಬಹಳ ಹೊತ್ತಾಯ್ತ?" ಪ್ರೀತಿಯಿಂದ ವಿಚಾರಿಸಿದ. ಅವನ ಒಂಟಿತನಕ್ಕೆ ಜೊತೆಯಾಗಿ ಜೀವ ತುಂಬುತ್ತಿದ್ದ.

"ಈಗ್ಲೇ ಬಂದೆ, ತಗೊಳ್ಳಿ" ಅವನೆಡೆಗೆ ನೀಡಿದ. ಮೊದಲು ಮುರುಳಿ ಅನುಮಾನಿಸಿದ. ಅವನಿಗೆ ಇದೆಲ್ಲ ಇಷ್ಟವಿಲ್ಲ. ಯಾರ ಸಹಾನುಭೂತಿಯೂ ಅವನಿಗೆ ಬೇಕಿರಲಿಲ್ಲ. ಆದರೆ ಸಣ್ಣ ಹುಡುಗನನ್ನ ನೋಯಿಸಲು ಅವನಿಗೆ ಇಷ್ಟವಿಲ್ಲ.

"ನೋಡು - ಏನಾದ್ರೂ ತರೋ ಹಾಗಿದ್ರೆ - ಇಲ್ಲಿಗೆ ಬರ್ಲೇಬೇಡ" ಸ್ವಲ್ಪ ಕಟುವಾಗಿಯೇ ಹೇಳಿದ.

"ಪರ್ವಾಗಿಲ್ಲ ತಗೊಳ್ಳಿ" ಕಣ್ಣು ಕಿರಿದು ಮಾಡಿ ಅದೇ ಭಂಗಿಯಲ್ಲಿ ನಿಂತ. ಅವನ ಕೈಯಲ್ಲಿದ್ದ ಪೊಟ್ಟಣ ತಗೊಂಡು ತಲೆಸವರಿ ಬೀಗ ತೆಗೆದು ಒಳಗೆ ಅಡಿಯಿಟ್ಟ.

ಪುಸ್ತಕ ಮುಂದೆ ಹಾಕ್ಕೊಂಡು ಕೂತುಬಿಟ್ಟ. ರೇಣು ಯಾವಾಗ ಹೋದನೊ ಅವನಿಗೆ ಗೊತ್ತಿಲ್ಲ. ಅಭ್ಯಾಸದ ಮುಂದೆ ಎಲ್ಲಾ ಮರೆತುಬಿಡಬಲ್ಲ. ಹೊಟ್ಟೆಯಲ್ಲಿ ಹಸಿವು ಕಾಣಿಸಿಕೊಂಡಾಗ ಪುಸ್ತಕ ಮುಚ್ಚಿಟ್ಟು ಮೇಲಕ್ಕೆದ್ದ.

ಕತ್ತಲೆ ಆವರಿಸಿದ್ದನ್ನ ನೋಡಿ ಲಾಟೀನ್‌ನ ಚಿಮಣಿಯನ್ನೊತ್ತಿಸಿ ಎಣ್ಣೆ ಹಾಕಿ ಬೆಳಗಿಸಿದ. ಅಡಿಗೆ ಮನೆಗೆ ಬಂದ. ಪಾತ್ರೆಯ ಮೇಲಿನ ಪ್ಲೇಟನ್ನು ಸರಿಸಿ ನೋಡಿದ. ಒಂದು ಹಿಡಿಯಷ್ಟು ಅನ್ನವಿತ್ತು. ಯಥಾಪ್ರಕಾರ ಮುಚ್ಚಿಟ್ಟು ಹೊರಗೆ ಬಂದ.

ಸಣ್ಣ ಹೆಂಚಿನ ಮನೆ. ಅದರಲ್ಲಿದ್ದುದು ಸಣ್ಣ ನಡುಮನೆ, ಅಡಿಗೆಯ ಮನೆಯಿಂದು ಹೇಳುವ ಕಿರುಮನೆ. ಸ್ನಾನವನ್ನು ಬಾವಿಯ ಬಳಿಯಲ್ಲೇ ಮುಗಿಸುತ್ತಿದ್ದ. ಆದ್ದರಿಂದ ಬಚ್ಚಲು ಮನೆಯ ಅವಶ್ಯಕತೆ ಕಂಡಿರಲಿಲ್ಲ. ತಾಯಿ, ತಂದೆ ಸತ್ತ ಮೇಲೆ ಒಂದೆರಡು ಬದಲಾವಣೆಗಳನ್ನು ಮಾಡಿಕೊಂಡಿದ್ದ. ಸೌದೆ ಒಲೆಯ ಉರಿಯ ಹೊಗೆಯಿಂದ ಗೋಡೆಗಳೆಲ್ಲ ಕರಕಾಗಿ ಮಾಸಲು ಬಣ್ಣಕ್ಕೆ ಬಂದಿತ್ತು. ಇವನು ಸ್ಟೌವ್‌ನಲ್ಲಿ ತನ್ನೊಬ್ಬನ ಅಡಿಗೆಯನ್ನು ಮಾಡಿಕೊಳ್ಳುತ್ತಿದ್ದ. ಗೋಡೆಗಳು ಸುಣ್ಣದ ಬಿಳುಪನ್ನು ಉಳಿಸಿಕೊಂಡಿದ್ದವು. ಚೆನ್ನಾದ ಒಂದೆರಡು ಪಾತ್ರೆಗಳನ್ನು ಉಳಿಸಿಕೊಂಡು ಮಿಕ್ಕಿದ ಪಾತ್ರೆ - ಪರಡಿಗಳನ್ನು ಚೀಲಕ್ಕೆ ತುಂಬಿ ಒಂದೆಡೆ ಇರಿಸಿದ್ದ. ಅವನ ಪಾಲಿಗೆ ಅವೆಲ್ಲ ಪ್ರಯೋಜನಕ್ಕೆ ಬರಲಾರದ ವಸ್ತುಗಳು.

ಸಾಹಿತ್ಯದಲ್ಲಿ ತಕ್ಕಷ್ಟು ಕೃಷಿ ನಡೆಸಿದ್ದ. ಒಂದೆರಡು ಲೇಖನಗಳು ಪತ್ರಿಕೆಯಲ್ಲಿ ಅಚ್ಚಾಗಿದ್ದವು. ಹತ್ತಕ್ಕೂ ಮಿಕ್ಕಿ ಕವನಗಳನ್ನು ಬರೆದಿದ್ದ. ನಾಲ್ಕು ಸಣ್ಣಕತೆಗಳಿದ್ದವು. ಅವುಗಳನ್ನು ಯಾರಿಗೂ ತೋರಿಸಿರಲಿಲ್ಲ. ಸದಾ ಅಧ್ಯಯನದಲ್ಲಿ ನಿರತನಾಗಿರುತ್ತಿದ್ದ. ತಿಳಿಯದ ವಿಷಯಗಳ ಬಗ್ಗೆ ನೇರವಾಗಿ ಅಧ್ಯಾಪಕರೊಡನೆ ಚರ್ಚಿಸುತ್ತಿದ್ದ.

ರೇಣು ತಂದುಕೊಟ್ಟು ಹೋಗಿದ್ದ ಪೊಟ್ಟಣ ಬಿಚ್ಚಿ ನೋಡಿದ. ಬಿಸಿಬಿಸಿಯಾದ ಮೆಣಸಿನಕಾಯಿ ಬೋಂಡಾಗಳನ್ನು ಕಳುಹಿಸಿರಬೇಕು, ಅವು ಆರಿ ತಣ್ಣಗಾಗಿ ತಮ್ಮ ರುಚಿಯನ್ನೇ ಕಳೆದುಕೊಂಡಿದ್ದವು. ಒಂದು ಮೂರು ತಿಂದು ಮುಗಿಸಿ ನೀರು ಕುಡಿದು ರಾತ್ರಿಯ ಊಟಕ್ಕೆ ಮುಕ್ತಾಯ ಹಾಡಿದ.

ಬಡತನದಲ್ಲಿಯೇ ಬೆಳೆದು ಬಂದಿದ್ದ ಮುರುಳಿ ನಿರಾಯಾಸವಾಗಿ ಅದಕ್ಕೆ ಒಗ್ಗಿಕೊಂಡಿದ್ದ. ಬೇಸರಪಟ್ಟುಕೊಂಡವನೇ ಅಲ್ಲ. ತಾಯಿ, ತಂದೆಯರ ನೆನಪು ಬಂದಾಗ ವೇದನೆಯಿಂದ ಮರುಗಟ್ಟಿ ಹೋಗುತ್ತಿದ್ದ. ತಂದೆ ತಮ್ಮ ಮಗನ ಬಗ್ಗೆ ಕಲ್ಪಿಸಿಕೊಂಡಿದ್ದ ಕನಸುಗಳನ್ನೆಲ್ಲ ಉಸುರಿದ್ದರು. ಅದನ್ನೆಲ್ಲ ಜ್ಞಾಪಿಸಿಕೊಂಡು ವೇದನೆಯ ನಿಟ್ಟುಸಿರನ್ನ ಚೆಲ್ಲುತ್ತಿದ್ದ.

* * * *

ಕಾಲೇಜ್ ಪ್ರಿನ್ಸಿಪಾಲರ ಅಧ್ಯಕ್ಷತೆಯಲ್ಲಿ ಪ್ರೊಫೆಸರರ ಗೌರವ ಸತ್ಕಾರ ಸಮಾರಂಭ ಸರಳವಾಗಿ ನಡೆಯಿತು. ಅಧ್ಯಾಪಕರ ಗುಣಗಳ ಬಗೆಗೆ ವಿದ್ಯಾರ್ಥಿ ಮುಖಂಡರು ಮಾತಾಡಿದರು. ವೈಯಕ್ತಿಕವಾಗಿ ಮುರುಳಿ ಅವರಲ್ಲಿ ಅನುಮಾನವಿರಿಸಿಕೊಂಡಿದ್ದರಿಂದ ತಾನೂ ಮಾತಾಡಿದ. ಮತ್ಸರದಿಂದ ಅವನೆಡೆ ನೋಡುವವರು ಕೂಡ ಅವನ ಭಾಷಣ ಮೆಚ್ಚಿಕೊಂಡಿದ್ದರು.

ಮನೆಗೆ ಬಂದು ನೋಡಿದಾಗ ಗಿರಿಜಳ ಪೆನ್ನು ಅವನ ಬಳಿ ಉಳಿದು ಹೋಗಿತ್ತು. ಗಡಿಬಿಡಿಯ ಸಂದರ್ಭದಲ್ಲಿ ಇಸ್ಕೊಂಡಿದ್ದ. ಈಗ ಹಿಂದಿರುಗಿಸಬೇಕಾದ್ದು ಅವನ ಕರ್ತವ್ಯವಾಗಿತ್ತು. ಬೆಳಿಗ್ಗೆ ಕೊಟ್ಟರಾಯಿತೆಂದು ಟೇಬಲ್ಲಿನ ಮೇಲಿಟ್ಟ.

ನಡುಮನೆಯಲ್ಲಿ ಇದ್ದುದು ಒಂದು ಮೇಜು, ಕುರ್ಚಿ ಮಾತ್ರ. ಅದನ್ನು ಅವನೇ ಕೊಂಡು ತಂದಿದ್ದ. ಒಳ್ಳೆಯ ಮರದಿಂದ ಮಾಡಿದ್ದಲ್ಲ, ಕಡಿಮೆಯ ಬೆಲೆಗೆ ಸಿಕ್ಕಿತ್ತು. ಸದ್ಯದ ಉಪಯೋಗಕ್ಕೆ ಸಾಕೆಂದುಕೊಂಡು ತಂದಿದ್ದ.

ಮಾರ್ಚಿ ತಿಂಗಳು-ತಗ್ಗಿನಲ್ಲಿ ಕಟ್ಟಿದ ಹೆಂಚಿನ ಮನೆ. ಬೇಸಿಗೆಯ ಝಳ ಮರಳುತ್ತಿತ್ತು. ಷರಟು ಬಿಚ್ಚಿ ಹೊರಗೆ ಬಂದು ನಿಂತ. ಸ್ವಲ್ಪ ಹಾಯೆನಿಸಿತು. ಅವನ ತಾಯಿ, ತಂದೆ ಬದುಕಿದ್ದ ಕಾಲದಲ್ಲಿ ಆಸುಪಾಸಿನಲ್ಲಿ ಮನೆಗಳೇ ಇರಲಿಲ್ಲ. ಈಗ ಮೈಸೂರಿನಲ್ಲಿ ಸ್ಥಳದ ಅಭಾವ ಜಾಸ್ತಿಯಾಗಿತ್ತು. ಸುತ್ತಮುತ್ತಲೂ ಮನೆಗಳು ತಲೆ ಎತ್ತಿದ್ದವು. ಅವನು ಮಾತ್ರ ತಲೆ ಕೆಡಿಸಿಕೊಳ್ಳಲು ಹೋಗಲಾರ. ಸ್ನೇಹಿತರು ಬಂದಾಗ "ಮುರುಳಿ, ನಿಂಗೆ ಬೇಸರವಾಗೋಲ್ವಾ? ಅರ್ಧ ಗಂಟೆ ಮೇಲಿದ್ದರೆ ಕತ್ತಿಡಿದು ತಳ್ಳೋ ಹಾಗೆ ಆಗುತ್ತೆ!" ಎನ್ನುತ್ತಿದ್ದರು. ಆಗ ಹಗುರವಾಗಿ ನಕ್ಕುಬಿಡುತ್ತಿದ್ದ. ಕಾಲೇಜಿನಿಂದ ಮರಳಿದರೆ ಈ ನೀರವತೆಯಲ್ಲಿ ಶಾಂತಿ ಸಿಗುತ್ತಿತ್ತು. ಸಾಕಷ್ಟು ಜನ ಸ್ನೇಹಿತರಿದ್ದರೂ ಬೆರೆಯುತ್ತಿದ್ದುದೇ ಅಪರೂಪ.

ಗೇಟನ್ನು ಸರಿಸಿದ ಶಬ್ದ ಕೇಳಿದ ಕೂಡಲೆ ತಲೆ ಎತ್ತಿ ಅತ್ತ ನೋಡಿದ. ಸೋದರಮಾವ ಕೈಯಲ್ಲಿ ತುಂಬಿದ ಸಣ್ಣ ಚೀಲವನ್ನು ಹಿಡಿದುಕೊಂಡು ಬರುತ್ತಿದ್ದರು. ಹತ್ತಿರದ ಹಳ್ಳಿಯಲ್ಲಿದ್ದ ಅವರು ತಿಂಗಳಿಗೆ ಎರಡಾವರ್ತಿಯಾದರೂ ಮೈಸೂರಿಗೆ ಬಂದು ಹೋಗುತ್ತಿದ್ದರು. ಬಂದಾಗಲೆಲ್ಲಾ ಇವನನ್ನು ನೋಡಿಯೇ ಹೋಗುತ್ತಿದ್ದರು. ಹೇಳಿಕೊಳ್ಳುವಂಥ ಉತ್ತಮ ಸ್ಥಿತಿಯಲ್ಲಿ ಅವರೇನು ಇರಲಿಲ್ಲ. ಅನ್ನ, ಬಟ್ಟೆಗೆ ಪರದಾಡಬೇಕಾಗಿಯೂ ಇರಲಿಲ್ಲ. ತಕ್ಕಮಟ್ಟಿಗೆ ಇದ್ದರು.

ಅವರ ಕೈಯಲ್ಲಿದ್ದ ಚೀಲವನ್ನು ತನ್ನ ಕೈಗೆ ಮುರುಳಿ ಬದಲಾಯಿಸಿಕೊಳ್ಳುತ್ತ "ಯಾವಾಗ್ಬಂದದ್ದು?" ಎಂದ.

ಮುಖದ ಮೇಲಿನ ಬೆವರನ್ನ ಹೆಗಲ ಮೇಲಿದ್ದ ಟವಲಿನಿಂದ ಒರೆಸಿಕೊಳ್ಳುತ್ತ ಸ್ವಲ್ಪ ಕೆಲ್ಸ ಇತ್ತು. ಲಾಯರ್‌ನ ನೋಡ್ಬೇಕಾಗಿತ್ತು. ಬೆಳಿಗ್ಗೇನೆ ಬಂದೆ. ಅವನು ಯಾಕೆಂದು ಕೇಳಲಿಲ್ಲ. ಅವರು ಆಗಾಗ ಲಾಯರ್‌ನ ನೋಡುವ ಸಲುವಾಗಿ ಬರುತ್ತಿದ್ದರು. ಅವರ ಮಿಕ್ಕ ಕೆಲಸದ ಜೊತೆ ಇದೂ ಒಂದು.

ಚೀಲವನ್ನು ಗೋಡೆಗೊರಗಿಸಿಟ್ಟ ಮುರುಳಿ ಮೂಲೆಯಲ್ಲಿ ಸುತ್ತಿಟ್ಟಿದ್ದ. ಮಂದಲಿಗೆಯನ್ನು ಹಾಸಿದ. ಅವರು 'ಉಸ್ಸಪ್ಪಾ' ಎನ್ನುತ್ತಲೇ ಕೂತರು. ಸೋದರಮಾವನ ಮೇಲೆ ಅವನಿಗೂ ಅಭಿಮಾನ, ಅವನವರೆಂದು ಹೇಳಿಕೊಳ್ಳುವುದಕ್ಕೆ ಉಳಿದಿದ್ದ ಏಕೈಕ ವ್ಯಕ್ತಿ ಅವರೊಬ್ಬರೇ. ಹಿಂದೆ ಆಗಾಗ ಬರುತ್ತಿದ್ದ ನೆಂಟರ ನೆನಪುಂಟು. ಆದರೆ ಇತ್ತೀಚೆಗೆ ಇತ್ತ ಸುಳಿದ ನೆನಪೇ ಇರಲಿಲ್ಲ.

ನೀರಿನ ತಂಬಿಗೆ, ಲೋಟ ತಂದು ಅವರ ಮುಂದಿಟ್ಟ. ಲೋಟಕ್ಕೆ ಬಗ್ಗಿಸುವ ತಂಟೆಗೆ ಹೋಗದ ಸೂರ್ಯನಾರಾಯಣರಾಯರು ಚೊಂಬನ್ನು ಮೇಲಕ್ಕೆತ್ತಿ ಗಟಗಟನೇ ಕುಡಿದರು. ಚೆಂಬು ಕೆಳಗಿಟ್ಟು ಮೂತಿಯನ್ನೊರೆಸಿಕೊಂಡರು.

"ಹೇಗಿದ್ದೀಯಪ್ಪ?" ಕೇಳಿದರು.

"ಚೆನ್ನಾಗಿದ್ದೀನಿ" ನಿಂತೇ ಹೇಳಿದ.

ಮನೆಯಲ್ಲಿ ಕಾಫಿ ಮಾಡುವ ಪರಿಪಾಠವನ್ನು ಮುರುಳಿ ಇಟ್ಟುಕೊಂಡಿರಲಿಲ್ಲ. ಕಾಫಿಯ ಅಭ್ಯಾಸವೂ ಇರಲಿಲ್ಲ. ಗೆಳೆಯರು ಬಲವಂತದಿಂದ ಹೋಟಲಿಗೆ ಕರೆದೊಯ್ದು ಬಲವಂತದಿಂದ ಕೊಡಿಸಿದಾಗ ಬೇಡವೆನ್ನುತ್ತಿರಲಿಲ್ಲ. ತೀರಾ ಎಂದಾದರೊಮ್ಮೆ ತಾನಾಗಿ ಹೋಗಿ ಕುಡಿಯುತ್ತಿದ್ದುದುಂಟು.

ಮಧ್ಯಾಹ್ನ ಮಾಡಿಟ್ಟಿದ್ದ ಹುಳಿ ಇದ್ದುದ್ದು ಜ್ಞಾಪಕ ಬಂತು. ಮನ ಹಗುರವಾಯಿತು. ಒಂದನ್ನ ಮಾಡಿಬಿಟ್ಟರೇ ರಾತ್ರಿಯ ಅಡಿಗೆ ಮುಗಿದಂತೆಯೇ.

ಗೋಡೆಗೊರಗಿಸಿಟ್ಟಿದ್ದ ಚೀಲವನ್ನು ಹತ್ತಿರಕ್ಕೆ ಎಳೆದುಕೊಂಡ ಸೂರ್ಯನಾರಾಯಣರಾಯರು, ಅದರಲ್ಲಿದ್ದ ಒಂದೊಂದೇ ಸಾಮಾನನ್ನು ಹೊರಗೆ ತೆಗೆದರು. ಸಣ್ಣ ಕಲಾಯಿ ಮಾಡಿಸಿದ ಹಿತ್ತಾಳೆ ಡಬ್ಬಿಯನ್ನು ಮೆಲ್ಲಗೆ ಅವನತ್ತ ದೂಡಿ "ತುಪ್ಪ ಇದೆ ನೋಡು. ಬೇಸಿಗೆ-ಹಾಲು, ಮೊಸರು, ತುಪ್ಪ ಎಲ್ಲಾದಕ್ಕೂ ಬರ. ಅಷ್ಟಿಷ್ಟು ಬೆಣ್ಣೇನ ಕೂಡಿಸಿಟ್ಟಿದ್ದಳು. ನಾನು ಹೊರಟಾಗ ಕಾಯಿಸಿಕೊಟ್ಟು". ಮೆಂತ್ಯದ ಹಿಟ್ಟು, ರಾಗಿ ಹಪ್ಪಳ, ಹುರುಳಿ ಚಟ್ನಿಪುಡಿ ಎಲ್ಲಾ ತೆಗೆದಿಟ್ಟರು.

ಏನಾದರೂ ಹೇಳಬೇಕೆನಿಸಿತು. ಆದರೆ ಹೇಳಲು ಹೋಗಲಿಲ್ಲ. ಅದರಿಂದ ಅವರ ಮನಸ್ಸಿಗೆ ಬೇಸರವಾಗುತ್ತೆಂದು ಗೊತ್ತು. ಮೆಲ್ಲನೆ "ಹುಡುಗ್ರು, ಅತ್ತೆ ಹೇಗಿದ್ದಾರೆ?"

ಸುಮ್ಮನೆ ಕೂತ ಸೂರ್ಯನಾರಾಯಣರು ಮೇಲ್ಛಾವಣಿ ನೋಡುತ್ತ "ಚೆನ್ನಾಗಿದ್ದಾರೆ" ಎಂದು ಉತ್ತರಿಸಿದರು.

"ಹೆಂಚಿನ ಮಾಡು - ವಿಪರೀತ ಧಗೆ" ಆ ವಿಷಯ ಅವನಿಗೂ ಗೊತ್ತು. ಸಾಮಾನುಗಳನ್ನೆಲ್ಲ ಒಳಗೊಯ್ದು ಅನ್ನಕ್ಕಿಟ್ಟು ಹೊರಬಂದು ಅವರ ಎದುರಿನಲ್ಲೇ ನೆಲದ ಮೇಲೆ ಕೂತ.

"ಹಳ್ಳಿ ಕಡೆ ಬರ್ಬೇಕಿತ್ತು."

"ತುಂಬ ಓದೋದು ಇತ್ತು." ಪ್ರತಿಭಾರಿಯೂ ಅವರು ಹಾಗಂದಾಗ, ಇವನು ಹೀಗೇ ಅನ್ನುತ್ತಿದ್ದ. ರಜದ ಸಮಯದಲ್ಲೂ ಇಲ್ಲಿಂದ ಅಲ್ಲಾಡುವ ಹಾಗಿರಲಿಲ್ಲ. ತರಕಾರಿ, ಗಿಡಗಳು ಒಣಗಿಹೋಗುತ್ತಿದ್ದವು. ಅದನ್ನು ಮಾತ್ರ ಸೈರಿಸಲಾರ.

ಬಸ್ಸಿನ ವೇಳೆ ಮೀರಿದ್ದರಿಂದ ರಾತ್ರಿ ಅಲ್ಲೇ ಉಳಿದರು. ಮುರುಳಿಯು ಹುಳಿ - ಅನ್ನದ ಜೊತೆ ಅವರೇ ತಂದಿದ್ದ ಚಟ್ನಿಪುಡಿ, ತುಪ್ಪ ಇತ್ತು. ಸಂಕೋಚವಿಲ್ಲದೆ ಇಬ್ಬರೂ ಒಂದು ಡಬರಿ ಅನ್ನ ಖಾಲಿ ಮಾಡಿದರು. ಇದ್ದ ಒಂದು ಹಾಸಿಗೆಯನ್ನು ಅವರಿಗೆ ಹಾಸಿಕೊಟ್ಟು ಚಾಪೆಯ ಮೇಲೆ ಮಲಗಿದ.

ಅವರು ಮಲಗಿದ ಎಷ್ಟೋ ಹೊತ್ತಿನವರೆಗೂ ಯೋಚಿಸುತ್ತಲೇ ಇದ್ದ. ತಾನು ಓದಿದ ಕೆಲವು ಪುಸ್ತಕಗಳ ಬಗ್ಗೆ ಮನಸ್ಸಿನಲ್ಲಿಯೇ ವಿಶ್ಲೇಷಿಸಿಕೊಳ್ಳುತ್ತಿದ್ದ. ಆಂಗ್ಲ ಸಾಹಿತ್ಯದ ಬಗ್ಗೆ ಅಪಾರವಾದ ಅಭಿಮಾನವಿತ್ತು. ಸಾಹಿತ್ಯಕ್ಕೆ ಸಂಬಂಧಪಟ್ಟ ಎಲ್ಲಾ ಪ್ರಕಾರದ ಪುಸ್ತಕಗಳ ಅಭ್ಯಾಸವನ್ನು ನಡೆಸುತ್ತಿದ್ದ. ಪಾಠದ ವೇಳೆಯನ್ನು ಬಿಟ್ಟು ಮಿಕ್ಕ ವೇಳೆಯಲ್ಲೆಲ್ಲ ಲೈಬ್ರರಿಯಲ್ಲೇ ಇರುತ್ತಿದ್ದ. ಅವನ ಗಂಭೀರ ಸ್ವಭಾವವನ್ನು ಅರಿತೋ ಏನೋ ಹುಡುಗಿಯರು ಅಂದರೆ ಕೆಲವರು ಮಾತ್ರ 'ಬುದ್ಧವತಾರ್' ಎಂದು ಛೇಡಿಸುತ್ತಿದ್ದರು. ಅದಕ್ಕೆಲ್ಲಾ ಅಷ್ಟಾಗಿ ಮಹತ್ವಕೊಟ್ಟವನೇ ಅಲ್ಲ. ಬೇರೆಯ ಕೆಲವರಂತೆ ಮಜಾ ಮಾಡಲಿಕ್ಕಾಗಿ ಕಾಲೇಜಿಗೆ ಹೋಗುತ್ತಿರಲಿಲ್ಲ. ಅವನ ಧ್ಯೇಯೋದ್ದೇಶಗಳೇ ಬೇರೆ.

ಕತ್ತಲೇ ಇದ್ದಾಗಲೇ ಎಚ್ಚರಗೊಂಡ, ದೀಪ ಬೆಳಗಿ ಅವರ ನಿದ್ದೆ ಹಾಳು ಮಾಡಲು ಇಷ್ಟಪಡದೆ ಬಾಗಿಲನ್ನು ಮುಂದಕ್ಕೆ ಹಾಕಿಕೊಂಡು ಹೊರಗೆ ಬಂದ. ಎಲ್ಲಾ ಗಿಡಗಳಿಗೂ ಕಾಲುವೆಯ ಮುಖಾಂತರ ನೀರನ್ನು ಹಾಯಿಸಿದ. ನಾಲ್ಕಾರು ಕೊಡ ನೀರನ್ನು ಸುರಿದುಕೊಂಡು ಸ್ನಾನ ಮುಗಿಸಿದ. ಹೆಚ್ಚು ಕಡಿಮೆ ತಣ್ಣೀರಿನ ಸ್ನಾನದ ಅಭ್ಯಾಸವೇ ಅವನದಾಗಿತ್ತು. ವರ್ಷಕ್ಕೊಮ್ಮೆಯಾದರೂ ಬಿಸಿ ನೀರನ್ನು ಉಪಯೋಗಿಸುವ ಅವಕಾಶ ಅವನಿಗೆ ಒದಗಿ ಬರುತ್ತಿರಲಿಲ್ಲ. ಅಪರೂಪಕ್ಕೆ ಹಳ್ಳಿಗೆ ಹೋದರೆ ಅತ್ತೆಯ ಬಲವಂತಕ್ಕೆ ಬಿಸಿ ನೀರಿನಲ್ಲಿ ಮೀಯಬೇಕಾಗಿತ್ತು. ಆದರೆ ಅಂಥ ಸಂದರ್ಭಗಳೂ ಅಪರೂಪವೇ.

ಮಲ್ಲಿಗೆ ಹೂವಿನ ಕಾಲ. ಅರೆ ಬಿರಿದ ಬಿಳಿಯ ಮೊಗ್ಗುಗಳ ಹಸುರಿನ ಮಧ್ಯೆ ಕಂಗೊಳಿಸುತ್ತಿದ್ದ ಹಿತಮಿತವಾದ ಪರಿಮಳ - ಮನಕ್ಕೆ ಆಹ್ಲಾದವನ್ನು ನೀಡುತ್ತಿತ್ತು. ಒಂದಿಬ್ಬರು ಬುಟ್ಟಿಗಳನ್ನು ಹಿಡಿದು ಒಳಕ್ಕೆ ಬಂದರು. ಬೇಲಿಯ ಸಣ್ಣ ಮೋಟು

ಗೋಡೆಯ ಅಂಚಿನಲ್ಲಿದ್ದ ಪಾರಿಜಾತ, ಕಣಗಲ ಹೂಗಳನ್ನು ದೇವರ ಪೂಜೆಗಾಗಿ ನಿತ್ಯ ಕೊಂಡೊಯ್ಯುವ ವಿಧಿ. ಇವನ ಕಣ್ಣು ತಪ್ಪಿಸಿ ನಾಲ್ಕಾರು ಮಲ್ಲಿಗೆ ಮೊಗ್ಗುಗಳನ್ನೋ, ಒಂದು ಗುಲಾಬಿ ಹೂವನ್ನೋ ಬುಟ್ಟಿಯೊಳಗೆ ಹಾಕಿಕೊಳ್ಳುತ್ತಿದ್ದರು. ಒಂದೆರಡು ಸಲ ಅವನ ಕಣ್ಣಿಗೆ ಬಿದ್ದರೂ ಮನದಲ್ಲೇ ಸಿಕ್ಕು ಸುಮ್ಮನಾಗಿದ್ದ.

"ಆಯ್ತ ಸ್ನಾನ?" ತೀರಾ ವಯಸ್ಸಾದ ಮನುಷ್ಯರು ಕೇಳಿದಾಗ, 'ಆಯ್ತು' ಎನ್ನುವಂತೆ ತಲೆಯಾಡಿಸಿ ಒಳಸರಿದ.

ಮೊಗ್ಗಿನ ವ್ಯಾಪಾರಿ ಬಂದು ಕೂಗಿದಾಗಲೇ ಅವನು ಹೊರಬಂದಿದ್ದು. ತಿಂಡಿಗಾಗಿ ಒಂದಿಷ್ಟು ಉಪ್ಪಿಟ್ಟು ಕೆದಕಿದ್ದ. ಸೂರ್ಯನಾರಾಯಣರಾಯರು ಸ್ನಾನ, ಸಂಧ್ಯಾವಂದನೆ ಮುಗಿಸಿ ಉಡುಪು ಧರಿಸಿ ಕೂತಿದ್ದರು.

ದುಡ್ಡನ್ನು ಮುರುಳಿಯ ಕೈಯಲ್ಲಿ ಇಡಲು ಹೋದ. ಅವನಿಗೆ ಏನನಿಸಿತೋ "ಮಲ್ಲಣ್ಣ, ಅರ್ಧ ಸೇರಿನಷ್ಟು ಮೊಗ್ಗು ತೆಗೆದಿಡು. ನಮ್ಮ ಮಾವ ಬಂದಿದ್ದಾರೆ, ತಗೊಂಡು ಹೋಗ್ತಾರೆ."

ಹೂವಿಗೆ ತುಂಬಾ ಗಿರಾಕಿ ಇತ್ತು. ಅರೆ ಮನಸ್ಸಿನಿಂದಲೇ ಅರ್ಧ ಸೇರು ಮೊಗ್ಗನ್ನು ಕೊಂಡೊಯ್ದು ಟೇಬಲ್ಲಿನ ಮೇಲಿದ್ದ ಪೇಪರಿನ ಮೇಲೆ ಸುರಿದು ಬಂದ.

ಅವನು ಕೊಟ್ಟ ದುಡ್ಡನ್ನು ಷರಟಿನ ಜೇಬಿಗೆ ಹಾಕಿದ ಮುರುಳಿ ಎರಡು ತಟ್ಟೆಗಳಿಗೆ ಉಪ್ಪಿಟ್ಟು ಹಾಕ್ಕೊಂಡು ಬಂದ. ಸೂರ್ಯನಾರಾಯಣರಾಯರು ಮಳೆ-ಬೆಳೆ ವಿಷಯ ಮಾತನಾಡುತ್ತಲೇ ತಟ್ಟೆ ಖಾಲಿ ಮಾಡಿಟ್ಟರು.

ಹೊರಟು ನಿಂತಾಗ ಜೇಬಿನಲ್ಲಿ ಕೈಯಿಟ್ಟು ತಡಕಾಡಿದರು. ಮುರುಳಿಗೆ ಅರ್ಥವಾಯಿತು. ಅಷ್ಟೇನೂ ಹಣದ ಮುಗ್ಗಟ್ಟು ಇರಲಿಲ್ಲ. ತಟ್ಟನೇ "ಮಾವ, ಈಗೇನು ದುಡ್ಡು ಬೇಡ. ಮೊಗ್ಗಿನ ಕಾಲ. ಹುರುಳಿಕಾಯಿ ಬಿಡ್ತಾ ಇದೆ."

"ಇರಲಿ ತಗೋ" ಐದು ರೂಪಾಯಿನ ಎರಡು ನೋಟುಗಳನ್ನು ಅವನ ಕೈಯಲ್ಲಿಟ್ಟರು. ಮತ್ತೆ ತುಟಿ ಎರಡು ಮಾಡದೇ ತೆಗೆದುಕೊಂಡ. ಎಲ್ಲಾ ವಿದ್ಯಾರ್ಥಿಗಳ ಹಾಗೆ ಅನಾವಶ್ಯಕವಾದ ಖರ್ಚುಗಳನ್ನು ಮಾಡುತ್ತಿರಲಿಲ್ಲ.

ಅವರ ಕೈಚೀಲವನ್ನು ತಾನೇ ಹೊತ್ತುಬಸ್ಸಿಗೆ ಹತ್ತಿಸಿ ಬಂದ. ಸ್ವಲ್ಪ ಅನ್ನ ಮಾಡಿಟ್ಟು ಪುಸ್ತಕಗಳನ್ನು ಹಿಡಿದು ಕಾಲೇಜಿನತ್ತ ಹೆಜ್ಜೆ ಹಾಕಿದ. ಪೆನ್ನಿನ ಜ್ಞಾಪಕ ಬಂದು, ಅವನು ಗಿರಿಜಳ ಮನೆಯ ಮುಂದೆಯೇ ಹಾದು ಹೋಗಬೇಕಾಗಿತ್ತು. ಕೊಟ್ಟು ಹೋಗಿಬಿಡೋಣವೆಂದುಕೊಂಡ. ಬಾಗಿಲ ಬಳಿ ನಿಂತು "ರೇಣು... ರೇಣುಪ್ರಸಾದ್" ಎಂದು ಕೂಗಿದ. ಶಾಲೆಯ ಯೂನಿಫಾರಂನಲ್ಲಿ ಲಕ್ಷಣವಾಗಿ ಕಾಣುತ್ತಿದ್ದ ರೇಣು ಓಡಿಬಂದ. "ನಮಸ್ತೆ, ಬನ್ನಿ" ಎಂದ. ಕಾನ್ವೆಂಟ್ ಶಿಕ್ಷಣದ ಗಾಳಿ ನೇರವಾಗಿ ಅವನಿಗೆ ಬೀಸಿದಂತಿರಲಿಲ್ಲ. "ನಿಮ್ಮಕ್ಕ ಇದ್ದಾರ?" ಕೇಳಿದ. ಒಳಗೆ ಓಡಿದ ರೇಣು ಒಂದೇ ನಿಮಿಷದಲ್ಲಿ ಹಿಂದಿರುಗಿದ. ಉತ್ಸಾಹದಿಂದ "ಒಂದ್ನಿಮಿಷ ಕೂತ್ಕೋ ಬೇಕಂತೆ" ಎಂದು ಹೇಳಿ ಓಡಿದ.

ಅಲ್ಲಿದ್ದ ಕುರ್ಚಿಯ ಮೇಲೆ ಕುಳಿತ ಮುರುಳಿ ಸುತ್ತಲೂ ದಿಟ್ಟಿಸಿದ ಅನುಕೂಲಸ್ಥರ ಮನೆಯೇ. ಆಧುನಿಕ ಉಪಕರಣಗಳಿಂದ ಸಜ್ಜಾಗಿತ್ತು. ಬಸವಣ್ಣನವರ ಮೂರಡಿ ಫೋಟೋ ಗೋಡೆಯ ಮೇಲೆ ವಿರಾಜಮಾನವಾಗಿತ್ತು. ಅದರ ಕಟ್ಟಿಗೆ ಸಣ್ಣಸಣ್ಣ ಬಲ್ಬುಗಳನ್ನು ಜೋಡಿಸಿದ್ದರು. ಒಂದೆರಡು ದಿನದ ಹಿಂದೆ ಹಾಕಿದ ಮಲ್ಲಿಗೆ ಹಾರವಿರಬೇಕು. ಹೂ ಒಣಗಿದ್ದರೂ ಅಷ್ಟಿಷ್ಟು ಸುವಾಸನೆ ಇದ್ದೇ ಇತ್ತು.

"ಈಗ ಬಂದ್ಬಿಡ್ತಾಳೆ, ಕೂತ್ಕೊಳ್ಳಿ" ಗಿರಿಜಳಿಗಿಂತ ಸ್ವಲ್ಪ ಎತ್ತರದ ನಿಲುವಿನ, ಸ್ವಲ್ಪ ಹೆಚ್ಚು ಪ್ರೌಢೆಯಂತೆ ಕಾಣುವ ಹುಡುಗಿಯೊಬ್ಬಳು ಬಂದು ಹೇಳಿದಳು. ಆ ಹೆಣ್ಣು ಗಿರಿಜಳ ಅಕ್ಕನಿರಬಹುದೆಂದು ಊಹಿಸಿದ. ಆಗ ತಾನೇ ಶಿವಪೂಜೆ ಮುಗಿಸಿರಬೇಕು. ಹಣೆಯಲ್ಲಿ ವಿಭೂತಿ ಇತ್ತು.

ತಾರಸಿಯನ್ನು ನೋಡುತ್ತ ಕುಳಿತ. ಅವಳ ಪೆನ್ನು ಕೈಯಲ್ಲಿತ್ತು. ತಟ್ಟನೆ ಬಂದ ಗಿರಿಜ "ಕ್ಷಮ್ಸಿ, ತುಂಬ ಹೊತ್ತು ಆಯ್ತ?" ಸಂಕೋಚದಿಂದ ಕೇಳಿದಳು. ಅವಳು ಆಗ ತಾನೇ ಸ್ನಾನ ಮುಗಿಸಿ ಬಂದಿರಬೇಕು. ಮುಖ ಸ್ವಚ್ಛವಾಗಿತ್ತು.

"ಪರ್ವಾಗಿಲ್ಲ ಈಗ್ಬಂದೆ. ನಿಮ್ಮ ಪೆನ್ನು ತಗೊಳ್ಳಿ. ನಾನು ಬರ್ತೀನಿ" ಮೇಲಕ್ಕೆ ಎದ್ದ. ಗಿರಿಜಳಿಗೆ ಗಡಿಬಿಡಿಯಾಯಿತು. ಅವನನ್ನು ಇನ್ನು ಸ್ವಲ್ಪ ಹೊತ್ತು ಕೂಡಿಸಿಕೊಳ್ಳುವ ಆಸೆ. ಒಳಗೆ ಅವರಪ್ಪ ಶಿವಪೂಜೆಗೆ ಕೂತಿದ್ದರು. ಅವರಿಗೆ ಅವಳೇ ಅಲ್ಲ, ಮನೆಯವರೆಲ್ಲ ಬಹಳ ಹೆದರುತ್ತಿದ್ದರು.

"ಒಂದ್ನಿಮಿಷ" ಎಂದು ಹೇಳಿ ಒಳಗೆ ಹೋದಳು. ಆತುರಾತುರವಾಗಿ ಕಾಫಿ ಹಿಡಿದು ಬಂದಳು. ಸಂಕೋಚಿಸದೇ ಕುಡಿದು ಲೋಟ ಇಟ್ಟು ಮೇಲೆದ್ದ.

"ನೆನ್ನೆಯ ನಿಮ್ಮ ಭಾಷಣ ಬಹಳ ಚೆನ್ನಾಗಿತ್ತು. ವಿದ್ಯಾರ್ಥಿಗಳ ಮನದ ದುಗುಡವನ್ನು ಭಾವ-ರೂಪಕವಾಗಿ ಅಭಿವ್ಯಕ್ತಿಗೊಳಿಸಿದ್ದೀರಿ.ಇಡೀ ಸಮಾರಂಭದಲ್ಲಿ ಮೆಲಕು ಹಾಕುವಂಥದ್ದು ಎರಡು-ನಿಮ್ಮ ಭಾಷಣ, ಉಷಾ ಪ್ರಾರ್ಥನೆ" ಹಗುರವಾಗಿಯೇ ತುಟಿಗಳ ಮೇಲೆ ನಗು ತೇಲಿಸಿದ. ಅತ್ತಿತ್ತ ನೋಡಿದ. ಮನೆಯವರ ಸುಳಿವೇ ಇಲ್ಲ. ಗಿರಿಜಳ ತಾಯಿಯನ್ನು ಬಹಳಷ್ಟು ಸಾರಿ ನೋಡಿದ್ದ. ಸದಾ ಆಕೆಯ ಕಣ್ಣುಗಳಲ್ಲಿ ಆತ್ಮೀಯತೆ ಮಿನುಗುತ್ತಿತ್ತು.

"ಬರ್ತೀನಿ" ಶಿಷ್ಟಾಚಾರಕ್ಕೆ ಕೈ ಮುಗಿದು ಹೊರ ನಡೆದ. ಅವನು ತಿಳಕೊಂಡ ಹಾಗೆ ಗಿರಿಜ ಬಹಳ ಒಳ್ಳೆಯ ಹುಡುಗಿ, ಬುದ್ಧಿವಂತೆ.

ಕಾಲೇಜು ಸಮೀಪಕ್ಕೆ ಹೋದಾಗ "ಹಲೋ" ಎಂದ ಧ್ವನಿಗೆ ತಲೆ ಎತ್ತಿದ. ಹುಬ್ಬುಗಳು ಗಂಟಾದವು. ನವೀನ ಮಾದರಿಯ ಹತ್ತಿ ಬಟ್ಟೆಯ ಮ್ಯಾಕ್ಸಿ ತೊಟ್ಟು ಸೈಕಲ್ ಹಿಡಿದ ಉಷಾ ನಿಂತಿದ್ದಳು. ಅವಳ ಮುಖದ ಮೇಲೆ ಕೆಟ್ಟ ದುರಭಿಮಾನ ಮಿನುಗುತ್ತಿತ್ತು. ಏನು ಎನ್ನುವಂತೆ ನೋಡಿದ. ಅವನ ಕಣ್ಣುಗಳಲ್ಲಿ ಕೋಪದ ಕಿಡಿಗಳು ಸಿಡಿಯುತ್ತಿದ್ದವು.

"ಇದು ಇಪ್ಪತ್ತನೇ ಶತಮಾನ-ನಿಮ್ಮ ಕಣ್ಣುಗಳ ಕೋಪಕ್ಕೆ ಯಾರು ಸುಟ್ಟುಹೋಗೋಲ್ಲ!" ತುಟಿಗಳ ಮೇಲೆ ಹಾಸ್ಯದ ಲೇಪನವಿತ್ತು.

"ಯಾಕೆ ಕಾಲೇಜಿಗೆ ಬರ್ತೀರಾ?"

"ನಿಮ್ಮಂಥವ್ರನ್ನ ಗೋಳ್ಹೊಯ್ದುಕೊಳ್ಳೋಕೆ!"

ಬೇಸರಗೊಂಡ ಮುರುಳಿ ಸರಸರನೇ ನಡೆದುಬಿಟ್ಟ. ಹೊರಭಾಗದಲ್ಲಿಯೇ ಒಂದಿಬ್ಬರು ಗೆಳೆಯರು ಎದುರಾದರು. ಅವರೊಂದಿಗೆ ಮಾತಾಡುತ್ತ ಸಾಗಿ ಹೋದ.

ಇತ್ತೀಚೆಗೆ ಅವರಿವರು ಆಡುವ ಮಾತುಗಳಿಂದ ಉಷಾಳ ದುರ್ಬಲತೆಯನ್ನು ಅರ್ಥಮಾಡಿಕೊಂಡಿದ್ದ. ತೀರಾ ಧಾಷ್ಟೀಕದ ವಿದ್ಯಾರ್ಥಿಗಳ ತಂಟೆಗೆ ಅವಳು ಹೋಗುತ್ತಿರಲಿಲ್ಲ. ಆದರೆ ಅವಳ ಸುದ್ದಿಗೆ ಹೋದವರನ್ನು ಸುಮ್ಮನೆ ಬಿಡುತ್ತಿರಲಿಲ್ಲ.

ಪಾಠದ ವೇಳೆ ಮುಗಿದ ಮೇಲೆ ಲೈಬ್ರರಿಯಲ್ಲಿ ಹೋಗಿ ಕೂತ. ಹೊತ್ತು ಸರಿದ ಅನುಭವವೇ ಆಗಲಿಲ್ಲ. ಕೈಯಲ್ಲಿದ್ದ ವಾಚ್ ಕಡೆ ನೋಡಿದ. ಐದು ಗಂಟೆಗೆ ಐದು ನಿಮಿಷವಿತ್ತು. ವೇಗವಾಗಿ ಮನೆಯ ಕಡೆ ಹೆಜ್ಜೆ ಹಾಕಿದ. ಕೆಲವು ಸಂದರ್ಭಗಳಲ್ಲಿ ಹೂ, ಕಾಯಿಪಲ್ಲೆ ಕಳುವಾದದ್ದುಂಟು. ಆದ್ದರಿಂದ ಆತಂಕವಿದ್ದೇ ಇತ್ತು. ಸುತ್ತಲೂ ಮುಳ್ಳುಬೇಲಿ ಹಾಕಿದ್ದ. ಜೀರ್ಣವಾಗಿದ್ದ ಗೇಟನ್ನು ಬಲಪಡಿಸಿದ್ದ. ಅದಕ್ಕೆ ಬೀಗವನ್ನು ಹಾಕುತ್ತಿದ್ದ.

ಗೇಟಿನ ಬಳಿ ನಿಂತ ಪುಟ್ಟು ಹುಡುಗಿ ಮತ್ತು ಉಷಾಳನ್ನು ನೋಡಿ ಅವಾಕ್ಕಾದ. ನರನರಗಳು ಸೆಟೆದು ನಿಂತವು. ಇವಳಿಗೆ ಸರಿಯಾಗಿ ಬುದ್ಧಿ ಹೇಳಬೇಕೆಂದುಕೊಂಡ. 'ಅಹಂಕಾರಕ್ಕೆ ಉದಾಸೀನವೇ ಮೊದ್ದು' ಎನ್ನುವಂತೆ ಅವಳನ್ನು ಗಮನಿಸದವನಂತೆ ಗೇಟು ತೆರೆದು ಮತ್ತೆ ಹಾಕಿ ಒಳಕ್ಕೆ ನಡೆದ 'ಗುಡ್ ಈವ್ನಿಂಗ್' ಎಂದಾಗಲೂ ಕೇಳಿಸದವನಂತೆ ನಡೆದುಬಿಟ್ಟಿದ್ದ.

ಬಟ್ಟೆ ಬದಲಾಯಿಸಿ ಸಡಿಲವಾದ ಪೈಜಾಮ ಧರಿಸಿ ಹೊರಬಂದ. ಮನೆಗೆ ತಲುಪಿದ ಕೂಡಲೇ ಪ್ರತಿಯೊಂದು ಗಿಡದ ಕಡೆಗೂ ಕಣ್ಣಾಡಿಸಿದರೇನೇ ಅವನಿಗೆ ತೃಪ್ತಿ. ಅಲ್ಲಿರುವ ಪ್ರತಿಯೊಂದು ಗಿಡಮರಗಳ ಜೊತೆ ಅವನ ಜೀವನ ಬೆರೆತುಹೋಗಿತ್ತು. ಎಂದೂ ಏಕಾಂಗಿಯೆಂದು ಸಂಕಟಪಟ್ಟಿರಲಿಲ್ಲ. ಅವುಗಳ ನಡುವೆ ಆತ್ಮೀಯತೆಯನ್ನು ಹಂಚಿಕೊಂಡಿದ್ದ.

ಗೇಟಿನ ಸದ್ದಾಯಿತು. ತೀರಾ ಉದ್ಧಟತನವೆಂದುಕೊಂಡ. ಅತ್ತ ನೋಡದೇ ಗಿಡಗಳನ್ನು ನೋಡುವುದರಲ್ಲಿ ಮಗ್ನನಾದ. ತೀರಾ ಸಮೀಪದಲ್ಲಿ ಬಳೆಯ ಸದ್ದು ಕೇಳಿಸಿದಾಗ ಅತ್ತ ತಿರುಗಿದ. ಉಷಾ ಮತ್ತು ಆ ಪುಟ್ಟ ಹುಡುಗಿ ನಿಂತಿದ್ದರು. ಅವಳ ಮುಖದ ಮೇಲೆ ಅಪರೂಪದ ಸಂಕೋಚ ಇತ್ತು.

"ಮೊಗ್ಗು ಬೇಕಾಗಿತ್ತು" ಸ್ವರ ಕಂಪಿಸಿತು. ಮುರುಳಿಗೆ ಆಶ್ಚರ್ಯವಾಯಿತು. ಗೆಳತಿಯರ ಹಿಂಡಿನಲ್ಲಿ ರಾಣಿಯಂತೆ ಮೆರೆಯುವ ಹೆಣ್ಣು ಇವಳೇನಾ?

"ಮೈಸೂರಿನಲ್ಲಿ ಮೊಗ್ಗಿನ ಬರವಿಲ್ಲ. ಮಾರ್ಕೆಟ್‌ಗೆ ಹೋದ್ರೆ ಸಿಕ್ಕುತ್ತೆ"

ನಿರ್ದಾಕ್ಷಿಣ್ಯವಾಗಿ ಹೇಳಿದ. ಬೇರೆಯವರೊಡನೆ ಗಡುಸಾಗಿ ವರ್ತಿಸುವುದು ಅವನ ಸ್ವಭಾವವಲ್ಲ. ಉಷಾಳ ಬಗ್ಗೆ ಮೃದುವಾಗಿ ವರ್ತಿಸಲು ಅವನಿಗೆ ಇಷ್ಟವಿಲ್ಲ.

"ಮಾರ್ಕೆಟ್‌ಗೆ ಹೋದ್ರೆ ಹೊತ್ತಾಗುತ್ತದೆ. ಮೊಗ್ಗಿನ ಜಡೆ ಹಾಕ್ಬೇಕೂ ಎರಡು ಪಾವಿನಷ್ಟು ಸಾಕು."

ಮುಖಭಂಗಿತಳನ್ನಾಗಿ ಮಾಡಿ ಕಳಿಸಬೇಕೆಂದುಕೊಂಡರೂ ಮನ ಒಪ್ಪಲಿಲ್ಲ. ಉದಾಸೀನವಾಗಿ "ಕಿತ್ಕೊಳ್ಳಿ" ಎಂದು ಹೇಳಿ ಒಳಗೆ ನಡೆದುಬಿಟ್ಟ. ಮಾವ ತಂದಿದ್ದ ಹುರಿಯಿಟ್ಟಿಗೆ ಬೆಲ್ಲ ಹಾಕಿ ಕಲಿಸಿ ತಿಂದು ಕುರ್ಚಿಯ ಮೇಲೆ ಕುಳಿತ. ಲೈಬ್ರರಿಯಿಂದ ತಂದ ಪುಸ್ತಕವನ್ನೂ ಕೈಗೆತ್ತಿಕೊಂಡ. ಸ್ವಲ್ಪ ಸಮಯದಲ್ಲಿಯೇ ಲೀನವಾದ.

"ಆಯ್ತು" ಪುಸ್ತಕದಿಂದ ಮುಖವನ್ನು ಮೇಲಕ್ಕೆ ಎತ್ತಲಿಲ್ಲ. ಮತ್ತೊಮ್ಮೆ ಏನೋ ಕೇಳಿದಳು. ಅವನ ಏಕಾಗ್ರತೆಗೆ ಭಂಗ ಬರಲಿಲ್ಲ. ಟೇಬಲ್ಲಿನ ಮೇಲೆ ದುಡ್ಡು ಇಟ್ಟು ನಡೆದುಬಿಟ್ಟಳು. ಆಗಲೂ ಅವನು ಅತ್ತ ಗಮನವನ್ನು ಹರಿಸಲಿಲ್ಲ. ತೀರಾ ಕತ್ತಲು ಮುಸುಕಿ ಅಕ್ಷರಗಳೇ ಕಾಣದಾದಾಗ ಮೇಲಕ್ಕೆದ್ದ. ಅವನಿನ್ನೂ ಪುಸ್ತಕದ ಓದಿದ ವಿಚಾರಗಳ ಗುಂಗಿನಲ್ಲೇ ಇದ್ದ. ಲ್ಯಾಟೀನ್ ಒರೆಸಿ ಹಚ್ಚಿಟ್ಟು ಮತ್ತೆ ಕೂತ. ಆಮೇಲೆ ಎದ್ದಾಗ ಒಂಭತ್ತು ಗಂಟೆಯಾಗಿತ್ತು. ಒಂದು ರೂಪಾಯಿನ ಮೂರು ನೋಟುಗಳು ಟೇಬಲ್ಲಿನ ಮೇಲೆ ಕೂತಿತ್ತು. ನೆನೆಸಿಕೊಂಡ ಎರಡು ಪಾವು ಮೊಗ್ಗಿಗೆ ಎರಡೂವರೆ ರೂಪಾಯಿಯಂತೆ ಕೊಡುತ್ತಿದ್ದ. ಐವತ್ತು ಪೈಸೆ ಜಾಸ್ತಿ ಕೊಟ್ಟು ಹೋಗಿದ್ದಳು. ಕಾಲೇಜಿನಲ್ಲಿ ಸಿಕ್ಕಾಗ ಹಿಂದಿರುಗಿಸಿಬಿಡಬೇಕೆಂದುಕೊಂಡು ಜ್ಞಾಪಕವಾಗಿ ಎತ್ತಿ ಐವತ್ತು ಪೈಸೆ ಜೇಬಿಗೆ ಹಾಕಿದ.

ಮೊದಲೂ ಮರೆತರೂ ವಿರಾಮದ ಸಮಯದಲ್ಲಿ ಹುಡುಗಿಯರು ಇದ್ದ ಕಡೆ ಕಣ್ಣಾಡಿಸಿದ. ಅದು ಅವನ ಸ್ವಭಾವಕ್ಕೆ ವಿರುದ್ಧ. ವಿದ್ಯಾರ್ಥಿನಿಯರೆಂದು ಬೇರೆಯಾಗಿ ನೋಡುತ್ತಿರಲಿಲ್ಲ. ಮಾತನಾಡಬೇಕಾದ ಸಂದರ್ಭ ಬಂದಾಗ ಅಳುಕು, ಸಂಕೋಚವಿಲ್ಲದೆ ವಿದ್ಯಾರ್ಥಿಗಳ ಜೊತೆ ಮಾತನಾಡುವಂತೆಯೇ ನೇರವಾಗಿ ಮಾತನಾಡುತ್ತಿದ್ದ. ಅವನ ಸ್ವಭಾವ ಅರಿತ ಯಾರೇ ಆಗಲಿ ತಪ್ಪು ಅಭಿಪ್ರಾಯಪಡುತ್ತಿರಲಿಲ್ಲ.

ನಾಲ್ಕಾರು ಹುಡುಗಿಯರ ನಡುವೆ ಉಷಾ ಇವನ ಕಣ್ಣಿಗೆ ಬಿದ್ದಳು. ನೇರವಾಗಿ ನಡೆದು "ಮಿಸ್ ಉಷಾ ಅವರೆ..." ಕೂಗಿದ. ಹುಡುಗಿಯರೆಲ್ಲ ರೆಪ್ಪೆ ಮಿಟುಕಿಸದೆ ನೋಡಿದರು. ಅದೆಲ್ಲದರ ಬಗ್ಗೆ ತಲೆ ಕೆಡಿಸಿಕೊಳ್ಳುವವನೇ ಅಲ್ಲ. ಉಷಾ ಹುಡುಗಿಯರ ಹಿಂಡಿನಿಂದ ಬೇರೆಯಾಗಿ ಬಂದಳು. ಪ್ರಶ್ನಾರ್ಥಕ ನೆರಳು ಅವಳ ಮುಖದ ಮೇಲಾಡುತ್ತಿತ್ತು.

"ಐವತ್ತು ಪೈಸಾ ಜಾಸ್ತಿ ಕೊಟ್ಟುಬಿಟ್ಟಿದ್ದೀರಿ, ತಗೊಳ್ಳಿ." ಜೇಬಿನಿಂದ ಐವತ್ತು ಪೈಸೆಯ ನಾಣ್ಯವನ್ನು ತೆಗೆದು ಅವಳೆಡೆಗೆ ನೀಡಿದ. ಅವಳಿಗೆ ನಗು ಬಂತು. ಬಾಯಿಗೆ ಕೈ ಅಡ್ಡ ಹಿಡಿದು ನಕ್ಕಳು.

"ಯಾಕೆ ನಗ್ತೀರಿ ತಗೊಳ್ಳಿ."

ಉಷಾಳಿಗೆ ಏನೆನಿಸಿತೋ ಕೈ ನೀಡಿ ತಗೊಂಡಳು. ಅವನು ಹೋಗಿ ಗೆಳೆಯರ ಗುಂಪಿನಲ್ಲಿ ಕರಗಿಹೋದ. ಅವನ ಸ್ವಭಾವ ಅರಿತಿದ್ದರೂ ಕುತೂಹಲ ತಡೆಯಲಾರದೆ ಒಬ್ಬ "ಏನು ವಿಶೇಷ?" ತುಟಿ ಕೊಂಕಿಸಿ ನಕ್ಕ. ಮುರುಳಿ "ಮಲ್ಲಿಗೆ ಮೊಗ್ಗಿಗೆ ಐವತ್ತು ಪೈಸೆ ಜಾಸ್ತಿ ಕೊಟ್ಟಿದ್ರು, ಹಿಂದಿರುಗಿಸಿದೆ" ಅವನ ಅಣಕದ ಬಿಸಿ ಮುರುಳಿಗೆ ತಾಕಿದಂತಿರಲಿಲ್ಲ.

ಮಧ್ಯಾಹ್ನ ತರಗತಿಗೆ ರಜವಿತ್ತು. ಮುರುಳಿ ಮನೆ ಕಡೆ ಹೆಜ್ಜೆ ಹಾಕಿದ. "ಒಂದ್ನಿಮಿಷ" ಹಿಂತಿರುಗಿದ. ಗಿರಿಜ ಬರುತ್ತಿದ್ದಳು. ಬಿಸಿಲಿನ ಬೇಗೆಯಿಂದ ಮುಖ ಕೆಂಪಾಗಿತ್ತು. ಕರ್ಚೀಫ್‌ನಿಂದ ಹಣೆಯ ಬೆವರನ್ನ ತೊಡೆಯುತ್ತಲೇ ಬಂದಳು.

"ದಯವಿಟ್ಟು ಕ್ಷಮಿಸಬೇಕು...!" ಯಾಕೆಂದು ಅವನಿಗೆ ಅರ್ಥವಾಗಲಿಲ್ಲ. ನಿಂತು ಮೇಲೆ ನೋಡಿದ. ತಲೆಯಲ್ಲಿ ಯೋಚನೆಯ ಎಳೆ ಇಣಕಿದಾಗ ಹಾಗೆ ನೋಡುತ್ತ ನಿಲ್ಲುವುದು ಅವನ ಪದ್ಧತಿಯಾಗಿತ್ತು.

"ನಂಗೆ ಅರ್ಥವಾಗಲಿಲ್ಲ. ಕ್ಷಮ್ಸಿವಂಥ ತಪ್ಪು ನಿಮ್ಮಿಂದ ಏನಾಗಿದೆ?" ಗಂಭೀರವಾಗಿ ನಕ್ಕ. ಅವನು ಅದರ ಬಗ್ಗೆ ಯೋಚಿಸಿರಲಿಲ್ಲ. ಪೆನ್ನು ಕೊಟ್ಟು ಬರುವುದು ಅವನ ಉದ್ದೇಶವಾಗಿತ್ತೇ ವಿನಃ ಇನ್ಯಾವ ಆಸಕ್ತಿಯೂ ಇರಲಿಲ್ಲ.

"ಎಂಥದ್ದೂ ಇಲ್ಲ. ನಾನು ಪೆನ್ನು ಕೊಡೋ ಉದ್ದೇಶದಿಂದ ಮಾತ್ರ ಬಂದಿದ್ದು" ಒತ್ತಿ ಹೇಳಿದಂತಿತ್ತು. ಅವಳ ಮುಖ ಬಾಡಿತು. ಆದರೂ ಚೇತರಿಸಿಕೊಂಡಳು.

"ನಮ್ಮ ತಾಯಿ ಬೇಜಾರು ಮಾಡಿಕೊಂಡ್ರು. ನಮ್ತಂದೆಗೆ ಅವ್ರು ಬಹಳ ಹೆದರುತ್ತಾರೆ." ಅವಳ ಕಣ್ಣುಗಳಲ್ಲಿ ಇಣುಕಿದ ಭಯ ಮುರುಳಿಗೆ ಗೋಚರವಾಗದೆ ಹೋಗಲಿಲ್ಲ. ಅವರು ಮಾತ್ರ ಹೆದರೋದಲ್ಲ, ಗಿರಿಜ ಕೂಡ ತುಂಬ ಹೆದರುತ್ತಾಳೆಂದುಕೊಂಡ.

"ಆಯ್ತು, ಬಿಡಿ."

"ಈಗ ನಮ್ಮನೆಗೆ ಬನ್ನಿ."

"ಯಾಕೆ? ಎಂದಾದರೂ ಬರ್ತೀನ್ಬಿಡಿ."

"ನಮ್ಮ ತಾಯಿ ನಿಮ್ಮನ್ನು ಖಂಡಿತ ಕರ್ಕೊಂಡ್ಬರೋಕೆ ಹೇಳಿದ್ದಾರೆ."

ಹೋಗಲು ಅವನಿಗೆ ಇಷ್ಟವಿಲ್ಲ. ಗಿರಿಜಳಂಥ ಮೃದು ಹುಡುಗಿಯನ್ನ ನಿರಾಶೆಗೊಳಿಸುವುದು ತಪ್ಪೆನಿಸಿತು. "ನಡೆಯಿರಿ" ಹೆಜ್ಜೆಯ ವೇಗವನ್ನು ಹೆಚ್ಚಿಸಿದ. ಅವನ ವೇಗಕ್ಕೆ ಸರಿಯಾಗಿ ಅವಳಿಂದ ನಡೆಯಲೇ ಆಗಲಿಲ್ಲ. ಮುರುಳಿ ನಡಿಗೆಯ ವೇಗವನ್ನು ನಿಧಾನಗೊಳಿಸಿದ. ಇವರು ಹೋದಾಗ ಗಿರಿಜಳ ತಾಯಿಯೇ ಬಾಗಿಲು ತೆಗೆದರು. ಕಣ್ಣುಗಳಲ್ಲಿ ಆತ್ಮೀಯತೆ ಮಿನುಗಿತು. "ಬಾಪ್ಪ..." ಎಂದು ಆತ್ಮೀಯತೆಯಿಂದ ಸ್ವಾಗತಿಸಿದರು. ಒಣ ಆಡಂಬರವಿರಲಿಲ್ಲ.

"ವಿಪರೀತ ಬಿಸಿಲು" ಎಂದವರೇ ಒಳಗೆ ಹೋಗಿ ಎರಡು ಲೋಟ ಪಾನಕ ಮಾಡಿ ತಂದರು. ಮುರುಳಿ ಮಾತ್ರ ಕೂತಿದ್ದ. ಗಿರಿಜ ಆಗಲೇ ಒಳಗೆ ನಡೆದುಬಿಟ್ಟಿದ್ದಳು. ಔಪಚಾರಿಕವಾಗಿ ಮಾತುಕತೆಗಳು ನಡೆದವು. ಬಲವಂತವಾಗಿ ಕೂಡಿಸಿ ಊಟ ಹಾಕಿದರು. ಕೈಮುಗಿದು ಹೊರಟ, ಅವನು ಅಷ್ಟು ದೂರ ಬಂದು ತಿರುಗಿ ನೋಡಿದಾಗ ಗಿರಿಜ ಬಾಗಿಲಿನಲ್ಲೇ ನಿಂತಿದ್ದಳು.

* * * *

ಕಾಲೇಜ್‌ಗೆ ರಜಾ ಬಂದಿತ್ತು. ಸೋದರಳಿಯನ ಕಷ್ಟ ಅರಿತ ಸೂರ್ಯ ನಾರಾಯಣರಾಯರು ಕೆಲಸವಿಲ್ಲದೆ ಉಂಡಾಡಿಯಾಗಿ ಅಲೆದಾಡಿಕೊಂಡಿದ್ದ ಒಬ್ಬ ಆಳನ್ನು ಅಲ್ಲಿ ನಿಲ್ಲಿಸಿ ಅವನನ್ನು ಜೊತೆಯಲ್ಲಿಯೇ ಕರೆದೊಯ್ದರು. ಮೈಸೂರಿನಿಂದ ಹದಿನಾರು ಮೈಲಿಗಳ ಅಂತರದಲ್ಲಿದ್ದ ಕಮಲಾಪುರ ತೀರಾ ಹಳ್ಳಿಕೊಂಪೆಯಲ್ಲ. ಮುನ್ನೂರು ಮನೆಗಳಿದ್ದವು, ನಾಲ್ಕಾರು ಜನ ದೊಡ್ಡ ಕುಳಗಳೂ ಇದ್ದರು.

ಬೆಳಿಗ್ಗೆ ತಿಂಡಿ ತಿಂದ ಮುರುಳಿ ಅತ್ತೆಗೆ ಹೇಳಿ ಹೊರಟ. ಮನೆಗಳನ್ನು ದಾಟಿ ಹೊಲಗಳ ಹಾದಿ ಹಿಡಿದಾಗ ಬಿಸಿಲಿನ ಪ್ರಖರತೆ ಸ್ವಲ್ಪ ಏರಿತ್ತು. ಕೈಯಲ್ಲಿದ್ದ ದಪ್ಪ ಗ್ರಂಥವನ್ನು ಆ ಕೈನಿಂದ ಈ ಕೈಗೆ, ಈ ಕೈಯಿಂದ ಆ ಕೈಗೆ ಬದಲಾಯಿಸುತ್ತಲೇ ನಡೆದ. ರಜೆಯಲ್ಲಿ ದಿನ ದೂಡಲೆಂದೇ ವಿಶ್ವವಿದ್ಯಾಲಯದ ಗ್ರಂಥ ಭಂಡಾರದಿಂದ ಕೆಲವು ಪುಸ್ತಕಗಳನ್ನು ತಂದಿದ್ದ. ರಜೆಯಲ್ಲಿ ಪುಸ್ತಕ ಒಯ್ಯುವ ವಿದ್ಯಾರ್ಥಿಗಳು ಬಹಳ ಕಡಿಮೆ. ಬೇಕಾದ ಪುಸ್ತಕಗಳು ತಕ್ಷಣ ಸಿಗುತ್ತಿದ್ದವು. ಅದರಿಂದ ರಜೆಯಲ್ಲಿ ಓದುವುದನ್ನು ಬಿಡುತ್ತಿರಲಿಲ್ಲ.

ಜನರಿಲ್ಲದ ಕಡೆ ಮರದ ನೆರಳಿನಲ್ಲಿ ಹೋಗಿ ಕುಳಿತ. ಅವನ ಸಾಹಿತ್ಯ ಸಾಧನೆ ಈಚೆಗೆ ಪ್ರಗತಿಪರವಾಗಿ ನಡೆದಿತ್ತು.ಇತ್ತೀಚೆಗೆ ಬರೆದಿದ್ದ ಅವನ ಕಾದಂಬರಿಯಲ್ಲಿ ಜೀವನಾನುಭವ, ಭಾವನೆಯ ಆಳ ಇದ್ದರೆ, ಕವನಗಳಲ್ಲಿ ಭಾವುಕತೆ ತುಂಬಿಬರುತ್ತಿತ್ತು. ನಿಸರ್ಗವೇ ಅವನ ಕಲ್ಪನೆಗೆ ಸ್ಫೂರ್ತಿದಾಯಕವಾಗಿತ್ತು. ದಿನದಿನಕ್ಕೂ ಅವನ ಮನ ಸಾಹಿತ್ಯದ ಕಡೆಗೆ ಒಯ್ದಿತ್ತು. ಸಂಜೆಯವರೆಗೂ ಅಲ್ಲಿ ಕೂತು ಓದಿದ. ಬಿಸಿಲು ಕುಳಿತ ಜಾಗಕ್ಕೆ ತಗುಲಿದಾಗ ಜಾಗ ಬದಲಾಯಿಸುತ್ತಿದ್ದ. ಬೆಳಿಗ್ಗೆ ತಿಂದ ಮೂರು ಅಕ್ಕಿ ರೊಟ್ಟಿಗಳು ಅರಗಿ ಹೋಗಿತ್ತು. ಮೆಲ್ಲನೆದ್ದ. "ಭಾವ" ಸೀತೆಯ ಕೊರಳಿನ ಇಂಚರ. ಅತ್ತ ತಿರುಗಿದ. "ಬರ್ಬೇಕಂತೆ" ನಾಚಿದ ಅವಳ ಮೋರೆ ಕೆಂಪಾಗಿತ್ತು. ಮೆಲ್ಲನೆದ್ದ ಮುಗ್ಧ ಹೆಣ್ಣು, ಬೌದ್ಧಿಕವಾಗಿ ಬೆಳೆದಿರಲಿಲ್ಲ.

"ಊಟ ಆಯ್ತ?" ಕೇಳಿದ. ವಿಸ್ಮಿತಳಾದಳು. ತಂದೆಯ ಹೊಗಳಿಕೆ ಸುಳ್ಳೆನಿಸಿತು. ದಿನಕ್ಕೆ ಒಂದಾವರ್ತಿಯಾದರೂ 'ನಮ್ಮ ಮುರುಳಿ ಬಹಳ ಬುದ್ಧಿವಂತ. ಅಬ್ಬಬ್ಬ.... ಎಷ್ಟೊಂದು ಪುಸ್ತಕಗಳನ್ನು ಓದ್ತಾನೆ. ಒಂದೊಂದ್ಸಲ ಅವನ ಪ್ರಶ್ನೆಗಳಿಗೆ ಮೇಷ್ಟ್ರೇ ಉತ್ತರ ಹೇಳೋಕೆ ಆಗೋಲ್ವಂತೆ! ತಂದೆ ಹೊಗಳಿಕೊಳ್ಳುತ್ತಿದ್ದುದ್ದನ್ನು ಕೇಳಿದ್ದಳು.

ಆದರೆ.... ಹೊತ್ತು ಮುಳುಗುವ ಸಮಯವಾದರೂ ಈ ಗಂಡಿಗೆ ಸಮಯದ ಪರಿವೇ ಇಲ್ಲವಲ್ಲ!' ಕಿಸಕ್ಕನೇ ನಕ್ಕಳು.

"ಸೀತಾ, ಯಾಕೆ ನಗ್ತೀಯಾ?" ಮನಸ್ಸಿಗೆ ತೋಚಿದ್ದನ್ನ ಹೇಳಲು ಹಿಂದೆಗೆದಳು. "ಏನಿಲ್ಲ" ಮುಂದೆ ನಡೆದಳು. ದಿನವೂ ನಡೆಯುವ ಹಾದಿ. ಬೇಗ ಬೇಗ ನಡೆದಳು. ಅಷ್ಟು ದೂರ ಹೋದಮೇಲೆ ಹಿಂದಿರುಗಿ ನೋಡಲು ಮರೆಯಲಿಲ್ಲ.

"ಎಂಥದ್ದು ಮಾರಾಯ! ಹೊತ್ತಿಗೆ ಸರಿಯಾಗಿ ಬಂದು ಊಟ ಮಾಡ್ಕೊಂಡು ಹೋಗೋಕ್ಕಾಗಲಿಲ್ವ?" ಮೃದುವಾಗಿ ಆಕ್ಷೇಪಿಸಿದರು ಅವನತ್ತೆ.

ತುಟಿಗಳ ಮೇಲೆ ನಗುವನ್ನು ತೇಲಿಸಿ ಒಳಗೆ ಹೋದ.

ಮಧ್ಯಾಹ್ನದ ಅನ್ನ ಉಳಿದಿದ್ದರೂ ಬಿಸಿಯಾಗಿ ಆಗ ತಾನೇ ಹೊಗೆಯಾಡುತ್ತಿದ್ದ ಅನ್ನವನ್ನು ಅವನ ತಟ್ಟೆಗೆ ಸುರಿದು, ಎರಡು ಮಿಳ್ಳೆ ತುಪ್ಪ ಹಾಕಿದರು. ಅನಾಥ ಹುಡುಗನ ಬಗ್ಗೆ ಅವರಿಗೂ ಕನಿಕರವೇ. ಅಳುಮುಖ ಮಾಡಿಕೊಂಡು ಕೂಡದೇ ಧೈರ್ಯವಾಗಿ ಜೀವನವನ್ನು ಎದುರಿಸುತ್ತಿದ್ದ. ಅದನ್ನು ಎಲ್ಲರೂ ಮೆಚ್ಚಬೇಕಾದ್ದೇ.

"ನಿಮ್ಮ ಕೈ ಅಡಿಗೆ ಅಮೃತ" ಅನ್ನವನ್ನು ಕಲೆಸುತ್ತ ನುಡಿದ. ಅತಿಶಯದ ಮಾತಲ್ಲ. ಮನಃಪೂರ್ವಕವಾಗಿ ನುಡಿದಿದ್ದ. ಅವನ ಅಡಿಗೆ, ಊಟದಲ್ಲಿ ನಿಯಮಬದ್ಧವಾದ ವ್ಯವಸ್ಥೆ ಇರಲಿಲ್ಲ. ಕೆಲವೊಮ್ಮೆ ಬೆಳೆದ ತರಕಾರಿ ಹಾಕಿ ಗಟ್ಟಿಯಾಗಿ ಹುಳಿ ಮಾಡುತ್ತಿದ್ದ. ಅಂತಹ ದಿನಗಳಲ್ಲಿ ಗೆಳೆಯರ ಬಲವಂತದಿಂದ ಹೋಟಲಿನಲ್ಲಿ ತಿಂಡಿ ತಿಂದು ಅದನ್ನೆಲ್ಲ ಚೆಲ್ಲಿಬಿಡುತ್ತಿದ್ದ. ಒಂದೊಂದು ಸಾರಿ ರಾತ್ರಿ ಉಳಿದಿದ್ದ ಅನ್ನವನ್ನು ಬಿಸಾಡದೆ ಹಸಿಮೆಣಸಿನ ಕಾಯಿ ಗೊಜ್ಜು ಕಲಿಸಿ ತಿಂದು ಹೋಗುತ್ತಿದ್ದ.

ಎಂಥವರಿಗೂ ಹೊಗಳಿಕೆ ಆಪ್ಯಾಯಮಾನ. ಇನ್ನೆರಡು ಮಿಳ್ಳೆ ತುಪ್ಪ ಬಡಿಸಿದ್ದರು. ಬೇಡವೆನ್ನದೆ ತಿಂದು ಎದ್ದ. ಕಿರುಕೋಣೆಯಲ್ಲಿ ಕೂತು ರಾತ್ರಿಯೆಲ್ಲ ಏನೇನೋ ಗೀಚಿದ. ಬೆಳಿಗ್ಗೆ ಅವನ ಮುಖ ಹಸನ್ಮುಖವಾಗಿತ್ತು. ಬರವಣಿಗೆ ತೃಪ್ತಿ ತಂದಿರಬೇಕು.

ಮಾವನ ಆರು ಮಕ್ಕಳಲ್ಲಿ ಕೊನೆಯವ ಅಚ್ಚು. ಅವನನ್ನು ಸ್ವಲ್ಪ ಹಚ್ಚಿಕೊಂಡಿದ್ದ, ಕೇಳಬೇಕೆನ್ನಿಸಿದ್ದೆಲ್ಲ ಕೇಳಿ ತಿಳಿದುಕೊಳ್ಳುತ್ತಿದ್ದ. ಇಲ್ಲಿ ಅವನು ಸ್ವಲ್ಪಮಟ್ಟಿನ ಒಡನಾಡಿ.

"ಅಚ್ಚು, ಸ್ವಲ್ಪ ತಿರುಗಾಡಿ ಬರೋಣಾ ಬಾ."

ಕುಣಿಯುತ್ತಲೇ ಅಚ್ಚು ಬಂದು ಅವನ ಜೊತೆಗೂಡಿದ. ಇಬ್ಬರೂ ಒಂದೆರಡು ಫರ್ಲಾಂಗ್ ನಡೆದರು. ಅಚ್ಚು ತನ್ನ ಬಾಲ ಭಾಷೆಯಲ್ಲಿ ಏನೇನೋ ಹೇಳುತ್ತಿದ್ದ. ಅವನ ಉತ್ಸಾಹಕ್ಕೆ ಭಂಗ ತರದೆ ಆಸಕ್ತಿಯಿಂದ ಕೇಳುವವನಂತೆ ನಟಿಸಿದ. ಮೆದುಳಿನಲ್ಲಿ ವಿಚಾರಮಂಥನ ನಡೆಯುತ್ತಿತ್ತು. ರಾತ್ರಿ ಬರೆದ ಸಣ್ಣಕತೆಯನ್ನು ಎಲ್ಲ ಕೋನಗಳಿಂದಲೂ ವಿಶ್ಲೇಷಿಸುತ್ತಿದ್ದ. ಪುಟ್ಟ ತೋಪು ಕಾಣಿಸಿದ ಕೂಡಲೇ ಮರದ ನೆರಳಿನಲ್ಲಿ ಹೋಗಿ ಕುಳಿತ. ಅಚ್ಚು ಒಂದು ಕಡೆ ಕೂಡದೇ ಓಡಾಡುತ್ತಿದ್ದ. ವಯಸ್ಸಿನ ಸಹಜಗುಣ. ಅಲ್ಲೊಂದು ಇಲ್ಲೊಂದು ಕಾಣುವ ಹುಣಸೇಮರಗಳು ದೂರದವರೆಗೂ ಮುರುಳಿ ದಿಟ್ಟಿಸಿದ. ದೂರದಲ್ಲಿ ಕಾಣುವ ಬೆಟ್ಟ, ಹೊಲಗಳು - ಅವನ ಕವಿ

ಹೃದಯವನ್ನು ಬಡಿದೆಬ್ಬಿಸಿದವು. ಅನುಭವದ ನಂತರ ಮನದಲ್ಲಿ ವಿಶ್ಲೇಷಣೆ ಪ್ರಾರಂಭವಾಯಿತು. - ಅನುಭವಿಸುವ ಮನುಷ್ಯರಿದ್ದುದರಿಂದಲೇ ನಿಸರ್ಗದ ಚೆಲುವಿಗೆ ಒಂದು ಅರ್ಥ ಬಂದಿದೆ.

ಇತ್ತೀಚೆಗೆ ಅವನು ಬರೆದಿದ್ದನ್ನೆಲ್ಲ ಜೋಪಾನವಾಗಿ ಇರಿಸಿದ್ದ. ಪ್ರಕಟಿಸುವ ಮನಸ್ಸಂತೂ ಮಾಡಿರಲಿಲ್ಲ. ಒಂದು ವಿಶೇಷ ಸಂದರ್ಭದಲ್ಲಿ ಪರಿಚಯವಾದ ಕನ್ನಡ ಪ್ರೊಫೆಸರು ಉತ್ತೇಜಕವಾಗಿ ಮಾತಾಡಿದ್ದರು. ಅವನು ಮಾತ್ರ ಹೆಚ್ಚಿನ ಆಸ್ಥೆ ವಹಿಸಿರಲಿಲ್ಲ.

ಬಹಳ ಹೊತ್ತು ಅಲ್ಲಿ ಕೂಡಲು ಅಚ್ಚು ಬಿಡಲಿಲ್ಲ. ಇಬ್ಬರೂ ಮನೆಯ ಹಾದಿ ಹಿಡಿದರು. ನಡುಮನೆಯಲ್ಲಿ ಕೂತ ಸೀತ ಮಾಮೂಲಿ ಕರ್ಚಿಫ್‌ಗಿಂತ ಸ್ವಲ್ಪ ದೊಡ್ಡದಾದ ಬಿಳಿಯ ಬಟ್ಟೆಯ ಮೇಲೆ ಬಣ್ಣದ ದಾರಗಳಿಂದ ನವಿಲಿನ ಚಿತ್ರ ಬಿಡಿಸುತ್ತಿದ್ದಳು. ಬೆರಳುಗಳು ಚುರುಕಾಗಿ ಕೆಲಸ ಮಾಡುತ್ತಿತ್ತು. ತನ್ಮಯತೆಯಿಂದ ಅದರೊಳಗೆ ಮಗ್ನಳಾಗಿದ್ದಳು.

"ಅಕ್ಕ, ಊಟ ಹಾಕು." ಅಚ್ಚು ಹೋಗಿ ಅವಳ ಕುತ್ತಿಗೆಗೆ ಜೋತುಬಿದ್ದ. ಕಡೆಯವನು ಸ್ವಲ್ಪ ಹೆಚ್ಚಿನ್ನುವಷ್ಟು ಮುದ್ದು. ಆ ಅಕ್ಕನ ಬಳಿಯೂ ಪ್ರೀತಿಯ ಮೊಂಡಾಟ.

"ಹೋಗು, ಅಮ್ಮ ಇದ್ದಾರೆ." ಅವನ ಕೈಯನ್ನು ಕೊಡವಿಕೊಳ್ಳಲು ನೋಡಿದಳು. ಅವನು ಜಪ್ಪಯ್ಯ ಅಂದರೂ ಬಿಡಲಿಲ್ಲ. ಪ್ರೀತಿಯಿಂದ ಅವನ ತಲೆಯ ಮೇಲೆ ಮೊಟಕಿ, ಅಡಿಗೆಯ ಮನೆ ಕಡೆ ಹೊರಟಳು.

ಅಲ್ಲಿ ಬಂದು ಕೂತ ಮುರುಳಿಯ ದೃಷ್ಟಿ ಅದರ ಮೇಲೆ ಬಿತ್ತು. ಬಗ್ಗಿ ಕೈಗೆತ್ತಿಕೊಂಡ. ಸುಂದರ ನವಿಲಿನ ಚಿತ್ರ. ಸಂಪೂರ್ಣವಾಗಿ ಗರಿಗಳನ್ನು ಕೆದರಿಕೊಂಡು ನರ್ತಿಸುತ್ತಿದೆ. ಕಸೂತಿಯ ಕೆಲಸ ಮುಗಿದಿತ್ತು. ಕೊನೆಯ ಹಂತದ ಚೂರು ಪಾರು ಕೆಲಸವಿತ್ತು. ಮೆಚ್ಚಿ ತಲೆದೂಗಿದ. ಸೀತಳ ವಿದ್ಯಾಭ್ಯಾಸ ಮಿಡಲ್ ಸ್ಕೂಲ್‌ನವರೆಗೆ ಮಾತ್ರ. ಅಲ್ಲಿಯವರೆಗೆ ಓದಿಸಲು ಮಾತ್ರ ಅನುಕೂಲವಿತ್ತು. ಮುಂದೆ ಓದಬೇಕೆಂಬ ಕಾಳಜಿ ಇಲ್ಲದಿದ್ದರಿಂದ ಕೆಲಸ - ಬೊಗಸೆ ಮಾಡಿಕೊಂಡು ಮನೆಯಲ್ಲೇ ಉಳಿದಿದ್ದಳು. ತಾಯಿಗೆ ಅಷ್ಟಿಷ್ಟು ಸಹಾಯವೇನು - ಹೊರಗಿನ ಕೆಲಸವೆಲ್ಲ ಅವಳೇ ಮಾಡುತ್ತಿದ್ದಳು. ಕುಟ್ಟೋದು, ಬೀಸೋದರಲ್ಲಿ ಗಟ್ಟಿಗಳು. ಮುಖ ಕೈಕಾಲುಗಳು ತುಂಬಿಕೊಂಡು ಗಟ್ಟಿಮುಟ್ಟಾಗಿದ್ದಳು.

ಕಸೂತಿಯ ವಸ್ತ್ರವನ್ನು ಕೈಯಲ್ಲಿಡಿದೇ "ಸೀತ, ಒಂದ್ಲೋಟ ನೀರು ಕೊಡು" ಎಂದು ಹೇಳಿ ಕಿಟಕಿಯ ಅಂಚಿನಲ್ಲಿದ್ದ ಕುರ್ಚಿಯ ಮೇಲೆ ಹೋಗಿ ಕುಳಿತ.

ದೊಡ್ಡ ಕಂಚಿನ ಲೋಟ, ಒಂದು ಹಿತ್ತಾಳೆ ಚೊಂಬು ತುಂಬ ನೀರು ತಂದು ಅವನ ಮುಂದೆ ಹಿಡಿದಳು. ಒಂದು ಲೋಟ ಕುಡಿದು ಸಾಕೆಂದು ಲೋಟ ಅವಳ ಕೈಗಿತ್ತ.

"ಅತ್ತೆ ಇಲ್ವಾ?"

"ಮಾಲಾಕ್ಷಮ್ಮನೋರ ಮನೆಗೆ ಹೋಗಿದ್ದಾರೆ" ಎಂದು ಹೇಳಿ ಒಳಗೆ ಹೋದಳು. ಮತ್ತೆ ಇಟ್ಟು ಹೊರಗೆ ಬಂದ ಅವಳು "ಕೈಕಾಲು ತೊಳ್ಕೊಳ್ಳಿ, ಬಡಿಸ್ತೀನಿ."

"ಈಗ ಹಸಿವಿಲ್ಲ, ಆಮೇಲೆ ಮಾಡ್ತೀನಿ" ಎಂದವನೇ ಮೆಚ್ಚುಗೆಯಿಂದ ಕಸೂತಿ ವಸ್ತ್ರದ ಕಡೆ ನೋಡುತ್ತ "ತುಂಬಾ ಚೆನ್ನಾಗಿ ಬಿಡಿಸಿದ್ದೀಯಾ." ಅವಳ ಮುಖ ತಾವರೆಯಂತೆ ಅರಳಿತು. ಹೆಮ್ಮೆಯೆನಿಸಿತು. ಅಪ್ಪ, ಅಮ್ಮ ಎಷ್ಟು ಹೊಗಳಿದ್ದರೂ, ಪೇಟೆಯಲ್ಲಿ ಓದುತ್ತಿರುವ ಬುದ್ಧಿವಂತ ಮುರುಳಿ ಹೊಗಳಿದ್ದು ಕೋಡು ಮೂಡಿದಂತಾಯಿತು.

ಅವಳು ಇದುವರೆಗೂ ಮಾಡಿದ ಎಲ್ಲಾ ಕಸೂತಿ ವಸ್ತ್ರಗಳ ವಿವರಣೆಯನ್ನು ಕೊಟ್ಟಳು. ಕಷ್ಟಪಟ್ಟು ಹೆಣೆದರೂ ತನ್ನ ಗೆಳತಿಯರಿಗೆ ಧಾರಾಳ ಮನಸ್ಸಿನಿಂದ ಕೊಟ್ಟುಬಿಡುತ್ತಿದ್ದಳು. ತಾತನ ಸಂಗ್ರಹದಲ್ಲಿದ್ದ ಭಕ್ತಿಯ ಸಾಹಿತ್ಯವನ್ನು ಎಡೆಬಿಡದೆ ಅಭ್ಯಾಸ ಮಾಡಿದ್ದಕ್ಕೇನೋ ಅವಳಲ್ಲಿ ಅರ್ಪಣಾ ಬುದ್ಧಿ ಬೆಳೆದು ಬಂದಿತ್ತು. ಊಟದ ಹೊತ್ತಿನಲ್ಲಿ ಯಾರಾದರೂ ಬರಲಿ ತನ್ನ ಪಾಲಿನದಾದರೂ ಬಡಿಸಿ ತೃಪ್ತಿಪಡುತ್ತಿದ್ದಳು. ಗೋಕುಲಾಷ್ಟಮಿಯ ಕರಿದ ತಿಂಡಿ, ಸಂಕ್ರಾಂತಿ ಎಳ್ಳು - ತನ್ನ ಪಾಲಿನದೆಲ್ಲ ಗೆಳತಿಯರಿಗೆ ಹಂಚಿದರೇನೇ ಸಮಾಧಾನ. ಹಿತ್ತಲಲ್ಲಿ ನಾಲ್ಕು ಹೂ ಬಿಟ್ಟರೂ ಪ್ರತಿಯೊಂದು ದಿನವೂ ಒಬ್ಬೊಬ್ಬರಿಗೆ ಕೊಟ್ಟು ಬರುತ್ತಿದ್ದಳು. ತನಗಾಗಿ ಉಳಿಸಿಕೊಳ್ಳಬೇಕೆಂಬ ಮನೋಭಾವನೆ ಅವಳಿಗಿರಲಿಲ್ಲ. ಸಂಜೆ ದೇವರ ಮುಂದೆ ಕೂತು ಭಕ್ತಿ-ಭಾವದಿಂದ ತಾನು ಕಲಿತ ಹಾಡುಗಳನ್ನೆಲ್ಲ ಹಾಡುತ್ತಾಳೆ.

"ಏನಾದ್ರೂ ಓದ್ತಿಯಾ?" ಕೇಳಿದ.

"ಓದ್ತೀನಿ, ರಾಮಾಯಣ, ಮಹಾಭಾರತ, ಭಾಗವತ, ಭಗವದ್ಗೀತೆ ಎಲ್ಲಾ ಓದ್ತೀನಿ." ಅವಳ ಮುಖದಲ್ಲಿ ಭಕ್ತಿಭಾವ ಮಿನುಗಿತು. ಮುಗ್ಧತೆಯೇ ಮೈಯೆತ್ತಿ ನಿಂತಂತೆ ಕಂಡಳು. ಕಣ್ಣುಗಳಲ್ಲಿ ಶುಭ್ರ ಸ್ಫಟಿಕದ ಕಾಂತಿ ಇತ್ತು.

ಸ್ವಲ್ಪ ಹಣ್ಣಾದ ಎರಡು ಏಲಕ್ಕಿ ಬಾಳೆಹಣ್ಣುಗಳನ್ನೂ ಎಲೆಯಡಿಕೆಯನ್ನೂ ಹಿಡಿದು ಬಂದರು. ಒಂದು ಕಡೆ ಇಟ್ಟವರೆ 'ಉಸ್ಸಪ್ಪಾ' ಎಂದು ಕೂತರು. ಆಮೇಲೆ ಅವರು ಮುರುಳಿಯ ಕಡೆ ದೃಷ್ಟಿ ಹೊರಳಿಸಿದ್ದು.

"ಸದ್ಯಾ ಬಂದ್ಯಾ...!" ಒಂದು ತರಹ ನಕ್ಕರು. ಅವರ ನಗೆಯಲ್ಲಿ ಎಂದೂ ವ್ಯಂಗ್ಯವಿರುವುದು ಸಾಧ್ಯವಿಲ್ಲ. ಕೈ ಮೈ ತುಂಬ ಕೆಲಸ. ದೈವಭಕ್ತಿಯೂ ಸೇರಿತ್ತು. ಆದಷ್ಟು ಒಳ್ಳೆಯತನದಲ್ಲಿ ನಡೆದುಕೊಳ್ಳುತ್ತಿದ್ದರು.

"ಕೈಕಾಲು ತೊಳ್ಕೊ, ಬಡಿಸ್ತೀನಿ. ಮಹಾಲಕ್ಷಮ್ಮ ಬಹಳ ಹೊತ್ತು ಮಾತಿಗೆ ನಿಲ್ಲಿಸಿಕೊಂಡುಬಿಟ್ಟರು" ಸಂಕೋಚಿಸುತ್ತಲೇ ಹೇಳಿದರು. ತಮ್ಮ ಕರ್ತವ್ಯದಲ್ಲಿ ಎಂದೂ ಲೋಪ ಬರುವುದು ಅವರಿಗಿಷ್ಟವಿಲ್ಲ.

ಎರಡು ಲೋಟ ಪಾನಕ ಹಿಡಿದು ಬಂದ ಸೀತ ತಾಯಿಯ ಮುಂದೆ ಒಂದನ್ನು

ಇಟ್ಟು, ಮುರುಳಿಯ ಕೈಗೆ ಇನ್ನೊಂದು ಲೋಟ ಕೊಟ್ಟಳು. ಏಲಕ್ಕಿಯ ಘಮಲು ವಾಸನೆ ಮೂಗಿಗೆ ಬಡಿಯುತ್ತಿತ್ತು. ರಾಜಮ್ಮ ಒಂದೇ ಸಲಕ್ಕೆ ಕುಡಿದು ಇಟ್ಟರೆ ಮುರುಳಿ ನಿಧಾನವಾಗಿ ಗುಟುಕು ಗುಟುಕಾಗಿ ಚಪ್ಪರಿಸುತ್ತ ಕುಡಿದ. ನಿಂಬೆಯ ಪಾನಕ-ಸಕ್ಕರೆ ಹದವಾಗಿತ್ತು - ಏಲಕ್ಕಿಯ ಸುವಾಸನೆ - ಬಿಸಿಲಿನ ಹೊತ್ತು ಎಲ್ಲಾ ಸೇರಿ ಅದಕ್ಕೆ ರುಚಿ ಹೆಚ್ಚಿತ್ತು.

ಅವನ ತೊಡೆಯ ಮೇಲಿದ್ದ ಕಸೂತಿಯ ಕೈ ವಸ್ತ್ರವನ್ನು ನೋಡಿದ ರಾಜಮ್ಮ "ಸುಮಾರು ಇದುವರ್ಗೂ ಎಷ್ಟು ಕೈವಸ್ತ್ರ ಹಾಕಿದಾಳೋ ಲೆಕ್ಕವಿಲ್ಲ. ಯಾರಾದ್ರೂ ಬಂದರೆ ತೋರಿಸಬೇಕಾದ್ರೂ ಒಂದಿಲ್ಲ. ಎಲ್ಲಾ ಅವರಿವರಿಗೆ ಕೊಟ್ಟುಬಿಡ್ತಾಳೆ." ಇದು ಆಕ್ಷೇಪಣೆಯಂತೆ ಕಾಣಲಿಲ್ಲ. ಮಗಳ ಸ್ವಭಾವವನ್ನು ಮೆಚ್ಚಿ ನುಡಿದಂತಿತ್ತು.

ನಾಲ್ಕಾರು ದಿನಗಳು ಸರಿದಿದ್ದೇ ಅವನ ಅರಿವಿಗೆ ಬರಲಿಲ್ಲ. ಹೊರಟಾಗ ರಾಜಮ್ಮ ಅಷ್ಟಿಷ್ಟು ಕುರುಕಲು ತಿಂಡಿ ಮಾಡಿಕೊಟ್ಟರು. ಬೇಡವೆಂದರೂ ಕೇಳಲಿಲ್ಲ. ತಮ್ಮ ಸಂಸಾರ ನಿರ್ವಹಿಸಿ ಬೇರೆಯವರಿಗೆ ಕೊಡುವಷ್ಟು ಶ್ರೀಮಂತಿಕೆ ಅವರಿಗಿರಲಿಲ್ಲ. ಆದರೆ ಮನಸ್ಸು ಶ್ರೀಮಂತವಾಗಿತ್ತು. ಮುರುಳಿಗೆ ಅಲ್ಲ ಬೇರೆಯವರಿಗೆ ಕೊಡಬೇಕೆನ್ನುವ ಸಂದರ್ಭದಲ್ಲಿ ಕೂಡ ತಮ್ಮಗಳ ಬಗ್ಗೆ ಯೋಚಿಸುತ್ತಲೇ ಇರಲಿಲ್ಲ. ಈ ರೀತಿಯ ಮನಸ್ಥಿತಿ ಇದ್ದುದ್ದರಿಂದಲೋ ಏನೋ ನಿಶ್ಚಿಂತರಾಗಿದ್ದರು.

"ಬರ್ಲಾ ಅತ್ತೆ?" ಅತ್ತೆಯ ಕಾಲುಗಳಿಗೆ ಬಗ್ಗಿ ನಮಸ್ಕರಿಸಿದ. ಒಂದಿಬ್ಬರು ಸಣ್ಣ ಹುಡುಗರು ಶಾಲೆಗೆ ಹೋಗುವುದನ್ನು ಬಿಟ್ಟರೆ ಮನೆಮಂದಿಯೆಲ್ಲ ದುಡಿಯುತ್ತಿದ್ದರು. ಯಾರಿಗೂ ದುಡಿಮೆಯ ಬಗ್ಗೆ ಕೀಳರಿಮೆ ಇರಲಿಲ್ಲ.

"ದೇವ್ರು ಒಳ್ಳೇದು ಮಾಡಲಪ್ಪ" ಮನಃಪೂರ್ವಕವಾಗಿ ಆಶೀರ್ವದಿಸಿದರು. ದೇವರಲ್ಲಿ 'ಅದೂ ಬೇಕು - ಇದೂ ಬೇಕು' ಎಂದು ಕೇಳೋದು ತಪ್ಪೆಂದು ಅವರ ಅಭಿಪ್ರಾಯ: ತಮಗೆ ಯಾವುದರಿಂದ ಒಳ್ಳೆಯದಾಗುವುದೋ ಅದು ದೇವರೊಬ್ಬನಿಗೆ ಗೊತ್ತು. ಅದೂ ಇದೂ ಬೇಡಿ - ಆಶೀರ್ವದಿಸಿ ತೊಡಕಿಗೆ ಸಿಕ್ಕಿಹಾಕಿಕೊಳ್ಳಕೂಡದು. ಇದು ಅವರ ಸ್ವಂತ ಅನಿಸಿಕೆ ಮಾತ್ರ.

ಮನೆಯ ಸಮಸ್ತ ಜನರು ಅವನನ್ನು ಬೀಳ್ಕೊಡಲು ಮನೆಯಲ್ಲಿಯೇ ಇದ್ದರು. ದೊಡ್ಡ ಇಬ್ಬರು ಹುಡುಗರೂ ಕೈಚೀಲಗಳನ್ನು ಹೊತ್ತು ಬಸ್ಸು ನಿಲ್ಲುವ ಸ್ಥಳಕ್ಕೆ ಹೊರಟಿದ್ದರು.

"ಹಣಕ್ಕೆ ತೀರಾ ತೊಂದರೆಯಾದಾಗ ಸುಮ್ಮನಿದ್ದುಬಿಡ್ಬೇಡ" ಸೂರ್ಯನಾರಾಯಣರಾಯರು ಹೇಳಿದರು. ಮುರುಳಿ ಸುಮ್ಮನೆ ತಲೆಯಾಡಿಸಿದ.

ಹೊಸಲು ದಾಟಿ ಹೊರಗೆ ಬಂದಾಗ ಸೀತ "ತಗೊಳ್ಳಿ" ಕಸೂತಿಯ ಕೈ ವಸ್ತ್ರವನ್ನು ಅವನಿಗೆ ನೀಡಿದಳು. ಕಣ್ಣುಗಳಲ್ಲಿ ಧನ್ಯತೆಯ ಭಾವವಿತ್ತು. ಕೈನೀಡಿ ತೆಗೆದುಕೊಂಡ. ತುಟಿಗಳ ಮೇಲೆ ಮೆಚ್ಚಿಗೆ ಮೂಡಿ ಮಾಯವಾಯಿತು.

* * * *

ಕಾಲೇಜು ಪ್ರಾರಂಭವಾಗಿರಲಿಲ್ಲ. ಪರಸ್ಥಳದ ವಿದ್ಯಾರ್ಥಿಗಳೆಲ್ಲ ಅವರವರ ಊರುಗಳಿಗೆ ಹೋಗಿದ್ದರು. ಮತ್ತೆ ಕೆಲವರು ಪ್ರವಾಸ ಕೈಗೊಂಡಿದ್ದರು. ಮುರುಳಿ ಬೇಸರದಿಂದ ಒಮ್ಮೆ ಸುತ್ತಾಡಿ ಬಂದ. ಮಧ್ಯಾಹ್ನ ಸ್ವಲ್ಪ ಹೊತ್ತು ವಿಶ್ರಮಿಸಿಕೊಂಡು ಹೊರಗೆ ಬಂದ. ಗುದ್ದಲಿ ಹಿಡಿದು ಭೂಮಿಯನ್ನೆಲ್ಲ ಅಗೆದು ಗೊಬ್ಬರ ಹಾಕಿದ. ಬೇರೆ ತರಕಾರಿ ಗಿಡಗಳಿಗೆ ರೋಗ ತಗುಲಿದೆಯೇ ಎಂದು ಪರೀಕ್ಷಿಸಿದ. ಸಂಜೆಯವರೆಗೂ ಅದೇ ಕೆಲಸ ಹಿಡಿಸಿತು. ಮುಖ ಮೈಯೆಲ್ಲ ಬೆವೆತುಹೋಯಿತು. ಬಾವಿಗೆ ಒರಗಿ ಕುಳಿತ.

ಹಳ್ಳಿಯಲ್ಲಿ ಬರೆದು ಮುಗಿಸಿದ್ದ ಎರಡು ಸಣ್ಣಕತೆಗಳನ್ನು ಪತ್ರಿಕೆಗಳಿಗೆ ಕಳಿಸಿದ್ದ. ಅವೆರಡು ಅಚ್ಚಾಗಿತ್ತು. ಬರವಣಿಗೆಯಲ್ಲಿ ಲವಲವಿಕೆಯುಂಟಾಗಿತ್ತು. ಕಾದಂಬರಿ ಬರೆಯುವ ಯೋಜನೆಯನ್ನು ಹಾಕಿಕೊಂಡಿದ್ದ. ಅದರ ಗುರಿ ರೂಪುರೇಷೆಗಳನ್ನು ಸಿದ್ಧಪಡಿಸುತ್ತಿದ್ದ. ಸಾಹಿತ್ಯದ ಬಗ್ಗೆ ಹೊಸ ಹೊಸ ವಿಚಾರಗಳನ್ನು ತಿಳಿಯುವ ಪ್ರಯತ್ನ ಮಾಡುತ್ತಿದ್ದ. ಸ್ವಲ್ಪ ಮಟ್ಟಿಗೆ ಸಫಲತೆ ಸಿಕ್ಕಿತ್ತು.

ಗೇಟು ಶಬ್ದ ಮಾಡಿದಾಗ ತಲೆ ಎತ್ತಿ ಅತ್ತ ನೋಡಿದ. ಗಿರಿಜ, ರೇಣು ಬರುತ್ತಿದ್ದರು. ಗಿರಿಜಳ ಕೈಯಲ್ಲಿ ಹರಿಶಿನ ಹಚ್ಚಿದ ಲಕೋಟೆ ಇತ್ತು. ಮದುವೆಯ ಕರೆಯೋಲೆ ಇರಬಹುದು.

ಎದ್ದು ನಿಂತು "ಬನ್ನಿ, ಬನ್ನಿ" ಎಂದು ಸ್ವಾಗತಿಸಿದ.

"ಯಾವಾಗ್ಬಂದ್ರಿ?" ಪ್ರಶ್ನಿಸಿದಳು. ತಾನು ಹಳ್ಳಿಗೆ ಹೋಗಿ ಬಂದ ಸುದ್ದಿ ಗೊತ್ತಾಗಿರಬೇಕೆಂದುಕೊಂಡ. ಆದರೆ ಅವನು ಬಂದು ಬಹಳ ದಿನಗಳಾಗಿತ್ತು. ಪ್ರಶ್ನಾರ್ಥಕವಾಗಿ ಅವಳ ಮುಖ ನೋಡಿದ.

"ಮೊನ್ನೆ ಬಂದಿದ್ದೆ ನೀವು ಇರಲಿಲ್ಲ."

ಮೊನ್ನೆಯೆಲ್ಲ ಲೈಬ್ರರಿಯಲ್ಲೇ ಕಳೆದಿದ್ದೆ. ಬೆಳಿಗ್ಗೆ ಹೋದವನು ರಾತ್ರಿಯೇ ಮನೆಗೆ ಹಿಂದಿರುಗಿದ್ದ.

"ಲೈಬ್ರರಿಗೆ ಹೋಗಿದ್ದೆ."

"ಈಗ್ಲೂ ಓದುತ್ತೀರಾ?" ಅವಳ ಪ್ರಶ್ನೆ ಮುರುಳಿಗೆ ನಗು ಬಂತು.

"ಅದ್ನಬಿಟ್ಟು ಬೇರೇನು ಮಾಡ್ಲಿ?"

ಗಿರಿಜಳಿಗೆ ಅವನ ಒಂಟಿತನದ ಅರಿವಾಗಿರಬೇಕು. ಪೆಚ್ಚಾಯಿತು. ತಾನೇನೋ ತಪ್ಪು ಮಾಡಿದವಳಂತೆ ಪೇಚಾಡಿಕೊಂಡಳು.

ರೇಣು ಗಿಡದಿಂದ ಗಿಡಕ್ಕೆ ಹಾರುವ ಚಿಟ್ಟೆಯನ್ನು ಹಿಡಿಯಲು ಪ್ರಯತ್ನಪಡುತ್ತಿದ್ದ. ಅದರ ಹಿಂದೆ ಮುಂದೆಲ್ಲ ಸುತ್ತಾಡುತ್ತಿದ್ದ. ಗಿರಿಜ, ಮುರುಳಿ ಸುಮ್ಮನೆ ನೋಡುತ್ತ ನಿಂತರು.

"ನಮ್ಮಕ್ಕನ ಮದ್ವೆ - ಖಂಡಿತಾ ಬರ್ಬೇಕು." ಹರಿಶಿನ ಹಚ್ಚಿದ ಲಕೋಟೆಯನ್ನು ಅವನಿಗೆ ನೀಡಿದಳು.

"ಥ್ಯಾಂಕ್ಸ್" ಎಂದು ಮುರುಳಿ ಬಿಡಿಸಿ ನೋಡಿದ. ಹುಡುಗಿಯ ವಿದ್ಯಾಭ್ಯಾಸದ ಮಾಹಿತಿ ಇತ್ತು. ಹೆಸರಿನ ಜೊತೆ ಬಿ.ಎ. ಎಂದು ಸೇರಿಸಿದ್ದರು. ಆದರೆ ಹುಡುಗನ ವಿದ್ಯಾಭ್ಯಾಸದ ಮಾಹಿತಿ ಇರಲಿಲ್ಲ. ಮೊದಲಿನ ಸ್ಥಳಕ್ಕೆ ತಳ್ಳಿದ.

ಏನಾದರೂ ಮಾತನಾಡಬೇಕೆನಿಸಿತು. ಮೂಕರಾಗಿ ಕೂಡುವುದು ಸರಿ ಕಾಣಲಿಲ್ಲ. ಮೆಲ್ಲಗೆ "ಮದ್ವೆಯ ಗಂಡು ಶಿವಮೊಗ್ಗದವರ?" ಅಲ್ಲವೆನ್ನುವಂತೆ ತಲೆಯಾಡಿಸಿದಳು. ಆಮೇಲೆ 'ಹೌದೆಂದು' ಹೇಳಿದಳು. ಅವನು ವಿಸ್ಮಯದಿಂದ ನೋಡಿದ.

"ಅವರ ತಂದೆ-ತಾಯಿ ಮಲೆನಾಡಿನ ಯಾವ್ದೋ ಹಳ್ಳಿಯಲ್ಲಿದ್ದಾರೆ. ಇವರನ್ನು ಶಿವಮೊಗ್ಗ ಸಾಹುಕಾರರು ದತ್ತು ತೆಗೆದುಕೊಂಡಿದ್ದಾರೆ" ಮಾತಾಡಲು ಅವಳಿಗೆ ಉತ್ಸಾಹವೇ ಇದ್ದ ಹಾಗೆ ಕಾಣಲಿಲ್ಲ. ಒಳಗೆ ನೋವನ್ನು ನುಂಗುತ್ತಿರುವ ಹಾಗೆ ಕಂಡಳು.

"ಅವ್ಳಿಗೆ ಈ ಮದ್ವೆ ಇಷ್ಟವೇ ಇರಲಿಲ್ಲ" ತಟ್ಟನೇ ಹೇಳಿದಳು. ಆಮೇಲೆ ನಾಲಿಗೆ ಕಚ್ಚಿಕೊಂಡಳು. ಅವಳ ಮುಖದ ಮೇಲೆ ಭಯದ ನೆರಳಾಡಿತು. ತಂದೆಯ ಕೋಪದ ಮುಖವನ್ನು ನೆನಪಿಸಿಕೊಂಡೇ ಬೆಚ್ಚಿದಳು.

ಮುರುಳಿಯ ಮನಸ್ಸು ಊಹೆಯಲ್ಲಿ ತೊಡಗಿತು. ಒಮ್ಮೆ ಕಾಲೇಜಿಗೆ ಹೋಗುತ್ತಿರುವಾಗ ಅವರನ್ನು ನೋಡಿದ್ದ. ಇಡೀ ಸಂಸಾರವನ್ನು ವಜ್ರಮುಷ್ಠಿಯಲ್ಲಿ ಬಿಗಿಯಾಗಿ ಹಿಡಿದಿದ್ದವರಂತೆ ಕಂಡಿದ್ದರು. ಮುಂದಿನ ಯಾವ ವಿವರವನ್ನೂ ಬಿಡಿಬಿಡಿಯಾಗಿ ಕಲ್ಪಿಸಿಕೊಳ್ಳುವ ಅಥವಾ ಮಾತನಾಡುವ ಅಗತ್ಯವಿದ್ದ ಹಾಗೆ ಕಾಣಲಿಲ್ಲ.

"ಇವ್ಳು ಬಿ.ಎ. ಮುಗಿಸಿದ್ದಾಳೆ. ಅವರು ಸರ್ಯಾಗಿ ಒಂದು ಎಸ್.ಎಸ್.ಎಲ್.ಸಿ. ಕೂಡ ಪಾಸು ಮಾಡಿಲ್ಲ. ರೂಪಿನಲ್ಲಿ ಸಾಧಾರಣ, ಅವರ ಆಸ್ತಿಯನ್ನು ದೃಷ್ಟಿಯಲ್ಲಿಟ್ಟುಕೊಂಡು ಅಪ್ಪಾಜಿ ಒಪ್ಪಿಕೊಂಡ್ಬಿಟ್ರು. ಅವ್ಳು ಹಗಲು-ರಾತ್ರಿ ಕಣ್ಣೀರು ಹಾಕ್ತಾಳೆ" ಎಲ್ಲಾ ಹೇಳಿಕೊಂಡಳು.

ಮುರುಳಿಗೆ ಅಯ್ಯೋ ಎನ್ನಿಸಿತು. ಏನಾದರೂ ಹೇಳಬೇಕೆನಿಸಲಿಲ್ಲ. ಅದರಿಂದ ಯಾವ ಪ್ರಯೋಜನವೂ ಇರಲಿಲ್ಲ. ಮಾತನ್ನ ಬೇರೆಡೆ ಒಯ್ದ.

"ರಜೆಯಲ್ಲಿ ಏನೇನು ಓದಿದಿರಿ?"

ಗಿರಿಜ ಸಂಕೋಚಪಟ್ಟುಕೊಂಡಳು. ಓದು, ಅಭ್ಯಾಸಕ್ಕೆ ಆ ಮನೆಯಲ್ಲಿ ಕಿಲುಬು ಕಾಸಿನ ಬೆಲೆಯೂ ಇರಲಿಲ್ಲ. ಡಿಗ್ರಿಗಳ ಸಂಪಾದನೆ ತಮ್ಮ ಹೆಚ್ಚುಗಾರಿಕೆಗೆ ಎಂದು ಭಾವಿಸಿದ್ದ ತಂದೆ. ಯಾವುದಕ್ಕೂ ತಲೆ ಕೆಡಿಸಿಕೊಳ್ಳದೆ ಮೂಕರಂತಿರುವ ತಾಯಿ - ಅವಳ ಸಂಕಟವನ್ನು ಯಾರೊಂದಿಗೆ ಹೇಳಿಕೊಳ್ಳಬೇಕು?

“ಹೇಳುವಷ್ಟು ಏನೂ ಹೆಚ್ಚಿಗೆ ಓದಿಲ್ಲ. ಸ್ವಲ್ಪ ಮಾತ್ರ...” ತೊಡರಿದಳು.

ಮತ್ತೊಮ್ಮೆ “ಮದ್ವೆಗೆ ತಪ್ಪದೇ ಬನ್ನಿ” ಎಂದು ಹೇಳಿ ಹೊರಟಳು. ಅವಳು ಹೋದತ್ತಲೇ ನೋಡುತ್ತ ನಿಂತ. ‘ಮೃದು ಸ್ವಭಾವದ ಹುಡ್ಗಿ’ ಎಂದುಕೊಂಡ.

ಮಳೆ ಇಲ್ಲದ ಕಾರಣ ಬಾವಿಯಲ್ಲಿ ನೀರು ಒಳಕ್ಕೆ ಹೋಗಿತ್ತು. ಸೇದಿ ಹಾಕಬೇಕಾಗಿತ್ತು. ಬಿಸಿಲಿನ ಬೇಗೆಯಿಂದ ಕಂಗೆಟ್ಟ ಭೂಮಿ ಬಾಯಾರಿದವರಂತೆ ಎಷ್ಟು ನೀರು ಹೊಯ್ದರೂ ತಣಿಯುತ್ತಿರಲಿಲ್ಲ. ಈಗ ಹೆಚ್ಚಿನ ಶ್ರಮಪಡಬೇಕಾಗಿತ್ತು. ಸುಲಭವಾಗಿ ಬೇಗ ಕೈಗೆ ಬರುವ ತರಕಾರಿಗಳನ್ನೇ ಬೆಳೆದ.

ದಾರಿಯಲ್ಲಿ ಎದುರಾದ ಗಿರಿಜ ಮತ್ತೊಮ್ಮೆ ಮದುವೆಯ ವಿಷಯ ಜ್ಞಾಪಿಸಿ, ಬರಬೇಕೆಂದಾಗ ಸುಮ್ಮನೆ ತಲೆಯಾಡಿಸಿದ. ಹೋಗಬೇಕೆನ್ನುವ ಆಸಕ್ತಿಯೇನು ಇರಲಿಲ್ಲ.

ರಜೆ ಕಳೆದು ಕಾಲೇಜು ಪುನಃ ಪ್ರಾರಂಭವಾಗಿತ್ತು. ಇನ್ನು ಕೆಲವು ವಿದ್ಯಾರ್ಥಿಗಳು ಊರು ಮತ್ತು ಪ್ರವಾಸಗಳಿಂದ ಮರಳಿರಲಿಲ್ಲ. ಬಂದ ವಿದ್ಯಾರ್ಥಿಗಳು ಚಳಿ ಬಿಟ್ಟವರಂತೆ ತಿರುಗಾಡುತ್ತಿದ್ದರು. ಅವರಿಗೆ ಪಾಠ ಪ್ರವಚನ ಕಡೆ ಗಮನವಿರಲಿಲ್ಲ. ಅಧ್ಯಾಪಕರು ಪ್ರವಚನದ ಬಗ್ಗೆ ಗಂಭೀರತೆ ತಾಳಿರಲಿಲ್ಲ. ಏನೋ ಒಂದು ವಿಧವಾದ ವಾತಾವರಣ ತುಂಬಿತ್ತು.

ಲೈಬ್ರರಿಯಲ್ಲಿ ಕೂತು ಹೊತ್ತು ಕಳೆದು ಮುರುಳಿ ತರಗತಿಯ ಕೊಠಡಿಯನ್ನು ಹಾದು ಹೊರಗೆ ಬಂದ. ಉಷಾ ಗೆಳತಿಯರನ್ನು ಕೂಡಿಕೊಂಡು ಜೋರಾಗಿ ನಗುತ್ತಿದ್ದಳು. ಉದಾಸೀನವಾಗಿ ಹೆಜ್ಜೆಗಳ ವೇಗವನ್ನು ದ್ವಿಗುಣಗೊಳಿಸಿದ. ಯಾರೇ ಆಗಿರಲಿ, ಬೇರೆಯ ಹೆಣ್ಣಿನ ಬಗ್ಗೆ ತುಚ್ಛವಾಗಿ ವರ್ತಿಸುವುದು ಅವನ ಸ್ವಭಾವಕ್ಕೆ ವಿರುದ್ಧ.

ಗಿರಿಜಳ ಮನೆಯ ಮುಂದೆ ಹಾದುಬಂದಾಗ ಚಪ್ಪರ ಮದುವೆಯನ್ನ ಜ್ಞಾಪಕಕ್ಕೆ ತಂದಿತ್ತು. ಗಿರಿಜಳ ಕರೆಯನ್ನು ಮನ್ನಿಸಿಯಾದರೂ ಹೋಗಿ ಬರಬೇಕಿತ್ತು ಮದುವೆಗೆ ಎಂದುಕೊಂಡ. ನಾಲ್ಕಾರು ಭಾರಿ ಅತ್ತ ಓಡಿಯಾಡಿಯಾದರೂ ಚಪ್ಪರ ಅವನ ಗಮನವನ್ನ ಸೆಳೆದಿರಲಿಲ್ಲ.

“ಮಾವ, ಬರ್ಬೇಕಂತೆ” ರೇಣು ಬಂದು ಕೈ ಹಿಡಿದಾಗ ಸೌಜನ್ಯಕ್ಕಾದರೂ ಹೋಗಿ ಬರಬೇಕಿತ್ತು. ತನ್ನ ಬಗ್ಗೆ ಆತ್ಮೀಯತೆ ತೋರಿಸುವ ಅವರ ಬಗ್ಗೆ ಆದರವಿತ್ತು.

“ನಿಮ್ಮಕ್ಕ ಇದ್ದಾರ?” ಕೇಳಿದ. ‘ಹೂ’ ಎನ್ನುವಂತೆ ತಲೆಯಾಡಿಸಿದ. ಒಂದು ಕ್ಷಣ ನಿಂತು ಯೋಚಿಸಿದ. ಅವರಿದ್ದಿದ್ದರೆ ತನಗೆ ಕರೆ ಕಳುಹಿಸುತ್ತಿರಲಿಲ್ಲವೆಂದುಕೊಂಡ. ‘ಆಗಲಿ’ ಎಂದುಕೊಂಡು ಅವರ ಮನೆಯತ್ತ ದೃಢವಾದ ಹೆಜ್ಜೆ ಹಾಕಿದ.

ಬಾಗಿಲು ಸಮೀಪಕ್ಕೆ ಹೋದಾಗ ಗಿರಿಜಳ ತಾಯಿಯ ಆತ್ಮೀಯ ಕಣ್ಣುಗಳು ಮಿನುಗಿದವು. ಅವರನ್ನು ನೋಡಿದಾಗಲೆಲ್ಲ ತಾಯಿಯನ್ನು ನೆನಸಿಕೊಂಡು ಸಂಕಟಪಡುತ್ತಿದ್ದ.

"ಬಾಪ್ಪ..." ಬಾಯಿ ತುಂಬ ಕರೆದರು ಅವರೆಂದೂ 'ಬನ್ನಿ' ಔಪಚಾರಿಕವಾಗಿ ಸಂಬೋಧಿಸಿರಲಿಲ್ಲ. ಮಗನನ್ನ ಮಾತಾಡಿಸುವಂತೆ ಮಮತೆಯಿಂದ ಕರೆಯುತ್ತಿದ್ದರು.

"ಮದ್ವೆಗೆ ಬರ್ಲೇ ಇಲ್ಲ. ಗಿರಿಜನ ಒಂದೆರಡು ಭಾರಿ ಕೇಳಿದೆ" ತಟ್ಟನೆ ಏನು ಹೇಳುವುದೂ ಅವನಿಂದಾಗಲಿಲ್ಲ. ಸುಳ್ಳು ನುಡಿಯುವುದು ಅವನಿಗೆ ಸಮ್ಮತವಲ್ಲ. ಇದ್ದ ವಿಷಯ ತಿಳಿಸಿ ಅವರ ಮನಕ್ಕೆ ಬೇಸರ ಮಾಡಲು ಇಷ್ಟವಿಲ್ಲ. ಮೌನವಹಿಸಿದ.

"ಕೂತ್ಕೋ" ಅವನು ಕೂತರೂ ಅವರು ನಿಂತೇ "ರಜದಲ್ಲಿ ಊರಿಗೆ ಹೋಗಿದ್ಯಾ?"

"ನಾಲ್ಕಾರು ದಿನ ಮಾತ್ರ ಹೋಗಿದ್ದೆ."

ಗಿರಿಜ ಅಲ್ಪಸ್ವಲ್ಪ ವಿಷಯವನ್ನು ತಾಯಿಯ ಕಿವಿಗೆ ಹಾಕಿದ್ದಳು. ಮರುಕ... ಆತ್ಮೀಯತೆ.... ಅನುಬಂಧ... ಅವರನ್ನು ಆಕರ್ಷಿಸಿತ್ತು. ಅವನು ಕಾಲೇಜಿಗೆ ಹೋಗೋ ವೇಳೆಯಲ್ಲಿ ಬಾಗಿಲ ಮರೆಯಲ್ಲಿ ನಿಂತು ಕಣ್ಣೀರು ಹಾಕಿಕೊಂಡಿದ್ದರು. ಅವರ ಮಗ ಪರಮೇಶ ಇದೇ ವಯಸ್ಸಿನವನು. ಎಂಥ ಬುದ್ಧಿವಂತ! ಒಂದು ದಿನವಾದರೂ ತಾಯಿಗೆ ಎದುರಾಡಿದವನಲ್ಲ. ಕೆಟ್ಟ ಕೋಪದ ಸಂದರ್ಭದಲ್ಲಿ ಗಂಡ ಅವನನ್ನು ಮನೆಯಿಂದ ಹೊರಹಾಕಿದ್ದರು. ಹಿಂದಿರುಗಲೇ ಇಲ್ಲ. ಅವರು ಪಟ್ಟ ಕಾತುರತೆ, ದುಃಖ, ವೇದನೆಗೆ ಕೊನೆ ಇರಲಿಲ್ಲ. ಹುಡುಕಿಸಲು ಪ್ರಯತ್ನಪಟ್ಟು ಸೋತು ಹೋಗಿದ್ದರು. ಇಂದಿಗೂ ಪ್ರತಿದಿನವೂ ಅವನ ನಿರೀಕ್ಷಣೆಯಲ್ಲೇ ಇರುತ್ತಿದ್ದರು.

"ನಮ್ಮ ಜ್ಞಾಪಕ ಬಂತಾ?" ಗಿರಿಜ ಟವಲಿನಿಂದ ಮುಖವನ್ನೊರೆಸುತ್ತ ಹೇಳಿದಳು.

"ನಾನು ಶಿವಮೊಗ್ಗಕ್ಕೆ ಅಕ್ಕನ ಜೊತೆ ಹೋಗಿದ್ದೆ. ಈಗ್ಲೇ ಬಂದಿದ್ದು" ಹೇಳಿದಳು.

ಬಲವಂತ ಮಾಡಿ ಗಿರಿಜಳ ತಾಯಿ ಊಟಕ್ಕೆ ಎಬ್ಬಿಸಿದರು. ಅವನು ಊಟ ಮುಗಿಸಿ ಹೊರಟು ನಿಂತಾಗ ಗಿರಿಜಳ ಅಕ್ಕ ಕೋಣೆಯ ಬಾಗಿಲಲ್ಲಿ ಕಾಣಿಸಿಕೊಂಡಳು. ನಳನಳಿಸುತ್ತಿದ್ದ ಹೂ ಸುಡು ಬೇಸಿಗೆಗೆ ಒಣಗಿದಂತೆ ಕಂಡಿತು. ಮುಖದ ಮೇಲೆ ಬೇಸರ, ಜಿಗುಪ್ಸೆಯ ಛಾಯೆ ಸ್ಪಷ್ಟವಾಗಿತ್ತು.

"ಚೆನ್ನಾಗಿದ್ದೀರಾ?" ತಾನೇ ಕೇಳಿದ.

"ಹೀಗಿದ್ದೀನಿ" ತಟ್ಟನೆ ಒಳಗೆ ಹೋಗಿಬಿಟ್ಟಳು. ಬಂದದ್ದು ಯಾಕೆ? ಹೋಗಿದ್ದು ಯಾಕೆ? ಅವನಿಗೊಂದು ಅರ್ಥವಾಗಲಿಲ್ಲ.

ನಾಲ್ಕಾರು ಗುಲಾಬಿ ಕಡ್ಡಿಗಳನ್ನು ತಂದು ಅವನಿಗೆ ಕೊಟ್ಟಳು ಗಿರಿಜ. ಮುಖದಲ್ಲಿ ತೃಪ್ತಿಯ ಭಾವವಿತ್ತು. ಕಣ್ಣುಗಳಲ್ಲಿ ಸ್ವಚ್ಛ ಶಾಂತಿ ಮಿನುಗಿತ್ತು. "ಇದ್ನ ಶಿವಮೊಗ್ಗದಿಂದ ತಂದೆ. ಎಂಥಾ ಗುಲಾಬಿ ಹೂಗಳ್ನ ಬಿಡುತ್ತೆ ಅಂದ್ರೆ ನನ್ಕೈಲಿ ವರ್ಣಿಸೋಕೆ ಆಗೋಲ್ಲ! ನೀವಾದರೆ ಕವಿಗಳು, ಸಾಹಿತಿಗಳು... ಮನುಷ್ಯ ಸಹಜವಾದ ಭಾವನೆಗಳನ್ನು ನಿಸರ್ಗಕ್ಕೆ ಆರೋಪಿಸಿ ವರ್ಣಿಸ್ತೀರಿ. ನಮ್ಮಂಥ ಸಾಮಾನ್ಯರಿಂದ ಸಾಧ್ಯವಿಲ್ಲ. ಬಣ್ಣ, ವೈವಿಧ್ಯತೆ ಎಲ್ಲದರಲ್ಲೂ ಉತ್ತಮ ದರ್ಜೆಯ ಗುಲಾಬಿಗಳು."

"ಥ್ಯಾಂಕ್ಸ್...."

"ಬರೀ ಥ್ಯಾಂಕ್ಸ್ ಅಂದರೆ ಸಾಲ್ದು. ಇವುಗಳಲ್ಲಿ ಬಿಡುವ ಮೊದಲು ಹೂ ನನ್ಗೇ ಕೊಡ್ಬೇಕೂ..."

"ಎಂಥ ಮಾತೆ ನಿಂದು! ಮೊದಲು ಹೂ ದೇವರಿಗೆ ಅರ್ಪಿತವಾಗ್ಬೇಕು" ಗಿರಿಜಳ ತಾಯಿ ಪ್ರೀತಿಯಿಂದ ಗದರಿದರು.

ಮುರುಳಿ ಸುಮ್ಮನಾದ. ಗಿರಿಜ ತಾಯಿ ಹೇಳಿದ ಮಾತುಗಳನ್ನು ಮನಸ್ಸಿನಲ್ಲೇ ಅವಲೋಕಿಸಿ "ನಾನೇ ಮಾಡ್ತೀನಿ, ಆ ಕೆಲ್ಸ!"

ಅವನು ಹೊರಟ ಎಷ್ಟೋ ಹೊತ್ತಿನವರೆಗೂ ಗಿರಿಜಳ ತಾಯಿ ನಿಂತ ಜಾಗದಿಂದ ಅಲ್ಲಾಡಲಿಲ್ಲ.

"ಅಮ್ಮ ಭಾವ ಬಂದ್ರು" ಗಿರಿಜ ಭುಜವನ್ನು ಹಿಡಿದು ಅಲ್ಲಾಡಿಸಿ ತಾಯಿಯನ್ನು ಎಚ್ಚರಿಸಿದಳು.

ಕೋಣೆಯಿಂದ ದಾಪುಗಾಲು ಹಾಕುತ್ತ ಹೊರಟ ಗಿರಿಜಳ ಅಕ್ಕ ಸೌಭಾಗ್ಯ ಅಡಿಗೆಯ ಮನೆಗೆ ಹೋಗಿ ಬಾಗಿಲನ್ನು ಮುಂದು ಮಾಡಿದಳು. ಬೆದರು ಕಣ್ಣುಗಳಿಂದ ಮಗಳು ಹೋದತ್ತ ನೋಡಿದರು. ಈ ಹುಡುಗಿಯ ಹಟಮಾರಿತನದಿಂದ ಮುಂದೆ ನಡೆಯುವ ಅನಾಹುತಕ್ಕೆ ಅವರೆದೆ ನಡುಗಿತು. ಮರ್ಯಾದಸ್ಥಳು, ತಮ್ಮ ಮನೆಯ ಸುದ್ದಿ ಬೀದಿ ಪಾಲಾಗುವುದು ಅವರಿಗೆ ಇಷ್ಟವಿಲ್ಲ. ಅವಳ ಮದುವೆಯ ಬಗ್ಗೆ ದುಡುಕಬಾರದೆಂದು ಗಂಡನಲ್ಲಿ ಪ್ರಾರ್ಥಿಸಿಕೊಂಡಿದ್ದರು. ವ್ಯರ್ಥವಾಗಿತ್ತು.

ಸೋತ ಹೆಜ್ಜೆ ಹಾಕ್ಕೊಂಡು ಅಡಿಗೆಯ ಮನೆ ಕಡೆ ನಡೆದರು. ಹೇಗೆ ಬುದ್ಧಿ ಹೇಳಿದರೆ ಅವಳು ಸರಿಹೋಗುತ್ತಾಳೆಂಬುದೇ ಅವರಿಗೆ ಸಮಸ್ಯೆಯಾಗಿತ್ತು.

"ಸೌಭಾಗ್ಯ ಬೇಡ ಕಂದ. ಹಟಮಾರಿತನದಿಂದ ಏನೂ ಸರಿ ಹೋಗೋಲ್ಲ. ಪಾಲಿಗೆ ಬಂದಿದ್ದು ಪಂಚಾಮೃತ. ಸರಿತೂಗಿಸಿಕೊಂಡು ಹೋಗೋದ್ನ ಕಲಿ?" ಮಗಳ ಬಳಿ ಕೂತು ಅವಳ ತಲೆಯನ್ನು ಸವರಿದರು. ಮೊಣಕಾಲಿನ ಮೇಲೆ ತಲೆಯಿಟ್ಟ ಸೌಭಾಗ್ಯ ಬಿಕ್ಕಿ ಬಿಕ್ಕಿ ಅತ್ತಳು. ಬುದ್ಧಿ ಬಂದಾಗಿನಿಂದ ತಾನು ಕೈ ಹಿಡಿಯಬೇಕಾದ ಗಂಡಿನ ಚಿತ್ರವನ್ನು ಕಲ್ಪನೆಯಲ್ಲಿ ಮೂಡಿಸಿಕೊಂಡಿದ್ದಳು. ಎಲ್ಲಾ ವ್ಯತಿರಿಕ್ತವಾಗಿತ್ತು. ಅವಮಾನದಿಂದ ಕುದಿದು ಹೋಗುತ್ತಿದ್ದಳು.

"ಸೌಭಾಗ್ಯ" ನಾಗೇಂದ್ರನ ಜೇನು ಸುರಿಸುವ ಕರೆಯು ಕುದಿದ ಸೀಸದಂತೆ ಕಿವಿಗೆ ಸೇರಿತು. ಮೊಣಕಾಲಿನ ಮೇಲಿಟ್ಟ ತಲೆಯನ್ನು ಮೇಲಕ್ಕೆತ್ತದೇ ಕೂತೇ ಇದ್ದಳು.

"ಹೋಗಮ್ಮ ಮುಖ ತೊಳ್ಕೊಂಡು ಹೋಗು. ಅಳಿಯಂದ್ರು ತಪ್ಪು ತಿಳ್ಕೋಬಾರ್ದು" ಧ್ವನಿಯಲ್ಲಿ ಸಾಂತ್ವನವಿತ್ತು. ಮಗಳನ್ನು ಹೇಗಾದರೂ ಒಲಿಸಿಕೊಳ್ಳಬೇಕೆಂಬ ಬಯಕೆ ಇತ್ತು.

"ಅವ್ರ ಜೊತೆಯಲ್ಲಿ ಅಪ್ಪಾಜಿನೇ ಸಂಸಾರ ಮಾಡ್ಕೊಂಡು ಇರ್ಲಿ!"

ಮಗಳ ಮಾತು ಕೇಳಿ ಅವರ ಬಾಯಲ್ಲಿಯೇ ತೇವ ಆರಿಹೋಯಿತು. ಗಂಡ ಇಂಥ ಹುಚ್ಚುಚ್ಚಾಟಗಳಿಗೆ ಎಂದೂ ಸೊಪ್ಪು ಹಾಕುವುದಿಲ್ಲವೆಂದು ಅವರಿಗೆ ಗೊತ್ತು. ಆ ವಿಷಯ ಮಗಳಿಗೂ ಗೊತ್ತು. ಹಾಗಿದ್ದೂ ಯಾಕೆ ಈ ಮೂಢತನ!

"ಬೇಡ ಕಂದ – ನನ್ಮಾತು ಕೇಳು. ಒಮ್ಮೆ ಹಾಳಾದ ಸಂಸಾರ ಮತ್ತೆ ಕೂಡಿಸೋದು ಬಹಳ ಕಷ್ಟ. ಅಂಥದಕ್ಕೆ ಅವಕಾಶ ಕೊಡ್ಬೇಡ."

"ಎಲ್ಲಾ ಏನು ಮಾಡ್ತಾ ಇದ್ದೀರಿ?" ಚಿಕ್ಕಣ್ಣಯ್ಯನವರ ಧ್ವನಿ ಕೇಳಿಸಿತು. ಕೂಡಲೇ ಸೌಭಾಗ್ಯ ತಟ್ಟನೇ ಎದ್ದು ಮುಖ ತೊಳೆದು ಮೆಲ್ಲನೆ ಒಳಗೆ ಹೋದಳು. ಮಾವ, ಅಳಿಯ ಏನೋ ಮಾತಾಡುತ್ತಿದ್ದರು.

"ಸೌಭಾಗ್ಯ, ಒಂದ್ಲೋಟ ನೀರು ತಕ್ಕೊಂಡ್ಬಾ" ನಿಂತಲ್ಲಿಂದಲೇ ಕೂಗಿದರು. ದಡಬಡಿಸಿಕೊಂಡು ನೀರು ತಂದಳು ಗಿರಿಜ. ಅವಳ ಮುಖ ಕೂಡ ಬಿಳುಪೇರಿತ್ತು.

"ಮೈಯಲ್ಲಿ ಆರಾಮವಿಲ್ಲವೇನು?" ಮಗಳ ಕಡೆ ಕೆಂಗಣ್ಣು ಮಾಡಿದರು. ಮಗಳಿಗೆ ಇಷ್ಟವಿಲ್ಲದ ಮದುವೆಯೆಂದು ಅವರಿಗೆ ಗೊತ್ತು. ಯೋಗ್ಯತೆ, ಆಸ್ತಿ ಅಂತಸ್ತು ನೋಡಬೇಕೇ ವಿನಃ ರೂಪಿಗೆ ಮರುಳಾಗೋದು ಮೂರ್ಖತನವೆಂದು ಅವರ ಅಭಿಪ್ರಾಯ. ತೀರಾ ಅವಳೇನಾದರೂ ಪಟ್ಟು ಹಿಡಿದು ಎದುರು ನಿಂತಿದ್ದರೇ ಕೊಚ್ಚಿಹಾಕಿಬಿಡುತ್ತಿದ್ದರೇನೋ! ನಾಗೇಂದ್ರ ಉತ್ತಮರಲ್ಲಿ ಉತ್ತಮನೆಂದೇ ಅವರ ಅಭಿಪ್ರಾಯ. ಸೌಭಾಗ್ಯ ರಾಗ ತೆಗೆದಾಗ "ಡಿಗ್ರಿಗಳನ್ನು ಇಟ್ಕೊಂಡು ಅರ್ದುಕುಡ್ಯೋಕೆ ಆಗುತ್ತಾ? ಅಷ್ಟು ಓದಿದರೂ ತಾಪೇದಾರಿ ಮಾಡೋದು ತಪ್ಪೋಹಂಗಿಲ್ಲ. ವ್ಯಾಪಾರ ರುಸ್ತುಂ ಕೆಲ್ಸ!" ಎಂದು ತಮ್ಮ ಶ್ರೀಮಂತ ಮೀಸೆ ಮೇಲೆ ಬೆರಳಾಡಿಸಿದ್ದರು.

ತಾಯಿ-ಮಗಳು ಊಟಕ್ಕೆ ರೆಡಿ ಮಾಡಿದರು. ಯಾವುದರಲ್ಲಿ ಒಂದು ಸಣ್ಣ ಲೋಪ ಕಂಡುಬಂದರೂ ಸಿಡಿದೇಳುವುದು ಚಿಕ್ಕಣ್ಣಯ್ಯನವರ ಕೆಲಸ. ಮನೆಯವರೆಲ್ಲ ಮೈಯೆಲ್ಲ ಕಣ್ಣಾಗಿ ಕೆಲಸ ಮಾಡಬೇಕಿತ್ತು.

ಅಳಿಯನ ಜೊತೆಯಲ್ಲೇ ಮಗಳಿಗೂ ಬಡಿಸಿದರು. ಅವಳು ತುಟಿಪಿಟಿಕ್ಕೆನ್ನದೇ ಊಟ ಮಾಡಿದಳು. ತಂದೆಯ ಎದುರಿಗೆ ಕೆಲವೊಮ್ಮೆ ಜೋರಾಗಿ ಉಸಿರು ಕೂಡ ಆಡಿಸಲಾರಳು.

ನಾಗೇಂದ್ರ ಕೋಣೆಗೆ ಬಂದವನೇ ಕಿಟಕಿಯಲ್ಲಿ ಹೋಗಿ ನಿಂತ. ತಲೆಯಲ್ಲಿ ತುಯ್ದಾಟ ನಡೆಯುತ್ತಿತ್ತು. ಮೊದಲ ರಾತ್ರಿಯೇ ಮಡದಿಯ ಮನಸ್ಥಿತಿಯನ್ನು ಅರಿತಿದ್ದ. ಅವಳ ಅಸಂತೃಪ್ತಿಗೆ ಕಾರಣವೇನೆಂದು ಯೋಚಿಸದೇ ಗೊತ್ತಾಗಿತ್ತು. ರೂಪಿನಲ್ಲಿ ಖಂಡಿತ ಅವಳಿಗೆ ಸಮನಲ್ಲ. ವಿದ್ಯೆಯಲ್ಲೂ ಅಷ್ಟೆ - ಡಿಗ್ರಿ ತೆಗೆದುಕೊಂಡ ಹೆಣ್ಣು ಅವಳು. ಸಮಸ್ಯೆ ಜಟಿಲವಾಗಿತ್ತು. ಪಾಶ್ಚಿಮಾತ್ಯರಂತೆ ಡೈವೋರ್ಸ್ ಕೊಟ್ಟು ಬಿಡುಗಡೆ ಮಾಡುವುದು ಇಲ್ಲಿ ಸುಲಭವಲ್ಲ. ಇದು ತಮ್ಮೆರಡು ಮನೆಗಳ ಮಾನ-ಮರ್ಯಾದೆಗಳ ಪ್ರಶ್ನೆ. ಸುಲಭವಾಗಿ ಸಂಯಮದಿಂದ ಮಡದಿಯನ್ನು ಒಲಿಸಿಕೊಳ್ಳುವುದು ಬಿಟ್ಟು ಬೇರೆ ದಾರಿ ಕಂಡಿರಲಿಲ್ಲ.

ಬಳೆಗಳ ಸದ್ದು ಮನ ಗರಿಗೆದರಿ ಕುಣಿಯಿತು. ಮದುವೆಯಾದ ಹೊಸದು ಕಾತುರ ಉದ್ವೇಗಗಳ ನಡುವೆ ಕ್ಷಣಗಳು ಕರಗಬೇಕು. ನಿಟ್ಟುಸಿರು ಹೊರಹೊಮ್ಮಿತ್ತು. ಸುಮ್ಮನೆ ನಿಂತೇ ಇದ್ದ.

"ತಗೊಳ್ಳಿ" ಮನಃಪೂರ್ವಕವಾಗಿ ಅವಳೇನು ಕೊಡಲಾರಳೆಂದು ಅವನಿಗೆ ಗೊತ್ತು. ಆಸಕ್ತಿಯ ಜಾಗದಲ್ಲಿ ಅನಾಸಕ್ತಿ.

"ಅಲ್ಲಿಟ್ಟು ಹೋಗು" ಬಹಳ ಸಂಯಮದಿಂದ ನುಡಿದ. ಮದುವೆಯಾದ ದಿನದಿಂದಲೂ ರಮಿಸಿ, ಓಲೈಸಿ ನೋಡಿದ್ದ. ಕರಗುವ ಬದಲು ಕಠಿಣವಾಗಿದ್ದಳು. ಅವಳು ಕೋಣೆಯಿಂದ ಹೊರಗೆ ಹೋಗಲಿಲ್ಲ. ಹೋಗಲಾರಳು. ತಂದೆಯ ನೋಟವನ್ನು ಎದುರಿಸಲಾರಳು.

ಮಂಚದ ಕೊನೆಗೆ ಕೂತು ಸಿನಿಮಾ ಪತ್ರಿಕೆಯ ಪುಟಗಳನ್ನು ಮಗುಚತೊಡಗಿದಳು. ತಂದ ತಾಂಬೂಲದ ತಟ್ಟೆ ಅಲ್ಲೇ ಕಾದು ಕೂತಿತ್ತು. ಇಬ್ಬರಿಗೂ ಅದರತ್ತ ಗಮನವಿಲ್ಲ.

ಗಂಡನ ನಡತೆಯ ಬಗ್ಗೆ ಅವಳಿಗೆ ಆಶ್ಚರ್ಯವಾಯಿತು. ಇವಳ ಪ್ರತಿಕ್ರಿಯೆ ಏನೇ ಇರಲಿ 'ಸೌಭಾಗ್ಯ ಸೌಭಾಗ್ಯ' ಎಂದು ಹಿಂದುಮುಂದು ಸುತ್ತಿದ್ದ. ತಕ್ಷಣದ ಬದಲಾವಣೆ ಅವಳಲ್ಲೂ ಗಾಬರಿಗೆ ಎಡೆಮಾಡಿಕೊಟ್ಟಿತ್ತು.

ಬಂದ ನಾಗೇಂದ್ರ ಮಂಚದ ಇನ್ನೊಂದು ಅಂಚಿಗೆ ಕೂತು ತಾಂಬೂಲದ ತಟ್ಟೆಯನ್ನು ಹತ್ತಿರಕ್ಕೆಳೆದುಕೊಂಡ. ನಿತ್ಯದಂತೆ ಮಾತಾಡಿಸಲಿಲ್ಲ. ತಾನೇ ತಾಂಬೂಲ ಹಾಕಿಕೊಂಡ. ನಿರ್ಲಿಪ್ತನಂತೆ ನಿರಾಸಕ್ತನಂತೆ ಕಂಡ.

ತಾಂಬೂಲ ಅವರ ಮನೆಯಲ್ಲಿ ಎಲ್ಲರಿಗೂ ಇಷ್ಟ. ಅವನ ಸಾಕುತಾಯಿ ತಂದೆಗಳಂತೂ ದಿನಕ್ಕೆ ತಳಿಗೆ ಎಲೆ ಮುಗಿಸುವವರೇ. ಊಟವಾದ ಮೇಲೆ ತಾಂಬೂಲ ಹಾಕದಿದ್ದರೆ ಊಟದ ಪರಿಪೂರ್ಣತೆಯ ಅನುಭವ ಅವರಲ್ಲಿ ಉಂಟಾಗುತ್ತಿರಲಿಲ್ಲ.

"ಸ್ವಲ್ಪ ಆ ಕಡೆ ಕೂತ್ಕೊ, ಮಲಕ್ಕೋತ್ತೀನಿ" ತಾಂಬೂಲದ ತಟ್ಟೆಯನ್ನು ಸರಿಸಿ ಮಲಗಿಯೇಬಿಟ್ಟ. ನಿದ್ದೆಯಂತೂ ದೂರ. ಮದುವೆಗೆ ಮುನ್ನಿನ ದಿನ ನೂರಾರು ಕನಸುಗಳನ್ನು ಹೆಣೆದಿದ್ದ. ಅದನ್ನೆಲ್ಲ ಹುಸಿಗೊಳಿಸಿದ್ದಳು. ಈಗ ಅನ್ನಿಸುತ್ತಿತ್ತು. ತಾನೂ ತೀರಾ ಸಾಮಾನ್ಯ ರೂಪಿನ ಹೆಚ್ಚಿನ ವಿದ್ಯಾರ್ಹತೆ ಇಲ್ಲದ ಹೆಣ್ಣನ್ನು ಮದುವೆಯಾಗಬೇಕಿತ್ತು.

ಕಣ್ಣು ಮುಚ್ಚಿ ಕದಲದೇ ಮಲಗಿದ್ದ. ಅವನಿಗೆ ಗಿರಿಜಳ ಸ್ವಭಾವ ಮೆಚ್ಚಿಗೆಯಾಗಿತ್ತು. ಅವಳು ಸಹಜವಾಗಿ ವರ್ತಿಸುತ್ತಿದ್ದಳು. ಎಂದೂ ಮುಖವನ್ನೂ ತಿರುಗಿಸಿರಲಿಲ್ಲ. ಭಾವನ ಬಗ್ಗೆ ಅವಳಿಗಂತೂ ಅಸಮಾಧಾನವಿಲ್ಲ. ಅದೊಂದು ಸಮಾಧಾನದ ವಿಷಯ ಅವನ ಪಾಲಿಗೆ.

ಮಡದಿ ಕೋಣೆಯಿಂದ ಹೊರಹೋದ ಮೇಲೆಯೇ ಅವನು ಮಿಸುಕಾಡಿ ಎದ್ದು ಕುಳಿತಿದ್ದ. ಇನ್ನೆರಡು ದಿನ ಇಲ್ಲಿದ್ದು ಮಡದಿಯನ್ನು ಕರೆದೊಯ್ಯಬೇಕಾಗಿತ್ತು. ಎರಡು

ದಿನಗಳನ್ನು ಕಳೆಯುವುದು ಪ್ರಯಾಸವೇ. ಮೈಸೂರೇನು ಅವನಿಗೆ ಹೊಸದಲ್ಲ. ಇಲ್ಲಿನ ಪೇಟೆ, ಗಲ್ಲಿಗಳೆಲ್ಲ ಅವನಿಗೆ ಪರಿಚಯವೇ. ಬೇಕಾದಷ್ಟು ಸುತ್ತಾಡಿದ್ದ. ಎಲ್ಲಾ ನೋಡಿದ್ದೇ, ಮತ್ತೆ ನೋಡಲು ಉತ್ಸಾಹವಿಲ್ಲ. ಉತ್ಸಾಹ ತುಂಬ ಬೇಕಾದವಳು ಕಲ್ಲಾಗಿದ್ದಳು.

"ರೇಣು" ಕೂತ ಕಡೆಯಿಂದಲೇ ಕೂಗಿದ. ಅವನ ಬದಲು ಗಿರಿಜ ಬಂದಳು.

"ಏನು ಭಾವ?"

"ಏನಿಲ್ಲ, ಸ್ವಲ್ಪ ರೇಣುನ ಕಳ್ಸು."

"ಅಕ್ಕನ್ನ ಕಳಿಸುತ್ತೀನಿ" ಅವಳ ತುಟಿಗಳ ಮೇಲೆ ಚೇಷ್ಟೆಯ ನಗು ಅರಳಿತು. ಅವನ ತುಟಿಗಳೂ ಬಿರಿದವು.

ಸೌಭಾಗ್ಯ ಬಂದು ಬಾಗಿಲ ಹಿಡಿಯನ್ನು ಹಿಡಿದು ನಿಂತಳು. ಇಬ್ಬರಲ್ಲೂ ಮಾತಿಲ್ಲ. ಕಡೆಗೆ ನಾಗೇಂದ್ರ ಮೌನವನ್ನು ಒಡೆದ.

"ಸುಮ್ನೇ ಯಾಕೆ ನಿಂತಿದ್ದೀಯಾ? ರೇಣುನ ಕಳ್ಸು." ಧ್ವನಿಯಲ್ಲಿ ಉದಾರಭಾವವಿತ್ತು. ಸೌಭಾಗ್ಯ ಬೆಚ್ಚಿದಳು. ಮೈ ನಡುಕ ಬಂದಂತಾಯಿತು. ಅವಳ ಬಗ್ಗೆ ಅಪ್ಪಾಜಿಗೇನಾದರೂ ಸುದ್ದಿ ಮುಟ್ಟಿತೋ ದೇವರೇ ಗತಿ! ಮುಲಾಜಿಲ್ಲದೇ ಒದ್ದು ಹೊರಹಾಕುವವರೆ.

ಎದ್ದವನೆ ನಾಗೇಂದ್ರ ಅವಳನ್ನ ಸವರಿಕೊಂಡೇ ಹೊರಗೆ ಹೋದ. ಕಂಬನಿಯ ಸೆಲೆಯೊಡೆಯಿತು. ಕದಕ್ಕೆ ಅಭಿಷೇಕ ಮಾಡಿದಳು. ಮದುವೆಗೆ ಬಂದ ಗೆಳತಿಯರು ತಮಾಷೆಯಾಗಿ "ನೋಡಿ, ನೋಡಿ - ಎಂಥ ಮನ್ಮಥನನ್ನ ಆರ್ಸಿಕೊಂಡಿದ್ದೀಯಾ! ಹುಷಾರ್.... ಯಾರಾದ್ರೂ... ಸೆಳೆದು ಒಯ್ದಾರು!" ಎಂದಿದ್ದರು. ಮೌನದಿಂದ ಎಲ್ಲವನ್ನು ನುಂಗಿದ್ದಳು. ಎಷ್ಟೊ ಹೊತ್ತು ಹಾಗೆಯೇ ನಿಂತಿದ್ದಳು. ಆಮೇಲೆ ಗಿರಿಜಾನೇ ರೇಣು ಜೊತೆ ನಾಗೇಂದ್ರ ಹೊರಟುಹೋದ ಸಮಾಚಾರ ಅರುಹಿದ್ದು.

ಕಾರು ಮುರುಳಿಯ ಮನೆಯ ಮುಂದೆ ಹಾದು ಬಂದಾಗ ರೇಣು ನಿಲ್ಲಿಸುವಂತೆ ಒತ್ತಾಯ ಮಾಡಿದ. ಮೊದಲಿನಿಂದ ಜಂಬದ ಸ್ವಭಾವ ಅವನದಲ್ಲ. ರೇಣು ಜೊತೆ ಗೇಟು ತೆರೆದುಕೊಂಡು ಒಳಗೆ ನಡೆದ. ಕಣ್ಣುಗಳಿಗೆ ತಂಪಾಯಿತು. ಹೂ, ಹಸುರಿನಿಂದ ಇಡೀ ಜಾಗವೆಲ್ಲ ತುಂಬಿ ಹೋಗಿತ್ತು. ಬೆಳೆಸುವಲ್ಲೂ ನಾವೀನ್ಯತೆ ಇತ್ತು. ಸೀಬೆ ಗಿಡದಲ್ಲಿ ಎಲೆಗಳಿಗಿಂತ ಹಣ್ಣು ಕಾಯಿಗಳೇ ಹೆಚ್ಚಾಗಿದ್ದವು. ಸುತ್ತಲೂ ನೋಡುತ್ತಲೇ ರೇಣುವೊಂದಿಗೆ ಹೆಜ್ಜೆ ಹಾಕಿದ.

ಎರಡು ಹೆಜ್ಜೆ ಹಿಂದೆ ನಿಂತು ಸುತ್ತಲೂ ಮತ್ತೊಮ್ಮೆ ನೋಡಿ ಬೆಳೆಸುವಲ್ಲಿನ ಶ್ರಮವನ್ನು ಗುರ್ತಿಸಿದ. ಮೆಚ್ಚಿಕೊಂಡ.

"ಇವ್ರೆ ನಮ್ಮ ಭಾವ." ನಾಗೇಂದ್ರ ಅತ್ತ ತಿರುಗಿದ. ಇಪ್ಪತ್ತೆರಡು ವರ್ಷದ ಯುವಕ. ಬುದ್ಧಿವಂತಿಕೆಯಿಂದ ಮಿನುಗುವ ಕಣ್ಣುಗಳು. ತುಂಬು ಆರೋಗ್ಯವಂತನೆಂದು ಹೇಳುತ್ತಿದ್ದ ಮೈಕಟ್ಟು. ಮುಖದ ಮೇಲೆ ಗಂಭೀರತೆಯ

ಜೊತೆಗೆ ಒಂದು ವಿಧವಾದ ವರ್ಚಸ್ಸು ಮಿನುಗುತ್ತಿತ್ತು. ಕೈಜೋಡಿಸಿ "ನಮಸ್ಕಾರ" ಎಂದ.

"ನಮಸ್ಕಾರ" ಎಂದು ಮುರುಳಿ "ನೀವು ಬಂದಿದ್ದು ಬಹಳ ಸಂತೋಷ" ನಾಗೇಂದ್ರ ಹಗುರವಾಗಿ ನಕ್ಕ.

"ಬನ್ನಿ ಒಳಕ್ಕೆ."

ನಾಗೇಂದ್ರ ಅವನ ಆಹ್ವಾನ ಮನ್ನಿಸದೆ ಹೊರಗಡೆ ಇದ್ದ ಕಲ್ಲು ಹಾಸಿನ ಮೇಲೆ ಕುಳಿತು "ಇಲ್ಲಿ ಕೂತ್ರೆ ಹಾಯೆನಿಸುತ್ತೆ, ಕೂತ್ಕೋಬಹುದಲ್ಲ!"

ತುಸು ದೂರದಲ್ಲಿ ಮುರುಳಿ ಕೂತ. ಗಿರಿಜ ಅಕ್ಕನ ಮದುವೆಯ ಬಗ್ಗೆ ಹೇಳಿದ್ದನ್ನ ಜ್ಞಾಪಿಸಿಕೊಂಡ. ಅತಿಶಯವೆನಿಸಲಿಲ್ಲ. ಸೌಭಾಗ್ಯಳಂಥ ಚಂದದ ಹುಡುಗಿಗೆ ಬೇರೆಯವರ ಪ್ರಕಾರ ಸರಿಯಾದ ಗಂಡಲ್ಲವೆಂದು ಕಾಣಬಹುದು. ಆದರೆ ಅವನು ಹಾಗೆ ಯೋಚಿಸಲಾರ. ಚೆಲುವು, ನಿಸರ್ಗ ನೋಡುವವರ ದೃಷ್ಟಿಗೆ ಸಂಬಂಧಪಟ್ಟಿದ್ದು.

"ರೇಣು ಹೇಳಬೇಕು. ನಾನೇ ನನ್ನ ಪರಿಚಯ ಹೇಳ್ಕೊಂಡುಬಿಡ್ತೀನಿ. ಶ್ರೀಮಂತ ಅಪ್ಪಅಮ್ಮನ ಸಾಕು ಮಗ. ಓದು-ಬರಹ ಅಷ್ಟಕಷ್ಟೆ, ಮಿಕ್ಕಿದ್ದೆಲ್ಲ ನೀವು ಊಹಿಸ್ಕೋಬಹುದು!" ಜೋರಾಗಿ ನಕ್ಕ ನಗುವಿನಲ್ಲಿ ಮಗುವಿನಂಥ ಮುಗ್ಧತೆ ಇತ್ತು. ಆದರೂ ಅವರಲ್ಲಿನ ನಿರಾಸಕ್ತ ಭಾವ ಗೋಚರಿಸುತ್ತಿತ್ತು.

ಸ್ವಂತ ವಿಷಯವಾಗಿ ಏನೂ ಕೇಳದಿದ್ದರೂ ಕಾಲೇಜಿನ ಓದು ಪುಸ್ತಕಗಳಿಗೆ ಸಂಬಂಧಪಟ್ಟ ಕೆಲವು ವಿಷಯಗಳ ಬಗ್ಗೆ ಹೇಳಿ ತಿಳಿದುಕೊಂಡ. ಸೌಭಾಗ್ಯ ತಿಳಿದಷ್ಟು ಅವನು ಹೆಡ್ಡನಾಗಿಲ್ಲ ಎಂಬ ವಿಷಯ ತಿಳಿದುಕೊಳ್ಳಲು ಬಹಳ ಹೊತ್ತು ಹಿಡಿಸಲಿಲ್ಲ.

ಅಷ್ಟು ವೇಳೆಗಾಗಲೇ ಸೂರ್ಯ ಮುಳುಗುವ ಹೊತ್ತಾಯಿತು. ಮುರುಳಿ ಎದ್ದು ಹೋಗಿ ಸುಮಾರಾಗಿ ಹಣ್ಣಾದ ಸೀಬೇಕಾಯಿಗಳನ್ನ ಕಿತ್ತು ತಂದ. ಸಂಕೋಚವಿಲ್ಲದೆ ನಾಗೇಂದ್ರ ಮೂರು ನಾಲ್ಕನ್ನು ಕಚ್ಚಿ ತಿಂದ. ರೇಣುವಿಗಂತೂ ಖುಷಿಯೋ ಖುಷಿ!

ಮುಳುಗುವ ಸೂರ್ಯನ ಹೊಂಬಣ್ಣ ಗಿಡಗಳ ಮೇಲೆ ಹರಡಿತ್ತು. ಹೂಗಳು, ಹಸುರು ಎಲೆಗಳು ವರ್ಣನೆಗೆ ಮೀರಿದ ಚೆಲುವನ್ನು ತಳೆದಿದ್ದವು. ಸಣ್ಣಗೆ, ಗಾಳಿ ಬೀಸುತ್ತಿತ್ತು. ಬೀಸುತ್ತಿದ್ದ ಗಾಳಿಯಲ್ಲಿ ಗಿಡಗಳು ಲಯಬದ್ಧವಾಗಿ ತೊಯ್ದಾಡುತ್ತಿದ್ದವು. ಕ್ಷಣಕ್ಕೊಮ್ಮೆ ಗತಿ, ಲಯ ಮತ್ತು ಭಂಗಿಗಳು ಬದಲಾಗುತ್ತಿದ್ದವು.

"ಮಿಸ್ಟರ್ ಮುರುಳಿ ನೀವ್ ತುಂಬ ಅದೃಷ್ಟ ಮಾಡಿದ್ದೀರಿ. ಇದನ್ನ ನೋಡ್ತಾ ಇದ್ದರೆ ಮನೆಗೆ ಹೋಗೋದೇ ಬೇಡ, ಇಲ್ಲೇ ಇದ್ದುಬಿಡೋಣ ಅನ್ನಿಸುತ್ತೆ!"

"ಧಾರಾಳವಾಗಿ ಇರಬಹುದು. ನಿಮ್ಮ ಮನೆಯವ್ರು ಒಪ್ಪಬೇಕಲ್ಲ!" ನಾಗೇಂದ್ರ ಪಕಪಕನೆ ನಕ್ಕ.

ಉಳಿದಿದ್ದ ಸೀಬೆಕಾಯಿಗಳನ್ನ ಕರ್ಚೀಫ್‌ಗೆ ಹಾಕಿ ಕಟ್ಟಿದ. ಅದನ್ನ ನೋಡಿ ಬೇರೆಯವರು 'ಕಂಜೂಸ್' ಎಂದು ಬೇಕಾದರೂ ತಿಳಿಯಬಹುದು.

ಮತ್ತೊಂದು ಸೀಬೆಕಾಯನ್ನ ಹಲ್ಲುಗಳ ಮಧ್ಯೆ ಇಟ್ಟು ಕಚ್ಚುತ್ತ 'ಬಹಳ ರುಚಿರಿ!'

ಮುರುಳಿ ಕಾರಿನವರೆಗೂ ಹೋಗಿ ಬೀಳ್ಕೊಟ್ಟು ಬಂದ. ಸುರೂಪನಲ್ಲದಿದ್ದರೂ ಒಳ್ಳೆಯ ಮನಸ್ಸಿತ್ತು. ನಿಗರ್ವಿ, ಸೌಭಾಗ್ಯ ಸ್ವಲ್ಪ ತನ್ನ ಭಾವನೆಗಳನ್ನು ಬದಲಾಯಿಸಿಕೊಂಡರೆ ಸುಖವಾಗಿರಬಹುದು.

ಕಾರು ಮನೆಯ ಮುಂದೆ ನಿಂತ ಕೂಡಲೇ ಕರ್ಚೀಫ್‌ನಲ್ಲಿ ಕಟ್ಟಿದ್ದ ಸೀಬೆಕಾಯಿಗಳನ್ನು ಹಿಡಿದು ನಗೆಯುತ್ತ ಒಳಗೆ ಹೋದ ರೇಣು, ಮೈಗೆ ಒಳ್ಳೆಯದಲ್ಲವೆಂದು ಗದರಿಸುವವರಿರಲಿಲ್ಲ, ನಾಲ್ಕಾರು ತಿಂದಿದ್ದ. ಇನ್ನೂ ಅವನ ನಾಲಿಗೆ ಕಡಿಯುತ್ತಿತ್ತು.

"ಎಲ್ಲಿಂದೋ" ಗಿರಿಜ ಕಿತ್ತುಕೊಳ್ಳಲು ಮುಂದಾದಳು. ಆ ಮನೆಗೆ ಗಂಡು ಮಗ ಅವನೊಬ್ಬನೇ. ಆದ್ದರಿಂದ ಎಲ್ಲರೂ ಜೋಪಾನ ಮಾಡುವವರೇ.

"ಕೊಡೋಲ್ಲ" ದೂರಕ್ಕೆ ಸರಿದ.

"ಮಾರಾಯ! ಒಳ್ಳೆ ಕಡೆಗೆ ಕರ್ಕೊಂಡ್ಹೋದೆ!" ನಾಗೇಂದ್ರ ಹಾಗನ್ನುತ್ತಲೇ ಒಳಗೆ ಬಂದು ಕೂತ. ಆಮೇಲೆ ವಿಷಯ ತಿಳಿಸಿದ. ಗಿರಿಜಳ ಮುಖ ಮೊರದಷ್ಟು ಗೆಲುವಾಯಿತು.

"ಒಳ್ಳೆ ತೋಟ ಮಾಡಿದ್ದಾರೆ. ಆಳುಗಳು ಸೋಮಾರಿಗಳಲ್ಲ ಚೆನ್ನಾಗಿ ಮೈ ಮುರ್ದು ಕೆಲಸ ಮಾಡ್ತಾರೆ."

"ಆಳುಗಳು ಯಾರೂ ಇಲ್ಲ. ಮುರುಳಿನೇ ಎಲ್ಲಾ ಮಾಡ್ತಾರೆ." ನಾಗೇಂದ್ರನ ಹುಬ್ಬುಗಳು ಮೇಲೇರಿದವು.

"ತಾಯಿ-ತಂದೆ ಯಾರೂ ಇಲ್ಲ. ಆ ತೋಟದಿಂದ ಬರೋ ಬೆಳೆಯಲ್ಲಿ ಜೀವನದ ನಿರ್ವಹಣೆ ಜೊತೆ ಕಾಲೇಜು ವಿದ್ಯಾಭ್ಯಾಸವೂ ಆಗ್ಬೇಕು" ಬೆಚ್ಚಿದ್ದ. ಮುರುಳಿಯ ಕಣ್ಣುಗಳಲ್ಲಿ ಅನಾಥ ಪ್ರಜ್ಞೆ ಇರಲಿಲ್ಲ. ಧೀರೋದಾತ್ತ ವ್ಯಕ್ತಿಯಂತೆ ಕಂಡಿದ್ದ. ಬೇರೆಯವರ ಸಹಾನುಭೂತಿ ಅಪೇಕ್ಷಿಸುವ ಯುವಕನಾಗಿ ಕಂಡಿರಲಿಲ್ಲ.

"ಓಹ್...." ಉದ್ಗರಿಸಿದ ಮಾತನಾಡಲಿಲ್ಲ. ಮತ್ತೊಮ್ಮೆ ಅವನನ್ನು ಕಾಣಬೇಕೆನಿಸಿತು.

ಮಡದಿಯತ್ತ ತಿರುಗಿದಾಗ ವಿಸ್ಮಿತನಾದ. ಅತ್ತು ಅತ್ತು ಅವಳ ಕೆನ್ನೆಗಳೆಲ್ಲ ಕೆಂಪಾಗಿದ್ದವು. ಎದೆಯಲ್ಲಿ ಛಳಕು ಎದ್ದಿತು. ಮೆಚ್ಚಿ ಕೈ ಹಿಡಿದ ಹೆಣ್ಣಿನ ಕಣ್ಣೀರನ್ನು ಮದುವೆಯಾದ ಹೊಸದರಲ್ಲಿ ಯಾವ ಗಂಡು ತಾನೇ ಸೈರಿಸಾನು! ಮನದಲ್ಲೇ ಪೇಚಾಡಿಕೊಂಡ.

ಹತ್ತಿರ ಹೋಗಿ ಪಿಸುಧ್ವನಿಯಲ್ಲಿ ಕೇಳಿದ - "ಸೌಭಾಗ್ಯ, ಯಾಕೆ ಅತ್ತಿದ್ದೀಯಾ! ಅಳುವಿನಿಂದ ವ್ಯಥೆ ಬೇಸರವಷ್ಟೆ. ಸಮಸ್ಯೆಗಂತೂ ಪರಿಹಾರ ಸಿಕ್ಕೋಲ್ಲ. ಆತುರ ಬೇಡ. ನಾವಿಬ್ರೂ ಬೆರೆತು ಬಾಳೋಕೆ ಸಾಧ್ಯವೇ ಇಲ್ಲ ಎನಿಸಿದರೆ ಬೇರೆಯಾಗೋಣ"

ಆತುರದಿಂದ ಹೊರಬಿದ್ದ ಮಾತಿಗಾಗಿ ತುಟಿ ಕಚ್ಚಿಕೊಂಡ. ಹಿರಿಯರು ಇದಕ್ಕೆ ಸಮ್ಮತಿಸಿಯಾರೇ? ಹೇಗೆ ಬಂತು, ತನ್ನ ಬಾಯಲ್ಲಿ ಇಂಥ ಮಾತು? ಅವಳ ಕಣ್ಣುಗಳಲ್ಲಿ ಭಯ ಮೂಡಿದ್ದನ್ನು ಅವನು ಕಾಣದಿರಲಾಗಲಿಲ್ಲ.

ಎರಡೆಜ್ಜೆ ಹಿಂದಕ್ಕೆ ಬಂದು ಮೊದಲಿನ ಸ್ಥಳದಲ್ಲಿಯೇ ಕೂತ. ನಿಂತವಳ ಕಡೆ ಸಹಾನುಭೂತಿಯಿಂದ ನೋಡಿದ. ತಮ್ಮ ಮಡದಿಯರು ಚೆಲುವೆಯಾಗಿರಬೇಕೆಂದು ಗಂಡಸರು ಸಹಜವಾಗಿ ಬಯಸುತ್ತಾರೆ. ಅಂಥದ್ದರಲ್ಲಿ ಹೆಣ್ಣುಗಳ ಬಯಕೆ ತಪ್ಪಾ? ಎಂದಿಗೂ ಇಲ್ಲ. ಆದರೂ ಪ್ರೀತಿಯ ಮುಂದೆ ಯಾವುದಿದೆ? ಅದು ಎಂಥಾ ತ್ಯಾಗಕ್ಕೂ ಮನುಷ್ಯನನ್ನು ದೂಡುತ್ತೆ. ಸ್ವೈರಣೆಗಂತೂ ಮಿತಿ ಇಲ್ಲ.

ಗಿರಿಜ ಕಾಫಿಯ ಬಟ್ಟಲುಗಳನ್ನು ತೆಗೆದುಕೊಂಡು ಬಂದಳು. ಸೌಭಾಗ್ಯನೂ ಬಂದು ಕಾಫಿ ತೆಗೆದುಕೊಂಡಳು. ಗಿರಿಜ ಕೂಡ ಅಲ್ಲಿಯೇ ಕೂತಳು. ಈ ಮದುವೆಯ ಬಗ್ಗೆ ಅವಳದು ವಿರೋಧವಿತ್ತು. ಭಾವನ ಸ್ವಭಾವ ನೋಡಿದ ಮೇಲೆ ಅವಳ ವಿರೋಧ ಕರಗಿಹೋಗಿತ್ತು. ಅಕ್ಕನಿಗೆ ಬುದ್ಧಿ ಹೇಳುವಷ್ಟು ಸುಧಾರಿಸಿದ್ದಳು.

"ನಿಮಗಾಗಿ ಅಕ್ಕ ಕಾಯ್ತಾ ಇದ್ಲು. ಈಗಲಾದ್ರೂ ಎಲ್ಲಾದರೂ ಹೋಗಿ ಬರೋಣ್ವಾ?" ಗಿರಿಜ ತುಂಬು ವಿಶ್ವಾಸದಿಂದ ಹೇಳಿದಳು. ನಾಗೇಂದ್ರ ಮನದಲ್ಲೇ ಅರ್ಥಹೀನವಾಗಿ ನಕ್ಕು ಒಪ್ಪಿಗೆ ಸೂಚಿಸಿದ.

"ಯಾರು ಯಾರು ಹೋಗೋದು?" ನಾಗೇಂದ್ರ ಜೋರಾಗಿ ನಕ್ಕ. ಅರಿತವನಂತೆ "ಯಾರು ಬೇಕಾದ್ರೂ ಹೋಗಬಹುದು!" ಗಿರಿಜ ಬಾಯಿಗೆ ಕೈ ಅಡ್ಡ ಹಿಡಿದು ಮುಸಿ ಮುಸಿ ನಕ್ಕಳು.

"ಬೇಸರ. ಎಲ್ರೂ ಇಲ್ಲೇ ಮಾತಾಡ್ತ ಕೂತರೆ ಆಗ್ದೆ?" ನಾಗೇಂದ್ರ ಕೇಳಿದಾಗ ಮೊದಲು ಪೆಚ್ಚಾದಳು ಸೌಭಾಗ್ಯ. ಅವಳ ಜೊತೆ ಏಕಾಂತವನ್ನು ಬಯಸುತ್ತಿದ್ದವನು - ಕೂಡಲೇ ಬದಲಾಗಿದ್ದಾನೆ.

ಅತ್ತೆಯನ್ನು ಆಹ್ವಾನಿಸಿದ. ಎಲ್ಲೋ ಹೊರಟುಹೋಗಿದ್ದ ಪರಮೇಶನ ಬಗ್ಗೆ ಆಸಕ್ತಿ ವಹಿಸಿ ಕೇಳಿದ. ಯೋಚಿಸಿದ ಅವರಿಗೆ ಸಮಾಧಾನ ಹೇಳಿದ. ಧೈರ್ಯದ ನುಡಿಗಳನ್ನು ಆಡಿದ.

* * * *

ಉಷಾ ಬೆಳಿಗ್ಗೆ ಎದ್ದಾಗಿನಿಂದ ಧುಮುಗುಟ್ಟುತ್ತಿದ್ದಳು. ಶ್ರೀಮಂತ ಗೆಳತಿ ಹಾಕ್ಕೊಂಡಿದ್ದಂಥ ಮಿನಿ ಮ್ಯಾಕ್ಸಿ ಅವಳಿಗೆ ಬೇಕಾಗಿತ್ತು. ಅದಕ್ಕೆ ಮನೆಯಲ್ಲಿ ಅವಳ ತಂದೆಯ ವಿರೋಧವಿತ್ತು. ಮೊದಲಿನಿಂದ ಮುದ್ದಿನಿಂದ ಬೆಳೆಸಿದ್ದರು. ಚಂಚಲ ಮನಸ್ಸು. ದೃಢವಾದ ಪ್ರವೃತ್ತಿಯವಳಲ್ಲ. ಜಂಬಗಾತಿ.

ಎಸ್.ಎಸ್.ಎಲ್.ಸಿ. ಹುಡುಗರಿಗೆ ಪಾಠ ಹೇಳುತ್ತಿದ್ದ ತಂದೆ ಕೋಣೆಯಿಂದ ಹೊರಗೆ ಬರುವವರೆಗೂ ಮುಖ ಉಮ್ಮಿಸಿಕೊಂಡು ಕೂತಿದ್ದಳು. ಎರಡು ಸಲ ಅವರಮ್ಮ ಏನೋ ಬಂದು ಹೇಳಿದರು. ತನಗೆ ಕೇಳಿಸಲೇ ಇಲ್ಲವೆನ್ನುವಂತೆ ಕೂತಿದ್ದಳು.

"ಕಾಲೇಜಿಗೆ ಹೋಗ್ತೀಯೋ.... ಇಲ್ಲವೋ..." ತಾಯಿ ಕೇಳಿದಾಗ "ಇಲ್ಲ, ಹೋಗೋಲ್ಲ. ಆ ಮ್ಯಾಕ್ಸಿ ಹಾಕ್ಕೊಳ್ಳದೇ ಕಾಲೇಜು ಕಡೆ ತಲೆ ಇಡೋಲ್ಲ" ಅವರು ಕೆಕ್ಕರಿಸಿಕೊಂಡು ನೋಡಿ ಒಳಹೋದರು.

ಪಾಠ ಮುಗಿಸಿ, ಹುಡುಗರನ್ನು ಕಳುಹಿಸಿ ಬಂದ ಕೇಶವಯ್ಯನವರು ಮಗಳ ಕಡೆ ನೋಡಿದರು. ಕರಗಿ ಹೋದರು. ಈಗೇನೇ ಕರಗಿ ಕರಗಿ ಹೋಗಿದ್ದರು. ಇದನ್ನು ಉಪಯೋಗಿಸಿಕೊಂಡು ಅವಳು ಇಷ್ಟ ಬಂದಂತೆ ಬೆಳೆದಳು.

"ಕಾಲೇಜು ಇಲ್ವಾ?" ಸೊಂಟದ ಮೇಲೆ ಕೈಯಿಟ್ಟು ಪ್ರಶ್ನಿಸಿದರು.

"ಇದೆ, ನನಗೆ ಮಾತ್ರ ಇಲ್ಲ."

ಮಗಳ ಈ ತರಹದ ಸ್ವಭಾವ ಅವರಿಗೇನು ಹೊಸದಲ್ಲ. ಪ್ರತಿಯೊಂದಕ್ಕೂ ಹಟ. ಗೆಳೆಯರು ಮಗಳ ಉದ್ಧಟತನದ ಬಗ್ಗೆ ದೂರು ಸಲ್ಲಿಸಿ ಬುದ್ಧಿ ಹೇಳಿದರು. ಅತಿಯಾದ ಪ್ರೀತಿಯ ಮಧ್ಯೆ ಅವೆಲ್ಲ ಮರೆತಿದ್ದರು.

"ಹೀಗೆ ನೀನು ಕೂತರೆ ನನ್ನ ಕೈಯಲ್ಲಿ ನೋಡೋಕಾಗೋಲ್ಲ. ಆ ಹಾಳು ಡ್ರೆಸ್ ತೀರಾ ಚೆನ್ನಾಗಿ ಕಾಣೋಲ್ಲಮ್ಮ!"

"ಏನಿಲ್ಲ, ತುಂಬ ಚೆನ್ನಾಗೇ ಕಾಣುತ್ತೆ" ಅವರು ಸುಸ್ತಾದರು. ಕೋಣೆಗೆ ಹೋಗಿ ಡ್ರಾಯರ್‌ನಲ್ಲಿದ್ದ ದುಡ್ಡನ್ನು ಎಣಿಸಿ ತಂದು ಅವಳ ಕೈಯಲ್ಲಿಟ್ಟರು. ಸಣ್ಣ ಗಂಡು ಹುಡುಗರ ಬಟ್ಟೆಗಾಗಿ ಆ ದುಡ್ಡನ್ನು ತೆಗೆದಿರಿಸಿದ್ದರು. ಈಗ ಮಗಳ ಪಾಲಾಗಿತ್ತು.

ಹಾಕಿದ್ದ ಬೆಲ್‌ಬಾಟಂ ಪ್ಯಾಂಟನ್ನು ಮೇಲಕ್ಕೆ ಎಳೆದುಕೊಳ್ಳುತ್ತ ಹೊರ ನಡೆದಳು. ತಲೆಯ ಕೂದಲು ಸ್ವಚ್ಛಂದವಾಗಿ ಹಾರಾಡುತ್ತಿದ್ದವು. ಕೂದಲು ಬಿಟ್ಟುಕೊಂಡು ಓಡಾಡೋದು ಒಳ್ಳೆಯ ಲಕ್ಷಣವಲ್ಲವೆಂದು ಎಷ್ಟೋ ಸಲ ಬುದ್ಧಿವಾದ ಹೇಳಿದ್ದರು. ತಂದೆಯ ಅಜ್ಞಾನಕ್ಕೆ ನಕ್ಕು ಹಾಸ್ಯ ಮಾಡಿಬಿಡುತ್ತಿದ್ದಳು.

"ಊಟ ಮಾಡ್ಕೊಂಡು ಹೋಗು." ತಾಯಿ ಕೂಗಿ ಹೇಳುತ್ತಿದ್ದರೂ ಲೆಕ್ಕಿಸದೆ ಭುಜ ಕುಣಿಸುತ್ತ "ಕ್ಯಾಂಟೀನ್‌ನಲ್ಲಿ ಏನಾದರೂ ತಗೋತೀನಿ" ಸೈಕಲ್ ಏರಿ ಹೊರಟೇಬಿಟ್ಟಳು.

"ಎಂಥ ಚೆನ್ನಾಗಿ ಸೈಕಲ್ ಹೊಡೀತಾಳೆ. ಮೊನ್ನೆ ರಂಗಪ್ಪನೋರು ಮೊಮ್ಮಗನ ಮೇಲೆ ಬಿಟ್ಟುಬಿಟ್ಟಂತೆ. ಅವ್ರು ಜಗಳಕ್ಕೆ ಬಂದ್ರೆ ದಬಾಯ್ಸಿಬಿಟ್ಟಂತೆ. ನಮ್ಮ ಉಷಾಂದು ಎಂಥ ಧೈರ್ಯ...!" ಹೆಂಡತಿ ಮಗಳ ಬಗ್ಗೆ ಮೆಚ್ಚಿಕೆಯಾಡಿದಾಗ ಕೇಶವಯ್ಯ ತಲೆಗಟ್ಟಿಸಿಕೊಂಡು ಒಳಗೆ ಹೋದರು.

ಇಷ್ಟೊತ್ತು ನೆಪಮಾತ್ರಕ್ಕೆ ಕೈಯಲ್ಲಿ ಪುಸ್ತಕ ಹಿಡಿದು ಮನೆಯ ವಿದ್ಯಮಾನವನ್ನು ನೋಡುತ್ತಿದ್ದ ಪ್ರಹ್ಲಾದ ಮೇಲೆದ್ದ. ಸಿಟ್ಟಿನಿಂದ ಅವನ ಮೂಗು ಕೆಂಪಾಗಿತ್ತು.

"ನಾನು ಕಲರ್ ಹೋಗಿರೋ ಪ್ಯಾಂಟ್‌ಗಳ್ನ ಹಾಕ್ಕೊಂಡು ಸ್ಕೂಲಿಗೆ ಹೋಗ್ತೀನಿ. ಅವಳ ಬಟ್ಟೆಗೆ ಮಾತ್ರ ಕಂಡಾಬಟ್ಟೆ ಸುರೀತೀರಿ." ಕೋಪದಿಂದ ಮಿಡುಕಿದ.

“ಅವ್ವಿಗೂ ನಿಂಗೂ ಒಂದೇನಾ? ಇನ್ನೆಷ್ಟು ದಿನ ಹಾಕ್ಕೊತ್ತಾಳೆ!”

ಅವನು ಮುಖ ತಿರುವಿಕೊಂಡು ಹೊರಗೆ ಹೋದ. ಅಳು ಬಂತು. ಗೋಡೆ ಕಡೆ ತಿರುಗಿ ಅತ್ತು ಕಣ್ಣೊರೆಸಿಕೊಂಡ, ಅವನ ಗೆಳೆಯರು ದೂರದಲ್ಲಿ ಉಷಾಳನ್ನು ನೋಡಿದಾಗ ‘ಗಂಡುಬೀರಿ ಬರ್ತಾಳೆ ನೋಡ್ರೋ!’ ಎಂದು ಅವನ ಮುಂದೆಯೇ ಆಡಿಕೊಂಡು ನಗುತ್ತಿದ್ದರು. ಎಷ್ಟೋ ಬಾರಿ ಸೈರಿಸಲಾರದೆ ಕಲ್ಲು ಒಗೆದಿದ್ದ.

ಮನೆಯಲ್ಲಿ ಅಕ್ಕಿಗೆ ಕಾಸಿಲ್ಲದಿದ್ದರೂ ಅವಳ ಬಟ್ಟೆಗೆ ಐರನ್ ಬೇಕೇಬೇಕು. ಈ ರಾಮಾಯಣ ನೋಡಲಾರದೆ ಕೇಶವಯ್ಯ ಎಲೆಕ್ಟ್ರಿಕ್ ಐರನ್ ಬಾಕ್ಸ್ ತಂದಿದ್ದರು. ಅವಳು ಮಾತ್ರ ಅದನ್ನ ಉಪಯೋಗಿಸುವ ತಂಟೆಗೆ ಹೋಗುತ್ತಿರಲಿಲ್ಲ. ತಂದೆ ಜೇಬನ್ನು ತಡಕಾಡಿ ಇದ್ದ ಚಿಲ್ಲರೆ ಕೊಂಡೊಯ್ದು ದೋಬಿಯ ಹತ್ತಿರ ಐರನ್ ಮಾಡಿಸಿಕೊಂಡು ಬರುತ್ತಿದ್ದಳು. ಲೊಟಗುಟ್ಟುವಿಕೆ, ಗೊಣಗಾಟ ಒಂದೂ ಅವಳ ಕಿವಿಗೆ ಬೀಳುತ್ತಿರಲಿಲ್ಲ. ಅದರಲ್ಲೆಲ್ಲ ಉದಾಸೀನ ಭಾವ ಬೆಳೆಸಿಕೊಂಡಿದ್ದಳು. ಇದು ಯಾವ ರೀತಿಯ ಜಾಯಮಾನವೋ!

ಉಷಾ ನೇರವಾಗಿ ಹೋಗಿದ್ದು ರೆಡಿಮೇಡ್ ಕ್ಲಾತ್ ಸೆಂಟರ್‌ಗೆ. ಒಂದು ಗಂಟೆ ಜಾಲಾಡಿ ಅದೇ ಕಲರ್‌ನ ಡ್ರೆಸ್ ಸಿಗದಿದ್ದರೂ ಅದಕ್ಕಿಂತ ಚೆನ್ನಾಗಿ ಕಂಡಿದ್ದರಿಂದ ಹಣಕೊಟ್ಟು ಪಡೆದುಕೊಂಡು ಸೈಕಲ್ ಹತ್ತಿದಳು. ಎಷ್ಟು ವೇಗವಾಗಿ ಸಾಧ್ಯವೋ ಅಷ್ಟು ವೇಗವಾಗಿ ತುಳಿದಳು. ಏದುಸಿರುಬಿಡುತ್ತಲೆ ಮನೆಯೊಳಕ್ಕೆ ಬಂದಳು.

“ಕಾಲೇಜಿಗೆ ಹೋಗ್ಲಿಲ್ವೇನೆ?” ತಾಯಿಯ ಪ್ರಶ್ನೆಗೆ ಉತ್ತರಿಸುವ ಗೋಜಿಗೆ ಹೋಗದೆ ಮುಖ ತೊಳೆದು, ಪ್ಯಾಂಟ್ ಷರಟು ಬಿಚ್ಚಿ ಎಸೆದು ಮ್ಯಾಕ್ಸಿ ಹಾಕ್ಕೊಂಡು ಗಂಟೆ ಹೊತ್ತು ಕನ್ನಡಿಯ ಮುಂದೆ ನಿಂತು ಮುಖವನ್ನು ಅಲಂಕರಿಸಿಕೊಂಡಳು. ತಾಯಿ ಗೊಣಗುಟ್ಟುತ್ತಲೇ ಇದ್ದರು. ಇವಳ ಸಿನಿಮಾ ಹಾಡಿನಲ್ಲಿ ಅವರ ಧ್ವನಿ ಮುಚ್ಚಿಹೋಗಿತ್ತು.

“ಊಟ ಮಾಡ್ತೀಯಾ?” ಬೇಡವೆಂದು ಸೈಕಲ್ ಏರಿ ಹೊರಟುಬಿಟ್ಟಳು. ಅವಳದೇನು ಕಣ್ಣು ಕೋರೈಸುವ ರೂಪಲ್ಲ. ಸಾಧಾರಣ ರೂಪಿನ ಕನ್ಯೆ. ಆದರೆ ಚೆನ್ನಾಗಿ ಕಾಣುವ ಎಲ್ಲಾ ಪ್ರಯತ್ನಗಳನ್ನೂ ಮಾಡುತ್ತಿದ್ದಳು. ಕೃತಕ ಅಲಂಕಾರದಿಂದ ಕಣ್ಣು ಕೋರೈಸುವಂತೆ ಕಾಣುತ್ತಿದ್ದಳು.

ಒಂದೆರಡು ಪಿರಿಯಡ್ ತಪ್ಪಿಹೋಗಿತ್ತು. ಅವಳಿಗೆ ಅದರ ಯೋಚನೆ ಇಲ್ಲ. ಗೆಳತಿಯರಲ್ಲಿ ತನ್ನನ್ನು ಮೆರೆಸಿಕೊಳ್ಳುವ ಯೋಚನೆ. ಕಾಂಪೌಂಡಿನಲ್ಲಿ ನಿಂತಿದ್ದ ಯುವಕರು ಕಣ್ಣು ಹಾರಿಸಿ, ಶಿಳ್ಳೆ ಹೊಡೆದು ನೋಡದವರಂತೆ ಅತ್ತ ತಿರುಗಿಕೊಂಡರು. ಕೆಕ್ಕರಿಸಿಕೊಂಡು ಅವರತ್ತ ನೋಡಿದ ಉಷಾ ಸೈಕಲ್‌ನಿಂದ ಇಳಿದು ನಿಧಾನವಾಗಿ ತಳ್ಳಿಕೊಂಡು ಹೊರಟಳು.

ಮೊದಲು ಅವಳಿಗೆ ಎದುರಾದದ್ದು ಮುರುಳಿ. ಅವನು ನೋಡಿಯೂ

ನೋಡದಂತೆ ಸರಿದು ಹೋದ. ಅವಳ ತುಟಿಗಳ ಮೇಲೆ ಉಲ್ಲಾಸದ ನಗು ಮಿನುಗಿತು. ತಲೆ ಎತ್ತಿ ಮುಂದಕ್ಕೆ ನಡೆದಳು.

ಮುರುಳಿ ಮನದಲ್ಲಿಯೇ ಮಿಡುಕಿದ. ಉಷಾಳ ಬಗ್ಗೆ ಸಹಾನುಭೂತಿ ತಾಳಿದ. 'ವಿದ್ಯಾಭ್ಯಾಸದ ಮೂಲಭೂತದ ತತ್ವದ ಅರಿವೇ ಇವರಿಗಿಲ್ಲ. ಯಥಾರ್ಥದ ಆಲೋಚನಾ ಸರಣಿಯೇ ಬೆಳೆದಿಲ್ಲ.'

ಕಾಲೇಜಿನಲ್ಲಿ ತುಂಬ ಬುದ್ಧಿವಂತನಾಗಿ ವ್ಯಾಸಂಗಮಾಡುವ ವಿದ್ಯಾರ್ಥಿಯನ್ನ ಮೆಚ್ಚುವ ಗೆಳೆಯರಿರುವಂತೆಯೇ, ಮತ್ಸರದಿಂದ ನೋಡುವವರೂ ಮುರುಳಿಗೆ ಇದ್ದರು. ಅದರ ಕಡೆ ಗಮನವನ್ನೇ ಹರಿಸುತ್ತಿರಲಿಲ್ಲ. ಹೊರನಡವಳಿಕೆಯಲ್ಲಿ ಮಿತ್ರರಂತೆ ವರ್ತಿಸಿ ಹಿಂದೆ ಪ್ರತಿಸ್ಪರ್ಧಿಗಳಂತೆ ಹೀಯಾಳಿಸಿ ಅಪಪ್ರಚಾರ ಮಾಡುವವರೂ ಇದ್ದರು. ಅವನ ಉಡಿಗೆ, ತೊಡಿಗೆ, ನಡೆನುಡಿ, ಎಲ್ಲದರಲ್ಲಿನ ಸರಳತೆ ಕೆಲವರಿಗೆ ಹಾಸ್ಯದ ವಸ್ತುವಾಗಿತ್ತು.

ದಾಪುಗಾಲು ಹಾಕಿಕೊಂಡು ಮನೆಯ ಕಡೆ ನಡೆದ. ಆಕಾಶದಲ್ಲಿ ದಟ್ಟಮೋಡಗಳು ಕವಿದುಕೊಂಡಿದ್ದವು. ಈಗಲೋ ಆಗಲೋ ಮಳೆ ಸುರಿಯುವಂತಿತ್ತು. ಬೇಗ ಹೋಗಿ ಮನೆ ಸೇರಬೇಕಾಗಿತ್ತು. ಒಂದೆರಡು ಕಡೆ ಸೋರುತ್ತಿತ್ತು. ಮಳೆಯ ಆರ್ಭಟ ಜೋರಾದರೆ ಎಲ್ಲಾ ಕಡೆ ಸೋರಲೂಬಹುದಿತ್ತು. ಅವನಲ್ಲಿದ್ದ ಅಮೂಲ್ಯ ವಸ್ತುಗಳು ಪುಸ್ತಕಗಳು ಮಾತ್ರ. ಅವುಗಳನ್ನು ರಕ್ಷಿಸಿಕೊಳ್ಳಬೇಕಿತ್ತು. ಒಂದೆರಡು ಹನಿ ಪಟಪಟನೆ ಉದುರತೊಡಗಿದಾಗ ಓಡಿದೆನೆಂದೆ ಹೇಳಬೇಕು. ಷರಟು ಅರ್ಧಂಬರ್ಧ ನೆನೆದಿತ್ತು. ಮುಖದ ಮೇಲಿನ ನೀರನ್ನು ಕರ್ಚೀಫ್‌ನಿಂದ ತೊಡೆದುಕೊಳ್ಳುತ್ತ ಗೇಟು ತೆರೆದುಕೊಂಡು ಒಳಗ್ಗೆ ನಡೆದ. ಸಮಾಧಾನದ ಉಸಿರು ಬಿಟ್ಟು ಪ್ಯಾಂಟ್ ಜೇಬಿನಲ್ಲಿದ್ದ ಕೀಲಿ ಕೈಗೆ ಕೈ ಹಾಕಿದ.

ಬೀಗ ತೆಗೆದು ಬಾಗಿಲನ್ನು ಸರಿಸಿ ಕೈಯಲ್ಲಿದ್ದ ನೋಟ್‌ಬುಕ್‌ನ ಟೇಬಲ್ಲಿನ ಮೇಲಿರಿಸಿ ಅದರ ಮೇಲಿನ ಒದ್ದೆಯನ್ನು ತೊಡೆದು ಆರಲು ಇಟ್ಟು ಹೊರಬಂದ. ಭಯಂಕರವಾದ ಮಳೆ ಬರಬಹುದಾದ ಸೂಚನೆ ಇತ್ತು. ಸುತ್ತಲೂ ನೋಡಿದ, ಕಾಂಪೌಂಡಿನ ಮಣ್ಣಿನ ಗೋಡೆ ಜೀರ್ಣವಾಗಿತ್ತು. ಅಷ್ಟಿಷ್ಟು ಸಿಮೆಂಟ್ ಮೆತ್ತಿ ಇದುವರೆಗೆ ಅದರ ಅಸ್ತಿತ್ವವನ್ನು ಕಾಪಾಡಿಕೊಂಡು ಬಂದಿದ್ದ. ಸುತ್ತಲೂ ನೋಡಿ ಬಂದ. ಸದ್ಯಕ್ಕೆ ಅಷ್ಟಿಷ್ಟು ಬಂದೋಬಸ್ತು ಮಾಡಬೇಕಿತ್ತು. ಇಲ್ಲದಿದ್ದರೇ ಹಚ್ಚನೆಯ ಹಸಿರೆಲ್ಲ ಬೀದಿಯ ದನಗಳ ಪಾಲು.

ಬಾವಿಯ ಬಳಿ ಹೋಗಿ ಕೈಕಾಲು ತೊಳೆದು ಒಳಗೆ ಬಂದ. ಓಡಿ ಬಂದಿದ್ದರಿಂದಲೇನೋ ಮುಖದ ಮೇಲೆ ಬೆವರಿನ ಹನಿಗಳು ಕಾಣಿಸಿಕೊಂಡಿದ್ದವು. ಮತ್ತಷ್ಟು ತಣ್ಣೀರನ್ನು ಮುಖಕ್ಕೆ ಎರಚಿಕೊಂಡು ಒಳಗೆ ಬಂದ.

ಮತ್ತೆರಡು ನಿಮಿಷಗಳಲ್ಲಿ 'ಧೋ' ಎಂದು ಮಳೆ ಸುರಿಯಲಾರಂಭಿಸಿತು. ಮಳೆಯ ಹೊಡೆತ ತೀವ್ರವಾಗಿತ್ತು. ಬಾಗಿಲು ಮತ್ತು ಕಿಟಕಿಯಿಂದ ಇರಚಲು ಒಂದೇ

ಸಮನೆ ಹೊಡೆಯುತ್ತಿತ್ತು. ಲಾಟೀನು ಹಚ್ಚಿಟ್ಟು ಎರಡು ಕದಗಳನ್ನು ಮುಚ್ಚಿದ. ಮಬ್ಬು ಬೆಳಕು. ಒಂದೆರಡು ಕಡೆ ತೊಟ್ಟಿಕ್ಕುತ್ತಿದ್ದುದು ಧಾರೆಧಾರೆಯಾಗಿ ಬರಲು ಶುರುವಾಯಿತು. ಇದ್ದ ಪ್ಲಾಸ್ಟಿಕ್ ಬಕೆಟ್‌ಗಳನ್ನು ಅದರ ಕೆಳಗಿಟ್ಟ. ಆಮೇಲೆ ಬೇಸರದಿಂದ 'ಸುರಿದುಕೊಳ್ಳಲಿ' ಎಂದು ಸುಮ್ಮನಾಗಿ ಕುರ್ಚಿಯ ಮೇಲೆ ಕುಳಿತ. ಭುಜದ ಮೇಲೆ ಎರಡು ತೊಟ್ಟು ಬಿತ್ತು. ಕುರ್ಚಿಯನ್ನು ಸರಿಸಿದ. ಪುಸ್ತಕಗಳನ್ನೆಲ್ಲ ಸೋರಾದ ಜಾಗದಲ್ಲಿ ಇರಿಸಿ ದೊಡ್ಡ ಪ್ಲಾಸ್ಟಿಕ್ ತುಂಡನ್ನು ಮುಚ್ಚಿಟ್ಟು ನಿಶ್ಚಿಂತೆಯಿಂದ ಒಂದೆಡೆ ಕುಳಿತ. ಮಳೆ ನಿಲ್ಲೋವರೆಗೂ ಅಂದರೆ ಬೆಳಗಿನವರೆಗೂ ಹಾಗೇ ಕೂತು ನಿದ್ದೆ ಮಾಡಿದ.

ಗಡಿಯಾರ ಏಳು ತೋರಿಸುತ್ತಿದ್ದರೂ ಸೂರ್ಯನ ದರ್ಶನವಿರಲಿಲ್ಲ. ಕೂತು ಕೂತು ಕೈಕಾಲು ಹಿಡಿದಂತಾಗಿತ್ತು. ಝಾಡಿಸಿ ಮೇಲೆದ್ದ. ಬಾಗಿಲು ತೆರೆದು ಹೊರಕ್ಕೆ ಕಾಲಿಟ್ಟ. ಅರ್ಧಂಬರ್ಧ ಗಿಡಗಳೆಲ್ಲ ನೆಲಕ್ಕೆ ಒರಗಿದ್ದವು. ನೋವು ಮಿಡಿಯಿತು. ಕವಿ ಹೃದಯ ಮರುಗಿತು. ಭಾವುಕನಾಗಿ ಕಣ್ಣೀರು ಸುರಿಸಿದ. ಅವನ ಮನದ ಸ್ವಾಸ್ಥ್ಯವೇ ಕೆಟ್ಟುಹೋಯಿತು.

ಇದು ಮನಕ್ಕೆ ಆದ ಗಾಯ ಮಾತ್ರವಲ್ಲ, ಆರ್ಥಿಕವಾಗಿ ನಷ್ಟವನ್ನು ಅನುಭವಿಸಿದ. ತರಕಾರಿಯ ಗಿಡಗಳಲ್ಲಿದ್ದ ಹೂ, ಕಾಯಿಗಳು ಉದುರಿ ಹೋಗಿದ್ದವು. ಹೂವಿನ ಕಂಡಗಳು ಮೊಗ್ಗಿನ ಸಮೇತ ನೆಲಕ್ಕೆ ಒರಗಿದ್ದವು. ಅಂದು ಕಾಲೇಜಿಗೆ ಹೋಗಲಿಲ್ಲ.

ಮನೆಯ ಮಾಡನ್ನು ಸ್ವಲ್ಪಮಟ್ಟಿಗಾದರೂ ರಿಪೇರಿ ಮಾಡಬೇಕಿತ್ತು. ಮುರಿದು ಜೀರ್ಣವಾದ ಹೆಂಚುಗಳ ಜಾಗದಲ್ಲಿ ಹೊಸ ಹಂಚುಗಳನ್ನು ಹೊಂದಿಸಬೇಕಾಗಿತ್ತು. ಒಬ್ಬ ಗೆಳೆಯನೊಡನೆ ನೂರು ರೂಪಾಯಿ ಸಾಲ ತಂದ. ಅವನ ಸ್ವಭಾವ ಅರಿತಿದ್ದ ಯಾರೂ ಇಲ್ಲವೆನ್ನುತ್ತಿರಲಿಲ್ಲ. ಕಾಸು ಹೊಂದಿಕೆಯಾದ ಕೂಡಲೇ ಹುಡುಕಿಯಾದರೂ ಅವನ ಕೈಯಲ್ಲಿಡುತ್ತಿದ್ದ.

ನೆಲಕ್ಕೆ ಒರಗಿದ್ದ ಮಲ್ಲಿಗೆಯ ಬಳ್ಳಿಯನ್ನು ಚಪ್ಪರ ಹಾಕಿ ಎತ್ತಿ ಕಟ್ಟುತ್ತಿದ್ದ. ಸೊಂಟಕ್ಕೆ ಒಂದು ಚೌಕ ಸುತ್ತಿಕೊಂಡು ಕೆಲಸ ಮಾಡುತ್ತಿದ್ದ.

"ಕಾಲೇಜಿಗೆ ಬರಲಿಲ್ವಾ?" ಗಿರಿಜಳ ಧ್ವನಿಗೆ ಹಿಂದಕ್ಕೆ ತಿರುಗಿದ. ತುಟಿಗಳ ಮೇಲೆ ನಗುವನ್ನು ತೇಲಿಸುತ್ತ "ಇಲ್ಲ, ಸ್ವಲ್ಪ ಕೆಲ್ಸ ಇತ್ತು" ಗಿರಿಜ ಭಯವನ್ನು ನಟಿಸುತ್ತ "ಭಯಂಕರ ಮಳೆ, ನೀವು ತುಂಬ ಘಾಸಿಗೊಂಡಿರ್ಬೇಕು...?" ಆಮೇಲೆ ತುಟಿ ಕಚ್ಚಿಕೊಂಡಳು. ಈ ರೀತಿಯ ಸಹಾನುಭೂತಿಯನ್ನು ಅವನು ಇಷ್ಟಪಡುತ್ತಿರಲಿಲ್ಲ.

"ಎಂಥಾದ್ದು..." ಮಾತು ಜಾರಿಸಿದ.

"ನಾನೇನಾದ್ರೂ ಸಹಾಯ ಮಾಡ್ಲಾ?"

"ನೀವಾ..." ನಕ್ಕುಬಿಟ್ಟ ಮುರುಳಿ. ಅವಳ ತಂದೆ ಎಂತಹ ದರ್ಪದ ವ್ಯಕ್ತಿಯಾದರೂ ಹೆಣ್ಣುಮಕ್ಕಳನ್ನು ಬಹಳ ಸುಖವಾಗಿ ಬೆಳೆಸಿದ್ದರು.

"ಯಾಕೆ? ನಂಗೆ ಇವೆಲ್ಲ ಮಾಡೋದು ಗೊತ್ತಿಲ್ಲಾಂತಾನಾ!"

"ಛೆ...! ಹಾಗಲ್ಲ, ಕೆಲ್ಸವೆಲ್ಲ ಮುಗಿದಿದೆ. ಒಳಗಿನದು ಮಾತ್ರ ಬಾಕಿ ಇದೆ."

ಹೆಚ್ಚು ಕಡಿಮೆ ಗಿರಿಜ ಯಾವಾಗ ಬಂದರೂ ಹೊರಗಡೆಯೇ ಮಾತುಕತೆಗಳು. ಸಂಕೋಚವಿಲ್ಲದಿದ್ದರೂ ಮುರುಳಿ ಆಹ್ವಾನಿಸಲು ಹೋಗುತ್ತಿರಲಿಲ್ಲ. ಒಳಗಿನ ಪರಿಸರಕ್ಕಿಂತ ಹೊರಗಿನ ಪರಿಸರವೇ ಚೆನ್ನಾಗಿತ್ತು.

"ಒಳ್ಗೆ ಏನಾದ್ರೂ ಮಾಡಿಕೊಡ್ಲಾ?" ಸೊಂಟಕ್ಕೆ ಸೆರಗು ಸಿಕ್ಕಿಸಿ ಒಳಗೆ ನುಗ್ಗಿಯೇಬಿಟ್ಟಳು. ಮನೆಯ ನೆಲವೆಲ್ಲ ಹೆಚ್ಚು ಕಡಿಮೆ ತೊಯ್ದುಹೋಗಿತ್ತು. ಮಣ್ಣಿನ ನೆಲ ನೀರೆಲ್ಲ ಹೀರಿಕೊಂಡಿತ್ತು. ಆರಲೂ ಒಂದೆರಡು ದಿನಗಳೇ ಬೇಕಾಗಿತ್ತು. ಅಲ್ಲಲ್ಲಿ ಇದ್ದ ಬಕೆಟ್, ಪಾತ್ರೆಗಳನ್ನು ತೆಗೆದು ಒಂದೆಡೆ ಇಟ್ಟಳು. ಬೆಳಗಿನಿಂದ ಒಳಗಿನದಕ್ಕೆ ಗಮನವನ್ನೇ ಕೊಟ್ಟಿರಲಿಲ್ಲ.

ಅಡಿಗೆ ಮನೆಯೊಳಕ್ಕೆ ಬಗ್ಗಿ ನೋಡಿದಳು. ಸ್ತಬ್ಧವಾಗಿತ್ತು. ಅಡಿಗೆ ಮಾಡಿದ ಸೂಚನೆಯೇ ಕಾಣಿಸಲಿಲ್ಲ. 'ಅಯ್ಯೋ' ಎನಿಸಿತು, ಮರುಕಗೊಂಡಳು. ಅದು ಮಾತ್ರ ಅವನಿಗೆ ಬೇಕಿಲ್ಲ. ತನ್ನದು ಅಂಥ ಕಷ್ಟವೇ ಅಲ್ಲವೆಂದು ಅವನ ವಾದ. ವಿಶಾಲದೃಷ್ಟಿ ಬೆಳೆಸಿಕೊಂಡಿದ್ದ.

"ದಯವಿಟ್ಟು ನೀವ್ ಸುಮ್ಮನಿರಿ" ಒಳಗೆ ಬಂದ ಮುರುಳಿ ತಟ್ಟನೇ ನುಡಿದ. ಆಯಾಸವಾಗಿತ್ತು. ಸದ್ಯಕ್ಕೆ ಏನೂ ಮಾಡಲಾರ. ಬೆಳಿಗ್ಗೆ ಗೆಳೆಯನನ್ನ ನೋಡಲು ಹೋದಾಗ ಹೋಟೆಲಿನಲ್ಲಿ ದೋಸೆ ತಿಂದು ಕಾಫಿ ಕುಡಿದಿದ್ದ. ಅದೆಲ್ಲ ಯಾವಾಗಲೋ ಕರಗಿಹೋಗಿತ್ತು. ಅಷ್ಟು ದೂರ ನಡೆದು ಹೋಗಿ ತಿಂದು ಬರಲು ಮನಸ್ಸಿಲ್ಲ. ಸದ್ಯಕ್ಕಂತೂ ಮಾಡಿಕೊಂಡು ಊಟ ಮಾಡಲಾರ.

"ನೀವ್ ಇವತ್ತು ಅಡ್ಗೆ ಮಾಡಿದ್ರಾ?"

"ಇಲ್ಲ; ಹೋಟೆಲಿಗೆ ಹೋಗಿದ್ದೆ, ಗಡದ್ದಾಗಿ ದೋಸೆ ತಿಂದಿದ್ದೆ. ಹೊಟ್ಟೆಯ ಯೋಚ್ನೆ ಇಲ್ಲ."

"ಯಾವಾಗ ಹೋಗಿದ್ದು?" ಅವಳಿಂದ ನೇರವಾಗಿ ಬಂತು ಪ್ರಶ್ನೆ. ತಡಕಾಡಬೇಕಾಗಿರಲಿಲ್ಲ. ಅದು ಅವನ ಸ್ವಭಾವವೂ ಅಲ್ಲ. "ಬೆಳಿಗ್ಗೆ ಇನ್ನೊಂದು ಪ್ರಶ್ನೆ ಬೇಡ, ಹತ್ತರ ಸುಮಾರಿಗೆ" ನಕ್ಕ. ಗಿರಿಜ ಕೂಡ ನಗದೇ ಇರಲಾಗಲಿಲ್ಲ.

ಗಿರಿಜ ಅವನಿಗೆ ಹೇಳದೆಯೇ ಹೊರಗೆ ಹೋದಳು. ಅವನು ಪುಸ್ತಕಗಳ ಕಡೆ ಗಮನ ಕೊಟ್ಟ. ಅವಳನ್ನು ಮರೆತೇಬಿಟ್ಟ.

ಅವಳು ಮನೆಗೆ ಬಂದಾಗ ತಂದೆಯ ಧ್ವನಿ ಕೇಳಿಸಿತು. ನಿಂತಲ್ಲೇ ಕಲ್ಲಾದಳು. ಮುರುಳಿಗೆ ಊಟವನ್ನು ಹೊತ್ತುಕೊಂಡು ಹೋಗಿಕೊಡುವ ಅವಸರದಲ್ಲಿ ಬಂದಿದ್ದಳು. ಇನ್ನಂತೂ ಸಾಧ್ಯವಿಲ್ಲ.

"ಎಲ್ಲಿಗೆ ಹೋಗಿದ್ದೆ?"

"ನೋಟ್ಸ್ ಬೇಕಾಗಿತ್ತು ಸ್ನೇಹಿತೆಯ ಮನೆಗೆ ಹೋಗಿದ್ದೆ" ಚಿಕ್ಕಣ್ಣಯ್ಯನವರು ಅವಳ ಬರಿದಾದ ಕೈಗಳ ಕಡೇ ದೃಷ್ಟಿ ಹರಿಸಿದರು. ಅರಿತವಳಂತೆ "ಅವು ಸಿಗಲಿಲ್ಲ, ಎಲ್ಲೋ ಹೋಗಿದ್ದು."

"ಸರಿ, ಸರಿ" ಎಂದುಕೊಂಡವರೇ ವರಾಂಡದಲ್ಲಿ ಹೋಗಿ ಕುಳಿತರು. ಸಂಜೆಯ ಮುಂದೆ ಮನೆಗೆ ಬಂದರೆ ಅವರು ಪುನಃ ಮಂಡಿಗೆ ಹೋಗರು. ನಿರಾಶಳಾದಳು. ತಾಯಿಗೆ ತಿಳಿಸಿದರೂ ಅವರು ಕೂಡ ಏನೂ ಮಾಡಲಾರರು. ಮನಸ್ಸಿನಲ್ಲಿಯೇ ನೋಯುತ್ತಾರೆ. ಬೇಡವೆಂದು ಸುಮ್ಮನಾದಳು. ಆದರೂ ಮನಸ್ಸು ಸಮಾಧಾನಗೊಳ್ಳದು.

ಸೋಮವಾರ ಅವರ ತಂದೆಯ ಫಲಾಹಾರಕ್ಕಾಗಿ ಚಪಾತಿಗಳು ರೆಡಿಯಾಗುತ್ತಿದ್ದವು. ತಾಯಿಯ ಬಳಿ ಬಂದು ಕೂತು ಪಿಸುಗುಟ್ಟಿದ್ದಳು. ಅವಳು ಒಂದು ಕ್ಷಣ ಸುಮ್ಮನಾದರೂ ಆಮೇಲೆ "ರೇಣು ಪಾಠಕ್ಕೆ ಹೋಗ್ತಾನೆ. ಅವನ ಕೈಯಲ್ಲಿ ಕೊಟ್ಟು ಕಳ್ಸು" ಅವಳಿಗೆ ಅಷ್ಟೇ ಸಾಕಾಗಿತ್ತು.

ಬಿಸಿಯಾದ ನಾಲ್ಕು ಚಪಾತಿಗಳಿಗೆ ತುಪ್ಪ ಸವರಿ, ಪಲ್ಯ, ಚಟ್ನಿ ಜತೆ ಮಾಡಿ ಸುತ್ತಿ ರೇಣುಗೆ ಹೇಳಿಕೊಟ್ಟಳು. ಅವನು ಮನೆಯಿಂದ ಹೊರಗೆ ಹೋಗುವವರೆಗೂ ತಾಯಿ, ಮಗಳು ಕಾತರ, ಉದ್ವೇಗದಿಂದ ಕ್ಷಣಗಳನ್ನು ಕಳೆದರು.

ಪುಸ್ತಕಗಳನ್ನು ಜೋಡಿಸಿಟ್ಟ ಮುರುಳಿ ಸುಸ್ತಾದವನಂತೆ ಕುರ್ಚಿಗೆ ಒರಗಿದ.

ಬಾಗಿಲಲ್ಲಿ ಸದ್ದಾಯಿತು. ಅತ್ತ ತಿರುಗಿದ. ರೇಣು ನಿಂತಿದ್ದ. ಸುತ್ತಿದ ದೊಡ್ಡ ಪೊಟ್ಟಣವನ್ನು ಬ್ಯಾಗಿನಿಂದ ತೆಗೆದು ಅವನತ್ತ ನೀಡಿ "ಬಿಸಿಬಿಸಿಯಾಗಿದೆ; ಈಗ್ಲೇ ತಿಂದುಬಿಡ್ಬೇಕಂತೆ. ಅಮ್ಮ ಅಕ್ಕ ಇಬ್ರೂ ಹೇಳಿದ್ದಾರೆ" ಅಲ್ಲಿ ನಿಲ್ಲದೇ ಓಡಿಬಿಟ್ಟ.

ಮೊದಲು ಯೋಚಿಸಲು ಹೋಗದೇ ತಿಂದು ಮುಗಿಸಿ ನಾಲ್ಕು ಲೋಟ ನೀರು ಕುಡಿದ. ಹಸಿವು ಹಿಂಗಿತು. ಮೈಯಲ್ಲಿ ಉತ್ಸಾಹ ಕೂಡಿಬಂತು. ಅವನ ಕಣ್ಮುಂದೆ ಗಿರಿಜ ಮತ್ತು ಅವನ ತಾಯಿಯ ಚಿತ್ರಗಳು ತೇಲಿಬಂತು. ಅವರ ಕಣ್ಣುಗಳಲ್ಲಿದ್ದುದು ಬರೀ ಸಹಾನುಭೂತಿಯಲ್ಲ. ಅದಲ್ಲದೇ ಬೇರೆ ಏನೋ ಇತ್ತು. ಈ ಮಳೆಯ ಹೊಡೆತದಿಂದ ಆದ ಅನಾಹುತಗಳು ಸುಸ್ಥಿತಿಗೆ ಬರಲು ನಾಲ್ಕಾರು ದಿನಗಳೇ ಹಿಡಿಸಿದವು. ಆದರೂ ಮಳೆ, ಬಿಸಿಲೊಡನೇ, ಚೆಲ್ಲಾಟವಾಡುತ್ತಿತ್ತು. ವಾತಾವರಣ ತೀರಾ ತಂಪಾಯಿತು. ಒಂದು ವಿಧವಾದ ಮುಜುಗರ ಸೃಷ್ಟಿಯಾಯಿತು.

* * * *

ನಾಗೇಂದ್ರ ಹೆಚ್ಚು ದಿನ ಇಲ್ಲಿರಲು ಇಷ್ಟಪಡಲಿಲ್ಲ. ಎರಡು ದಿನದಿಂದ ಯೋಚಿಸಿದ್ದ. ಅವಳ ಕಣ್ಣಲ್ಲಿನ ಪರೆಯನ್ನು ದೂರ ಮಾಡುವುದನ್ನು ಬಿಟ್ಟು ಬೇರೆ ದಾರಿ ಕಾಣಲಿಲ್ಲ. ಸಂಯಮದಿಂದಲೇ ಮಡದಿಯನ್ನು ಶಿವಮೊಗ್ಗೆಗೆ ಕರೆದೊಯ್ದ. ಇವರು ಹೋಗುವ ವೇಳೆಗೆ ಯಾತ್ರೆಯ ನೆಪವೊಡ್ಡಿ ಅವರು ಹೊರಟುನಿಂತಿದ್ದರು. ಮೌನವಹಿಸಿದ.

ಅಂದು ಮಂಡಿಯಿಂದ ಸಂಜೆಯ ನಾಲ್ಕರ ವೇಳೆಗೆ ಮನೆಗೆ ಹಿಂದಿರುಗಿದ. ದಿನ ಊಟ ಮಾಡಿ ಎರಡು ಗಂಟೆಯ ಹೊತ್ತಿಗೆ ಹೋದರೆ ರಾತ್ರಿಯ ಒಂಬತ್ತಕ್ಕೇ ಹಿಂದಿರುಗುವ ಪರಿಪಾಠವನ್ನು ಇಟ್ಟುಕೊಂಡಿದ್ದ.

ಕಾರಿನ ಕೀಯನ್ನು ಬೆರಳಿನಲ್ಲಿ ಗಿರ್ರನೆ ತಿರುಗಿಸುತ್ತಾ ಹಿಂದಿ ಹಾಡೊಂದರ ಸಿಳ್ಳೆ ಹಾಕುತ್ತ ಓರೆ ಮಾಡಿಟ್ಟ ಕೋಣೆಯ ಬಾಗಿಲನ್ನು ತೆರೆದು ಕಾಲುಗಳನ್ನು ಒಳಗಿಟ್ಟ ಅವನು ಮಂಜಿನಂತಹ ಮೌನ. ಇದೇನು ಹೊಸದಲ್ಲ. ಕೋಣೆಯಲ್ಲಿನ ಶೀತಲತೆಯನ್ನು ಸಾರುವಂಥ ಮೌನಕಂಡಿತು. ಮಂಜನ್ನು ಕರಗಿಸಬೇಕಾಗಿತ್ತು.

ಸೌಭಾಗ್ಯ ಹಣೆಗೆ ಕೈಯೊತ್ತಿ ಕೂತ್ತಿದ್ದಳು. ಬಿಳುಪಾದ ಮುಖದ ಮೇಲೆ ಕತ್ತಲೆ ನುಸುಳಿದಂತೆ ಕಾಣುತ್ತಿತ್ತು. "ಸೌಭಾಗ್ಯ" ಯೋಚಿಸುವ ಮುನ್ನವೇ ಅವರ ಸ್ವರ ಹಿಡಿದೆತ್ತಿ ಆ ಹೆಸರನ್ನು ಕರೆಯಿತು. ಒಂದು ನಿರ್ಧಾರಕ್ಕೆ ಬಂದಿದ್ದ. ಆ ನಿರ್ಧಾರವನ್ನು ಕಾರ್ಯರೂಪಕ್ಕೆ ತರಬೇಕಿತ್ತು.

ಸೌಭಾಗ್ಯ ಕತ್ತೆತ್ತಿ ಸ್ವರ ಬಂದತ್ತ ತಿರುಗಿದಳು. ದೇಹ ಆಕರ್ಷಕವಾಗಿದ್ದರೂ ಬಣ್ಣ ಕಪ್ಪು-ದುರದೃಷ್ಟವನ್ನು ನೆನೆದು ಭೋರನೆ ಅಳಬೇಕೆನಿಸಿತು.

"ಸೌಭಾಗ್ಯ... ಒಳ್ಳೆ ಪಿಕ್ಚರ್ ಬಂದಿದೆ. ಅದಕ್ಕೆ ಬೇಗ ಬಂದೆ. ಹೋಗೋಣ್ವೇನು?" ಅವಳ ಕಣ್ಣುಗಳಲ್ಲಿನ ನಿರಾಶೆ ಹೊಯ್ದಾಡಿತು. ಅವರ ಮನೆಯಲ್ಲೆಲ್ಲ ಪಿಕ್ಚರ್ ನೋಡುವ ಹುಚ್ಚು ಅವಳಿಗೆ ಜಾಸ್ತಿ. ಅವಳ ತಂದೆ ಬೇರೆ ಕಡೇ ಹೊರಡುವುದನ್ನೇ ಕಾದಿದ್ದು, ನಡೆದುಬಿಡುತ್ತಿದ್ದಳು. ಇದನ್ನು ಗಿರಿಜಳೇ ನಾಗೇಂದ್ರನ ಮುಂದೆ ಹೇಳಿ ನಕ್ಕಿದ್ದಳು.

ಮಾತಾಡಲಿಲ್ಲ. ನಾಗೇಂದ್ರ ಅವಳ ಮುಖವನ್ನೇ ನೋಡುತ್ತ ಮತ್ತೆ ಕೇಳಿದ "ಏನು ಹೋಗೋಣವೇನೋ?"

ಬೆಚ್ಚಿದವಳಂತೆ "ಆಹ್... ಹ... ಇವತ್ತು ಬೇಡ. ನನ್ಗೇ ತುಂಬ ತಲೆ ನೋವು" ನಾಗೇಂದ್ರ ಫಕಫಕನೆ ನಕ್ಕ. ಇದೆಲ್ಲ ನಾಟಕವೆಂದು ಅವನಿಗೆ ಗೊತ್ತು. ಹೊರಗೆ ಅವನೊಡನೆ ಸುತ್ತಾಡುವುದು ಅವಳಿಗೆ ಬೇಡ; ಅವನಿಗೆ ಬೇಕು.

"ಎಂಥ ತಲೆ ನೋವು! ಡ್ಯಾಂ ಇಟ್. ನಿಂಗೆ ಪಿಕ್ಚರ್ ಎಂದರೆ ಲೋಕವೇ ಮರ್ತುಹೋಗುತ್ತೆ ಅಂತ ನಂಗೆ ಗೊತ್ತು; ಬೇಗ ರೆಡಿಯಾಗು" ಸೋಲುವುದು ಅವನಿಗೆ ಬೇಕಾಗಿರಲಿಲ್ಲ.

ಬಲವಂತದಿಂದ ಉಗುಳು ನುಂಗಿದಳು. ಸೌಭಾಗ್ಯ ಮೆಲ್ಲಗೆ "ನಾನು ಪಿಕ್ಚರಿಗೆ ಬರೋಲ್ಲ ಪ್ಲೀಸ್" ಉಸುರಿದಳು. ಅವನೆದೆಯಲ್ಲಿ ಚೂರಿಯಿಂದ ಇರಿದ ಅನುಭವವಾಯಿತು. ಹಲ್ಲು ಕಚ್ಚಿ ನಿಂತ. ತಕ್ಷಣ ಅವನ ನೆನಪಿನಲ್ಲಿ ಏನೋ ಸುಳಿದು ಮಾಯವಾಯಿತು.

"ಬೇಗ ರೆಡಿಯಾಗು" ಷೂ ಶಬ್ದ ಮಾಡುತ್ತ ಹೊರಗೆ ನಡೆದುಬಿಟ್ಟ. ವರಾಂಡದಲ್ಲಿ ಸೋಫಾ ಮೇಲೆ ಹೋಗಿ ಕೂತ. ಹಣೆ ನೆರಿಗೆಗಟ್ಟಿತ್ತು. ಸಹನೆಗೂ ಮಿತಿ

ಇರುತ್ತೆ. ಒಂದೇ ಸೂರಿನಡಿಯಲ್ಲಿ ಈ ರೀತಿಯಲ್ಲಿ ಬಾಳುವುದು ಅವನಿಗಿಷ್ಟವಿಲ್ಲ. ಮಧುರತೆಯನ್ನು ಸವಿಯಬೇಕಾದ ಕ್ಷಣಗಳೆಲ್ಲ ನಿರರ್ಥಕ ಕಳೆದುಹೋಗುವುದು ಬೇಡವಾಗಿತ್ತು.

"ಆಯ್ತು?" ಕೂತ ಕಡೆಯಿಂದಲೇ ಕೂಗಿದ. ಅವಳು ಖಂಡಿತ ರೆಡಿಯಾಗಿರುತ್ತಾಳೆಂದು ಅವನ ನಂಬುಗೆ. ಮಾವನ ವಜ್ರಮುಷ್ಟಿಯಲ್ಲಿ ಬೆಳೆದವಳು. ಜೋರಿಗೆ ಮಾತ್ರ ಬಗ್ಗಿಯಾಳು!

ಇದು ಸುಳ್ಳಾಗಲಿಲ್ಲ. ಸೌಭಾಗ್ಯ ಬಂದು ಎದುರು ನಿಂತಳು. ಈಗ ಅವನ ಕಣ್ಣುಗಳಲ್ಲಿದ್ದಿದ್ದು ಬರೀ ಭಯ ಮಾತ್ರ. ಮನದಲ್ಲಿಯೇ ನಕ್ಕ.

ಕಣ್ಣಲ್ಲಿಯೇ ಕೇಳಿದ 'ಹೊರಡೋಣವಾ' ಎಂದು. ಮೂಕಪ್ರಾಣಿಯಂತೆ ತಲೆಯಾಡಿಸಿದಳು.

ಇದ್ದ ಎರಡು ದಿನಗಳಲ್ಲಿ ತಾಯಿ ಸಿಕ್ಕಿದ ಸಮಯದಲ್ಲೆಲ್ಲ ಬುದ್ಧಿವಾದ ಹೇಳಿದ್ದರು. "ದುಡುಕ್ಬೇಡ, ಆಮೇಲೆ ಜೀವನಪೂರ್ತಿ ಪಶ್ಚಾತ್ತಾಪ ಪಡಬೇಕಾಗುತ್ತೆ. ಒಡೆದ ಮೇಲೆ ಹಾಲು ಕೆಲ್ಸಕ್ಕೆ ಬರೋಲ್ಲ. ಒಡೆಯದಂತೆ ಜೋಪಾನವಹಿಸುವುದು ಬುದ್ಧಿವಂತಿಕೆ.' ಮಿದುಳಿನಲ್ಲಿ ಆ ಮಾತುಗಳೆಲ್ಲ ಕುದಿಯುತ್ತಿದ್ದವು.

ಅವಳನ್ನು ಅಲ್ಲಿಯೇ ಬಿಟ್ಟು ಹೊರಹೋದ. ಉಡುಪು ಬದಲಾಯಿಸಿ ಮುಖ ತೊಳೆದು, ಹೇರ್ ಕ್ರೀಂ ಹಚ್ಚಿ ಒಪ್ಪವಾಗಿ ತಲೆ ಬಾಚಿದ. ಉತ್ಸಾಹದಿಂದ ಶಿಳ್ಳೆ ಹಾಕುತ್ತ ಹೊರಗೆ ಬಂದ. ಸೌಭಾಗ್ಯ ನಿಂತಲ್ಲಿಯೇ ಕಲ್ಲಾಗಿದ್ದಳು. ಮನ ಮರಗಟ್ಟಿತ್ತು.

ಕಾರಿನ ಕೀಯನ್ನು ಗರಗರನೇ ತಿರುಗಿಸುತ್ತ ಹೊರಗೆ ನಡೆದ. ಮುದುಡಿ ಅವನ ಹಿಂದೆ ಹೊರಟಳು. ಸೌಭಾಗ್ಯ, ಕಾರಿನ ಬಳಿ ನಿಂತವನು ಅವಳತ್ತ ತಿರುಗಿದ. ಉತ್ಸಾಹ ಕುಗ್ಗಿತು. ವಿವೇಕ ಛೀಮಾರಿ ಹಾಕಿತು. ಬೇಡವೆನಿಸಿತು.

"ಏನು ಬೇಡ. ನಿಂಗೆ ಇಷ್ಟವಾದ ದಿನವೇ ಬರುವಿಯಂತೆ" ಎಂದವನೇ ಕಾರು ಹತ್ತಿ ಹೊರಟ. ಅವಳ ಉತ್ತರಕ್ಕೂ ಕಾಯಲಿಲ್ಲ.

ಸೌಭಾಗ್ಯಳ ತಲೆಯಲ್ಲಿ ದೊಂಬರಾಟ ನಡೆಯತೊಡಗಿತು. ಧೈರ್ಯವಿಲ್ಲ. ಸುಮ್ಮನೆ ಅಸಹನೆಯ ಬೆಂಕಿಯಲ್ಲಿ ಕುದಿಯುವುದರಿಂದ ಯಾವ ಅರ್ಥವೂ ಕಾಣಲಿಲ್ಲ. ಮನ ನಾಗೇಂದ್ರನ ಹಿಂದೆ ಓಡಿತು. ಸೋತವಳಂತೆ ಒಳಗೆ ಬಂದಳು.

"ಹಲೋ, ಎನಿಬಡಿ ಹೋಂ" ಧ್ವನಿ ಅಪರಿಚಿತವಾಗಿತ್ತು. ನೋಟವನ್ನು ಅತ್ತ ತಿರುಗಿಸಿದಳು. ಬಳಕುವ ಸುಂದರ ಹೆಣ್ಣು ನಿಂತಿದ್ದಳು. ಅವಳ ಹಿಂದೆ ಮುರುಳಿ ನಿಂತಿದ್ದ. ಮೃಗರಾಜನ ಗಾಂಭೀರ್ಯ ಅವನ ಮುಖದ ಮೇಲಿತ್ತು.

"ಓಹ್.... ನೀವಾ ಬನ್ನಿ" ಪಾದರಸದಂತೆ ಅವಳ ನಡಿಗೆ ಚುರುಕಾಯಿತು. ತೀರಾ ಸಲಿಗೆ ಇಲ್ಲದಿದ್ದರೂ ಮುರುಳಿಯೇನು ಅಪರಿಚಿತನಲ್ಲ. ಒಂದೆರಡು ಸಲ ರೇಣು ಬಲವಂತಕ್ಕೆ ಅವನ ಜೊತೆ ಮುರುಳಿಯ ಮನೆಗೆ ಹೋಗಿದ್ದಳು. ಮನೆ ಸುತ್ತಲಿನ ತೋಟ ನೋಡಿ ಸಂತೋಷ ವ್ಯಕ್ತಪಡಿಸಿದ್ದಳು.

ಜೊತೆಯಲ್ಲಿನ ಹೆಣ್ಣು ಏನೋ ಹೇಳಿ ಸರಿದು ಹೋದಳು. ಮುರುಳಿ ಮಾತ್ರ ಒಳಗೆ ಬಂದ. ಅವನ ಕೈಯಲ್ಲಿ ಕಾಗದದ ಬಿಗಿಯಾಗಿ ಸುತ್ತಿದ ದೊಡ್ಡ ಪೊಟ್ಟಣವಿತ್ತು.

"ನಮಸ್ತೆ" ಕೈ ಮುಗಿದ.

ಅವಳಲ್ಲಿ ಜಡತೆ ಕರಗಿಹೋದಂತಾಯಿತು. ತೌರುಮನೆಯ ಸುದ್ದಿಯನ್ನು ತಿಳಿಸುವ ವ್ಯಕ್ತಿ. ಹೆಣ್ಣಿಗೆ ತೌರಿನ ಬಗ್ಗೆ ಎಂತಹ ಆಕರ್ಷಣೆಯೋ.... ವರ್ಣಿಸಲು ಅಸಾಧ್ಯ. 'ನಮಸ್ತೆ' ಬಗ್ಗೆ ಮರೆತೇಹೋದಳು.

"ಕೂತ್ಕೊಳ್ಳಿ, ಅಲ್ಲಿ ಎಲ್ಲಾರೂ ಚೆನ್ನಾಗಿದ್ದಾರ?"

ಎದೆಯವರೆಗೂ ಕೈಕಟ್ಟಿ ಸೋಫಾ ಮೇಲೆ ಕೂತ. ವಿಮರ್ಶಿಸುವವನಂತೆ ಅವಳೆಡೆ ನೋಡಿದ. ಮೊದಲಿಗಿಂತ ತೆಳ್ಳಗಾಗಿದ್ದಳು. ಕಣ್ಣುಗಳಲ್ಲಿನ ಹೆಚ್ಚಿನ ಉತ್ಸಾಹವಿರಲಿಲ್ಲ. ಮುಖದ ಮೇಲಿನ ಆಕರ್ಷಣೆಯೇನು ಕರಗಿರಲಿಲ್ಲ. ಗಿರಿಜ ಸಮಯ ಸಿಕ್ಕಿದಾಗಲೆಲ್ಲ ಅಕ್ಕನ ಬಗ್ಗೆ ತೋಡಿಕೊಳ್ಳುತ್ತಿದ್ದಳು. ಶಿವಮೊಗ್ಗೆಗೆ ಹೊರಡುವ ಸುದ್ದಿಯನ್ನು ಕೇಳಿ ಓಡಿ ಬಂದಿದ್ದಳು. ಸಾಧ್ಯವಾದರೆ ಒಂದೆರಡು ಬುದ್ಧಿ ಮಾತುಗಳನ್ನು ಹೇಳಬೇಕಾಗಿ ಪ್ರಾರ್ಥಿಸಿದ್ದಳು. ಅವನು ನಕ್ಕುಬಿಟ್ಟಿದ್ದ. ತನ್ನ ಬಗ್ಗೆ ಅವಳಿಗೇಕೆ, ಇಂತಹ ಗೌರವವೆಂಬುದೇ ಅವನಿಗೆ ಅರ್ಥವಾಗಲಿಲ್ಲ.

"ಚೆನ್ನಾಗಿದ್ದೀರಾ?" ಪ್ರಶ್ನಿಸಿದ.

"ನೋಡಿ.... ಅಲ್ಲೆಲ್ಲ ಹೇಗಿದ್ದಾರೆ? ನಮ್ಮ ಗಿರಿಜ ಚೆನ್ನಾಗಿದ್ದಾಳ? ರೇಣು ಕ್ರಮವಾಗಿ ಶಾಲೆಗೆ ಹೋಗ್ತಾ ಇದ್ದಾನ?"

ಮುರುಳಿ ಬೇಸರಿಸಲಿಲ್ಲ. ಸಮಾಧಾನವಾಗಿ "ಚೆನ್ನಾಗಿದ್ದಾರೆ. ಗಿರಿಜ ಅವರೂ ಕೂಡ ಚೆನ್ನಾಗಿದ್ದಾರೆ. ರೇಣು ಸರ್ಯಾಗಿ ಶಾಲೆಗೆ ಹೋಗುತ್ತಿರಬಹುದು!"

ತಣ್ಣನೆಯ ಹಾಲು ಕುಡಿದಷ್ಟು ತೃಪ್ತಿಯಾಯಿತು. ಮುರುಳಿ ಬಂದಿದ್ದು ಬಹಳ ಸಂತೋಷವಾಯಿತು. ಎಲ್ಲ ಯುವಕರಂತೆ ಅಲ್ಲ. ಮಾತು ಸ್ವಲ್ಪವಾದರೂ ಪ್ರಬುದ್ಧನಂತೆ ಮಾತಾಡಬಲ್ಲ. ಎಷ್ಟೋ ಹೊಸ ಹೊಸ ವಿಚಾರಗಳನ್ನ ವಿಶ್ಲೇಷಿಸುವಂತೆ ಮಾತಾಡುತ್ತಿದ್ದ. ಉತ್ತಮ ವಾಗ್ಮಿಯೆಂದು ಗಿರಿಜ ಹೊಗಳಿಕೊಳ್ಳುತ್ತಿದ್ದನ್ನು ಕೇಳಿದ್ದಳು. ಚರ್ಚಾಸ್ಪರ್ಧೆಗಳಲ್ಲಿ ಅವನದೇ ಮೇಲುಗೈ ಅವನು ವಿಚಾರಗಳನ್ನು ಮಂಡಿಸುವ ರೀತಿಗೆ ಎಲ್ಲರೂ ಬೆರಗಾಗಬೇಕು.

"ತಗೊಳ್ಳಿ" ಪೇಪರ್‌ನಲ್ಲಿ ಸುತ್ತಿದ ಪೊಟ್ಟಣವನ್ನು ಟೀಪಾಯಿ ಮೇಲಿಟ್ಟ. ಕುತೂಹಲ, ಕಾತರಗಳಿಂದ ಸೌಭಾಗ್ಯಳ ಕಣ್ಣುಗಳು ಆ ಪೊಟ್ಟಣದ ಮೇಲೆಲ್ಲ ಹರಿದಾಡಿದವು.

ಅಲ್ಲಿಗಿಂತ ಇಲ್ಲಿ ಇನ್ನು ಹೆಚ್ಚಿನ ಶ್ರೀಮಂತಿಕೆಯಲ್ಲಿ ಮುಳುಗಿ ತೇಲುತ್ತಿದ್ದಳು. ಆದರೂ.... ತಾಯಿ ಅಕ್ಕರೆಯಿಂದ ಕಳುಹಿಸಿದ ವಸ್ತುವಿನ ಮೇಲೆ ಹಂಬಲ.

"ಒಂದ್ನಿಮಿಷ", ಪೊಟ್ಟಣವನ್ನು ಎತ್ತಿಕೊಂಡೇ ಅಡಿಗೆ ಮನೆಗೆ ಓಡಿದಳು...

ಪೊಟ್ಟಣ ಬಿಚ್ಚಿದಾಗ ಬೇಸನ್ ಲಾಡುಗಳು ಘಮಘಮವೆನ್ನುತ್ತಿದ್ದವು. ಮುರುಳಿಯನ್ನು ಮರೆತು ಒಂದು ಉಂಡೆಯನ್ನು ಕಚ್ಚಿ ತಿಂದಳು.

ಜ್ಞಾಪಿಸಿಕೊಂಡವಳೇ ಎತ್ತಿ ಪಕ್ಕಕ್ಕೆ ಇಟ್ಟು ಹೊರಗೆ ಬಂದಳು. ಸೆರಗಿನಿಂದ ಬಾಯನ್ನು ಒರೆಸಿಕೊಂಡಳು. ಆದರೂ ಬೇಸನ್ ಲಾಡು ತಿಂದ ಗುರುತು ನಿಂತುಹೋಗಿತ್ತು.

"ನಿಮ್ಮ ನೆಂಟರು ಯಾರಾದ್ರೂ ಇದ್ದಾರ, ಇಲ್ಲಿ?" ಇಲ್ಲವೆನ್ನುವಂತೆ ಮುರುಳಿ ತಲೆಯಾಡಿಸಿದ. ಟೀಪಾಯಿ ಮೇಲಿದ್ದ ಪತ್ರಿಕೆಯ ಮೇಲೆ ಕೈಯಾಡಿಸುತ್ತ "ನನ್ನ ಗೆಳೆಯರೊಬ್ಬರ ಮದುವೆ..."

"ನೀವೊಬ್ರೇ... ಬಂದ್ರಾ?"

"ಇಲ್ಲ ಒಟ್ಟು ಇಪ್ಪತ್ತು ಜನ ಬಂದಿದ್ದೀವಿ. ಅವರುಗಳೆಲ್ಲ ಎಲ್ಲೆಲ್ಲೋ ಹೋಗಿದ್ದಾರೆ. ನಾಳೆ ಬೆಳಿಗ್ಗೆ ಹೊರಟುಬಿಡ್ಬೇಕೂ..."

ಶ್ರೀಮಂತಿಕೆ ಇದ್ದರೂ ಆ ಮನೆಯಲ್ಲಿ ಅಡಿಗೆಯ ಕೆಲಸವನ್ನು ಹೆಂಗಸರೇ ಮಾಡಬೇಕಿತ್ತು. ಅತ್ತೆ ತೀರ್ಥಯಾತ್ರೆಗೆ ಹೋಗಿದ್ದರಿಂದ ಈಗ ಸೌಭಾಗ್ಯಳೇ ಮಾಡುತ್ತಿದ್ದಳು.

"ಕೂತ್ಕೊಳ್ಳಿ ಬಂದ್ಬಿಟ್ಟೆ, ಒಂದು ನಿಮಿಷ."

ಕೂತು ಸುತ್ತಲೂ ನೋಡಿದ. ಹೊಸತನ ಬಂದಿದ್ದರೂ ಹಳೆಯತನ ಉಳಿಸಿಕೊಂಡಿದ್ದರು. ರವಿವರ್ಮನ ಫೋಟೋಗಳು ಗೋಡೆಯಮೇಲೆ ವಿರಾಜಿಸುತ್ತಿದ್ದವು. ಬಸವಣ್ಣನವರ ಕೆಲವು ವಚನಗಳು ಬರೆಸಿ ಅಲ್ಲಲ್ಲಿ ಹಾಕಿದ್ದರು. ಅವರ ದೈವಭಕ್ತಿಗೆ ಅದು ಸಾಕ್ಷಿಯಾಗಿತ್ತು.

ಹಣ್ಣು, ಉಂಡೆ ಏನೇನೋ ತಂದಿಟ್ಟಳು. ಹೊಟ್ಟೆಬಾಕತನ ಅವನಿಂದ ಬಹಳ ದೂರ. ನಾಲಿಗೆಯನ್ನು ಬಹಳ ಹದ್ದುಬಸ್ತಿನಲ್ಲಿಟ್ಟಿದ್ದ. ಹಣ್ಣು ತಿಂದು ಸಾಕು ಎಂದುಬಿಟ್ಟ.

ಗಿರಿಜ ಬಹಳವಾಗಿ ಹೇಳಿದ್ದಳು. ಅವಳ ದಾಂಪತ್ಯದಲ್ಲಿ ಬಿರುಕುಂಟಾಗುವುದು ಯಾರಿಗೂ ಬೇಕಿರಲಿಲ್ಲ. ಕಪ್ಪಗೆ ಇದ್ದರೂ ನಾಗೇಂದ್ರ ತುಂಬ ಒಳ್ಳೆಯವರು. ನೀವು ಸ್ವಲ್ಪ ತಿಳಿಸಿ ಹೇಳಿ. ಕನಸಿನಲ್ಲಿ ಬದುಕುವುದು ಬೇಡ. ವಾಸ್ತವ ಜಗತ್ತನ್ನು ಕಣ್ಣುಬಿಟ್ಟು ನೋಡಲಿ. ಮುರುಳಿ ತನ್ನಲ್ಲಿಯೇ ಪೇಚಾಡಿಕೊಂಡ.

"ಗಿರಿಜ...." ತಲೆ ಎತ್ತಿ ಅವನ ಕಡೆ ನೋಡಿದಳು. ಹೇಳಲು ಬಹಳ ಪೇಚಾಡುವಂತೆ ಕಂಡಿತು.

"ಪರ್ವಾಗಿಲ್ಲ ಹೇಳಿ."

"ಸಂಬಂಧಪಡದ ವಿಷಯದಲ್ಲಿ ಕೈಹಾಕೋದು ಸಭ್ಯತೆಯ ಲಕ್ಷಣವಲ್ಲ ಗಿರಜ ಅವರು ಹೇಳಿದ ಎರಡು ಮಾತುಗಳನ್ನು ನಿಮ್ಗೇ ಹೇಳ್ತೀನಿ." ಹೇಳಿ ಮುಗಿಸಿ ಎದ್ದ.

ಬಂದ ಕೆಲಸ ಮುಗಿದಿತ್ತು. ಹೆಚ್ಚು ಹೊತ್ತು ಕೂಡುವುದು ಏಕೆ? ಸ್ವಲ್ಪ ಸುತ್ತಾಡಿ ಛತ್ರದ ಹತ್ತಿರಕ್ಕೆ ಹೋದರೆ ವೇಳೆ ಸರಿ ಹೋಗುತ್ತೆ ಅಂದುಕೊಂಡ.

"ಹಲೋ, ಮುರುಳಿ" ಧ್ವನಿಯಲ್ಲಿ ಆತ್ಮೀಯತೆ ಮಿನುಗಿತು.

ಮುರುಳಿಯ ಕೈಯನ್ನು ಕುಲುಕಿದ ನಾಗೇಂದ್ರ ಬಹಳ ಅಕ್ಕರೆಯಿಂದ ವಿಚಾರಿಸಿದ. ವಿದ್ಯಾವಂತನಿಗೆ ಮೀರಿದ ಒಳ್ಳೆಯ ಸಂಸ್ಕೃತಿ ಅವನಲ್ಲಿತ್ತು. ತೀರಾ ಹತ್ತಿರದ ಬಂಧುವನ್ನು ವಿಚಾರಿಸಿಕೊಳ್ಳುವಂತೆ ವಿಚಾರಿಸಿಕೊಂಡ.

ಮೇಲೆದ್ದ ಮುರುಳಿ ವಾಚ್ ಕಡೆ ನೋಡುತ್ತ "ಹೊತ್ತಾಯ್ತು. ನಮಗಾಗಿ ಕಾಯ್ತಾ ಇರ್ತಾರೆ" ಗೆಳೆಯರನ್ನು ಉದ್ದೇಶಿಸಿಕೊಂಡು ಹೇಳಿದ.

"ಸಾಧ್ಯವೇ ಇಲ್ಲ. ನಮ್ಮನೆಯಲ್ಲಿ ಒಪ್ಪತ್ತು ಊಟ ಮಾಡ್ದೇ ಹೊರಟುಬಿಡ್ತೀರಾ! ಇದು ತೀರಾ ಅನ್ಯಾಯ...."

ಮುರುಳಿ ಸುಸ್ತಾದ. ಅವನ ಧೋರಣೆ ನೋಡಿದರೆ ಈಗಂತು – ಕಳಿಸಲಾರನೆಂದುಕೊಂಡ. ಅವನು ಹೊರಟಾಗಲೇ ಮದುವೆಯ ಗಂಡು ಬೇಸರ ವ್ಯಕ್ತಪಡಿಸಿದ್ದ. ಅವನೂ ಸ್ವಲ್ಪಮಟ್ಟಿಗೆ ಆತ್ಮೀಯ ಮಿತ್ರನೇ. ಒಂದು ಗಂಟೆಯಲ್ಲಿ ಹಿಂದಿರುಗಿಬಿಡುವುದಾಗಿ ಹೇಳಿಬಂದಿದ್ದ.

"ಬೇಡ, ಇನ್ನೊಮ್ಮೆ ಬೇಕಾದ್ರೆ ಬರ್ತೀನಿ; ಜೊತೆಯಲ್ಲಿ ಬಂದವ್ರು ಬೇಸರ ಮಾಡ್ಕೊತಾರೆ. ಮದುವೆಯ ಸಲುವಾಗಿ ಬಂದು ನಿಂತರೆ ಅವ್ನು ಬೇಸರ ಮಾಡ್ಕೊತಾನೆ!"

"ನಾನು ಬೇಕಾದ್ರೆ ಅವರಿಗೆಲ್ಲ ಹೇಳ್ತೀನಿ."

"ದಯವಿಟ್ಟು ಕ್ಷಮ್ಸಿಬಿಡಿ." ಮುರುಳಿ ಕೈ ಮುಗಿದ.

ಅರೆ ಮನಸ್ಸಿನಿಂದಲೇ ಅವನನ್ನು ಕಾರಿನಲ್ಲಿ ಕರೆದೊಯ್ದು ಛತ್ರವನ್ನು ಮುಟ್ಟಿಸಿ ಬಂದ.

ನಾಗೇಂದ್ರ ಸ್ವಲ್ಪ ಸುತ್ತಾಡಿಯೇ ಮನೆಗೆ ಬಂದ. ಸೌಭಾಗ್ಯ ಬೇಕೋ ಬೇಡವೋ ಎಂಬಂತೆ ತಿರುಗಿ ನೋಡಿದಳು. ಅವನು ಸೊರಗಿದ್ದ. ಅಥವಾ ಅವರ ಕಣ್ಣುಗಳಿಗೆ ಹಾಗೆ ಕಾಣಿಸಿತೋ! ಅವಳ ತುಟಿಗಳು ಬಿಗಿದುಕೊಂಡವು. ಏನೋ ಹೇಳಲು ಚಡಪಡಿಸುವಂತೆ ಕಂಡಳು. ನಾಗೇಂದ್ರ ಹಗುರವಾಗಿ ನಕ್ಕುಬಿಟ್ಟ. ಅವನ ಮುಖದ ನಗೆಯನ್ನೇ ದಿಟ್ಟಿಸಿದಳು. ಹೊಸಬನನ್ನು ನೋಡುವಂತೆ ನೋಡಿದಳು. ದೃಢವಾದ ಮೈಕಟ್ಟಿನ ಮೇಲಿದ್ದ ಕಪ್ಪುಬಣ್ಣ ಕೂಡ ಆಕರ್ಷಕವಾಗಿಯೇ ಇತ್ತು.

"ಯಾಕೆ ಹಾಗೇ ನೋಡ್ತಿ?" ಅವಳ ಮುಖವೆಲ್ಲ ಹುಡುಕಿದ. ಉಡುಪು ಬದಲಿಸಲು ಕೋಣೆಗೆ ನಡೆದ.

ಅವಳು ಅಲ್ಲೇ ನಿಂತಿದ್ದಳು. ಉಡುಪು ಬದಲಿಸಿ ಬಂದ ನಾಗೇಂದ್ರ ಎಚ್ಚರಿಸಿದ. "ಕನಸ್ನ ಕಾಣ್ತಾ ಇದ್ದೀಯಾ?" ಧ್ವನಿಯಲ್ಲಿ ತೀಕ್ಷ್ಣತೆ ಇತ್ತು.

"ಏನಿಲ್ಲ" ತಡವರಿಸಿದಳು. ಧ್ವನಿಯಷ್ಟೇ ಕೇಳಿಸಿದ್ದು. ಧ್ವನಿಯ ಒಡತಿ ಕಣ್ಮರೆಯಾಗಿದ್ದಳು.

ಒಂದೆರಡು ಪತ್ರಿಕೆಗಳನ್ನು ತಿರುವಿ ಹಾಕಿದ. ಮೈಮುರಿದ. ಆಕಳಿಸಿದ. ಮನೆಯಿಂದ ಹೊರಗೆ ದಬ್ಬುವ ಈ ಮೌನ ಯಾರಿಗೆ ಬೇಕು? ಅಡಿಗೆಯ ಮನೆಗೆ ಬಂದು ಇಣುಕಿದ. ಸದ್ದುಗದ್ದಲವಿರಲಿಲ್ಲ. ಕೋಣೆಯ ಕಡೆ ಸರಿದ. ಹಳದಿ ಹೂ ಬುಟ್ಟಿ ಲ್ಯಾಂಪ್ ಶೇಡಿನ ಅಡಿಯಿಂದ ಪ್ರಸರಿಸಿದ್ದ ಬೆಳಕಿನಲ್ಲಿ ಪುಸ್ತಕವನ್ನೋದುತ್ತಿದ್ದ ಸೌಭಾಗ್ಯ ಕಣ್ಣಿಗೆ ಬಿದ್ದಳು. ಮೆಲ್ಲನೆ ಅಡಿಯನ್ನಿರಿಸಿದ. ಅವಳ ಅವಯವಗಳನ್ನು ಒಂದೊಂದಾಗಿ ದಿಟ್ಟಿಸಿದ. ನೋಡಿದ ಹಾಗೆಯೇ ತನ್ನಲ್ಲಿ ಅಡಗಿಸಿಕೊಳ್ಳಬೇಕೆಂಬ ಬಯಕೆ ತರಿಸುವ ಸುಂದರ ಆಕರ್ಷಕ ಮೈಕಟ್ಟು.

"ಹೊಟ್ಟೆಯ ಯೋಚ್ನೆ ಇಲ್ವೇನು?" ಸೌಭಾಗ್ಯ ಬೆಚ್ಚಿ ಬಿದ್ದವಳಂತೆ ಮೇಲಕ್ಕೆದ್ದಳು. ಸೊಂಟಕ್ಕೆ ಸೆರಗು ಸಿಕ್ಕಿಸಿ ಹೊರನಡೆದಳು. ನಾಗೇಂದ್ರ ಅವಳನ್ನು ಹಿಂಬಾಲಿಸಿದ.

ಊಟದ ಶಾಸ್ತ್ರವಾಯಿತಷ್ಟೆ. ಮುರುಳಿ ಹೇಳಿದ ಮಾತುಗಳು ಅವಳ ತಲೆಯಲ್ಲಿ ಭಯಂಕರವಾದ ಅಲೆಗಳನ್ನು ಎಬ್ಬಿಸಿತ್ತು. ಕ್ಷಣಕ್ಷಣಕ್ಕೂ ಅವಳ ಹೃದಯದ ಬಡಿತ ಏರುತ್ತಿತ್ತು. ಇಷ್ಟರ ನಡುವೆ ಭಯ, ವಿಹ್ವಲಳಂತೆ ಎದುರಿಸಿ ಹೊರಹೋಗುವ ಚೈತನ್ಯವಿಲ್ಲ. ಅದಕ್ಕೆ ಪುರಸ್ಕಾರ ಸಿಗುವುದೆಂಬ ನಂಬಿಕೆಯೂ ಇಲ್ಲ. ಕನಸಿಗೂ, ವಾಸ್ತವ ಜೀವನಕ್ಕೂ ಬಹಳ ದೂರವೆನಿಸಿತು.

ಕೋಣೆಯಲ್ಲಿ ನಾಗೇಂದ್ರ ಶತಪಥ ಓಡಾಡಿದ. ನಿಮಿಷ ನಿಮಿಷಕ್ಕೂ ಅವನ ಮೈ ಬಿಸಿ ಏರುತ್ತಿತ್ತು. ತುಸು ಯೋಚಿಸಿದ. ಸಂಯಮ ಮುಷ್ಕರ ಹೂಡಿತ್ತು. ದೇಹ ಮಡದಿಯ ಸಾಮೀಪ್ಯ ಬಯಸಿತ್ತು.

ಮಂಚದ ಮೇಲೆ ಕೂತು ಒರಗಿದ. ಹಾಲಿಡಿದು ಬಂದ ಮಡದಿಯನ್ನು ಜೋಲಿ ತಪ್ಪಿಸಿ ತನ್ನ ಮೈಮೇಲೆ ಕೆಡವಿಕೊಂಡ. ಅವಳ ಮೈ ಮರಗಟ್ಟಲಿಲ್ಲ. ಅವಳ ದೇಹ ಬಿಸಿ ಅವನಿಗೆ ತಾಗಿತ್ತು. ಬಯಕೆ ಹುಚ್ಚೆದ್ದು ಕುಣಿಯಿತು. ಅವಳ ಕೈಗಳು ಅವನ ಕುತ್ತಿಗೆಗೆ ಮಾಲೆಯಾಯಿತು. ಕನಸು ಕರಗಿ ಹೋಗಿರಬೇಕು - ಮನದಲ್ಲಿಯೇ ನಕ್ಕ.

* * * *

ಮುರುಳಿಯ ಚೈತ್ರದ ಕೋಗಿಲೆ ಕವನ ಪತ್ರಿಕೆಯಲ್ಲಿ ಅಚ್ಚಾಗಿತ್ತು. ಗೆಳೆಯರು ಬಂದು ಕೈಕುಲುಕಿ ಅಭಿನಂದಿಸಿ ಹೋಗಿದ್ದರು. ಪ್ರಿನ್ಸಿಪಾಲರು ಕೂಡ ಕರೆಸಿ ಅಭಿನಂದಿಸಿದರು. ಆದ್ದರಿಂದಲೇ ವಿದ್ಯಾರ್ಥಿಗಳಿಗೆ ಅವರ ಮೇಲೆ ವಿಪರೀತ ಅಭಿಮಾನ. ಕೆಲವೊಮ್ಮೆ ತಮ್ಮ ಸ್ಥಾನದ ಹಿರಿಮೆಯನ್ನೇ ಮರೆತು ಅವರಲ್ಲಿ ಒಬ್ಬರಾಗಿಬಿಡುತ್ತಿದ್ದರು. ವಿದ್ಯಾರ್ಥಿಗಳಲ್ಲಿನ ಪ್ರತಿಭೆಯನ್ನು ಗುರ್ತಿಸಿ ತಮ್ಮ ಕೈಯಲ್ಲಾದ ಸಹಕಾರ ನೀಡುತ್ತಿದ್ದರು.

ಮನೆಗೆ ಬಂದ ಮುರುಳಿಯ ಮೈಯಲ್ಲಿ ಉತ್ಸಾಹ ಉಕ್ಕುತ್ತಿತ್ತು. ಗುದ್ದಲಿ ಹಿಡಿದು ಕೆಲವು ಪಾತಿಗಳನ್ನು ಸರಿ ಮಾಡಿದ. ಹೊಟ್ಟೆಯ ಯೋಚನೆ ಇರಲಿಲ್ಲ. ಅಭಿನಂದಿಸುವ

ಸಲುವಾಗಿ ಹೋಟೆಲಿಗೆ ಕರೆದೊಯ್ದು ಗಡದ್ದಾಗಿ ತಿನ್ನಿಸಿದ್ದರು. ನೇರವಾಗಿ ಅವನನ್ನು ಅರಿತಿದ್ದ ಕೆಲವು ಹೆಚ್ಚಿನ ಖರ್ಚಿನ ಬಾಬ್ತುಗಳನ್ನು ಅವನತ್ತ ತಳ್ಳುತ್ತಲೇ ಇರಲಿಲ್ಲ.

"ಕಂಗ್ರಾಜುಲೇಷನ್" ಬಗ್ಗಿದವನು ಸೊಂಟವನ್ನು ಮೇಲಕ್ಕೆತ್ತಿದ. ಉಷಾ ನಿಂತಿದ್ದಳು. "ಚೈತ್ರದ ಕೋಗಿಲೆ" ಪ್ರಕಟವಾದ ಪತ್ರಿಕೆಯ ಪ್ರತಿ ಅವಳ ಕೈಯಲ್ಲಿತ್ತು.

"ಥ್ಯಾಂಕ್ಸ್, ಯಾಕೆಂದು ಕೇಳಬಹುದಾ?"

"ನಿಮ್ಮ ಕವನ ಚೈತ್ರದ ಕೋಗಿಲೆ ಪ್ರಕಟವಾಗಿದೆ. ಓದಿ ತುಂಬ ಸಂತೋಷವಾಗಿದೆ. ನಮ್ಮ ಇಡೀ ಕಾಲೇಜಿನ ವಿದ್ಯಾರ್ಥಿವೃಂದ ಅಭಿಮಾನಪಡುವಂಥ ವಿಷ್ಯ." ಅವನ ಕಣ್ಣುಗಳು ನಕ್ಕವು.

"ನಾವ್ ನಿಮ್ಮನ್ನ ಹಾಸ್ಯ ಮಾಡ್ಕೊಂಡು ನಗ್ತಾ ಇದ್ವಿ. ಈಗ ಅರ್ಥವಾಗ್ತಾ ಇದೆ. ನಿಮ್ಮವೇಳೆ ಎಷ್ಟು ಅಮೂಲ್ಯವೆಂದು."

"ತುಂಬ ಹೊಗಳಿಕೆ ಅನ್ನಿಸುತ್ತಾ ಇದೆ."

ಅಷ್ಟಕ್ಕೆ ಉಷಾ ಹಿಂದಿರುಗಲಿಲ್ಲ. ಅವಳು ಓದಿದ ಕನ್ನಡ, ಆಂಗ್ಲ ಪುಸ್ತಕಗಳ ಬಗ್ಗೆ ಹೇಳಿಕೊಂಡಳು. ತಾನು ಮೆಚ್ಚಿದ ಕವಿಗಳನ್ನು ಅಭಿಮಾನದಿಂದ ಹೊಗಳಿಕೊಂಡಳು. ಮುರುಳಿ ಮೌನವಾಗಿ ಕೂತು ಕೇಳುತ್ತಿದ್ದ.

"ದಯವಿಟ್ಟು ತಪ್ಪು ತಿಳ್ಕೋಬೇಡಿ" ಉಷಾ ಫಕಫಕನೆ ನಕ್ಕುಬಿಟ್ಟಳು. ಅದು ಅವಳ ಸ್ವಭಾವ.

"ನೀವು ಕಾಫಿನೇ ಅಲ್ಲ, ಬೇರೇನೂ ಕುಡಿಯೋಲ್ಲಂತ ಗೊತ್ತು."

"ಕುಡ್ಯೋಲ್ಲ ಅಂತ ಅಲ್ಲ, ಮನೆಯಲ್ಲಿ ಮಾಡೋ ಪದ್ಧತಿನ ಇಟ್ಟಿಲ್ಲ."

"ನಂಗೆಲ್ಲ ಗೊತ್ತು."

"ಹೇಗೆ ಗೊತ್ತು ಇಂಥ ವಿಷ್ಯಗಳ್ನ ಯಾರು ಹೇಳ್ತಾರೆ?"

"ನನ್ನೊಬ್ಬಳಿಗೆ ಅಲ್ಲ, ನಮ್ಮ ವಿಭಾಗದ ಎಲ್ಲಾ ಹುಡುಗಿಯರಿಗೂ ಗೊತ್ತು." ಮುರುಳಿ ನಕ್ಕುಬಿಟ್ಟ. ಬೇರೆ ವಿದ್ಯಾರ್ಥಿಗಳ ಸ್ವಂತ ವಿಷಯಗಳನ್ನು ತಿಳಿಯುವಲ್ಲಿ ಇವರಿಗೇಕೆ ಆಸಕ್ತಿ?

"ಹುಡುಗರು ಹೇಗೋ ಏನೋ? ಹುಡುಗಿಯರ ಕುತೂಹಲಕ್ಕಂತು ತಡೆಯೇ ಇಲ್ಲ. ನೀವ್ ನಮ್ಮ ಕಾಲೇಜಿನ ಬುದ್ಧಿವಂತ ವಿದ್ಯಾರ್ಥಿ, ಉತ್ತಮ ಭಾಷಣಕಾರ, ಉದಯೋನ್ಮುಖ ಸಾಹಿತಿ, ನಿಮ್ಮ ಸಾಹಿತ್ಯದ ಕಂಪು ಈಗಾಗಲೇ ಪಸರಿಸಿದೆ. ಎಲ್ಲಕ್ಕೂ ಮಿಗಿಲಾಗಿ ಉತ್ತಮವಾಗಿ ಹಾಡಬಲ್ಲಿರಿ" ಮುರುಳಿ ನಕ್ಕುಬಿಟ್ಟ.

ಕೆಲವು ವಿಷಯಗಳಲ್ಲಿ ಅವನಿಗೆ ತುಂಬ ನಿರಾಸಕ್ತಿ. ತಮ್ಮ ವಿಭಾಗದಲ್ಲಿ ಎಷ್ಟು ಜನ ವಿದ್ಯಾರ್ಥಿಯರು ಇದ್ದಾರೆ ಅನ್ನೋದು ಕೂಡ ಅವನಿಗೆ ಸರಿಯಾಗಿ ತಿಳಿದಿಲ್ಲವೆಂದು ಹೇಳಬಹುದು. ಒಂದೆರಡು ವಿಷಯಗಳಲ್ಲಿ ಅವನೂ ಬಹಳ ದಡ್ಡನೆ.

"ನಿಮ್ಮ ಅಮೂಲ್ಯವಾದ ವೇಳೆಯನ್ನು ವ್ಯಯ ಮಾಡ್ಬಿಟ್ಟೆ. ದಯವಿಟ್ಟು ಕ್ಷಮಿಸಬೇಕು..." ಇವಳು ಗಂಡುಬೀರಿ ಉಷಾನ! ಬೆರಗುಗಣ್ಣುಗಳಿಂದ ನೋಡಿದ.

ಅವಳು ಹೊರಟ ಕೂಡಲೇ ಅವಳು ಬಂದಿದ್ದನ್ನೇ ಮರೆತವನಂತೆ ಪುಸ್ತಕ ಹಿಡಿದು ಕುಳಿತ. ಇದ್ದಕ್ಕಿದ್ದಂತೆ ಹೊಟ್ಟೆಯಲ್ಲಿ ಹಸಿವು ಕಾಣಿಸಿಕೊಂಡಿತು. ಎದ್ದು ಹೋಗಿ ಮುಚ್ಚಿಟ್ಟಿದ್ದ ಪಾತ್ರೆಯ ಮುಚ್ಚಳವನ್ನು ತೆಗೆದ. ಸ್ವಲ್ಪ ಅನ್ನ ಇತ್ತು. ತಟ್ಟೆಗೆ ಸುರಿದುಕೊಂಡು ಒಂದು ಚಮಚಾ ಚಟ್ನಿಪುಡಿ ಹಾಕ್ಕೊಂಡು ಕಲಿಸಿ ತಿಂದು ಎರಡು ಲೋಟ ನೀರು ಕುಡಿದ.

ಕೆಲವು ವಿದ್ಯಾರ್ಥಿಗಳ ನೆನಪು ಬಂತು. ಭಾರವಾದ ನಿಟ್ಟುಸಿರು ಹೊರಹೊಮ್ಮಿತು. ಸಿಗರೇಟನ್ನು ತುಟಿಗಳ ಮಧ್ಯೆ ಕಚ್ಚಿ ಹಿಡಿದು ಹೋಟೆಲ್, ಸಿನಿಮಾ ಎಂದು ಓಡಾಡುವುದೇ ವಿದ್ಯಾಭ್ಯಾಸದ ಉದ್ದೇಶವೆನ್ನುವಂತೆ ವರ್ತಿಸುತ್ತಾರೆ. ಅವರಲ್ಲಿ ಎಲ್ಲರೂ ಅನುಕೂಲವಂತರಲ್ಲ. ತಾಯಿ ತಂದೆಯರು ಅವರ ವಿದ್ಯಾಭ್ಯಾಸಕ್ಕೆ ಹಣ ಪೂರೈಸಲು ಬಹಳ ಶ್ರಮಪಡುತ್ತಿದ್ದರು. ಅದರ ಅರಿವೇ ಇವರಿಗೆ ಇಲ್ಲ.

ಮಧ್ಯರಾತ್ರಿಯವರೆಗೂ ಓದುತ್ತಿದ್ದ. ಪುಸ್ತಕ ಎತ್ತಿಟ್ಟು ಮಲಗಲು ಹೋದಾಗ ಅವನ ಕಣ್ಣುಗಳಲ್ಲಿ ಉರಿ ಕಾಣಿಸಿಕೊಂಡಿತು. ತಂದೆ ಹೇಳುತ್ತಿದ್ದ ಮಾತುಗಳು ನೆನಪಿಗೆ ಬಂದವು. ನಿಟ್ಟುಸಿರು ಚೆಲ್ಲಿ ಎದೆಯವರೆಗೂ ರಗ್ಗನ್ನು ಎಳೆದುಕೊಂಡು ಮಲಗಿದ.

ಅಂದು ಭಾನುವಾರ ಕಾಲೇಜು ಇರಲಿಲ್ಲ. ಆದರೂ ನಿತ್ಯದ ವೇಳೆಗೆ ಎಚ್ಚರಗೊಂಡ. ಸ್ವಲ್ಪ ಹೊತ್ತು ಮಲಗಿ ನಿದ್ರಿಸಲು ಪ್ರಯತ್ನಿಸಿದ. ನಿದ್ದೆ ಹತ್ತಿರ ಸುಳಿಯಲಿಲ್ಲ.

ಎದ್ದು ಸ್ನಾನ ಮಾಡಿ ಒಂದಿಷ್ಟು ಚಿಲ್ಲರೆಯನ್ನು ಜೇಬಿನಲ್ಲಿ ಹಾಕಿಕೊಂಡ. ಸ್ವಲ್ಪ ಏನಾದರೂ ತಿಂದು ಕಾಫಿ ಕುಡಿದು ಬರುವುದು ಅವನ ಉದ್ದೇಶವಾಗಿತ್ತು. ಹೊರಗೆ ಬಂದು ಬಾಗಿಲಿಗೆ ಬೀಗ ತಗುಲಿಸಲು ಮುಂದಾದ.

"ಮಾಮ, ಮಾಮ" ಹಿಂದಕ್ಕೆ ತಿರುಗಿದ. ಮಾವ, ಅತ್ತೆ ಮಾತ್ರವಲ್ಲ, ಅವರ ಇಬ್ಬರು ಚಿಕ್ಕ ಹುಡುಗರು. ಸೀತ ಬಂದಿದ್ದರು. ಕಣ್ಣುಗಳಲ್ಲಿ ಆತ್ಮೀಯತೆಯನ್ನು ತುಳುಕಿಸಿದ.

ಕದವನ್ನು ದೂಡಿ "ಬನ್ನಿ" ಎಂದು ಒಳಕ್ಕೆ ನಡೆದ.

ಸೂರ್ಯನಾರಾಯಣಯ್ಯನವರು ಇದ್ದ ಒಂದು ಕುರ್ಚಿಯ ಮೇಲೆ ಕುಳಿತರು. ಸೀತ ಮೂಲೆಯಲ್ಲಿ ಸುತ್ತಿಟ್ಟಿದ್ದ ಚಾಪೆಯನ್ನು ಹಾಸಿದಳು. ಹುಡುಗರು, ಅವಳ ತಾಯಿ ಎಲ್ಲ ಕೂತರು.

"ಎಲ್ಲಿಗೋ ಹೊರಟಹಾಗಿದೆ!" ರಾಗ ಎಳೆದರು.

"ಸುಮ್ನೇ. ಹೋಟಲಲ್ಲಿ ತಿಂಡಿ ತಿಂದು ಬರೋಣಾಂತ."

"ಶ್ಚೂ... ಶ್ಚೂ...." ಎಂದವರೇ ದೊಡ್ಡ ಬ್ಯಾಗಿನಲ್ಲಿದ್ದ ಹಿತ್ತಾಳೆ ಡಬ್ಬಿಯನ್ನು

ಹೊರತೆಗೆದು ಅದನ್ನೆತ್ತಿ ಅವನ ಕೈಗೆ ಇತ್ತರು. ಭಾರವಾಗಿತ್ತು. ಪ್ರಶ್ನಾರ್ಥಕವಾಗಿ ಅವರೆಡೆ ನೋಡಿದ.

"ಬೇಗ ಎದ್ದು ಸ್ವಲ್ಪ ಇಡ್ಲಿ ಮಾಡ್ಕೊಂಡ್ಬಂದೆ" ನವಿರಾಗಿ ನಕ್ಕರು. ಇಲ್ಲಿ ಮಾಡುವವರಿಲ್ಲವೆಂದು ಅವರಿಗೆ ಗೊತ್ತು.

ಸೀತ ಕೈ ಕಾಲು ತೊಳೆದು ತಂದಿದ್ದ ಮುತ್ತುಗದ ಎಲೆ ಮೇಲೆ ಇಡ್ಲಿ, ಚಟ್ನಿ ಇರಿಸಿ ಎಲ್ಲರಿಗೂ ಕೊಟ್ಟು ಆಮೇಲೆ ಮಿಕ್ಕಿದ್ದನ್ನು ತಾನು ತಿಂದಳು.

ರಾಜಮ್ಮ ಊಟ ಬೇಕಾದರೂ ಬಿಟ್ಟು ಇರಬಲ್ಲರು. ಕಾಫಿ ಇಲ್ಲದೇ ಇರಲಾರರು. ತಂದಿದ್ದ ಕಾಫಿ ಪುಡಿ, ಸಕ್ಕರೆ ಪೊಟ್ಟಣಗಳನ್ನು ಮಗಳ ಕೈಯಲ್ಲಿಟ್ಟರು. ಹಾಲು...?

ಸಣ್ಣ ಚೆಂಬು ಹಿಡಿದು ಹೊರಟ ಮುರುಳಿ. ಹಾಲಿಗೇನು ಪರದಾಟವಿಲ್ಲ. ಹೈನುಗಾರಿಕೆ ಹೆಚ್ಚು ಇರುವ ಗ್ರಾಮಾಂತರ ಪ್ರದೇಶಗಳಲ್ಲಿ ಸಮಯವೆಂದರೆ ಒಂದು ಲೋಟ ಹಾಲು ಸಿಗದು. ಡೈರಿಗೆ ಹೋಗಿ ಹಾಲು ತಂದ. ಎಲ್ಲರಿಗೂ ಕಾಫಿ ಸರಬರಾಜು ಆಯಿತು. ಗೋಣಿ ಚೀಲದಲ್ಲಿ ಬಿಗಿದು ಕಟ್ಟಿದ್ದ ಕೆಲವು ಪಾತ್ರೆ ತಟ್ಟೆ, ಲೋಟಗಳನ್ನು ಹೊರತೆಗೆದ. ಸೀತೆಯ ಕೈಚಳಕದಿಂದ ಫಳಫಳನೆ ಹೊಳೆದವು.

ಮೈಸೂರು ಇಷ್ಟು ಹತ್ತಿರದಲ್ಲಿದ್ದರೂ ಬರುತ್ತಿದ್ದುದೇ ಅಪರೂಪ. ಈ ಸಲ ರಾಜಮ್ಮ ಬೇಸರಗೊಂಡು ಮೈಸೂರಿನ ಕೆಲವು ಸ್ಥಳಗಳನ್ನಾದರೂ ನೋಡಲೇಬೇಕೆಂದು ಛಲ ಹೊತ್ತು ಬಂದಿದ್ದರು. ಮೂರು ನಾಲ್ಕು ದಿನ ಇದ್ದು ಹೋಗುವ ಸಿದ್ಧತೆಯಲ್ಲಿಯೇ ಬಂದಿದ್ದರು.

ತರಕಾರಿಗೆ ಕೊರತೆ ಇರಲಿಲ್ಲ. ಎಳೆಯ ದಂಟಿನ ಸೊಪ್ಪು ಹುಳಿ ಮಾಡಿ, ಹಾಗಲಕಾಯಿ ಗೊಜ್ಜು ಮಾಡಿದರು. ಮುರುಳಿ ಕೂಡ ಮನೆಯಲ್ಲೇ ಇದ್ದ. ಗಡದ್ದಾದ ಊಟವಾಯಿತು. ಇಬ್ಬರೂ ಹುಡುಗರು ಬಿಸಿಲನ್ನು ಕೂಡ ಲೆಕ್ಕಿಸದೆ ಮನೆಯ ತೋಟದಲ್ಲಿ ತಿರುಗಾಡತೊಡಗಿದರು.

"ಮುರುಳಿ ಸಂಜೆ ಅರಮನೆ ನೋಡಿಬರೋಣ." ಚಾಪೆಯ ಮೇಲೆ ಮಲಗಿದ್ದ ಸೂರ್ಯನಾರಾಯಣ್ ಆಕಳಿಸುತ್ತಲೇ ಹೇಳಿದರು.

ಅಂದು ಅವನಿಗೂ ಪುರಸತ್ತು. ಎಲ್ಲಿಗೆ ಬೇಕಾದರೂ ಹೋಗಿ ತಿರುಗಾಡಿ ಬರಬಹುದು. ಮೌನದಿಂದ 'ಸರಿ' ಎನ್ನುವಂತೆ ತಲೆಯಾಡಿಸಿದ.

ಗಂಡ, ಹೆಂಡತಿ ತಲೆಯ ಕೆಳಗೆ ಕೈಕೊಟ್ಟು ಮಲಗಿದರು. ಹುಡುಗರಿಬ್ಬರೂ ಒಂದೆರಡು ಪುಸ್ತಕಗಳನ್ನು ಮುಂದಿಟ್ಟುಕೊಂಡು ತಿರುವಿಹಾಕುತ್ತಿದ್ದರು. ಸೀತ ಮಾತ್ರ ತೋಟದ ಅಚ್ಚುಕಟ್ಟಿಗೆ ತೊಡಗಿದ್ದಳು. ಅವಳ ಸ್ವಭಾವವೇ ಅಂಥದ್ದು. ಅದರಲ್ಲೇನು ಅತಿಶಯವಿಲ್ಲ. ಸೋಮಾರಿತನ ಅವಳಿಗೆ ಗೊತ್ತೇ ಇಲ್ಲ. ಕೆಲಸ ಮಾಡುವಾಗ ಯಾವುದಾದರೂ ದೇವರನಾಮವನ್ನು ಮೆಲು ಧ್ವನಿಯಲ್ಲಿ ಹೇಳಿಕೊಳ್ಳುತ್ತಿದ್ದಳು. ಸದಾ ಭಗವಂತನ ನಾಮಸ್ಮರಣೆ ನಾಲಿಗೆಯ ಮೇಲಾಡುತ್ತಿದ್ದರೆ ನೆಮ್ಮದಿಗೆ ಕೊರತೆ ಇಲ್ಲವೆಂದು ಅವಳ ನಂಬಿಕೆ. ಅಮ್ಮನ ತರಬೇತು, ಅಜ್ಜಿಯ ಹಿತೋಪದೇಶ!

ಮುರುಳಿ ಹೊರಗೆ ಬಂದಾಗ "ಹುರುಳಿ ಗಿಡನ ಬಹಳ ಒತ್ತೊತ್ತಾಗಿ ಹಾಕ್ಬಿಟ್ಟಿದ್ದೀರಿ!" ತನ್ನದೇ ಆದ ಧಾಟಿಯಲ್ಲಿ ಹೇಳಿದಳು. ಆಮೇಲೆ ಅದನ್ನೂ ಯೋಚಿಸಿದ್ದು ಉಂಟು ಅವನು.

ಕಾಂಪೌಂಡ್ ಮಗ್ಗುಲಿನಲ್ಲಿದ್ದ ಹಾಗಲ ಗಿಡದ ಕೆಲವು ಬಳ್ಳಿಗಳು ನೆಲದಲ್ಲಿ ಹರಡಿಕೊಂಡಿದ್ದವು. ಅದನ್ನೆಲ್ಲ ಎತ್ತಿ ಕಟ್ಟಿದಳು. ಅವಳ ಕೆಲಸ ಯಾವಾಗಲೂ ಚಂದವೇ. ತಪ್ಪು ಹುಡುಕಲು ಸಾಧ್ಯವಿಲ್ಲ. ಚಕಚಕನೆ ಎಲ್ಲಾ ಮಾಡಿ ಮುಗಿಸಿದಳು.

ತಾಯಿಗೆ ಸೀತ ಕೆಲಸವನ್ನೇ ಉಳಿಸಿರಲಿಲ್ಲ. ಪಾತ್ರೆ ತೊಳೆದು ರಾತ್ರಿಯ ಅನ್ನಕ್ಕೆ ಎಸರಿಟ್ಟು ಮುಖ ತೊಳೆದು ಹೆರಳು ಹಾಕಿಕೊಂಡಳು. ಅವಳಿಗೆ ಯಾವ ಮುಖಾಲಂಕಾರವೂ ಬೇಕಿರಲಿಲ್ಲ. ರೂಪವತಿಯರ ಸಾಲಿಗೆ ಒಯ್ದು ನಿಲ್ಲಿಸಬಹುದಿತ್ತು. ಮುಖಕ್ಕೆ ಮುಗ್ಧತೆಯ ಚೆಲುವು ದೊಡ್ಡ ವರವಾಗಿತ್ತು. ವಯಸ್ಸು ಹದಿನಾರು ಆಗಿದ್ದರೂ ಬಾಲ್ಯದ ಸರಳತೆಯನ್ನು ಕಳೆದುಕೊಂಡಿರಲಿಲ್ಲ. ಸೊಂಪಾಗಿ ಬೆಳೆದ ದೇಹ ಆಕರ್ಷಕವಾಗಿತ್ತು. ಆದರೆ ವಯಸ್ಸಿಗೆ ಮೀರಿದ ಗಂಭೀರ ನಡೆನುಡಿಗಳು ಬಂದಿದ್ದವು.

"ಬೇಗ ರೆಡಿಯಾಗಿ" ಅವಸರಿಸಿದರು.

ಶುಭ್ರ ಬಿಳಿಯ ಬಣ್ಣದ ಪೈಜಾಮ, ತುಂಬು ತೋಳಿನ ಷರಟು ಇದಿಷ್ಟೇ ಮುರುಳಿ ಉಡುಗೆ. ಆ ವಯಸ್ಸಿನಲ್ಲೂ ಇತರ ಯುವಕರಂತೆ ಉಡುಪುಗಳ ಬಗ್ಗೆ ಆಸಕ್ತಿ ವಹಿಸುತ್ತಿರಲಿಲ್ಲ. ಇದಕ್ಕೆ ಆರ್ಥಿಕ ಸ್ಥಿತಿ ಮಾತ್ರ ಕಾರಣವಲ್ಲ; ಸರಳವಾಗಿರುವುದೇ ಅವನ ವೈಶಿಷ್ಟ್ಯ.

ಹುಡುಗರು ಕುಣಿಯುತ್ತ ಹೊರಟರು. ಬಸ್ಸು ಹಿಡಿದು ಇವರು ಅರಮನೆಯ ಬಳಿಗ ಬರುವ ವೇಳೆಗೆ ಸೂರ್ಯ ಸಂಪೂರ್ಣ ಇಳಿಮುಖವಾಗಿದ್ದ. ಹಿಂದಿನ ವೈಭವವಿಲ್ಲದಿದ್ದರೂ, ಅದರ ಕುರುಹಾಗಿತ್ತು. ಹಳೆಯದನ್ನು ಜ್ಞಾಪಿಸಿಕೊಂಡರು. ನವರಾತ್ರಿ-ಮಹಾರಾಜರ ದರ್ಬಾರು. ಅವರುಗಳ ಕಣ್ಣುಗಳಲ್ಲಿ ಎಂಥದೋ ನೋವಿನೆಳೆ ಇಣಕಿತು.

ಕಣ್ಣರಳಿಸಿ ಪ್ರತಿಯೊಂದನ್ನು ನೋಡಿದರು. ಹುಡುಗರು ಓಡಾಡಿ ದಣಿದಿದ್ದರು. ಹತ್ತಿರದ ಪಾರ್ಕಿನಲ್ಲಿ ಹೋಗಿ ಕೂತರು. ಒಂದು ಹಿಂಡು ಹುಡುಗಿಯರು ಒಂದು ಕಡೆ ಜೋರಾಗಿ ಮಾತಾಡುತ್ತಿದ್ದರು. ಅವರ ನಗು ಮಾತು ದೂರದವರೆಗೂ ಕೇಳಿಸುತ್ತಿತ್ತು.

ಸೀತ ಕೂತು ಬೆರಗುಗಣ್ಣುಗಳಿಂದ ಸುತ್ತಲೂ ನೋಡುತ್ತಿದ್ದಳು. ಸಂತೋಷ ತೃಪ್ತಿಯ ಭಾವ ಅವಳ ಮುಖದ ಮೇಲೆಲ್ಲ ಹರಡಿಕೊಂಡಿತ್ತು. ಅವಳಿಗಿದ್ದ ಚೆಂದದ ರೂಪದ ಅರಿವೇ ಅವಳಿಗಿದ್ದ ಹಾಗೆ ಕಾಣಲಿಲ್ಲ.

"ಹಲೋ" ಹರಿದು ಬಂದ ಪರಿಚಯದ ಧ್ವನಿ ತಟಕ್ಕನೇ ಹಿಂದಕ್ಕೆ ತಿರುಗಿದ. ಉಷಾ ನಿಂತಿದ್ದಳು. ಸೆಲ್ವಾರ್, ಕಮೀಜ್ ಧರಿಸಿದ್ದಳು. ಬೋಳು ಹಣೆ, ಬೋಳು ಕೈ ಹುಬ್ಬುಗಳನ್ನು ಒತ್ತಾಗಿ ತಿದ್ದಿದ್ದಳು.

"ಹಲೋ" ಎಂದ.

ಅವನ ಜೊತೆಗಿದ್ದವರನ್ನೆಲ್ಲ ಕಣ್ಣರಳಿಸಿ ನೋಡಿದಳು. ಮನದಲ್ಲಿಯೇ ತುಲನೆ ಮಾಡುವ ಹಾಗೆ ಕಂಡಳು. ಸೀತಳನ್ನು ನೋಡಿದಾಗ ಎದೆಯಲ್ಲಿ ಈರ್ಷ್ಯೆಯ ಈಟಿ ಮೀಟಿತು. ಅವಳ ಕಣ್ಣುಗಳಲ್ಲಿ ಮಾತ್ರ ಅಕ್ಕರೆಯ ನೋಟವಿತ್ತು.

"ಇವರೆಲ್ಲ..." ಅವನತ್ತ ನೋಟ ನೆಟ್ಟಳು ದೃಷ್ಟಿಯನ್ನು. ತಡಬಡಿಸದೆ "ನಮ್ಮತ್ತೆ, ಮಾವ, ಅವ್ರ ಮಕ್ಳು." ಧ್ವನಿಯಲ್ಲಿ ಸಹಜತೆ ಇತ್ತು.

"ನಮ್ಮ ಕಾಲೇಜಿನಲ್ಲಿ ಓದೋ ಹುಡ್ಗಿ" ಪರಿಚಯಿಸಿದ. ಅಷ್ಟರ ವಿನಃ ಏನೂ ಗೊತ್ತಿಲ್ಲ. ದಾಷ್ಟಿಕ ಪ್ರವೃತ್ತಿಯವಳೆಂದು ಗೊತ್ತು. ಅದರ ಬಗ್ಗೆ ಅವನೇನೂ ಹೇಳಲಾರ.

ಉಷಾ ಹೋಗಿ ಹುಡುಗಿಯರ ಹಿಂಡಿನಲ್ಲಿ ಬೆರೆತುಹೋದಳು. ಇವರುಗಳು ನಡೆಯುತ್ತಲೇ ಸುತ್ತಾಡಿಕೊಂಡು ಬಂದು ಮನೆಯನ್ನು ತಲುಪಿದರು. ಯಾರೂ ಸುಖಜೀವಿಗಳಲ್ಲ. ಕಾಲುನೋವು ಎಂದು ಕೂರಲಿಲ್ಲ.

ಇದ್ದ ಒಂದು ಕಂಬಳಿಯನ್ನೇ ಹಾಸಿಕೊಂಡು ಮಲಗಿದರು. ಮುರುಳಿ ಮಾತ್ರ ಹೊರಗೆ ಮಲಗಿದ್ದ. ಆ ಅಭ್ಯಾಸವೂ ಇತ್ತು. ಬೇಸಿಗೆಯಲ್ಲಿ ಮಾತ್ರವಲ್ಲ, ಇನ್ನು ಕೆಲವು ಸಂದರ್ಭಗಳಲ್ಲಿ ಹೊರಗೆ ಮಲಗುತ್ತಿದ್ದ. ಒಂದು ರಾತ್ರಿ ಇಡೀ ಸೀಬೆಗಿಡದಲ್ಲಿ ಒಂದು ಪೀಚು ಉಳಿಯದಂತೆ ಹುಷಾರಾಗಿ ಖಾಲಿ ಮಾಡಿದ್ದರು. ಆದ್ದರಿಂದ ಕೆಲವೊಮ್ಮೆ ಹೊರಗೆ ಮಲಗುತ್ತಿದ್ದ.

ಚಾಮುಂಡಿ ಬೆಟ್ಟ, ಕೃಷ್ಣರಾಜಸಾಗರ ಕೆಲವು ಮುಖ್ಯವಾದ ಸ್ಥಳಗಳನ್ನ ತೋರಿಸಿದ. ಎರಡು ದಿನ ಕಾಲೇಜಿನ ಕಡೆ ತಲೆ ಹಾಕಲಿಲ್ಲ. ಅಕ್ಕರೆ, ಅಭಿಮಾನ ಮೂಡಿಸುವ ಎಳೆಯೊಂದು ಬಿಗಿದಿತ್ತು.

ಬುಧವಾರ ಸಂಜೆ ಹೊರಟರು. ಮೇಜಿನ ಡ್ರಾಯರ್‌ನಲ್ಲಿ ಚಿಲ್ಲರೆಗಾಗಿ ತಡಕಾಡಿದಾಗ ಸೀತ ಕೊಟ್ಟ ಕರವಸ್ತ್ರ ಕೈಗೆ ಸಿಕ್ಕಿತು. ತಂದವನು ಹಾಗೆಯೇ ದೂಡಿದ್ದ. ಬಿಡಿಸಿ ಟೇಬಲ್ಲಿನ ಮೇಲೆ ಹರವಿದ. ಕರವಸ್ತ್ರದ ಒಂದು ಮೂಲೆಯಲ್ಲಿ ಸಣ್ಣದಾಗಿ ಸೀತೆ ಎಂದು ದಾರದಲ್ಲಿ ಹಾಕಿದ್ದಳು. ಹಾಗೆಯೇ ಮಡಚಿ ಒಳಗೆ ಸೇರಿಸಿದ.

ಬಸ್ಸಿನವರೆಗೂ ಹೋಗಿ ಹತ್ತಿಸಿ ಬಂದ. ಇದ್ದಕ್ಕಿದ್ದಂತೆ ಎಲ್ಲಾ ಸ್ತಬ್ಧವಾದ ಅನುಭವವಾಯಿತು. ನೇರವಾಗಿ ಹತ್ತಿರದಲ್ಲಿದ್ದ ಲೈಬ್ರರಿಗೆ ಹೋಗಿ ಕೂತ. ಒಂದೆರಡು ಗಂಟೆಗಳನ್ನು ಅಲ್ಲಿ ಕಳೆದು ಹೊರಕ್ಕೆ ಬಂದ. ನಡೆದು ನಡೆದು ಚೆನ್ನಾಗಿ ಅಭ್ಯಾಸವಾಗಿತ್ತು. ಎಷ್ಟು ದೂರವಾಗಲಿ ನಡೆದುಕೊಂಡೇ ಓಡಾಡುತ್ತಿದ್ದ.

ತಿರುವಿಗೆ ಬಂದಾಗ ರೇಣು ಪಾಠ ಮುಗಿಸಿಕೊಂಡು ಪುಸ್ತಕ ಚೀಲವನ್ನು ಹೆಗಲಿಗೆ ತೂಗಾಡಿಸಿಕೊಂಡು ಬರುತ್ತಿದ್ದ. ಅವನ ಮುಖದಲ್ಲಿ ವ್ಯತ್ಯಾಸ ಕಂಡಿತು. ಬಹಳ ಜವಾಬ್ದಾರಿ ಹೊತ್ತವನಂತೆ ನಡೆದು ಬರುತ್ತಿದ್ದ ಯೋಚನಾಮಗ್ನನಾಗಿರುವಂತೆ ಹಾದುಹೋದ.

"ರೇಣು...." ತಾನಾಗಿ ಮಾತಾಡಿಸಿದ.

ತಟ್ಟನೆ ತಲೆ ಎತ್ತಿದ ರೇಣು "ಓ... ನೀವಾ?" ಸೋತವನಂತೆ ಕೇಳಿದ. ಉತ್ಸಾಹ, ಲವಲವಿಕೆಯಿದ್ದಂತೆ ಕಾಣಲಿಲ್ಲ.

"ಮೈಯಲ್ಲಿ ಹುಷಾರಿಲ್ವಾ?" ಕೇಳಿದ. ಅವನ ಮೂತಿ ಉದ್ದವಾಯಿತು. ಮ್ಲಾನವದನವಾದ. ತುಂಬ ಕಷ್ಟಪಟ್ಟವನಂತೆ "ತುಂಬಾ ಹೋಂವರ್ಕ್ ಮಾಡೋದಿದೆ" ಮುರುಳಿಗೆ ನಗು ಬಂತು; ನಗಲಿಲ್ಲ.

"ಮಾಡಿದ್ರಾಯ್ತು..."

"ಅಬ್ಬಬ್ಬ.... ಅಷ್ಟು ಸುಲಭಾನಾ? ಇಂಗ್ಲೀಷ್.... ಸಮಾಜ... ವಿಜ್ಞಾನ ಗಣಿತ...." ಒಂದೊಂದನ್ನೇ ಬೆರಳು ಮಡಚಿ ಎಣಿಸಿದ.

ಮನೆಯ ನೀರವತೆಯನ್ನು ಎದುರಿಸಲು ಅವನಿಗೂ ಬೇಸರ. ಆಸೆಯಿಂದ "ರೇಣು ನಮ್ಮನೆಗೆ ಬರ್ತೀಯಾ!"

"ಹೋಂ ವರ್ಕ್ ಮಾಡ್ಬೇಕಲ್ಲ..." ರೇಣು ಮುಖ ಪೆಚ್ಚಾಯಿತು. ತೋಟ, ಹೂ, ಗಿಡ ಎಲ್ಲಾ ನೆನಪಿಗೆ ಬಂದವು. ಮನ ಗರಿಗೆದರಿ ಆಡಿತು... ಸ್ವತಂತ್ರವಿಲ್ಲ.

"ನೀವ್ ಮಾಡಿಕೊಡ್ತೀರಾ!" ಆಸೆಯ ಕಣ್ಣುಗಳಿಂದ ನೋಡಿದ.

"ನಾನು ಮಾಡಿಕೊಡ್ಬಾರ್ದು."

ಎಲ್ಲಾ ತಿಳಿದವನಂತೆ ರೇಣು ನಕ್ಕ. ಅವನ ಸ್ನೇಹಿತ ಶ್ರೀಕಾಂತ್ ದಿನಾ ಒಬ್ಬೊಬ್ಬರ ಕೈಯಲ್ಲಿ ಹೋಂವರ್ಕ್ ಮಾಡಿಸಿಕೊಂಡು ಬರುತ್ತಿದ್ದ. ಅವನು ಭಾರಿ ದೊಡ್ಡ ಮನುಷ್ಯರ ಮಗ - ಕೇಳುವಂತಿರಲಿಲ್ಲ. ತಾನು ಕೂಡ ಎಷ್ಟೋ ಸಲ ಗಿರಿಜಳ ಕೈಯಲ್ಲಿ ಮಾಡಿಸಿಕೊಂಡು ಹೋಗಿಲ್ಲವಾ! ಗಿರಿಜಕ್ಕ ಜಾಣೆ. ನನ್ನ ಅಕ್ಷರದಂತೇ ಬರೀತಾಳೆ.

ಬಗ್ಗುವಂತೆ ಹೇಳಿ ಅವನ ಕಿವಿಯಲ್ಲಿ ಏನೋ ಉಸುರಿದ. ಮುರುಳಿಯ ಮುಖದ ಮೇಲೆ ಯಾವ ಭಾವನೆಗಳೂ ವ್ಯಕ್ತವಾಗಲಿಲ್ಲ. ತನ್ನ ಬೇಡಿಕೆಗೆ ಸೂಕ್ತ ಪ್ರತಿಕ್ರಿಯೆ ಸಿಗದಿದ್ದಕ್ಕೆ ರೇಣುಗೆ ಬೇಸರವಾದರೂ ಗಿರಿಜಕ್ಕನ ಕೈಯಲ್ಲಿ ಮಾಡಿಸಿಕೊಂಡರಾಯಿತು ಎಂದು ಮೊಂಡು ಧೈರ್ಯ ತಂದುಕೊಂಡ.

"ಬರ್ತೀನಿ...." ಕಣ್ಣು ಅರಳಿಸಿದ.

"ಹೋಂ ವರ್ಕ್...."

"ಪರ್ವಾಗಿಲ್ಲ..." ತಾನೇನೋ ಮಹಾ ಬುದ್ಧಿವಂತನಂತೆ ಮುಖ ಮಾಡಿದ. ಬ್ಯಾಗ್ ಹೊತ್ತು ಮನೆಯ ಕಡೆ ಒಂದೇ ಉಸುರಿಗೆ ಓಡಿದ. ಅವನು ಹೋದತ್ತಲೇ ನಿಂತು ನೋಡಿದ. ಮುರುಳಿ ಮನೆಯ ಕಡೆ ಹೆಜ್ಜೆ ಹಾಕಿದ.

ಮಂದವಾಗಿ ಬೀಸುತ್ತಿದ್ದ ಗಾಳಿಗೆ ತರುಲತೆಗಳು ತೂಗಾಡುತ್ತ ಅವನನ್ನ ಸ್ವಾಗತಿಸಿದಂತೆ ಕಂಡಿತು. ಮನಸ್ಸು ಪ್ರಫುಲ್ಲವಾಯಿತು. ನಿಂತು ಸುತ್ತಲೂ ನಿರುಕಿಸಿದ. ಕಣ್ಣುಗಳು ಹರ್ಷದ ದೀಪ್ತಿಗಳಂತೆ ಮೊಳಗಿದವು. ಸುಮ್ಮನೆ ನಿಂತುಬಿಟ್ಟ.

"ಬಂದೇಬಿಟ್ಟೆ!" ರೇಣು ಸ್ವರ ಅವನನ್ನು ಎಚ್ಚರಿಸಿತು.

ರೇಣು ಸಂತೋಷದಿಂದ ಅಲ್ಲಲ್ಲಿ ಅಡ್ಡಾಡಿದ. ಒಂದಿಷ್ಟು, ಹೂ, ಕಾಯಿ ಸಂಗ್ರಹಿಸಿದ. ಶಾಲೆಯ ಸುದ್ದಿ ಹೇಳಿದ. ಮೇಡಮ್ ಹೇಳಿಕೊಟ್ಟ ಧಾಟಿಯಲ್ಲಿ ಒಂದೆರಡು ಕನ್ನಡ ಪದ್ಯಗಳನ್ನ ರಾಗವಾಗಿ ಹಾಡಿದ.

"ರೇಣು, ಹೊತ್ತಾಯ್ತು ಮನೆಗೆ ಹೋಗು."

ತಟ್ಟನೆ ಅವನಿಗೆ ಅಪ್ಪಾಜಿಯ ನೆನಪು ಆಗಿರಬೇಕು. ಮುಖ ಕೆಂಪಾಯಿತು. ಕಣ್ಣುಗಳಲ್ಲಿ ಭೀತಿ ಸುಳಿಯಿತು. ಎದೆ ವೇಗವಾಗಿ ಏರಿಳಿಯಿತು.

ಅವನ ಸಂಗ್ರಹವನ್ನೆಲ್ಲ ಪೇಪರ್‌ನಲ್ಲಿ ಸುತ್ತಿ ಅವನ ಕೈಯಲ್ಲಿ ಕೊಟ್ಟ. ಇವನಿಗೆ ಹೇಳುವುದನ್ನೇ ಮರೆತವನಂತೆ ಓಡಿದ.

ಗೇಟು ಬಳಿ ನಿಂತು ಮುರುಳಿ "ರೇಣು-ನಿಧಾನವಾಗಿ ಹೋಗು" ಕೂಗಿ ಹೇಳಿದ. ಇವನ ಮಾತು ಅವನ ಕಿವಿಗೆ ತಲುಪಲೇ ಇಲ್ಲವೇನೋ ಎನ್ನುವಂತಿರುತ್ತಿದ್ದ.

* * * *

ಇತ್ತೀಚಿಗೆ ಉಷಾ ಅವನ ಮುಖ ಕಂಡಕೂಡಲೇ ತುಟಿ ಅರಳಿಸುವುದು ಹತ್ತಿರ ಬಂದು ಮಾತಾಡಿಸುವುದು ನಡೆದಿತ್ತು. ಬೇರೆಯವರ ಬಗ್ಗೆಯಾದರೇ ಕಲ್ಪನೆಗಳು ಗರಿಗೆದರಿ ಊಹಾಪೋಹಗಳಾಗಿ ಹರಡುವ ಸಾಧ್ಯತೆ ಇತ್ತು. ಮುರುಳಿಯ ಬಗ್ಗೆ ಬೌದ್ಧಿಕ ಮತ್ಸರಪಡುವವರೂ ಕೂಡ ಅವನ ಹೆಸರಿಗೆ ಕಳಂಕ ಹಚ್ಚಲು ಹಿಂದೆಗೆಯುತ್ತಿದ್ದರು. ಉಷಾ ಬಗ್ಗೆಯೇನು, ಬೇರೆ ವಿದ್ಯಾರ್ಥಿಯರ ಕೂಡ ನೇರವಾಗಿ ಮಾತಾಡಬಲ್ಲ. ಕೊಂಕಿಲ್ಲ, ಕುಹಕವಿಲ್ಲ. ತೀರಾ ಅವಶ್ಯಕ ಸಂದರ್ಭಗಳಲ್ಲಿ ಬಿಟ್ಟು ಮಾತಾಡಲಾರ. ಅವರಾಗಿ ಮಾತಾಡಿಸಲು ಬಂದಾಗ ಮುಖವೆತ್ತಿ ಸ್ಪಷ್ಟವಾಗಿ ಮಾತಾಡುತ್ತಿದ್ದ.

ಅಂದು ಸಂಜೆ ಯಾವುದೋ ಕಾರ್ಯಕ್ರಮದ ನಿಮಿತ್ತ ತುಸು ತಡವಾಯಿತು. ಆಗಲೇ ಬೀದಿಯ ದೀಪಗಳೆಲ್ಲ ಹತ್ತಿಕೊಂಡಿದ್ದವು. ನಾಲ್ಕಾರು ಗೆಳೆಯರ ಜೊತೆ ಹೊರಟಿದ್ದ ಮುರುಳಿಯನ್ನು ಗಿರಿಜಳ ಸ್ವರ ಹಿಡಿದು ನಿಲ್ಲಿಸಿತು.

"ಮಿಸ್ಟರ್ ಮುರುಳೀಧರ್, ಒಂದ್ನಿಮಿಷ ನಿಂತ್ಕೋತೀರಾ - ನಾನು ಬರ್ತೀನಿ" ಹಾಗೆಂದವಳೇ ಬೇಗಬೇಗನೇ ಮೆಟ್ಟಲುಗಳನ್ನು ಏರಿ ಕಾಲೇಜಿನೊಳಕ್ಕೆ ನಡೆದಳು.

ಅವನ ಗೆಳೆಯರು ಕೂಡ ಯೋಗ್ಯರೆ. ಸದುದ್ದೇಶದಿಂದ ಕಾಲೇಜಿಗೆ ಬಂದವರೇ ಅವರಲ್ಲ. ವ್ಯಂಗ್ಯ, ಚುಚ್ಚು ಮಾತು - ಅವಕ್ಕೆಲ್ಲ ಅವಕಾಶವಿಲ್ಲ.

"ನಾವಿನ್ನು ಬರ್ತೀವಿ." ಅವರೆಲ್ಲ ಮುಂದೆ ಮುಂದೆ ನಡೆದರು.

ಹಿಂದೆ ವಿದ್ಯಾರ್ಥಿನಿಯರ ಹಿಂಡು ಬಂದರೂ ಗಿರಿಜ ಒಂಟಿಯಾಗಿ ಬೇಗ ಬೇಗ ಬಂದಳು. ಈಗ ಅವಳ ಕೈಯಲ್ಲಿ ಪುಸ್ತಕವಿತ್ತು. ಅದನ್ನು ತರುವ ಸಲುವಾಗಿಯೇ ಹೋಗಿರಬೇಕೆಂದುಕೊಂಡ.

"ನೀವ್... ಹೊರಟುಬಿಡುತ್ತೀರೇನೋ... ಎಂದು ಹೆದರಿದ್ದೆ!"

"ನೀವೂ ಹೇಳಿ... ಹೋಗಿದ್ದಿರಲ್ಲ" ಮುಂದೆ ನಡೆಯತೊಡಗಿದ. ದಾರಿಯುದ್ದಕ್ಕೂ ಅಂದಿನ ಸಮಾರಂಭದ ಬಗ್ಗೆ ಮಾತಾಡಿದರು.

ತಟ್ಟನೆ ಗಿರಿಜ "ಸೌಭಾಗ್ಯಳಿಂದ ಕಾಗ್ದ ಬಂದಿತ್ತು. ಈಗ ಚೆನ್ನಾಗಿದ್ದಾರಂತೆ." ಅವಳ ಮುಖದ ಮೇಲೆ ಮೂಡಿದ ಕೆಂಪನ್ನು ಅವನು ಕಾಣಲಾಗಲಿಲ್ಲ. ಪೂರ್ಣವಾಗಿ ಕತ್ತಲು ಮುಸುಕಿತ್ತು. ಅವನು ನೇರವಾಗಿ ರಸ್ತೆಯನ್ನು ನೋಡುತ್ತಿದ್ದ.

"ನಿಮ್ಮಿಂದ ಬಹಳ ಉಪಕಾರವಾಯ್ತು!" ಅವನಿಗೆ ಕಸಿವಿಸಿಯಾಯಿತು. ಯಾವ ರೀತಿಯ ಉಪಕಾರ? ಯೋಚಿಸಿದ.

"ನಂಗರ್ಥವಾಗಲಿಲ್ಲ. ಉಪಕಾರ ಮಾಡೋ ದೊಡ್ಡತನವೇನೂ ನನ್ನಲ್ಲಿಲ್ಲ."

"ಅದೂ ನಿಮ್ಮ ದೊಡ್ಡತನ. ತುಂಬ ಬದಲಾಗಿದ್ದೀನಿ. ಕನಸನ್ನು ಒಡೆದು ವಾಸ್ತವ ಪ್ರಪಂಚನ ನೋಡೋ ದೃಷ್ಟಿನ ಬೆಳ್ಸಿಕೊಂಡಿದ್ದೀನಿ. ಮುರುಳಿ ನನ್ನ ಪಾಲಿನ ದೇವರು ಅಂತ ಪತ್ರದಲ್ಲಿ ಬರೆದಿದ್ಲು."

ಅವಳು ಹೇಳಿದ್ದು ತನ್ನ ಯೋಗ್ಯತೆಗೆ ಬಹಳ ಹೆಚ್ಚಾದ ಮೆಚ್ಚುಗೆ ಎಂಬ ಭಾವನೆಯಿಂದ ಅವನಿಗೆ ಬಹಳ ಸಂಕೋಚವೆನಿಸಿತು. ತನ್ನ ಸ್ವಂತದ್ದಾಗಿ ಏನೂ ಹೇಳಿ ಬಂದಿರಲಿಲ್ಲ.

"ಅವರದು ತಪ್ಪು ತಿಳುವಳಿಕೆ - ನೀವು ಹೇಳಿದ ಮಾತುಗಳನ್ನ ಮಾತ್ರ ಹೇಳಿ ಬಂದಿದ್ದೆ." ಒಟ್ಟಿನಲ್ಲಿ ದೊಡ್ಡ ವ್ಯಕ್ತಿ ಎನ್ನಿಸಿಕೊಂಡಿದ್ದ. ಆದರೂ ಅವನಿಗೆ ಯಾವ ತೆರನಾದ ಬಿಗುಮಾನವುಂಟಾಗಲಿಲ್ಲ.

"ಬರ್ತೀನಿ" ಮನೆ ಸಮೀಪಿಸಿದ ಕೂಡಲೇ ಗಿರಿಜ ಹೇಳಿ ಹೊರಟಳು.

ಗಿರಿಜ ಬಂದಾಗ ಅವರ ತಂದೆ ವರಾಂಡದಲ್ಲಿ ಕೂತಿದ್ದರು. ಬೀದಿಯಲ್ಲಿ ಓಡಾಡುವವರನ್ನು ಜಾಲರಿ ಮೂಲಕ ನೋಡಬಹುದಿತ್ತು. ಅವಳೆದೆ ಹಾರಿತು. ಮೆಲ್ಲನೆ ಒಳಸರಿಯಲು ನೋಡಿದಳು.

"ಯಾಕಿಷ್ಟು ಹೊತ್ತು?" ಹಾರಿಬಿದ್ದಳು. ಒಮ್ಮೊಮ್ಮೆ ಕೂತು ಎಷ್ಟೋ ಯೋಚಿಸುವಳು. ತಂದೆ ತಮ್ಮನ್ನೆಲ್ಲ ಎಂಥಾ ವಜ್ರಮುಷ್ಟಿಯಲ್ಲಿ ಹಿಡಿದಿಟ್ಟಿರಬಹುದು? ಧೈರ್ಯವಾಗಿ ಅವರ ಮುಂದೆ ತಲೆ ಎತ್ತಿ ನಡೆಯುವ ಹಾಗೆ ಇಲ್ಲವೇ ಇಲ್ಲವಲ್ಲ. ಮನದ ಮೂಲೆಯಲ್ಲಿದ್ದ ಆಸೆ ಮಿನುಗಿ ಮಾಯವಾಯಿತು.

"ಮೀಟಿಂಗ್ ಇತ್ತು." ಸ್ವರ ಆಳದಿಂದ ಬಂತು. ಸಹಜವಾಗಿ ಹೇಳಬೇಕೆಂದು ಬಹಳ ಪ್ರಯತ್ನಿಸಿದ್ದಳು.

"ನಿನ್ನೊತೆ ಬಂದವ್ರು ಯಾರು?" ನೆಲದ ಮೇಲೂರಿದ ಪಾದಗಳು ಕುಸಿಯುವಂತೆ ಭಾಸವಾದವು. ಆದಷ್ಟು ನೆಲವೂರಿ ನಿಂತಳು.

"ನನ್ನ ತರಗತಿಯ ವಿದ್ಯಾರ್ಥಿ," ಆಮೇಲೆ ಹಗುರವಾಗಿ "ಮುರುಳಿಧರ್ ಅಂತ."

"ಸರಿ, ಒಳಹೋಗು" ಪಾದಗಳು ಎಳೆದು ಹಾಕಿದಳು. ಭಾರವೆನಿಸಿತು. ತೂಕ ತಪ್ಪಿ ಜೋಲಿ ಹೊಡೆದುಬಿಡುವೆನೇನೋ ಎಂದು ಭಯಗೊಂಡಳು. ಒಳಗೆ ಹೋಗಿ ಸುಸ್ತಾದವಳಂತೆ ಕೂತುಬಿಟ್ಟಳು. ಆ ಸಂದರ್ಭ ಬಂದರೆ ಧೈರ್ಯವಾಗಿ ಇವರನ್ನು ಎದುರಿಸಿಯಾನೆ? ಮನದ ಮೂಲೆಯಲ್ಲಿ ಅಪಸ್ವರ ಕೇಳಿಸಿತು. ಹೃದಯ ಬೊಬ್ಬಿಟ್ಟು ಅತ್ತಿತ್ತು.

"ಕೈಕಾಲು ತೊಳ್ದು - ಬಟ್ಟೆ ಬದಲಾಯ್ಸು." ತಲೆ ಎತ್ತಿ ತಾಯಿಯ ಮುಖ ನೋಡಿದಳು. ಅವರಿಗೆ ಅಭ್ಯಾಸವಾಗಿ ಹೋಗಿತ್ತು. ನಿರ್ಲಿಪ್ತ ಮನೋಭಾವ ಬೆಳೆಸಿಕೊಂಡಿದ್ದರು. ಬದುಕಿಗೆ ಒಂದು ಅರ್ಥ ಕಂಡುಕೊಂಡಿದ್ದರು. ಎಂದೂ ಕೈಹಿಡಿದ ಗಂಡನನ್ನು ದ್ವೇಷಿಸಲಾರರು.

ಮುಖ ಊದಿಸಿಕೊಂಡು ಮೇಲೆದ್ದಳು. ಬಟ್ಟೆ ಬದಲಾಯಿಸಿ ಕೈಕಾಲು ತೊಳೆದು ಶಿವಪೂಜೆಗೆ ಕುಳಿತಳು.

ಇವಳು ಅಡಿಗೆ ಮನೆಗೆ ಬಂದಾಗ ಒಳಗೆ ನೆನೆದ ಅಕ್ಕಿ ಸುರಿದುಕೊಂಡು ರುಬ್ಬುತ್ತಿದ್ದರು. ರುಬ್ಬುವ ಗತಿ ನಿಧಾನವಾಗಿತ್ತು. ಇತ್ತೀಚೆಗೆ ಅವರು ಬಹಳ ನಿಶ್ಶಕ್ತರಾಗಿದ್ದಾರೆನಿಸಿತು. ಮಗನ ಕೊರಗು ಆರೋಗ್ಯವಾಗಿದ್ದ ಅವರ ದೇಹವನ್ನ ಅಲ್ಲಾಡಿಸಿಬಿಟ್ಟಿತ್ತು. ಚೇತರಿಸಿಕೊಳ್ಳಬಹುದು. ಪರಮೇಶ ಹಿಂದಿರುಗಿಯಾನೆಂಬ ನಂಬಿಕೆಯೇನು? ಕಾಲವೇ ಅದನ್ನು ಹೇಳಬೇಕು.

"ಅಮ್ಮ, ನಾನು ರುಬ್ಬಿಕೊಡ್ತೀನಿ, ಏಳು." ಅವರು ನೀರಸವಾಗಿ ನಕ್ಕುಬಿಟ್ಟರು. ಅವರ ಕಣ್ಣಂಚಿನಲ್ಲಿ ನೀರು ತುಳುಕಾಡಿತು. ಇಂಥ ಜಬರ್‌ದಸ್ತಿನ ಕೋಪಿಷ್ಟ ಗಂಡನಿದ್ದರೂ ಒಮ್ಮೆಯಾದರೂ ಕಣ್ಣಲ್ಲಿ ನೀರು ಹಾಕದೆ ಬಹಳ ಶಾಂತವಾಗಿ ಸಂಸಾರ ಮಾಡಿಕೊಂಡು ಬಂದಿದ್ದರು. ಪರಮೇಶ ಮನೆಬಿಟ್ಟಮೇಲೆ ನಿತ್ಯ ಕಣ್ಣೀರಿನಲ್ಲಿ ಕೈತೊಳೆಯುತ್ತಿದ್ದರು. ಏನೇ ಮಾಡಿದರೂ ಅವರಿಂದ ಮರೆಯಲು ಸಾಧ್ಯವಾಗಿರಲಿಲ್ಲ. ಹಗಲಿರುಳು ಮಗನ ಬರುವಿಕೆಗಾಗಿಯೇ ಕಾತರಿಸಿತ್ತು ತಾಯಿ ಕರುಳು.

"ಏನೂ ಬೇಡ; ಕಾಫಿ ಮಾಡಿ ಕೊಡ್ಲಾ?" ಬೇಡವೆನ್ನುವಂತೆ ತಲೆಯಾಡಿಸಿದಳು. ಆಗಲೇ ಹೊಟ್ಟೆಯಲ್ಲಿ ಹಸಿವಿನ ಸರ್ಪ ಭುಸುಗುಟ್ಟುತ್ತಿತ್ತು. ಊಟ ಮಾಡಿಬಿಡುವುದು ಸರಿಯೆನಿಸಿತು. ಆದರೆ.... ಅಪ್ಪಾಜಿ ಇನ್ನು ವರಾಂಡದಲ್ಲೇ ಕೂತಿದ್ದರು. ಊಟ-ತಿಂಡಿ ವಿಷಯದಲ್ಲಿ ಅವರದೇನು ಆಕ್ಷೇಪಣೆ ಇಲ್ಲ. ಆದರೂ.... ಎದುರಿಗೆ ಬಂದು ನಿಂತಾಗ ತುತ್ತು ಸರಾಗವಾಗಿ ಒಳಗೆ ಇಳಿಯಲಿಲ್ಲ.

"ಹಸಿವಾಗಿದ್ರೆ - ಬಡಿಸ್ತೀನಿ."

"ಈಗ್ಲೇ ಬೇಡ." ಮಂಡಿಯ ಮೇಲೆ ತಲೆಯೂರಿ ಕೂತಳು.

"ಏನಾದ್ರೂ ಕೊಟ್ಯೋ, ಇಲ್ವೋ?" ಹೊರಗಿನ ಧ್ವನಿ ಇಬ್ಬರನ್ನೂ ಎಚ್ಚರಿಸಿತು.

"ಊಟ ಮಾಡ್ಬಿಡ್ತೀನಿ, ಅಪ್ಪಾಜಿ." ಎದ್ದು ನಿಂತು ಸೆರಗು ಸರಿಪಡಿಸಿಕೊಂಡು ಹೇಳಿದಳು.

"ನಿನ್ನ ಕೆಲ್ಸ ಆಮೇಲೆ ಆಗ್ಲಿ - ಮೊದಲೆದ್ದು ಮಗೂಗೆ ಊಟಕ್ಕೆ ನೀಡು" ಕಟ್ಟಪ್ಪಣೆ ಮೀರಿ ನಡೆದವರುಂಟೆ? ಗುಂಡು ಕಲ್ಲು ಸ್ತಬ್ದವಾಯಿತು.

ಊಟ ಮುಗಿಸಿ ಹೊರಗೆ ಬಂದಳು. ಇವತ್ತು ಚಿಕ್ಕಣ್ಣಯ್ಯನವರು ಸ್ವಲ್ಪ ಖುಷಿಯಾಗಿಯೇ ಇದ್ದರು. ಅಳಿಯನಿಂದ ಪತ್ರ ಬಂದಿತ್ತು. ಪತ್ರದ ತುಂಬ ಮಡದಿಯನ್ನು ಹೊಗಳಿದ್ದ. ಮೀಸೆಯ ಮೇಲೆ ಕೈ ಹಾಕಿದರು. ತಾನು ಮಾಡಿದ ಯಾವ ಕೆಲಸವೂ ಕೆಡೋಲ್ಲವೆಂಬ ನಂಬಿಕೆ. ಮಗನ ಬಗ್ಗೆಯೂ ಅವರಿಗೆ ಭರವಸೆ ಇತ್ತು. ತಮ್ಮ ಪ್ರಯೋಜಕನಾಗಿಯೇ ಮನೆಗೆ ಹಿಂದಿರುಗುತ್ತಾನೆಂದು ಅವರ ವಿಶ್ವಾಸ.

"ಇಲ್ಬಾ...." ಮಗಳನ್ನು ಕೂಗಿದರು. ಷರಟಿನ ಜೇಬಿನಲ್ಲಿದ್ದ ಪತ್ರವನ್ನು ಅವಳ ಕೈಯಲ್ಲಿ ಕೊಟ್ಟರು. ಮತ್ತೇನನ್ನಿಸಿತೋ "ಕೊಡಿಲ್ಲಿ" ಎಂದು ವಾಪಸ್ಸು ಇಸುಕೊಂಡರು.

"ನಿಮ್ಮ ಭಾವ ಪತ್ರ ಬರೆದಿದ್ದಾರೆ." ಕಣ್ಣುಗಳಲ್ಲಿ ಪ್ರತಿಷ್ಠೆಯ ಮಿಂಚು ಮಿಂಚಿತು. "ಸೌಭಾಗ್ಯ ಚೆನ್ನಾಗಿದ್ದಾಳಂತೆ." ಇಷ್ಟು ಹೇಳಿದ್ದು ಸಾಕೆನಿಸಿರಬೇಕು ಸುಮ್ಮನಾದರು.

ಸೌಭಾಗ್ಯ ಬರೆದ ಪತ್ರ ಪರ್ಸಿನಲ್ಲಿತ್ತು. ತಾಯಿಯೇನಾದರೂ ತಂದೆಗೆ ಪತ್ರದ ಸುದ್ದಿ ತಿಳಿಸಿರಬಹುದೆ? ಯೋಚಿಸಿದಳು. ಹೇಳಿರಲಾರರು ಎಂದುಕೊಂಡಳು.

"ಗಿರಿಜ.... ಇಲ್ಬಾ" ಮತ್ತೆ ಕರೆದರು.

"ಸೌಭಾಗ್ಯ ಪತ್ರ ಬರೆದಿದ್ದಾಳಂತಲ್ಲ!" ಹೌದೆನ್ನುವಂತೆ ತಲೆಯಾಡಿಸಿದಳು. ಬಾಯೊಳಗಿನ ತೇವ ಒಣಗಿಹೋಯಿತು. ನಾಲಿಗೆಯಿಂದ ತುಟಿಗಳನ್ನೊರೆಸಿಕೊಂಡಳು.

"ಏನು ಬರೆದಿದ್ದಾಳೆ?" ಎದೆಯ ಮೇಲೆ ಕೈ ಇಟ್ಟುಕೊಂಡಳು. 'ಪತ್ರವನ್ನ ಕೊಡಿಲ್ಲಿ' ಎಂದು ಕೇಳಲಿಲ್ಲವಲ್ಲ ಎಂಬುದೇ ಸಮಾಧಾನ. ಉತ್ಸಾಹದಿಂದ "ತುಂಬಾ ಚೆನ್ನಾಗಿದ್ದಾಳಂತೆ, ತಮಾಷೆಯಾಗಿ ಪತ್ರ ಬರೆದಿದ್ಲು." ಚಿಕ್ಕಣ್ಣಯ್ಯನವರು ಜೋರಾಗಿ ನಕ್ಕರು. ಹೊರ ಮೀಸೆ ಕುಣಿದಾಡಿದವು.

"ನಂಗೆ ಮೊದ್ಲೇ ಗೊತ್ತಿತ್ತು" ಜೋರಾಗಿ ನಕ್ಕರು. ಅವರ ನಗು ಗೋಡೆಗೋಡೆಗಳಿಗೂ ಅಪ್ಪಳಿಸಿ ಪ್ರತಿಧ್ವನಿಸಿತು.

ಓದುವ ನೆಪವೊಡ್ಡಿ ಕೋಣೆಗೆ ಹೋಗಿ ಕೂತುಬಿಟ್ಟಳು. ಪುಸ್ತಕ ಕೈಯಲ್ಲಿ ಇದ್ದರೂ ಮನಸ್ಸು ಗಿರಗಿರನೇ ಸುತ್ತುತ್ತಿತ್ತು. ಎಲ್ಲಾ ಅಸ್ಪಷ್ಟ ಚಿತ್ರಗಳು. ಸ್ಪಷ್ಟವಾಗಿ ನೋಡಲು ಬಹಳ ಪ್ರಯತ್ನಿಸಿದಳು. ಪುಸ್ತಕ ಎತ್ತಿಟ್ಟು ಹಾಸಿಗೆಯ ಮೇಲೆ ಉರುಳಿಕೊಂಡಳು.

ತಾಯಿ-ತಂದೆಯರ ನಡುವೆ ನಡೆಯುತ್ತಿದ್ದ ಮಾತುಕತೆಗಳು ಸ್ವಲ್ಪ ಸ್ವಲ್ಪವಾಗಿ ಕೇಳುತ್ತಿತ್ತು. ಮೊದಲು ಸೌಭಾಗ್ಯ. ಅವಳ ಗಂಡ-ಸಂಸಾರದ ಬಗ್ಗೆ ಮಾತಾಡಲು ಶುರು ಮಾಡಿದರೂ ಗಿರಿಜಳ ಮದುವೆಯ ಸಮೀಪಕ್ಕೆ ಬಂದರು. ಸುಪ್ರೀಂ ಅಥಾರಿಟಿ ಅವರದೇ ಅಲ್ಲವೇ! ತಮ್ಮ ದೃಷ್ಟಿಯಲ್ಲಿದ್ದ ಗಂಡಿನ ಬಗ್ಗೆ ಹೆಂಡತಿಗೆ ಹೇಳುತ್ತಿದ್ದರು. ಒಟ್ಟಿನಲ್ಲಿ ಕೊನೆಯ ವರ್ಷದಲ್ಲಿದ್ದ ಅವಳ ವಿದ್ಯಾಭ್ಯಾಸವನ್ನು ಯಾವ ಕಾರಣಕ್ಕೂ

ನಿಲ್ಲಿಸಿ ಮದುವೆ ಮಾಡಲು ಸಿದ್ಧರಿಲ್ಲ. ಇದರಲ್ಲಿ ಒಮ್ಮತದ ಅಭಿಪ್ರಾಯವಿತ್ತು. ಕೆಲವು ವಿಷಯಗಳಲ್ಲಿ ತಂದೆಯವರಂಥ ಒಳ್ಳೆಯವರೇ ಇಲ್ಲವೆಂದುಕೊಂಡಳು.

* * * *

ನಾಲ್ಕಾರು ದಿನಗಳಿಂದ ಕಾಲೇಜಿಗೆ ರಜಾ. ಉಷಾ ಮಾತ್ರ ಮನೆಯಲ್ಲಿರುತ್ತಿರಲಿಲ್ಲ. ಗೆಳತಿಯರ ಮನೆ, ಅಲ್ಲಿ ಇಲ್ಲಿ ಓಡಾಡುತ್ತಿದ್ದಳು. ಬೆಳಗಿನ ತಿಂಡಿ ಮುಗಿಸಿದವಳೇ ಸೈಕಲ್ ತಳ್ಳಿಕೊಂಡು ಹೊರಗೆ ನಡೆದಳು.

ಕಿಟಕಿಗಳಲ್ಲಿ ಧೂಳು ಕೊಡವುತ್ತಿದ್ದ ತಮ್ಮ ಶಾಮು ಮುಖ ದಪ್ಪಗೆ ಮಾಡಿದ. ತಡೆಯಲಾರದಷ್ಟು ಕೋಪ ಬಂತು.

"ಎಲ್ಲಿಗೆ, ಆಗ್ಲೇ ಸವಾರಿ?" ಅವನ ಧ್ವನಿಯಲ್ಲಿದ್ದ ವ್ಯಂಗ್ಯವನ್ನು ಗುರ್ತಿಸಿದವಳೇ ಕೆಕ್ಕರಿಸಿಕೊಂಡು ನೋಡುತ್ತ ಅಲ್ಲೇ ನಿಂತಳು.

"ಕಾಲೇಜ್‌ಗೆ ರಜಾ ಇದ್ಯಲ್ಲ; ಮನೆಯಲ್ಲಿದ್ದು ಅಮ್ಮನಿಗೆ ಸ್ವಲ್ಪ ಸಹಾಯ ಮಾಡಬಾರ್ದ!"

"ನಿಂಗ್ಯಾಕೋ ಅದೆಲ್ಲ?" ಸೈಕಲ್‌ಗೆ ಸ್ಟಾಂಡ್ ಹಾಕಿ ನಿಲ್ಲಿಸಿ ಅವನ ಮೇಲೆ ಏರಿ ಹೋದಳು.

"ಸಾಕು ಹೋಗೆ, ಗಂಡುಬೀರಿ" ಕೈಯಲ್ಲಿದ್ದ ಹಳೆಯ ಬಟ್ಟೆಯನ್ನು ಅವಳ ಮುಖದ ಮೇಲೊಗೆದ.

"ಯೂ.... ರ್‍ಯಾಸ್ಕಲ್" ತಮ್ಮನ ಬೆನ್ನ ಮೇಲೆ ಎರಡು ಗುದ್ದಿದಳು. ಅವಳಿಗೆ ತೀರಾ ಅವಮಾನವಾಗಿತ್ತು. ಅಪ್ಪ, ಅಮ್ಮ ಕೂಡ ಅವಳನ್ನು ಖಂಡಿಸಿ ಮಾತಾಡುತ್ತಿರಲಿಲ್ಲ. ಈ ಪೋರ ಅಂದರೆ ಸುಮ್ಮನೆ ಬಿಟ್ಟಾಳ!?

ಹೊರಗಿನ ಗಲಾಟೆ ಕೇಳಿ ಅಡಿಗೆಯ ಮನೆಯಲ್ಲಿದ್ದ ಅವರ ತಾಯಿ ಓಡಿಬಂದರು. ಮಗನ ಮುಖ ಕೆಂಪಾಗಿತ್ತು. ಕೋಪದಿಂದ ಸೆಟೆದು ನಿಂತಿದ್ದ. ಅವನು ನಿಂತಿದ್ದ ಭಂಗಿ ನೋಡಿ 'ಎಲ್ಲಿ ಚಚ್ಚಿ ಹಾಕಿ ಬಿಡುವನೋ?' ಎಂದು ಗಾಬರಿಗೊಂಡರು.

"ಇದೆಲ್ಲ ಏನೋ?" ಕೋಪದಿಂದ ಕೇಳಿದರು.

ತಾಯಿ ಕಡೆ ದುರುಗುಟ್ಟಿಕೊಂಡು ನೋಡಿದವನೇ ಹೊರಗೆ ಹೋದ. ಈಗ ಮಗಳ ಕಡೆ ದೃಷ್ಟಿ ಹರಿಸಿದರು. ಮಿಡಿ ತೊಟ್ಟಿದ್ದಳು. ಉಡುಪು ಮೈಯನ್ನು ಕಚ್ಚಿ ಹಿಡಿದಿತ್ತು. ಉಬ್ಬು ತಗ್ಗುಗಳೆಲ್ಲ ಎದ್ದು ಕಾಣುತ್ತಿದ್ದವು. ಒಂದು ಕ್ಷಣ ಮುಖ ಸಿಂಡರಿಸಿದರೂ ಮರುಕ್ಷಣ ಸಮಾಧಾನಗೊಂಡರು. ಹೆಮ್ಮೆಯಿಂದ ಮಗಳ ಕಡೆ ನೋಡಿದರು. ಅವಳು ಕೂಡ ಎಲ್ಲರಂತೆ ಉಡುಪು ತೊಡುವುದು ದೊಡ್ಡ ತಪ್ಪಾಗಿ ಕಾಣಲಿಲ್ಲ.

"ಮನೆಯಲ್ಲಿ ಕೆಲ್ಸ ಮಾಡ್ಕೊಂಡು ನಾನು ಬಿದ್ದಿರ್ಬೇಕಾ?"

"ಅವನಿಗೆ ಬುದ್ಧಿ ಇಲ್ಲ, ನೀನು ಹೋಗು."

ಸೈಕಲ್ ಹತ್ತಿ ಹೊರಟೇಬಿಟ್ಟಳು. ಕಾಣುವವರೆಗೂ ನೋಡುತ್ತ ನಿಂತು ಆಮೇಲೆ ಒಳಗೆ ಹೋದರು. ಶ್ಯಾಮ ಅವಳು ಗೋಡೆಯ ಅಲಮಾರಿನಲ್ಲಿ ಪೇರಿಸಿಟ್ಟ ಪುಸ್ತಕಗಳನ್ನು ಎತ್ತಿ ಕೆಳಗೆ ಒಗೆಯುತ್ತಿದ್ದ. ಈ ರೀತಿ ತನ್ನ ಕೋಪವನ್ನು ಶಮನ ಮಾಡಿಕೊಳ್ಳುತ್ತಿದ್ದ.

"ಏನೋ ನಿನ್ನ ಕೆಲ್ಸ?" ರೇಗಿದರು. ತಾಯಿಯ ರೇಗಾಟದ ಬಗ್ಗೆ ಅವನಿಗೆ ಅಲಕ್ಷ್ಯ. ಇನ್ನೂ ಜೋರಾಗಿ ಒಗೆಯತೊಡಗಿದ. ವಿಮಲಮ್ಮ ಹೋಗಿ ಬೆನ್ನು ಮೇಲೆ ಎರಡು ಗುದ್ದಿದರು. ಕಣ್ಣೊರೆಸಿಕೊಳ್ಳುತ್ತ ಹೊರಗೋಗಿಬಿಟ್ಟ.

ಇತ್ತೀಚೆಗೆ ತಾವು ದುಡುಕಿದೆವೇನೋ ಎಂದು ಗಂಡ, ಹೆಂಡತಿ ಯೋಚಿಸುತ್ತಿದ್ದರು. ಈಗಂತೂ ಮಗಳನ್ನು ತಿದ್ದಲು ಅವರಿಂದ ಸಾಧ್ಯವಿಲ್ಲ. ಅಷ್ಟು ಮುಂದುವರಿದಿದ್ದಳು. ಯಾರದೋ ಸ್ಕೂಟರ್ ತಂದು ಅಭ್ಯಾಸ ಮಾಡುತ್ತಿದ್ದಳು. ಇವರು ಏನಾದರೂ ಹೇಳಲು ಹೋದರೆ ಅವರ ಮಾತುಗಳ ಕಡೆ ಲಕ್ಷ್ಯವನ್ನೇ ಕೊಡುತ್ತಿರಲಿಲ್ಲ.

"ಅಣ್ಣ ನಂಗೆ ಸ್ಕೂಟರ್ ಬೇಕು..." ಒಂದು ದಿನ ದುಂಬಾಲು ಬಿದ್ದಳು. ಅವರು ಸುಸ್ತಾಗಿ ಕೂತರು. ಇವಳ ಬೇಡಿಕೆಯನ್ನು ಪೂರೈಸುವಲ್ಲಿ ಅವರು ಮೆತ್ತಗಾಗಿದ್ದರು.

"ನನ್ನ ಏನಂತ ತಿಳಿದಿದ್ದೀಯಮ್ಮ? ಅವೆಲ್ಲ ನಮ್ಮಂಥವರಿಗಲ್ಲ."

"ನಿಮ್ಗೆ ತೆಕ್ಕೊಡುವ ಮನಸ್ಸಿದ್ರೆ - ಯಾರಾತ್ರಾನಾದ್ರೂ ಸಾಲ ತೆಗೀಬಹುದು!"

ಕಪಾಳಕ್ಕೆ ಬಾರಿಸುವಷ್ಟು ಸಿಟ್ಟು ಬಂದಿತ್ತು. ಆದರೆ ಕೈಗೆ ಆ ಅಭ್ಯಾಸವಿಲ್ಲವಲ್ಲ ಹೆಣ್ಣು-ಗಂಡಿನ ಮಧ್ಯದ ತಾರತಮ್ಯವನ್ನು ಕಾಲೇಜು ದಿನಗಳಿಂದಲೇ ಖಂಡಿಸುತ್ತ ಬಂದಿದ್ದರು. ಮಗಳು ಹುಟ್ಟಿದಾಗ ಅದನ್ನು ಕಾರ್ಯರೂಪಕ್ಕೆ ತಂದರು. ಕೆಲವು ವಿಷಯದಲ್ಲಿ ಅವರೂ ಅಳುಕುತ್ತಿದ್ದರು. ಗಂಡ ಹೆಂಡತಿಯ ಇಬ್ಬರ ಮನೋಭಾವವೂ ಒಂದೇ ಆಯಿತು. ವಿಚಿತ್ರ ಗತಿಯಲ್ಲಿ ಸಾಗಿತು ಅವಳ ಬೆಳವಣಿಗೆ. ಗಂಡು ಹುಡುಗರಂತೆ ಬೀದಿಯಲ್ಲಿ ನಿಂತು ಶಿಳ್ಳೆ ಹಾಕುವಷ್ಟರಮಟ್ಟಿಗೆ ಮುಂದುವರಿದಿದ್ದಳು.

ಇವಳ ಸೈಕಲ್ ನೇರವಾಗಿ ಹೋಗಿದ್ದು ಮುರುಳಿಯ ಮನೆ ಕಡೆ. ಇಳಿದು ಸ್ಟಾಂಡ್ ಹಾಕಿ ನಿಲ್ಲಿಸಿದಳು. ಮುರುಳಿಯ ಇರುವಲ್ಲಿ ಅನುಮಾನವಿತ್ತು. ಗೇಟಿನ ಒಳಗೆ ಹೋದರು. ಬೀಗಾ ಹಾಕಿರಲಿಲ್ಲ. ಮನ ಖುಷಿಯಿಂದ ನೆಗೆಯಿತು. ಉತ್ಸಾಹದಿಂದ ಚುರುಕಾಯಿತು.

ನಿಂತು "ಮಿಸ್ಟರ್ ಮುರುಳಿಧರ್!" ಒಂದೇ ಕೂಗಿನಲ್ಲಿ ಬಾಗಿಲಲ್ಲಿ ಬಂದು ಇಣುಕಿದ. ಅವನು ಕೂಡ ಕಾಲೇಜಿಗೆ ಹೊರಡುವ ಸಿದ್ಧತೆಯಲ್ಲಿ ಇದ್ದ. ಅವನ ಕಣ್ಣುಗಳಲ್ಲೇನೂ ಅಚ್ಚರಿ ಮಿನುಗಲಿಲ್ಲ.

"ಏನು ವಿಷ್ಯ?" ಹೊರಗೆ ಬಂದ.

"ದಯವಿಟ್ಟು ಸ್ವಲ್ಪ ನನ್ನ ಕೆಲ್ಸ ಮಾಡ್ಕೊಡುತ್ತೀರಾ?" 'ಏನಪ್ಪ ಅಂಥದ್ದು!' ಅಂದುಕೊಂಡ.

"ನಾನು ಒಂದೆರಡು ಕತೆಗಳನ್ನು ಬರಿದಿದ್ದೀನಿ. ನೋಡಿಕೊಡ್ತೀರಾ!" ಬರೆಯುವ ಮಟ್ಟದ ಹುಡುಗಿಯೆಂದು ಅವನೆಂದೂ ಅಂದುಕೊಂಡಿರಲಿಲ್ಲ. ಈಗ ನಿಜವಾಗಿ ಅವನಿಗೆ ಆಶ್ಚರ್ಯವಾಯಿತು.

"ನಿಮ್ಮ ಸಹಕಾರ ಸಿಕ್ಕಿದರೆ ನಾನು ದೊಡ್ಡ ಲೇಖಕಿಯಾಗಬಲ್ಲೆ!"

"ನಾನು ಇದುವರೆಗೂ ಅಂತಹ ಉತ್ಕೃಷ್ಟವಾದ ಯಾವುದನ್ನೂ ಬರೆದಿಲ್ಲ. ಅಂಥದ್ದರಲ್ಲಿ ಬೇರೆಯವರದನ್ನ ಹೇಗೆ ವಿಮರ್ಶಿಸಬಲ್ಲೆ?" ಅವಳನ್ನು ಸಾಗಾಕಲು ಹಾಗೆ ಹೇಳಿದ. ಅವಳು ಬಡಪೆಟ್ಟಿಗೆ ಜಗ್ಗುವ ಹುಡುಗಿಯಲ್ಲ.

"ಪರ್ವಾಗಿಲ್ಲ, ನೀವ್ ನೋಡಿದ್ರೇ ನಂಗೆ ತೃಪ್ತಿ."

"ಆಯ್ತು, ಕೊಡಿ, ನೋಡೋಣ."

ಕೈಯಲ್ಲಿದ್ದ ಹಸ್ತಪ್ರತಿಗಳನ್ನ ಅವನ ಕೈಗೆ ಕೊಟ್ಟಳು. ದೊಡ್ಡ ಸಾಹಸ ಕಾರ್ಯ ಮಾಡಿದವಳಂತೆ ಭಾರವಾದ ಉಸಿರುಬಿಟ್ಟಳು.

"ಥ್ಯಾಂಕ್ಸ್ ಬರ್ತೀನಿ." ಅಷ್ಟು ದೂರ ಹೋದವಳು ಹಿಂದಕ್ಕೆ ತಿರುಗಿ "ನೀವ್ ಕಾಲೇಜಿಗೆ ಬರ್‍ಲ್ವಾ?" ಹಿಂದಕ್ಕೆ ತಿರುಗಿದವನು ನಿಂತು "ಬರ್ತೀನಿ" ಒಳಗೆ ಹೋದ. ಅದನ್ನು ಮೇಜಿನ ಡ್ರಾಯರ್‌ನಲ್ಲಿ ಇರಿಸಿ, ಕಾಲೇಜ್‌ಗೆ ಹೊರಡುವ ಸಿದ್ಧತೆಯಲ್ಲಿ ತೊಡಗಿದ. ವಿಚಿತ್ರದ ಹುಡುಗಿಯಾಗಿ ಕಂಡಳು ಉಷಾ.

ಸಂಜೆಯೇ ಪುನಃ ಬಂದಳು. "ಓದಿದ್ರಾ?" ಇಲ್ಲವೆನ್ನುವಂತೆ ತಲೆಯಾಡಿಸಿದ. ಅವನು ಪೂರ್ಣವಾಗಿ ಪಾಠಗಳ ಲಹರಿಯಲ್ಲಿದ್ದ. ಕಾಲೇಜು ಮುಗಿದ ಕೂಡಲೇ ಮನೆಗೆ ಹಾರಿ ಬರುತ್ತಿದ್ದ. ಪುಸ್ತಕಗಳನ್ನು ಮುಂದೆ ಚೆಲ್ಲಿಕೊಂಡು ಕೂಡುತ್ತಿದ್ದ.

ಆ ದಿನ ಮನೆಗೆ ಬಂದು ಅರ್ಧ ಗಂಟೆಯಾಗಿತ್ತು. ನಿಧಾನವಾಗಿ ಕಾಲುಗಳನ್ನಿಡುತ್ತಾ ತಲೆಯನ್ನು ಬಗ್ಗಿಸಿ, ಯೋಚನೆಯಲ್ಲಿ ಮುಳುಗಿ ಬರುತ್ತಿದ್ದ. ಅವನು, ಹೊರಗೆ ನಿಂತಿದ್ದ ಉಷಾಳನ್ನು ಗಮನಿಸಲಿಲ್ಲ. ಅವನು ತಲೆಯಲ್ಲಿ ಏನೋ ತುಂಬಿಕೊಂಡಿದ್ದ.

"ಅಬ್ಬ.... ಎಂಥ ಆಲೋಚನೆಯಲ್ಲಿ ಮುಳುಗಿದೀರಿ? ನಾನು ನಿಂತಿರೋದು ನೋಡಲಿಲ್ವೆ?" ಬೆಚ್ಚಿಬಿದ್ದವನಂತೆ ತಲೆ ಮೇಲಕ್ಕೆ ಎತ್ತಿದ ಮುರುಳಿ "ಓ ನೀವಾ, ನಾನು ನೋಡ್ಲೇ ಇಲ್ಲ" ಎಂದ. ಈಗ ಉಷಾ ಬಂದಿದ್ದು ಬೇಸರವೆನಿಸಿತು. ಅವಳು ಕೊಟ್ಟ ಹಸ್ತಪತ್ರಿಕೆಗಳನ್ನ ತೆಗೆದು ಸಹ ನೋಡಿರಲಿಲ್ಲ. ಒಂದು ರೀತಿಯ ಸಂಕೋಚದಿಂದ ಮುಳುಗಿದ್ದ.

"ಓದಿದ್ರಾ...?" ತಲೆ ಕೆರೆದುಕೊಂಡ.

"ನೀವು ಇನ್ನೂ... ಓದಿಲ್ಲ..." ಹೌದೆನ್ನುವಂತೆ ತಲೆಯಾಡಿಸಿದ.

"ಪುರಸತ್ತು ಇರಲಿಲ್ಲ, ರಾತ್ರಿಗಂತೂ ಓದಿ ಮುಗಿಸ್ತೀನಿ." ದೊಡ್ಡ ಭರವಸೆ ಪಡೆದುಕೊಂಡವಳಂತೆ ಸಮಾಧಾನದ ಉಸಿರುಬಿಟ್ಟಳು.

ಉಷಾ ತಕ್ಷಣ ಹೊರಡಲಿಲ್ಲ. ಔಪಚಾರಿಕವಾಗಿ ಮಾತಾಡಿದರು. ಬಾವಿ ಕಟ್ಟೆಯ ಬಳಿಯಿದ್ದ ಕಲ್ಲಿನ ಹಾಸಿನ ಮೇಲೆ ಇಬ್ಬರು ಕೂತರು. ಸಾಹಿತ್ಯದ ಬಗ್ಗೆ ಅವರು ಎಷ್ಟೋ ಮಾತಾಡಿದರು. ಉಷಾಳ ಮಾತೆಲ್ಲ ಹಸಿಹಸಿ ಪ್ರತಿಯೊಂದು ಮಾತಿನಲ್ಲೂ ಜೀವನಾನುಭವದ ಕೊರತೆ ಎದ್ದು ಕಾಣುತ್ತಿತ್ತು. ಇತ್ತೀಚಿನ ದಿನಗಳಲ್ಲಿ ಅವರಿಬ್ಬರೂ ಪರಸ್ಪರ ಸ್ನೇಹಿತರು ಆದರೆನ್ನಲಡ್ಡಿ ಇಲ್ಲ. ಚೆಲ್ಲುಚೆಲ್ಲಾಗಿದ್ದ ಹುಡುಗಿ ಒಮ್ಮೊಮ್ಮೆ ಗಂಭೀರರಾಗಿ ಮಾತಾಡುತ್ತಿದ್ದಳು. ಅದರಲ್ಲೂ ಕೊರತೆ ಕಾಣುತ್ತಿತ್ತು.

"ಎಷ್ಟು ದಿನಗಳಿಂದ ನಿಮ್ಗೆ ಸಾಹಿತ್ಯದ ಬಗ್ಗೆ ಅಭಿರುಚಿ ಇದೆ?" ನೇರವಾಗಿ ಅವಳನ್ನು ಪ್ರಶ್ನಿಸಿದ.

"ಅಯ್ಯೋ..... ಅಂಥದ್ದೆಲ್ಲ ಏನೂ ಇಲ್ಲ. ನಾನೆಷ್ಟರವಳು. ಚಿಕ್ಕವಯಸ್ಸಿನಿಂದ ಸಿಕ್ಕಿದ ಕತೆ ಕಾದಂಬರಿ ಓದುತ್ತಿದ್ದೆ. ಹೈಸ್ಕೂಲಿನಲ್ಲಿದ್ದಾಗ ಒಂದೆರಡು ಸಲ ಬರೆಯಲು ಪ್ರಯತ್ನಿಸಿ ಸುಮ್ಮನಾಗಿದ್ದೆ. ಕಡೆಗೆ ಶಾಲೆಯ ವಾರ್ಷಿಕ ಪತ್ರಿಕೆಗಾಗಿ ಒಂದು ಸಣ್ಣ ಪದ್ಯ ಬರೆದಿದ್ದೆ. ಅದು ಅಚ್ಚು ಆಗಿತ್ತು. ಕಾಲೇಜಿಗೆ ಸೇರಿದ್ಮೇಲೆ ಆಗೊಂದು ಈಗೊಂದು ಬರೀತಿದ್ದೀನಿ. ಮಾರ್ಗದರ್ಶನ ನೀಡುವವರಿಲ್ಲ. ನಮ್ಮ ಕಾಲೇಜಿನ ಕನ್ನಡ ಪ್ರೊಫೆಸರ್ ಬಳಿಗೆ ಹಸ್ತಪ್ರತಿಗಳನ್ನು ಒಯ್ದಿದ್ದೆ. ಭಾಷೆಯ ಬಗ್ಗೆ ಮಾತ್ರ ಅನೇಕ ಸಲಹೆಗಳನ್ನ ಕೊಟ್ಟರು. ಬೇಸರದಿಂದ ಅವರಲ್ಲಿಗೆ ಹೋಗುವುದನ್ನು ನಿಲ್ಲಿಸಿದೆ."

"ನಿಮ್ಮ ಹಸ್ತಪ್ರತಿಗಳನ್ನು ಓದಿ ನನ್ನ ಅನಿಸಿಕೆನಾ - ನಾಳೆ ತಿಳಿಸ್ತೀನಿ."

ಉಷಾ ಹೋದ ಎಷ್ಟೋ ಹೊತ್ತಿನವರೆಗೂ ಮುರುಳಿ ಅಲ್ಲೇ ಕೂತಿದ್ದ. ಸುತ್ತಲೂ ಹರಡಿದ್ದ ಎಳೆ ಬೆಳೆಯನ್ನು ಸಂತೋಷದಿಂದ ನಿರುಕಿಸಿದ. ಹೆಚ್ಚು ಕಡಿಮೆ ಎಲ್ಲಾ ಗಿಡಗಳು ಹೂವಿನಿಂದ ತುಂಬಿಹೋಗಿತ್ತು. ಕಣ್ಣುಗಳಿಗೆ ಆನಂದ. ಅವನ ಮನದಲ್ಲಿ ಒಂದು ವಿಧವಾದ ಹರ್ಷ ತುಂಬಿಹೋಯಿತು. ಕಾರಣ ಕೆದಕಿ ನೋಡಿದ. ತಕ್ಷಣ ಹೊಳೆಯಲಿಲ್ಲ. ಅವನ ತಲೆ ಈಗ ಹಗುರವಾಗಿತ್ತು.

ಒಳಗೆ ಬಂದವನೆ ಡ್ರಾಯರ್‌ನಲ್ಲಿದ್ದ ಹಸ್ತಪ್ರತಿಗಳನ್ನ ಹೊರಗೆ ತೆಗೆದ. ಒಂದೆರಡು ಸಣ್ಣಕತೆ, ಒಂದು ಮಿನಿ ಕಾದಂಬರಿ ಇತ್ತು. ಅಕ್ಷರಗಳು ಬಿಳಿ ಹಾಳೆಯ ಮೇಲೆ ಸ್ಫುಟವಾಗಿ ದುಂಡಾಗಿದ್ದವು.

ಮಾತಿನಂತೆ ಬರಹವು ತೀರಾ ಹಸಿಯಾಗಿತ್ತು. ಎಲ್ಲಾ ಚಿಗುರು ಹೀಚಿನ ಮಟ್ಟದಲ್ಲಿದ್ದವು. ಸೃಷ್ಟಿಸಿದ ಪಾತ್ರಗಳೆಲ್ಲ ಭಾವ-ಪ್ರಧಾನವಾಗಿತ್ತು. ಪ್ರತಿಯೊಂದರಲ್ಲೂ ಮುಗ್ಗರಿಸಿದ್ದಳು. ಮೇಲಕ್ಕೆ ಏಳಲಾರದಂತಹ ಸ್ಥಿತಿಯೆಂದು ಎರಡು ಸಣ್ಣಕತೆಗಳೇ ಸಾರಿದವು. ಬಹಳ ಪ್ರಯಾಸದಿಂದ ಮಿನಿ ಕಾದಂಬರಿಯನ್ನು ಓದಿ ಮುಗಿಸಿದ.

ಈ ಹುಡುಗಿ ಜೀವನದಲ್ಲಿ ಸ್ವಲ್ಪ ನೋವು ಕೂಡ ಅನುಭವಿಸಿದ ಹಾಗೆ ಕಾಣಲಿಲ್ಲ. ನೇರವಾದ ಅನುಭವ ಯಾವ ಬರಹಗಳಲ್ಲೂ ಕಾಣಲಿಲ್ಲ. ಎತ್ತಿ ಮಡಚಿ ಡ್ರಾಯರ್‌ನಲ್ಲಿಟ್ಟು, ಲಾಟೀನ್ ಬೆಳಕನ್ನು ಸಣ್ಣದು ಮಾಡಿ ಮಲಗಿದ.

ತನ್ನ ಅನಿಸಿಕೆಗಳನ್ನು ನೇರವಾಗಿ ಹೇಳುವುದು ಹೇಗೆ? ಲೇಖನದಲ್ಲಿನ

ನ್ಯೂನತೆಗಳನ್ನ ಮುಚ್ಚುಮರೆಯಿಲ್ಲದೆ ಹೇಳಬೇಕು. ಇದರಿಂದ ವಿಶ್ವಾಸಕ್ಕೆ ಭಂಗ ಬರಬಹುದು. ಯೋಚಿಸುತ್ತಲೇ ಮಲಗಿ ನಿದ್ದೆ ಮಾಡಿದ.

* * * *

ಒಂದೆರಡು ದಿನ ಉಷಾ ಇತ್ತ ಸುಳಿಯಲೇ ಇಲ್ಲ. ಅವನ ಕಣ್ಣುಗಳು ಕಾಲೇಜಿಗೆ ಹೋದಾಗ ಹುಡುಗಿಯರ ಗುಂಪನ್ನೆಲ್ಲ ಅರಸಿತು. ಎಲ್ಲೂ ಕಾಣಲಿಲ್ಲ. ಮರೆತವನಂತೆ ಸುಮ್ಮನಾಗಿಬಿಟ್ಟ.

ಅವನು ಶುರು ಮಾಡಿದ್ದ ಕವನವನ್ನು ಮುಗಿಸಿದ. ಮನಸ್ಸಿಗೆ ಒಂದು ವಿಧವಾದ ತೃಪ್ತಿ ಕಂಡಿತು. ಸಾಹಿತ್ಯಾಭಿಮಾನಿಯಾಗಿದ್ದ ಕೆಲವು ಮಿತ್ರರು ಬರೆದಿದ್ದ ಕವನಗಳನ್ನೆಲ್ಲ ಸೇರಿಸಿ ಸಂಕಲನ ರೂಪದಲ್ಲಿ ಪ್ರಕಟಿಸುವಂತೆ ಪ್ರೋತ್ಸಾಹಿಸಿದ್ದರು. ಅದಕ್ಕೆ 'ಚೈತ್ರದ ಕೋಗಿಲೆ' ಎಂಬ ಶೀರ್ಷಿಕೆ ಕೊಡಬೇಕೆಂದು ಅವರೇ ತೀರ್ಮಾನಿಸಿದ್ದರು. ಇವನ ನಿರಾಸಕ್ತಿನ ಅವರು ಗಮನಕ್ಕೆ ತಂದುಕೊಳ್ಳಲಿಲ್ಲ.

ಪ್ರಕಟನೆಯ ಪೂರ್ವದಲ್ಲಿಯೇ ಅದರ ಬೆಲೆಯನ್ನು ಸಂಗ್ರಹಿಸತೊಡಗಿದರು. ಅವರ ನಿರೀಕ್ಷಣೆ ಮೀರಿ ಸಫಲವಾಗಿತ್ತು. ಆಗ ಬರೆದು ಮುಗಿಸಿದ ಕವನವೂ ಕೂಡ ಆ ಸಂಕಲನದಲ್ಲಿ ಸೇರಬೇಕಿತ್ತು.

ಮುರುಳಿ ಪ್ರತಿಯೊಂದನ್ನು ಬರೆದು ಮುಗಿಸಿದ ಮೇಲೆ ಹತ್ತಾರು ಭಾರಿ ಓದುತ್ತಿದ್ದ. ಯೋಚಿಸುತ್ತಿದ್ದ. ಈ ತರಹ ಸ್ವಭಾವವನ್ನು ಗೆಳೆಯರು ಹಾಸ್ಯ ಮಾಡುತ್ತಿದ್ದರು.

ತೆರೆದ ಬಾಗಿಲಿನಿಂದ ಉಷಾ ನುಗ್ಗಿದಳು. ಇಂದು ಲಕ್ಷಣವಾಗಿ ಸೀರೆಯುಟ್ಟು ಹೆರಳು ಹಾಕಿಕೊಂಡಿದ್ದಳು. ಸ್ವಲ್ಪ ಹೆಚ್ಚು ಎನಿಸುವಂತೆ ಹೂ ಮುಡಿದಿದ್ದಳು. ದಿನದಂತೆ ಕಿವಿಗಳಲ್ಲಿ ಫ್ಯಾಷನಬಲ್ ಒಡವೆಗಳಿರಲಿಲ್ಲ. ಬಂಗಾರದ ಮುತ್ತಿನ ಓಲೆಗಳಿದ್ದವು. ಹಣೆಯಲ್ಲಿ ದುಂಡು ಕುಂಕುಮವಿತ್ತು. ಲಕ್ಷಣವಾಗಿ ಕಾಣುತ್ತಿದ್ದಳು.

"ಬನ್ನಿ...." ಎಂದ. ಉಷಾಳ ಮುಖದ ಮೇಲೆ ಅಪರೂಪದ ಸಂಕೋಚ ಕಾಣಿಸಿಕೊಂಡಿತು. ತುಸು ಮೆಲುಸ್ವರದಲ್ಲಿ "ನಾನು ಬಂದದ್ದು ನಿಮ್ಮ ಕೆಲ್ಸಕ್ಕೆ ತೊಂದರೆಯಾಗಲಿಲ್ಲ ತಾನೆ?" ಎಂದಳು. ಮುರುಳಿ ತುಸು ಹಿಂದಕ್ಕೆ ಒರಗಿ "ಏನಿಲ್ಲ ಬಿಡಿ" ಎಂದನು.

"ಓದಿದ್ದೀರಾ?" ಉತ್ಸಾಹದಿಂದ ಕೇಳಿದಳು. ಅವಳ ಉತ್ಸಾಹಕ್ಕೆ ತಣ್ಣೀರು ಎರಚಬೇಕಲ್ಲ ಎಂಬ ಹಿಂಸೆಯಾಯಿತು.

"ಓದಿದೆ, ಚೆನ್ನಾಗಿದೆ."

"ಬರೀ ಚೆನ್ನಾಗಿದೆ ಅಂದ್ರೆ ಸಾಲ್ದು. ಅದರ ಬಗ್ಗೆ ಏನಾದ್ರೂ ಹೇಳಿ."

ಮುರುಳಿ ಸುಮ್ಮನೆ ಕೂತ. ನಿಂತಿದ್ದವಳನ್ನ 'ಕುಳಿತುಕೊಳ್ಳಿ' ಎಂದು ಕೂಡ ಹೇಳಬೇಕೆಂಬುದು ಅವನಿಗೆ ತೋಚಲಿಲ್ಲ. ಕುರ್ಚಿಗೆ ಅಂಟಿಕೊಂಡು ಕೂತ.

"ನಿಮ್ಮಿಂದ ವಿಮರ್ಶೆ ಕೇಳಬೇಕೆಂದೇ ಕೊಟ್ಟಿದ್ದು." ನೇರವಾಗಿ ಬಂತು ಬಾಣ.

"ನಿಜವಾದ ವಿಮರ್ಶೆ ಹೇಳಿದರೆ - ವಿಶ್ವಾಸ ಕೆಡುತ್ತೆ."

ಉಷಾಳ ಮುಖ ಕೆಂಪಾಯಿತು. ಅವಳಿಗೆ ಕೋಪ ಬಂದಿದೆಯೆಂದು ಮುಖ ನೋಡಿಯೇ ಅರಿತು ಮಾತಾಡದೆ ಕೂತ.

"ವಿಶ್ವಾಸ ಯಾಕೆ ಕೆಡುತ್ತೆ? ವಿಮರ್ಶೆಗೂ, ವಿಶ್ವಾಸಕ್ಕೂ ಸಂಬಂಧವೇನು?" ತೀರಾ ತಿಳಿವಳಿಕೆ ಇಲ್ಲದ ಮಗುವಿನ ನುಡಿಗಳಂತಿತ್ತು. ಅವಳ ಪ್ರಶ್ನೆಗಳು.

"ಬೇಗ ಹೇಳಿ."

ಮುಚ್ಚುಮರೆ ಮಾಡುವುದು ಅವನಿಗೂ ಬೇಕಿರಲಿಲ್ಲ. ತನ್ನ ಅನಿಸಿಕೆಗಳನ್ನು ನೇರವಾಗಿ ಹೇಳಿದ. ಅವಳ ಕಣ್ಣು ಗುಡ್ಡೆಗಳು ನೀರಿನಲ್ಲಿ ತೇಲಾಡಿದವು.

"ಅವು ಕೊಡಿ."

ಡ್ರಾಯರ್‌ನಲ್ಲಿದ್ದ ಹಸ್ತಪ್ರತಿಗಳನ್ನು ತೆಗೆದು ಅವಳ ಕೈಯಲ್ಲಿಟ್ಟ. ತಕ್ಷಣವೇ ಉದ್ವೇಗಗೊಂಡವಳಂತೆ ಹರಿದು ಹರಿದು ಚೂರು ಮಾಡಿ ತೂರಿದಳು. "ಉಷಾ, ನೀವೇನು ಮಾಡ್ತಾ ಇದ್ದೀರಿ!" ಎನ್ನುತ್ತಲೇ ಇದ್ದ. ಅವಳು ಮಾತ್ರ ಹಿಂದೆಗೆಯಲಿಲ್ಲ. ಎರಡು ಕೈಯಲ್ಲೂ ಮುಖ ಮುಚ್ಚಿಕೊಂಡು ಬಿಕ್ಕಿಬಿಕ್ಕಿ ಅತ್ತಳು. ಹೇಗೆ ಸಮಾಧಾನ ಹೇಳಬೇಕೆಂಬುದೇ ಅವನಿಗೆ ತೋಚಲಿಲ್ಲ.

"ಬರ್ತೀನಿ" ಅಂಗೈನಿಂದ ಕಣ್ಣುಗಳನ್ನೊರೆಸಿಕೊಂಡು ಹೊರಟುಬಿಟ್ಟಳು. ಅವಳು ಹೋದತ್ತಲೇ ನೋಡುತ್ತ ಎಷ್ಟೋ ಹೊತ್ತು ನಿಂತಿದ್ದ.

ಮನಸ್ಸಿನ ಸಮಾಧಾನ ಸ್ಥಿತಿಯೇ ಕೆಟ್ಟುಹೋಯಿತು. ಏನೋ ಒಂದು ವಿಧವಾದ ನೋವು ಅವನನ್ನು ಚುಚ್ಚಿನೋಯಿಸಿತು. ಅವಳು ಅತ್ತ ರೀತಿಯನ್ನು ನೆನೆಸಿಕೊಂಡರೇ ಎಂತಹ ನಿರಾಶೆಗೆ ಗುರಿಯಾಗಿದ್ದಾಳೆಂದು ಸುಲಭವಾಗಿ ಅರ್ಥಮಾಡಿಕೊಂಡ.

ಅವಳು ಲೈಬ್ರರಿಯಿಂದ ಒಯ್ಯುವ ಪುಸ್ತಕಗಳನ್ನು ನೋಡಿದ್ದ. ಸಾಹಿತ್ಯಾಭಿಮಾನಿ ಎಂಬುದು ನಿರ್ವಿವಾದ. ಆಳವಾದ ಚಿಂತನೆ ಇರಲಿಲ್ಲ. ಜೀವನ ಮೌಲ್ಯಗಳನ್ನು ಅರ್ಥಮಾಡಿಕೊಳ್ಳುವ ಪ್ರಯತ್ನವನ್ನೇ ಮಾಡಿರಲಿಲ್ಲ.

ಮನೆಗೆ ಬಂದ ಮಗಳ ಮುಖ ನೋಡಿ ಅವಳ ತಾಯಿಯ ಹೃದಯ ಧಸಕ್ಕೆಂದಿತ್ತು. ಇದ್ದಕ್ಕಿದ್ದಂತೆ 'ಏನಾಯಿತಪ್ಪ?' ಎಂದು ಯೋಚಿಸಿದರು.

"ಯಾಕೆ ಉಷಾ ಏನಾಯ್ತು?' ಧ್ವನಿಯಲ್ಲಿ ಆತಂಕವಿತ್ತು.

"ನಿಂಗ್ಯಾಕೆ?" ಕೋಣೆಗೋಗಿಬಿಟ್ಟಳು. ಸ್ವಲ್ಪ ಹೊತ್ತು ಅತ್ತಳು. ಆಮೇಲೆ ಮೌನವಾಗಿ ಕೂತಳು. ಮಲಗಿಬಿಟ್ಟಳು.

ನೆಂಟರ ಮದುವೆಗೆ ಹೋಗಿ ಬಂದಿದ್ದರು. ಅಲ್ಲಿಗೆ ಬಂದಿದ್ದ ಒಬ್ಬ ಯುವಕ ಉಷಾಳನ್ನು ನೋಡಿ ಒಪ್ಪಿಯೂ ಇದ್ದ. ಮದುವೆಯ ಮಟ್ಟದವರೆಗೂ ಮಾತುಕತೆಗಳಾಗಿತ್ತು. ಹೆಚ್ಚುಕಡಿಮೆ ಎಲ್ಲಾ ಮುಗಿಯಿತೆಂದೇ ಹೇಳಬೇಕು. ಇವಳ

ಪರೀಕ್ಷೆಯಾಗುವವರೆಗೂ ಗಂಡು ಕಾಯಬೇಕಿತ್ತು. ಅದಕ್ಕೆ ಮಾತ್ರ ಅವರ ತಕರಾರಿತ್ತು. ನೋಡೋಣವೆಂದುಕೊಂಡು ಸುಮ್ಮನಾಗಿದ್ದರು.

ಅವರ ಎದೆಯ ಬಡಿತ ಎರಡು ಪಟ್ಟು, ಮೂರುಪಟ್ಟು ಜಾಸ್ತಿಯಾಯಿತು. ಮಗಳ ನಡತೆಯ ಬಗ್ಗೆ ಅವರಿಗೆ ಅಪಾರ ನಂಬಿಕೆ ಎಂದೂ ಕೆಟ್ಟದನ್ನು ಯೋಚಿಸಲಾರರು. ಎಷ್ಟೋ ಹೊತ್ತು ಅದೇ ಯೋಚನೆಯಲ್ಲಿದ್ದರು.

"ಅಮ್ಮ, ಏನಾದ್ರೂ ತಿಂಡಿ ಕೊಡು." ಮಗಳ ಮುಖ ಎಂದಿನಂತಿತ್ತು. ಅತ್ತ ಗುರುತಿಗಾಗಿ ಕೆನ್ನೆಗಳು ಮಾತ್ರ ಕೆಂಪಗಾಗಿದ್ದವಷ್ಟೆ. ಮುಖದಲ್ಲಿ ಪೆಚ್ಚುತನದ ಲಕ್ಷಣವೇ ಇರಲಿಲ್ಲ. ಉತ್ಸಾಹದಿಂದಿದ್ದಳು. ಸಮಾಧಾನದ ಉಸಿರುಬಿಟ್ಟರು.

ತಿಂಡಿ ಕೊಟ್ಟು ತಮ್ಮ ಕೆಲಸದ ಕಡೆ ಲಕ್ಷ್ಯ ಕೊಟ್ಟರು. ಅಕ್ಕತಂಗಿಯರ ಲಘುವಾಗಿ ಮೂದಲಿಸಿದ್ದರು. ಇವರು ಬೆಳೆಸಿದ ರೀತಿಯ ಬಗ್ಗೆ ಆಡಿಕೊಂಡು ನಕ್ಕಿದ್ದರು. ಅವೆಲ್ಲ ಗೌಣ!

ತಾನು ಬರೆದ ಬರಹಗಳ ಬಗ್ಗೆ ದೊಡ್ಡ ಕನಸನ್ನು ಕಂಡಿದ್ದಳು. ಸಾರಸ್ವತ ಲೋಕದಲ್ಲಿ ದೊಡ್ಡ ಹೆಸರು ಸಂಪಾದನೆ ಮಾಡಬೇಕು. ನೂರಾರು, ಸಾವಿರಾರು ಅಭಿಮಾನಿಗಳನ್ನು ಸಂಪಾದನೆ ಮಾಡಬೇಕು. ತನ್ನ ಹಸ್ತಾಕ್ಷರಕ್ಕಾಗಿ ಸಾಲು ಹಿಡಿದು ನಿಲ್ಲಬೇಕು. ಬಿಗುಮಾನದಿಂದ ತಲೆ ಎತ್ತಿ ಅವರೆಡೆ ನೋಡಬೇಕು. ಏನೆಲ್ಲ ಕಲ್ಪಿಸಿಕೊಂಡಿದ್ದಳು. ಒಂದು ಕ್ಷಣದಲ್ಲಿ ಭಗ್ನವಾಗಿ ಹೋಗಿದ್ದವು.

"ಮೊದ್ಲು ಅಣ್ಣಂಗೆ ಹೇಳು. ನನ್ನೈಲಿ ಸೈಕಲ್ ತುಳಿಯೋಕ್ಕಾಗೋಲ್ಲ. ಸ್ಕೂಟರ್ ಬೇಕೇಬೇಕೂ..." ಅವರಿಗೆ ತಲೆ ಚಚ್ಚಿಕೊಳ್ಳಬೇಕೆನಿಸಿತು. ಆರ್ಥಿಕವಾಗಿ ಚೆನ್ನಾಗಿದ್ದರೆ ಮಗಳಿಗಾಗಿ ಒಂದು ಸ್ಕೂಟರ್ ಕೊಂಡುಕೊಂಡಲು ಹಿಂದೆಗೆಯುತ್ತಿರಲಿಲ್ಲ. ಆದರೆ ಗಂಡನ ಸಂಬಳ, ಪಾಠದ ದುಡ್ಡಿನಲ್ಲಿ ಎಲ್ಲಾ ಸರಿ ಹೊಂದಿಸಿಕೊಳ್ಳಬೇಕಾಗಿತ್ತು. ಶಕ್ತಿಮೀರಿ ಅವಳಿಗಾಗಿ ಮಾಡುತ್ತಿದ್ದರು.

ಮಂಕಾಗಿ ಗೋಡೆಗೊರಗಿ ಕೂತರು. ಅವರ ಪ್ರೀತಿಯ ಮಹಾಪೂರ ಬತ್ತದ ತೊರೆಯಂತೆ ಮಗಳ ಕಡೆ ಸದಾ ಹರಿಯುತ್ತಿತ್ತು. ಒಡ್ಡು ಹಾಕಲು ಸಾಧ್ಯವಿಲ್ಲ. 'ಮದುವೆಯಾಗಿ ಗಂಡನ ಮನೆಗೆ ಹೋಗೋ ಹುಡ್ಗಿ ಇನ್ನೆಷ್ಟು ದಿನ ತಮ್ಮನ್ನು ಕಾಡಿಯಾಳು?' ಸಮಾಧಾನ ಮಾಡಿಕೊಂಡರು.

"ಯಾಕೆ ಸುಮ್ನೆ ಕೂತೆ? ಮನೆಯಲ್ಲಿ ಏನೂ ಕೆಲ್ಸವಿಲ್ವಾ?" ಮೇಷ್ಟರ ಧಾಟಿಯಲ್ಲೇ ಕೇಳಿದರು. ಹೇಳಿ ಕೇಳಿ ಹೈಸ್ಕೂಲ್ ಉಪಾಧ್ಯಾಯರು, ಎಳೆಯ ಚಿಗುರಲ್ಲ, ಬಲಿತ ಮರವಲ್ಲ, ಇಂಥ ಹುಡುಗರಿಗೆ ಪಾಠ ಮಾಡುವುದು ಸಾಧಾರಣ ವಿಷಯವೆ? ಬಹಳ ಕಸರತ್ತು ಮಾಡಿರಬೇಕು. ಶಾಲೆಯಿಂದ ಮನೆಗೆ 'ಉಸ್ಸಪ್ಪಾ' ಎಂದು ಬಂದರೂ ಕೂಡುವ ಹಾಗಿಲ್ಲ. ಮತ್ತೆ ಪಾಠದ ಹುಡುಗರು ಹಾಜರು. ನಿಯಮದಂತೆ ಮನೆಯಲ್ಲಿ ಪಾಠಗಳನ್ನು ಇಟ್ಟುಕೊಬಾರದು. ಏನು ಮಾಡುವುದು? ರಥ ಸರಾಗವಾಗಿ ಸಾಗಬೇಕಲ್ಲ!

"ನಿಮ್ಮ ಮಗ್ಳಿಗೆ ಸ್ಕೂಟರ್ ಬೇಕಂತೆ." ಇದೇನು ಅವರಿಗೆ ಹೊಸ ವಿಷಯವಲ್ಲ. ಮಗಳ ಬೇಡಿಕೆಯನ್ನು ತಳ್ಳಿಕೊಂಡೇ ಬಂದಿದ್ದರು. ಮಗಳ ಸೈಕಲ್ ಸವಾರಿಯಿಂದ ಆಗುವ ಅನಾಹುತಗಳೇ ಸಾಕಾಗಿತ್ತು. ಅವಳಿಗೆ ಸ್ಕೂಟರ್ ಕೊಡಿಸಿಕೊಡಲು ಅವರಗಿಷ್ಟವಿಲ್ಲ. ಒಮ್ಮೊಮ್ಮೆ ಮನಸ್ಸು ಮಾಡುತ್ತಿದ್ದರು. ತಕ್ಷಣಕ್ಕೆ ಬದಲಾಗುತ್ತಿತ್ತು. ಬದಲಾಗುವ ಮುನ್ನ ಕೊಡಿಸಿ ಕೊಡೋಕೆ ಹಣಕಾಸಿನ ತೊಂದರೆ.

"ಅಳಿಯನ ಬದ್ಲು ಮಗ್ಳೇ ಕೇಳ್ತಾ ಇದ್ದಾಳೆ." ನಿಟ್ಟುಸಿರುಬಿಟ್ಟರು.

"ನಾಳೆ ಅದ್ನೇ ಅಳಿಯನಿಗೆ ಕೊಡಬಹ್ದು!"

ಯಾಕೋ ಇದ್ದಕ್ಕಿದ್ದಂತೆ ಕೋಪ ಬಂತು. ಹಾಗೆ, ಆಗಾಗ ಬರುವುದುಂಟು. ಇದೊಂದು ವಿಧವಾದ ಅಸಹಾಯ ಸ್ಥಿತಿನೇನೋ! ಪ್ರೀತಿಯು ಒಮ್ಮೊಮ್ಮೆ ಉರುಳು.

"ಸಾಕ್ಬಾಯ್ಮುಚ್ಚಿ.... ಅದ್ನೇ ಅಳಿಯನಿಗೆ ಕೊಡ್ತಾಳಂತೆ. ಅವರಿವರು ಆಡಿಕೊಳ್ಳ ಹಾಗೆ ಮಿತಿಮೀರಿ ಹೋಗ್ತಾ ಇದ್ದಾಳೆ. ಈ ಮೈಸೂರಿನಲ್ಲಿ ಎಷ್ಟು ಜನ ಹೆಣ್ಣು ಮಕ್ಳು ಸ್ಕೂಟರ್ ಹತ್ತಬಹ್ದು....! ಈ ಚೇಷ್ಟೆಗಳ್ನ ನೋಡಿ ಮದ್ವೆಯಾಗೋಕೇ ಗಂಡೇ ಮುಂದೆ ಬರದಿದ್ರೆ ಏನು ಮಾಡ್ತೀಯಾ? ಅದ್ನ ಮೊದಲು ಯೋಚಿಸು!" ಇವೇನು ಅಷ್ಟೊಂದು ಗಂಭೀರವಾದ ವಿಷಯವಲ್ಲವೆನಿಸಿತು.

"ಅಣ್ಣ...." ಎಲ್ಲಿಂದಲೋ ಪ್ರತ್ಯಕ್ಷಳಾದಳು. ಅವರ ಬಾಯಿಗೆ ಬಿತ್ತು ಬೀಗಮುದ್ರೆ.

"ನನ್ನ ಸ್ನೇಹಿತೆ ರೀನಾ ಗೊತ್ತಲ್ಲ!?" ಇವಳಿಗೆ ಹಿಂಡು ಸ್ನೇಹಿತರು. ಅವರೆಲ್ಲ ಮನೆಗೆ ಬಂದು ಹೋಗುವವರೇ. ಅವರಲ್ಲಿ ರೀನಾಳನ್ನು ಹೇಗೆ ಪತ್ತೆ ಮಾಡಿಯಾರು? ಗೊತ್ತಿಲ್ಲವೆನ್ನುವಂತೆ ತಲೆಯಾಡಿಸಿದರು.

"ಅವ್ಳು ನಿನ್ನ ಸ್ಟೂಡೆಂಟೇ. ಇವತ್ತಿಗೂ ನೀವ್ ಹೇಳಿದ ಜೋಕ್‌ಗಳನ್ನು ಜ್ಞಾಪಿಸಿಕೊಂಡು ನಗ್ತಾಳೆ."

ಅವರು ಮೌನವಹಿಸಿದರು. ಮಗಳ ಈ ಪೀಠಿಕೆ ಸ್ಕೂಟರ್ ಇರಬೇಕೆಂದು ಅವರ ಅನುಮಾನ. ಸ್ವಲ್ಪ ಗಂಭೀರವಾಗಿರಬೇಕೆಂದು ನಿರ್ಧರಿಸಿಕೊಂಡರು.

"ಅವರಣ್ಣನ ಹತ್ರ ಸ್ಕೂಟರ್ ಇದೆ. ಅದ್ನ ಮಾರಿಬಿಡ್ತಾರಂತೆ. ನಾವೇ ಕೊಂಡುಕೊಳ್ಳೋಣ."

"ಯಾಕೆ, ನಿನ್ನ ಸ್ನೇಹಿತೆಗೆ ಬೇಡವಂತೆ?"

ಉಷಾ ಪಕಪಕನೇ ನಕ್ಕಳು. ಏನೋ ನೆನಪಿಸಿಕೊಂಡು ಬಿದ್ದುಬಿದ್ದು ನಕ್ಕಳು.

"ಅದ್ನ ಹೊಡೆಯೋಕೆ ಗಟ್ಸ್ ಬೇಕು. ಅವಳೊಬ್ಬ ಪುಕ್ಕಲು ಹುಡ್ಗಿ!"

"ನನ್ನ ಮಾತು ಕೇಳು, ಇಂಥದ್ದೆಲ್ಲ ಬೇಡ. ಈಗ ಮಾತಾಗಿರೋ ಗಂಡು ಕೂಡ ನಿನ್ನ ಚೇಷ್ಟೆಗಳನ್ನ ನೋಡಿ ಓಡಿಹೋದಾನು!" ಮದುವೆಯ ಮನೆಯಲ್ಲಿ ಮಾತಾದ

ಗಂಡನ್ನು ಜ್ಞಾಪಿಸಿಕೊಂಡು ಹೇಳಿದರು. ಹೆಣ್ಣಿನ ಕತ್ತಿಗೆ ತಾಳಿ ಬೀಳೋವರ್ಗೂ ಯಾವ ನಂಬಿಕೆ?

"ಅದ್ನ ಕೇಳೋಕೆ ಅವ್ನು ಯಾರು? ನನ್ನಿಷ್ಟ ಬಂದ ಹಾಗೇನೇ ಇರೋದು!"

ಇವಳು ತೀರಾ ಮಿತಿಮೀರಿದ ಹುಡುಗಿಯಾಗಿಬಿಟ್ಟಳು. ಇನ್ನು ಸ್ವಲ್ಪ ದಿನ ಹೋದರೆ ನಾನೇ ತಾಳಿ ಕಟ್ತೀನಿ ಅಂದ್ರೂ ಹೆಚ್ಚಲ್ಲ. ಆದಷ್ಟು ಬೇಗ ಮೂಗುದಾರ ಹಾಕಿ ಸಾಗುಹಾಕೋದು ಸರಿಯೆಂದುಕೊಂಡರು.

ಹಿಂದೆ ಚರ್ಚಾಕೂಟಗಳಲ್ಲಿ ಹೆಣ್ಣಿಗೆ ಗಂಡಿಗೆ ಸಮನಾದ ಸ್ವತಂತ್ರಬೇಕೆಂದು ವಾದಿಸಿದರು. ಆ ಸ್ವತಂತ್ರವೇ ಸ್ವಚ್ಛಂದಕ್ಕೆ ಅವಕಾಶ ಕೊಡುತ್ತದೆಂಬ ತಿಳಿವಳಿಕೆ ಅಂದು ಮೂಡಿರಲಿಲ್ಲವೇನೋ!

"ಸದ್ಯಕ್ಕೆ ಸುಮ್ನಿರು. ಸಿಕ್ಕಾಪಟ್ಟೆ ಮಾತಾಡೋದು ಆರೋಗ್ಯವಂತರ ಲಕ್ಷಣವಲ್ಲ!" ಅಲ್ಲಿಂದೆದ್ದು ಕೋಣೆಯ ಒಳಗೆ ಹೋದರು.

ಉಷಾ ತಾಯಿಯ ಜೊತೆಯಲ್ಲಿ ದೊಡ್ಡ ಚರ್ಚೆಯನ್ನು ಆರಂಭಿಸಿದ್ದಳು. ಅವರ ಕಿವಿಯವರೆಗೂ ಆ ಮಾತುಗಳು ಬಂದು ಮುಟ್ಟುತ್ತಿದ್ದವು. ಅವಳು ತನ್ನ ವಾದವನ್ನು ಗಡುಸಿನಿಂದ ಸಮರ್ಥಿಸಿಕೊಳ್ಳುತ್ತಿದ್ದಳು. ಗಂಡಿನ ಹಿಪಾಕ್ರಸಿಯನ್ನು ಖಂಡಿಸಿ ಮಾತಾಡುತ್ತಿದ್ದಳು. ಸಮಾನತ್ವವನ್ನು ಪ್ರತಿಪಾದಿಸುತ್ತಿದ್ದಳು ಉಗ್ರವಾಗಿ. ಅವಳ ದೃಷ್ಟಿಕೋನ ತೀರಾ ಭಿನ್ನವಾಗಿತ್ತು.

ರಾತ್ರಿ ಮಲಗಿ ವಿಷಯವನ್ನು ಗಂಭೀರವಾಗಿ ಮನದಲ್ಲಿಯೇ ವಿಮರ್ಶಿಸಿ ಕೊಳ್ಳತೊಡಗಿದರು. ಯೋಚಿಸಿದಷ್ಟೂ ಅವರ ಮನೋಭಾವಕ್ಕೆ ಕೊಡಲಿಪೆಟ್ಟು ಬಿತ್ತು. ಹಿಂದಿನ ಅವರೆಲ್ಲ ವಿಚಾರಕ್ಕೂ ಮನ ವಿರೋಧ ಪ್ರತಿಕ್ರಿಯೆ ತೋರಿಸಿದಂತೆ ಕಂಡಿತು.

* * * *

'ಚೈತ್ರದ ಕೋಗಿಲೆ' ಕವನ ಸಂಕಲನ ಅಚ್ಚಾಗಿ ವಿದ್ಯಾರ್ಥಿಗಳ ಕೈ ಸೇರಿತು. ಪ್ರಿನ್ಸಿಪಾಲರೇ ಅದನ್ನು ಬಿಡುಗಡೆ ಮಾಡಿ ಮುರುಳಿಯ ಪ್ರತಿಭೆಯನ್ನು ಮುಕ್ತಕಂಠದಿಂದ ಹೊಗಳಿದರು.

ಹೆಚ್ಚಿನ ಬೆಲೆ ಇಲ್ಲದ ಕಿರು ಹೊತ್ತಿಗೆ ಸುಲಭವಾಗಿ ಮಾರಾಟವಾಯಿತು. ಉಳಿದ ಕೆಲವು ಪ್ರತಿಗಳನ್ನು, ಮುದ್ರಣ ವೆಚ್ಚಕ್ಕೆ ವಿನಿಯೋಗಿಸಿ ಮಿಕ್ಕ ಹಣವನ್ನು ಒಂದು ಸಣ್ಣ ಸಮಾರಂಭವನ್ನು ಹೋಟಲಿನಲ್ಲಿ ಏರ್ಪಡಿಸಿ, ಮುರುಳಿಯನ್ನು ಸತ್ಕರಿಸಿದರು.

ವಿದ್ಯಾರ್ಥಿಗಳ (ಸಾಹಿತ್ಯಾಭಿಮಾನಿಗಳ) ಕೈಯ್ಯಲ್ಲೆಲ್ಲ 'ಚೈತ್ರದ ಕೋಗಿಲೆ' ಪ್ರತಿಗಳು ನಲಿದವು. ತಮ್ಮದೇ ಆದ ಧಾಟಿಯಲ್ಲಿ ಕೆಲವರು ಹಾಡತೊಡಗಿದರು.

ಶನಿವಾರ ಮಧ್ಯಾಹ್ನ ಕಾಲೇಜಿನಿಂದ ಹಿಂದಿರುಗಿದವನೇ ಮುರುಳಿ ಬಟ್ಟೆ ಬದಲಾಯಿಸಿಕೊಂಡು ನೇರವಾಗಿ ಗಿರಿಜಳ ಮನೆಗೆ ಬಂದ. ಅವರ ತಂದೆ ಊಟಕ್ಕೆ ಕೂರುವ ಸಮಯ ಅಲ್ಲವೆಂದು ಗೊತ್ತು. ಆದರೂ ಅವರ ಬಗ್ಗೆ ಭಯವಾಗಲಿ, ಬೇಸರವಾಗಲಿ ಇಲ್ಲ. ಎಲ್ಲರ ಸ್ವಭಾವವನ್ನು ವಿಮರ್ಶಿಸುವುದೇ ಅವನ ಕೆಲಸವಲ್ಲ.

"ಅಮ್ಮ, ನಾನು ಹಳ್ಳಿಗೆ ಹೋಗ್ತಾ ಇದ್ದೀನಿ. ಕೆಂಚನ್ನ ಮನೆಯಲ್ಲಿ ಮಲಗೋಕೆ ಹೇಳ್ತೀರಾ?" ಎದುರಾದ ಗಿರಿಜಳ ತಾಯಿಗೆ ಹೇಳಿದ.

ಕೆಂಚ ಪರದೇಶಿ. ಅರವತ್ತರ ಅಂಚಿನಲ್ಲಿದ್ದ. ಊಟ, ತಿಂಡಿ ಇವರ ಮನೆಯಲ್ಲಿ ನಡೆದುಹೋಗುತ್ತಿತ್ತು. ಗಿರಿಜಳೇ ಒಮ್ಮೆ ಆ ಸಲಹೆಯನ್ನು ಅವನಿಗೆ ನೀಡಿದ್ದಳು. ಮುರುಳಿ ಇಲ್ಲದ ವೇಳೆಯಲ್ಲೋ, ಇಲ್ಲ ಒಮ್ಮೊಮ್ಮೆ ಕೆಂಚ ಅಲ್ಲಿಯೇ ಹೋಗಿ ಮಲಗುತ್ತಿದ್ದ.

"ಯಾವಾಗ ಬರ್ತೀ?" ಅವರ ಕಣ್ಣಲ್ಲಿ ಮಮತೆ ಇಣಕಿತು. ಇವನನ್ನು ನೋಡಿದಾಗಲೆಲ್ಲ ಪರಮೇಶನ ನೆನಪು ಅವರನ್ನು ಕಾಡುತ್ತಿತ್ತು.

"ಒಳ್ಗೆ ಬಾಪ್ಪ" ಬಾಯಿ ತುಂಬ ಕರೆದರು.

"ಇಲ್ಲ, ಹೊತ್ತಾಗುತ್ತೆ." ಬೀಗದ ಕೈಯನ್ನು ಅವರತ್ತ ಚಾಚಿದ. ಅವರ ಕೆನ್ನೆಯ ಮೇಲೆ ಉರುಳಿದ ಕಣ್ಣೀರಿನ ಮುತ್ತುಗಳನ್ನು ನೋಡಿ ಮುರುಳಿಯ ಹೃದಯ ಹತ್ತಿಕೊಂಡು ಉರಿಯಿತು. ನಿರ್ವಾಜ್ಯ ನಿರ್ಮಲವಾದ ಪ್ರೀತಿ ತಾಯಿಯ ಹೃದಯದಲ್ಲಿ ಅಲ್ಲದೇ ಬೇರೆ ಎಲ್ಲಿಯಾದರೂ ಸಿಕ್ಕಿತೇ? ಮನಭಾರವಾಯಿತು. ದಾಪುಗಾಲು ಹಾಕುತ್ತ ಹೊರಟುಬಿಟ್ಟ.

ಬಸ್‌ಸ್ಟಾಂಡ್‌ಗೆ ಬಂದವನೇ ಸ್ವಲ್ಪ ಹಣ್ಣು, ಹೂ ಕೊಂಡು ಬಸ್ಸಿನಲ್ಲಿ ಕೂತ. ಪ್ರೀತಿ, ಪ್ರೇಮ, ರಾಗ, ದ್ವೇಷ ಎಲ್ಲದರ ಸಾಕಾರಮೂರ್ತಿಯೇ ಮಾನವ. ಒಬ್ಬರಲ್ಲಿ ಒಂದು ಗುಣ ಜಾಸ್ತಿ ಇರಬಹುದು. ಕಮ್ಮಿ ಇರಬಹುದು. ವ್ಯತ್ಯಾಸವಂತೂ ಅಷ್ಟೆ.

ಹಳ್ಳಿಯ ಬಳಿ ಇಳಿದಾಗ ಮುಸ್ಸಂಜೆಯ ಹೊತ್ತಾಗಿತ್ತು. ಹೆಚ್ಚಿನ ಜನ ಸಂದಣಿ ಇರಲಿಲ್ಲ ಪ್ರಶಾಂತವಾಗಿತ್ತು. ಸ್ವಲ್ಪ ದೂರದಲ್ಲಿ ದನ ಕಾಯುವ ಹುಡುಗರು ದನಗಳನ್ನು ಹಳ್ಳಿಯ ಕಡೆ ಅಟ್ಟಿಕೊಂಡು ಹೋಗುತ್ತಿದ್ದರು. ಸಂಜೆಯ ಸೂರ್ಯನ ಕೆಂಪಾದ ಕಿರಣಗಳು ಹಸಿರಿನ ಮೇಲೆ ಕಂಗೊಳಿಸುತ್ತಿತ್ತು.

ನಡೆದು ಹೊರಟ. ಅರ್ಧ ಫರ್ಲಾಂಗ್ ಹಾದಿ. ನಿಧಾನವಾಗಿ ಹೆಜ್ಜೆ ಹಾಕಿದ. ಹತ್ತಿರದ ಅರಳಿಯ ಕಟ್ಟೆ ಬಳಿ ಆಡುತ್ತಿದ್ದ ಅಚ್ಚು ನೋಡಿದವನೇ ಹಿಂದಕ್ಕೆ ತಿರುಗಿ ನೋಡುತ್ತ ಒಂದೇ ಓಟಕ್ಕೆ ಮನೆಯ ಕಡೆ ಓಡಿದ.

ಇವನು ಮನೆಯ ಹೊಸಲು ಸಮೀಪಿಸುವ ವೇಳೆಗೆ ಒಳಗಿನಿಂದ ಅತ್ತೆ, ಮಾವ ಎದುರು ಬಂದರು. ಅವರ ಮುಖಗಳ ಮೇಲೆ ಅವ್ಯಕ್ತವಾದ ಸಂತೋಷವಿತ್ತು. ತಂದಿದ್ದ ಹಣ್ಣು, ಹೂ ಹುಡುಗರ ಕೈಯಲ್ಲಿರಿಸಿ, ಬಗ್ಗಿ ಅತ್ತೆ ಮಾವನ ಕಾಲುಗಳಿಗೆ ನಮಸ್ಕರಿಸಿದ. ಸಾಧನೆಗಳಿಂದ ತೃಪ್ತಿಯ ಮನೋಭಾವ ಅವನಲ್ಲಿತ್ತು.

"ಹೇಗಿದ್ದೀಯಪ್ಪ?" ಸೂರ್ಯನಾರಾಯಣ್ ಅಡಿಯಿಂದ ಮುಡಿಯವರೆಗೆ ಸೋದರಳಿಯನನ್ನು ನೋಡುತ್ತ ವಿಚಾರಿಸಿದರು.

"ಚೆನ್ನಾಗಿದ್ದೀನಿ, ಮಾವ."

"ಮೊದ್ಲು ಕೈಕಾಲು ತೊಳ್ಕೊ."

ಟವಲು ಹಿಡಿದು ಹಿತ್ತಲಿಗೆ ನಡೆದ. ತುಳಸಿ ಕಟ್ಟೆಯ ಮುಂದೆ ದೀಪ ಹಚ್ಚಿಡುತ್ತಿದ್ದ ಸೀತ ಸುಶ್ರಾವ್ಯವಾಗಿ ಹಾಡುತ್ತಿದ್ದಳು. ಇಂಪಿಗೆ ಮೀರಿದ ಭಕ್ತಿಭಾವ ಅವಳ ಧ್ವನಿಯಲ್ಲಿತ್ತು. ನಿಂತು ಆಲಿಸಿದ. ಮುಖದ ಮೇಲೆ ಶಾಂತತೆ ಹರಡಿತು.

ಗೋಡೆಗೆ ಒರಗಿ ಕೂತು ರಾಜಮ್ಮ ಕೊಟ್ಟ ಕಾಫಿ ಗುಟುಕರಿಸತೊಡಗಿದ. ಮುಖ ಕೈಕಾಲು ತೊಳೆದ ಮೇಲೆ ಆರಾಮವೆನಿಸಿತು. ಸೂರ್ಯನಾರಾಯಣ ಅವರು ಕೇಳಿದ ಒಂದೆರಡು ಪ್ರಶ್ನೆಗಳಿಗೆ ಉತ್ತರಿಸಿದ.

"ಚೆನ್ನಾಗಿದ್ದೀರಾ, ಮಾವ?" ಸೀತೆಯ ಧ್ವನಿಯಲ್ಲಿ ಏರಿಳಿತವಿರಲಿಲ್ಲ. ಹಣೆಯಲ್ಲಿದ್ದ ಅಗಲ ಕುಂಕುಮದ ಕೆಳಗೆ ತುಳಸಿ ಕಟ್ಟೆಯಿಂದ ತೆಗೆದಿರಿಸಿಕೊಂಡಿದ್ದ ಸಣ್ಣ ಕುಂಕುಮದ ಬೊಟ್ಟಿತ್ತು. ಇನ್ನೂ ಸ್ವಲ್ಪ ಎತ್ತರ ಬೆಳೆದಂತೆ ಕಂಡಳು. ಎತ್ತರಕ್ಕೆ ಸರಿಯಾದ ಗಾತ್ರ.

"ಚೆನ್ನಾಗಿದ್ದೀನಿ" ತಟ್ಟನೆ ಅವಳು ಅಂದು ನೀಡಿದ ಕರವಸ್ತ್ರವನ್ನು ಜ್ಞಾಪಿಸಿಕೊಂಡ. ಅವಳು ಕಷ್ಟಪಟ್ಟು ಹಾಕಿದ್ದನ್ನು ಉದಾರವಾಗಿ ನೀಡಿದ್ದಳು. ಅದಕ್ಕಾಗಿ ಅವಳು ಯಾವ ಪ್ರತಿಫಲವನ್ನೂ ಅಪೇಕ್ಷಿಸಿರಲಿಲ್ಲ.

ರಾತ್ರಿ ಬಿಸಿ ಸಾರು, ಹೊನೆಗೊನೆ ಸೊಪ್ಪಿನ ಪಲ್ಯ, ಉಪ್ಪಿನಕಾಯಿ, ಮೊಸರು, ದಪ್ಪಕ್ಕಿಯ ಅನ್ನದ ಊಟವಾಯಿತು. ಲೋಕಾಭಿರಾಮವಾಗಿ ಮಾತುಕತೆ ಸಾಗಿತು. ಅವನ ಮಾತು ಬಹಳ ಕಡಿಮೆ. ಆಡಿದ್ದೆಲ್ಲ ಸೂರ್ಯನಾರಾಯಣ್, ಮಧ್ಯೆ ಮಧ್ಯೆ ರಾಜಮ್ಮ ಒಂದೆರಡು ಮಾತನ್ನು ಆಡಿದರು.

ಎದ್ದು ತಾನು ತಂದಿದ್ದ ಎರಡು 'ಚೈತ್ರದ ಕೋಗಿಲೆ' ಪ್ರತಿಗಳನ್ನು ಅತ್ತೆ, ಮಾವನಿಗೆ ಕೊಟ್ಟ. ಆ ದಿನ ಅವರು ಅವನಿಗೆ ಪೂಜ್ಯಸ್ಥಾನದಲ್ಲಿದ್ದರು. ಸೂರ್ಯನಾರಾಯಣ್ ಪುಟಗಳನ್ನು ಮಗಚಿದರು. ಕಣ್ಣುಗಳಲ್ಲಿ ಕಾಂತಿ ಚಿಮ್ಮಿತು. ಗಂಟಲು ಗದ್ಗದವಾಯಿತು. ಈಚಿನ ಸಾಹಿತ್ಯದ ಬಗ್ಗೆ ಅವರ ಅರಿವು ಸ್ವಲ್ಪವೇ. ಆದರೂ ಪುರಾಣ ಗ್ರಂಥಗಳನ್ನ ಎಡಬಿಡದೆ ಅಭ್ಯಾಸ ಮಾಡಿದ್ದರು. ಯಾವ ಸಂದರ್ಭದಲ್ಲಿಯಾದರೂ ರಾಮಾಯಣ, ಮಹಾಭಾರತದಲ್ಲಿನ ಘಟನೆಗಳನ್ನು ವಿವರಿಸಬಲ್ಲರು. ಭಗವದ್ಗೀತೆಯ ಹದಿನೆಂಟು ಅಧ್ಯಾಯಗಳೂ ಅವರ ನಾಲಿಗೆಯ ಮೇಲಿತ್ತು.

"ನಂಗೆ ಆಗಿರೋ ಸಂತೋಷಾನ ಹೇಗೆ ವ್ಯಕ್ತಪಡ್ಸಬೇಕೋ ಗೊತ್ತಾಗ್ತಾ ಇಲ್ಲ!"

"ಮಾವ..." ಅವನು ಏನು ಹೇಳುವುದಕ್ಕೂ ಬಿಡಲಿಲ್ಲ. ಬಾಯಿ ತುಂಬ ಹೊಗಳಿದರು. ಮನಃಪೂರ್ವಕವಾಗಿ ಆಶೀರ್ವದಿಸಿದರು. ಅವನ ಏಳಿಗೆಗೆ ದೇವರಲ್ಲಿ ಪ್ರಾರ್ಥಿಸಿದರು.

ನಿಜವಾಗಿ ಆ ಪುಸ್ತಕ ಸೇರಿದ್ದು ಸೀತೆಯ ಕೈಗೆ. ಜೋಪಾನವಾಗಿರಬೇಕಾದುದ್ದೆಲ್ಲ ಸೇರುವುದೇ ಅವಳ ಟ್ರಂಕ್. ಆಸ್ಥೆಯಿಂದ ಎರಡು ಭಾರಿ ಓದಿದಳು. ತಿಳಿಯದನ್ನು ಸರಿಯಾಗಿ ತಿಳಿಯಲು ಮುರುಳಿಯನ್ನು ಕೇಳಿದಳು, ಚರ್ಚಿಸಿದಳು. ವಿಸ್ಮಿತನಾದ.

ಮರುದಿನ ಹೊರಟು ನಿಂತಾಗ ಬಲವಂತದಿಂದ ನಿಲ್ಲಿಸಿಕೊಂಡು ತೊವ್ವೆ ಪಾಯಸದ ಅಡಿಗೆ ಮಾಡಿ ಬಡಿಸಿದರು.

"ಅತ್ತೆ, ನಾನು ಬಂದಾಗ್ಲೆಲ್ಲ ಸಿಹಿ ಮಾಡಿಬಡಿಸುತ್ತಾರೆ." ರಾಜಮ್ಮನ ಮುಖ ಮೊರದಗಲವಾಯಿತು. ಇನ್ನೆರಡು ಸೌಟು ಪಾಯಸವನ್ನು ಅವನ ದೊನ್ನೆಗೆ ಸುರಿದರು.

"ಮುರುಳಿ, ತಪ್ಪು ತಿಳೀಬ್ಯಾಡ. ಒಂದು ಹುಡ್ಗಿ ಆಗಾಗ ನಿನ್ನ ಹುಡುಕಿಕೊಂಡು ಬರ್ತಾಳಂತೆ, ನಿಜವಾ?"

"ಇಲ್ಲವಲ್ಲ! ನಂಗೇನೂ ಗೊತ್ತಿಲ್ಲ! ಯಾರು ಹೇಳಿದ್ದು?" ಎಂದು ಮುರುಳಿ ನಟಿಸಿದರೂ, ತಡೆಯಲಾರದೆ ಬಂದ ನಗೆ ಅವನ ನಟನೆಯನ್ನು ಹರಿದುಹಾಕಿತು. ನವಿರಾಗಿ ನಕ್ಕು ಹೇಳಿದ. "ಆಗಾಗ ಬರೋದುಂಟು. ನನ್ನ ತರಗತಿಯ ವಿದ್ಯಾರ್ಥಿನಿ ತಿಳಿಯದ ವಿಚಾರಗಳನ್ನು ಚರ್ಚಿಸಲು ಬರ್ತಾಳೆ. ಅಷ್ಟರ ವಿನಹ ಮತ್ತೇನು ಇಲ್ಲ." ಹಗುರವಾಗಿ ತೆಗೆದುಕೊಂಡ ಆ ವಿಷಯದ ಬಗ್ಗೆ ತಲೆ ಕೆಡಿಸಿಕೊಳ್ಳಲು ಅವನಿಗಿಷ್ಟವಿಲ್ಲ. ಯಾರನ್ನು ಕುರಿತು ಕೇಳಿದ್ದು? ಕ್ಷಣ ಯೋಚಿಸಿದ. ಗಿರಿಜಾ.... ಅಥವಾ ಉಷಾನಾ? ಗಿರಿಜ ಮೊದಲಿನಂತೆ ಆಗಾಗ ಬರುತ್ತಿದ್ದಳು, ಹೋಗುತ್ತಿದ್ದಳು. ಆ ಘಟನೆಯ ನಂತರ ಉಷಾ ಬಂದಿರಲಿಲ್ಲ. ಸುಮ್ಮನೆ ಯಾಕೆ? ವಿಷಯವನ್ನು ಕೊಡವಿಕೊಂಡು ಮೇಲೆದ್ದ.

"ಬರ್ತೀನಿ" ಎಂದು ಅತ್ತೆ, ಮಾವನಿಗೆ ಹೇಳಿ ಸಂಜೆಯ ಬಸ್ಸಿಗೆ ಹೊರಟ. ಇದು ಕಡೆಯ ವರ್ಷ ಉತ್ತಮ ಶ್ರೇಣಿಯಲ್ಲಿ ತೇರ್ಗಡೆಯಾಗುವುದರಲ್ಲಿ ಅನುಮಾನವಿರಲಿಲ್ಲ. ರಾತ್ರಿ ಬಹಳ ಹೊತ್ತಿನವರೆಗೂ ಓದುತ್ತಿದ್ದ. ಬಸ್ಸು ಇಳಿದು ಮನೆಯ ಕಡೆ ಹೆಜ್ಜೆ ಹಾಕಿದ. ಸನಿಹದಲ್ಲಿಯೇ ಒಂದು ಸ್ಕೂಟರ್ ಬಂದು ನಿಂತಿತು. ನಿಂತು ತಿರುಗಿ ನೋಡಿದ. ಉಷಾ ಕೂತಿದ್ದಳು. ಅವಳ ಮುಖದ ಮೇಲೆ ಹೆಮ್ಮೆಯ ಬಿಗುಮಾನವಿತ್ತು.

"ನೆನ್ನೆ ಸಂಜೆ ಎರಡು ಸಲ ನಿಮ್ಮ ಮನೆಗೆ ಹೋಗಿದ್ದೆ." ರಾಗವಾಗಿ ಎಳೆದು ಹೇಳಿದಳು.

"ಹಾಗಾ.... ನಾನು ಇರ್ಲಿಲ್ಲ. ಈಗತಾನೇ ಬರ್ತಾ ಇರೋದು. ಏನು ವಿಷ್ಯ?"

"ಬೀದಿಯಲ್ಲೆಲ್ಲ ಹೇಳೋಕಾಗೋಲ್ಲ. ಮನೆಗೆ ಬಂದೇ ಹೇಳ್ತೀನಿ." ಅವಳ ಮುಖದ ಮೇಲೆ ಮೆಚ್ಚಿಗೆಯ ನೆರಳಾಡುತ್ತಿತ್ತು. ಎರಡು ಹೆಜ್ಜೆ ಮುಂದಕ್ಕಿಟ್ಟ ಮುರುಳಿ "ಹಾಗೆ ಮಾಡಿ" ಎಂದು ನಡೆದುಬಿಟ್ಟ.

"ಮಿಸ್ಟರ್ ಮುರುಳೀಧರ್, ಒಂದ್ನಿಮಿಷ ನಿಂತ್ಕೊಳ್ಳಿ." ಅವಸರದಿಂದ ಕೂಗಿದಳು. ನಿಂತು ಹಿಂದಿರುಗಿದ. ಸ್ಕೂಟರ್ ಕಂಡೀಷನ್‌ನಲ್ಲಿ ಇರಲಿಲ್ಲ; ಬಹಳ ಪ್ರಯಾಸಪಟ್ಟು ಸ್ಟಾರ್ಟ್ ಮಾಡ್ತಾ ಇದ್ದಳು.

"ನಾನು ಡ್ರಾಪ್ ಮಾಡ್ತೀನಿ - ಇರಿ."

"ಥ್ಯಾಂಕ್ಸ್ ಬೇಡ. ಬಹಳ ಅರ್ಜೆಂಟಾದ ಕೆಲ್ಸವಿದೆ." ಮುರುಳಿ ನಡೆದುಬಿಟ್ಟ. ಅವಳ ಸ್ವಭಾವದ ಬಗ್ಗೆ ಏನೂ ಹೇಳಲೂ ಅವನಿಗಿಷ್ಟವಿಲ್ಲ.

ಅಷ್ಟು ದೂರದಲ್ಲಿ ನೋಡಿದವನೇ ರೇಣು ಬಂದು ಬೀಗದ ಕೈಯನ್ನು ಅವನ ಕೈಗೆ ಕೊಟ್ಟು ಹಿಂದಿರುಗಿದ. ಒಂದು ಮಾತು ಕೂಡ ಆಡಲಿಲ್ಲ. ಮುರುಳಿಗೆ ಆಶ್ಚರ್ಯವಾಯಿತು. ಮನದ ಮೂಲೆಯಲ್ಲಿ ನಿರಾಶೆಯ ನೆರಳು ಸುಳಿದಾಡಿತು. ಯಾಕೆ... ಹೀಗೆ?

ಸೆಕೆ ಎನಿಸಿತು. ಬಾವಿ ಕಟ್ಟೆಯ ಬಳಿ ತಣ್ಣೀರಿನಿಂದ ಮಿಂದು ಬೇರೆ ಬಟ್ಟೆ ಧರಿಸಿ ಒಂದೆಡೆ ಕೂತ. 'ಚೈತ್ರದ ಕೋಗಿಲೆ'ಯ ಒಂದು ಪ್ರತಿ ಮೇಜಿನ ಮೇಲಿತ್ತು. ಕೈಗೆ ತೆಗೆದುಕೊಂಡು ಪುಟಗಳನ್ನು ತಿರುವಿ ಹಾಕಿದ.

"ಇದ್ದೀರಾ, ಮುರುಳಿಧರ್?" ತಲೆ ಎತ್ತಿ ನೋಡಿದ. ಒಳಗೆ ಬಂದವನು ನಾಗೇಂದ್ರ. ಅವನ ಕಪ್ಪು ಬಣ್ಣ ಈಗ ಅಷ್ಟೊಂದು ಎದ್ದು ಕಾಣುತ್ತಿರಲಿಲ್ಲ. ವಿಶ್ವಾಸ ಆತ್ಮೀಯತೆ ಬೆಳೆದಂತೆ ಕುರೂಪಗಳು ಸಾಮಾನ್ಯವಾಗಿ ತೊಡೆದು ಹೋಗುತ್ತದೆ ಎನಿಸಿತು. ಎದ್ದು ನಿಂತು "ಬನ್ನಿ ಬನ್ನಿ" ಎಂದು ಆಹ್ವಾನಿಸಿದ. ಹಿಂದಿನ ದಿನ ಮಡದಿಯೊಂದಿಗೆ ಬಂದಿದ್ದ.

"ಕೂತ್ಕೊಳ್ಳಿ" ಎಂದು ಅವನಿಗೆ ಛೇರ್ ಬಿಟ್ಟು ಹಿಂದೆ ಸರಿದು ನಿಂತ.

"ಇಬ್ರೂ ಕೆಳ್ಗೆ ಕೂಡೋಣ" ಸುತ್ತಿಟ್ಟಿದ್ದ ಚಾಪೆ ಹಾಸಿಕೊಂಡು ಕೂತುಬಿಟ್ಟ.

"ಮೇಲೆ ಕೂಡಬಹುದಿತ್ತು." ನಾಗೇಂದ್ರ ಜೋರಾಗಿ ನಕ್ಕುಬಿಟ್ಟ. ಹುಟ್ಟಿದ ಮನೆಯ ಬಡತನದ ನೆನಪು ಮರುಕಳಿಸಿರಬೇಕು! ಭಾರವಾದ ನಿಟ್ಟುಸಿರುಬಿಟ್ಟ.

ಅವನಿಗೆ ಸಮೀಪದಲ್ಲಿಯೇ ಮುರುಳಿ ಕೂತ. ಕೂತಿದ್ದ ನಾಗೇಂದ್ರ ತಟ್ಟನೆ ಎದ್ದವನೇ "ಸ್ವಲ್ಪ ಏಳಿ" ಎಂದ. ಮುರುಳಿಗೆ ಆಶ್ಚರ್ಯವಾಯಿತು. ಎದ್ದು ನಿಂತ. ಅವನ ಕೈಯನ್ನು ಬಲವಾಗಿ ಕುಲುಕುತ್ತ "ಕಂಗ್ರಾಜುಲೇಷನ್, ಸಾಹಿತಿಗಳಿಗೆ." ಅದರಲ್ಲಿ ನಾಟಕೀಯತೆ ಇರಲಿಲ್ಲ. ತುಂಬು ಮನಸ್ಸಿನಿಂದ ಸಂತೋಷ ವ್ಯಕ್ತಪಡಿಸಿ ಶುಭ ಹಾರೈಸಿದ್ದ.

ಮುರುಳಿ ನವಿರಾಗಿ ನಕ್ಕ. ನಾಗೇಂದ್ರನ ನೋಡಿದ ಕೂಡಲೇ ಯಾವುದೋ ಆತ್ಮೀಯ ತಂತು ಮನದ ಮೂಲೆಯಲ್ಲಿ ಮಿಡಿಯುತ್ತಿತ್ತು.

"ಥ್ಯಾಂಕ್ಸ್..."

ಪ್ಯಾಂಟ್‌ನ ಜೇಬಿನಲ್ಲಿ ಕೈಯಿಟ್ಟು ಹೊರತೆಗೆದು ಒಂದು ಪೆನ್ನನ್ನು ಮುರುಳಿಯ ಕೈಯಲ್ಲಿ ಇಟ್ಟ. ಬೆಲೆಬಾಳುವ ಪಾರ್ಕರ್ ಪೆನ್, ಮಂಡಿ ಮರ್ಚೆಂಟ್, ಶ್ರೀಮಂತ, ದುಡ್ಡಿನ ಬಗ್ಗೆ ಅವನಿಗೆ ಅಸಡ್ಡೆ - ಮುರುಳಿಗೆ ಸಂಕೋಚವಾಯಿತು.

"ಇದೊಂದು ಚಿಕ್ಕ ಬಹುಮಾನ. ನಿಮ್ಮ ಹರಿತವಾದ ಲೇಖನಿಯಿಂದ ಸಾಹಿತ್ಯ ಸೇವೆ ಅಮೃತವಾಗಿ ಸಾಗಲಿ" ಬೆನ್ನು ತಟ್ಟಿದ. ಮುರುಳಿಯಲ್ಲಿ ಮಾತಾಡಲು ಮಾತುಗಳು ಇರಲಿಲ್ಲ.

"ಹೊರ್ಗೆ ಕೂಡೋಣ್ಬನ್ನಿ" ಅವನನ್ನ ಕೈಹಿಡಿದೇ ಎಳೆದೊಯ್ದ.

ಹೊರಗೆ ಕೂತ ನಾಗೇಂದ್ರ ಕೇಳದೆಯೇ ತನ್ನ ತಾಯಿ-ತಂದೆ, ಅಣ್ಣ, ತಮ್ಮಂದಿರು, ಒಡತನ ಎಲ್ಲದರ ಬಗ್ಗೆಯೂ ಹೇಳಿಕೊಂಡ. ಸಾಕು ತಾಯಿ, ತಂದೆನ ಮೆಚ್ಚಿ ಕೃತಜ್ಞತೆಯಿಂದ ಸ್ಮರಿಸಿಕೊಂಡ. ಆಮೇಲೆ ಮಡದಿಯ ಬಗ್ಗೆ ಹೇಳಿದ. ಅವಳ ಬಗ್ಗೆ ಸಹಾನುಭೂತಿಯನ್ನು ತೋಡಿಕೊಂಡ.

"ಈಗ ಮಾತ್ರ ಎಲ್ಲಾ ವಿಷ್ಯದಲ್ಲೂ ಸುಖಿ." ದೊಡ್ಡ ನಗೆ ನಕ್ಕ. ಆ ನಗುವಿನಲ್ಲಿ ಕುಹಕತೆ ಇರಲಿಲ್ಲ, ಸ್ವಚ್ಛವಾಗಿತ್ತು.

ಮತ್ತೆ ಒಂದು ನಿಮಿಷ ಮೌನವಾಗಿದ್ದು "ನಿಮ್ಮ ಬಗ್ಗೆ ಏನೂ ಹೇಳಲಿಲ್ಲ!" ಮಾತು ಆಕ್ಷೇಪಣೆಯ ಧಾಟಿಯಲ್ಲಿರಲಿಲ್ಲ. ಸರಳವಾಗಿ ವಿಚಾರಿಸುವಂತಿತ್ತು.

"ಹೇಳೋ ಅಂಥದ್ದು ಏನೂ ಇಲ್ಲ." ಇಂದಿನ ಸಮಾಧಾನ ಸ್ಥಿತಿ ಮುರುಳಿಯಲ್ಲಿ ಉಳಿಯಲಿಲ್ಲ. ಯಾವುದೋ ಭಾವನಾವೇಗ ಅವನ ಸಮಾಧಾನ ಸ್ಥಿತಿಯನ್ನು ಬಡಿದೆಬ್ಬಿಸಿಕೊಂಡು ಹೋಗಿತ್ತು.

ಅವನ ಮುಖ ನೋಡಿದ ನಾಗೇಂದ್ರ "ಬೇಡ ಬಿಡಿ. ಇನ್ನೆಂದಾದರೂ ತಿಳಕೊಂಡ್ರೆ ಆಯ್ತು" ಮೇಲಕ್ಕೆದ್ದ. ಮುರುಳಿ ಗೇಟಿನವರೆಗೂ ಅವನನ್ನು ಬೀಳ್ಕೊಂಡು ಬಂದ.

ನಾಗೇಂದ್ರ ನಡೆದೇ ಮನೆಗೆ ಬಂದ. ಮಧ್ಯಾಹ್ನದ ಗಂಭೀರ ಸ್ಥಿತಿಯೆ ಉಳಿದುಕೊಂಡಿತ್ತು. ಕುರ್ಚಿಯ ಮೇಲೆ ಕೂತು ಹಿಂದಕ್ಕೆ ತಿರುಗಿ "ಸೌಭಾಗ್ಯ" ಎಂದ. ಹೊರಬಂದಳು. ಅವಳ ಕಣ್ಣುಗಳಲ್ಲಿ ಪ್ರೀತಿಯ ಕಾರಂಜಿಗಳು ಚಿಮ್ಮುತ್ತಿದ್ದವು. ಹಿಂದಿನಂತೆ ಕನಸಿನಲ್ಲಿ ತೇಲಾಡುವ ಹುಡುಗಿಯಲ್ಲ. ತುಂಬು ಗೃಹಿಣಿ. ಗಂಡನ ಬಗ್ಗೆ ಅಪಾರ ಪ್ರೇಮವಿದೆ, ತೃಪ್ತಿಯಿದೆ.

"ಅಪ್ಪಾಜಿ ಮಂಡಿಗೆ ಹೋದ್ರಾ?" ಕೇಳಿದ ಅವನಿಗೆ ಅನುಮಾನವಿತ್ತು. ಅವರೂ ಹೋಗಿದ್ದರೆ ಮನೆಯ ಗಂಭೀರ ಸ್ಥಿತಿ ಸ್ವಲ್ಪವಾದರೂ ಕರಗುತ್ತಿತ್ತು.

"ಆಗ್ಲೇ ಹೋದ್ರು" ಅವನ ನಿರೀಕ್ಷೆ ತಲೆಕೆಳಗಾಗಿತ್ತು. ಮುಂದಕ್ಕೆ ಬಾಗಿ "ಗಿರಿಜ ಎಲ್ಲಿ?" ಮತ್ತೆ ಹಿಂದಕ್ಕೆ ಒರಗಿ "ಸ್ವಲ್ಪ ಕರೀ ಇಲ್ಲಿ" ಎಂದ.

ಚಿಕ್ಕಪ್ಪಯ್ಯನವರು ಬಹಳ ದಿನದಿಂದ ಕಾಯುತ್ತಿದ್ದರು. ಗೊತ್ತಿಲ್ಲದ ಯಾವನೋ ಒಬ್ಬ ವಿದ್ಯಾರ್ಥಿಯ ಬಗ್ಗೆ ತಾಯಿ, ಮಗಳು ಅಲ್ಲದೆ ರೇಣು ಕೂಡ ಆಸಕ್ತಿ ವಹಿಸುವುದು ಅವರಿಗೆ ಬೇಡವಾಗಿತ್ತು. ಇದಕ್ಕೆ ಸರಿಯಾಗಿ ಕೆಂಚ ಅಲ್ಲಿ ಮಲಗಲು ಹೊರಟಾಗ ಹಾರಾಡಿದ್ದರು. ಅಪ್ಪಿತಪ್ಪಿ ಕೂಡ ಅತ್ತ ಸುಳಿಯಬಾರದೆಂದು ಗಿರಿಜಳಿಗೆ ತಾಕೀತು ಮಾಡಿದ್ದರು. ರೇಣುನ ಕೂಡ ಬೆದರಿಸಿದ್ದರು. ಮನೆಯ ಗಂಭೀರ ಸ್ಥಿತಿಗೆ ಇದೇ ಕಾರಣ.

ಸೌಭಾಗ್ಯ ನಿಂತ ಕಡೆಯಿಂದಲೇ "ಗಿರಿಜ, ನಿಮ್ಮ ಭಾವ ಕರೀತಾರೆ" ಕೂಗಿ ಹೇಳಿದ್ದಳು.

ಅವಳು ನಿಧಾನವಾಗಿ ಬಂದು ಬಾಗಿಲ ಮರೆಯಲ್ಲಿ ನಿಂತಳು. ಹೊರಗೆ ಬರಲು ಸಂಕೋಚ.

"ಬಾ ಗಿರಿಜ" ಕೂಗಿದ.

ಹೊರಗೆ ಬಂದು ನಿಂತಳು. ಅವಳಿಗೆ ಅರಿವಿಲ್ಲದೆಯೇ ಅವಳ ತಲೆ ತಗ್ಗಿತು. ಯಾವುದೋ ಗಂಭೀರ ಆಲೋಚನೆಯಲ್ಲಿ ಮುಳುಗಿದ್ದಾಳೆಂಬುದನ್ನ ಕಣ್ಣುಗಳು ಹೇಳುತ್ತಿದ್ದವು.

ನಾಗೇಂದ್ರನ ಕಣ್ಣುಗಳು ಕೆದಕಿ ಕೆದಕಿ ನೋಡಿದವು. ಏನೋ ಹೊಳೆದಂತಾಯಿತು. ನಿಜಾಂಶಕ್ಕೆ ಕಾಯಬೇಕಿತ್ತು. ಭೀತಿ ಮನದಲ್ಲಿ ಹೊಯ್ದಾಡಿತು. ಸಾಧ್ಯಾಸಾಧ್ಯತೆಗಳ ಬಗ್ಗೆ ಯೋಚಿಸಿದ. ಕಠಿಣವೆನಿಸಿತು.

"ಒಳ್ಳೆ ಹುಡ್ಗಿ! ನೀನ್ಯಾಕೆ ತಲೆ ಕೆಡ್ಸಿಕೊಳ್ತಿ? ಗೊತ್ತಾಗದ ವಿಷ್ಯಗಳ ಬಗ್ಗೆ ಪ್ರೊಫೆಸರ್‌ಗಳನ್ನು ಕೇಳು." ಗಳಿಗೆ ಗಳಿಗೆಗೂ ಅವಳ ಮುಖದ ಮೇಲಿನ ಭಾವನೆಗಳು ಬದಲಾಗುತ್ತಿದ್ದವು. ತಕ್ಷಣ ಯಾವುದೋ ನಿರ್ಧಾರಕ್ಕೆ ಬರುವುದು ತಪ್ಪೆನಿಸಿತು.

ಮಾರನೆಯ ದಿನ ಕಾಲೇಜಿಗೆ ಹೊರಟ ಗಿರಿಜಳ ಮನ ದುಗುಡಗೊಂಡಿತ್ತು. ಧೈರ್ಯ-ಅಧೈರ್ಯಗಳ ಮಧ್ಯೆ ಹೋರಾಟ. ಭವಿಷ್ಯದ ಬಗ್ಗೆ ಆಳವಾದ ಚಿಂತನೆ. ಎಲ್ಲವನ್ನು ಹಿಮ್ಮೆಟ್ಟಿಸಬಲ್ಲೆ ಎನ್ನುವ ಎದೆಯಾಳದ ನುಡಿ.

"ಮಿಸ್ ಗಿರಿಜ" ಎತ್ತಲಿಂದಲೋ ಬಂದು ಧ್ವನಿ ಅವಳನ್ನು ಹಿಡಿದು ನಿಲ್ಲಿಸಿತು. ಅವಳ ಒಂದೆರಡು ಪುಸ್ತಕಗಳು ಅವನ ಬಳಿ ಉಳಿದುಕೊಂಡಿದ್ದವು. ಹಿಂದಿರುಗಿಸಲೇ ಆಗಿರಲಿಲ್ಲ.

"ತಗೊಳ್ಳಿ, ಪರೀಕ್ಷೆ ಹತ್ರವಾಗ್ತಾ ಇದೆ." ನವಿರಾಗಿ ನಕ್ಕ. ಅದು ಜೀವಂತ ನಗುವಿನ ಲಕ್ಷಣದಂತೆ ಕಾಣಿಸಿತು.

"ನಿಮ್ಮ ಪ್ರಯೋಜನಕ್ಕೆ ಬರುತ್ತೆ, ನೀವೇ ಇಟ್ಕೊಳ್ಳಿ." ಅವನಿಗೆ ಆಶ್ಚರ್ಯವಾಯಿತು. ಎಲ್ಲೋ ತೊಡಕಿದೆಯೆನಿಸಿತು. ಮುಖದಲ್ಲಿ ಶೂನ್ಯಭಾವ ಗೋಚರಿಸಿತು.

"ಮೈಯಲ್ಲಿ ಹುಷಾರಿಲ್ವಾ? ಒಂದು ತರಹ ಇದ್ದೀರಲ್ಲ!"

"ಏನೂ.... ಇಲ್ಲಾ" ಸರಸರನೇ ಹೊರಟುಬಿಟ್ಟಳು. ಪುಸ್ತಕಗಳು ಇವನ ಕೈಯಲ್ಲೇ ಉಳಿದಿದ್ದವು. ಕೂಗಿ ಕೊಡಬೇಕೆನ್ನುವಷ್ಟರಲ್ಲಿ ನಾಲ್ಕು ಮಾರು ಸಾಗಿ ಹೋಗಿದ್ದಳು. ಲೈಬ್ರರಿಯಲ್ಲಿ ಸಿಕ್ಕಾಗ ಕೊಟ್ಟರಾಯಿತೆಂದುಕೊಂಡು ಕಾಲೇಜು ಕಡೆಗೆ ನಡೆದ.

ಅಷ್ಟು ದೂರದಲ್ಲಿ ಉಷಾಳ ಸ್ಕೂಟರ್ ಕೆಟ್ಟು ಕೂತಿತ್ತು. ಅವರ ತಂದೆ ಒಂದೆಡೆ ತಲೆಯ ಮೇಲೆ ಕೈಹೊತ್ತು ನಿಂತಿದ್ದರು. ದೊಡ್ಡ ಮೆಕ್ಯಾನಿಕ್‌ನಂತೆ ಸ್ಪ್ಯಾನರ್, ಸ್ಕ್ರೂಡ್ರೈವರ್ ಮುಂದೆ ಹಾಕ್ಕೊಂಡು ಕೂತಿದ್ದಳು. ತುಂಟ ಯುವಕರು ಅತ್ತಿತ್ತ

ಗುಂಪುಗೂಡಿದ್ದರು. ಲೀಲಾಜಾಲವಾಗಿ ಛೇಡಿಸುವ ಅವಕಾಶ ಸಿಕ್ಕಾಗ ಅವರೇಕೆ ಬಿಟ್ಟಾರು? ನಗೆಚಾಟಿಕೆಗಳನ್ನು ಜೋರಾಗಿ ಹಾರಿಸುತ್ತಿದ್ದರು. ಕಾಲೇಜಿನತ್ತ ಅವರ ಗಮನವಿದ್ದಂತೆ ಕಾಣಲಿಲ್ಲ.

ಮುರುಳಿಗೆ ಸಹಾಯ ಮಾಡುವ ಉದ್ದೇಶವಿದ್ದರೂ ಅವನಿಗೇನು ಅದೆಲ್ಲ ತಿಳಿಯದು. ಸ್ವಾಭಿಮಾನಿ ಹೆಣ್ಣು ಅವಮಾನವೆಂದು ಭಾವಿಸಿ ಸಿಡಿದು ಬಿದ್ದರೂ ಹೆಚ್ಚಲ್ಲ. ಇಲ್ಲದ ಪಂಚಾಯಿತಿ ತನಗೇಕೆಂಬುದೇ ಅವನ ಧೋರಣೆ.

ತರಗತಿಗೆ ಹೋಗಿ ಕೂತ. ಪ್ರೊಫೆಸರ್ ಒಳ್ಳೆ ಲಹರಿಯಲ್ಲಿ ಪಾಠ ಮಾಡುತ್ತಿದ್ದರು.

ಅಂದು ಉಷಾ ಕಾಲೇಜಿಗೆ ಬರಲೇ ಇಲ್ಲ. ಅವರಪ್ಪ ಮೆಕ್ಯಾನಿಕ್‌ನ ಕರೆದುಕೊಂಡು ಬಂದು ಸ್ಕೂಟರನ್ನು ಒಯ್ದಿದ್ದರು. ಮನದಲ್ಲಿ ಮಗಳನ್ನು ಬೈದುಕೊಂಡರೂ ಜೋರಾಗಿ ಕೂಗಾಡಲು ಹೋಗಲಿಲ್ಲ. ಅವಮಾನ.... ಶುದ್ಧ ಅವಮಾನ.... ಅವರ ತಪ್ಪಿಗೆ ಅರಿವು ಇತ್ತೀಚೆಗೆ ಆಗತೊಡಗಿತ್ತು.

"ನನ್ನ ಮಾತು ಕೇಳಿದ್ಯಾ, ಅಮ್ಮ್ರ ಈಗ... ನೋಡು..." ತಲೆಗಟ್ಟಿಸಿಕೊಂಡರು ಮೇಷ್ಟರು.

"ಬಿಡಣ್ಣ, ಅದ್ಯಾವ ದೊಡ್ಡ ವಿಷ್ಯ. ಇನ್ನೊಂದು ಸಾವಿರ ಖರ್ಚು ಮಾಡಿದ್ರೆ - ಹೊಸಗಾಡಿ ಕೊಡ್ತೀನೀಂತ ಹೇಳಿದ್ದಾನೆ ಮೆಕ್ಯಾನಿಕ್."

ಮಗಳ ಮಾತು ಕೇಳಿ ಅವರಿಗೆ ತಲೆ ಚಚ್ಚಿಕೊಳ್ಳಬೇಕೆನಿಸಿತು. ಆ ಕ್ಷಣದಲ್ಲಿ ಹೆಂಡತಿಯ ಮೇಲೂ ಕೋಪ ಬಂತು. ಅವಳಾದರೂ ಮಗಳಿಗೆ ಛೀಮಾರಿ ಹಾಕಿ ಬುದ್ಧಿ ಹೇಳಬೇಡವಾ!!?

"ಸದ್ಯಕ್ಕೆ ಸಾವಿರ ರೂಪಾಯಿ ನನ್ನತ್ರ ಇಲ್ಲ. ನಿನ್ನ ಸ್ನೇಹಿತೆಯ ಅಣ್ಣನಿಗೆ ಹೇಳು, ಒಂದು ಸಾವಿರ ರೂಪಾಯಿ ಹಿಡಿದ್ಕೊಂಡು ನಮ್ಮ ದುಡ್ಡು ಕೊಟ್ಬಿಡ್ಲಿ."

ಸ್ಕೂಟರ್ ಲಹರಿ ಹೋಗಿತ್ತು. ಅಲಮಾರಿನಲ್ಲಿದ್ದ 'ಚೈತ್ರದ ಕೋಗಿಲೆ' ಪ್ರತಿಯನ್ನು ಕೈಯಲ್ಲಿ ಹಿಡಿದು ಪುಟ ಮಗುಚತೊಡಗಿದಳು. ಪ್ರತಿಯೊಂದು ಕವನದಲ್ಲೂ ಮುರುಳಿಯ ರೂಪೇ ಕಾಣುತ್ತಿತ್ತು. ಮಂಚದ ಮೇಲೆ ಬೋರಲು ಮಲಗಿ, ಕಾಲು ಆಡಿಸುತ್ತ ಕವನಗಳನ್ನು ಮೆಲು ಧ್ವನಿಯಲ್ಲಿ ಓದತೊಡಗಿದಳು. ಕೆಲವು ಕವನಗಳನ್ನು ತನ್ನದೇ ಆದ ಧಾಟಿಯಲ್ಲಿ ರಾಗವಾಗಿ ಹಾಡತೊಡಗಿದಳು. ಚೆನ್ನೆನಿಸಿತು. ಎದ್ದು ಕೂತು ಜೋರಾಗಿ ಹಾಡತೊಡಗಿದಳು. ಧ್ವನಿ ಮಧುರವಾಗಿ ಕೇಳುವ ಹಾಗಿತ್ತು.

"ಊಟವಾದ್ರೂ ಮಾಡ್ಬಾ" ತಾಯಿ ಕೂಗಿದಾಗ "ಇನ್ನೆಷ್ಟು ಮಾಡ್ಲಿ? ಏನೂ... ಬೇಡ" ವದರಿದಳು.

"ಹೊತ್ತಾಯ್ತೂಂತ ಒಂದು ತುತ್ತು ತಿಂದಿದ್ದೆ."

"ಈಗ ಬೇಡಮ್ಮ; ಹಸಿವಾದ್ರೆ ನಾನೇ ಮಾಡ್ತೀನಿ."

ಇತ್ತೀಚೆಗಂತೂ ಚೆನ್ನಾಗಿ ಮನದಟ್ಟಾಗಿತ್ತು. ಸದ್ಯಕ್ಕೆ ಬೇಗ ಮದುವೆ ಮಾಡಿ

ಸಾಗಾಕಬೇಕು. ಇಲ್ಲದಿದ್ರೆ ಮುಂದೆ ಗಂಡು ಸಿಗೋದೇ ಕಷ್ಟವಾಗುತ್ತೆ. ಇವಳಿಗೆ ಸ್ವತಂತ್ರ ಕೊಟ್ಟು ಹಾಳಾದ್ವಿ! ಎಂದು ಹಗಲು ರಾತ್ರಿ ಮರುಗುತ್ತಿದ್ದರು.

ಸಂಜೆಯವರೆಗೂ ಹಾಗೀಗೆ ಕಾಲ ಕಳೆದಳು. ಆಮೇಲೆ ಮುಖ ತೊಳೆದು ಅಲಂಕರಿಸಿಕೊಂಡು ಸೈಕಲ್ ತಳ್ಳಿಕೊಂಡು ಮುರುಳಿಯ ಮನೆ ಕಡೆ ಹೊರಟಳು. ಅವಳ ಮನದಲ್ಲಿ ಹರ್ಷದ ತರಂಗಗಳು ಎದ್ದಿದ್ದವು. ಉತ್ಸಾಹದಿಂದ ಸೈಕಲ್ ತುಳಿಯುತ್ತಾ ಹೊರಟಳು. ಸದ್ಯಕ್ಕೆ ಸ್ಕೂಟರ್‌ನ ಸುದ್ದಿಯನ್ನೇ ಮರೆತಿದ್ದಳು.

ಪೈಜಾಮ, ಬನೀನು ತೊಟ್ಟ ಮುರುಳಿ ಗುದ್ದಲಿ ಹಿಡಿದು ಅಗೆಯುತ್ತಿದ್ದ. ಅವನ ಹರವಾದ ಎದೆಯನ್ನು ನೋಡಿದಳು. ಮತ್ತು ಬಂದಂತಾಯಿತು. ಭಾವನಾಲಹರಿಯಲ್ಲಿ ತೂರಿಕೊಂಡು ಹೋದಳು.

ಇವಳು ಬಂದ ಅರಿವೇ ಇಲ್ಲದವನಂತೆ ತನ್ನ ಕೆಲಸದಲ್ಲಿ ಮಗ್ನನಾಗಿದ್ದ, ಮುರುಳಿ ಕಷ್ಟಪಟ್ಟು ಕೆಲಸ ಮಾಡುತ್ತಿದ್ದ. ಈ ಮಣ್ಣಿನ ಕಣಕಣದ ಪರಿಚಯವೂ ಅವನಿಗಿತ್ತು. ಆ ತೋಟದಲ್ಲಿ ಪ್ರತಿಯೊಂದು ಗಿಡ, ಹೂ, ಕಾಯಿ ಎಲ್ಲಾ ಅವನ ಒಡನಾಡಿಗಳೇ. ಅವುಗಳ ದುಃಖ ಸಂತೋಷ ಎರಡರಲ್ಲೂ ಸಮಪಾಲು. ಇವನ ಸಾಹಿತ್ಯ ಸೃಷ್ಟಿ ಕಾರ್ಯ ನಡೆಯುತ್ತಿದ್ದುದು ಇವುಗಳ ಒಡನಾಟದಲ್ಲಿಯೇ!

"ಮಿಸ್ಟರ್ ಮುರುಳಿಧರ್..." ಬಾಗಿದ ಸೊಂಟ ನೇರವಾಯಿತು. ಗುದ್ದಲಿಯನ್ನು ಪಕ್ಕಕ್ಕೆ ಇಟ್ಟ. ಬಾವಿಯ ಬಳಿ ಹೋಗಿ ಮುಖ ತೊಳೆದು ಅಲ್ಲಿ ಒಣಗಲು ಹಾಕಿದ್ದ ಟವಲಿಂದ ಮುಖವನ್ನೊರೆಸುತ್ತ ಅವಳ ಬಳಿಗೆ ಬಂದ.

ಅವಳ ಕೈಯಲ್ಲಿದ್ದ ಪ್ರತಿಯೇ ಅವಳ ಉದ್ದೇಶವನ್ನು ತಿಳಿಸಿತು. ಮನ ಮುದಗೊಂಡಿತು. ಇದೊಂದು ರೀತಿಯ ದುರ್ಬಲತೆಯೆನಿಸಿದರೂ ಮನುಷ್ಯ ತಕ್ಷಣ ಇಂತಹ ಹೆಗ್ಗಳಿಕೆಗೆ ಸೋತುಬಿಡುತ್ತಾನೆ!

"ಬಿಡುವಿದ್ಯಾ?" ಕೇಳಿದಳು.

"ಪರ್ವಾಗಿಲ್ಲ, ಹೇಳಿ. ತೀರಾ ಅಗತ್ಯವಾದ ಕೆಲ್ಸವೇನೂ ಇಲ್ಲ."

"ಇಲ್ಲಿ ಕೂತುಕೊಳ್ಳೋಣ್ವಾ!" ಬಾವಿಯ ಬಳಿಯಿದ್ದ ಕಲ್ಲುಹಾಸಿನ ಮೇಲೆ ಕೂತುಬಿಟ್ಟಳು.

"ನಾನು ನಿಂತ್ಕೋತೀನಿ. ಏನು ನಿಮ್ಮ ವಿಚಾರ?"

"ನಿಮ್ಮ ಬರಹ ಮುದ್ದಾಗಿದೆ. ಶೈಲಿ ಗಂಭೀರವಾಗಿದೆ. ತುಂಬ ಮೋಹಕವಾಗಿಯೂ ಇದೆ." ಅವಳ ಮೆಚ್ಚು ಕಣ್ಣುಗಳಲ್ಲಿ ನರ್ತನ ಮಾಡಿತು.

"ಆಮೇಲೆ...?" ನಿಧಾನವಾಗಿ ಕೇಳಿದ.

"ನಿಮ್ಮ ಕವಿ ಸಹಜವಾದ ಹೃದಯ, ಮನಸ್ಸು ಪ್ರತಿಯೊಂದು ಪಂಕ್ತಿಯಲ್ಲೂ ಕಾಣುತ್ತದೆ. ಪ್ರತಿ ಸಣ್ಣ ವಿಷಯದ ಬಗ್ಗೆಯೂ ಗಮನ ಕೊಟ್ಟಿದ್ದೀರಿ" ಭಾವನಾ ಲಹರಿಯಲ್ಲಿ ಮಿಂದಂತೆ ಮೈ ಮರೆತು ಹೇಳಿದಳು.

ಆಮೇಲೆ ಎಷ್ಟೋ ವಿಷಯಗಳನ್ನು ಮಾತಾಡಿದರು. ಎಲ್ಲವೂ ಸಾಹಿತ್ಯಕ್ಕೆ ಸಂಬಂಧಪಟ್ಟವೇ. ಅರಳು ಹುರಿದಂತೆ ಮಾತಾಡುವವಳು ಮುಗ್ಧ ಮಗುವಿನಂತೆ ಅವನ ಮುಂದೆ ಕೂತು ಆಲಿಸಿದಳು.

"ನಿಮ್ಮ ಬರಹವನ್ನು ಮನಃಪೂರ್ವಕವಾಗಿ ಮೆಚ್ಚಿದ್ದೀನಿ. ನೀವು ತೊಂದರೆಯೆಂದುಕೊಳ್ಳದಿದ್ದರೇ ಆಗಾಗ ಬರ್ತೀನಿ. ಅದರಿಂದ ನನಗೆ ತುಂಬ ಉಪಯೋಗವಿದೆ."

ಮುರುಳಿಯ ನೋಟದಲ್ಲಿ ಕಸಿವಿಸಿ ಕಾಣಿಸಿಕೊಂಡಿತ್ತು. ಅಂದಿನ ದೃಶ್ಯ ಕಣ್ಮುಂದೆ ಸುಳಿಯಿತು. ಹಸ್ತಪ್ರತಿಯನ್ನು ಹರಿದು ಚೂರು ಚೂರು ಮಾಡಿ, ಮುಖ ಮುಚ್ಚಿ ಬಿಕ್ಕಳಿಸಿ ಅತ್ತಿದ್ದಳು. ಮಾತಾಡಲಿಲ್ಲ. ಪ್ರಶ್ನಾರ್ಥಕಭಾವದಿಂದ ಅವಳೆಡೆ ನೋಡಿದ. ಉಷಾ ತಲೆ ತಗ್ಗಿಸಿದಳು. ಮುಂದೆ ಹೇಗೆ ಮಾತಾಡಬೇಕೆಂಬುದು ಅವಳಿಗೆ ತೊಡಕಾಯಿತು. ಎರಡು ನಿಮಿಷದಲ್ಲಿ ಚೇತರಿಸಿಕೊಂಡು "ಆವೊತ್ತು ನಿಮ್ಮ ಮುಂದೇನೇ ಹಸ್ತಪ್ರತಿಗಳನ್ನು ಹರಿದು ಚೆಲ್ಲಿಬಿಟ್ಟಿದ್ದೆ. ನನ್ನ ಮನಸ್ಸಿಗೆ ಬಹಳ ನಿರಾಶೆಯಾಗಿತ್ತು. ಆತುರ ಸ್ವಭಾವದವಳು. ವಿವೇಕ ಕಡಿಮೆ ಅಂತ ಮನೆಯಲ್ಲಿ ಅನ್ನಾರೆ. ಅದೆಲ್ಲ ಒಂದೊಂದು ಸಲ ನಿಜವೆನಿಸುತ್ತೆ. ದಯವಿಟ್ಟು ತಪ್ಪು ತಿಳ್ಕೋಬೇಡಿ."

ಪುಟ್ಟ ಮಗುವಿನಂತೆ ಹೇಳಿದಾಗ ಮುರುಳಿಗೆ ನಗು ತಡೆಯದಾಯಿತು. ಜೋರಾಗಿಯೇ ನಕ್ಕುಬಿಟ್ಟ. ಮಕ್ಕಳಾಟಿಕೆ ನಡವಳಿಕೆಯ ಬಗ್ಗೆ ಸಹಾನುಭೂತಿಯುಂಟಾಯಿತು.

ಮುರುಳಿಯ ನಗುವನ್ನು ಗಂಭೀರವಾಗಿ ತೆಗೆದುಕೊಳ್ಳಲಿಲ್ಲ. ಹಗುರವಾಗಿ ನಕ್ಕುಬಿಟ್ಟಳು. ಅವಳು ನಕ್ಕಾಗ ಸುತ್ತಮುತ್ತಲಿನ ಪರಿಸರವೆಲ್ಲ ನಕ್ಕಂತಾಯಿತು.

* * * *

ದಿನಗಳು ಸರಿಯುತ್ತಿದ್ದವು. ಪ್ರತಿದಿನವೂ ಉಷಾ ಬಂದು ಒಂದೆರಡು ಗಂಟೆಗಳನ್ನು ಇವನ ಜೊತೆ ಕಳೆಯುತ್ತಿದ್ದಳು. ತಾನು ಗೀಚಿದ ಬರಹಗಳನ್ನು ಅವನ ಮುಂದೆ ಇಡುತ್ತಿದ್ದಳು. ನ್ಯೂನತೆಗಳನ್ನು ಎತ್ತಿ ತೋರಿಸಿದಾಗ ಸುಮ್ಮನಿದ್ದುಬಿಡುತ್ತಿದ್ದಳು. ನಿರಾಶೆ ಮಾತ್ರ ಅವಳ ಕಣ್ಣುಗಳಲ್ಲಿ ಮಿನುಗುತ್ತಿತ್ತು. ಅವನು ಬರೆದ ಬರಹಗಳನ್ನು ದುಂಡಾಗಿ ಪ್ರತಿ ಮಾಡಿಕೊಡುತ್ತಿದ್ದಳು. ಒಮ್ಮೊಮ್ಮೆ ತನ್ನ ಅನಿಸಿಕೆಗಳನ್ನು ಹೇಳುತ್ತಿದ್ದಳು. ಇತ್ತೀಚೆಗೆ ಅವಳ ಮಾತುಗಳಲ್ಲೂ ಸುಧಾರಣೆ ಕಂಡಿತ್ತು. ಆಳವಾದ ಅನುಭವದಿಂದ ಪಕ್ವವಾದವಳಂತೆ ಮಾತಾಡುತ್ತಿದ್ದಳು ಅಷ್ಟೆ. ಇಷ್ಟರ ಮಧ್ಯೆ ಪರೀಕ್ಷೆ ಮುಗಿದುಹೋಯಿತು.

ಮನೆಗೆ ಬೇಕಾದ ಕೆಲವು ಪದಾರ್ಥಗಳನ್ನು ತರಲು ಮುರುಳಿ ಚೀಲ ಹಿಡಿದು ಹೊರಟ. ಆಗಲೇ ಬಿಸಿಲಿನ ಝಳ ಏರಿತ್ತು. ಆತ್ಮೀಯತೆ ಇಣುಕಿದಾಗ, ದೃಷ್ಟಿ ಗಿರಿಜಳ ಮನೆಯತ್ತ ಹೊರಳಿತು.

ಬಾಗಿಲಲ್ಲಿ ನಿಂತಿದ್ದ ಗಿರಿಜ ಸರಸರನೆ ನಡೆದು ಬಂದಳು. ಉದ್ವೇಗ, ಕಾತರಗಳ ಮಧ್ಯೆ ಮೆತ್ತಗಾದಂತೆ ಕಂಡಳು. ಹಿಂದಿನ ಹೊಳಪು ಕಣ್ಣುಗಳಲ್ಲಿರಲಿಲ್ಲ.

"ಸಂಜೆ ಮನೆಯಲ್ಲಿ ಇರ್ತೀರಾ" ಧ್ವನಿ ಕ್ಷೀಣವಾಗಿತ್ತು.

"ಇರ್ತೀನಿ ಏನಾದ್ರೂ ಹೇಳ್ಬೇಕಿತ್ತಾ?"

"ಸಂಜೆ ಬಂದು ನೋಡ್ತೀನಿ." ಸರಸರನೆ ಸರಿದುಹೋದಳು.

ತಕ್ಷಣ ಅವನಿಗೆ ಹೊಳೆಯಿತು. ಇವಳು ಬಹುಶಃ ಮದುವೆಯ ಬಿಕ್ಕಟ್ಟಿನಲ್ಲಿ ಸಿಕ್ಕಿಕೊಂಡಿರಬೇಕು. ಅಕ್ಕನ ಬಲವಂತದ ಮದುವೆಯ ಪುನರಾವರ್ತನೆಯೇನೋ...? ನನ್ನಿಂದ ಯಾವ ಸಹಾಯವನ್ನು ಅಪೇಕ್ಷಿಸಬಹುದು? ನಡೆಯುತ್ತಲೇ ಯೋಚಿಸಿದ. ವಿಷಯ ತಿಳಿಯದೇ ಯೋಚಿಸುವುದು ವ್ಯರ್ಥವೆಂದುಕೊಂಡ.

ಸಾಮಾನನ್ನು ಕೊಂಡು ಮನೆಯ ಹಾದಿಯ ಹಿಡಿದಾಗ ರೇಣು ಜೊತೆಯಾದ. ಇತ್ತೀಚಿಗೆ ಬರುತ್ತಿರಲಿಲ್ಲ. ದಾರಿಯಲ್ಲಿ ಸಿಕ್ಕಾಗಲೂ ಅವನ ಕಣ್ಣುಗಳಲ್ಲಿ ಹೊಯ್ದಾಡುತ್ತಿದ್ದ ಭಯವನ್ನು ಕಾಣದೆ ಹೋಗಲಿಲ್ಲ. ಯಾಕೆ? ಇದಕ್ಕೆ ಏನಾದರೂ ಕಾರಣವಿರಬಹುದೆ? ಮೊದಲು ಅವನ ಮನಕ್ಕೆ ತೀವ್ರವಾದ ನೋವಾಗಿತ್ತು. ಗಿರಿಜಳ ತಾಯಿ ಕೂಡ ಹಾದಿಯಲ್ಲಿ ಇವನ ಮುಖ ಕಂಡರೆ ತಕ್ಷಣ ಒಳಗೆ ಹೋಗಿಬಿಡುತ್ತಿದ್ದರು. ಎಂಥ ಉಪೇಕ್ಷೆ? ತನ್ನಿಂದ ಏನಾದರೂ ತಪ್ಪಾಗಿದೆಯೇ? ಯೋಚಿಸಿ ತಲೆ ಕೆಡಿಸಿಕೊಂಡಿದ್ದ. ಆಮೇಲೆ ತನ್ನಷ್ಟಕ್ಕೆ ತಾನೇ ಸಮಾಧಾನ ತಂದುಕೊಂಡಿದ್ದ.

"ರೇಣು...." ಎಂದ. ಕಾರಣ ಕೇಳಬೇಕೆಂದುಕೊಂಡರೂ, ಆ ಚಿಕ್ಕ ಹುಡುಗನನ್ನು ಪ್ರಶ್ನಿಸುವುದು ಸಮಾಧಾನಕರವಾದ ವಿಷಯವಾಗಿ ಕಾಣಲಿಲ್ಲ. ಸುಮ್ಮನಾದ.

"ಅಪ್ಪಾಜಿ.... ಊರಲ್ಲಿ ಇಲ್ಲ."

ರೇಣು ಮುಖ ನೋಡಿದ. ಕಣ್ಣುಗಳಲ್ಲಿ ಭಯವಿರಲಿಲ್ಲ. ಅದಕ್ಕೆ ಬದಲಾಗಿ ಗೆಲುವಿತ್ತು. ಮೌನವಾಗಿ ಹೆಜ್ಜೆ ಹಾಕತೊಡಗಿದ.

ಸಣ್ಣ ಹುಡುಗನಿಗೆ ಬೋರಾಗಬಾರದಲ್ಲ, ತಡೆದು "ನಿಮ್ಮ ಅಪ್ಪಾಜಿ ಎಲ್ಲಿ ಹೋಗಿದ್ದಾರೆ?"

"ಶಿವಮೊಗ್ಗಕ್ಕೆ - ಅಕ್ಕನ್ನ ಕರ್ಕೊಂಡ್ಬರೋಕೆ."

ಮುಂದೆ ಯಾಕೆ? ಏನು? ಎಂದು ಕೇಳಲು ಹೋಗಲಿಲ್ಲ. ಅವೆಲ್ಲ ಕೇಳಲು ಬೇಸರ.

ಅವನಿಗಿಂತ ಮೊದಲು ಓಡಿದ ರೇಣು. ಮನೆಯ ಬಿಗಿಯಾದ ವಾತಾವರಣ. ಶಾಲೆಯ ಶಿಸ್ತಿನ ವಾತಾವರಣಕ್ಕಿಂತ ಭಿನ್ನವಾಗಿದ್ದ ತೋಟದ ಪ್ರಶಾಂತ ವಾತಾವರಣವನ್ನು ಬಹಳವಾಗಿ ಬಯಸುತ್ತಿದ್ದ.

"ಎಷ್ಟೊಂದು ಹೂ ಬಿಟ್ಟಿದೆಯಲ್ವಾ?" ಕೈ ಅಗಲಿಸಿ ತೋರಿಸಿದ. ಅವನ ಕಣ್ಣುಗಳಲ್ಲಿ ಕಲ್ಪನೆಗೆ ಸಿಗದ ಅವ್ಯಕ್ತವಾದ ಮುಗ್ಧ ಹರ್ಷ ಮಿನುಗುತ್ತಿತ್ತು.

"ನೀನಿಲ್ಲೇ ಇದ್ಬಿಡು."

"ಇಲ್ಲಪ್ಪ, ಅಪ್ಪಾಜಿ ಬಯ್ಯುತ್ತೆ. ಇಲ್ಲಿಗೆ ಬಂದ್ರೆ ಕಾಲು ಮುರೀತೀನೀಂತ ಹೇಳಿದ್ದಾರೆ." ಮುರುಳಿಯ ಹುಬ್ಬುಗಳು ಗಂಟಾದವು. ತಮ್ಮ ಮಗನನ್ನ ಹೆದರಿಸುವ ಕಾರಣವೇನು? ಅವನಿಗೆ ನಗು ಬಂತು. ವಿಚಿತ್ರ ಜನ, ಕೈ ತುಂಬ ಹಣವಿದ್ದವರು ಯೋಚಿಸುವ ರೀತಿಯೇ ಬೇರೆ.

"ನೀನ್ಯಾಕೆ ಬಂದೆ?"

"ಇವತ್ತು ಅಪ್ಪಾಜಿ ಇರಲಿಲ್ಲ, ಅಮ್ಮ ಅಕ್ಕ ಬಯ್ಯೋಲ್ಲ..."

"ಅಪ್ಪಾಜಿಗೆ ವಿಷ್ಯ ಗೊತ್ತಾದ್ರೆ!"

ಜೋರಾಗಿ ಬಾಯಿಗೆ ಕೈ ಅಡ್ಡ ಹಿಡಿದು ನಕ್ಕ ರೇಣು "ಯಾರೂ ಹೇಳೋಲ್ಲ."

ರೇಣು ಗಿಡದಿಂದ ಗಿಡಕ್ಕೆ ನೆಗೆದಾಡಿದ. ಸೀಬೆಯ ಮರದ ಮೇಲೆ ಹತ್ತಿ ಹೀಚುಗಳನ್ನು ಕಿತ್ತು ತಂದ. ಒಂದಿಷ್ಟು ಜೇಬಿಗೂ ಸೇರಿಸಿದ. ತಾಯಿಯ ಪೂಜೆಗಾಗಿ ಒಂದಿಷ್ಟೂ ಹೂ ಸಂಗ್ರಹಿಸಿದ.

"ರೇಣು ಇಲ್ಬಾ..." ಒಳಗಿನಿಂದಲೇ ಕರೆದ.

ಡ್ರಾಯರ್‌ನಲ್ಲಿದ್ದ ನಾಲ್ಕು ಬಿಸ್ಕತ್ತುಗಳನ್ನು ಅವನ ಕೈಯಲ್ಲಿಟ್ಟ. ಬಿಸ್ಕತ್ ಪಡೆಯುವಲ್ಲಿ ಇಂತಹ ಆಸಕ್ತಿಯೇನೂ ಇರಲಿಲ್ಲ. ಮನೆಯಲ್ಲಿನ ಸಣ್ಣ ಮಗು ಅವನೆ. ಪ್ರತಿಯೊಬ್ಬರೂ ಅವನಿಗೆ ಕೊರತೆಯಾಗದಂತೆ ನೋಡಿಕೊಳ್ಳುತ್ತಿದ್ದರು. ಬಿಸ್ಕತ್ ತಿಂದು ತಿಂದೂ ಬೇಸರವಾಗಿ ಹೋಗಿಬಿಟ್ಟಿತ್ತು.

"ನಂಗಿಷ್ಟವಿಲ್ಲ." ಕೈಯಲ್ಲಿಡಿದ ಬಿಸ್ಕತ್ತುಗಳ ಕಡೆ ನೋಡಿದ. ಎಡಗೈನಲ್ಲಿ ಸೀಬೆಕಾಯಿ ಹೀಚು ಕಚ್ಚುತ್ತಾ "ಬಿಸ್ಕತ್ತು ಸ್ವಲ್ಪ ಕೂಡ ಚೆನ್ನಾಗಿರೋಲ್ಲ" ಮುರುಳಿ ಜೋರಾಗಿ ನಕ್ಕುಬಿಟ್ಟ.

ಉಷಾ ಬರಲೋ, ಬೇಡವೋ ಎಂದು ಅನುಮಾನಿಸುವಂತೆ ಗೇಟಿನ ಹೊರಗೆ ನಿಂತಿದ್ದಳು. ರೇಣು ಅಡ್ಡಾಡುತ್ತಿದ್ದುದು ಅವಳ ಗಮನಕ್ಕೆ ಬಂದಿತ್ತು. ಏನನಿಸಿತೋ ಧೈರ್ಯದಿಂದ ಒಳಗೆ ಬಂದಳು. ಅವಳ ಕೈಯಲ್ಲಿ ಹಸ್ತಪ್ರತಿಯ ಕಟ್ಟಿತ್ತು. ಇತ್ತೀಚೆಗೆ ಮುರುಳಿ ಬರೆದಿದ್ದನ್ನು ಅಂದವಾಗಿ ಪ್ರತಿಮಾಡಿ ತಂದಿದ್ದಳು.

"ಯಾರೋ ಬಂದ್ರು" ಸೀಬೆಯ ಕಾಯನ್ನು ಕಚ್ಚುತ್ತ ರೇಣು ಹೇಳಿದ.

ಹೊರಗೆ ಬಂದ ಮುರುಳಿ, ತುಟಿಯರಳಿಸಿ "ನೀವಾ... ಬನ್ನಿ" ಎಂದ. ಅವರ ಮಾತುಕತೆಗಳಲ್ಲಿ ಹಿಂದಿನ ಶಿಷ್ಟಾಚಾರಗಳಿರಲಿಲ್ಲ. ಬಾಯಿ ತುಂಬ ಉಷಾ ಎಂದು ಸಂಬೋಧಿಸುತ್ತಿದ್ದ. ಉಷಾಳಲ್ಲಿ ಕೂಡ ಹಿಂದಿನ ಗಡಸುತನವಿರಲಿಲ್ಲ. ಕೆಲವು ವೇಳೆ ಹಿಂದಿನ ಉಷಾಳಿಗಿಂತ ಹಟಮಾರಿಯಾಗಿರುತ್ತಿದ್ದಳು. ಮನೆಯಲ್ಲೂ ಕೂಡ ಯಾವ

ಬದಲಾವಣೆಯೂ ಇರಲಿಲ್ಲ. ಗೆಳತಿಯರ ಮಧ್ಯೆ ಅವಳು ಹೀರೋಯಿನ್. ಆದರೆ.... ಮುರುಳಿಯ ಬಳಿ ಬಂದಾಗ ತೀರಾ ಕರಗಿಹೋಗುವವಳು. ವರ್ತನೆ, ಮಾತಿನಲ್ಲೇ ಅಪಾರ ಬದಲಾವಣೆಯಾಗಿ ಬಿಡುತ್ತಿತ್ತು.

ಒಳಗೆ ಬಂದು ಕೈಯಲ್ಲಿದ್ದ ಹಸ್ತಪ್ರತಿಯ ಕಟ್ಟನ್ನು ಮೇಜಿನ ಮೇಲಿರಿಸಿ ಅಲ್ಲಿದ್ದ ಪುಟ್ಟ ಸ್ಟೂಲಿನ ಮೇಲೆ ಕುಳಿತಳು. ಈ ದಿನ ತೀವ್ರವಾದ ಭಾವನಾ ವೇಗದಲ್ಲಿ ಸಿಕ್ಕಿರುವಂತೆ ಅವಳ ಮುಖವೇ ಹೇಳುತ್ತಿತ್ತು. ಓರಣವಾಗಿ ಅಲಂಕರಿಸಿಕೊಂಡಿದ್ದಳು. ಭಾರತೀಯ ಹೆಣ್ಣಾಗಿ ಗುರ್ತಿಸಬಹುದಾಗಿತ್ತು.

"ನೀನು ತುಂಬ ತೊಂದ್ರೆ ತಗೋತಾ ಇದ್ದೀಯಾ!" ಮೇಜಿನ ಮೇಲಿಟ್ಟ ಹಸ್ತಪ್ರತಿಯ ಕಟ್ಟನ್ನು ನೋಡುತ್ತ ಹೇಳಿದ.

"ಏನೂ ಇಲ್ಲ, ನಂಗೆ ತುಂಬ ಇಷ್ಟವಾದ ಕೆಲ್ಸ." ಮನದುಂಬಿ ಹೇಳಿದಂತಿತ್ತು. ಮುರುಳಿ ದಿಟ್ಟಿಸಿ ನೋಡಿದ. ಅಂತಹ ಚೆಲುವೆಯೇನಲ್ಲ ಸಾಧಾರಣ ರೂಪು. ಆದರೂ ಕಣ್ಣುಗಳಲ್ಲಿ ವಿಚಿತ್ರ ಆಕರ್ಷಣೆ ಇತ್ತು.

"ಗಿರಿಜ ತಮ್ಮ ಅಲ್ವಾ!" ಹೌದೆನ್ನುವಂತೆ ತಲೆಯಾಡಿಸಿದ ಸ್ವಚ್ಛವಾದ ಕಣ್ಣುಗಳಲ್ಲಿ ಅಸೂಯೆಯ ನೆರಳಾಡಿತು. ತುಟಿ ಕಚ್ಚಿ ಕೂತಳು. ಮೌನ.... ತಲೆಯೆತ್ತಿ ಮುರುಳಿ ಅವಳೆಡೆ ನೋಡಿದ. ಅವಳ ಮುಖದ ಮೇಲೆ ಕಠೋರಭಾವನೆ ಸುಳಿದು ಮಾಯವಾಯಿತು. ಅವನ ಮನಸ್ಸಿಗೆ ಕಸಿವಿಸಿಯಾಯಿತು.

"ಮಾವ ಮನೆಗೆ ಹೋಗ್ತೀನಿ" ರೇಣು ಹೇಳಿದ. ತಟ್ಟನೆ ಮುರುಳಿಗೆ ಗಿರಿಜ ಬರುವ ವಿಷಯ ಜ್ಞಾಪಕಕ್ಕೆ ಬಂತು. ಕಣ್ಣು ಕಿರಿದುಗೊಳಿಸಿ ತುಟಿ ಕಚ್ಚಿ ಯೋಚಿಸಿದ. ಸುಮ್ಮನಾದ.

"ಹುಷಾರಾಗಿ ಹೋಗು. ಓಡ್ಬೇಡ."

ಗೇಟಿನವರೆಗೂ ಬಂದು ಅವನನ್ನು ಕಳುಹಿಸಿಕೊಟ್ಟ, ಪುಟ್ಟ ಹುಡುಗ. ಆತುರ ಜಾಸ್ತಿ. ಬಿದ್ದರೂ ಸಹಿಸದಂಥ ತಾಯಿ ಪ್ರೇಮ. ಒಬ್ಬ ಮಗನನ್ನು ಕಳೆದುಕೊಂಡು ಪರಿತಪಿಸುವ ಆಕೆ ಇವನಿಗೆ ಏನಾದರೂ ಆದರೆ ಸಹಿಸಲಾರರು.

ಇವನು ಹಿಂದಿರುಗುವ ವೇಳೆಗೆ ಉಷಾ ಹೊರಗೆ ಬಂದು ನಿಂತಿದ್ದಳು. ಹಾರಾಡುವ ದುಂಬಿಗಳು ಅವಳ ಕಣ್ಣುಗಳನ್ನು ದಿಟ್ಟಿಸುತ್ತಿದ್ದವು.

"ಬರ್ಲಾ....?" ಎಂದ ಉಷಾ ಮುರುಳಿಯ ಮುಖವನ್ನು ನೋಡಲಾರದೆ ತಿರುಗಿಸಿದಳು. ನಾಚಿಕೆಯ ಕೆಂದಾವರೆ ಅರಳಿತ್ತು. ಅವಳ ಮುಖದ ಮೇಲೆ.

"ಅವೆಲ್ಲ ಮೂಲೆಗೆ ಸೇರ್ಸಿಬಿಡ್ಬೇಡಿ. ಪತ್ರಿಕೆಗಳಿಗೆ ಕಳ್ಸಿಕೊಡಿ." ಅವನು ಹಗುರವಾಗಿ ನಕ್ಕುಬಿಟ್ಟ, ಅವಳು ಹೇಳಿದ ರೀತಿಗೆ,

"ಯಾಕೆ ನಗ್ತೀರಿ?" ನಸುಮುನಿಸಿನಿಂದ ಕೇಳಿದಳು.

"ನನ್ಮುಖ ನೋಡಬಾರ್ದೂಂತ ಶಪಥ ಮಾಡಿದ್ದೀರಾ?"

"ಏನಿಲ್ಲ..." ಓಡೇಬಿಟ್ಟಳು.

ಉಷಾ ಅವನ ಹೃದಯದಲ್ಲಿ ನವಿರಾದ ಭಾವನೆಗಳನ್ನು ಎಬ್ಬಿಸಿದಳು. ದಿನಕ್ಕೊಮ್ಮೆಯಾದರೂ ಅವಳ ಮುಖ ನೋಡದಿದ್ದರೆ ಹುಚ್ಚನಂತಾಗುತ್ತಿದ್ದ.

ಮುರುಳಿಯ ನಾಲ್ಕಾರು ಬರಹಗಳು ಬೇರೆ ಬೇರೆ ಪತ್ರಿಕೆಗಳಲ್ಲಿ ಅಚ್ಚಾಗಿದ್ದವು. ಒಳ್ಳೆಯ ವಿಮರ್ಶೆಯೂ ಬಂದಿತ್ತು. ಓದುಗರು ಕೂಡ ಮೆಚ್ಚಿಕೊಂಡಿದ್ದರು.

ಈಗ ಯಾವ ಅವಾಂತರವೂ ಇರಲಿಲ್ಲ. ತೋಟದ ಕೆಲಸ ಮಾಡುತ್ತಿದ್ದ. ಮಿಕ್ಕ ವೇಳೆಗಳಲ್ಲಿ ಬರೆಯುತ್ತಲೋ, ಓದುತ್ತಲೋ ಕಾಲ ಕಳೆಯುತ್ತಿದ್ದ. ಭವಿಷ್ಯದ ಹಾದಿ ಅವನಿಗೆ ಗೋಚರವಾಗಿತ್ತು. ಮನಃಪೂರ್ವಕ ಸ್ವಾಗತಿಸಿದ್ದ.

ಎರಡು ದಿನ ಹಿಂದೆಯೇ ಅಕ್ಕಿ ಮುಗಿದಿತ್ತು. ಜೇಬಿನಲ್ಲಿ ದುಡ್ಡಿತ್ತು. ಕೊಂಡು ತರಲು ಬೇಸರ. ಏನೇನೋ ತಿಂದು ಕಳೆದಿದ್ದ. ಬೆಳಿಗ್ಗೆ ಪುಸ್ತಕ ಹಿಡಿದು ಕೂತವನು ಹೊಟ್ಟೆ ಚುರುಗುಟ್ಟಿದಾಗಲೇ ಎಚ್ಚರಗೊಂಡಿದ್ದು.

ಅಡಿಗೆಯ ಮನೆಗೆ ಬಂದು ನೋಡಿದ ಪಾತ್ರೆಗಳೆಲ್ಲ ಯಥಾಸ್ಥಿತಿಯಲ್ಲಿತ್ತು. ಬೇಸರವಾಯಿತು. ಪ್ಯಾಂಟ್ ಹಾಕಿಕೊಂಡು ಜೇಬಿನಲ್ಲಿ ಒಂದಿಷ್ಟು ದುಡ್ಡನ್ನು ಇಳಿಬಿಟ್ಟು ಬಾಗಿಲಿಗೆ ಬೀಗ ತಗಲಿಸಿ ಹೊರನಡೆದ. ಮೊದಲು ಹೋಟಲಿನಲ್ಲಿ ಊಟ ಮಾಡಿ ಬರುವುದು ಅವನ ಉದ್ದೇಶವಾಗಿತ್ತು.

ಇತ್ತೀಚೆಗೆ ಗಿರಿಜಳ ಮನೆ ಕಡೆ ಹೋಗುವುದನ್ನು ಸಹ ನಿಲ್ಲಿಸಿದ್ದ. ಅವರ ಉಪೇಕ್ಷೆ ಬಗ್ಗೆ ಬೇಸರ. ಯಾರ ಸಹಾನುಭೂತಿಯಿಂದಲೂ ಬದುಕಲು ಇಷ್ಟವಿಲ್ಲ.

ನೇರವಾಗಿ ಅವರ ಮನೆಯ ಮುಂದೆ ಬಂದಾಗ ಚಪ್ಪಾಳೆಯ ಸದ್ದು. ತಿರುಗಲು ಕೂಡ ಅವನಿಗಿಷ್ಟವಿಲ್ಲ. ಬಲವಂತದಿಂದ ತಲೆಯನ್ನು ಅತ್ತ ತಿರುಗಿಸಿದ. ಲುಂಗಿ, ಬಾಡಿಯಲ್ಲಿದ್ದ ನಾಗೇಂದ್ರ ಹೊರಗಡೆ ನಿಂತಿದ್ದ. ಶಿವಮೊಗ್ಗ, ಮೈಸೂರು ನಡುವಿನ ಅಂತರ ಕಡಿಮೆಯೇನೋ! ಅಂದುಕೊಂಡ.

"ಬನ್ರಿ...." ಕೈ ಬೀಸಿದ. ನಾಗೇಂದ್ರ ಆಗಾಗ ಬರುತ್ತಾ ಇದ್ದ.

ಅವನಿಗೆ ಹೋಗಲೂ ಇಷ್ಟವಿಲ್ಲ. ಸ್ವಾಭಿಮಾನವನ್ನು ಕೆಣಕಿದ್ದರು. ರೇಣು ಕೂಡ ಅವರ ತಂದೆಯಿದ್ದಾಗ ನೋಡಿಯೂ ನೋಡದಂತೆ ಹೋಗುತ್ತಿದ್ದ. ತಾನು ಮಾಡಿದ ಅಪರಾಧವಾದರೂ ಏನು? ಯೋಚಿಸಿ ಸೋತಿದ್ದ.

"ಎಲ್ಲೋ ಅರ್ಜೆಂಟಾಗಿ ಹೋಗ್ಬೇಕಿದೆ. ಆಮೇಲೆ ಬರ್ತೀನಿ" ನಿಂತಲ್ಲಿಂದಲೇ ಹೇಳಿದ.

ಲುಂಗಿಯನ್ನು ಎತ್ತಿ ಮೊಣಕಾಲಿನಿಂದ ಮೇಲಕ್ಕೆ ಕಟ್ಟುತ್ತಾ ನಾಗೇಂದ್ರನೇ ಬಂದ.

"ಬನ್ನಿ.... ತುಂಬ ಮಾತಾಡ್ಬೇಕಿದೆ."

"ಸ್ನೇಹಿತರನ್ನು ನೋಡೋ ಸಲುವಾಗಿ ಹೋಗ್ತಾ ಇದ್ದೀನಿ. ಇನ್ನೊಮ್ಮೆ ಬಂದರಾಯ್ತಲ್ಲ."

"ಈ ಉರಿ ಬಿಸಿಲಿನಲ್ಲಿ, ಎಂಥಾ ಸ್ನೇಹಿತರನ್ನು ನೋಡೋದು! ಬನ್ನಿ... ಸಂಜೆ ನೋಡಿದ್ರಾಯ್ತು." ಸ್ವತಂತ್ರ ವಹಿಸಿ ಅವನೇ ಹೇಳಿದ.

"ಖಂಡಿತ ಇಲ್ಲ. ನೀವೇ ಸಂಜೆ ಸಾಧ್ಯವಾದ್ರೆ ಬನ್ನಿ" ಎಂದು ಹೇಳಿ ನಡೆದುಬಿಟ್ಟ. ನಾಗೇಂದ್ರ ಎಷ್ಟೋ ಹೊತ್ತು ಅವನು ಹೋದತ್ತಲೇ ನೋಡುತ್ತ ನಿಂತ. ಹಿಂದಿರುಗಿ ನೋಡಿದ್ದರೆ ತಾನೇ ಮುರುಳಿ ಗೊತ್ತಾಗುತ್ತಿದ್ದುದು.

ನಾಗೇಂದ್ರ ಯೋಚಿಸುತ್ತಲೇ ಮನೆಗೆ ಬಂದ. ಮೊದಲ ದಿನ ಮುರುಳಿಯನ್ನು ಕಂಡಾಗಲೇ ಒಂದು ನಿರ್ಧಾರಕ್ಕೆ ಬಂದಿದ್ದ. ಬಹಳ ಸಭ್ಯ ಹುಡುಗನೆಂದು. ಬರೆಯುವ ಹುಚ್ಚು ಇರುವುದನ್ನು ತಿಳಿದು ಆಸಕ್ತಿವಹಿಸಿದ್ದ. ಗಿರಿಜಳ ಬಗ್ಗೆ ಅನುಮಾನವೂ ಇತ್ತು. ವ್ಯಾಪಾರದ ವ್ಯವಹಾರಕ್ಕಾಗಿ ಆಗಾಗ ಮೈಸೂರಿಗೆ ಬರುತ್ತಿದ್ದ. ಆಗ ಮುರುಳಿಯನ್ನು ಕಾಣುತ್ತಲೇ ಇದ್ದ.

ನಿಧಾನವಾಗಿ ಹೆಜ್ಜೆ ಹಾಕುತ್ತ ಮನೆಯ ಕಡೆ ಬಂದ. ಸೌಭಾಗ್ಯ ಬಾಗಿಲಿನಲ್ಲಿ ತಾಯಿತನದ ಹೊರೆ ಹೊತ್ತು ನಿಂತಿದ್ದಳು. ಅವಳ ಸೌಂದರ್ಯ ದ್ವಿಗುಣವಾಗಿತ್ತು. ಹಣೆಯ ಮೇಲೆ ಅಲ್ಲಲ್ಲಿ ಬೆವರಿನ ಮುತ್ತುಗಳು ಸಾಲುಗಟ್ಟಿ ನಿಂತಿದ್ದವು.

"ಬಿಸ್ಲು... ಒಳ್ಗೆ ನಡೀ" ಭುಜದ ಮೇಲೆ ಕೈಹಾಕಿ ಒಳಗೆ ಕರೆದೊಯ್ದ.

"ಗಿರಿಜಾ...." ಅಂತ ಜೋರಾಗಿಯೇ ಕೂಗಿದ. ಇವನು ಜೋರಾಗಿ ಕೂಗಬೇಕಾದ ಅವಶ್ಯಕತೆನೇ ಇರಲಿಲ್ಲ. ಪಕ್ಕದ ಕೋಣೆಯಲ್ಲೇ ಇದ್ದಳು. ಕಿಟಕಿಯ ಬಳಿ ನಿಂತು ಮುರುಳಿಯನ್ನು ನೋಡಿದ್ದಳು. ಕಣ್ಣುಗಳಲ್ಲಿ ಆಸೆ ಮಿಂಚಿತು. ನಿರಾಶೆಯಾದಾಗ ಕಣ್ಣ ಬೆಳಕು ಮೊಬ್ಬಾಗಿತ್ತು. ಕಣ್ಣೊರೆಸಿಕೊಂಡು ಹೊರಗೆ ಬಂದಳು.

ಭಾವನ ಎದುರಿಗೆ ಬಂದಾಗ, ಅವಳಿಗೆ ಅರಿವಿಲ್ಲದೆಯೇ ಅವಳ ತಲೆ ಕೊಂಚ ತಗ್ಗಿತು. ಯಾವುದೋ ಗಂಭೀರ ಆಲೋಚನೆ ಮನವನ್ನು ಮುಸುಕಿದಂತೆ ಮುಖದ ಭಾವಗಳು ಸ್ಪಷ್ಟವಾಗಿ ಹೇಳುತ್ತಿದ್ದವು.

"ಮುರುಳಿ, ಬಲವಂತ ಮಾಡಿ ಕರೆದ್ರೂ ಬರಲಿಲ್ಲ!"

"ತುಂಬಾ ಸಂಕೋಚದ ಸ್ವಭಾವ. ತಕ್ಷಣಕ್ಕೆ ಎಲ್ಲೂ ಬರೋಲ್ಲ" 'ಹಾಗಾ!' ಎನ್ನುವಂತೆ ನಾಗೇಂದ್ರನ ನೋಟ ಪ್ರಶ್ನಿಸಿತು.

ಅಲ್ಲಿ ನಿಲ್ಲುವುದು ಗಿರಿಜಳಿಗೆ ಸರಿಯಾಗಿ ಕಾಣಲಿಲ್ಲ. ಅವರೇನಾದರೂ ಪ್ರಶ್ನಿಸಿದರೆ ಅವಳು ಉತ್ತರ ಹೇಳಲಾರದ ಸ್ಥಿತಿಯಲ್ಲಿದ್ದಳು.

ಮೊದಲೇ ಸೌಭಾಗ್ಯ ಕನಸಿನ ಹುಡುಗಿ. ನಾಗೇಂದ್ರ ಅವಳ ಪ್ರೀತಿಯ ಬಟ್ಟಲನ್ನು ತುಂಬಿಕೊಟ್ಟಿದ್ದ. ಮನ ಒಪ್ಪಿದ ಮೇಲೆ ಭಾವನೆಗಳು ಬದಲಾಗಿದ್ದವು. ಗಂಡನ ಕುರೂಪು ಮೆಚ್ಚಿಹೋಗಿತ್ತು. ಬೇರೆ ವಿಷಯಗಳಿಗೆ ತಲೆ ಕೆಡಿಸಿಕೊಳ್ಳಲಾರಳು.

"ನಿಮ್ಮ ಅಪ್ಪಾಜಿ, ಬೇಗ ದುಡುಕಿಬಿಡ್ತಾರೆ." ನಾಗೇಂದ್ರ ಹೇಳಿದಾಗ ಸೌಭಾಗ್ಯ ಕಣ್ಣರಳಿಸಿದಳು. ಇಂದಿನವರೆಗೂ ತಂದೆಯ ಬಗ್ಗೆ ಒಂದು ಮಾತು ಕೂಡ

ಆಡದವರು.... ಇಂದು ತಟ್ಟನೇ ಹೀಗೇಕೆ ಹೇಳಿದರು? ಕಣ್ಣುಗಳಲ್ಲಿ ಅಚ್ಚರಿ ಮಿನುಗಿತ್ತು.

"ಯಾಕೆ?"

"ಕೆಲವು ವಿಷಯಗಳಲ್ಲಿ ಹಟಮಾಡಬಾರ್ದು...! ಮದ್ವೆ ವಿಷ್ಯದಲ್ಲಂತೂ ದುಡುಕೋದು ಮುಂದಿನ ಅನರ್ಥಕ್ಕೆ ಮೂಲವಾಗುತ್ತೆ... ಸ್ವಾತಂತ್ರ್ಯ ಕೊಡೋದು ಒಳ್ಳೇದು." ಸೌಭಾಗ್ಯ ಫಕಫಕನೆ ನಕ್ಕುಬಿಟ್ಟಳು. ಈ ಮಾತುಗಳನ್ನು ನೇರವಾಗಿ ಆಡಬೇಕಾದರೆ ಪ್ರಬಲವಾದ ಯಾವುದೋ ಉದ್ದೇಶವಿದೆ ಎಂಬುದನ್ನು ಯೋಚಿಸಲೇಹೋಗಲಿಲ್ಲ.

ಮಡದಿಯ ಕಡೆ ನೋಡಿದ. ದೃಢವಾದ ಧ್ಯೇಯವಿರಲಿಲ್ಲ. ಕಲ್ಪನೆಯ ಗೋಡೆಯಲ್ಲಿ ಬಿಗಿಯಿಲ್ಲದೇ ಕನಸುಗಳನ್ನು ಕಟ್ಟಿದಳು. ಸ್ವಲ್ಪ ಅರ್ಥವಿಲ್ಲವೆನಿಸಿದ ಕೂಡಲೆ ಬದಲಾಗಿಬಿಟ್ಟಳು. ಆದರೆ ಗಿರಿಜ ಇವಳಿಗಿಂತ ವಿಭಿನ್ನ ಸ್ವಭಾವದವಳು.

"ಊಟಕ್ಕೆ... ಏಳ್ಬೇಕಂತೆ." ಮೌನವಾಗಿ ಎದ್ದ. ಮುರುಳಿಯ ಮುಖ ಕಂಡ ಕೂಡಲೇ ಅವನಲ್ಲಿ ಉತ್ಸಾಹ ಮೂಡಿತ್ತು. ಕ್ಷಣದಲ್ಲಿ ಕರಗಿಹೋಗಿತ್ತು.

ಬೇಸರದಿಂದ ಊಟ ಮುಗಿಸಿ ಕೋಣೆಯಲ್ಲಿ ಬಂದು ಕೂತ. ವಿದ್ಯೆಯ ಮಟ್ಟ ಕಡಿಮೆಯಿದ್ದರೂ ಒಂದು ವಿಧವಾದ ಹುಮ್ಮಸ್ಸು ಇತ್ತು. ವ್ಯಾಪಾರ ವಹಿವಾಟು ಬಿಟ್ಟು ಮಿಕ್ಕ ವೇಳೆಯಲ್ಲಿ ಒಳ್ಳೆಯ ಗ್ರಂಥಗಳ ಕಡೆಗೆ ಗಮನವಹಿಸುತ್ತಿದ್ದ. ತನಗೆ ನಿಲುಕುವಂಥ ಪುಸ್ತಕಗಳನ್ನು ಓದುತ್ತಿದ್ದ.

ಡಿಗ್ರಿ ಮುಗಿಸಿದ ಹೆಣ್ಣು ಸಂಗಾತಿಯಾಗುತ್ತಾಳೆಂದು ತಿಳಿದಾಗ ಆಕಾಶಕ್ಕೆ ಹಾರಿದ್ದ. ಕೆಲವೇ ದಿನಗಳ ಸಾಮೀಪ್ಯದಿಂದ ತಳಕ್ಕೆ ಕುಸಿದಿದ್ದ. ತೀರಾ ಕಳಪೆ ದರ್ಜೆಯ ಹೆಣ್ಣು. ಬಾಯಿಬಿಟ್ಟರೂ ಎಂದರೆ ಅಭಿಮಾನ ಭಂಗ, ಚಲನಚಿತ್ರ ಪ್ರೇಮಿ, ಕಳಪೆಯ ಚಿತ್ರಗಳನ್ನು ನೋಡುವಲ್ಲಿ ಅವಳಿಗೆ ಉತ್ಸಾಹ. ಒಡವೆ, ಸೌಂದರ್ಯ ಸಾಧನಗಳನ್ನು ಬಿಟ್ಟು ಬೇರೆ ಮಾತುಗಳೇ ಅವಳ ಬಾಯಿಂದ ಬರುತ್ತಿರಲಿಲ್ಲ. ಪುಸ್ತಕವನ್ನು ಕೈಯಲ್ಲಿ ಹಿಡಿಯುವುದು ಬರೀ ನಟನೇ ಮಾತ್ರ. ನಿಜವಾಗಿ ಮೋಸ ಹೋಗಿದ್ದವನು ಇವನು. ಆದರೂ.... ಅದನ್ನೆಲ್ಲ ತಲೆಗೆ ಹಚ್ಚಿಕೊಳ್ಳಲಾರ. ಪ್ರವಾಹಕ್ಕೆ ಬಿದ್ದ ಮೇಲೆ ಅಲೆಗಳು ದೂಡಿದತ್ತ ಸಾಗಿಬಿಡುವುದು - ಇದು ಅವನ ಪಾಲಿಸಿ.

ಮುರುಳಿಯ ಮುಖ ಕಂಡಕೂಡಲೇ ಷರಟನ್ನು ಏರಿಸಿಕೊಂಡು "ಭಾಗ್ಯ... ಸ್ವಲ್ಪ ಬರ್ತೀನಿ" ಎಂದು ದಾಪುಗಾಲು ಹಾಕುತ್ತ ನಡೆದ. ನಾಗೇಂದ್ರ ಬರುವುದನ್ನು ನೋಡಿ ಮುರುಳಿ ನಿಂತ. ಅವನ ಮೇಲೇನೂ ಬೇಸರವಿಲ್ಲ.

"ಊಟ... ಆಯ್ತ?" ಎಂದ.

"ಆಯ್ತು - ಹೋಟೆಲಿಗೆ ಹೋಗಿದ್ದೆ. ಇವತ್ತು ಮನೆಯಲ್ಲಿ ಅಡ್ಗೇನೆ ಮಾಡಿರಲಿಲ್ಲ."

ತೀರಾ ಆತ್ಮೀಯ ವ್ಯಕ್ತಿಯೆನ್ನುವಂತೆ ಬೆನ್ನ ಮೇಲೆ ಒಂದೇಟು ಹಾಕಿ "ಇದೇನು ಸರಿಹೋಗಲ್ಲ. ಒಂದ್ಮಾತು ಹೇಳ್ತೀನಿ; ಕೇಳ್ತೀರಾ....?"

"ಏನ್ಹೇಳಿ! ಕೇಳಬಹುದಾದ್ರೆ ಖಂಡಿತ ಕೇಳ್ತೀನಿ."

ನಾಗೇಂದ್ರ ಹುಸಿನಗುತ್ತಾ "ತಕ್ಷಣಕ್ಕೆ ಒಂದು ಮದ್ವೆ ಮಾಡ್ಕೊಂಬಿಡಿ." ಮುರುಳಿ ಜೋರಾಗಿ ನಕ್ಕ. ಅವನು ನಗುವ ರೀತಿಯಲ್ಲಿ ಹೇಳಿದ್ದ. ಸುಮ್ಮನಾದ.

"ನಾನು ಹೇಳ್ದ ಮಾತು ಸರಿಯಲ್ವ?" ಮುರುಳಿ ಸುಮ್ಮನಾದ.

ಇಬ್ಬರೂ ಬೇರೆ ವಿಷಯ ಮಾತಾಡುತ್ತ ಹೆಜ್ಜೆ ಹಾಕತೊಡಗಿದರು. ಇತ್ತೀಚಿಗೆ ತಾವು ಓದಿದ ಕನ್ನಡ ಪುಸ್ತಕಗಳ ಬಗ್ಗೆ ಹೇಳುತ್ತಿದ್ದರು. ಇಂಗ್ಲೀಷ್ ಅವರಿಗೆ ಅಷ್ಟೇ ತೊಡಕು.

ಗೇಟು ತೆರೆದು ಒಳಹೊಕ್ಕಾಗ ಇಬ್ಬರಿಗೂ ಹಾಯೆನಿಸಿತು. ಸಂಪಿಗೆ ಮರಗಳ ಕಡೆಯಿಂದ ತಂಪಾದ ಗಾಳಿ ಬೀಸಿತು. ಬಿಸಿಲಿನ ಧಗೆ ತಕ್ಷಣ ಕಡಿಮೆ ಆದ ಅನುಭವವಾಯಿತು.

"ಇಲ್ಲೇ ಕೂತುಕೊಳ್ಳೋಣ" ಸಂಪಿಗೆಯ ಮರದಡಿ ಹೋದ ನಾಗೇಂದ್ರ ಮೇಲೆ ನೋಡಿ ಕೆಳಗಿದ್ದ ಸಣ್ಣಕಲ್ಲಿನ ಮೇಲೆ ಕೂತ. ಸುತ್ತಲಿನ ಪರಿಸರವೆಲ್ಲ ಚೊಕ್ಕಟವಾಗಿತ್ತು. ಅವರ ದೃಷ್ಟಿ ನೇರವಾಗಿ ಹರಿದಿದ್ದು - ಹಿಂದೆ ಇದ್ದ ತೆಂಗಿನ ಮರಗಳ ಕಡೆ. ಗೊಂಚಲು ಗೊಂಚಲಾಗಿ ಕಾಯಿ ಇಳಿ ಬಿದ್ದಿತ್ತು. ಮುರುಳಿ ದೊಡ್ಡವನ ಸಂಪತ್ತಿನ ಒಡೆಯನಂತೆ ಕಂಡ ಪ್ರತಿಯೊಂದೂ ಸಮೃದ್ಧಿಯನ್ನು ತೋರಿಸುತ್ತಿತ್ತು.

"ನೀವ್ ತುಂಬ ಅದೃಷ್ಟವಂತರು!" ಬಾಯಿ ತುಂಬ ನುಡಿದ ಆಮೇಲೆ ನಾಲಿಗೆ ಕಚ್ಚಿಕೊಂಡ. ಕೈಕಟ್ಟಿ ಸೋಮಾರಿಯಾಗಿ ಕೂತಿದ್ದರೆ ಇದೆಲ್ಲ ಪಾಳು ಬೀಳುತ್ತಿತ್ತು. ಅದೃಷ್ಟಕ್ಕಿಂತ ದುಡಿಮೆ ಅತಿಶಯವೆನಿಸಿತು.

"ಕಾರು ತರಲಿಲ್ವಾ?" ಮುರುಳಿ ಸನಿಹದಲ್ಲಿಯೇ ಕೂತು ಪ್ರಶ್ನಿಸಿದ. ನಾಗೇಂದ್ರ ಬಂದಾಗಲೆಲ್ಲ ಕಾರು ಅವರ ಮನೆಯ ಮುಂದೆ ಇರುತ್ತಿತ್ತು. ಕಾರನ್ನ ನೋಡಿಯೇ ಗುರ್ತಿಸಬಹುದಿತ್ತು.

"ತಂದೆ, ಇಲ್ಲ" ಎರಡೂ ಹೇಳಿದ ಆಮೇಲೆ ಅವನೇ "ವಾಪ್ಸು ಕಳಿಸಿದೆ. ವ್ಯಾಪಾರ ತಲೆ ತಿಂದುಹೋಗಿದೆ. ಎಲ್ಲಾದ್ರೂ ಸುತ್ತಾಡಿ ಬರೋಣಾಂತ. ಭಾಗ್ಯ ಬರೋ ಸ್ಥಿತಿಯಲ್ಲಿಲ್ಲ. ಬಂದ್ರೂ.... ಅವಳಿಗೆ ಅದೆಲ್ಲ ಸರಿಹೋಗೋಲ್ಲ. ಅವಳ ಸ್ವಭಾವವೇ ಬೇರೆ."

"ನೀವೆಲ್ಲೂ ಹೋಗೋಲ್ವಾ?" ನಾಗೇಂದ್ರ ಕೇಳಿದ.

"ಹೋಗ್ಬೇಕೂ.... ಸದ್ಯಕ್ಕಂತೂ ಇಲ್ಲ. ಒಂಟಿಯಾಗಿ ಸುತ್ತಾಡೋಕೆ ಆಸೆ." ಬೇರೆ ಯಾರಾದರೂ ಆಗಿದ್ದರೆ ನಕ್ಕುಬಿಡುತ್ತಿದ್ದರೇನೋ! ನಾಗೇಂದ್ರ ನಗಲಿಲ್ಲ. ಪ್ರಕೃತಿಯ ಸೊಬಗನ್ನ ಮನಃಪೂರ್ತಿಯಾಗಿ ಸವಿಯಬೇಕಾದರೆ...

ಒಂಟಿಯಾಗಿರುವುದೇ ಸರಿಯೆನಿಸಿತು. ನಿಸರ್ಗ ಎಂದೂ ನಿತ್ಯನೂತನಳು. ಚೆಲುವು ಶಾಂತವಾದದ್ದು. ಅದರ ನಗುವಿನಲ್ಲಿ ಮನವನ್ನು ಮುದಗೊಳಿಸುವ ಸ್ನಿಗ್ಧತೆಯಿದೆ. ನಿರಾಶೆಯೆಂಬುದು ಅಲ್ಲಿ ಇಲ್ಲವೇ ಇಲ್ಲ.

"ನಿಮ್ಮನ್ನೊಂದು ವಿಷ್ಯ ಕೇಳಲಾ?" ನಾಗೇಂದ್ರ ಕೇಳಿದಾಗ ಮುರುಳಿಗೆ ಒಂದು ರೀತಿಯ ಕಸಿವಿಸಿಯುಂಟಾಯಿತು. ಆದರೂ ಗಂಭೀರವಾಗಿ "ಕೇಳಿ" ಎಂದ.

"ವಿದ್ಯಾಭ್ಯಾಸ ಮುಂದುವರಿಸೋ ಇಚ್ಛೆ ಇದ್ಯಾ?" ತಟ್ಟನೆ "ಇಲ್ಲ" ಎಂದುಬಿಟ್ಟ. ಸರಪಣಿಗಳ ಮಧ್ಯೆ ಜೋತುಬೀಳುವ ಬದಲು, ಹಾಯಾಗಿ ಸ್ವತಂತ್ರವಾಗಿ ವಿಹರಿಸುವ ಹುಚ್ಚು.

"ಮುಂದೆ ಏನು ಮಾಡ್ಬೇಕೂಂತಿದ್ದೀರಾ?" ಪ್ರಶ್ನೆ ಸ್ಪಷ್ಟವಾಗಿತ್ತು. ಭವಿಷ್ಯದ ಹಾದಿಯನ್ನು ಸುಲಭವಾಗಿ ಗುರುತಿಸಬಹುದಿತ್ತು.

"ಎಲ್ಲರೂ ಏನು ಮಾಡ್ತಾರೋ ಅದನ್ನೇ ನಾನು ಮಾಡ್ತೀನಿ. ನಾನೇನು ಅತಿಶಯವಾದ ವ್ಯಕ್ತಿಯಲ್ಲವಲ್ಲ." ನವಿರಾಗಿ ನಕ್ಕ.

ನಾಗೇಂದ್ರ ಸುತ್ತಲೂ ದೃಷ್ಟಿ ಹರಿಸಿದ. ನಿಜವಾಗಿಯೂ ಮುರುಳಿ ಎಲ್ಲರಂತೆ ಅಲ್ಲ. ಅವನು ಜೀವನವನ್ನು ನೋಡುವ ರೀತಿಯೇ ಬೇರೆ! ಹೌದೆನ್ನುವಂತೆ ಗಾಳಿಗೆ ಹೂಗಿಡಗಳು ತುಯ್ದಾಡಿದವು.

"ನಾನು ನಂಬೋಲ್ಲ. ನೀವ್ ಎಲ್ಲರಂತೆ ಅಲ್ಲ. ಏನೋ ಒಂದು ವಿಶಿಷ್ಟತೆ - ನಿಮ್ಮಲ್ಲಿದೆ. ನಿಮ್ಮ ಸ್ಥಿತಿಯಲ್ಲಿ ನೀವು ಅಧೀರರಾಗಿಲ್ಲ."

ಮುರುಳಿಯ ತಗ್ಗಿದ ತಲೆ ನೇರವಾಗಿ ನಿಂತಿತು. ಸುತ್ತಲೂ ದೃಷ್ಟಿ ಹರಿಸಿದ, ಅನಾಥನಾದಾಗ ಸಂತೈಸಿ ಧೈರ್ಯ ತುಂಬಿದ್ದವು. ಮುಖದಲ್ಲಿ ಹರ್ಷ ಮಿನುಗಿತು.

"ಯಾಕೆ, ನೀವ್ ಇವೊತ್ತು ಹೀಗೆ ಕೇಳ್ತಿದ್ದೀರಿ?"

"ಕೇಳಬೇಕೆನಿಸಿತು. ಕೇಳಿದೆ. ಏನಾದರೂ ತಪ್ಪಾಯಿತಾ?"

"ಖಂಡಿತ ಇಲ್ಲ. ಹೊಟ್ಟೆಪಾಡಿಗಾದರೂ ಒಂದು ಕೆಲ್ಸ ಹಿಡೀಬೇಕು ಅನ್ನೋ ಉದ್ದೇಶವಿತ್ತು. ಈಗಿಲ್ಲ. ಸಂಬ್ಳ ಅಧಿಕಾರ, ದೌಲತ್ತು ನಂಗೇ ಬೇಡ. ಮನಸ್ಸಿಗೆ ಸಂತೋಷ ಸಿಗುವಂಥ ದುಡಿಮೆ ಇದೆ. ಮಿಕ್ಕ ವೇಳೆಯನ್ನೆಲ್ಲ ಸಾಹಿತ್ಯಕ್ಕಾಗಿ ಮುಡಿಪಾಗಿಡಬೇಕೆಂದಿದ್ದೇನೆ."

ನಾಗೇಂದ್ರ ಜೋರಾಗಿ ಚಪ್ಪಾಳೆ ಹೊಡೆದು ತನ್ನ ಸಂತೋಷವನ್ನು ವ್ಯಕ್ತಪಡಿಸಿದ. ಅವನ ನಿರೀಕ್ಷೆ ತಪ್ಪಾಗಲಿಲ್ಲ. ಮುರುಳಿ ಎಲ್ಲರಂತಲ್ಲ. ತುಟಿಯವರೆಗೂ ಬಂದ ಇನ್ನೊಂದು ಮಾತನ್ನು ಬಲವಂತವಾಗಿ ನುಂಗಿಕೊಂಡ.

ಗಂಭೀರವಾಗಿ ವಿಷಯವನ್ನು ಮನದಲ್ಲಿಯೇ ಮೆಲುಕು ಹಾಕುತ್ತ "ನಮ್ಮ ಗಿರಿಜಾಗೆ ಗಂಡು ಗೊತ್ತಾಯ್ತು."

"ಬಹಳ ಸಂತೋಷ, ಯಾವಾಗ ಮದ್ವೆ?"

ಮುರುಳಿಯ ಮುಖವನ್ನೆಲ್ಲ ಹುಡುಕಾಡಿದ; ಎಲ್ಲಾದರೂ ಶೂನ್ಯ, ನಿರಾಶಭಾವ ಸಿಗಬಹುದೇನೋ ಎಂದು. ಇಲ್ಲ.... ಅವನು ಸಹಜವಾಗಿಯೇ ಇದ್ದ. ತಪ್ಪು ಗಿರಿಜಳದ್ದಾಗಿತ್ತು. ಮುರುಳಿ ನಿರ್ದೋಷಿ. ಸ್ನೇಹವನ್ನು ತಪ್ಪಾಗಿ ಭಾವಿಸಿಕೊಂಡಿದ್ದಾಳೆ. ಪ್ರಸಕ್ತ ವಿಷಯವನ್ನು ಅವನ ಮುಂದೆ ಎತ್ತಲೇಬಾರದೆಂಬ ತೀರ್ಮಾನಕ್ಕೆ ಬಂದ.

"ಬಿಸ್ಲು ಬಂತು, ಒಳಗೋಗೋಣ ನಡೀರಿ," ಮುರುಳಿ ಮೇಲೆದ್ದು ನಡೆದ. ನಾಗೇಂದ್ರ ಮೌನವಾಗಿ ಹಿಂಬಾಲಿಸಿದ. ಅವನ ಮುಖ ಗಂಭೀರವಾದ ಯೋಚನೆಯಲ್ಲಿ ತೊಡಗಿತ್ತು.

"ನಮ್ಮ ಮಾವನವರದ್ದು ಸ್ವಲ್ಪ ದುಡುಕು ಸ್ವಭಾವ. ನಮ್ಮ ಸೌಭಾಗ್ಯ ಒಂದು ತರಹ ಕನಸಿನ ಹುಡ್ಗಿ. ಆದರೆ, ನಮ್ಮ ಗಿರಿಜ ತುಂಬ ಗಂಭೀರ ಸ್ವಭಾವದವಳು. ನಮ್ಮ ಮಾವನ ಆಯ್ಕೆಯನ್ನು ಗಿರಿಜ ಒಪ್ಪಿಲ್ಲ." ಅವನ ಮುಖದ ಮೇಲೆ ಗಂಭೀರತೆ ಮಿಂಚಿದರೂ ತಾತ್ಕಾಲಿಕವಷ್ಟೆ – ಸಹಾನುಭೂತಿಯುಂಟಾಗಿರಬೇಕಷ್ಟೆ.

ಆಮೇಲೆ ಮಾತಾಡಿದ್ದು ಬೇರೆ ವಿಷಯ. ವ್ಯಾಪಾರದಲ್ಲಿರೋ ಲಾಭ ನಷ್ಟ, ಅದಕ್ಕಾಗಿ ಮಾಡೋ ಅನ್ಯಾಯ, ಕಾಳಸಂತೆ ಎಲ್ಲವನ್ನು ಹೇಳಿಕೊಂಡ ನಾಗೇಂದ್ರ. ಯಾವುದನ್ನೂ ಮುಚ್ಚಿಡಲಿಲ್ಲ. ವ್ಯಾಪಾರದ ತೀರಾ ಗುಟ್ಟಾದ ವ್ಯವಹಾರಗಳನ್ನು ಕೂಡ ಹೇಳಿಬಿಟ್ಟ.

"ತೂಕಡಿಕೆ ಬರ್ತಾ ಇದೆ" ಆಕಳಿಸುತ್ತ ಹೇಳಿದ. ಮುರುಳಿ ಅವನು ಮನೆಗೆ ಹೋಗಬಹುದೆಂದು ತಿಳಿದ. ಅವನು ಹೋಗಲಿಲ್ಲ.

"ಹಾಸಿಗೆ ಬಿಡ್ಸಿಕೊಡ್ಲಾ?" ಸಂಕೋಚಿಸುತ್ತಲೇ ಕೇಳಿದ.

"ಹಾಸಿಗೆ ಬೇಡ; ಚಾಪೆ ಇದ್ರೆ ಕೊಡಿ" ಮೈಮುರಿದು ಹೇಳಿದ.

ಮುರುಳಿ ಸುರುಳಿ ಸುತ್ತಿಟ್ಟಿದ್ದ ಚಾಪೆಯನ್ನು ಒತ್ತೊಟ್ಟಿಗೆ ಬಿಡಿಸಿ, ದಿಂಬು ಹಾಕಿಕೊಟ್ಟ.

"ಥ್ಯಾಂಕ್ಸ್" ಎಂದವನೆ ಮಲಗಿಬಿಟ್ಟ. ಮಲಗಿದ ಮರುಕ್ಷಣವೇ ನಿದ್ದೆ ಹೋಗಿಬಿಟ್ಟ. ಸಣ್ಣ ಗೊರಕೆಯ ಸದ್ದು ಕೇಳಿಸತೊಡಗಿತು.

ಪುನಃ ಜ್ಞಾಪಿಸಿಕೊಂಡ. ರಾತ್ರಿಗೆ ಅಕ್ಕಿ ತರಲೇಬೇಕಿತ್ತು. ಮತ್ತೆ ಡಬ್ಬಗಳಲ್ಲೆಲ್ಲ ಹುಡುಕಾಡಿದ. ಒಂದು ಡಬ್ಬಿಯಲ್ಲಿ ಅಕ್ಕಿಯ ತರಿಯಿತ್ತು. ಮಾದ ತಂದುಕೊಟ್ಟಿರಬೇಕು, ಅದನ್ನು ಮರೆತುಬಿಟ್ಟಿದ್ದ. ಕೈಯಾಡಿಸಿದಾಗ ಗೂಡುಗಳು ಸಿಕ್ಕಿತು. ಮೂಗಿನ ಬಳಿ ಹಿಡಿದು ನೋಡಿದ. ಮುಗ್ಗಲು ವಾಸನೆ ಹತ್ತಿರಲಿಲ್ಲ. ಪರವಾಗಿಲ್ಲ, ಬಳಸಬಹುದೆಂದುಕೊಂಡು ಸರಿದು ಹೋಗುತ್ತಿದ್ದ ಬಿಸಿಲಿಗೆ ಇಟ್ಟ, ಇದು ಸರಿಹೋಗದೆಂದು ಪೇಪರು ತಂದು ಹರವಿ ಅದರ ಮೇಲೆ ಸುರಿದು ಕೈಯಾಡಿಸಿದ. ಸಣ್ಣ ಸಣ್ಣ ಹುಳುಗಳನ್ನು ಆರಿಸಿ ತೆಗೆದು ಸ್ವಚ್ಛ ಮಾಡಿದ. ಮತ್ತೊಮ್ಮೆ ಮೂಗಿನ ಬಳಿ ಹಿಡಿದು ನೋಡಿದ.

ನಾಗೇಂದ್ರನ ಸಣ್ಣ ಗೊರಕೆ ಅವ್ಯಾಹತವಾಗಿ ಹರಿದುಬರುತ್ತಿತ್ತು. ಮಹಾಶಯನಿಗೆ ಒಳ್ಳೆ ನಿದ್ದೆ. ಶಬ್ದ ಮಾಡದಂತೆ ಒಂದೆಡೆ ಕೂತು ಈರುಳ್ಳಿ ಹೆಚ್ಚತೊಡಗಿದ.

ತಟ್ಟನೆ ಎದ್ದು ಕೂತ ನಾಗೇಂದ್ರ ಮೈ ಮುರಿಯುತ್ತ "ಏನೋ ತಿಂಡಿ ತಯಾರಿಯಲ್ಲಿದ್ದೀರಾ! ಹೆಲ್ಪ್ ಮಾಡ್ಲಾ?"

"ಥ್ಯಾಂಕ್ಸ್ ಬೇಡ. ಅಂಥದ್ದೇನೂ ಇಲ್ಲ."

ಛೇರ್ ಮೇಲಿದ್ದ ಟವಲನ್ನು ಹೆಗಲ ಮೇಲೆ ಹಾಕ್ಕೊಂಡು ಹೊರಗೆ ಹೋದ. ಅವನು ಬಾವಿ ಬಳಿ ಮುಖ ತೊಳೆದು ಒಳಗೆ ಬಂದ. ರವೆ ಹುರಿಯುತ್ತಿದ್ದ ವಾಸನೆ ಗಪ್ಪೆಂದು ಬಡಿಯಿತು. ಇಣಕಿ ನೋಡಿ "ಇರೀ... ಇರೀ..." ಎಂದು ಅಲ್ಲಿದ್ದ ಪೇಪರನ್ನು ಹಿಡಿದು ಹೊರಗೆ ಬಂದ.

ಒಂದೆರಡು ಬದನೆಕಾಯಿ, ಕೊತ್ತಂಬರಿ ಸೊಪ್ಪು, ಹಸಿಮೆಣಸಿನಕಾಯಿ, ಎಲ್ಲ ತಂದವನು ಕುಕ್ಕುರುಗಾಲಿನಲ್ಲಿ ಕೂತು "ಎಣ್ಣೆ ಕಡಲೇಬೇಳೆ, ಉದ್ದಿನಬೇಳೆ, ಒಂದಿಷ್ಟು ಸಾಸಿವೆ ನನ್ಮುಂದೆ ಇಟ್ಹೋಗಿ. ನೀವ್ ಮುಖ ತೊಳ್ದು ಬರೋ ಹೊತ್ತಿಗೆ ಘಮಘಮ ಉಪ್ಪಿಟ್ಟು ರೆಡಿ." ಬಲವಂತದಿಂದ ಮುರುಳಿಯನ್ನು ಹೊರಗೆ ಕಳಿಸಿದ. ಆಮೇಲೆ ಮುರುಳಿ ಬಂದರೂ ತಾನೇ ಮಾಡಿದ. ಮಾಡಿದ್ದನ್ನೆಲ್ಲ ಎರಡು ತಟ್ಟೆಗೆ ಸುರಿದು ಚಾಪೆಯ ಮೇಲೆ ತಂದಿಟ್ಟು "ನೀರು ತಗೊಂಡ್ಬನ್ನಿ ಬಿಸಿ ಬಿಸಿ ತಿಂದರೇನೇ ಮಜಾ." ಲೊಟ್ಟೆ ಹೊಡೆಯುತ್ತಲೇ ತಿಂದ. ಎಂದಿಗಿಂತ ಉಪ್ಪಿಟ್ಟು ರುಚಿಯಾಗಿತ್ತು. ಮುರುಳಿಯು ಕೂಡ ಎಲ್ಲಾ ತಿಂದು ಮುಗಿಸಿದ.

ನಾಗೇಂದ್ರ ಹೋದ ಎಷ್ಟೋ ಹೊತ್ತಿನವರೆಗೂ ಅವನ ಬಗ್ಗೆಯೇ ಯೋಚಿಸುತ್ತ ಕೂತ. ಈಗ ಸಿರಿವಂತಿಕೆಯಲ್ಲಿದ್ದರೂ ಸರಳತೆಯನ್ನು ಮೈಗೂಡಿಸಿಕೊಂಡಿದ್ದ. ಸುಖ, ನೆಮ್ಮದಿ ಇಂಥವರ ಪಾಲೋ! ಅಳಿಯನೆಂಬ ಬಿಗುಮಾನವಿರಲಿಲ್ಲ. ಮೂರು ಮೂರು ದಿನಕ್ಕೂ ಬರುತ್ತಿದ್ದ.

* * * *

ಅಂದು ಉಷಾ ಬಂದಾಗ ತುಂಬ ಖುಷಿಯಲ್ಲಿದ್ದಳು. ಉತ್ಸಾಹದ ಚಿಲುವೆಯಂತೆ ಕಾಣುತ್ತಿದ್ದಳು. ಮನಸ್ಸಿಟ್ಟು ಅಲಂಕಾರ ಮಾಡಿಕೊಂಡು ಬಂದಿದ್ದಳು. ಪ್ರತಿಬಾರಿಯೂ ಏನಾದರೂ ಹೇಳಬೇಕೆಂದು ಬಾಯಿ ತೆರೆಯುತ್ತಿದ್ದಳು. ಮತ್ತೆ ಸುಮ್ಮನಾಗುತ್ತಿದ್ದಳು. ಒಟ್ಟಿನಲ್ಲಿ ಅವಳೇನೋ ಹೇಳುವವಳಿದ್ದಳು. ಮುರುಳಿ ಕೂಡ ಉತ್ಸಾಹ ತೋರದೇ ಸತಾಯಿಸುತ್ತಿದ್ದ.

"ಸ್ವಲ್ಪ ನೀರು ಕೊಡಿ" ಕೇಳಿದಳು. ಅವನೆದ್ದು ಒಳಗೆ ಹೋದ.

ಮುರುಳಿ ತಂದುಕೊಟ್ಟ ನೀರನ್ನು ಕುಡಿದು ಲೋಟ ಪಕ್ಕಕ್ಕೆ ಇಟ್ಟಳು. ಕಚ್ಚಿ ಕುಡಿಯದೆ, ಎತ್ತಿ ಕುಡಿದಿದ್ದಳು. ನೀರು ಕುಲುಕಿ ಜಾರಿತ್ತು.

"ಪರ್ವಾಗಿಲ್ಲ, ನನ್ನ ಬಿಟ್ಟು ನಮ್ಮನೆಯಲ್ಲಿ ಎಲ್ಲರೂ ಎತ್ತಿ ಕುಡಿಯುತ್ತಾರೆ," ನಕ್ಕು ಸುಮ್ಮನಾದ ಮುರುಳಿ.

ಇದುವರೆಗೂ ಅವರಿವರು ಉಷಾಳ ಬಗ್ಗೆ ಆಡಿಕೊಂಡಿದ್ದು ಗೊತ್ತೇ ವಿನಃ ನೇರವಾಗಿ ಅವಳ ಮನೆಯ ವಿಷಯ ಗೊತ್ತಿರಲಿಲ್ಲ. ಕೇಳಬೇಕೆಂದು ಎಂದೂ ಆಸಕ್ತಿವಹಿಸಿರಲಿಲ್ಲ. ಅವಳಿಗಾಗಿ ಹೇಳಿರಲಿಲ್ಲ.

"ಕಲ್ಚರಲ್ ಪ್ರೋಗ್ರಾಂ ಇದೆ."

"ಓಹ್-ಹಾಗೋ! ಸಂತೋಷ" ಎಂದ.

ಉಷಾಳ ಮುಖದ ಮೇಲಿನ ಉತ್ಸಾಹ ತಟ್ಟನೆ ಕರಗಿಹೋಯಿತು. ಮುರುಳಿಯ ಸ್ವಭಾವ ಅಷ್ಟಿಷ್ಟು ಗೊತ್ತಿತ್ತು. ಕೋಪ ಮಾಡಿಕೊಳ್ಳುವುದರಿಂದ ಪ್ರಯೋಜನವಿಲ್ಲವೆಂದುಕೊಂಡಳು.

"ಯಾಕೆ? ಎಲ್ಲಿ? ಏನೂಂತ ಕೇಳೋಲ್ವಾ!" ಹುಸಿಮುನಿಸಿನಿಂದ ಅವಳ ಮೂಗು ಕೆಂಪಾಗಿತ್ತು.

"ಎಕ್ಸ್‌ಕ್ಯೂಜ್ ಮಿ. ಕೇಳ್ತೀನಿ, ಹೇಳಿ."

ಅವಳು ಬಹಳ ಉತ್ಸಾಹದಿಂದ ಹೇಳುತ್ತಿದ್ದಳು. ಮುರುಳಿ ಮೌನವಾಗಿ ಕೇಳುತ್ತಿದ್ದ, ಆಸಕ್ತಿ ಇರಲಿಲ್ಲ. ತಾನು ಓದಿದ ಸಾಹಿತ್ಯಿಕ ಗ್ರಂಥಗಳ ಬಗ್ಗೆ ಆಳವಾಗಿ ಯೋಚಿಸುತ್ತಿದ್ದ.

"ನಾನು ನಿಮ್ಮ 'ಚೈತ್ರದ ಕೋಗಿಲೆ' ಕವನ ಹಾಡಬೇಕೆಂದಿದ್ದೇನೆ." ಈಗ ವಾಸ್ತವ ಪ್ರಪಂಚಕ್ಕೆ ಇಳಿದ.

"ಬೇರೆ ಯಾವುದಾದ್ರೂ ಹಾಡಬಹುದಿತ್ತು...." ರಾಗವೆಳೆದ.

"ಇಲ್ಲ, ಅದ್ನೇ ಹಾಡೋದು." ಮುಖ ಉಮ್ಮಿಸಿ ಹೇಳಿದಳು.

"ನಿಮಿಷ್ಟ, ನನ್ನದೇನೂ ಅಭ್ಯಂತರವಿಲ್ಲ."

ಅವನು ಒಮ್ಮೆ ಹಾಡಿ ಎಂದು ಕಾಡಬಹುದೆಂದು ನಿರೀಕ್ಷಿಸಿದಳು. ಅವನು ಕೇಳಲಿಲ್ಲ. ಅವಳಂತೂ ಮೊದಲು ಹಾಡಿ ಮೆಚ್ಚುಗೆ ಪಡೆಯಬೇಕೆಂಬ ಉದ್ದೇಶದಿಂದಲೇ ಬಂದಿದ್ದಳು.

"ಒಂದ್ಸಲ ಹಾಡ್ಲಾ....?" ಸ್ವಾಭಿಮಾನ ಮರೆತು ತಾನೇ ಕೇಳಿದಳು. ಪ್ರೀತಿಯ ಮುಂದೆ ಎಲ್ಲವೂ ಗೌಣ!

ಎದ್ದು ಹೋಗಿ ಸಂಪಿಗೆಯ ಮರಕ್ಕೆ ಒರಗಿ ನಿಂತಳು. ಸ್ವರವೆತ್ತಿ ಷುರು ಮಾಡಿದರು. ಪ್ರಕೃತಿಯೇ ಹಾಡಿಗೆ ಮರುಳಾಯಿತೇನೋ ಎಂದು ಸ್ತಬ್ಧಗೊಂಡಿತು.

ಕವಿ ನಿಸರ್ಗದ ಚೆಲುವಿನ ಸೊಬಗನ್ನು ತನ್ನ ಲೇಖನಿಯಲ್ಲಿ ಹಿಡಿದು ಇಟ್ಟಿದ್ದ. ಚಳಿಗಾಲದ ಕೊನೆಯ ದಿನಗಳು. ಗಿಡಮರಗಳು ಹಳೆಯದನ್ನು ಕಳೆದುಕೊಂಡು ಹೊಸ ಚಿಗುರನ್ನು ಪಡೆದು ಗೆಲುವಿನಿಂದ ನಿಂತಿದೆ. ಹಸಿರು ವನರಾಶಿಯ ಮಧ್ಯೆ ಮಧ್ಯೆ ಬಣ್ಣ ಬಣ್ಣದ ಹೂಗಳು. ಹೂವುಗಳ ಹಿತವಾದ ಪರಿಮಳ-ದುಂಬಿಗಳ ಝೇಂಕಾರ. ಬೆಳಗಿನ ಇಬ್ಬನಿಯಲ್ಲಿ ತೊಯ್ದು ನೇಸರನ ಕಿರಣಗಳನ್ನು ತಬ್ಬಿ ಹೊಸದನ್ನು

ಆಹ್ವಾನಿಸುವ ಮಾವಿನ ಮರದ ಚಿಗುರು. ಇಷ್ಟರ ನಡುವೆ ಕೋಗಿಲೆಯ ಕುಹೂ.... ಕುಹೂ.... ಉಲಿತ. ಎಂಥಾ ರಮ್ಯ.

ಹಾಡು ನಿಂತಾಗ ಇಬ್ಬರೂ ಹೊಸ ಲೋಕಕ್ಕೆ ಬಂದವರಂತೆ ಎಚ್ಚರಗೊಂಡಿದ್ದರು. ಇಬ್ಬರ ಹೃದಯಗಳಲ್ಲೂ ಹರ್ಷ 'ಭೋರ್ಗ' ರೆಯುತ್ತಿತ್ತು. ಮಾತುಗಳಿಗೆ ತಡಕಾಡಿದರು.

"ಏನು ಹೇಳ್ಬೇಕೋ... ಗೊತ್ತಾಗ್ತಾ ಇಲ್ಲ!" ಕೈ ಕೈ ಹಿಸುಕಿಕೊಂಡ. ಉಷಾಳ ನೋಟ ನೆಲ ನೋಡಿತು. ಭಾವನಾ ಪ್ರಪಂಚದಲ್ಲಿ ತೇಲಾಡುತ್ತಿದ್ದಳು. ಬಹಳ ಹೊತ್ತು ಮೌನವಾಗಿದ್ದಳು. ಸುಂದರ, ಪ್ರಶಾಂತವಾದ ಕಾವ್ಯ ಪ್ರಪಂಚದಲ್ಲಿ ವಿಹರಿಸುತ್ತಿದ್ದಳು.

"ಉಷಾ" ಆ ಕರೆಯಲ್ಲಿ ಜೇನಿನಂಥ ಸಿಹಿ ಇತ್ತು. ಎಲ್ಲವನ್ನು ಮೀರಿಸುವ ಪ್ರೇಮ ಪ್ರಪಂಚ ಅವರದಾಗಿತ್ತು. ಅವನೆದೆಯ ಮೇಲೆ ತಲೆಯಿಟ್ಟು ಕಣ್ಣು ಮುಚ್ಚಿದಳು. ಅವನ ಮುಖದ ಮೇಲೆ ಹರ್ಷದ ರೇಖೆಗಳು ಮೂಡಿದವು. ಕಣ್ಣುಗಳಲ್ಲಿ ಅನುರಾಗದ ಹೊಳಪು ಚಿಮ್ಮಿತು.

ಬೊಗಸೆಯಲ್ಲಿ ಅವಳ ಮುಖವನ್ನು ಹಿಡಿದು ನೋಡಿದ. ಉದ್ವೇಗರಹಿತವಾದ ಸುಖ ಸಂವೇದನೆಯಲ್ಲಿ ಮುಳುಗಿ ತೇಲುತ್ತಿದ್ದಳು. ಹರ್ಷದ ಹೊನಲು ಮುಖದ ಮೇಲೆಲ್ಲ ಹರಡಿತು. ಭಾವ ಸಮಾಧಿಯಲ್ಲಿರುವಂಥ ಅವಳ ಹಣೆಯನ್ನು ಚುಂಬಿಸಿದ. ಅಲುಗಾಟವಿಲ್ಲ. ಪ್ರೇಮವು ಇಬ್ಬರ ಹೃದಯದಲ್ಲೂ ಒಂದು ಹೊಸ ಲೋಕವನ್ನು ಸೃಷ್ಟಿಸಿತು. ತಮ್ಮ ಇರುವಿಕೆಯನ್ನೇ ಮರೆಸುವ ಈ ಸುಖ ಎಂದೆಂದಿಗೂ ಶಾಶ್ವತವಾಗಿದ್ದುಬಿಟ್ಟರೇ...!

"ಉಷಾ.... ಮನೆಗೆ ಹೋಗೋಲ್ವಾ?" ಬೆಚ್ಚಿದವಳಂತೆ ಅವನ ತೋಳಿನಿಂದ ಹೊರಗೆ ಬಂದಳು. ಪ್ರೇಮ ಸರೋವರದಲ್ಲಿ ಮಿಂದು ಪುನೀತಳಾದ ತೃಪ್ತಭಾವನೆ ಅವಳ ಮುಖದ ಮೇಲಿತ್ತು.

"ಬರ್ತೀನಿ.... ಹೊತ್ತಾಯ್ತು" ಗೇಟಿನವರೆಗೂ ಹೋಗಿ ಹಿಂದಿರುಗಿ ನೋಡಿದಳು. ಎರಡು ನೋಟಗಳು ಕ್ಷಣಕಾಲ ಸಂಧಿಸಿದವು. ತಟ್ಟನೆ ಕಣ್ಣೀರು ಕೆನ್ನೆಯ ಮೇಲೆ ಮುತ್ತಿನ ಮಣಿಗಳಂತೆ ಉದುರಿದವು. ಹಿಂಗೈನಿಂದ ಒರೆಸಿಕೊಂಡ ಉಷಾ ಕೈಬೀಸಿ ನಡೆದಳು. ಬಲವಂತದಿಂದ ಕಾಲುಗಳನ್ನು ಎಳೆದುಕೊಂಡು ಹೋಗುತ್ತಿರುವಂತೆ ಕಂಡಳು. ಮುರುಳಿಯ ಹೃದಯ ದ್ರವಿಸಿಹೋಯಿತು.

ಉಷಾ ಮನೆಗೆ ಒಂದಿಬ್ಬರು ಹೊಸಬರು ಬಂದು ಕೂತಿದ್ದರು. ಅವರಿಬ್ಬರು ಹತ್ತಿರದ ಸಂಬಂಧಗಳಲ್ಲಿ ಒಬ್ಬಾತ ದೂರ ಸಂಬಂಧಿಯಾದರೇ ಇನ್ನೊಬ್ಬಾತ ಪುರೋಹಿತರಿರಬೇಕು. ಜಾತಕಗಳನ್ನು ಹಿಡಿದು ನೋಡುತ್ತಿದ್ದರು.

"ಬಂದ್ಯಾ, ಮಗು!" ತಂದೆಯ ಧ್ವನಿಯಲ್ಲಿ ಅತಿಯಾದ ಆತ್ಮೀಯತೆ ಇತ್ತು. ಪುರೋಹಿತರ ಕಡೆ ತಿರುಗಿದವರೇ "ಇವ್ಳೇ.... ನನ್ಮಗ್ಳು.... ಉಷಾ." ಅವರು ಅಡಿಯಿಂದ ಮುಡಿಯವರೆಗೂ ಉಷಾಳನ್ನ ನೋಡಿ ತಲೆಯಾಡಿಸಿದರು.

"ಜಾತ್ಕಾನುಕೂಲವಿದೆ. ವರಸಾಮ್ಯನೂ ಚೆನ್ನಾಗಿದೆ. ದೈವಕೃಪೆ, ಹೇಗಿದ್ಯೋ.... ನೋಡ್ಬೇಕು!"

ಉಷಾ ಸರಸರನೇ ನಡೆದುಬಿಟ್ಟಳು. ಅಳತೆಗೆ ಮೀರಿದ ಸಂತೋಷ ಅವಳಲ್ಲಿ ತುಂಬಿಕೊಂಡಿತ್ತು. ಹೊಸ ಲೋಕದಲ್ಲಿದ್ದಂತೆ ಭಾವಿಸಿದ್ದಳು.

"ಎಲ್ಲಿಗೆ ಹೋಗಿದ್ದೆ?" ಗದರುವಂತೆ ಕೇಳಿದರು ತಾಯಿ. ಇತ್ತೀಚೆಗೆ ಪದೇ ಪದೇ ಮುರುಳಿಯ ಮನೆಗೆ ಹೋಗುತ್ತಿದ್ದುದು ಅವರಿಗೆ ಗೊತ್ತು. ಆದರೆ ಮುರುಳಿಯ ಹೆಸರು ಅವರಿಗೆ ಗೊತ್ತಿಲ್ಲ. ಮಗಳನ್ನು ದಂಡಿಸಿ ಬಿಗಿಯಾಗಿ ಹಿಡಿದಿಡುವ ಕಾಲ ಕಳೆದುಹೋಗಿತ್ತು.

ಅಕ್ಕನ ಬಗ್ಗೆ ಬೇಸರಗೊಂಡಿದ್ದ ಶ್ಯಾಮ, ಪ್ರಹ್ಲಾದ ಅವಳ ವ್ಯವಹಾರವನ್ನು ಹೊಂಚುಹಾಕಿ ಪರೀಕ್ಷಿಸುತ್ತಿದ್ದರು. ಅವಳು ಹೋಗಿ ಮಾತಾಡುವುದು, ಬರೆದಿದ್ದನ್ನು ದುಂಡಗೆ ಪ್ರತಿಮಾಡಿ ಕೊಡುವುದು ಎಲ್ಲವನ್ನು ಕಣ್ಣಾರೆ ನೋಡಿದ್ದ. ಅವನೇ ತಾಯಿಯ ಮುಂದೆ ವಿಷಯವನ್ನು ಹರಡಿದ್ದ.

ಆಮೇಲೆ ಅವರು ಸುಮ್ಮನೇ ಕೂಡಲಿಲ್ಲ. ಮುರುಳಿಯ ಮನೆಯ ಸುತ್ತಮುತ್ತಲಿನವರ ಸಂಪರ್ಕ ಬೆಳೆಸಿ ಪೂರ್ವೋತ್ತರಗಳನ್ನೆಲ್ಲ ವಿಚಾರಿಸಿದ್ದರು. ತೀರಾ ನಿರಾಸೆಯಾಗಿತ್ತು. ಹುಡುಗ ತಮ್ಮ ಜನವೇ, ಸಭ್ಯ. ಅಷ್ಟು ಮಾತ್ರಕ್ಕೆ ಹಿಂದೂ ಮುಂದೂ ಯೋಚಿಸದೇ ಮಗಳನ್ನು ಕೊಡಲು ಸಾಧ್ಯವೇ? ಅವರ ಆಸೆಯ ಪ್ರಕಾರ ದೊಡ್ಡ ಶ್ರೀಮಂತನನ್ನು ಕೈ ಹಿಡಿಯಬೇಕು, ಕಾರಿನಲ್ಲೇ ಓಡಾಡಬೇಕು. ಅಷ್ಟು ಬಿಟ್ಟು ತೀರಾ ಭಿಕಾರಿಗೆ (ಅವರ ಪ್ರಕಾರ) ಕೊಡಲು ಹೇಗೆ ಒಪ್ಪಿಯಾರು?

ಮದುವೆಯ ಮನೆಯಲ್ಲಿ ನೋಡಿದ್ದ ವರ ತಪ್ಪಿ ಹೋಗಿದ್ದ. ಅದು ದೊಡ್ಡ ಕಷ್ಟವಾಗಿತ್ತು. ತರಾತುರಿಯಲ್ಲಿ ವರಾನ್ವೇಷಣೆ ಪ್ರಾರಂಭಿಸಿದ್ದರು.

ಅಡಿಗೆಯ ಮನೆಗೆ ಬಂದವಳೇ ಮಂಡಿಯ ಮೇಲೆ ತಲೆಯೂರಿ ಕೂತಳು. ಎಷ್ಟೇ ಕೆಲಸವಿರಲಿ, ಅವಳು ಮಾತ್ರ ಕೊಳಕು ಮಾಡಿಕೊಳ್ಳಲಾರಳು.

"ಏನಾದ್ರೂ ಕೊಡು."

ಬಂದವರಿಗಾಗಿ ಮಾಡಿದ್ದ ತಿಂಡಿಯನ್ನು ಪ್ಲೇಟಿಗೆ ಹಾಕಿ ಅವಳ ಮುಂದೆ ಇಟ್ಟರು. ಉಪ್ಪಿಟ್ಟಿನಲ್ಲಿ ಕೈಯಾಡಿಸಿದ ಉಷಾ ಮುಖ ದಪ್ಪಗೆ ಮಾಡಿಕೊಂಡು "ತುಪ್ಪ ಹಾಕು" ಎಂದಳು.

"ತುಪ್ಪ ಇಲ್ಲ. ಇದ್ದಿದ್ದು ಕೇಸರಿಭಾತ್‌ಗೆ ಸುರಿದಿದ್ದು ಆಯ್ತು."

ಮುಂದಿದ್ದ ಪ್ಲೇಟನ್ನು ರೊಯ್ಯನೆ ತಾಯಿಯತ್ತ ತಳ್ಳಿದಳು. ಮನೆಯಲ್ಲಿ ತುಪ್ಪ ಯಾರಿಗಿಲ್ಲದಿದ್ದರೂ ನಡೆಯುತ್ತಿತ್ತು. ಆದರೆ ಅವಳಿಗೆ ಇರಲೇಬೇಕು. ರಾತ್ರಿ-ಹಗಲು ಹುಡುಗರಿಗೆ ಪಾಠ ಹೇಳಿ ಎದೆಯಲ್ಲಿ ಹುಣ್ಣಾದ ಅವಳ ತಂದೆ ಕೂಡ ತುಪ್ಪ ಬಳಸಲು ಹಿಂಜರಿಯುತ್ತಿದ್ದರು. ತುಟ್ಟಿ ಕಾಲ ಮುಂದೆ ಮಗಳಿಗೆ ಮದುವೆ ಮಾಡಬೇಕು!

"ಸದ್ಯಕ್ಕೆ ತಿನ್ನು, ಶ್ಯಾಮ ಬಂದ್ಮೇಲೆ ತರಿಸ್ತೀನಿ. ಈಗಿನ ಕಾಲದಲ್ಲಿ ಬರೋ ಸಂಬ್ಳದಲ್ಲಿ ಎರಡೊತ್ತು ಊಟ ಮಾಡೋದು ಕಷ್ಟ! ತುಪ್ಪ, ಹಾಲು ಹೇಗೆ

ಹೊಂಚಬೇಕು? ನಾಳೆ ಸಂಸಾರಕ್ಕೆ ಹೋದ್ಮೇಲೆ ಗೊತ್ತಾಗುತ್ತೆ!" ಎನ್ನುತ್ತಲೇ ಮಗಳ ಮುಂದೆ ಪ್ಲೇಟ್ ಸರಿಸಿದರು.

ಕೇಸರಿಭಾತ್ ತಿಂದು ಮುಗಿಸಿದ ಉಷಾ, ಸೇರಿದಷ್ಟು ಉಪ್ಪಿಟ್ಟು ತಿಂದು ಎದ್ದುಹೋದಳು. ಬಿಟ್ಟುಹೋದ ತಟ್ಟೆಗಳ ಕಡೆ ನೋಡಿ ಅವರು ನಿಟ್ಟುಸಿರು ಚೆಲ್ಲಿದರು.

ಮರುದಿನವೇ ಹುಡುಗ ಬಂದ. ಇವಳು ರೋಜ್ ಸಫಾರಿ ಹಾಕ್ಕೊಂಡು ಸ್ಕೂಟರ್ ರಿಪೇರಿ ಮಾಡುತ್ತ ಇದ್ದಳು. ಬೆಳಗಿನಿಂದ ಅಪ್ಪ, ಅಮ್ಮ ಹೇಳಿ ಸೋತು ಅವಳ ಪಾಡಿಗೆ ಅವಳನ್ನು ಬಿಟ್ಟಿದ್ದರು.

"ಹಲೋ...." ತಾನಾಗಿ ಮಾತಾಡಿಸಿದ ಸಂಜಯ.

"ಹಲೋ...." ಎಂದವಳೇ ವಿನಃ ಇವನತ್ತ ತಿರುಗಲಿಲ್ಲ. ಮನದಲ್ಲೇ ನಕ್ಕು ಒಳಗೆ ನಡೆದ.

ಉಷಾಳ ಅಮ್ಮನಂತೂ ಅಡಿಗೆಯ ಮನೆಯಿಂದ ಹೊರಗೆ ಬರಲಿಲ್ಲ. ಮಗಳ ಉದ್ಧಟತನದಿಂದ ರೋಸಿಹೋಗಿದ್ದರು.

"ಬನ್ನಿ.... ಬನ್ನಿ...." ಆದರದಿಂದ ಸ್ವಾಗತಿಸಿದರು ಕೇಶವಯ್ಯ.

ಸಂಜಯಗೆ ಕೂಡ ಮುರುಳಿಯಂತೆ ಅಮ್ಮ, ಅಪ್ಪನಿರಲಿಲ್ಲ. ಶ್ರೀಮಂತಿಕೆ ಅವನನ್ನು ಭಿಕಾರಿಯನ್ನಾಗಿ ಮಾಡಿರಲಿಲ್ಲ. ಹೆಣ್ಣು ಹೆತ್ತವರು ತಾ ಮುಂದೆ, ನಾ ಮುಂದೆ ಎಂದು ಹೆಣ್ಣು ಕೊಡಲು ಸಾಲುಗಟ್ಟಿದ್ದರು.

"ಉಷಾ.... ಎದ್ದು ಬಾ" ಶ್ಯಾಮ ತಿವಿದ.

"ಹೊಗೋ ಬರಲ್ಲ. ಇದ್ನ ರಿಪೇರಿ ಮಾಡದಿದ್ದರೆ ನನ್ನೆಸರು ಉಷಾ ಅಲ್ಲ." ಸ್ಕ್ರೂಡ್ರೈವರ್ ಹಿಡಿದು ಒಂದೊಂದೇ ಬಿಡಿ ಭಾಗವನ್ನು ಕಳಚತೊಡಗಿದಳು. ಅವನು ಕೆಂಗಣ್ಣು ಮಾಡಿಕೊಂಡೇ ಒಳಗೆ ಹೋದ.

ಕಡೆಗೆ ಅವರ ತಂದೇನೇ ಬಂದು ಮಗಳನ್ನು ಪುಸಲಾಯಿಸಿ ಒಳಗೆ ಕರೆದೊಯ್ದರು.

"ಇವ್ಳೇ.... ನಮ್ಮಗ್ಳು ಉಷಾ," ಮುಖವನ್ನೂದಿಸಿಕೊಂಡೇ ಕೈ ಜೋಡಿಸಿದಳು.

"ಇವ್ರು - ಸಂಜಯ್ ಅಂತ."

"ಗೊತ್ತು - ಗೊತ್ತು" ತಲೆಯಾಡಿಸಿಬಿಟ್ಟಳು.

"ವೆರಿಗುಡ್ - ಕೂತ್ಕೊಳ್ಳಿ." ಈಗ ಸಂಜಯ ಹೇಳಿದ. ಅವನು ನೋಡಿದ ಹುಡುಗಿಯರಿಗಿಂತ ಛಾಲೆಂಜ್ ಆಗಿ ಕಂಡಳು. ಕಣ್ಣರಳಿಸಿ ನೋಡಿದ. ಕೋರೈಸುವಂಥ ರೂಪಲ್ಲ. ಆದರೂ ಏನೋ ಒಂದು ವಿಧವಾದ ಆಕರ್ಷಣೆ ಅವಳಲ್ಲಿತ್ತು.

"ನಾವ್, ಮಾತಾಡ್ತೀವಿ." ನಿಮ್ಮ ಇರುವು ಬೇಡವೆಂದು ಅವರಿಗೆ ಒತ್ತಿ ಹೇಳಿದಂತಾಯಿತು. ಆದರೂ ಅವರಿಗೆ ಭಯ. ಮಗಳು ಸಿಕ್ಕಾಪಟ್ಟೆ ಮಾತಾಡಿ ಒಳ್ಳೆ ಸಂಬಂಧನ ಎಲ್ಲಿ ಕಳೆದುಕೊಳ್ಳುತ್ತಾಳೋ ಎಂದು ಮೂರ್ತಿಗಳ ಭಯ.

"ಆಯ್ತು, ಆಯ್ತು, ಮಾತಾಡಿ" ಒಳಗೆ ಹೋದರು.

"ನೀವ್ ಮೊದ್ಲು ಮಾತಾಡ್ತೀರೋ - ನಾನು ಮಾತಾಡಲೋ!" ಉಷಾಳಿಗೆ ನಗು ಬಂತು. ಪಕಪಕನೆ ನಕ್ಕಳು. ನಗುವಿನಲ್ಲಿ ಅವಳ ಮುಖದ ಮೇಲಿನ ಕರಿಯ ನೆರಳು ಸರಿದುಹೋಯಿತು. ಚೆನ್ನಾಗಿ ಮಾತಾಡು ವರವನ್ನು ಕಂಡರೆ ಅವಳಿಗೆ ಇಷ್ಟ.

"ಯಾವಾಗ ತಗೊಂಡಿದ್ದು ಸ್ಕೂಟರ್?"

ತನ್ನ ಸ್ಕೂಟರ್ ಬಗ್ಗೆ ಆಸಕ್ತಿ ವಹಿಸಿದ್ದನ್ನು ನೋಡಿ ಅವಳಿಗೆ ಸಂತೋಷವಾಯಿತು. ಸ್ಕೂಟರ್ ಕೊಂಡಾಗಿನಿಂದ ಇಲ್ಲಿನವರೆಗೂ ನಡೆದ ಅದಕ್ಕೆ ಸಂಬಂಧಪಟ್ಟ ಎಲ್ಲಾ ಘಟನೆಗಳನ್ನು ಸಂಕ್ಷಿಪ್ತವಾಗಿ ವಿವರಿಸಿದಳು. ಕೇಳುವಲ್ಲಿ ಸಂಜಯ್ ಆಸಕ್ತಿ ತೋರಿದ.

ಆಮೇಲೆ ಅವರುಗಳು ಮಾತಾಡಿದ್ದೆಲ್ಲ ವಾಹನಗಳ ವಿಷಯವೇ. ಬಿಟ್ಟಬಾಯಿ ಬಿಟ್ಟುಕೊಂಡು ಗಂಡ, ಹೆಂಡತಿ ಒಳಗೆ ಕೂತರು.

* * * *

ಯೂನಿವರ್ಸಿಟಿ ಸಭಾಭವನದಲ್ಲಿ ನಡೆದ ಕಲ್ಚರಲ್ ಪ್ರೋಗ್ರಾಂ ಅತ್ಯಂತ ಯಶಸ್ವಿಯಾಯಿತು. ಎಲ್ಲರನ್ನು ಮೆಲಕು ಹಾಕುವಂತೆ ಮಾಡಿದ್ದು ಮುರುಳಿಯ 'ಚೈತ್ರದ ಕೋಗಿಲೆ' ಕವನ. ಉಷಾ ಭಾವಪರವಶಳಾಗಿ ಜನಪದ ಧಾಟಿಯಲ್ಲಿ ಹಾಡಿದ್ದಳು. ಸಮಾರಂಭ ಮುಗಿಸಿಕೊಂಡು ಹೊರಗೆ ಬಂದ ಪ್ರತಿಯೊಬ್ಬರ ಬಾಯಲ್ಲಿಯೂ ಅದೇ ಕವನ. ಸುಪ್ತವಾಗಿದ್ದ ಮುರುಳಿಯ ಪ್ರತಿಭೆ ತಾನೇ ತಾನಾಗಿ ಎಲ್ಲೆಡೆ ಹರಡಿತು. ಪ್ರತಿಗಳಿಗೆ ಬೇಡಿಕೆಯೂ ಹೆಚ್ಚಿತು. ಒಬ್ಬ ಪ್ರಕಾಶಕರು ಅದನ್ನು ಪುನರ್‌ಮುದ್ರಣ ಮಾಡಲು ಮುಂದೆ ಬಂದರು.

ಗಿರಿಜ ಬಂದಾಗ ಏನೋ ಬರೆಯುವಲ್ಲಿ ಮುರುಳಿ ತಲ್ಲೀನನಾಗಿದ್ದ. ಅವನನ್ನು ಎಚ್ಚರಿಸಿ ಏಕಾಗ್ರತೆಗೆ ಭಂಗವನ್ನುಂಟುಮಾಡಲು ಇಷ್ಟಪಡದೆ ಅವಳು ಹೊರಗೆ ನಿಂತಳು. ಅವಳು ತಂದುಕೊಟ್ಟ ಗುಲಾಬಿಯ ಕಡ್ಡಿಗಳು ಚಿಗುರೊಡೆದು ಗಿಡಗಳಾಗಿದ್ದವು. ನಳನಳಿಸುವ ಹೂಗಳು, ಮನ ಮುದಗೊಂಡಿತು.

ಎದ್ದುಬಂದ ಮುರುಳಿ, ಗಿರಿಜಳನ್ನು ನೋಡಿ ಅವಾಕ್ಕಾಗಿ ನಿಂತ. ಸೌಮ್ಯ ಸ್ವಭಾವದ ಹುಡುಗಿ, ಗಡಸುಗಾತಿಯಲ್ಲ, ಸ್ನೇಹಪರಳು. ಎಲ್ಲರೂ ಮೆಚ್ಚುವಂಥ ಹೆಣ್ಣು.

"ಗಿರಿಜ, ಕೂಗಬಾರದಿತ್ತಾ! ಎಷ್ಟೊತ್ತು ಆಯ್ತು ಬಂದು?"

"ಪರ್ವಾಗಿಲ್ಲ. ಸ್ವಲ್ಪ ಹೊತ್ತು ಆಯಿತಷ್ಟೆ. ಏನೋ ಬಹಳ ಬರೆಯುತ್ತಿದ್ದೀರಿ!" ನವಿರಾಗಿ ನಕ್ಕ ಮುರುಳಿ. ಒಂದು ಕಾದಂಬರಿಯನ್ನು ಬರೆಯಲು ಶುರುಮಾಡಿದ್ದೆ. ಅದು ಮುಗಿಯದ ಹೊರತು ಬೇರೆಯವರೊಡನೆ ಚರ್ಚಿಸಲು ಅವನಿಗಿಷ್ಟವಿಲ್ಲ. ಬರೆಯುವ ಮುನ್ನ ಆಳವಾಗಿ ಚಿಂತಿಸಿ ತಲೆಯಲ್ಲಿಯೇ ಪಕ್ವಗೊಳಿಸಿದ್ದ ಸ್ಪಷ್ಟರೂಪ ಸಿದ್ಧವಾಗಿತ್ತು. ಕೆಡುವುದು ಅವನಿಗಿಷ್ಟವಿಲ್ಲ.

"ಬಹಳ ಅಪರೂಪವಾಗ್ಬಿಟ್ರಿ!" ಔಪಚಾರಿಕವಾಗಿ ಕೇಳಿದ. ಅವಳು ದೇಹದಲ್ಲಿ ಬಹಳ ಬಡವಾಗಿದ್ದಂತೆ ತೋರಿತು. ಆದರೆ ಕಣ್ಣಿನ ಹೊಳಪು ನಾನು ಚೆನ್ನಾಗಿದ್ದೇನೆ ಎಂದನ್ನುವಂತೆ ತೋರಿತು.

"ಇತ್ತೀಚೆಗೆ ಏನು ಬರೆದ್ರಿ?"

"ಬಹಳವೇನಿಲ್ಲ ಸ್ವಲ್ಪ ಮಾತ್ರ" ಅವಳು ನವಿರಾಗಿ ನಕ್ಕಳು. ಅವಳು ಸಮಾಧಾನ ಸ್ಥಿತಿಯಲ್ಲಿರುವಂತೆ ಕಾಣಲಿಲ್ಲ.

"ಇಲ್ಲಿ ಕೂತುಕೊಳ್ಳೋಣ್ವಾ?" ಬಾವಿ ಬಳಿಯಿದ್ದ ಚಪ್ಪಡಿಯ ಕಡೆ ಕೈ ತೋರಿದ. ಬೇಡವೆನ್ನುವಂತೆ ಸನ್ನೆ ಮಾಡಿ ಸಂಪಿಗೆ ಹೂ ಮರದತ್ತ ಕೈದೋರಿದಳು.

ಸೂರ್ಯನ ತಾಪ ಕಡಿಮೆಯಾಗಿತ್ತು. ಹಾಗೂ ಮೋಡ, ಬಿಸಿಲಿನೊಂದಿಗೆ ಕಣ್ಣು ಮುಚ್ಚಾಲೆಯಾಡುತ್ತಿತ್ತು. ಹವೆ ತಂಪಾಗಿತ್ತು. ಪರಿಸರ ಶುದ್ಧವಾಗಿತ್ತು.

ಮುರುಳಿಯ ಕಣ್ಣುಗಳು ಗಿರಿಜಳ ಮೇಲೆ ನೆಟ್ಟವು. ತೊಟ್ಟ ಉಡಿಗೆಯಲ್ಲಿ ಓರಣವಿಲ್ಲ. ಸೀರೆಯ ಬಣ್ಣ, ಡಿಸೈನ್‌ಗೆ ಹೊಂದಿಕೆಯಾಗದ ಬ್ಲೌಸ್ ತೊಟ್ಟಿದ್ದಳು. ಹಣೆಗೆ ಕುಂಕುಮವನ್ನು ಹೇಗೋ ಹಚ್ಚಿಕೊಂಡಂತೆ ಕಾಣುತ್ತಿತ್ತು. ಕೂದಲನ್ನು ಸರಿಯಾಗಿ ಕೂಡುವಂತೆ ಬಾಚಿರಲಿಲ್ಲ. ಹಿಡಿತಕ್ಕೆ ಸಿಗದ ಕೂದಲು ಯದ್ವಾತದ್ವಾ ಹಾರಾಡುತ್ತಿದ್ದರು.

ಬೇಸರ ಕಳೆಯಲು ಆಸಕ್ತಿ ಇಲ್ಲದ ಮಾತುಗಳನ್ನೆಲ್ಲ ಆಡಿದರು. ಅವಳು ಆಡುತ್ತಿದ್ದ ರೀತಿ ನೋಡಿ ಮುರುಳಿಗೆ ವಿಸ್ಮಯವಾಯಿತು. ತೀರಾ ಕೃತಕವಾದ ಯಾವುದೋ ಮಾತನ್ನು ಮುಂದೆ ಹಾಕಲು ಜಾಣ್ಮೆಯಿಂದ ಆಡುತ್ತಿದ್ದ ಮಾತುಗಳಾಗಿ ಕಂಡಿತು.

"ನಿಮ್ಮ ಮದ್ವೆ ವಿಷ್ಯ ಏನಾಯ್ತು? ನಿಮ್ಮ ಭಾವ ಗಂಡು ಗೊತ್ತಾದ ವಿಷ್ಯ ತಿಳಿಸಿದ್ರು!" ಜ್ಞಾಪಿಸಿಕೊಂಡು ಕೇಳಿದ.

ಮುರುಳಿಯ ಮಾತುಗಳು ಅವಳ ಸಾಮಾನ್ಯ ಸ್ಥಿತಿಯನ್ನು ಹೊಡೆದೆಬ್ಬಿಸಿದಂತಾಯಿತು. ಯಾವುದೋ ಭಾವನಾವೇಗಕ್ಕೆ ಸಿಕ್ಕಿದಂತೆ ಚಡಪಡಿಸಿದಳು.

"ನಿಮ್ಗೆ ಹೃದಯವೇ ಇಲ್ಲವೇನೋ!" ಕೈಗಳಿಂದ ಮುಖ ಮುಚ್ಚಿ ಬಿಕ್ಕಿದಳು.

ಅವನ ಬಾಯಲ್ಲಿನ ತೇವ ಆರಿಹೋಯಿತು. ಕಂಗೆಟ್ಟ, ಎಷ್ಟು ಯೋಚಿಸಿದರೂ ಅವಳ ಅಳುವಿಗೆ, ಮಾತುಗಳಿಗೆ ಕಾರಣ ಗೋಚರಿಸಲಿಲ್ಲ.

ಗಿರಿಜ ಶಾಂತ ಸ್ವಭಾವದ ಹೆಣ್ಣು. ಇಂದಿನ ನಡತೆ ವ್ಯತಿರಿಕ್ತವಾಗಿತ್ತು. ಭಾವನಾವೇಗವೂ ಸಾಮಾನ್ಯ ಮನಃಸ್ಥಿತಿಯನ್ನು ಹೊಡೆದೆಬ್ಬಿಸಿ ಅವಳನ್ನು ಉದ್ವಿಗ್ನಳನ್ನಾಗಿ ಮಾಡುವಂತೆ ಕಂಡಿತು.

"ಗಿರಿಜ ಸಮಾಧಾನ ಮಾಡ್ಕೊಳ್ಳಿ. ನಿಮ್ಮ ಕೋಪ, ಅಳುವಿಗೆ ಕಾರಣ ತಿಳ್ಸಿ.

ಏನಾದ್ರೂ ಪರಿಹಾರ ಹುಡ್ಕಬಹುದು!" ತಲೆ ಎತ್ತಿ ಅವನೆಡೆ ನೋಡಿದಳು. ಸಹಿಸಲಾರದ ಅವಮಾನ.

"ನಿಮ್ಮನ್ನು ತುಂಬ ಬುದ್ಧಿವಂತ್ರು ಎಂದು ತಿಳಿದಿದ್ದೆ. ಸುಳ್ಳು, ನಿಮ್ಮ ಬುದ್ಧಿವಂತಿಕೆಯ ಮಟ್ಟ ಸಾಹಿತ್ಯಕ್ಕೆ ಮಾತ್ರ ಸೀಮಿತ. ಜೀವಂತ ಜನರ ಬಗ್ಗೆ ನಿಮ್ಮ ಅನುಭವ ಬಹಳ ಕಡಿಮೆ!" ಅವಳ ಧ್ವನಿ ಕಂಪಿಸಿತು.

ವಿವೇಚನೆ ಕೆಲಸ ಮಾಡಿತು. ಆದರೆ ತುಂಬ ತಡವಾಯಿತು. ನಿಸ್ಸಹಾಯಕನಾಗಿ ಅವಳ ಕಣ್ಣುಗಳಲ್ಲಿ ದೃಷ್ಟಿ ನೆಟ್ಟ. ಪ್ರಜ್ವಲಿಸುವ ಕಣ್ಣುಗಳ ದೃಷ್ಟಿಯನ್ನು ಎದುರಿಸಲಾರದಾದ. ತಲೆ ತಗ್ಗಿಸಿಬಿಟ್ಟ.

ಇಬ್ಬರ ನಡುವೆ ತೀವ್ರತರವಾದ ಮೌನ. ಮೌನ ಭೀಕರವಾಗುವಷ್ಟು ತೀವ್ರವಾಗಿತ್ತು. ಅವಳ ಮನದಲ್ಲಿ ನಡೆಯುತ್ತಿದ್ದ ಹೋರಾಟವನ್ನು ಸ್ವಲ್ಪ ಮಾತ್ರ ಅರ್ಥಮಾಡಿಕೊಳ್ಳುವವನಾಗಿದ್ದ.

"ಗಿರಿಜ ಕ್ಷಮ್ಸಿಬಿಡಿ. ನನ್ನ ನಿಮ್ಮ ನಡುವಿನ ವಿಶ್ವಾಸ - ಶುದ್ಧ ಸ್ನೇಹವಷ್ಟೆ. ಬೇರೆ ದಿಶೆಯಲ್ಲಿ ಎಂದೂ ಯೋಚಿಸಿಲ್ಲ. ನಿಮ್ಮ ಮನದಲ್ಲಿ ಈ ರೀತಿಯ ಭಾವ ಉದಯಿಸಲು ನನ್ನ ವರ್ತನೆ ಕಾರಣವಾಗಿದ್ದರೆ ದಯವಿಟ್ಟು ಕ್ಷಮ್ಸಿಬಿಡಿ" ನಿಧಾನವಾಗಿ ಹೇಳಿ ಮುಗಿಸಿದ.

"ಮುರುಳಿ, ನಿಮ್ಮನ್ನ ತುಂಬ ಪ್ರೀತಿಸ್ತೀನಿ. ನಮ್ಮ ಅಪ್ಪಾಜಿಗೆ ಹೆದರೋದು ಬೇಡ. ಮೈನಾರಿಟಿ ಕಳೆದಿದೆ. ರಿಜಿಸ್ಟರ್ಡ್ ಮ್ಯಾರೇಜ್ ಮಾಡಿಕೊಳ್ಳೋಣ. ನಂಗಿಷ್ಟು ಅವಕಾಶ ಕಲ್ಪಿಸಿಕೊಡಿ."

ಮುರುಳಿ ದಿಗ್ಮೂಢನಾದ. ಗಿರಿಜಳಂಥ ಹೆಣ್ಣಿನಿಂದ ಇಂತಹ ಧೈರ್ಯದ ನುಡಿಗಳು!

"ನನ್ನ ಕ್ಷಮ್ಸಿ ಬಿಡಿ. ಇದುವರೆಗೆ ನನ್ನ ಹೃದಯದಲ್ಲಿ ಬೇರೊಬ್ಬರ ಪ್ರತಿಷ್ಠಾಪನೆ ನಡೆದುಹೋಗಿದೆ."

ತಟ್ಟನೇ ಎದ್ದು ನಿಂತು ಅವಳು ಒಮ್ಮೆ ಮುರುಳಿಯ ಕಡೆ ನೋಡಿ, ಬಹಳ ಪ್ರಯಾಸದಿಂದ "ನಿಮ್ಮಿಬ್ಬರಿಗೆ ಒಳ್ಳೆಯದಾಗಲಿ" ಎಂದು ಹೇಳಿ ಹೊರಟುಬಿಟ್ಟಳು.

ನೋವಿನಿಂದ ಅವನ ಹೃದಯ ಒಡೆದುಹೋಯಿತು. ತಲೆಯ ಮೇಲೆ ಕೈಹೊತ್ತು ಕೂತುಬಿಟ್ಟ. ಎಷ್ಟೋ ಹೊತ್ತು ಹಾಗೆಯೇ ಕೂತಿದ್ದ. ಪೂರ್ತಿ ಕತ್ತಲು ಆವರಿಸಿದ ಮೇಲೆ ಮೇಲಕ್ಕೆದ್ದ. ರಾತ್ರಿಯಲ್ಲಿ ಬಹಳಷ್ಟು ನೋವು ಅನುಭವಿಸಿದ. ಇದರಲ್ಲಿ ತನ್ನದೇನಾದರೂ ತಪ್ಪಿದೆಯ? ರಾತ್ರಿಯೆಲ್ಲ ಜಿಜ್ಞಾಸೆ ನಡೆಸಿದ. ಏನೊಂದೂ ಅರ್ಥವಾಗಲಿಲ್ಲ. ಪ್ರೀತಿ, ಪ್ರೇಮ, ಹೃದಯ ಎಲ್ಲಾ ಅರ್ಥವಾಗದ ಕಗ್ಗಂಟುಗಳ ಹಾಗೆ ಕಂಡಿತು.

* * * *

ಮುರುಳಿಯ ಒಂದು ಕಾದಂಬರಿಯು ಪ್ರಕಟವಾಯಿತು. ಅಷ್ಟೇ ಅಲ್ಲ, ಜನಪ್ರಿಯತೆಯನ್ನೂ ಗಳಿಸಿತು. ವಿಮರ್ಶಕರು ಸುಮಾರಾಗಿ ಬರೆದರು. ಕೆಲವು ಸಾಧಾರಣ ನ್ಯೂನತೆಗಳನ್ನು ಖಾರವಾಗಿ ಟೀಕಿಸಿದ್ದರು.

ಅಜ್ಜಿಯ ಮನೆಗೆ ಹೋಗಿದ್ದ ಉಷಾ ಇನ್ನೂ ಹಿಂದಿರುಗಿರಲಿಲ್ಲ. ಪ್ರತಿ ದಿನ ಅವಳ ಹಾದಿ ಕಾಯುವುದೇ ಅವನ ಕೆಲಸವಾಯಿತು. ಈ ಕಾದಂಬರಿಗಾಗಿ ಬಹಳ ಶ್ರಮವಹಿಸಿದ್ದಳು.

ಇತ್ತೀಚೆಗೆ ಮಾವ ಊರಿಗೆ ಬಂದಾಗಲೆಲ್ಲ ಬಂದು ಹೋಗಬೇಕೆಂದು ಹೇಳಿ ಹೋಗುತ್ತಿದ್ದರು. ಬೆಳಿಗ್ಗೆ ಎದ್ದವನೇ ಹೊರಟುನಿಂತ. ಸಂಜೆಯ ಕೊನೆಯ ಬಸ್‌ಗೆ ಹಿಂದಿರುಗಬಹುದು ಎಂದುಕೊಂಡಿದ್ದ.

ಬಸ್ಸು ಹಿಡಿದು ಬಂದಾಗ ದಾರಿಯಲ್ಲೇ ಮಾವನವರು ಎದುರಾದರು. ಪ್ರೀತಿಯಿಂದ "ಈಗ ಬಂದ್ಯಾ? ಒಂದ್ನಿಮಿಷದ ಕೆಲ್ಸವಿದೆ. ಮುಗ್ಸಿಕೊಂಡು ಬಂದ್ಬಿಡ್ತೀನಿ ನಡೀ" ಎಂದವರೇ ದಾಪುಗಾಲು ಹಾಕುತ್ತ ನಡೆದರು.

ಓಡಿ ಬಂದ ಹುಡುಗರು ಅವನ ಕೈಯಲ್ಲಿದ್ದ ಬ್ಯಾಗನ್ನು ಕಿತ್ತುಕೊಂಡರು. ಫಲಿತಾಂಶ ಬಂದು ಮೊದಲ ಶ್ರೇಣಿಯಲ್ಲಿ, ತೇರ್ಗಡೆಯಾದ ಸಮಾಚಾರ ತಿಳಿಸಲು ಬಂದಿದ್ದವನು ಪುನಃ ಬಂದಿರಲಿಲ್ಲ. ಬಾಗಿಲ ಬಳಿ ಬಂದವನು ಹಾಗೆಯೇ ನಿಂತ.

ಕೈಯಲ್ಲಿ ಅರಿಶಿನ, ಕುಂಕುಮ, ಹೂವಿದ್ದ ತಟ್ಟೆ ಹಿಡಿದ ಸೀತ ಭಕ್ತಿಭಾವದಿಂದ ಬಗ್ಗಿ ಹೊಸಲಿಗೆ ಅರಿಶಿನ, ಕುಂಕುಮ ಇಡುತ್ತಿದ್ದಳು. ಒದ್ದೆಯಾದ ಕೂದಲನ್ನು ಅಳ್ಳಕವಾಗಿ ಜಡೆ ಹೆಣೆದಿದ್ದಳು. ಅದು ಬೆನ್ನ ಮೇಲಿನಿಂದ ಇಳಿಬಿದ್ದು ತೂಗಾಡುತ್ತಿತ್ತು.

ಪೂಜಿಸಿ, ತರ್ಜನಿ ಬೆರಳಿನಿಂದ ಕುಂಕುಮವೆತ್ತಿ ಹಣೆಗಿಟ್ಟುಕೊಂಡು ನೆಟ್ಟಗೆ ಇತ್ತ ತಿರುಗಿದಳು. ಅವಳ ಕಣ್ಣುಗಳಲ್ಲಿ ಸಂತೋಷ ಕುಣಿದಾಡಿತ್ತು. ಪಕ್ಕಕ್ಕೆ ಸರಿದು ವಿನಯದಿಂದ "ಚೆನ್ನಾಗಿದ್ದೀರಾ, ಮಾವ?" ಎಂದು ಕೇಳಿದಳು.

"ಚೆನ್ನಾಗಿದ್ದೀನಿ" ಎಂದು ಹೇಳಿ ಒಳನಡೆದ.

ಅತ್ತೆ ಅಕ್ಕರೆಯಿಂದ ಆದರಿಸಿದರು. ಮಧ್ಯಾಹ್ನದ ಊಟಕ್ಕೆ ಪಾಯಸ ಮಾಡಿ ಬಡಿಸಿದರು. ಅವರ ಕಣ್ಣುಗಳಲ್ಲಿ ಆಸೆ ಮಿಂಚುತ್ತಿತ್ತು. ತುಟಿಗಳವರೆಗೂ ಬಂದ ಮಾತುಗಳನ್ನು ನುಂಗುತ್ತಿದ್ದರು.

ಎಲ್ಲರ ಊಟ ಮುಗಿದ ಮೇಲೆ ಲೋಕಾಭಿರಾಮವಾಗಿ ಮಾತಾಡುತ್ತ ಕೂತರು. ತನ್ನ ನಿಶ್ಚಿಂತ ಗುರಿಯ ಬಗ್ಗೆ ತಿಳಿಸಿದ್ದ. ಆದರೆ ಅವರೇನು ಅಸಮಾಧಾನಗೊಂಡಿರಲಿಲ್ಲ.

ಗಂಡ, ಹೆಂಡತಿ ಮುಖ ಮುಖ ನೋಡಿಕೊಂಡರು. ಹೇಗೆ ಮಾತು ಪ್ರಾರಂಭಿಸಬೇಕೆಂದು ತೋಚದಾಯಿತು. ಒಬ್ಬೊಬ್ಬರಿಗೂ ಸನ್ನೆ ಮಾಡಿಕೊಂಡರು.

"ಇನ್ಯಾಕೆ ಬೇಯ್ಸಿಕೊಂಡು ತಿನ್ನೋ ಕಷ್ಟ! ಮದ್ವೆಯಾಗೋದು ಸೂಕ್ತ!" ರಾಜಮ್ಮನವರು ಹಾಗೆಂದು ಸುಮ್ಮನಾದರು.

"ಸೀತೆಗೆ ಇನ್ನಷ್ಟು ಓದು, ಬರಹ, ತಿಳುವಳಿಕೆ ಇಲ್ಲದಿರಬಹುದು..." ತಲೆಯೆತ್ತಿ ಮಾವನ ಕಡೆ ನೋಡಿದ. ಸೀತೆಯ ಬಗ್ಗೆ ಲೋಪದ ಮಾತಾಡುವುದು ಅವನಿಗಿಷ್ಟವಿಲ್ಲ. ಅವರ ಉದ್ದೇಶ ನಿಧಾನವಾಗಿಯಾದರೂ ಅವನಿಗೆ ಅರ್ಥವಾಯಿತು. ಹೊಟ್ಟೆಯಲ್ಲಿ ಈಟಿ ಹಾಕಿ ತಿವಿದಂಥ ನೋವಾಯಿತು. ನಿರಾಸೆ ಹೊತ್ತ ಅವರ ಕಣ್ಣುಗಳನ್ನು ನಿಟ್ಟಿಸಲು ಅವನಿಗಿಷ್ಟವಿಲ್ಲ. ಆದರೂ....

"ನಾನೊಂದು ಹುಡ್ಗೀನ ನೋಡಿ ಇಟ್ಟಿದ್ದೀನಿ."

ಅರ್ಥ ಮಾಡಿಕೊಳ್ಳುವುದಕ್ಕೆ ಅವರಿಗೆ ಸಾಕಾಯಿತು. ಆ ಭಯ ಎಂದಿನಿಂದಲೋ ಇತ್ತು. ಅದು ಸಹಜವೂ ಹೌದು. ಅವರು ಅಷ್ಟಿಷ್ಟು ಲೋಕವನ್ನು ತಿಳಿದವರು. ಅವರಿಗೆ ತೀರದ ನಿರಾಸೆಯಾಗಿತ್ತು. ತೋರಿಸಿಕೊಳ್ಳಲು ಅವರಿಗೆ ಇಷ್ಟವಿಲ್ಲ.

"ಆಯ್ತು, ನಮ್ಮ ಜನ ಅಂದ್ರೆ ತೊಂದರೆಯಿಲ್ಲ. ನೀನು ಯಾವಾಗ ಬಾ ಎಂದು ಬರೆದರೆ ಆಗ ನಾನು, ಅವ್ವ ಬರ್ತೀವಿ." ಇಷ್ಟು ತಮ್ಮ ಕರ್ತವ್ಯವೆನ್ನುವಂತೆ ಹೇಳಿ ಮುಗಿಸಿದರು.

ರಾಜಮ್ಮನವರು ತಟ್ಟನೆ ಎದ್ದು ಹೋದರು. ಅಷ್ಟಿಷ್ಟು ಸ್ವಾರ್ಥನೂ ಇತ್ತು. ಅವರು ಮನುಷ್ಯರಲ್ಲವೆ!

ಸಂಜೆ ಹೊರಟಾಗ ಎಂದಿನ ಆತ್ಮೀಯ ಬೀಳ್ಕೊಡುಗೆಯೇ! ಗಂಡ ಹೆಂಡತಿ ತಕ್ಕಮಟ್ಟಿಗೆ ಚೇತರಿಸಿಕೊಂಡಿದ್ದರು.

"ಮಾವ ಈ ಸಲ ಬರೋವಾಗ ಒಬ್ರೇ ಬರಕೂಡ್ದು. ಅತ್ತೇನ್ನೂ ಕರ್ಕೊಂಡ್ಬರಬೇಕೂ" ಸೀತ ಹೇಳಿದಾಗ ಅವಳೆಡೆ ನೋಡಿದ. ಸ್ವಚ್ಛ ಮುಖದಲ್ಲಿ ಅಸೂಯೆಯ ನೆರಳಾಡಿರಲಿಲ್ಲ. ಮತ್ಸರವೆಂಬುದು ಅವಳಿಗೆ ಗೊತ್ತೇ ಇಲ್ಲವೇನೋ!?

ಅವನ ಮನ ಉಷಾ, ಸೀತಳನ್ನು ತೂಗಿ ನೋಡಿದ. ಸೀತೆ ಅಷ್ಟು ವಿದ್ಯಾವಂತಳಲ್ಲ. ಅವಳ ವಿದ್ಯೆಯ ಮಟ್ಟ ಅಳೆಯಲು ಕಷ್ಟ. ಸಂಸ್ಕೃತ ಶ್ಲೋಕಗಳೆಲ್ಲ ಅವಳ ನಾಲಿಗೆಯ ಮೇಲೆ ತೊಡರದೆ ಆಡುತ್ತಿತ್ತು. ಬುದ್ಧಿಯ ಬಗ್ಗೆ ಯೋಚಿಸಿದರೆ ಸೀತ ಕೂಡ ಬುದ್ಧಿವಂತಳೆ. ಆದರೆ ಉಷಾಳ ಮಟ್ಟಕ್ಕೆ ಏರಲಾರಳೇನೋ. ಇನ್ನು ರೂಪಿನಲ್ಲಿ ಉಷಾಳದು ಸಾಮಾನ್ಯ ರೂಪು. ಸೀತೆಯದು ನೂರು ಸುಂದರ ಹೆಣ್ಣುಗಳ ಮಧ್ಯೆಯೂ ಪ್ರಜ್ವಲಿಸುವಂಥದ್ದು. ಪ್ರೇಮ ಇದನ್ನೆಲ್ಲ ತೂಗಿ ನೋಡದು.

ಬಸ್ಸು ಮೈಸೂರು ತಲುಪಿದಾಗ ರಾತ್ರಿ ಎಂಟರ ಸಮೀಪ. ನಡೆದೇ ಹೊರಟ. ಇವನ ಮನೆಯಿಂದ ಸ್ವಲ್ಪ ದೂರದಲ್ಲಿ ಸೈಕಲ್ ತಳ್ಳಿಕೊಂಡು ಬರುತ್ತಿದ್ದ ಉಷಾ ಎದುರಾದಳು. ವಿಮನಸ್ಕಳಾಗಿ ನೆಲದ ಕಡೆ ನೋಡುತ್ತಾ ಬರುತ್ತಿದ್ದಳು.

"ಹಲೋ.... ಉಷಾ..."

ಅವಳ ಕಣ್ಣುಗಳಲ್ಲಿ ಕೋಟಿ ಜ್ಯೋತಿಗಳು ಒಮ್ಮೆಲೇ ಪ್ರಜ್ವಲಿಸಿದವು. ನಸುಮುನಿಸಿನಿಂದ ಮೂತಿ ಉದ್ದ ಮಾಡಿದಳು.

"ಎಲ್ಲಿ ಹೋಗಿದ್ರಿ? ನಾನು ಆರನೇ ಸಲ ನಿಮ್ಮನ್ನು ಹುಡುಕ್ಕೊಂಡು ಬಂದಿರೋದು." ತೀವ್ರ ಆಕ್ಷೇಪಣೆ ಇತ್ತು ಅವಳ ಮಾತುಗಳಲ್ಲಿ.

"ಹಳ್ಳಿಗೆ ಹೋಗಿದ್ದೆ. ನೀನು ಯಾವಾಗ ಬಂದೆ?"

"ನೆನ್ನೆ ರಾತ್ರಿ..."

"ಮುಗಿಯಿತಾ ಅಜ್ಜಿಯ ಮನೆಯ ಉಪಚಾರ?" ಅವನ ಮಾತಿನಲ್ಲಿ ತೆಳುವಾದ ಹಾಸ್ಯವಿತ್ತು.

"ತುಂಬ ಮಾತಾಡ್ಬೇಕು..." ಗಲ್ಲಕ್ಕೆ ಬೆರಳು ಒತ್ತಿ ಯೋಚಿಸಿದಳು.

"ಮಾತಾಡು..." ನವಿರಾಗಿ ನಕ್ಕ.

"ಇಲ್ಲ...! ಖಂಡಿತ ಆಗೋಲ್ಲ. ಬೆಳಿಗ್ಗೆ ಎದ್ದ ತಕ್ಷಣ ಬರ್ತೀನಿ." ಕೈ ಬೀಸಿ ಸೈಕಲ್ ಏರಿ ಹೊರಟುಬಿಟ್ಟಳು. ಅವಳು ಹೋದತ್ತಲೇ ನೋಡಿದ ಹಿಂದೆ ಅವಳಲ್ಲಿನ ಲೋಪದೋಷಗಳನ್ನು ದೊಡ್ಡ ಪಟ್ಟಿ ಮಾಡಬಲ್ಲವನಿದ್ದ. ಈಗ.... ಯಾವುದೂ ಸಿಗದು.

"ಹಳ್ಳಿಯಿಂದ ಹೊರಟಾಗ ಆಗಿದ್ದ ನೋವು ಸ್ವಲ್ಪಸ್ವಲ್ಪವಾಗಿ ಕರಗಿಹೋಯಿತು."

ಬೆಳಗಿನ ಏಳಕ್ಕೆ ಉಷಾ ಹಾಜರಿದ್ದಳು. ಅವಳ ಕೈಯಲ್ಲಿ ಇವನ ಕಾದಂಬರಿಯ ಪ್ರತಿ ಇತ್ತು. ಬರೆಯಲಾರಳು ಎಂಬುದನ್ನು ಒಪ್ಪಿದರೂ ಅವಳು ಸಾಹಿತ್ಯಾಭಿಮಾನಿಯೆಂಬ ಮಾತನ್ನು ಯಾರೂ ಅಲ್ಲಗಳೆಯಲಾರರು. ಅದೆಷ್ಟು ನಿಜವೋ!? ಕಾದು ನೋಡಬೇಕಿತ್ತು.

"ಇಂದಿನ ಬೆಳಗು ತುಂಬ ಚೆನ್ನಾಗಿದೆ" ಗಿಡಗಳ ಮೇಲೆಲ್ಲ ದೃಷ್ಟಿ ಹರಿಸುತ್ತ ಮೆಚ್ಚಿಗೆಯ ಧ್ವನಿಯಲ್ಲಿ ಹೇಳಿದಳು. ನಸುನಕ್ಕು ಮುರುಳಿ ಅವಳ ನೋಟವನ್ನು ಹಿಂಬಾಲಿಸಿದ.

"ನಿಮ್ಮ ಕಾದಂಬರಿ ಶ್ರೇಷ್ಠಮಟ್ಟದ್ದು. ಪ್ರತಿಯೊಂದು ಸಣ್ಣ ಘಟನೆಗೂ ಜೀವ ತುಂಬಿದ್ದೀರಿ. ಭಾವಪ್ರಧಾನವಾಗಬಹುದಾದ ಪಾತ್ರಗಳನ್ನು ವಾಸ್ತವತೆಯ ದೃಷ್ಟಿಕೋನದಲ್ಲಿ ನೋಡಿದ್ದೀರಿ." ಪುಸ್ತಕದ ಮೇಲೆ ಬೆರಳುಗಳು ಆಡುತ್ತಿದ್ದವು.

ಎಷ್ಟರ ಮಟ್ಟಿಗೆ ಇದೆಲ್ಲ ಸರಿಯೆಂದು ಯೋಚಿಸುತ್ತಿದ್ದ.

"ಕೂತುಕೋಂತ ಕೂಡ ಹೇಳಲಿಲ್ಲ!" ಉಷಾ ನೇರವಾಗಿ ಹುಸಿ ಮುನಿಸಿನಿಂದ ಆಕ್ಷೇಪಿಸಿದಳು.

"ಮರ್ತೆ..." ಕೂಡಲು ಅವಳಿಗೆ ಕುರ್ಚಿಯನ್ನು ತೋರಿಸಿದ. ಎಷ್ಟೋ ವಿಷಯ ಮಾತಾಡಿದ್ದರು. ತೀರಾ ವೈಯಕ್ತಿಕದ ಪ್ರಸ್ತಾಪ ಬಂದಾಗ ಇಬ್ಬರ ಮುಖಗಳು ರಾಗರಂಜಿತವಾದವು. ಸಂತೋಷ ಅವರ ಬಾಯಿಗಳಿಗೆ ಬೀಗ ಮುದ್ರೆಯನ್ನು ಮಾಡಿತ್ತು.

ಆಗಾಗ ಭೇಟಿ, ತಿರುಗಾಡುವುದು ನಡೆದೇ ಇತ್ತು. ಇದ್ದಕ್ಕಿದ್ದಂತೆ ನಾಲ್ಕಾರು

ದಿನಗಳು ಉಷಾ ಕಾಣಸಿಗಲಿಲ್ಲ. ಏನೋ ಕಳೆದುಕೊಂಡ ಅನುಭವವಾಯಿತು ಮುರುಳಿಗೆ. ಅವರ ಮನೆಯ ಮುಂದೆಯೇ ನಾಲ್ಕಾರು ಭಾರಿ ಅಡ್ಡಾಡಿದ್ದ. ಉಷಾಳ ಪತ್ತೆ ಇಲ್ಲ. ಅವಳ ವಿಷಯ ತಿಳಿಯಲಾರದೆ ಪೇಚಾಡಿಕೊಂಡ. ಕಡೆಗೆ ಬೇಸರಗೊಂಡ. ಉಷಾ ಒಮ್ಮೆಯಾದರೂ ಅವನನ್ನು ಮನೆಗೆ ಬರಮಾಡಿಕೊಂಡು ತಾಯಿ, ತಂದೆಯರ ಪರಿಚಯ ಮಾಡಿಕೊಟ್ಟಿರಲಿಲ್ಲ. ನಿರ್ದಿಷ್ಟವಾಗಿ ಒಮ್ಮೆಯಾದರೂ ಮದುವೆಯ ಬಗ್ಗೆ ಪ್ರಸ್ತಾಪಿಸಿರಲಿಲ್ಲ.

ಮನೆಗೆ ಬರುವ ಹಾದಿಯಲ್ಲಿ ಎದುರಾದ ಶ್ಯಾಮ್ "ನಮಸ್ಕಾರ" ಎಂದು ಕೈಜೋಡಿಸಿದ. ಅದು ತೋರಿಕೆಯ ನಟನೆಯಾಗಿತ್ತು. ವ್ಯಂಗ್ಯ ಬಾಣಗಳಿಂದ ಅವನನ್ನು ಇರಿಯುತ್ತಿದ್ದ.

"ನಾನು..." ಗಂಟಲು ಸರಿಪಡಿಸಿಕೊಂಡು "ಉಷಾ ತಮ್ಮ ನಮ್ಮಕ್ಕನ ಮದ್ವೆಯ ಕರೆಯೋಲೆ....." ಲಗ್ನಪತ್ರಿಕೆಯನ್ನು ಅವನಿಗೆ ಕೊಟ್ಟು "ಖಂಡಿತ ಬರ್ಬೇಕೂ... ಸಾರ್. ಅಪ್ಪ ಫ್ರೆಂಡ್‌ಗೆಲ್ಲ ಕೊಟ್ಟು ಹೇಳಿ ಬಂದಿದ್ದೀನಿ. ಖಂಡಿತ ಬರಲೇಬೇಕು."

ತಟ್ಟನೆ ಪ್ರಪಾತಕ್ಕೆ ಬಿದ್ದ ಮುರುಳಿ ಚೇತರಿಸಿಕೊಳ್ಳುತ್ತ "ಥ್ಯಾಂಕ್ಸ್ ಬರ್ತೀನಿ" ಅಂದ.

"ನೀವಂತೂ ಬರ್ಬೇಕು. ಪದೇ ಪದೇ ನಂಗೆ ಹೇಳಿದ್ದಾಳೆ..." ಹಲ್ಲು ಕಿಸಿಯುತ್ತ ಶ್ಯಾಮ್ ನಡೆದ.

ಕಾಲುಗಳಲ್ಲಿ ನಡೆಯುವ ಶಕ್ತಿಯೇ ಇಲ್ಲದಂತಾಗಿತ್ತು. ಅತ್ತ ಹಾದುಹೋದ ಆಟೋವನ್ನು ಕೈತಟ್ಟಿ ಕರೆದ. ಕೂತು, ವಿಳಾಸ ಹೇಳಿದ. ಇಳಿಯುವಾಗ ಜೇಬಿನಲ್ಲಿದ್ದ ಐದು ರೂಪಾಯಿ ನೋಟನ್ನು ಅವನ ಕೈಗಿತ್ತು ನಡೆದುಬಿಟ್ಟ.

ಜೇಬಿನಲ್ಲಿ ಕೈಹಾಕಿ ಚಿಲ್ಲರೆ ತೆಗೆಯುವಲ್ಲಿ ಅಸಾಮಿ ನಾಪತ್ತೆ. ಗೊಣಗಾಡಿದ. ಸ್ವಲ್ಪ ಹೊತ್ತು ಕಾದು ನೋಡಿದ. ಕೈಯಲ್ಲಿನ ದುಡ್ಡನ್ನ ಜೇಬಿಗೆ ಇಳಿಸಿ ಸ್ಟಾರ್ಟ್ ಮಾಡಿಕೊಂಡು ಹೊರಟ. ಆಯಾಸವಾಗಿ ಮೂರು ಚಿಲ್ಲರೆ ದೊರಕಿತ್ತು. ಅದನ್ನ ಹಿಂದಿರುಗಿಸುವಷ್ಟು ದೊಡ್ಡ ಮನಸ್ಸು ಅವನಿಗೆ ಇರಲಿಲ್ಲವೇನೋ!

ಮನದ ತುಂಬ ದುಗುಡ ತುಂಬಿಹೋಯಿತು. ಉಷಾಳನ್ನು ತಾನು ಸರಿಯಾಗಿ ಅರ್ಥಮಾಡಿಕೊಳ್ಳಲಿಲ್ಲವೇನೋ ಎಂದು ಯೋಚಿಸಿದ. ಖಂಡಿತ ಉಪೇಕ್ಷೆ ಇರಲಿಲ್ಲ. ಅವನಂಥ ಬುದ್ಧಿಹೀನನೂ ಇಲ್ಲ. ಅವರಿಬ್ಬರ ಪ್ರೇಮದ ಮಟ್ಟ ಒಂದು ನೆಲೆಗೆ ಬಂದು ನಿಂತಿತ್ತು. ಸಂಜೆಯ ಸಮಯದಲ್ಲಿ ಬಂದಾಗ ಸಂಪಿಗೆಯ ಮರದಡಿ ಅವನ ತೊಡೆಯ ಮೇಲೆ ತಲೆಯಿಟ್ಟು ಮಲಗಿ ಭವಿಷ್ಯದ ಚಿಂತನೆ ಮಾಡುತ್ತಿದ್ದಳು. ಅವಳ ನೀಳ ಬೆರಳುಗಳು ಅವನ ಬೆರಳುಗಳೊಂದಿಗೆ ಆಟವಾಡುತ್ತಿತ್ತು.

ಅವಳು ಹಟ ಹಿಡಿದು ನಿಂತಿದ್ದರೆ ಮನೆಯಲ್ಲಿ ಯಾರೂ ಅವಳನ್ನ ವಿರೋಧಿಸುವವರು ಇರಲಿಲ್ಲ. ಒತ್ತಡಕ್ಕೆ ಕರಗಿಹೋಗುವಂಥ ಬಿಳಿಯ ಮೋಡವೇ ಅವಳ ಪ್ರೀತಿ, ಪ್ರೇಮ! ರಾತ್ರಿಯೆಲ್ಲ ಚಿಂತಿಸಿದ. ಬೆಳಗಿನ ವೇಳೆಗೆ ಬಳಲಿಹೋದ.

ನೆಮ್ಮದಿ ಎನ್ನುವುದು ಮರೀಚಿಕೆಯಾಯಿತು. ಮನದ ದುಗುಡ ಉಕ್ಕಿಹೋದರೆ ಸರಿಹೋದೀತು. ಯಾರಲ್ಲಿ ತೋಡಿಕೊಂಡಾನು? ಹುಚ್ಚನೆಂದಾರು! ಬುದ್ಧಿವಂತ, ಒಳ್ಳೆಯ ಬರಹಗಾರನೆಂದು ಹೊಗಳುತ್ತಿದ್ದವರು ಕೂಡ ಹಾಸ್ಯ ಮಾಡಿ ನಕ್ಕಾರು.

ನಾಲ್ಕಾರು ದಿನಗಳು ಮನೆಬಿಟ್ಟು ಹೊರಗೆ ಬರಲಿಲ್ಲ. ಎಲ್ಲದರಲ್ಲೂ ನಿರಾಸಕ್ತ ಭಾವ. ಬಲವಂತವಾಗಿ ಯಾವುದಾದರೂ ಪುಸ್ತಕ ಕೈಯಲ್ಲಿ ಹಿಡಿದರೂ ನಾಲ್ಕಾರು ಪುಟಗಳು ಅವನಿಂದ ಓದುವುದು ಆಗುತ್ತಿರಲಿಲ್ಲ. ಜನಜಂಗುಳಿ ಇಲ್ಲದ ಕಡೆ ಹೋಗಿ ಕೂಡುತ್ತಿದ್ದ. ಎಷ್ಟೇ ಪ್ರಯತ್ನಿಸಿದರೂ ಮನದ ನೋವು ಸ್ತಿಮಿತಕ್ಕೆ ಬರಲಿಲ್ಲ. ಹೇಗೆ ಶಮನ ಮಾಡಬೇಕೋ ಅವನಿಗೆ ಅರ್ಥವಾಗಲಿಲ್ಲ. ಹತ್ತಾರು ದಿನಗಳು ಕಳೆದರೂ ಮನಸ್ಸು ಸಾಮಾನ್ಯ ಸ್ಥಿತಿಗೆ ಬರಲಿಲ್ಲ. ಈ ನೋವಿಗೆ ಕೊನೆಯೇ ಇಲ್ಲವೆಂದು ಹೃದಯ ಒತ್ತಿ ಒತ್ತಿ ಹೇಳುತ್ತಿತ್ತು. ಪ್ರೇಮ ಬಂಧನದ ಅರಿವು ಅವನಿಗೆ ಸರಿಯಾಗಿ ಆಗಿತ್ತು. ಅದರ ಪ್ರಾಬಲ್ಯ ಮನುಷ್ಯನ ಮೇಲೆ ಎಷ್ಟಿದೆಯೆಂದು ಸರಿಯಾಗಿ ತಿಳಿದುಕೊಂಡ.

ಇದ್ದ ದುಡ್ಡನ್ನು ಜೇಬಿನಲ್ಲಿ ಹಾಕ್ಕೊಂಡು ಬಸ್ಸು ಹತ್ತಿದ. ಎಲ್ಲಿಗೆ ಹೊರಟಿರುವುದೆಂದು ಅವನಿಗೆ ತಿಳಿಯದು. ಕಂಡಕ್ಟರ್ ಕೇಳಿದಾಗ ಪಕ್ಕದವರು ಹೇಳಿದ ಊರಿನ ಹೆಸರನ್ನೇ ಹೇಳಿದ. ಅವನ ಮನಸ್ಸಿಗೆ ಈಗ ಆಗಿರುವ ನೋವು ಬೇಗ ಶಮನಕ್ಕೆ ಬರುವಂಥದ್ದಲ್ಲ. ತೇಲಿ ಬರುವ ಬಿಳಿಯ ಮೋಡದ ಹಾಗೆ ಅವನ ಹೃದಯ ಪ್ರೇಮವನ್ನು ಬಿತ್ತಿ ಅರಿಯದವಳಂತೆ ತನ್ನ ದಾರಿಯನ್ನು ಕಂಡುಕೊಂಡಿದ್ದಳು.

* * * *

ಮುರುಳಿ ಸುತ್ತಾಡಿ ಮೈಸೂರಿಗೆ ಬಂದಾಗ ಮಾನಸಿಕವಾಗಿ, ದೈಹಿಕವಾಗಿ ಪೂರ್ತಿಯಾಗಿ ಬಳಲಿಹೋಗಿದ್ದ. ದಷ್ಟಪುಷ್ಟವಾಗಿದ್ದ ದೇಹ ಎಲುಬಿನ ಹಂದರವಾಗಿತ್ತು. ಮುಖದಲ್ಲಿ ಒಂದಿಂಚು ಗಡ್ಡ ಬೆಳೆದಿತ್ತು. ಉಡುಪು ಕೂಡ ಅಸ್ತವ್ಯಸ್ತವಾಗಿತ್ತು.

ಗೇಟು ತೆರೆದುಕೊಂಡು ಒಳಗೆ ಬಂದ. ಹಸಿರಿನ ವನರಾಶಿಯಿಂದ ಕಂಗೊಳಿಸುತ್ತಿದ್ದ ತೋಟ ಬೆಂಗಾಡಾಗಿತ್ತು. ಗಿಡಮರಗಳಲ್ಲೂ ಹಿಂದಿನ ಸೊಬಗಿರಲಿಲ್ಲ. ನಿರಾಶೆಯ ನಗು ತುಟಿಗಳ ಮೇಲೆ ಹರಡಿತು.

ಬೀಗದ ಕೈಗಾಗಿ ಜೇಬಿನಲ್ಲೆಲ್ಲ ಹುಡುಕಾಡಿದ. ಸಿಗಲಿಲ್ಲ. ಅದರ ನೆನಪೇ ಇರಲಿಲ್ಲ. ದೊಡ್ಡ ಕಲ್ಲಿನಿಂದ ಕುಟ್ಟಿ ಮುರಿದು ಒಳಗೆ ಹೋದ. ಹಾಳು ಹಾಳು ಸುರಿಯುತ್ತಿತ್ತು. ಮಳೆಯ ನೀರು ನಿಂತು ಒಂದೆರಡು ಕಡೆ ನೆಲ ನೆಂದಿತ್ತು.

ಅವನ ಗಮನ ಹರಿದಿತ್ತು. ಪುಸ್ತಕಗಳ ಕಡೆ ಅಲ್ಲಲ್ಲಿ ಸ್ವಲ್ಪ ಒದ್ದೆಯಾಗಿದ್ದರೂ ಅಂತಹ ಆಪತ್ತು ಒದಗಿರಲಿಲ್ಲ. ಒಂದು ಕಡೆ ಕುಸಿದು ಕುಳಿತು ತಲೆಯನ್ನು ಗೋಡೆಗಾನಿಸಿ ಕಣ್ಣು ಮುಚ್ಚಿದ.

"ಯಾವಾಗ್ಬಂದ್ರಿ?" ಪರಿಚಿತವಾದ ಧ್ವನಿ.ಮೆಲ್ಲಗೆ ಕಣ್ಣು ತೆರೆದು ನೋಡಿದ. ಸೌಮ್ಯ ಮುಖದ ಗಿರಿಜ. ಅವಳಲ್ಲಿ ಅಪಾರ ಬದಲಾವಣೆಯಾಗಿತ್ತು. ಎರಡು ಕೈಗಳ

ತುಂಬ ಬಳೆ. ಸೆರಗನ್ನು ಮೈ ತುಂಬ ಹೊದ್ದಿದ್ದಳು. ಎಂತಹುದೋ ಒಂದು ಅಪೂರ್ವ ಶೋಭೆ ಅವಳ ಮುಖವನ್ನು ಆವರಿಸಿತ್ತು.

ಅಂದು ತನ್ನಿಂದ ನಿರಾಶೆಗೊಂಡು ನೋವನ್ನು ಅನುಭವಿಸಿದ ಗಿರಿಜ. ಆ ನೋವಿನ ಮಟ್ಟವನ್ನು ಚೆನ್ನಾಗಿ ತಿಳಿದಿದ್ದ. ಅವಳ ಮುಖ ನೋಡುವುದು ಅವನಿಂದಾಗಲಿಲ್ಲ. ನೋಟ ನೆಲವನ್ನು ನೋಡಿತು.

"ಲಗ್ನಪತ್ರಿಕೆ ತಗೊಂಡು ನಮ್ಮ ಭಾವ ಎರಡು ಮೂರು ಸಲ ಬಂದಿದ್ರು. ಆಗ್ಲೇ ನಂಗೆ ಗೊತ್ತಾಗಿದ್ದು ಗಂಡಸರಾದ ನೀವೇ ಹೀಗೆ ಧೈರ್ಯಗೆಟ್ಟರೆ ಹೇಗೆ?" ಅವಳ ನುಡಿಗಳಲ್ಲಿ ಸಾಂತ್ವನವಿತ್ತು.

"ಗಿರಿಜ...." ಏನೋ ಹೇಳಲು ಮುಂದಾದ. ಅವನ ಬಾಯಿಂದ ಮಾತುಗಳು ಹೊರಡಲಿಲ್ಲ. ಅವನಿಗೆ ಜೀವನ ಅಸಹನೀಯವೆನಿಸಿತ್ತು. ಮನದ ತುಂಬ ನಿರಾಶೆ ಕವಿದುಕೊಂಡಿತ್ತು. ಹೃದಯದಲ್ಲಿ ಬೇರುಬಿಟ್ಟ ಉಷಾಳ ರೂಪ ಕ್ರೂರ ಯಾತನೆ ಕೊಡುತ್ತಿತ್ತು. ಅವಳನ್ನು ಪಡೆಯಬೇಕು, ಸಾಧ್ಯವಿಲ್ಲ. ಈಗ ಉಳಿದಿರುವುದು ಒಂದೇ ಮಾರ್ಗ - ಬೇರು ಬಿಟ್ಟ ಪ್ರೇಮವನ್ನು ಬುಡಸಮೇತ ಕಿತ್ತು ಹಾಕುವುದು. ಸತತ ಪ್ರಯತ್ನದಿಂದ ನಡೆಯಬೇಕು.

"ನಿಮ್ಮ ಸೋದರಮಾವ ಬಂದಿದ್ರು. ವಿಚಾರಿಸಿದರು ಅವರಿಗೂ ಅಲ್ಪಸ್ವಲ್ಪ ವಿಷ್ಯದ ಅರಿವಿರಬೇಕು. ಅಥವಾ ಬೇರೆಯವರಿಂದ ತಿಳಿದಿದ್ದರೋ ಗೊತ್ತಿಲ್ಲ. ಪೇಚಾಡಿಕೊಂಡು ಹೋದರು."

"ಎದ್ದು ಸ್ನಾನ ಮಾಡಿ, ಊಟ ಕಳ್ಸಿಕೊಡ್ತೀನಿ."

ತಟ್ಟನೇ ಮೇಲೆದ್ದ ಮುರುಳಿ ಒಂದು ತಿಂಗಳ ಗಡ್ಡವನ್ನು ತೆಗೆದು ಬಾವಿಯ ಬಳಿ ಸ್ನಾನ ಮಾಡಿದ. ಮನಸ್ಸಿಗೆ ಸಮತೋಲನವನ್ನು ಕಾಯ್ದುಕೊಳ್ಳಬೇಕು. ನಿರಾಶೆ-ನೋವಿಗೆ ಏನಾದರೂ ಅರ್ಥವಿದೆಯೇ!!

ಮನೆಯನ್ನು ಓರಣ ಮಾಡಲು ಮುಂದಾದ. ಆಯಾಸವೆನಿಸಿತು. ಹೊಟ್ಟೆಯಲ್ಲಿ ಭಯಂಕರ ಹಸಿವಿನ ಭೂತ.

"ಮಾವ...." ಕೋಣೆಯ ಹೊರಗಿನಿಂದ ಇಣಕಿ ನೋಡಿದ ರೇಣು, ಕ್ಯಾರಿಯರ್‌ನೊಂದಿಗೆ ಒಳಗೆ ಬಂದ.

"ಎಲ್ಲಿ ಹೋಗಿದ್ರಿ? ನಾನು ದಿನಾ ಬಂದು... ಬಂದು ಹೋಗ್ತಾ ಇದ್ದೆ." ಆತ್ಮೀಯತೆಯ ಎಳೆ ಮುರುಳಿಯ ಹೃದಯದಲ್ಲಿ ಹೊಯ್ದಾಡಿತು.

"ನನ್ನ ಸ್ನೇಹಿತರ ಊರಿಗೆ ಹೋಗಿದ್ದೆ."

"ಈಗ ಅಪ್ಪಾಜಿ, ಇಲ್ಲಿಗೆ ಬಂದ್ರೆ ಬಯ್ಯೋಲ್ಲ. ಗಿರಿಜಕ್ಕನ ಮದ್ವೆ ಆಗೋಯ್ತು..."

ಗಿರಿಜ ಹೇಳಿದ ಲಗ್ನಪತ್ರಿಕೆಯ ವಿಷಯ ಈಗ ಅರ್ಥವಾಯಿತು. ನಿಟ್ಟುಸಿರು ಚೆಲ್ಲಿ, ಕೈಕಟ್ಟಿ ಹಿಂದಕ್ಕೆ ಒರಗಿ ಛಾವಣಿಯ ಕಡೆ ನೋಡಿದ.

"ಮೊದ್ಲು ಊಟ ಮಾಡ್ಬೇಕಂತೆ." ಅಷ್ಟು ಹೇಳಿ ಹೊರಗೋ ಹೋದ. ಸೀಬೆಗಿಡ ಅವನನ್ನು ಬಹಳವಾಗಿ ಆಕರ್ಷಿಸಿತ್ತು. ಇಲ್ಲಿಗೆ ಬಂದರೆ ಅದರ ಮೇಲೆ ಹತ್ತಿಯೇ ವೇಳೆ ಕಳೆಯುತ್ತಿದ್ದ.

ತಿಂಗಳು ಪೂರ ಊಟ, ತಿಂಡಿ, ನಿದ್ದೆಗಳಲ್ಲಿ ನಿಯಮವಿರಲಿಲ್ಲ. ಹಸಿವೆನಿಸಿದಾಗ ಸಿಕ್ಕಿದ್ದನ್ನು ತಿಂದಿದ್ದ. ಊಟ, ತಿಂಡಿ ರುಚಿ ಹತ್ತಿರಲಿಲ್ಲ. ಒಮ್ಮೆಲೇ ಹೊಟ್ಟೆ ತುಂಬ ಊಟ ಮಾಡದಾದ. ಸೇರಿದಷ್ಟು ತಿಂದು ಮಿಕ್ಕಿದ್ದನ್ನು ಮುಚ್ಚಿಟ್ಟು, ಚಾಪೆಯ ಮೇಲೆ ಮಲಗಿದ. ದಣಿದ ದೇಹ ಪೂರ್ಣವಾಗಿ ನಿದ್ದೆಗೆ ಶರಣಾಯಿತು. ಎಷ್ಟೊತ್ತು ಮಲಗಿದ್ದನೋ... ಅವನ ಅರಿವಿಗೆ ಬರಲಿಲ್ಲ. ಎಚ್ಚರವಾದಾಗ ಕತ್ತಲು ಆವರಿಸಿತ್ತು. ಎದ್ದು ಮೈಮುರಿದು, ದೀಪ ಹಚ್ಚಲು ಬೆಂಕಿ ಪೆಟ್ಟಿಗೆಗಾಗಿ ಹುಡುಕಾಡಿದ ಸಿಗಲಿಲ್ಲ. ಮತ್ತೆ ಹುಡುಕುವ ಸಾಹಸಕ್ಕೆ ಕೈ ಹಾಕಲಿಲ್ಲ, ಮಲಗಿಬಿಟ್ಟ.

ಮರುದಿನ ರೇಣು ಬಂದು ಅವನ ತಾಯಿಯ ಕರೆಯನ್ನು ಮುಟ್ಟಿಸಿಹೋದ. ಹೋಗಲು ಮನಸ್ಸಾಗಲಿಲ್ಲ. ಅನ್ನ ಮಾಡಿಟ್ಟು, ಬೇಲಿ ಸರಿಪಡಿಸಲು ಮುಂದಾದ. ಆಯಾಸವಾದರೂ ಗಣನೆಗೆ ತೆಗೆದುಕೊಳ್ಳದೆ ಮಧ್ಯಾಹ್ನದವರೆಗೂ ಕೆಲಸ ಮಾಡಿದ.

"ಯಾಕೆ ಬರಲಿಲ್ಲಾ?" ಗಿರಿಜಳ ಧ್ವನಿ. ಹಿಂದಿರುಗಿ ನೋಡಿದ. ಮನ ನೋವಿನಿಂದ ಹೊಯ್ದಾಡಿತು. ಅವನ ಸ್ನೇಹ, ವಿಶ್ವಾಸ, ಆತ್ಮೀಯತೆಯಲ್ಲಿ ಅವಳ ಸುಖವನ್ನೇ ಬಯಸುತ್ತಿದ್ದ.

"ಸ್ವಲ್ಪ ಕೆಲ್ಸ ಇತ್ತು." ಬಾವಿಯ ಬಳಿಯಲ್ಲಿದ್ದ ಬಕೆಟ್‌ನಲ್ಲಿ ನೀರು ಸೇದಿ ಕೈಕಾಲು ತೊಳೆದುಕೊಂಡ. ತಲೆ ಎತ್ತಿ ಅವಳ ಮುಖ ನೋಡಿದ ಜೀವಂತ ಕಣ್ಣುಗಳು ಪ್ರಜ್ವಲಿಸುತ್ತಿದ್ದವು. ಚೇತರಿಸಿಕೊಂಡು ತನ್ನ ಹಾದಿಯನ್ನು ಕಂಡುಕೊಂಡಿದ್ದಾಳೆ. ಅದರಲ್ಲಿ ಅನುಮಾನವೇ ಇಲ್ಲ. ಅದರ ಹಿಂದಿನ ನೋವನ್ನು ಅರ್ಥಮಾಡಿಕೊಂಡ. ಮನ ನರಳಿ ನರಳಿ ಅತ್ತಿತ್ತು.

"ಬನ್ನಿ, ಅಮ್ಮ ನಿಮಗಾಗಿ ಕಾಯ್ತಾ ಇದ್ದಾಳೆ."

ಅವಳ ತಾಯಿಯ ಜ್ಞಾಪಕ ಬಂದಾಗ ಅವನ ಮನ ಭಾರವಾಯಿತು. ಬಾಯಿಂದ ಮಾತುಗಳು ಹೊರಡಲಿಲ್ಲ.

"ಬೇಡ, ಅನ್ನ ಮಾಡಿಟ್ಟಿದ್ದೀನಿ" ಧ್ವನಿ ಮೃದುವಾಗಿ ಕಂಪಿಸಿತು.

ಅಮ್ಮ ನೋಡ್ಬೇಕೂ ಅಂದ್ರು ಬನ್ನಿ ಎಂದು ಗಿರಿಜ ಅಷ್ಟು ದೂರ ಹೋಗಿ ಹಿಂದಿರುಗಿ, "ಖಂಡಿತ ಕಾಯ್ತಾ ಇರ್ತೀವಿ. ಈಗ್ಲೇ ಬನ್ನಿ. ಅಪ್ಪಾಜಿ ಕೂಡ ನಿಮ್ಮನ್ನು ಬರಹೇಳಿದ್ದಾರೆ. ಸುಳ್ಳಲ್ಲ!"

ಒಗೆದ ಬಟ್ಟೆಗಳನ್ನು ತೊಟ್ಟು ಅವರ ಮನೆಯ ಕಡೆ ಹೆಜ್ಜೆ ಹಾಕಿದ. ಅಷ್ಟು ದೂರದಲ್ಲಿಯೇ ರೇಣು ಎದುರುಗೊಂಡು ಕರೆದೊಯ್ದ. ಬಾಗಿಲ ಮರೆಯಿಂದ ಮಾತಾಡಿಸಿದ ಗಿರಿಜಳ ತಾಯಿಯ ಕಡೆ ನೋಡಿದ. ಇತ್ತೀಚಿಗೆ ಅವರ ಶರೀರ ಬಹಳ ದುರ್ಬಲವಾದಂತೆ ಕಾಣಿಸಿತು. ಮುಖದ ಬಣ್ಣವು ಬದಲಾಗಿತ್ತು.

"ಆರೋಗ್ಯವಾಗಿದ್ದೀಯಾ ಮಗು?" ಧ್ವನಿ ಕ್ಷೀಣಿಸಿತ್ತು. ಚೇತರಿಕೆ ಇಲ್ಲ.

"ಚೆನ್ನಾಗಿದ್ದೀನಮ್ಮ" ಅವರ ಕಡೆ ನೋಡುವುದು ಅವನಿಂದಾಗಲಿಲ್ಲ. ಹೃದಯದ ಮೇಲೆ ಭಾರವಾದ ಒತ್ತಡ ಬಿದ್ದಿತ್ತು. ತಾಯಿ ತಂದೆಯರ ನೆನಪು ಮರುಕಳಿಸಿತು. ಮರಣವೆಂಬುದು ಸಂಭವಿಸಿರೋ ತೀರುವ ಘಟನೆ ಎಂಬುದನ್ನು ಚೆನ್ನಾಗಿ ಅರ್ಥಮಾಡಿಕೊಂಡಿದ್ದ. ಆದರೂ...

ಊಟಕ್ಕೆ ಎಬ್ಬಿಸಿದರು. ಅವರ ಬದಲಿಗೆ ಗಿರಿಜಳೇ ಬಡಿಸಿದಳು. ಈಗ ಅವಳ ಕೈ, ಕೊರಳಲ್ಲಿ ಸಾಕಷ್ಟು ಚಿನ್ನವಿತ್ತು. ಮುಖದಲ್ಲಿ ಗೃಹಿಣಿಯ ಸೊಬಗು ಮಿಂಚುತ್ತಿತ್ತು. ಆತ್ಮೀಯತೆ ಅವನನ್ನು ಹೊಟ್ಟೆಯ ತುಂಬ ಊಟ ಮಾಡುವಂತೆ ಮಾಡಿತ್ತು.

ಕೈ ತೊಳೆದು ಬಂದು ಕುರ್ಚಿಯ ಮೇಲೆ ಕೂತು ಮುರುಳಿ ಸುತ್ತಲೂ ನಿರುಕಿಸಿದ. ಗಿರಿಜಳ ತಂದೆಯಿದ್ದ ಹಾಗೆ ಕಾಣಲಿಲ್ಲ. ಗಿರಿಜಳ ತಾಯಿ ಎದುರು ಬಂದು ಕೂತು ನಾಲ್ಕಾರು ಮಾತುಗಳನ್ನು ಆಡಿದರು. ಓಡಿಹೋದ ತಮ್ಮ ಮಗನನ್ನು ನೆನಪಿಗೆ ತಂದುಕೊಂಡು ಅವನ ಎದುರಿಗೆ ಗಳಗಳನೇ ಅತ್ತುಬಿಟ್ಟರು. ದಿನದಿನಕ್ಕೂ ಅವರಲ್ಲಿ ನಿರಾಶೆ ಹೆಚ್ಚುತ್ತಿತ್ತು. ಸಾಯುವ ಮುನ್ನ ಒಮ್ಮೆಯಾದರೂ ಮಗನನ್ನು ನೋಡಬೇಕೆಂದು ಅವರ ಮಾತೃ ಒಡಲು ಹಂಬಲಿಸುತ್ತಿತ್ತು. ಸಾಧ್ಯವೇ? ಎಂಬುದನ್ನು ಕಾಲವೇ ಉತ್ತರ ಹೇಳಬೇಕು.

ಇವನು ಎದ್ದು ಹೊರಟಾಗ ತಾಯಿ, ಮಗಳಿಬ್ಬರೂ ಬಾಗಿಲ ತನಕ ಬಂದು ಬೀಳ್ಕೊಟ್ಟರು. ಗಿರಿಜಳ ಕಣ್ಣುಗಳು ಈಗ ಸ್ವಚ್ಛ ನಿರ್ಮಲ ಸುಂದರ ಮಾನಸ ಸರೋವರಗಳಂತೆ ಕಂಗೊಳಿಸುತ್ತಿದ್ದವು.

ಆ ಹೆಣ್ಣಿಗೆ ಪ್ರೀತಿಸುವುದು ಮಾತ್ರ ಗೊತ್ತು. ದ್ವೇಷಿಸುವುದು ಗೊತ್ತೇ ಇಲ್ಲ. ಮತ್ಸರ ಅವಳು ಹೋದ ದಾರಿಯಲ್ಲೇ ಹೋಗದೇನೋ! ಎಂದುಕೊಂಡ.

* * * *

ಈಗ ಉಷಾ ಶ್ರೀಮಂತನ ಪತ್ನಿ, ದೊಡ್ಡ ಬಂಗ್ಲೆ, ಕಾರು, ಸಂಪತ್ತು ಅವಳದಾಗಿತ್ತು. ಕೇಳಿದ ಒಡವೆಗಳೆಲ್ಲ ಅವಳ ಬೀರು ಸೇರುತ್ತಿತ್ತು. ಚೆನ್ನಾಗಿ ಕಂಡ ಸೀರೆಗಳನ್ನೆಲ್ಲ ತರುತ್ತಿದ್ದಳು. ಪ್ರೀತಿಯ ಉನ್ಮಾದ, ಸಾಕುಸಾಕು ಎನ್ನಿಸುವಷ್ಟು ಅವಳನ್ನು ತೃಪ್ತಿಪಡಿಸುತ್ತಿದ್ದ ಗಂಡ. ಜಗತ್ತು ಒಂದು ಸುಂದರ ಸೌಧವಾಗಿತ್ತು ಅವಳ ಪಾಲಿಗೆ.

ಮದುವೆಯಾದಾಗಿನಿಂದ ಸೀರೆಯುಟ್ಟು ಬೇಸರಗೊಂಡಿದ್ದ ಉಷಾ ತನ್ನ ಹಳೆಯ ಬಟ್ಟೆಯ ಮಡಿಕೆಯಲ್ಲಿದ್ದ ಜೀನ್ಸ್ ತೊಟ್ಟು, ಕೂದಲನ್ನು ಬಾಚಿ ಹರವಿ ಕನ್ನಡಿಯ ಮುಂದೆ ನಿಂತು ನೋಡಿಕೊಂಡಳು. ಚೆನ್ನೆನಿಸಿತು. ಹುಬ್ಬು ಕುಣಿಸಿ ನಕ್ಕಳು.

ಸೋಫಾ ಮೇಲೆ ಮೈ ಚೆಲ್ಲಿ ಕೂತಳು. ನಿಮಿಷನಿಮಿಷಕ್ಕೂ ಅವಳ ಕಣ್ಣುಗಳು ಗಡಿಯಾರದತ್ತ ಚಲಿಸುತ್ತಿತ್ತು. ಸಿಡಿಮಿಡಿಗೊಂಡು ಅಡ್ಡಾಡಿದಳು. ಕತ್ತು ವಾಲಿಸಿ ನೋಡಿದಳು.

"ಉಷಾ...." ಸಂಜಯನ ಧ್ವನಿ ಅವಳನ್ನು ಎಚ್ಚರಿಸಿತು. ಕುಣಿಯುತ್ತ

ಕೋಣೆಯಿಂದ ಹೊರಗೆ ನೆಗೆಯುತ್ತ ನಡೆದಳು. ಸಂಜಯ ಮಾತ್ರವಿರಲಿಲ್ಲ. ಅವನ ಜೊತೆಯಲ್ಲಿ ವಯಸ್ಸಾದ ಸ್ಥೂಲಕಾಯದ ವ್ಯಕ್ತಿ ಇದ್ದರು.

ಸಂಜಯನ ಕಣ್ಣುಗಳು ಮಡದಿಯ ಮೈಮೇಲೆಲ್ಲ ಹರಿದಾಡಿದವು. ಕಣ್ಣುಗಳು ಕೆಂಡಗಳನ್ನು ಉಗುಳಿದವು. ಪ್ರಯಾಸಪಟ್ಟು ಅಸಹನೆಯನ್ನು ಅದುಮಿಡುವಂತೆ ಅವಳನ್ನು ಪರಿಚಯಿಸಿದ. ಅವಳು ಹೆಚ್ಚು ಹೊತ್ತು ಅಲ್ಲಿ ನಿಲ್ಲುವುದು ಬೇಕಾಗಿರಲಿಲ್ಲ. ಸನ್ನೆಯಿಂದಲೇ ಒಳಗೆ ಹೋಗೆಂದ. ಸ್ವಾಭಿಮಾನ ಪುಟಿದೆದ್ದಿತು.

"ತಿಂಡಿ ಕಳ್ಸು" ಒತ್ತಿ ಹೇಳಿದ. ಅಲ್ಲಿದ್ದ ಅವಳು ಸರಿಯಲೇಬೇಕಿತ್ತು. ಪ್ರಥಮ ಬಾರಿಗೆ ಗಂಡನಿಂದ ಮುಖಭಂಗಿತಳಾಗಿದ್ದಳು. ನೆಲಕ್ಕೆ ಕಾಲುಗಳನ್ನು ಅಪ್ಪಳಿಸುತ್ತಲೇ ಅಡಿಗೆಯ ಮನೆಯತ್ತ ನಡೆದಳು. ಸಂಜಯ ಕುಳಿತಲ್ಲೇ ಬುಸುಗುಟ್ಟಿದ.

ಅವರೊಡನೆ ಮಾತಿನ ಮಧ್ಯೆ ಮಡದಿಯನ್ನು ಮರೆತ. ಹಸನ್ಮುಖನಾಗಿ ಮಾತಾಡಿದ. ಅವರನ್ನು ಬೀಳ್ಕೊಟ್ಟು ಒಳಗೆ ಬಂದಾಗ ಅವನ ಮುಖ, ಕೋಪ, ಅವಮಾನದಿಂದ ಕುದಿಯುತ್ತಿತ್ತು.

ಬಂದು ಉಷಾಳ ಮುಂದೆ ನಿಂತ, ಮುಖಕ್ಕೆ ಅಪ್ಪಳಿಸುವಷ್ಟು ಕೋಪ ಬಂತು.

"ಏನಿದು, ನಿನ್ನ ಅವತಾರ!" ಅಬ್ಬರಿಸಿದ.

ಅವಳ ಜೀವನದಲ್ಲಿ ಮೊದಲ ಭಾರಿಗೆ ಇಂತಹ ಅಬ್ಬರವನ್ನು ಕೇಳಿದ್ದಳು. ಸಣ್ಣಗೆ ನಡುಗಿದಳು. ಗಡಸು ಸ್ವರದಲ್ಲಿ ಹೇಳಿದ. "ನಂಗೆ ಇದೆಲ್ಲ ಇಷ್ಟವಿಲ್ಲ" ಅವನ ನೋಟದಲ್ಲಿ ತೀಕ್ಷ್ಣತೆ ಇತ್ತು.

ಬಟ್ಟೆ ಬದಲಾಯಿಸಿದ ಸಂಜಯ ಹೊರಗೆ ಬಂದ. ತಂಪುಗಾಳಿ ಹಾಯೆನಿಸಿತು. ಅವನಿಗೂ ಉಷಾಳೊಂದಿಗೆ ವಿರಸ ಬೇಕಿರಲಿಲ್ಲ. ತನ್ನ ಮಡದಿಯಾದ ಅವಳು ತನ್ನ ಮರ್ಯಾದೆ ಕಾಯಬೇಕಾದ್ದು ಅವಳ ಕೆಲಸ. ಥೂ.... ಎಂತಹ ವಿಲಕ್ಷಣ ವೇಷ, ಗೃಹಿಣಿಯಾದವಳಿಗೆ ನೇರವಾಗಿ ಮೈಯಿನ ಉಬ್ಬು, ತಗ್ಗುಗಳನ್ನು ಬಚ್ಚಿಡುವುದು - ಪರರ ಮುಂದೆ - ಸೈರಿಸಲಾರದ ವಿಷಯ.

ಹೊರಗಿನ ಸೊಬಗನ್ನು ನೋಡುತ್ತ ಬಹಳ ಹೊತ್ತು ನಿಂತಿದ್ದ. ತಾನು ದುಡುಕಿಬಿಟ್ಟೆನೇನೋ? ಎಂದು ಯೋಚಿಸಿದ. ಮದುವೆಗೆ ಮುನ್ನ ಈ ಯೋಚನೆಗಳೆಲ್ಲ ಅವನ ಹತ್ತಿರ ಸುಳಿದಿರಲಿಲ್ಲ. ತೀರಾ ಹುಡುಗು...! ಮನದಲ್ಲೇ ನಗುತ್ತ ಒಳಗೆ ಬಂದ. ಹುಡುಕಾಡಿ ತಮ್ಮ ಕೋಣೆಗೆ ಬಂದ. ಉಷಾ ಬೋರಲಾಗಿ ಮಲಗಿದ್ದಳು.

ಮೆಲ್ಲನೆ ಅವಳ ಪಕ್ಕ ಹೋಗಿ ಕುಳಿತು ಬೆನ್ನ ಮೇಲೆ ಕೈಯಾಡಿಸಿದ. ಮಿಸುಕಾಡಲಿಲ್ಲ. ಬಗ್ಗಿ ಕೆನ್ನೆಗೆ ಕೆನ್ನೆ ಉಜ್ಜಿದ ಮುಖವನ್ನು ಬೇರೆಡೆ ತಿರುಗಿಸಿಕೊಂಡಳು. ಇದು ಕೂಡ ತುಬ ಸ್ವಾರಸ್ಯವಾಗಿ ಕಂಡಿತು.

"ಏಯ್.... ಉಷಾ..." ಅವಳ ಕೆನ್ನೆಯ ಬಳಿ ಪಿಸುಗುಟ್ಟಿದ. ಅವನ ಮುಖವನ್ನು ದೂರಕ್ಕೆ ತಳ್ಳಿದಳು.

"ಊಟ ಮಾಡೋಣ, ಆಮೇಲೆ ಬೇಕಾದ್ರೆ ಮುಂದುವರಿಸಬಹುದು" ಧ್ವನಿಯಲ್ಲಿ ಹಾಸ್ಯವಿತ್ತು.

"ನಂಗೆ ಬೇಡ."

"ನಿಂಗೆ ಬೇಡದಿದ್ರೆ - ಬೇಡ, ನಂಗೆ ಹಸಿವು."

"ಹಸಿವಾದ್ರೆ ಊಟ ಮಾಡಿ" ಬಿರುಸಿನಿಂದ ಮಾತು ಬಂತು. ನೋಡಲು ಹೋದಾಗಲೇ ಅವಳ ಸ್ವಭಾವದ ಅರ್ಥವಾಗಿತ್ತು. ಅವನದು ಒಂದು ವಿಧವಾದ ಸಾಹಸದ ಪ್ರವೃತ್ತಿ. "ಈಜಿದರೆ ಅಲೆಗಳಿಗೆ ಎದುರಾಗಿಯೇ ಈಜಬೇಕು' ಎನ್ನುವ ಜಾಯಮಾನದವ. ಅದಕ್ಕಾಗಿಯೇ ಎಂಥೆಂಥ ಸುಂದರ ಹೆಣ್ಣುಗಳನ್ನು ಬಿಟ್ಟು ಸಾಮಾನ್ಯ ರೂಪಿನ ಉಷಾಳನ್ನ ಕೈಹಿಡಿದಿದ್ದ.

"ಉಷಾ.... ಏಳು..." ಸಹನೆ ಕಳೆದುಕೊಳ್ಳದೆ ಹೇಳಿದ.

"ನಂಗೆ ಬೇಡ. ನಿಮ್ಗೆ ಹಸಿವಾದ್ರೆ ಊಟ ಮಾಡಿ."

ಕೋಪದಿಂದ ಅವನ ದವಡೆಗಳು ಬಿಗಿದುಕೊಂಡವು. ಬಲವಾಗಿ ಅವಳನ್ನು ಮೇಲಕ್ಕೆ ಎತ್ತಿ, ಕೆಳಗೆ ನಿಲ್ಲಿಸಿದ. ಅವನ ಅಜಾನುಬಾಹು ಶರೀರದ ಶಕ್ತಿಯ ಮುಂದೆ ಅವಳು ಸೋಲು ಒಪ್ಪಲೇಬೇಕು.

ಅವಳ ಭುಜದ ಮೇಲೆ ಕೈಹಾಕಿ, ಕಣ್ಣು ಕುಣಿಸಿ "ಇದೆಲ್ಲ ನನ್ಮುಂದೆ ಸಾಕು. ಬೇರೆಯವ್ರ ಮುಂದೆ ಈ ರೀತಿ ಉಡುಪು ತೊಟ್ಟು ಓಡಾಡೋದ್ನ ನಾನು ಇಷ್ಟಪಡೋಲ್ಲ!" ಬೆರಳಿನಿಂದ ಅವಳ ಕೆನ್ನೆ ತಟ್ಟಿದ.

"ನಂಗೇ ಅದೇ ಇಷ್ಟ. ಸೀರೆಯುಟ್ಟು ಕೂಡೋಕೆ ನಾನೇನು ಪುರಾತನದ ಹೆಣ್ಣಲ್ಲ" ಸಂಜಯ ಜೋರಾಗಿ ನಕ್ಕುಬಿಟ್ಟ. ಇವೆಲ್ಲ ಅರ್ಥವಿಲ್ಲದ ಹುಚ್ಚುಚ್ಚು ಆಟಗಳೆಂದು ಅವನ ನಂಬಿಕೆ.

"ಮೊದ್ಲು ಬಟ್ಟೆ ಬದಲಾಯ್ಸು. ಆಮೇಲೆ ಊಟ - ಮಿಕ್ಕಿದ್ದೆಲ್ಲ ಮುಗಿದ್ಮೇಲೆ - ಡಿಸೈಡ್" ಕಣ್ಣು ಹೊಡೆದ.

"ನಾನು ಬಟ್ಟೆ ಬದಲಾಯಿಸೋಲ್ಲ. ಊಟ ಮಾಡೋಲ್ಲ" ಮುಖ ಉಮ್ಮಿಸ್ರಿ ಹೇಳಿದಳು. ತಾಯಿತಂದೆಯರ ಬಳಿ ಈ ರೀತಿ ಹಟ ಮಾಡಿಯೇ ಅವಳಿಗೆ ಅಭ್ಯಾಸ.

ಅವಳ ಭುಜದ ಮೇಲೆ ಮೊಣಕೈಯೂರಿ ನವಿರಾಗಿ ಕೂದಲನ್ನು ಸವರುತ್ತ "ಬೇಡ, ನಂಗೆ ಕೋಪ ಬರಿಸ್ಬೇಡ."

ಅವನ ಕೈಯನ್ನು ಅತ್ತ ತಳ್ಳಿ ಹೋಗಿ ಮಲಗಿಬಿಟ್ಟಳು. ಅವಳತ್ತ ನೋಡಿದ. ಬಯಕೆ ಹೊಯ್ದಾಡಿತು. ಅವಡುಗಚ್ಚಿ ಹೊರಗೆ ನಡೆದ.

ಸಣ್ಣಸಣ್ಣ ವಿಷಯಗಳಿಗೆಲ್ಲ ಯೋಚಿಸಿ ಮನಸ್ಸು ಕೆಡಿಸಿಕೊಳ್ಳುವುದು ಅವನ ಸ್ವಭಾವವಲ್ಲ. ಹೊಟ್ಟೆ ತುಂಬ ಊಟ ಮಾಡಿದ. ಬಾಲ್ಕನಿಯಲ್ಲಿ ಬಂದು ನಿಂತ. ಚಂದ್ರನ ತಂಪು ಕಿರಣಗಳು ಎಲ್ಲೆಡೆ ಎರಿದಂತೆಲ್ಲ ಆಕಾಶದಲ್ಲಿ ಚಂದ್ರನು ಹೆಚ್ಚುಹೆಚ್ಚು

ಪ್ರಕಾಶಮಾನವಾಗುತ್ತಿದ್ದ. ಚಂದ್ರನ ಶೀತಲ ಪ್ರಕಾಶ ಮಾದಕ ಮೋಹಕತೆ ತಾಳಿ ಭೂಮಿಯ ಮೇಲೆ ಸುರಿಯುತ್ತಿತ್ತು. ಸಿಗರೇಟನ್ನು ಹಚ್ಚಿ ಹೊಗೆ ಬಿಡುತ್ತ ನಿರಾಶೆಯಲ್ಲಿ ನಿಸರ್ಗ ರಮಣೀಯ ಚೆಲುವನ್ನು ನೋಡಿದ. ಸುಪ್ತವಾಗಿದ್ದ ಬಯಕೆ ಹೆಡೆಯೆತ್ತಿತ್ತು.

ಕೋಣೆಯ ಒಳಗೆ ಬಂದು ದೀಪವಾರಿಸಿದ. ಅವಳ ಪ್ರತಿಭಟನೆ ಅವನ ಮನಸ್ಸಿನ ವಿರುದ್ಧ ಕೆಲಸ ಮಾಡಲಿಲ್ಲ. ಸೋತು ಮಲಗಿದಳು.

ಮುಂಜಾವಿನ ಮಂಪರು ಹರಿದಾಗ ಸಂಜಯ ಪಕ್ಕದಲ್ಲಿದ್ದ ಮಡದಿಯ ಕಡೆ ನೋಡಿದ. ಅವಳ ನಿದ್ದೆಯಿನ್ನೂ ಹರಿದಿರಲಿಲ್ಲ. ಕೆನ್ನೆಯನ್ನು ಮೃದುವಾಗಿ ತಟ್ಟಿ ಎದ್ದು ಕೂತ. ಕಾಫಿ ಕುಡಿದು ಬೆಳಗಿನ ಕೆಲಸಗಳನ್ನೆಲ್ಲ ಪೂರೈಸಿಕೊಂಡು ಬಂದಾಗಲೂ ಉಷಾ ಎದ್ದಿರಲಿಲ್ಲ. ಕೋಪ, ವಿರಸಗಳನ್ನು ಮರುಗಳಿಗೆಯೇ ಮರೆತುಬಿಡುವುದು ಅವನ ಸ್ವಭಾವ.

"ಬೆಳಕು ಹರಿದು ಬಹಳ ಹೊತ್ತಾಯಿತು. ಏಳು" ಅಲುಗಾಡಿಸಿ ಎಚ್ಚರಿಸಲು ಪ್ರಯತ್ನಿಸಿದ. ಅವಳ ಮೊಂಡಾಟ ನಡೆದೇ ಇತ್ತು. ಅವಳನ್ನು ಅವಳ ಪಾಲಿಗೆ ಬಿಟ್ಟು ಕೋಣೆಯಿಂದ ಹೊರಗೆ ಹೋದ.

"ತಿಂಡಿ ರೆಡಿಯಾಗಿದ್ಯಾ?" ಎದುರಿಗೆ ಬಂದ ಅಡಿಗೆಯವನನ್ನು ಕೇಳಿದ.

"ಬೇಗ ತಗೊಂಡ್ಬಾ" ಎಂದು ಹೇಳಿ, ಡೈನಿಂಗ್ ಟೇಬಲಿನ ಮುಂದೆ ಕೂತ. ಅವನ ಕಾಲುಗಳು ಯಾವುದೋ ಧಾಟಿಯ ಹಾಡಿಗೆ ಕುಣಿಯುತ್ತಿದ್ದವು. ತುಟಿ ಕಚ್ಚಿ, ರಾತ್ರಿಯ ಅನುಭವವನ್ನು ಮೆಲುಕು ಹಾಕುತ್ತ ತಿಂಡಿ ತಿಂದ.

ಕಾಫಿ ಕುಡಿದು ಮೇಲೆ ಏಳುವಾಗ, ಏನನ್ನಿಸಿತೋ, ನಿಂತು "ಅಮ್ಮಾವ್ರು ಸ್ವಲ್ಪ ನಿಧಾನವಾಗಿ ಏಳಬಹುದು. ತಿಂಡಿ ಬಿಸಿಯಾಗಿರ್ಲಿ" ಎಂದು ಹೇಳಿ ನಡೆದ.

ಸಂಯಮದಿಂದ ಕೋಣೆಗೆ ಬಂದ, ಉಷಾ ಇಂಚು ಅಲ್ಲಾಡಿರಲಿಲ್ಲ. ಇದು ತೀರಾ ಅತಿಯೆನಿಸಿತು. ಇವಳೊಂದಿಗೆ ಮದುವೆ ನಿಶ್ಚಯವಾದಾಗ ಅವನ ಗೆಳೆಯರು 'ಮಾರಾಯ ನಿಂಗೆ ಹೆಣ್ಣುಗಳು ಸಿಕ್ಕಲಿಲ್ವಾ! ಶುದ್ಧ ಗಂಡುಬೀರಿ! ಮನೆ ಕುರುಕ್ಷೇತ್ರವಾಗುತ್ತೆ' ಎಂದಿದ್ದರು. ಹಗುರವಾಗಿ ನಕ್ಕುಬಿಟ್ಟಿದ್ದ.

ಉಡುಪು ಧರಿಸಿ ಹೊರಟವನು ಹಿಂದಕ್ಕೆ ಬಂದ. ಈ ಕ್ಷಣಗಳೆಲ್ಲ ವೃಥಾ ಹಟಕ್ಕೆ ಬಿದ್ದು, ಯಾಕೆ ಹಾಳು ಮಾಡಿಕೊಳ್ಳಬೇಕು? ಅವಳ ಪಕ್ಕ ಕೂತು ತನ್ನತ್ತ ತಿರುಗಿಸಲು ನೋಡಿದ. ಅವಳ ಪ್ರತಿಭಟನೆ ಅಸಾಧ್ಯವಾಗಿತ್ತು. ಸಿಟ್ಟಿನಿಂದ ಅವನ ಕೊರಳಿನ ನರಗಳು ಉಬ್ಬಿಕೊಂಡವು.

"ಉಷಾ, ಮೊಂಡಾಟ ಮಾಡೋಕೆ ಮಗುವಲ್ಲ, ವಯಸ್ಸು ಬಂತೇ ವಿನಃ ಬುದ್ಧಿ ಬೆಳೆಯಲಿಲ್ಲ. ಏಳು ಮೊದ್ಲು" ಮಿಸುಕಾಡಲಿಲ್ಲ. ಅವಳನ್ನು ಎತ್ತಿ ಅನಾಮತ್ತು ಹೊರಗೆ ಎಸೆಯುವ ಮನಸ್ಸಾಯಿತು. ಸಿಟ್ಟಿನ ಕೈಗೆ ಮನುಷ್ಯ ಬುದ್ಧಿ ಕೊಟ್ಟಾಗ ಮನುಷ್ಯತ್ವವನ್ನೇ ಮರೆತುಬಿಡುತ್ತಾನೆ. ವಿವೇಕ ಎಚ್ಚರಿಸಿತು. ಸಮಾಧಾನ ತಂದುಕೊಂಡು ಹೊರಗೆದ್ದು ಬಂದ.

ಕಾರು ಹೋದ ಸದ್ದು ಕೇಳಿದ ಮೇಲೆಯೇ ಉಷಾ ಎದ್ದು ಹೊರಗೆ ಬಂದಿದ್ದು. ಮದುವೆಯಾದ ಮೇಲೆ ಪ್ರಥಮವಾಗಿ ಮುರುಳಿಯನ್ನು ಜ್ಞಾಪಿಸಿಕೊಂಡಳು. ಅವನ ಸೌಮ್ಯ ಸ್ವಭಾವವನ್ನು ಸಂಜಯನ ಸ್ವಭಾವಕ್ಕೆ ಹೋಲಿಸಿ ನೋಡಿದಳು. ನೆನಪುಗಳು ಮರುಕಳಿಸಿದಾಗ ಅಳುವುಕ್ಕಿ ಬಂತು. ಮಂಡಿಗೆ ಮುಖ ಹಚ್ಚಿ ಬಿಕ್ಕಳಿಸಿದಳು.

ಆಮೇಲೆ ಸಮಾಧಾನಗೊಂಡು ಮೇಲೆದ್ದಳು. ಕಾಫಿ ಕೂಡ ಬೇಡವೆನಿಸಿತು. ಬಾತ್‌ರೂಂಗೆ ಹೋಗಿ ಬಾಗಿಲು ಹಾಕ್ಕೊಂಡಳು. ಗಂಟೆಕಾಲ ಹಾಯಾಗಿ ಸ್ನಾನ ಮಾಡಿ ಬಂದಳು. ಮೈಮನ ಹಗುರವಾಗಿತ್ತು. ತಿಳಿ ಹಸಿರಿನ ಜಾರ್ಜೆಟ್ ಸೀರೆಯುಟ್ಟು, ಅದೇ ಬಣ್ಣದ ಬ್ಲೌಸ್ ತೊಟ್ಟು ಗಂಟೆ ಕಾಲ ಕನ್ನಡಿಯ ಮುಂದೆ ನಿಂತು ಅಲಂಕರಿಸಿಕೊಂಡಳು. ಸಮಾಧಾನವೆನಿಸಿತು.

ಅಚ್ಚುಕಟ್ಟಾಗಿ ಡೈನಿಂಗ್ ಟೇಬಲಿನ ಮುಂದೆ ಕೂತಳು. ಸಂಜಯನ ಜ್ಞಾಪಕ ಬಂದಾಗ ಕಸಿವಿಸಿಕೊಂಡಳು. ತುತ್ತಿಗೊಂದು ನಗೆ ತುಳುಕಿಸುತ್ತಾ ಮಾತಾಡುವುದು ಅವನ ಸ್ವಭಾವ. ಬೇಸರದಿಂದಲೇ ತಿಂಡಿ ತಿಂದು ಎದ್ದಳು.

"ಅಮ್ಮ ಫೋನ್ ಬಂದಿದೆ." ಆಳು ಬಂದು ಉಸುರಿದಾಗ ಅತ್ತ ಗಮನಹರಿಸಿದಳು.

"ಹಲೋ..." ಎಂದಳು. ಅತ್ತಲಿಂದ ನಗು, "ಮೇಡಂ ಎಚ್ಚರ ಆಯ್ತು!" ಸಂಜಯನ ಧ್ವನಿ ಕಚಗುಳಿ ಇಟ್ಟಿತು. 'ಹ, ಹೂ' ತಡವರಿಸಿದಳು. "ಬೇಗ ಬರ್ತೀನಿ" ಫೋನ್ ಡಿಸ್‌ಕನೆಕ್ಟ್ ಆಯಿತು.

ಆದರೆ ಸಂಜಯ ಮಧ್ಯಾಹ್ನ ಬರಲಾಗಲಿಲ್ಲ. ಸಂಜೆಯೇ ಬಂದಿದ್ದು, ಅವನ ಮುಖದಲ್ಲಿ ಆಯಾಸ ಕಾಣಿಸಿಕೊಂಡಿತ್ತು. ಉಷಾಳ ನಗುಮುಖ ಕಂಡು ಅವನ ಮುಖ ಪ್ರಫುಲ್ಲವಾಯಿತು. ಅವಳ ಕೈಯಲ್ಲಿ 'ಚೈತ್ರದ ಕೋಗಿಲೆ"ಯ ಪ್ರತಿ ಹಾಳೆಗಳನ್ನು ಮಡಿಸಿ ಹಿಡಿದಿದ್ದಳು. ಸಣ್ಣನೆಯ ಧ್ವನಿಯಲ್ಲಿ ಹಾಡಿಕೊಳ್ಳುತ್ತಿದ್ದಳು.

"ಇಲ್ಲಿ ಕೊಡು." ಅವಳ ಕೈಯಲ್ಲಿನ ಪ್ರತಿಯನ್ನು ಕಸಿದುಕೊಂಡು ಪುಟ ತಿರುವಿದ. "ಮುರುಳಿ..." ಹುಬ್ಬು ಸಂಕುಚಿಸಿ, ದೃಷ್ಟಿ ಮೇಲೆತ್ತಿ ಯೋಚಿಸಿದ. ತೀರಾ ಆತ್ಮೀಯ ಗೆಳೆಯ, ಮದುವೆಗೆ ಮುನ್ನ ಅವನ ಕಿವಿಯಲ್ಲಿ ಪಿಸುಗುಟ್ಟಿದ್ದ. 'ನಿನ್ನ ಬೆಟರ್ ಹಾಫ್.... ಮುರುಳಿ - ಅನ್ನೋ ಸಾಹಿತಿ ಜೊತೆ ಪ್ರೇಮ ನಡೆಸಿದ್ದಾಳಂತೆ, ಜೋಪಾನ' ಆಗ ಸಂಜಯ ಜೋರಾಗಿ ನಕ್ಕಿದ್ದ. ಶುದ್ಧ ಮಗುವಿನಂತೆ ಕಂಡಿದ್ದಳು ಉಷಾ, 'ಅವಳಿಗೆ ಆ ಪದಗಳ ಅರ್ಥ ಕೂಡ ಗೊತ್ತಿಲ್ಲ' ಎಂದುಬಿಟ್ಟಿದ್ದ. ಇಂತಹ ಗಾಳಿಯ ಮಾತುಗಳೆಡೆ ಅವನಿಗೆ ಉದಾಸೀನ. ಇಂತಹ ಸಣ್ಣ ವಿಚಾರಗಳಿಗೆ ಪ್ರೀತಿ, ಪ್ರೇಮವೆಂದು ಹೆಸರಿಸುವುದು ತಪ್ಪೆಂದು ಅವನ ಅಭಿಪ್ರಾಯ. ಬರೀ ಸ್ನೇಹ - ಇದು ಅವನ ದೃಷ್ಟಿ ಪ್ರೇಮಕ್ಕೆ ತನ್ನದೇ ಆದ ನಿಯಮಗಳಿವೆ. ಪ್ರೇಮ ಪೂರ್ತಿಯಾಗಿ ಚೈತನ್ಯಪೂರ್ಣವಾದದ್ದು. ಅದನ್ನು ವಿರೋಧಿಸುವ ಶಕ್ತಿಯೇ ಜಗತ್ತಿನಲ್ಲಿಲ್ಲ.

"ಮುರುಳಿ.... ಗೊತ್ತಾ?" ಕೈಯಲ್ಲಿನ ಪುಸ್ತಕವನ್ನು ಹಿಡಿದೇ ಕೇಳಿದ.

"ಗೊತ್ತು" ಅವಳ ಕಣ್ಣುಗಳು ಅರಳಿದವು.

"ಒಂದ್ಸಲ, ಅವರನ್ನು ಪರಿಚಯ ಮಾಡ್ಸು" ಯಾವ ವ್ಯಂಗ್ಯವೂ ಇರಲಿಲ್ಲ. ಅವನ ಮಾತಿನಲ್ಲಿ ಸಹಜವಾದ ಕುತೂಹಲ ಮಾತ್ರವಿತ್ತು. ಸಾರಸ್ವತ ಲೋಕದಲ್ಲಿ ಅವನ ಹೆಸರು ಪ್ರಕಾಶಮಾನಕ್ಕೆ ಬರತೊಡಗಿತ್ತು. ಸಾಹಿತ್ಯಾಭಿಮಾನಿಗಳಾದ ಅವನ ಕೆಲವು ಗೆಳೆಯರು ಮೆಚ್ಚಿ, ಹೊಗಳಿದ್ದರು.

"ನಾನು ಕೂಡ ಬರೆಯಬಲ್ಲೆ" ಸಂಜಯ ಜೋರಾಗಿ ನಕ್ಕ. ಅವನ ನಗು ಹಂತಹಂತವಾಗಿ ಏರುತ್ತಿತ್ತು. ಉಷಾಳಿಗೆ ಪರಿಹಾಸ್ಯವಾಗಿ ಕಂಡಿತು. ಅವಮಾನದಿಂದ ಕುದಿದಳು.

"ಖಂಡಿತ ನಂಬಲಾರೆ. ನೀನು ತೀರಾ ಹಸಿಹಸಿ ಸೆಂಟಿಮೆಂಟಲ್, ಏನು ಬರೆಯಬಲ್ಲೆ!!" ಅವನ ಮಾತುಗಳಲ್ಲಿ ತಿರಸ್ಕಾರವಿತ್ತು. ಬೇಕೆಂದು ಆಡಿರಲಿಲ್ಲ, ಸಹಜವಾಗಿ ಅಂದುಬಿಟ್ಟಿದ್ದ.

"ಒಳ್ಳೆ ಬರಹಗಳನ್ನು ಓದೋ ಅಭ್ಯಾಸ ಮಾಡ್ಕೋ" ಹೇಳಿ, ಒಳಗೆ ನಡೆದ. ಅವಳಿಗೆ ಕೋಪ ಬಂದಿದೆಯೆಂದು ಅವನಿಗೆ ಗೊತ್ತು. ಅರ್ಥವಿಲ್ಲದ ಕೋಪಕ್ಕೆ ಅವನದು ಎಂದೂ ತಿರಸ್ಕಾರವೇ!

ಮರುದಿನ ಅವನ ಕಾದಂಬರಿಯನ್ನು ಹಿಡಿದು ಬಂದು ಓದಿದ, ಮೆಚ್ಚಿಕೊಂಡ.

* * * *

ಇತ್ತೀಚೆಗೆ ಮುರುಳಿಯಲ್ಲಿ ಸುಧಾರಣೆ ಕಂಡುಬಂದಿತ್ತು. ಮನಸ್ಸಿಗೆ ತಿಳುವಳಿಕೆಯನ್ನು ತಂದುಕೊಂಡು ಉಷಾಳ ಬಗ್ಗೆ ಯೋಚಿಸಿದ್ದ. ಪೂರ್ವಾಪರ ಸ್ಪಷ್ಟವಾಗಿ ತಿಳಿದಿತ್ತು. ಅವನ ವೇದನೆಯ ಮಟ್ಟ ಕಡಿಮೆಯಾಗಿತ್ತು. ಆದರೂ ಒಮ್ಮೊಮ್ಮೆ ವೇದನೆಗೆ ಗುರಿಯಾಗುತ್ತಿದ್ದ. ನಿರಾಶೆಗೊಂಡು ಕೂತುಬಿಡುತ್ತಿದ್ದ.

ಕಾರಿನ ಹಾರನ್ ಸದ್ದು ಕೇಳಿಸಿದಾಗ ಅವನು ಅತ್ತ ಗಮನಹರಿಸಲಿಲ್ಲ. ವಾಟರ್ ಕ್ಯಾನ್‌ನಿಂದ ಹೂಗಿಡಗಳಿಗೆ ನೀರು ಹಾಕುತ್ತಿದ್ದ. ಕೆಲಸದಲ್ಲಿ ಪೂರ್ಣವಾಗಿ ತಲ್ಲೀನನಾಗಿದ್ದ.

"ನಮಸ್ಕಾರ" ತಲೆ ಎತ್ತಿದ. ಬಂದಿದ್ದ ಯುವಕ ಸೂಟ್‌ನಲ್ಲಿ ಜರ್ಬಾಗಿ ಕಾಣುತ್ತಿದ್ದ. ಅವನ ಕಪ್ಪು ಷೂಗಳು ಪಳಪಳನೆ ಹೊಳೆಯುತ್ತಿದ್ದವು. ಮುಖದಲ್ಲಿ ಬಿಗುಮಾನವಿತ್ತು. ಸ್ವಾಭಿಮಾನವಿತ್ತು. ಎಂತಹುದನ್ನಾಗಲಿ ದಿಟ್ಟತನದಿಂದ ಎದುರಿಸಬಲ್ಲೆನೆಂಬ ಆತ್ಮವಿಶ್ವಾಸವಿತ್ತು ಕಣ್ಣುಗಳಲ್ಲಿ.

ಅವನ ನೋಟ ನಿಧಾನವಾಗಿಯೇ ಪಕ್ಕಕ್ಕೆ ಹೊರಳಿತು. ಕಣ್ಣುಗಳು ನಿಸ್ತೇಜವಾಯಿತು. ಹಗಲು-ರಾತ್ರಿ ಯಾರ ಹಂಬಲಿಕೆಯನ್ನು ಮರೆಯಲೆಂದು ಯತ್ನಿಸುತ್ತಿದ್ದನೋ..... ಆ ಉಷಾಳೇ ಎದುರಿಗಿದ್ದಳು. ಈಗ ಶ್ರೀಮಂತಿಕೆಯ ಹೊಸ

ಸೊಬಗಿನಿಂದ ಕಂಗೊಳಿಸುತ್ತಿದ್ದಳು. ಅವಳ ಕಣ್ಣುಗಳನ್ನು ದಿಟ್ಟಿಸುವುದು ಅವನಿಂದಾಗಲಿಲ್ಲ.

"ನಮಸ್ಕಾರ, ಬನ್ನಿ" ಕೈಯಲ್ಲಿನ ವಾಟರ್ ಕ್ಯಾನನ್ನು ಕೆಳಗಿಟ್ಟ ಮಾತಿನಲ್ಲಿ ಗಂಭೀರತೆ, ಶಿಷ್ಟಾಚಾರವಿತ್ತು.

"ನಿಮ್ಗೆ ತೊಂದ್ರೆಯಾಯಿತೇನೋ....!"

"ಏನಿಲ್ಲ.... ಬನ್ನಿ" ಆಹ್ವಾನಿಸಿದ.

ಉಷಾಳಿಗೆ ಅದು ಅಪರಿಚಿತ ಪ್ರದೇಶವಲ್ಲ. ಹೆಜ್ಜೆಗಳು ಮುಂದೆ ಸರಿಯಲು ಹಿಂದೇಟು ಹಾಕಿದವು.

"ಕಮಾನ್...." ಎರಡೆಜ್ಜೆ ಮುಂದಕ್ಕೆ ಹೋದವನು ಹಿಂದಿರುಗಿ ಮಡದಿಗೆ ಹೇಳಿದ. ಅವಳ ಅವಸ್ಥೆ ನೋಡಿ ಅವನಿಗೆ ನಗುಬಂತು.

"ಎಂಥ ಸೆಂಟಿಮೆಂಟಲ್ ಹುಡ್ಗೀನಪ್ಪ, ಪರಿಚಯ ಮಾಡ್ಸೋದು ಬಿಟ್ಟು..." ಸಂಜಯನಕ್ಕು ವಾತಾವರಣವನ್ನು ಹಗುರ ಮಾಡಿದ.

"ನಿಮ್ಗೇ ಉಷಾಳ ಪರಿಚಯವಿದೆ. ಅವ್ಳಿಗೆ ತಾಳಿ ಕಟ್ಟಿದ ಗಂಡ ನಾನು" ಒಂದು ಜೋಕ್ ಎಸೆದು ನಕ್ಕ. ಈಗ ಮುರುಳಿಯ ತುಟಿಗಳ ಮೇಲೂ ಕೂಡ ನಗು ಅರಳಿತು.

"ಕೂತ್ಕೋಬಹುದಾ?" ಅಲ್ಲಿದ್ದ ಛೇರಿನ ಮೇಲೆ ಕೂತು ನಿಧಾನವಾಗಿ ದೃಷ್ಟಿ ಹರಿಸಿದ. ಬಡತನದ ಲಕ್ಷಣಗಳು ಪ್ರತಿಯೊಂದು ಕಡೆಯೂ ಗೋಚರಿಸುತ್ತಿತ್ತು. ಅದಕ್ಕೆ ಸಮನಾದ ಉದಾಸೀನ ಸ್ಪಷ್ಟವಾಗಿತ್ತು. ಉಷಾ ನಿಂತೆ ಇದ್ದಳು. ಎಂಥದೋ ಒಂದು ತರಹ ಮಂಕು ಅವಳನ್ನು ಆವರಿಸಿತ್ತು.

"ಕೂತ್ಕೊಳ್ಳಿ" ಉಷಾಳತ್ತ ತಿರುಗಿ ಹೇಳಿದ. ಅವನ ಮನದ ಭಾವನಾ ವೇಗಕ್ಕೆ ತಡೆಯನ್ನ ಹಾಕಿದ್ದ ಉಷಾ ಅಲ್ಲಿದ್ದ ಸ್ಟೂಲಿನ ಮೇಲೆ ಕೂತಳು.

"ಇವತ್ತು ಸುದಿನ.... ಒಬ್ಬ ಒಳ್ಳೆಯ ಬರಹಗಾರರೊಡನೆ ಸ್ವಲ್ಪ ಹೊತ್ತು ಕಳೆಯುವ ಅವಕಾಶ ನಂಗೆ ಒದಗಿಬಂದಿದೆ."

ಸಂಜಯನ ಮಾತಿನಿಂದ ಮುರುಳಿಗೆ ತೀರಾ ಸಂಕೋಚವಾಯಿತು. ಇತ್ತೀಚೆಗೆ ಏನೂ ಬರೆದಿರಲಿಲ್ಲ. ಲೇಖನಿಯನ್ನು ಹಿಡಿದರೆ ಬರೀಶೂನ್ಯ ಭಾವವೇ ಗೋಚರವಾಗುತ್ತಿತ್ತು. ನಿರಾಶೆಯ ಪಡಿನೆರಳಿನಲ್ಲಿ ಏನನ್ನು ಬರೆಯಲೂ ಅಸಮರ್ಥನಾಗಿದ್ದ.

"ಇತ್ತೀಚೆಗೆ, ಏನು ಬರೆದಿದ್ದೀರಾ?" ಮುರುಳಿಗೆ ಕಸಿವಿಸಿಯಾಯಿತು. ಮನಸ್ಸಿನ ದುರ್ಬಲತೆಯನ್ನು ಹೇಗೆ ಹೊರ ಹಾಕಿಯಾನು?

"ಏನೂ ಬರೆದಿಲ್ಲ. ಬರೆಯುವ ಪ್ರಯತ್ನದಲ್ಲಿಯೇ ಇದ್ದೇನೆ."

"ನನ್ನಬಗ್ಗೆ ಏನಾದ್ರೂ ತಿಳ್ಕೊಳ್ಳಿ, ಸಾಹಿತ್ಯದ ಬಗ್ಗೆ ನನ್ನ ಜ್ಞಾನ ಸ್ವಲ್ಪ, ಓದಿರೋದು ಬಹಳ ಕಡಿಮೆ. ನಿಮ್ಮಂಥವರ ಕೂಡ ಮಾತನಾಡುವ ಮಟ್ಟದಲ್ಲಿ ಕೂಡ ಇಲ್ಲ. ನನ್ನ

ಮೆಚ್ಚಿಗೆಯ ಬರಹಗಳು.... ಜಿ.ಪಿ. ರಾಜರತ್ನಂ ಅವರ ರತ್ನನ ಪದಗಳು. ಡಿ.ವಿ.ಜಿ.ಯವರ ಮಂಕುತಿಮ್ಮನ ಕಗ್ಗ." ಪ್ರಾಮಾಣಿಕವಾಗಿ ಹೇಳಿಕೊಂಡ. ಗೊತ್ತಿರದ ಆಂಗ್ಲ ಬರಹಗಾರರ ಬಗೆಗೆ, ದೊಡ್ಡಸ್ತಿಕೆಗಾಗಿ ಹೇಳಿಕೊಳ್ಳಲು ಹೋಗಲಿಲ್ಲ. ಇದು ಅವನ ಸಹಜ ಸ್ವಭಾವ. ಎಂತಹ ವೇಳೆಯಲ್ಲೂ ಬದಲಾಗದು.

"ನಮ್ಮ ಉಷಾ ನಿಮ್ಮ 'ಚೈತ್ರದ ಕೋಗಿಲೆ' ಕವನಾನ ಬಹಳ ಚೆನ್ನಾಗಿ ಹಾಡ್ತಾಳೆ. ನೀವ್ ಕೇಳಿರ್ಬೇಕಲ್ಲ!" ಹೌದೆನ್ನುವಂತೆ ತಲೆಯಾಡಿಸಿದ ಆ ವ್ಯಕ್ತಿಯ ಮುಂದೆ ಯಾವುದೂ ಮುಚ್ಚಿಡುವುದು ಬೇಡವೆನಿಸಿತ್ತು.

ಉಷಾ ಮೂಕಿಯಾಗಿದ್ದಳು, ಒಂದು ಮಾತು ಕೂಡ ಅವಳ ಬಾಯಿಂದ ಹೊರಬೀಳಲಿಲ್ಲ. ಕೆಲವೊಮ್ಮೆ ಸಂಜಯ ಹೇಳಿದ್ದಕ್ಕೆ ತಲೆಯಾಡಿಸುತ್ತಿದ್ದಳು.

"ಬರ್ತೀವಿ. ನಿಮ್ಮ ವೇಳೆನ ಬಹಳ ಅಪವ್ಯಯ ಮಾಡಿಬಿಟ್ಟೆ. ನೀವ್ ನಮ್ಮ ಮನೆಗೆ ಆಗಾಗ ಬರ್ತಾ ಇರ್ಬೇಕೂ.... ನಮ್ಮವರಿಗೂ ಸ್ವಲ್ಪಮಟ್ಟಿನ ಬರವಣಿಗೆ ಹುಚ್ಚಿದ್ದ ಹಾಗೆ ಕಾಣಿಸುತ್ತೆ!" ಮಡದಿಯ ಕಡೆ ಕಣ್ಣು ಹಾರಿಸಿ ನಕ್ಕ.

ಅವರುಗಳು ಹೋದ ಎಷ್ಟೋ ಹೊತ್ತಿನವರೆಗೂ ಮುರುಳಿ ಕಲ್ಲಾಗಿದ್ದ. ಕಾಲೇಜಿನ ಪ್ರಾಚಾರ್ಯರು, ಗೆಳೆಯರು ಅವನನ್ನು ಬುದ್ಧಿವಂತನೆನ್ನುತ್ತಿದ್ದರು. ಅದೆಲ್ಲ ಸುಳ್ಳೆನಿಸಿತು. ತೀರಾ ದಡ್ಡನೆಂದುಕೊಂಡ.

ಗಿರಿಜ ಗಂಡನ ಮನೆಗೆ ಹೋಗಿದ್ದಳು. ಇವನು ಆಗಾಗ ಅವರ ಮನೆಗೆ ಹೋಗುತ್ತಿದ್ದ. ಅವರ ತಂದೆ ಚಿಕ್ಕಣ್ಣಯ್ಯನವರು ಕೂಡ ಇವನ ಬಗ್ಗೆ ಅಭಿಮಾನ ತಳೆದಿದ್ದರು. ಇಂದು ಬಂದು ಹೋಗುವುದರಲ್ಲಿ ಯಾವ ಅಭ್ಯಂತರವೂ ಇಲ್ಲ. ವಿಶೇಷ ಅಡಿಗೆ ಮಾಡಿದಾಗಲೆಲ್ಲ ಅಲ್ಲಿಂದ ಊಟಕ್ಕೆ ಕರೆ ಬರುತ್ತಿತ್ತು. ಸಂಕೋಚಿಸುತ್ತಿರಲಿಲ್ಲ. ಆತ್ಮೀಯತೆಯ ಅನುಬಂಧ ಇವನನ್ನು ಆ ಮನೆಗೆ ಗಂಟುಹಾಕಿತ್ತು.

ರೇಣು ಬಂದು ಅವನ ಕೈಹಿಡಿದು ಎಳೆದ. ಅವನ ಕಣ್ಣುಗಳಲ್ಲಿ ಎಂಥದ್ದೋ ಭೀತಿ ಇತ್ತು. ನಡುಗುವ ಸ್ವರದಲ್ಲಿ "ಅಮ್ಮ ಕರೀತಾ ಇದ್ದಾಳೆ. ಬೇಗ್ಬನ್ನಿ."

"ಯಾಕೆ ರೇಣು! ಏನು ಸಮಾಚಾರ?"

"ಗೊತ್ತಿಲ್ಲ. ಅಮ್ಮ ಕರೀತಾ ಇದ್ದಾಳೆ, ಬೇಗ್ಬಾ."

ಬೀಗ ಹಾಕಿ, ಅವನ ಜೊತೆ ನಡೆದ. ಗಿರಿಜಳ ತಾಯಿ ಒಳಗಿನ ಹಜಾರದಲ್ಲಿ ಕೂತಿದ್ದರು. ಅವರ ಕೈಯಲ್ಲಿ ಒಂದು ಲಕೋಟೆಯನ್ನು ಅವನ ಕೈಗಿತ್ತಿದ್ದರು. ಆತುರದಿಂದ ಅದರಲ್ಲಿನ ಪತ್ರವನ್ನು ಹೊರತೆಗೆದ. ಅವನ ಮನದಲ್ಲೂ ಭಯ ಮುಸುಕಿತ್ತು. ನೊಂದ ಈ ತಾಯಿಯ ಒಡಲಿಗೆ ಆಘಾತವನ್ನುಂಟು ಮಾಡುವಂಥ ಯಾವ ವಿಚಾರವೂ ಈ ಪತ್ರದಲ್ಲಿ ಇರದಿರಲೆಂದು ಅಂತರಾಮಿಯನ್ನು ಪ್ರಾರ್ಥಿಸಿದ.

ಅವರ ಕಳೆದುಹೋದ ಮಗ ಪರಮೇಶಿ ಬರೆದ ಪತ್ರವಾಗಿತ್ತು. ಮುರುಳಿ ಸಮಾಧಾನದ ಉಸಿರುಬಿಟ್ಟ. ಮೂರು ಪುಟಗಳಷ್ಟು ತೋಡಿಕೊಂಡಿದ್ದ. ಈಗ ಕೂಡ

ಅವನ ಸ್ಥಿತಿಯಲ್ಲಿ ಸುಧಾರಣೆ ಇರಲಿಲ್ಲ. ಯಾವುದೋ ಸಂಕಟದಲ್ಲಿ ಸಿಕ್ಕಿಹಾಕಿಕೊಂಡು ಹತ್ತು ಸಾವಿರ ರೂಪಾಯಿಗಳನ್ನು ಬೇಡಿ ಪತ್ರ ಬರೆದಿದ್ದ.

ಓದಿ ಮುಗಿಸಿದ ಮೇಲೆ ಅವರೆಡೆ ನೋಡಿದ. ಧಾರೆಧಾರೆಯಾಗಿ ಕಣ್ಣೀರು ಕೆನ್ನೆಯ ಮೇಲೆ ಹರಿಯುತ್ತಿತ್ತು. ಆ ತಾಯಿಯ ನಿಸ್ಸಹಾಯಕ ಸ್ಥಿತಿ ಅವನಿಗೆ ಗೊತ್ತಿದ್ದಿದ್ದೇ.

"ಈಗೇನು ಮಾಡೋದಪ್ಪ!? ಮುರುಳಿ ಕೂಡ ಇದಕ್ಕೆ ಉತ್ತರ ಕೊಡಲಾರ. ಚಿಕ್ಕಣ್ಣಯ್ಯಪ್ಪ ಒಂದು ರೀತಿಯ ಕಠೋರ ಸ್ವಭಾವದವರು. ಈಗ ಏನು ಮಾಡಿಯಾರೆಂದು ಊಹಿಸುವುದು ಕಷ್ಟ. ಅವರಿಂದ ಒಪ್ಪಿಗೆ ಪಡೆಯದೆ ಏನೂ ಮಾಡಲಾರರು.

"ಅವ್ರು ಓದಿದ್ರಾ?" ಕೇಳಿದ.

"ಇಲ್ಲ." ಅವರ ಚಿತ್ರಸ್ವಾಸ್ಥ್ಯಪೂರ್ಣವಾಗಿ ಕೆಟ್ಟಿದ್ದ ಹಾಗೇ ಕಾಣಿಸಿತ್ತು.

"ಅಮ್ಮ..." ಎಂದವನು ನಿಲ್ಲಿಸಿದ.

"ಅವ್ರ ವಿಚಾರ ಹೇಳೋದು ಕಷ್ಟ. ಅವರದು ಗಟ್ಟಿ ಎದೆ. ಸಮಯ ಬಿದ್ರೆ ಅಂತಃಕರಣ ಕೂಡ ಕಡಿದುಕೊಳ್ಳೋಕೆ ಸಿದ್ಧ. ಬೇರೆ ಕಡೆ ಹಣದ ವ್ಯವಸ್ಥೆ ಮಾಡಬಹ್ದು. ನಂಗೆ ಧೈರ್ಯವಿಲ್ಲ. ಅವರ ಮನಸ್ಸಿಗೆ ಸ್ವಲ್ಪ ನೋವಾದರೂ ತಡಕೊಳ್ಳೋ ಶಕ್ತಿ ನಂಗಿಲ್ಲ."

ಮುರುಳಿ ಗೊಂದಲಕ್ಕೆ ಬಿದ್ದ. ಅವರು ಗಂಡನಿಗೆ ಹೆದರುವಷ್ಟೇ ಪ್ರೀತಿಸುತ್ತಾರೆಂಬ ಸತ್ಯ ಅವನ ಅರಿವಿಗೆ ಬಂತು. ಇದು ತೀರಾ ಸಂದಿಗ್ಧ! ಪರಿಹಾರ ನೇರವಾಗಿ ಕಂಡುಕೊಳ್ಳುವುದು ಕಷ್ಟವೆನಿಸಿತು.

"ಏನು ಮಾಡೋದು?"

"ಒಂದೂ ಗೊತ್ತಾಗೋಲ್ಲ!" ಕಣ್ಣಿಗೆ ಸೆರಗು ಹಚ್ಚಿ ಜೋರಾಗಿ ಅಳುವೇ ಶುರು ಮಾಡಿದರು. ಪರಮೇಶಿಗಾಗಿ ಮಿಡಿಯುವ ತಾಯ ಹೃದಯವಿದೆ. ಅವನ ಅದೃಷ್ಟಕ್ಕೆ ಸಂತೋಷಗೊಂಡ.

"ಅವ್ರಿಗೆ ಹೇಳಿ ಕಳ್ಸಿದ್ದೀನಿ ನೀನಿಲ್ಲೇ ಇರು. ಒಂದ್ಮಾತು ಹೇಳಬೋದು." ಅವರು ಹೇಳಿದಾಗ ಅಷ್ಟು ಪ್ರಯೋಜನವೆನಿಸಲಿಲ್ಲ. ಅವರೊಂದಿಗೆ ಲೋಕಾರೂಢಿಯಾಗಿ ಮಾತಾಡಿದವನೇ ವಿನಃ ಆತ್ಮೀಯತೆಯ ಮಟ್ಟಕ್ಕೆ ಇಳಿದಿರಲಿಲ್ಲ.

ಸುಮ್ಮನೆ ಕೂತ. ಅವನಿಂದ ಏನಾದರೂ ಸಹಾಯವಾಗಬಲ್ಲದಾದರೆ ಹಿಂದೆಗೆಯಲಾರ.

ಬಹಳ ಹೊತ್ತಿನ ನಂತರ ಮಂಡಿಯ ಆಳಿನ ಜೊತೆ ಚಿಕ್ಕಣ್ಣಯ್ಯಪ್ಪನವರು ಬಂದರು. ಎಂದಿನಂತೆ ದರ್ಪ ಮುಖದ ಮೇಲೆ ಇಣುಕುತ್ತಿತ್ತು. ಚಪ್ಪಲಿ ಸದ್ದಿನೊಂದಿಗೆ ಒಳಗೆ ಬಂದವರೇ ಆಳಿಗೆ ಮಂಡಿಗೆ ಹೋಗುವಂತೆ ಹೇಳಿ ಒಳಗೆ ಬಂದರು.

"ಏನು ಹೇಳಿಕಳಿಸಿದ್ದು!" ಎಂದಿನ ಧೋರಣೆಯಲ್ಲೇ ಕೇಳಿದರು. ಆದರೂ ಅವರ ಮುಖದ ಮೇಲೆ ಆತಂಕ ಮಿಂಚಿತು. ಹೆಂಡತಿ ಕುಳಿತಿದ್ದ ಭಂಗಿ ನೋಡಿ ಏನೋ ಘಟಿಸಿದೆಯೆಂದು ಹೆದರಿದರು.

ಮೇಲಕ್ಕೆದ್ದ ಪಾರ್ವತಮ್ಮ ತಲೆ ತಗ್ಗಿಸಿಯೇ "ಪರಮೇಶಿಯಿಂದ ಪತ್ರ ಬಂದಿದೆ." ಅವರ ಕಣ್ಣುಗಳು ಕಿರಿದಾದವು. ಭಾವನಾವೇಗಕ್ಕೆ ಒಳಗಾದವರಂತೆ ಮುಖದ ಬಣ್ಣ ಬದಲಾಯಿತು.

ಕಾಗದ ಅವರ ಕೈ ಸೇರಿತು. ಕಣ್ಣುಗಳು ಪತ್ರದ ಮೇಲೆ ಆಡಿದವು. ಮುಖದ ಮೇಲೆ ಕಠೋರತೆ ಸುಳಿಯಿತು. ಅವರ ಮನದಲ್ಲಿ ಅನೇಕ ವಿಧವಾದ ಆಲೋಚನೆಗಳು, ನೆನಪುಗಳು ಸುಳಿಯುತ್ತಿತ್ತು. ಒಮ್ಮೆಲೆ ಮುಖದ ಮೇಲಿನ ಕಠೋರತೆ ಕರಗಿಹೋಯಿತು. ಶಾಂತತೆ ನೆಲೆಸಿತು. ಮತ್ತೊಮ್ಮೆ ಪತ್ರವನ್ನು ಓದಿಕೊಂಡರು. ಭಾರವಾದ ನಿಟ್ಟುಸಿರು ಹೊರಬಿತ್ತು. ಮತ್ತೊಮ್ಮೆ ವಿಳಾಸವನ್ನು ನೋಡಿ ಪತ್ರವನ್ನು ಮಡಚಿ ಜೇಬಿನಲ್ಲಿಟ್ಟುಕೊಂಡರು.

"ಅಯೋಗ್ಯ ವಿಳಾಸನಾದ್ರೂ ಸರ್ಯಾಗಿ ಕೊಟ್ಟಿದ್ದಾನೆ. ನಾನು ಹೋಗಿ ಬಂದ್ಬಿಡ್ತೀನಿ" ಮುಖದಲ್ಲಿ ಕಾತರತೆ ಪ್ರಕಟವಾಯಿತು.

ಮುರುಳಿಯ ಮನಸ್ಸು ನಿರಾಳವಾಯಿತು. ಏನೆನಿಸಿತೋ ಅಲ್ಲಿಂದ ಹೊರಬಿದ್ದ. ದಾರಿಯುದ್ದಕ್ಕೂ ಸಮಸ್ಯೆಗಳು ಅವನನ್ನು ಮುತ್ತಿದವು.

* * * *

ದಿನದಿನಕ್ಕೂ, ನಿಮಿಷನಿಮಿಷಕ್ಕೂ ಸಂಜಯ ಮತ್ತು ಉಷಾಳ ಮಧ್ಯೆ ಘರ್ಷಣೆಗಳು ಶುರುವಾದವು. ನನ್ನನ್ನು ಮನಃಪೂರ್ವಕವಾಗಿ ಪ್ರೀತಿಸಿಯೇ ಇಲ್ಲವೆಂದು ಉಷಾ ವಾದ ಮಾಡುತ್ತಿದ್ದಳು. ಅವಳ ವಾದ ಅರ್ಥಹೀನವೆಂದು ಅವನಿಗೆ ಗೊತ್ತು. ನಕ್ಕುಬಿಡುತ್ತಿದ್ದ.

ಮನೆಗೆ ಬಂದಾಗ ಸೌಮ್ಯವಾದ ಪಾಶ್ಚಾತ್ಯ ಸಂಗೀತ ಕೇಳಿಬರುತ್ತಿತ್ತು. ಕಣ್ಣುಗಳು ಸುತ್ತಲೂ ಹುಡುಕಾಡಿದವು. ಉಷಾಳ ಸುಳಿವಿರಲಿಲ್ಲ. ತುಟಿ ಕಚ್ಚಿ ಕೋಣೆಗೆ ನಡೆದ. ಬೋರಲಾಗಿ ಮಂಚದ ಮೇಲೆ ಮಲಗಿದ್ದ ಉಷಾ ಸಂಗೀತಕ್ಕೆ ತಕ್ಕಂತೆ ಕಾಲು ಕುಣಿಸುತ್ತಿದ್ದಳು, ಮನಸ್ಸಿನಲ್ಲಿಯೇ ನಕ್ಕ.

"ಉಷಾ...." ಹಲ್ಲಿನಡಿ ನಾಲಿಗೆಯನ್ನು ಕಚ್ಚಿದ. ಅವಳ ಪ್ರತಿಯೊಂದು ನಡತೆಯಲ್ಲೂ ಉದಾಸೀನ ಕಾಣುತ್ತಿತ್ತು. ಫೋನ್ ಮಾಡಿದ್ದ; ತಾನು ಬರುವ ವೇಳೆಗೆ ಅಲಂಕರಿಸಿಕೊಂಡು ಎದುರುಗೊಳ್ಳಬೇಕೆಂದು.

"ಏನು.... ಮಾಡ್ತಾ ಇದ್ದೀಯಾ?"

"ಮಲಗಿದ್ದೀನಿ" ಉದ್ಧಟತನದ ಉತ್ತರ. ಅವನಿಗೆ ನಖಶಿಖಾಂತ ಉರಿದುಹೋಯಿತು.

"ಏಳು, ಮೇಲಕ್ಕೆ" ಅವನ ಧ್ವನಿ ಗಡುಸಾಗಿತ್ತು. ಉಷಾಳ ಕಾಲಿನ ಕುಣಿತ ನಿಂತಿತು. ಮೇಲಕ್ಕೆ ಎದ್ದಳು. ತಿದ್ದಿದ ಹುಬ್ಬು ಬೋಳು ಹಣೆ ಬಲವಾಗಿ ಕೆನ್ನೆಗೆ ಬಾರಿಸಿದ. ನಿಂತಲ್ಲಿಯೇ ಕುಸಿದಳು. ಅಲ್ಲಿ ನಿಲ್ಲಲಾರದೆ ಹೊರಗೆ ಬಂದ. ಸಮಾಧಾನ ಕಳೆದುಕೊಂಡು ಬಹಳ ಹೊತ್ತು ಅಲೆದಾಡಿ ಮನೆ ಸೇರಿದ. ಅವನ ಪಾಲಿಗೆ ಸವಾಲ್‌ನಂತೆ ಕಂಡಿದ್ದಳು.

ಸಂಜಯ ಹೋದ ಎಷ್ಟೋ ಹೊತ್ತಿನವರೆಗೂ ಅತ್ತು ಸಮಾಧಾನ ಮಾಡಿಕೊಂಡಿದ್ದಳು ಉಷಾ. ಅವಳ ಆಸೆಯ ಗೋಪುರವೆಲ್ಲ ನುಚ್ಚುನೂರಾಗಿ ಕೆಳಗೆ ಉದುರಿತ್ತು. ಮದುವೆಯ ಮಾತು ಬಂದಾಗ ಸಂಜಯನ ಶ್ರೀಮಂತಿಕೆ ಕಣ್ಣು ಕೋರೈಸಿತ್ತು. ಜೀವನದ ಬಗ್ಗೆ ವಿಧವಿಧವಾದ ಕನಸುಗಳನ್ನು ಕಂಡಿದ್ದಳು. ತಂದೆಯ ಪ್ರೀತಿಯ ದುರ್ಬಲತೆ ಅವಳಲ್ಲಿ ಹುಚ್ಚುತನವನ್ನು ಬೆಳೆಸಿತ್ತು. ಒಂದು ವಿಧವಾದ ಹಠಮಾರಿತನ ಅವಳಲ್ಲಿ ಹುದುಗಿತ್ತು. ಹೇಗಾದರೂ ಬಗ್ಗಿಸಬೇಕೆಂಬ ಛಲವನ್ನು ಸಂಜಯ ದಿನದಿನಕ್ಕೂ ಮುರಿಯುತ್ತಿದ್ದ.

ಮನೆಗೆ ಬಂದ ಸಂಜಯ ಉದಾಸೀನವಾಗಿ ಬಟ್ಟೆ ಬದಲಿಸಿ ಊಟ ಮಾಡಿದ. ಕರೆಯಬಹುದೆಂದು ಕಾದ ಉಷಾ ತಾನೇತಾನಾಗಿ ಬಂದು ಊಟಕ್ಕೆ ಕೂತಳು. ವಾರೆಗಣ್ಣಿಂದ ಅವಳೆಡೆ ನೋಡಿ ನಕ್ಕ. ಅಪಮಾನದಿಂದ ಬೆಂದುಹೋದಳು.

ಅವಳು ಊಟ ಮಾಡುತ್ತಿದ್ದ ರೀತಿ ನೋಡಿ ಕೆಂಗಣ್ಣು ಮಾಡಿ "ಸರ್ಯಾಗಿ ಊಟ ಮಾಡು, ಆಹಾರ ವಸ್ತುಗಳು ಪೋಲಾಗೋದು ನಂಗಿಷ್ಟವಿಲ್ಲ" ಅವನೆಡೆ ದುರದುರನೆ ನೋಡಿದಳು. ತನ್ನ ವ್ಯಕ್ತಿತ್ವವನ್ನೇ ಮರೆತು ಅವಮಾನಗೊಳಿಸುತ್ತಿದ್ದಾನೆಂದು ಸಿಡಿಮಿಡಿಗೊಂಡಳು.

"ಯಾರ್ಗೆ ಬೇಕಾಗಿದೆ, ನಿಮ್ಮ ಊಟ?" ತಟ್ಟೆಯಲ್ಲಿ ಕೈ ತೊಳೆದು ಎದ್ದು ಹೋದಳು. ಅಡಿಗೆಯವನು ಬೆಪ್ಪಾಗಿ ನಿಂತಿದ್ದ. ಸಂಜಯ ಮಾತ್ರ ಏನೂ ನಡೆಯಲೇ ಇಲ್ಲವೆನ್ನುವಂತೆ ಊಟ ಮಾಡುತ್ತಿದ್ದ.

ಕೋಣೆಗೆ ಬಂದ ಅವಳು ಸೆಟೆದು ಕುಳಿತಳು. ಅಂಜಬಾರದು, ಅಳುಕಬಾರದು. ಸಂಜಯ ಬಂದು ಎದುರಿಗೆ ನಿಂತ. ಆದರೆ ಅವಳಲ್ಲಿ ಹಿಂದಿನ ಛಲ, ನಿರ್ಧಾರ, ಧೈರ್ಯ ಯಾವುದೂ ಏಳಲಿಲ್ಲ. ನವಿರಾಗಿ ಬೆವರು ಅವಳ ದೇಹದಲ್ಲಿ ಮೂಡತೊಡಗಿತು. ಸಂಜಯ ತೀರಾ ಅವಳ ಸಮೀಪಕ್ಕೆ ಬಂದು ನಿಂತ. ನೋಟ ನೆಲವನ್ನು ನೋಡಿತು.

"ನೀನು ಮಾಡ್ತಾ ಇರೋದು ಸರೀನಾ?" ಬೆರಳಿನಿಂದ ಅವಳ ಗದ್ದ ಹಿಡಿದು ಹಿಡಿಮುಖವನ್ನು ಮೇಲಕ್ಕೆತ್ತಿದ.

"ಸರಿಯಾದುದನ್ನೇ ಮಾಡಿದ್ದೀನಿ.... ನನ್ನ ಸ್ವಾತಂತ್ರ್ಯಾನ ಪೂರ್ತಿ ಕಸಿದುಕೊಂಡುಬಿಟ್ಟಿದ್ದೀರಿ. ಅಡಿಯಾಳಾಗಿ ನೋಡ್ತಾ ಇದ್ದೀರಿ" ತುಟಿ ಕಚ್ಚಿ ಹೇಳಿದಳು.

ಸಂಜಯ ನಕ್ಕು ಅವಳನ್ನು ಬಲವಾಗಿ ಬಳಸಿದ. ಒರಟಾಗಿ ಅಪ್ಪಿದ. ಕಬ್ಬಿಣದ ಹಿಡಿತದಲ್ಲಿ ಕ್ಷಣಮಾತ್ರದಲ್ಲಿ ಕರಗಿಹೋದಳು.

ಬೆಳಿಗ್ಗೆ ಎದ್ದಕೂಡಲೇ ಅಪ್ಪನ ಮನೆಯ ಮುಂದೆ ಆಟೋದಿಂದ ಇಳಿದಳು. ಶ್ಯಾಮ ಇವಳನ್ನು ನೋಡಿ ತಾಯಿಗೆ ಹೇಳಲು ಓಡಿದ. ಮಗನ ಹಿಂದೆಯೇ ಅವರೂ ಓಡಿಬಂದರು. ಅವಳು ಮೊದಲ ಸಲ ಹೀಗೆ ಬಂದಿರಲಿಲ್ಲ. ಒಂದೆರಡು ಬಾರಿ ಬಂದಿದ್ದಳು. ಆಮೇಲೆ ಬಂದು ಸಂಜಯ ಕರೆದೊಯ್ದಿದ್ದ. ಉಸಿರೆತ್ತದೆ ಅವನ ಹಿಂದೆ ಹೋಗಿದ್ದಳು.

"ಇದೇನು ಒಬ್ಬೇ ಬಂದೆ!" ಅವಳ ಧ್ವನಿಯಲ್ಲಿ ಆತಂಕವಿತ್ತು, ವಿವೇಚನೆಯಿಲ್ಲದೆ ದುಡುಕಿ ಈ ಹೆಣ್ಣು ಎಲ್ಲಿ ಹಾಳಾಗುತ್ತಾಳೋ!! ಆ ಭಯ ಸದಾ ಅವರನ್ನು ಕಾಡುತ್ತಿತ್ತು.

"ಯಾರನ್ನು ಕರ್ಕೊಂಡ್ಬರಲಿ?"

ತಕ್ಷಣ ಗುರುತಿಸಿದರು - ಅಲ್ಲೇನೋ ಗಲಾಟೆ ಎಬ್ಬಿಸಿಕೊಂಡೇ ಬಂದಿದ್ದಾಳೆಂದು.

ಸ್ಕೂಟರ್‌ಯಿದ್ದ ಕಡೆ ದೃಷ್ಟಿ ಹೊರಳಿಸಿದಳು. ಜಾಗ ಖಾಲಿಯಾಗಿತ್ತು. ಹುಬ್ಬುಗಳು ಗಂಟಾದವು. ತಾಯಿಯ ಕಡೆ ದುರದುರನೆ ನೋಡಿದಳು.

"ಸ್ಕೂಟರ್ ಎಲ್ಲಿ?"

"ಬಂದಷ್ಟಕ್ಕೆ ಸೀದಿದ್ದು ಆಯ್ತು. ಇನ್ನಷ್ಟು ದಿನ ಮೂಲೆಯಲ್ಲಿ ಬಿದ್ದಿದ್ದರೆ, ಮೂರು ಪೈಸಾ ಕೂಡ ಹುಟ್ತಾ ಇರ್ಲಿಲ್ಲವಂತೆ!"

ಮದುವೆಯಾದ ದಿನದಿಂದಲೂ ಕಾರಿನ ಕೀಯನ್ನು ಅವಳ ಬಳಿ ಕೊಡದೆ ಸತಾಯಿಸುತ್ತ ಇದ್ದ. ಇದು ಅವನ ಕೀಳರಿಮೆಯಲ್ಲ. ಸದ್ಯಕ್ಕೆ ಯಾವ ಅನಾಹುತವೂ ಆಗಬಾರದೆಂದು. ಅವಳ ಅರ್ಥವಿಲ್ಲದ ಉತ್ಸಾಹ, ಆವೇಗ ಅವನಿಗೆ ಗೊತ್ತಿದ್ದುದೇ.

"ಯಾರು ನಿಮ್ಮನ್ನು ಮಾರೂಂತ ಹೇಳಿದ್ದು! ನಾನು ರಿಪೇರಿ ಮಾಡ್ಸಿಕೊಳ್ಳುತ್ತಿದ್ದೆ....!" ಸೋತವಳಂತೆ ಹೇಳಿದಳು.

"ರಿಪೇರಿಯಾಗದಷ್ಟು ಹಾಳಾಗಿತ್ತು..." ಶ್ಯಾಮ್ ಅಣಕಿಸುವಂತೆ ಹೇಳಿ ಹೊರಗೆ ಹೋದ.

ಉಷಾಳಿಗೆ ಮುಖ ಪರಚಿಕೊಳ್ಳುವಂತಾಯಿತು. ಕೈಯಲ್ಲಿದ್ದ ಪರ್ಸ್‌ನ ಮೇಜಿನ ಮೇಲೆ ಎಸೆದು ಹೋಗಿ ಮಲಗಿಬಿಟ್ಟಳು. ಆದರೆ, ಪರಕೀಯತೆ ಅವಳನ್ನು ಬಾಧಿಸುತ್ತಿತ್ತು.

"ಏನು ಮಾಡ್ಕೊಂಡ್ಬಂದೆ?" ತಾಯಿಯ ಧ್ವನಿಯಲ್ಲಿದ್ದ ಆತಂಕವನ್ನು ನೋಡಿ ಪಕಪಕನೆ ನಕ್ಕಳು.

"ಅಳಿಯಂದ್ರು ಎಲ್ಲಿ?" ಮಗಳ ಭುಜವಿಡಿದು ಅಲುಗಾಡಿಸಿ ಕೇಳಿದರು. ಇವಳ ಮದುವೆ ಮಾಡಿ ದೊಡ್ಡ ಸಾಲದ ಹೊರೆಯನ್ನು ತಲೆಯ ಮೇಲಿರಿಸಿಕೊಂಡಿದ್ದರು. ಶ್ರೀಮಂತ ಅಳಿಯ. ವರದಕ್ಷಿಣೆ- ವರೋಪಚಾರ ಕೇಳದಿದ್ದರೂ ಅವನ ಮಟ್ಟಕ್ಕೆ

ಮದುವೆ ಮಾಡಿಕೊಡಬೇಕೆನ್ನುವ ಉದ್ದೇಶದಿಂದ ಆಡಂಬರವಾಗಿಯೇ ಮದುವೆ ಮಾಡಿದ್ದರು.

"ನಿಂಗೆ ಸ್ವಲ್ಪಾನು ಬುದ್ಧಿ ಇಲ್ಲ! ನೋಡಿದೋರು ಏನಂದಾರು?"

"ಅಮ್ಮ ಸುಮ್ನೇ ನನ್ನ ಪಾಡಿಗೆ ನನ್ನ ಬಿಟ್ಬಿಡಿ" ಕೈಗಳಿಂದ ಮುಖ ಮುಚ್ಚಿ ಬಿಕ್ಕಳಿಸಿದಳು. ಆತಂಕದ ಜೊತೆ ನೋವೂ ಸೇರಿಕೊಂಡಿತು. ಅವಳ ಬಳಿಯಲ್ಲೇ ಕೂತು ಮೃದುವಾಗಿ ತಲೆ ಸವರುತ್ತ "ಉಷಾ ಯಾಕೆ ಬಂದಿದ್ದು? ಜಗ್ಳ ಆಡಿದ್ಯಾ!" ಎಂದು ಕೇಳಿದರು.

ತಟ್ಟನೇ ಅವಳಿಗೆ ಸಂಜಯನ ಮುಖ ಜ್ಞಾಪಕಕ್ಕೆ ಬಂತು. ತೀರಾ ಕೆಟ್ಟವನಾಗಿ ಕಂಡ. ಅಬ್ಬ.... ಅತಿಯಾದ ಕೋಪ! ಸ್ವಲ್ಪ ಕೂಡ ಸಹನೆ ಇಲ್ಲ. ತಾನು ಮದುವೆಯಾಗಿ ತಪ್ಪು ಮಾಡಿದೆ. ಪ್ರೀತಿಸಿದ ಮುರುಳಿಯನ್ನು ಮದುವೆಯಾಗಿದ್ದರೇ! ಹಾಯೆನಿಸಿತು.

ಅವಳು ಮಾತೇ ಆಡದಾಗ ಹೊರಗೆದ್ದು ಹೋದರು. ಅವರ ತಪ್ಪಿನ ಅರಿವು ಅವರಿಗಾಗಲಿಲ್ಲ. ಮಗಳ ಈ ನಡತೆಗೆ ಗಂಡನೇ ಕಾರಣವೆಂದು ಮನದಲ್ಲಿ ದೂಷಿಸಿದರು.

ಸಂಜಯನ ಕಾರು ಬಂದು ನಿಂತಾಗ ಲಗುಬಗನೇ ಎದ್ದು ಸೆರಗು ಸರಿಪಡಿಸಿಕೊಂಡರು. ಆತಂಕದಿಂದ ಅವನ ಮುಖದ ಮೇಲೆಲ್ಲ ನೋಟ ಓಡಾಡಿತು. ಅವನು ಎಂದಿನಂತೆಯೇ ಇದ್ದ. ಯಾವ ವಿಧವಾದ ಆವೇಶವೂ ಕಾಣಬರಲಿಲ್ಲ.

"ಉಷಾ ಎಲ್ಲಿ?" ಅವನು ಕೇಳಿದಾಗ ಬಾಯಿಂದ ಮಾತುಗಳು ಹೊರಡುವುದು ತಡವಾಯಿತು. ಬೆರಳಿನಿಂದ ಕೋಣೆಯತ್ತ ತೋರಿಸಿದರು. ಮಾವನ ಮನೆಯಲ್ಲಿ ಹೆಂಡತಿಯಿದ್ದ ಮೇಲೆ ಸಂಕೋಚಕ್ಕೆ ಎಡೆಯೆಲ್ಲಿ?

ಮರದ ಕೊರಡಿನಂತೆ ಬಿದ್ದಿದ್ದ ಮಡದಿಯನ್ನು ನೋಡಿ ಅವನಿಗೆ ಮರುಕವುಂಟಾಯಿತು. ಶುದ್ಧ ಮಗುವಿನ ಬುದ್ಧಿ; ಸ್ವಲ್ಪ ಕೂಡ ವಿವೇಚನೆ ಇಲ್ಲ! ಮನದಲ್ಲಿಯೇ ನಕ್ಕ. ಅವಳ ಸಮೀಪದಲ್ಲಿ ಕೂತು, ಸೊಂಟದ ಮೇಲೆ ಕೈ ಹಾಕಿ "ಏಳು ಮನೆಗೆ ಹೋಗೋಣ. ನೋಡಿದೋರು ಏನನ್ನೋಲ್ಲ!" ರಮಿಸಿದ. ದೃಢವಿಲ್ಲದ ಮನ, ನಿಮಿಷದಲ್ಲಿಯೇ ಕರಗಿಹೋದಳು. ಎದ್ದು ಕೂತು ತೋಳಿನಿಂದ ಅವನ ಕೊರಳಿಗೆ ಹಾರ ಹಾಕಿದಳು.

"ತೀರಾ.... ಸಿಲ್ಲಿ, ನಡೀ ಹೋಗೋಣ" ಎದ್ದು ನಿಂತ. ಇಂದು ಬಹಳ ಸಮಾಧಾನ ಮಾಡಿಕೊಂಡು ಬಂದಿದ್ದ. ಅತ್ತೆ, ಮಾವನನ್ನು ದುಃಖಕ್ಕೀಡು ಮಾಡುವುದು ಅವನಿಗೆ ಇಷ್ಟವಿಲ್ಲ. ಸಂಯಮದಿಂದ ಸುಧಾರಿಸಿಕೊಳ್ಳಬೇಕಿತ್ತು.

ಅವನಿಗೆ ಒರಗಿ, ಅವನ ತೋಳಾಸರೆಯಿಂದಲೇ ಕೋಣೆಯಿಂದ ಹೊರಗೆ ಬಂದಳು. ಸ್ವಲ್ಪ ಸರಿದು ಸಂಜಯ ನಗುತ್ತಾ ಅತ್ತೆಗೆ ಹೇಳಿದ "ಬರ್ತೀವಿ; ಎಲ್ಲಿಗೋ ಹೋಗೋ ಪ್ರೋಗ್ರಾಂ ಇದೆ."

ಮೇಲೆ ಎಷ್ಟೇ ಸಮಾಧಾನವಾಗಿದ್ದರೂ ಒಳಗಿನ ದಾವಾನಲ ಅವನನ್ನು ಸುಡುತ್ತಿತ್ತು. ಕೈ ಹಿಡಿದ ಮಡದಿಯನ್ನು ದ್ವೇಷಿಸಲಾರ. ಅತಿಶಯವಾದ ಪ್ರೀತಿ ಇತ್ತು. ಅವಳ ನಡತೆಗಳನ್ನು ಸಹಿಸದಾಗಿದ್ದ.

"ಕಾರಿನ ಕೀ ನನ್ಕೈಗೆ ಕೊಡಿ."

"ಮೊದ್ಲು ಹತ್ತು." ತಟ್ಟನೇ ಅವನ ಮುಖದ ಮೇಲೆ ರೋಷ ಕುದಿಯಿತು. ಕಾರಿನ ವೇಗ ತಟ್ಟನೆ ಅಧಿಕವಾಯಿತು.

"ನನ್ನ ಹಳೇ ಸೈಕಲ್ ತಂದ್ಕೋತೀನಿ." ಅವಳ ಕಡೆ ದುರದುರನೆ ನೋಡಿದ. ಈ ಹೆಣ್ಣಿಗೆ ಹೇಗೆ ಬುದ್ಧಿ ಕಲಿಸಬೇಕು? ಮದುವೆಗೆ ಮುನ್ನಿನ ಜೀವನವೇ ಬೇರೆ: ಈಗಿನ ಜೀವನದ ರೀತಿಯೇ ಬೇರೆ – ಎಂಬುದು ಇವಳಿಗೆ ಯಾಕೆ ಅರಿವಾಗದು? ಮೂಢತೆಯ ಪ್ರತಿರೂಪವಾದ ಹೆಣ್ಣು ತನಗೂ ಬೇಡ. ಹಾಗೆಂದೇ ತಾನೇ ಇವಳನ್ನು ಆರಿಸಿದ್ದು! ತಟ್ಟನೆ ನಗು ಬಂತು. ಜೋರಾಗಿ ನಕ್ಕು ಮೂಗುಜ್ಜಿದ.

"ನೀನು ಮದ್ವೆಯಾದ ಹೆಣ್ಣು ಆ ಚೆಲ್ಲಾಟಗಳೆಲ್ಲ..." ಅವಳ ಮೂಗಿಡಿದ ತಟ್ಟನೆ ಬ್ರೇಕ್ ಒತ್ತಿದ ಕ್ಷಣದಲ್ಲಿ ಪ್ರಮಾದ ತಪ್ಪಿತು. ವಿವೇಚನೆ ಎಚ್ಚರಗೊಂಡಿತು. ರೋಡಿನತ್ತ ದೃಷ್ಟಿ ಹರಿಸಿದ.

* * * *

ಸೂರ್ಯನಾರಾಯಣ್‌ರು ಒಂದೆರಡು ಭಾರಿ ಬಂದಾಗ ಮದುವೆಯ ಬಗ್ಗೆ ಪ್ರಸ್ತಾಪಿಸಿದರು. ಮುರುಳಿ ಮೌನವಹಿಸಿದ್ದ. ಯಾವ ಕಾರಣ ಹೇಳಿ ಅವರನ್ನು ಸುಮ್ಮನಾಗಿಸುವುದು? ತನ್ನ ಪ್ರೇಮದ ಬಗ್ಗೆ ನಿರಾಸಕ್ತಿ ತಳೆದಿದ್ದ ಮರಳಿನಿಂದ ಕಟ್ಟಿದ ಮನೆಯಂತೆ ಕುಸಿದಿತ್ತು. ಆದರೂ ಸದಾ ಉಷಾಳ ನೆನಪು, ಮಾತು, ಘಟನೆಗಳು ಅವನನ್ನು ಕಾಡುತ್ತಿತ್ತು. ಇದೊಂದು ರೀತಿಯ ದೌರ್ಬಲ್ಯವೆಂದುಕೊಳ್ಳುತ್ತಿದ್ದ.

"ಏನಾದ್ರೂ ಹೇಳು. ಎಷ್ಟು ದಿನ ಒಂಟಿಯಾಗಿರ್ತೀಯಾ? ಒಬ್ನೇ ಬೇಯ್ಸಿಕೊಂಡು ತಿನ್ನೋ ಕರ್ಮ ನಿಂಗ್ಯಾಕೆ?" ಅವರು ಪಟ್ಟು ಹಿಡಿದು ಕೂತರು. ಅವರು ಬಹಳ ದಿನ ಬೆಳೆದ ಮಗಳನ್ನು ಮನೆಯಲ್ಲಿರಿಸಿಕೊಳ್ಳಲು ಸಾಧ್ಯವಿಲ್ಲ. ಒಬ್ಬಿಬ್ಬರು ಅವನಿಗೆ ಹೆಣ್ಣು ಕೊಡೋ ಪ್ರಸ್ತಾಪವನ್ನು ಮಾಡಿದ್ದರು. ಇದೆಲ್ಲ ಒಮ್ಮೆಲೇ ಬಗೆಹರಿಯುವವರೆಗೂ ನೆಮ್ಮದಿ ಇಲ್ಲ.

"ನಂಗೆ ಪೂರ್ತಿಯಾಗಿ ತಿಳಿದಿರದಿದ್ರೂ ಅಲ್ಪಸ್ವಲ್ಪ ತಿಳಿದಿದೆ. ಅದು ನಿನ್ನ ಗೆಳೆಯರು ಹೇಳಿದ್ದೆ. ಮನುಷ್ಯನು ಸತತ ಪ್ರಯತ್ನದಿಂದ ಕೆಲವು ವಸ್ತುಗಳನ್ನು ಪಡೆಯಬಹುದು. ಆದರೆ ಹೆಣ್ಣಾಗಲಿ - ಗಂಡಾಗಲಿ ಪ್ರೀತಿಸುವ ವ್ಯಕ್ತಿ - ಸಿಗಬೇಕಾದ್ರೆ ದೈವಕೃಪೆ ಬೇಕು."

ಮೊದಲು ಗಂಭೀರವಾದರೂ ಆಮೇಲೆ ಹುಚ್ಚನಂತೆ ನಗಬೇಕೆನಿಸಿತು. 'ಉಷಾ... ಉಷಾ.... ನನ್ನನ್ನು ಯಾಕೆ ಈ ರೀತಿ ನರಳಿಸುವೆ?' ಹೃದಯದಲ್ಲಿ ವೇದನೆಯು ಮಡುಗಟ್ಟಿತು.

ಬಹಳವಾಗಿ ಯೋಚಿಸಿದ್ದ, ತರ್ಕಿಸಿದ್ದ, ಸಮಾಧಾನ ಮಾಡಿಕೊಂಡಿದ್ದ. ಸುಧಾರಿಸಿಕೊಂಡಿದ್ದ. ಇದೆಲ್ಲ ಮೇಲ್ನೋಟಕ್ಕೆ ಮಾತ್ರ. ಒಳಗಿನ ನೋವೇನು ಕಡಿಮೆಯಾಗಿರಲಿಲ್ಲ. ಒಮ್ಮೊಮ್ಮೆ ಮಾತ್ರ ಭಾಸವಾಗುತ್ತಿತ್ತು.

"ಮದ್ವೆಯಾದ್ರೆ ಸರಿಹೋಗ್ತೀಯಾ. ಈ ರೀತಿಯ ನಿರ್ಲಿಪ್ತತೆಯಿಂದ ಯಾವ ಸಾರ್ಥಕ?" ಅವರು ಬೇಸರದಿಂದಲೇ ಕೇಳಿದರು.

"ವಯೋಧರ್ಮದಿಂದ ಇಂತಹುದು ಘಟಿಸೋದು ಸಹಜ. ಜಾರಿದ ಮೇಲೆ ಮರೆತುಬಿಡ್ಬೇಕೂ..."

ತಲೆಯಲ್ಲಿ ಸುತ್ತಿಗೆಯ ಪೆಟ್ಟುಗಳು ಬಿದ್ದ ಅನುಭವ. ಮೌನವಾಗಿ ಯೋಚಿಸುತ್ತಾ ಕೂಡ. ಕಡೆಗೆ "ಮಾವ, ನಂಗೆ ಅಧಿಕಾರ, ದೌಲತ್‌ಗಳ ಆಸೆಯಿಲ್ಲ. ಇದುವರೆಗಿನಂತೆ ಮುಂದು ಕೂಡ ಜೀವನ ನಡೆದುಹೋಗುತ್ತೆ." ಅವನ ಕಣ್ಣುಗಳು ಕಾಯಿಗಳಿಂದ ತುಂಬಿ ನಿಂತ ಬದನೆ ಗಿಡಗಳ ಕಾಂಡಗಳನ್ನು ದಿಟ್ಟಿಸುತ್ತಿದ್ದವು.

ಎಲ್ಲೋ ಓದಿದ ವಾಕ್ಯ ಅವನನ್ನು ಬಾಧಿಸಿತು. 'ಸ್ತ್ರೀಯ ಪ್ರೇಮದಲ್ಲಿ ವಿಫಲವಾದರೆ ಸನ್ಯಾಸಿಯಾಗುವುದು ಅಥವಾ ಆತ್ಮಹತ್ಯೆಯನ್ನು ಮಾಡಿಕೊಂಡು ಮುಂದಿನ ಜನ್ಮದಲ್ಲಿ ಅವಳನ್ನು ಪಡೆಯುವ ಪ್ರಯತ್ನ ಮಾಡುವುದು.' ಮುಂದಿನ ಜನ್ಮದ ಬಗ್ಗೆಯಂತೂ ಅವನಿಗೆ ನಂಬಿಕೆಯಿಲ್ಲ.

"ಓದೋದು.... ಬರೆಯೋದನ್ನು ಬಿಟ್ಟು ನಾನೇನು ಮಾಡಲಾರೆ. ಯಾವ ಆಸಕ್ತಿಯೂ ಇಲ್ಲ. ಈ ಪರಿಸ್ಥಿತಿಯಲ್ಲಿರುವ ನಂಗೆ ಮದ್ವೆಯ ಅವಶ್ಯಕತೆ ಇದ್ಯಾ?"

ಸ್ವಲ್ಪ ಹೊತ್ತು ಅವರು ಯೋಚಿಸುತ್ತ ಕೂತುಬಿಟ್ಟರು. ಇಂಥ ಹುಚ್ಚು ಹೆಚ್ಚು ದಿನವೇನು ಇರದು; ನಾಳೆ ಬಿಟ್ಟುಹೋದರೆ ಇವನ ಜೀವನಕ್ರಮ ಬದಲಾಗುತ್ತೆ. ನಿರ್ಧಾರಕ್ಕೆ ಬಂದರು.

"ಆಯ್ತು, ಏನೂ ತೊಂದರೆ ಇಲ್ಲ. ನೀನು ಇಷ್ಟಪಟ್ರೆ ಸೀತನ ಮಾಡ್ಕೋಬಹ್ದು. ಇಲ್ಲದಿದ್ರೆ ಇನ್ನು ಒಂದೆರಡು ಕಡೆಯಿಂದ ಸಂಬಂಧಗಳು ಬಂದಿವೆ. ನೋಡಬೌದು."

ಆ ಕ್ಷಣದಲ್ಲಿ ಮುರುಳಿಗೆ ಏನನ್ನಿಸಿತೋ! ಎದ್ದು ನಿಂತು ಸೀತನ್ನ ಮಾಡ್ಕೋತೀನಿ. ಹೊರಗೆ ಹೋಗಿ ನಿಂತ.

ಒಪ್ಪಿಗೆ ಸಿಕ್ಕಿದ ಮೇಲೆ ಅವರು ಸುಮ್ಮನೆ ಕೂಡಲಿಲ್ಲ. ಆಡಂಬರವಿಲ್ಲದ ಮದುವೆ. ಆದರೂ ತಕ್ಕಮಟ್ಟಿನ ಹಣಕಾಸಿನ ಅಗತ್ಯವಿತ್ತು. ಅಷ್ಟಿಷ್ಟು ಹೊಂಚಿಕೊಂಡು ಭಾದ್ರಪದ ಮಾಸದಲ್ಲಿ ಮದುವೆಯನ್ನು ಮುಗಿಸಿ ಮಗಳನ್ನು ಕಳುಹಿಸಿಕೊಟ್ಟರು.

ಮಗಳೊಂದಿಗೆ ಬಂದ ಅತ್ತೆ ಮಾವ ಮನೆಯಲ್ಲಿ ಅಚ್ಚುಕಟ್ಟು ಮಾಡಿದರು. ಮೂಲೆಯಲ್ಲಿದ್ದ ಪಾತ್ರೆಗಳೆಲ್ಲ ಹೊರಗೆಬಂದವು. ಹಿತ್ತಾಳೆ, ಕಂಚು, ತಾಮ್ರದ ಪಾತ್ರೆಗಳು ಸೀತೆಯ ಕೈಗೆ ಸಿಕ್ಕಿ ಫಳಫಳ ಹೊಳೆದವು.

ನಾಲ್ಕಾರು ದಿನಗಳು ಕಳೆದ ಮೇಲೆ ಅವರುಗಳು ಹೊರಟರು. ಮನೆಯಲ್ಲಿ

ಉಳಿದಿದ್ದು ಸೀತೆ, ಮುರುಳಿ ಮಾತ್ರ. ಮುರುಳಿ ಸದಾ ವ್ಯಾಸಂಗದಲ್ಲಿ ತೊಡಗಿರುತ್ತಿದ್ದ. ಸೀತ ಬಂದ ಮೇಲೆ ತೋಟದ ಕೆಲಸವೆಲ್ಲ ಅವಳೇ ಮಾಡುತ್ತಿದ್ದಳು. ಇವನಿಗೆ ಪೂರ್ಣವಾಗಿ ವಿರಾಮ. ರಾಶಿ ಪುಸ್ತಕಗಳನ್ನು ಮುಂದೆ ಹಾಕಿಕೊಂಡು ಕೂಡುತ್ತಿದ್ದ. ಟಿಪ್ಪಣಿಗಳನ್ನು ಮಾಡಿಡುತ್ತಿದ್ದ. ಅಂತಹ ಸಮಯದಲ್ಲಿ ಉಷಾಳ ಜ್ಞಾಪಕ ಬರುತ್ತಿತ್ತು. ಅಚ್ಚುಕಟ್ಟಾಗಿ ಪ್ರತಿ ಮಾಡಿಕೊಂಡು ಬಂದುಕೊಡುತ್ತಿದ್ದಳು. ಅಂತಹ ಸಮಯದಲ್ಲಿ ಸುಮ್ಮನೆ ಕೂತುಬಿಡುತ್ತಿದ್ದ.

ಪ್ರಕಾಶಕರು ಅವನ ಕಾದಂಬರಿಯನ್ನು ಮುದ್ರಿಸಲು ಮುಂದೆ ಬಂದರು. ನಿರಾಸೆಯ ನೆರಳಿನಲ್ಲೂ ಒಂದು ರೀತಿ ತೃಪ್ತತೆ ಕಂಡುಕೊಂಡಿದ್ದ.

ಊಟ ಮಾಡಿ ಲೇಖನಿ ಹಿಡಿದು ಕೂತವನು ಸಂಜೆಯವರೆಗೂ ಏಳಲಿಲ್ಲ. ಒಳ್ಳೆಯ ಲಹರಿಯಲ್ಲಿದ್ದ.

"ಕಾಫಿ ತಗೊಳ್ಳಿ" ಅವಳ ಧ್ವನಿಯಲ್ಲಿ ಕಂಪನವಿತ್ತು. ಅಸಮಾಧಾನದಿಂದ ಸೆಲೆಯೊಡೆಯಿತು. ತಟ್ಟನೆ ನೋಟವನ್ನು ಅವಳೆಡೆ ಹರಿಸಿದ, ಕನಿಕರವಾಯಿತು. ಅವಳ ಶಾಂತ ಸಂಯಮ ಸ್ವಭಾವವನ್ನು ಎಂದೋ ಮೆಚ್ಚಿದ್ದ.

"ಒಂದೇ ಸಮ ಬರೀತಿದ್ರಿ..." ಅವಳ ದೃಷ್ಟಿ ನೆಲ ನೋಡಿತು. ಮೂಗಿಗೆ ಅಲಂಕಾರಪ್ರಾಯವಾಗಿದ್ದ ಬಿಳಿಯ ಹರಳಿನ ಮೂಗುತಿ ಫಳ್ಳೆಂದು ಮಿಂಚಿತು. ಅವಳ ಕೈಯಲ್ಲಿದ್ದ ಕಾಫಿ ಲೋಟ ತೆಗೆದುಕೊಂಡ. ಉತ್ತಮ ಸಂಸಾರದ ಹೆಣ್ಣು. ಪೂಜೆ ಪುನಸ್ಕಾರದಲ್ಲಿ ಅತಿಯಾದ ಆಸಕ್ತಿ. ಮನೆಯ ಮುಂದೆ ಇಟ್ಟಿಗೆಗಳಿಂದ ಕಟ್ಟಿ ಸುಣ್ಣದಿಂದ ಶೋಭಾಯಮಾನವಾದ ಬೃಂದಾವನ ಹೊಸ ಚೆಲುವಿನ ಪ್ರತೀಕವಾಗಿತ್ತು. ಸ್ನಾನ ಮಾಡಿ, ಶುಭ್ರ ವಸನಗಳನ್ನು ತೊಟ್ಟ ಸೀತ ಭಕ್ತಿಯಿಂದ ಪೂಜಿಸುತ್ತಿದ್ದರೆ ನಿಂತು ನೋಡುತ್ತಿದ್ದ. ಅವಳ ಶ್ರದ್ಧೆ, ಭಕ್ತಿ ಅಪಾರವಾದದ್ದು.

ಕಾಫಿ ಕುಡಿದು ಮುಗಿಸಿದ ಮೇಲೆ ಲೋಟವನ್ನು ಅವಳೆಡೆ ನೀಡಿದ. ಇವನ ಮುಖವನ್ನೇ ನೋಡುತ್ತಿದ್ದಳು. ಕಣ್ಣುಗಳು ಅಪೂರ್ವ ತೇಜಸ್ಸಿನಿಂದ ಪ್ರಜ್ವಲಿಸುತ್ತಿದ್ದವು. ಅಪೂರ್ವವಾದುದನ್ನು ನೋಡುವಂತೆ ನೋಡಿದ. ನಾಚಿ ಕೆಂಪೇರಿದ ಮುಖ ಬಾಗಿತು.

ಯೋಚಿಸಿ ನೋಡಿದ. ಅವಳು ಇಲ್ಲಿಗೆ ಬಂದ ದಿನದಿಂದ ಒಂದು ಗಂಟೆಯಾದರೂ ಅವಳೊಂದಿಗೆ ಮಾತಾಡಿರಲಿಲ್ಲ. ಆಗಾಗ ಲೈಬ್ರರಿಗಳಿಗೆ ಹೋಗಿ ಪುಸ್ತಕಗಳನ್ನು ತರುತ್ತಿದ್ದ. ಹಿಂದಿರುಗಿಸಲು ಹೋಗುತ್ತಿದ್ದ. ಆಗ ಸೀತ ಹೇಳುವ ಒಂದೆರಡು ಮನೆಗೆ ಬೇಕಾದ ಪದಾರ್ಥಗಳನ್ನು ತಂದುಕೊಡುತ್ತಿದ್ದ. ದೀಪವಾರಿಸಿ ಹಾಸಿಗೆಗೆ ಬರುವ ವೇಳೆಗೆ ಅವಳು ನಿದ್ದೆ ಮಾಡಿಬಿಡುತ್ತಿದ್ದಳು. ಇವನು ಬೇರೆ ಲಹರಿಯಲ್ಲಿ ಇರುತ್ತಿದ್ದರಿಂದ ಅವಳನ್ನು ಎಚ್ಚರಿಸುವ ತಂಟೆಗೆ ಹೋಗುತ್ತಿರಲಿಲ್ಲ.

"ನೀನು ಕಾಫಿ ಕುಡ್ಯೋಲ್ವ?" ಇಲ್ಲವೆನ್ನುವಂತೆ ತಲೆಯಾಡಿಸಿದಳು. ಅವನ ಕಣ್ಣುಗಳು ಕಿರಿದಾದವು. ಅವಳು ಕಾಫಿ ಕುಡಿಯುತ್ತಿದ್ದುದನ್ನು ಕಂಡಿದ್ದ. ಇವನಿಗೆ ಹೆಚ್ಚಿನ

ಅಭ್ಯಾಸವಿರಲಿಲ್ಲ. ಕಾಲೇಜು ವ್ಯಾಸಂಗ ಮುಗಿದ ಮೇಲೆ ಬೇಸರವಾದಾಗ ಕುಡಿಯುವ ಪರಿಪಾಠವನ್ನಿಟ್ಟುಕೊಂಡಿದ್ದ.

"ಯಾವಾಗ್ನಿಂದ?" ಅವಳನ್ನೇ ನೋಡುತ್ತ ಕೇಳಿದ. ಸಂಕೋಚದಿಂದ ಮುದುಡಿದಳು. ನಾಚಿದಳು. ಕೆನ್ನೆಗಳು ಕೆಂದಾವರೆಯಂತೆ ಕೆಂಪಾಯಿತು. ಮುಗ್ಧ ಶಾಂತ ಚೆಲುವು - ಅದರಲ್ಲಿ ಪ್ರಜ್ವಲಿಸುವ ತೀಕ್ಷ್ಣತೆ ಇಲ್ಲ.

"ಮದ್ವೆಯಾದ್ಮೇಲೆ..."

ಮುರುಳಿ ಯೋಚಿಸಿದ. ಇಂತಹ ವಿಷಯಗಳಲ್ಲಿ ಅವನು ದಡ್ಡನೆ? "ಕಾಫಿ ಕುಡ್ಯೋಕೂ... ಮದ್ವೆಯಾಗೋಕೂ... ಏನಾದ್ರೂ ಸಂಬಂಧವಿದೆಯೇ?" ತುಟಿಗಳಲ್ಲಿ ನಗು ಅರಳಿತು. ನವಿರಾಗಿ ನಕ್ಕ.

"ನಂಗಂತೂ ತೋಚಲಿಲ್ಲ. ಕೆಲವು ವಿಷ್ಯಗಳಲ್ಲಿ ನಾನು ಬಹಳ ದಡ್ಡ. ಮದ್ವೆಯಾಗೋ... ಕಾಫಿ ಕುಡ್ಯೋದು... ಬಿಡೋಕೂ... ಏನಾದ್ರೂ ಸಂಬಂಧವಿದ್ಯಾ?" ನೇರವಾಗಿ ಪ್ರಶ್ನಿಸಿದ.

ತಿಂಗಳಿಗೆ ಇಷ್ಟೊಂದು ಸಂಬಳ ಬರುತ್ತಿರಲಿಲ್ಲ. ಮೂಲಧನ ಮೊದಲೇ ಇಲ್ಲ. ಮನೆಯ ಸುತ್ತಲಿದ್ದ ತೋಟವೇ ಜೀವನಕ್ಕೆ ಆಧಾರ. ಇಂತಹುದರಲ್ಲಿ ಆದಷ್ಟು ಮಿತವ್ಯಯ ಮಾಡಬೇಕು. ಇದನ್ನು ಸೀತೆಗೆ ಯಾರೂ ಹೇಳಿಕೊಡಬೇಕಾದ್ದು ಇರಲಿಲ್ಲ. ಅವಳೇ ಅರಿತಿದ್ದಳು.

"ಏನಿಲ್ಲ, ಬಿಡಿ." ತಟ್ಟನೆ ಅಲ್ಲಿಂದ ಸರಿದಳು.

ಅವನಲ್ಲಿನ ಹಟ ಹೆಡೆ ಎತ್ತಿತ್ತು. ಇಂತಹ ವಿಷಯಗಳಿಗೆ ತಲೆ ಕೆಡಿಸಿಕೊಳ್ಳುವುದೇ ಅವನ ಸ್ವಭಾವವಲ್ಲ. ಯಾಕೋ... ಏನೋ... ಮನಸ್ಸಿನ ಮೇಲೆ ಒತ್ತಡ ಬಿತ್ತು.

ಮೇಲೆದ್ದು ಹೊರಗೆ ಬಂದ. ಸೀತ ಸುಮ್ಮನಿರುವ ಜಾಯಮಾನದವಳಲ್ಲ. ಹೂಗಿಡಗಳಲ್ಲಿದ್ದ ಒಣಗಿದ ಎಲೆಗಳನ್ನು ಕಿತ್ತು ತೆಗೆಯುತ್ತಿದ್ದಳು. ಅಂದು ಗಿರಿಜ ಕೊಟ್ಟ ಗುಲಾಬಿ ಕಡ್ಡಿಗಳು ಗಿಡಗಳಾಗಿ ಬೆಳೆದು ಸುಂದರ ಹೂವನ್ನು ಹೊತ್ತು ನಿಂತಿದ್ದವು. ನೆನಪಿನ ಸುರುಳಿಯಿಂದ ನುಸುಳಿಕೊಂಡು ಬಂತು. ಅಂದಿನ ಸಂದರ್ಭವನ್ನು ನೆನೆದು ನಿಟ್ಟುಸಿರು ಚೆಲ್ಲಿದ.

ಇತ್ತೀಚೆಗೆ ಗಿರಿಜಳ ಮನೆಗೂ ಕೂಡ ಹೋಗುವುದನ್ನು ಕಡಿಮೆ ಮಾಡಿದ್ದ. ಅತ್ತಲಿಂದ ಹಾದು ಬರುವಾಗ ಗಿರಿಜಳ ತಾಯಿ ಹೊರಗಿದ್ದರೆ ಹೋಗಿ ಒಂದು ನಿಮಿಷ ಮಾತಾಡಿಸಿ ಬಂದುಬಿಡುತ್ತಿದ್ದ.

ಈಗ ಅವರ ಮಗ ಪರಮೇಶಿ ಕೂಡ ಇಲ್ಲೇ ಬಂದು ಇದ್ದ. ಅದಕ್ಕೆ ಏನೋ ಮೊದಲಿನ ಅಂತಃಕರಣ ಬಾಧಿಸುತ್ತಿರಲಿಲ್ಲ. ಅವೆಲ್ಲವನ್ನೂ ಯೋಚಿಸುವಷ್ಟು ಪುರುಸೊತ್ತು ಅವನಿಗೆ ಇರಲಿಲ್ಲ.

"ಸೀತ, ಇಲ್ಬಾ" ನಿಂತಲ್ಲಿಂದಲೇ ಕರೆದ. ಅವಳು ತಲೆ ಎತ್ತಿ ದೃಷ್ಟಿಯನ್ನು ಅವನತ್ತ ಹರಿಸಿದಳು. ಮಧುರವಾದ ಯಾತನೆಯಲ್ಲಿ ನಲುಗಿ ಹೋದಳು. ಅಮ್ಮ ಅಪ್ಪ

ಒಂದೆರಡು ಭಾರಿ ಮುರುಳಿಯ ಪ್ರೇಮ ಪ್ರಕರಣ, ನಿರಾಶೆ – ಮುಂತಾದವುಗಳ ಬಗ್ಗೆ ಮಾತನಾಡುತ್ತಿದ್ದುದನ್ನು ಕಿವಿಯಾರೆ ಕೇಳಿದ್ದಳು. ಆಗ ಅವಳು ನೊಂದಿದ್ದಳು. ಮದುವೆಯ ಸುದ್ದಿ ಬಂದಾಗ ಅದೃಷ್ಟವೆಂದು ಹಿಗ್ಗಿದ್ದಳು. ಮುರುಳಿಯಂಥ ಮೇಧಾವಿ, ಸಭ್ಯನನ್ನು ಗಂಡನಾಗಿ ಪಡೆಯುವುದು ಎಷ್ಟೋ ಜನ್ಮದ ಪುಣ್ಯವೆಂದು ಅವಳ ನಂಬಿಕೆ.

ವಿಧೇಯ ವಿದ್ಯಾರ್ಥಿಯಂತೆ ಅವನ ಮುಂದೆ ಹೋಗಿ ನಿಂತಳು. ಶಾಂತ, ಮುಗ್ಧ ಸೌಂದರ್ಯ ಅವನನ್ನು ಉತ್ತೇಜನನ್ನಾಗಿ ಮಾಡಿತು. ಶೀತಲ ಸ್ವರದಲ್ಲಿ "ಸೀತ" ಎಂದು ಬೊಗಸೆಯಲ್ಲಿ ಅವಳ ತುಂಬು ಮುಖವನ್ನು ಹಿಡಿದು ನೋಡಿದ. ಆರಾಧನೆ, ಅರ್ಪಣಾಭಾವ ಮಾತ್ರ ಅವಳ ಕಣ್ಣುಗಳಲ್ಲಿ ತೇಲುತ್ತಿತ್ತು. ಅವಳ ರೆಪ್ಪೆಗಳು ಮಲಗಿದವು.

"ನಮಸ್ತೆ" ತಟ್ಟನೇ ಎಚ್ಚರಗೊಂಡ. ಮುಖದ ಮೇಲೆ ಸಂಕೋಚದ ನೆರಳಾಡಿತು. "ಓಹ್... ಬನ್ನಿ, ಬನ್ನಿ" ಸ್ವಾಗತದ ನಗೆ ಬೀರಿದ. ತಾನು ಈಗ ಬಂದದ್ದು ಅನುಚಿತವೆಂದು ಸಂಜಯನಿಗೆ ಅನಿಸಿರಬೇಕು! ಅವನ ಮುಖದ ಬಣ್ಣವೇ ಬದಲಾಗಿತ್ತು. ನೈಜ ಸತ್ಯವನ್ನು ಕಂಡ ಸಮಾಧಾನ ಅವನಲ್ಲಿ ಉಂಟಾಗಿತ್ತು.

"ಈಗ ಬರಬಾರದಿತ್ತು..." ಸಂಜಯ ನವಿರಾಗಿ ನಕ್ಕ.

"ಪರ್ವಾಗಿಲ್ಲ" ತುಟಿ ಸವರಿಕೊಂಡ.

ನಾಚಿದ ಸೀತ ಸರಿದು ಹೋಗಿದ್ದಳು. ಗಂಡನ ಗೆಳೆಯರು ಬಂದರೆ ಅವಳು ಹೊರಗಡೆಯೇ ಬರುತ್ತಿರಲಿಲ್ಲ. ಅದನ್ನು ಮುರುಳಿ ವಿರೋಧಿಸಿದ್ದ. ಅವಳು ಬೆಳೆದ ವಾತಾವರಣದಲ್ಲಿ ಬದಲಾವಣೆಯನ್ನು ಬೇಗ ನಿರೀಕ್ಷಿಸುವುದು ತಪ್ಪು.

"ಹೇಗಿದ್ದೀರಿ?" ಸಂಜಯ ಪ್ರಶ್ನಿಸಿದ. ಸುಮ್ಮನೆ ತುಟಿಗಳ ಮೇಲೆ ನಗು ಅರಳಿಸಿದ ಮುರುಳಿ. "ನಮ್ಮನ್ನಂತು ಮದ್ವೆಗೆ ಕರೆಯಲಿಲ್ಲ; ದಂಪತಿಗಳು ಒಮ್ಮೆ ನಮ್ಮನೆಗೆ ಬನ್ನಿ."

'ಹೌದು!' ತೀರಾ ಆತ್ಮೀಯ ಗೆಳೆಯರಿಗೂ ಮದುವೆಯ ಕರೆಯೋಲೆಯನ್ನು ಕಳಿಸಿರಲಿಲ್ಲ. ಮನದ ಉತ್ಸಾಹ ಪೂರ್ಣವಾಗಿ ಬತ್ತಿಹೋಗಿತ್ತು.

"ಆಯ್ತು! ಬರ್ತೀವಿ." ಸುಲಭವಾಗಿ ಹೇಳಿ ತಪ್ಪಿಸಿಕೊಳ್ಳಲು ಪ್ರಯತ್ನಿಸಿದ. ಉಷಾಳ ಮೇಲೆ ದ್ವೇಷ ಭಾಷೆಗಳನ್ನು ತುಂಬಿಕೊಳ್ಳಲು ಸತತವಾಗಿ ಪ್ರಯತ್ನಿಸುತ್ತಿದ್ದ. ಅವಳನ್ನು ನೋಡುವುದು ಅವನಿಗೆ ಬೇಕಾಗಿರಲಿಲ್ಲ.

"ಖಂಡಿತ.... ಬರ್ಬೇಕೂ, ನಿಮ್ಮ ಕಾದಂಬರಿ ಎಲ್ಲಿಯವರೆಗೆ ಬಂತು?" ಮುರುಳಿಯ ಮುಖದ ಮೇಲೆ ಯಾವ ಭಾವನೆಗಳೂ ಹಾದುಹೋಗಲಿಲ್ಲ. ನಿರ್ಲಿಪ್ತನಂತೆ ಇದ್ದ. ಅವನ ಮೊದಲ ಕಾದಂಬರಿ ಪ್ರಕಟವಾಗಿ ಜನರ ಮನ್ನಣೆಗಳಿಸಿತ್ತು. ಆದರೆ ಬಹಳಷ್ಟು ನಿರಾಶೆ ಅನುಭವಿಸಿದ್ದ.

"ನಿಮ್ಮ ಕಾದಂಬರಿಯನ್ನು ಮುದ್ರಿಸುವ ಹಕ್ಕನ್ನು ನನ್ಗೇ ಕೊಡ್ಬೇಕೂ" ಸಂಜಯ

ಹೇಳಿದಾಗ ಅವನು ಮುಖ ಮುಖ ನೋಡಿದ. ಅವನಿಗೆ ಇದು ತೀರಾ ಆಶ್ಚರ್ಯಕರವಾದ ಸುದ್ದಿ.

ಮೆಲುವಾಗಿ ನಕ್ಕು "ಎಂದಿನಿಂದ ನೀವ್ ಪ್ರಕಾಶಕರಾದದ್ದು?" ಸಂಜಯ ಜೋರಾಗಿ ನಕ್ಕುಬಿಟ್ಟ. ಅದೇ ಪ್ರಶ್ನೆಯನ್ನು ಅವನೇ ಹಾಕಿಕೊಂಡು ನೋಡಿದ. ಸಂಕೀರ್ಣತೆಯ ಮಧ್ಯೆ ಉತ್ತರ ಮುಚ್ಚಿಹೋಯಿತು.

"ಅದ್ನ, ಸ್ವಲ್ಪ ದಿನ ಕಳೆದ್ಮೇಲೆ ಹೇಳ್ತೀನಿ. ನೀವೇನು ಆತಂಕಪಟ್ಟುಕೋಬೇಕಾದ್ದಿಲ್ಲ. ಇದುವರೆಗೆ ಎಲ್ಲಾ ಏರ್ಪಾಟು ಮಾಡಿಕೊಂಡೇ ಬಂದಿದ್ದೀನಿ. ದಯವಿಟ್ಟು ಇಲ್ಲವೆನ್ನಬಾರ್ದು!" ಅವನಿಗೆ ಕಕ್ಕಾಬಿಕ್ಕಿಯಾಯಿತು. ತಟ್ಟನೆ ಉಷಾಳ ನೆನಪು ಬಂತು. ಅವನ ಮುಖ ಕೆಂಪಾಯಿತು. ಆ ಹೆಣ್ಣಿನ ಸಹಾನುಭೂತಿ ಅವನಿಗೆ ಬೇಡವೆನಿಸಿತು.

"ದಯವಿಟ್ಟು ಕ್ಷಮ್ಸಿ" ಖಂಡತುಂಡವಾಗಿತ್ತು ಮಾತು.

"ಖಂಡಿತ ಸಾಧ್ಯವಿಲ್ಲ. ಈ ಕಾದಂಬರಿಯಿಂದ ನಾನು ಪ್ರಕಾಶಕನ ಸ್ಥಾನಕ್ಕೆ ಏರಲೇಬೇಕು."

ಸಂಜಯ ಹೋದ ಎಷ್ಟೋ ಹೊತ್ತಿನವರೆಗೂ ಮುರುಳಿ ಕೂತೇ ಇದ್ದ. ಮನಃಪೂರ್ಣವಾದ ತೊಳಲಾಟಕ್ಕೆ ಒಳಗಾಗಿತ್ತು. ನಿರಾಶೆ, ಮಂಕು ಪೂರ್ಣವಾಗಿ ಕವಿದುಕೊಂಡಿತ್ತು. ಬರವಣಿಗೆ ಪೂರ್ಣವಾಗಿ ನಿಂತುಹೋಯಿತು.

ಸುಮ್ಮನೆ ಬಾವಿಯ ಕಟ್ಟೆಯ ಬಳಿ ಬಂದು ಕೂಡುತ್ತಿದ್ದ. ಗಿಡ, ಮರಗಳನ್ನು ನೋಡುತ್ತಿದ್ದ. ಒಮ್ಮೊಮ್ಮೆ ಅವನ ತುಟಿಗಳ ಮೇಲೆ ನೋವಿನ ನಗೆ ಸುಳಿಯುತ್ತಿತ್ತು.

ಮನೆ ಕೆಲಸದ ಜೊತೆ ತೋಟದ ಕೆಲಸ ಮಾಡುತ್ತಿದ್ದ ಸೀತ, ಈಗ ಹೊರಗೆ ಹೋಗಿ ಮನೆಗೆ ಬೇಕಾದ ಸಾಮಾನುಗಳನ್ನು ತರಬೇಕಿತ್ತು. ಬೇಸರಪಡದೇ ಹೋಗಿಬರುತ್ತಿದ್ದಳು.

"ಊಟ ಮಾಡಿ" ಆಗಲೇ ಹೊತ್ತು ಇಳಿಮುಖವಾಗಿತ್ತು. ಒಂದೆರಡು ದಿನದಿಂದ ಒಂದೇ ಸಮನಾಗಿ ಓದುತ್ತಿದ್ದ. ಮಾತಿಲ್ಲ, ಕತೆಯಿಲ್ಲ. ತುಂಬ ಬಲವಂತ ಮಾಡಿದಾಗ ಬೇಸರದಿಂದ ಎದ್ದು ಬಂದು ಊಟ ಮಾಡುತ್ತಿದ್ದ. ಆಗಲೂ ಸಹ ನಿರ್ಲಿಪ್ತನಂತಿರುತ್ತಿದ್ದ. ಸೀತ ಕಂಗೆಟ್ಟುಹೋದಳು.

"ದಯವಿಟ್ಟು ಊಟ ಮಾಡಿ." ಅವಳ ಕಣ್ಣುಗಳು ಜಲಮಯವಾಗಿದ್ದವು. ತಲೆಯೆತ್ತಿ ಅವಳೆಡೆ ನೋಡಿದ. ಕ್ರೂರವಾದ ಅಲಗು ಅವನೆದೆಯನ್ನು ಇರಿಯಿತು.

"ನೀವು ಊಟ, ತಿಂಡಿ ಬಿಟ್ಟು ಕೊರಗಿದರೆ - ನಾನ್ಹೇಗೆ ಸಹಿಸಲಿ?" ಕಣ್ಣೀರು ಧಾರೆಯಾಗಿ ಕೆನ್ನೆಗಳ ಮೇಲೆ ಹರಿಯಿತು. ಅವನ ಭುಜಕ್ಕೆ ತಲೆಯಾನಿಸಿ ಬಿಕ್ಕಿದಳು. ಮುರುಳಿ ಬಲವಂತವಾಗಿ ಒಳಗೆ ನೋವಿನ ಉಗುಳನ್ನು ನುಂಗಿದ. ಅವನ ಕೈ ಅವಳ ತಲೆಯನ್ನು ಸವರುತ್ತಿತ್ತು.

ಮುಂಗೈನಿಂದ ಕಣ್ಣೀರು ತೊಡೆದುಕೊಂಡು ಸೀತ ಮೇಲಕ್ಕೆದ್ದು "ಬನ್ನಿ" ಅವನ ಕೈ ಹಿಡಿದು ಕರೆದುಕೊಂಡು ಬಂದು ತಟ್ಟೆಯ ಮುಂದೆ ಕೂಡಿಸಿದಳು. ಅನ್ನವನ್ನು ಕಲಿಸಿ ತುತ್ತು ಹಾಕಿದಳು. ತೀರಾ ಹಸಿದವನಂತೆ ತಿಂದ. ಕೈತುತ್ತು ತಿಂದ ನೆನಪೇ ಇರಲಿಲ್ಲ. ಇಂದು ಮಡದಿ ತಾಯಿಯಂತೆ ಓಲೈಸಿದ್ದಳು. ಸುಮ್ಮನೆ ಮಲಗಿ ಗಡದ್ದಾಗಿ ನಿದ್ದೆ ಮಾಡಿದ.

ಎಚ್ಚರವಾದಾಗ ತೀರಾ ಕತ್ತಲಾಗಿತ್ತು. ಲ್ಯಾಟೀನ್ ಬೆಳಕು ಮನೆಯನ್ನು ತುಂಬಿತ್ತು. ಮೈ ಮುರಿದು ಎದ್ದು ಕೂತ. ಹತ್ತಾರು ವರ್ಷದ ಜಡತೆ ಒಮ್ಮೆಲೆ ಹರಿದುಹೋದಂತೆ ಭಾಸವಾಗಿತ್ತು. ಎದ್ದು ಅರಸಿದ. ಸೀತ ಕಾಣಲಿಲ್ಲ. ಅವನೆದೆ ಆತಂಕದಿಂದ ಏರಿಳಿಯಿತು.

"ಸೀತಾ, ಸೀತಾ" ಎಂದ. ಉತ್ತರವೇ ಇಲ್ಲ. ಮನ - ಮೊದಲು ಕೆಟ್ಟದ್ದನ್ನೇ ಯೋಚಿಸುತ್ತೆ. ನೋವಿನಿಂದ ಅವನೆದೆ ಚೀರಾಡಿತು. ಕೈಯನ್ನು ಮುಷ್ಠಿ ಮಾಡಿ ಹಣೆಗೊತ್ತಿಕೊಂಡ. ವಿವೇಕ ಎಚ್ಚರಿಸಿತು. ಷರಟನ್ನು ತೊಟ್ಟು ಚಪ್ಪಲಿ ಮೆಟ್ಟಿ ಹೊರಗೆ ಬಂದ. ಗೇಟು ಶಬ್ದ ಮಾಡಿತು. ಕತ್ತಲಿನಲ್ಲಿ ಹೆಣ್ಣು ಆಕೃತಿ ಸರಿದುಬಂತು.

ಸೀತಳ ಕೈಯಲ್ಲಿ ಒಂದು ಅರ್ಧಂಬರ್ಧ ತುಂಬಿದ ಪುಟ್ಟ ಕೈ ಚೀಲವಿತ್ತು. ಅವಳು ಬೇಗ ಬಂದಿರಬೇಕು. ಅವಳ ಮುಖದ ಮೇಲೆ ಆಯಾಸದ ಚಿಹ್ನೆಗಳಿದ್ದವು.

"ನಿದ್ದೆ ಮಾಡ್ತಾ ಇದ್ರಿ - ಅದಕ್ಕೆ ಹೇಳಿಹೋಗಲಿಲ್ಲ." ತಡವರಿಸಿದಳು. ಅವನು ಪ್ರಶ್ನಾರ್ಥಕವಾಗಿ ಅವಳೆಡೆ ನೋಡಿದ. ಕತ್ತಲಿನಲ್ಲೂ ಶುಭ್ರ ಶ್ವೇತವರ್ಣದ ಅವಳ ಮುಖ ಹೊಳೆಯುತ್ತಿತ್ತು. ಮೌನಿಯಾದ. ಅವಳು ಒಳ ನಡೆದಳು.

"ಸೀತ, ಎಲ್ಲಿಗೆ ಹೋಗಿದ್ದು?" ಅವನ ಅರಿವಿಗೆ ಬಾರದಂತೆ ಧ್ವನಿಯಲ್ಲಿ ಯಜಮಾನತನದ ದರ್ಪ ಇಣುಕಿತು. ಆ ಸ್ವರಕ್ಕೆ ಅವನೇ ಬೆದರಿದ.

"ಸಾಮಾನು ತರೋಕೆ" ಚೀಲದಲ್ಲಿದ್ದ ದೊಡ್ಡ, ಚಿಕ್ಕಪೊಟ್ಟಣಗಳನ್ನೆಲ್ಲ ತೆಗೆದು ನೆಲದ ಮೇಲಿಟ್ಟಳು. ಬಗ್ಗಿಬಿಗಿದ ಅವಳ ಎಡ ಅಂಗೈ ಹಿಡಿಯನ್ನು ಬಿಡಿಸಿ ನೋಡಿದ. ಚಿಲ್ಲರೆ, ಸಾಮಾನಿನ ಚೀಟಿ ಇತ್ತು. ಅವು ಬೆವರಿನಿಂದ ತೊಯ್ದು ಒದ್ದೆ ಮುದ್ದೆಯಾಗಿತ್ತು.

ನಿರಾಶೆಯ ಕತ್ತಲು ಕವಿದ ಅವನ ಜೀವನದಲ್ಲಿ ಈಗ ಸಣ್ಣ ಕಿಂಡಿಯಿಂದ ಬೆಳಕು ಕಂಡಿತು. ಅಂದು ಸಂಜಯ ಬಂದು ಅವನ ಅಂತರಂಗದಲ್ಲಿ ದೊಡ್ಡ ಬಿರುಗಾಳಿಯನ್ನು ಎಬ್ಬಿಸಿ ಹೋಗಿದ್ದ. ಅದರ ಅರಿವು ಅವನಿಗಿತ್ತೋ... ಇಲ್ಲವೋ? ಮನಸ್ಸಿನ ಸಮತೋಲನ ತಪ್ಪಿಹೋಗಿತ್ತು. ಹುಚ್ಚು ಹಿಡಿದಂತೆ ಆಗಿತ್ತು. ನೆನಪು.... ನೆನಪು... ಅವನನ್ನು ಕಾಡಿಸತೊಡಗಿತ್ತು. ಉಷಾಳನ್ನು ಬಿಟ್ಟು ಬದುಕಲಾರೆ ಎಂಬಷ್ಟು ಉತ್ಕಟವಾಗಿ ಆರ್ತತೆ ಬೆಳೆದುಬಿಡುತ್ತಿತ್ತು. ದ್ವೇಷ ಪ್ರೇಮವಾಗ ಮಾರ್ಪಡುತ್ತಿತ್ತು.

"ಇನ್ಮೇಲೆ ನೀನೇನು ಹೋಗ್ಬೇಡ. ನಾನು ತರ್ತೀನಿ" ಎಂದು ಹೇಳಿ ಹೋಗಿ ಕುರ್ಚಿಗೆ ಒರಗಿ ಕುಳಿತ. ಎಷ್ಟೋ ಹೊತ್ತು ಕೂತೇ ಇದ್ದ.

"ಸ್ವಲ್ಪ ಊಟ ಮಾಡಿ" ಸೀತಾಳ ಮೃದು ಧ್ವನಿ ಅವನನ್ನು ಎಚ್ಚರಿಸಿತು. ಯೋಚಿಸಿ ತಲೆ ಕೆಡಿಸಿಕೊಂಡಿದ್ದ. ವ್ಯಾಸಂಗ, ಅಭ್ಯಾಸ ಚಿಂತೆಯಲ್ಲಿ ಮುಳುಗಿದ್ದೇನೇ ವಿನಃ ಸೀತಳ ಬಗ್ಗೆಯಾಗಲಿ, ಮನೆಯ ಬೇಕು-ಬೇಡಗಳ ಬಗ್ಗೆಯಾಗಲಿ ಚಿಂತಿಸಿರಲಿಲ್ಲ. ಸಹಾನುಭೂತಿಯಿಂದ ಮಡದಿಯ ಕಡೆ ನೋಡಿದ. ದುಂಡು ದುಂಡಗಿದ್ದವಳು ಸಪೂರಾಗಿ ಕಂಡಳು. 'ತನಗಾಗಿ ಒದ್ದಾಡುವ ಹೆಣ್ಣಿಗೆ ಪ್ರತಿಯಾಗಿ ಅವಳಿಗೆ ಹಿಂತಿರುಗಿ ಕೊಡ್ತಿರೋದಾದ್ರೂ ಏನು?" ಯೋಚಿಸಿದ.

ಹೊಟ್ಟೆಯಲ್ಲಿ ಹಸಿವಿರಲಿಲ್ಲ. ಮಡದಿಯ ಕೈ ತುತ್ತನ್ನು ತೃಪ್ತಿಯಾಗಿ ಉಂಡಿದ್ದ. ನಿರಾಶೆಗೊಳಿಸಲು ಇಷ್ಟವಿರಲಿಲ್ಲ. ಎದ್ದು ಬಂದು ತಟ್ಟೆಯ ಮುಂದೆ ಕೂತ. ತಟ್ಟೆ ಹಾಕಿ ದೀಪದ ಬತ್ತಿಯನ್ನು ಹೆಚ್ಚಿಸಿ ಬೆಳಕು ಮಾಡಿದಳು.

"ನೀನೂ ಕೂತ್ಕೋ" ಹೇಳಿದ. ತಾನು ಮಾಡಿದ ತಪ್ಪಿಗಾಗಿ ಅವಳು ವೇದನೆಯನ್ನು ಅನುಭವಿಸುವುದು ಬೇಡವಾಗಿತ್ತು. ಕೈಹಿಡಿದು ಬಂದ ಅವಳು ತನ್ನ ಕರ್ತವ್ಯದಲ್ಲಿ ಲೋಪವಿಲ್ಲದಂತೆ ನಡೆದುಕೊಳ್ಳುತ್ತಿದ್ದಳು.

"ಆಮೇಲೆ ಮಾಡ್ತೀನಿ" ಹೇಳಿದಳು. ದೀರ್ಘವಾಗಿ ನೋಡಿದ. ಉಲ್ಲಸಿತನಾದ. ಅವನ ಬಲವಂತಕ್ಕೆ ಅವಳು ಕೂತಳು. ಇಬ್ಬರೂ ಮಾತಿಲ್ಲದೆ ಊಟ ಮುಗಿಸಿದರು.

ಮುರುಳಿ ಹೊರಗೆ ಬಂದು ನಿಂತ. ಎಂದಿನಂತೆ ಪುಸ್ತಕ ಹಿಡಿದು ಕೂಡಲಿಲ್ಲ. ತಣ್ಣಗೆ ಗಾಳಿ ಬೀಸುತ್ತಿತ್ತು. ಮರುಗ, ದವನದ ಕಂಪು ಆಹ್ಲಾದಕರವಾಗಿ ಹರಡಿತ್ತು. ನಿಂತು ಅಡಿಗೆ ಮನೆಯಲ್ಲಿನ ಸದ್ದನ್ನು ಆಲಿಸಿದ. ಸ್ವಲ್ಪ ಹೊತ್ತಿಗೆ ಸ್ತಬ್ಧವಾಯಿತು. ಸೀತ ಹಾಸಿಗೆ ಹಾಸುತ್ತಿದ್ದಾಳೆಂದುಕೊಂಡ.

"ತಗೊಳ್ಳಿ" ನಿಶ್ಯಬ್ದವನ್ನು ಸೀಳಿಕೊಂಡು ಬಂತು ಧ್ವನಿ. ಹಾಲು ಕುಡಿಯುವಷ್ಟು ಶ್ರೀಮಂತಿಕೆ ಇಲ್ಲ. ತನ್ನ ಕಾಫಿಯ ಪಾಲನ್ನು ಮಿಗಿಸಿ, ಅಷ್ಟು ಹಾಲನ್ನು ರಾತ್ರಿ ಗಂಡನಿಗೆ ಕುಡಿಯಲು ಕೊಡುತ್ತಿದ್ದಳು.

"ಈಗ ಅರ್ಥವಾಯ್ತು; ನೀನು ಯಾಕೆ ಕಾಫಿ ಕುಡ್ಯೋಲ್ಲಾಂತ!" ನವಿರಾದ ಹಾಸ್ಯವಿತ್ತು.

"ನೀನೇ ಕುಡಿ" ಹಾಲಿನ ಬಟ್ಟಲಿಗೆ ಕೈ ನೀಡಲಿಲ್ಲ. ಅವಳ ನೋಟ ಸರಸರನೆ ಓಡಾಡಿತು. ಅವನೆದೆ ಅವಳಿಗಾಗಿ ಮರುಗಿತು. ಬಲವಂತದಿಂದ ಅವಳಿಗೆ ಕುಡಿಸಿದ. ಅವನ ಬಾಯಿ ಹೇಳದ ಎಷ್ಟೋ ಮಾತುಗಳನ್ನು ಕಣ್ಣುಗಳು ಹೇಳಿದವು. ಅವನ ಬಾಹುಗಳಲ್ಲಿ ಕರಗಿಹೋದಳು. ಒಲವಿನ ಧಾರೆಯಲ್ಲಿ ಮಿಂದು ಪುನೀತಳಾದಳು. ಮುರುಳಿಯ ಮೈಮನಗಳು ಮಧುರ ಭಾವನೆಯಿಂದ ಹೊಸ ಸ್ವರ್ಗೀಯ ಅನುಭವದಿಂದ ಅರಳಿ ಹೂವಾಗಿತ್ತು.

* * * *

ಗಿರಿಜ ತವರು ಮನೆಗೆ ಬಂದು ನಾಲ್ಕಾರು ದಿನವಾಗಿತ್ತು. ಅವಳ ಸಂಸಾರದಲ್ಲಿ ಯಾವ ಏರುಪೇರುಗಳೂ ಇರಲಿಲ್ಲ. ಹುಟ್ಟು ಶ್ರೀಮಂತಿಕೆಯಲ್ಲಿ ಬೆಳೆದಿದ್ದ ಗಂಡ.

ಒಂದು ತರಹ ಡಂಭಾಚಾರದ ಮನುಷ್ಯ. ತಮ್ಮ ದೊಡ್ಡ ಸ್ಥಿತಿಯ ಬಗ್ಗೆ ಅಪಾರವಾದ ಅಭಿಮಾನ. ಇವಳನ್ನು ಮಾತ್ರ ಪ್ರೀತಿಯಿಂದಲೇ ನೋಡಿಕೊಳ್ಳುತ್ತಿದ್ದ.

ಒದ್ದೆ ಕೂದಲನ್ನು ಟವಲಿನಿಂದೊರೆಸಿಕೊಳ್ಳುತ್ತ ಗಿರಿಜ ಹೊರಗೆ ಬಂದಳು. ರೇಣು ಕೂತು ಲೆಕ್ಕ ಮಾಡುತ್ತಿದ್ದ. ಇತ್ತೀಚೆಗೆ ಹುಡುಗಾಟವೆಲ್ಲ ಮಾಯವಾಗಿತ್ತು. ಅಭ್ಯಾಸದಲ್ಲಿ ಬಹಳವಾಗಿ ಆಸಕ್ತಿ ವಹಿಸಿದ್ದ.

"ರೇಣು" ಎಂದಳು. ಮನ ಮುರುಳಿಯ ವಿಷಯ ತಿಳಿಯಲು ಹಾತೊರೆಯುತ್ತಿತ್ತು. ತಾಯಿಯ ಬಳಿ ಪ್ರಸ್ತಾಪ ಮಾಡಿದಾಗ ಜಾರಿಕೆಯ ಉತ್ತರ ಕೊಟ್ಟಿದ್ದರು. 'ಮದ್ವೆಯಾದ್ಮೇಲೆ ಬಂದೇ ಇಲ್ಲ!' ಎಂದು ಹೇಳಿದ್ದರು.

"ರೇಣು, ನಾನು ತಂದುಕೊಟ್ಟಿದ್ದ ಗುಲಾಬಿ ಕಡ್ಡಿಗಳು ಚಿಗುರಿದ್ಯಾ?" ಕೇಳಿದಳು. ಪ್ರಸ್ತಾಪಿಸಲು ಒಂದು ನೆವ ಬೇಕಿತ್ತು.

"ಚಿಗುರೋದೇನು! ತುಂಬ ಹೂ ಕೂಡ ಬಿಡ್ತಾ ಇದೆ."

"ನಂಗೆರಡು ಹೂ ತರ್ತೀಯಾ!" ಅವಳ ಕಣ್ಣುಗಳಲ್ಲಿ ಆಸೆ ಮಿನುಗಿತು. ಹಿಂದೆ ತನ್ನ ಪ್ರೇಮವನ್ನು ತಿರಸ್ಕರಿಸಿದ ಮುರುಳಿಯ ಮೇಲೆ ಕೋಪವಿತ್ತು. ಈಗಿಲ್ಲ, ಅವನು ಭಗ್ನಪ್ರೇಮಿ. ಅವನು ಕೂಡ ಅಪಾರ ನೋವನ್ನು ಅನುಭವಿಸಿದ್ದ.

"ತರ್ತೀನ್ಬಿಡು. ಸೀತಕ್ಕ ತುಂಬ ಒಳ್ಳೆಯವರು. ಚೆನ್ನಾಗಿ ಮಾತಾಡ್ತಾರೆ. ಹಾಡು ಹೇಳ್ತಾರೆ" ಹೊಗಳಿದ. ಕೈಯಲ್ಲಿದ್ದ ತೆರೆದ ಪೆನ್ನಿಗೆ ಕ್ಯಾಪ್ ಸಿಕ್ಕಿಸಿ ಡ್ರಾಯರ್‌ನಲ್ಲಿಟ್ಟು ಹೊರಟ. ನಿಂತು "ನೀನು ಬರ್ತೀಯಾ" ಕೇಳಿದ. ಈಗ ಹೋಗುವುದರಲ್ಲಿ ಯಾವ ಆಕ್ಷೇಪಣೆಯೂ ಇಲ್ಲ. ಮುರುಳಿ ಕೂಡ ಮದುವೆಯಾದವ. ತಾನು ಕೂಡ ಮದುವೆಯಾದ ಹೆಣ್ಣು. ಹೋಗಿ ಬರುವುದರಲ್ಲಿ ತಪ್ಪೇನು!?

ಒಟ್ಟಾರೆ ಕೂದಲನ್ನು ಸೇರಿಸಿ ಮುಡಿಕಟ್ಟಿ, ಹಣೆಗಿಟ್ಟುಕೊಂಡು ಅಡಿಗೆಯ ಮನೆಯ ಬಾಗಿಲಲ್ಲಿ ನಿಂತು "ಅಮ್ಮ ತೋಟಕ್ಕೆ ಹೋಗಿಬರ್ತೀನಿ. ನಾನು ತಂದುಕೊಟ್ಟ ಗುಲಾಬಿ ಗಿಡಗಳನ್ನು ನೋಡಿ ಬರೋ ಆಸೆಯಾಗಿದೆ." ಅವರು ಏನಾದರೂ ಹೇಳುವ ಮುನ್ನವೇ ಅಲ್ಲಿಂದ ಕಾಲು ತೆಗೆದಳು.

ಪರಮೇಶಿ ಅಪ್ಪನ ಜೊತೆಯಲ್ಲಿ ಹಿಂದಿರುಗಿ ಮನೆಗೆ ಬಂದಿದ್ದ. ಅವನ ಜೊತೆ ನಾಲ್ಕಾರು ವಾಸಿಯಾಗದ ರೋಗಗಳನ್ನು ಹೊತ್ತು ತಂದಿದ್ದ. ಬಂದ ದಿನದಿಂದ ಚಿಕಿತ್ಸೆ ನಡೆದೇ ಇತ್ತು. ವಾಸಿಯಾಗುವ ಲಕ್ಷಣಗಳು ಕಾಣುತ್ತಿದ್ದವು. ಆಲೋಪತಿ, ಹೋಮಿಯೋಪತಿ, ಆಯುರ್ವೇದಿಕ್, ಮಂತ್ರ-ತಂತ್ರ ಎಲ್ಲಾ ನಡೆಯುತ್ತಿತ್ತು. ಇವೆಲ್ಲ ಚಿಕ್ಕಣ್ಣಯ್ಯಪ್ಪನವರ ಭೀಮಬಲ, ದೌಲತ್ತನ್ನ ಸ್ವಲ್ಪಮಟ್ಟಿಗೆ ಕುಗ್ಗಿಸಿತ್ತು.

ಇತ್ತೀಚೆಗೆ ಗಿರಿಜಳಿಗೆ ನಡೆದೇ ಅಭ್ಯಾಸವಿರಲಿಲ್ಲ. ಎಲ್ಲಿಗೆ ಹೋಗಬೇಕೆಂದರೂ ಕಾರು ರೆಡಿಯಾಗಿರುತ್ತಿತ್ತು. ಅಷ್ಟು ದೂರ ನಡೆಯುವ ವೇಳೆಗೆ ಸಾಕಾಯಿತು. ಹಿಂದಿಗಿಂತ ಈಗ ಮೈಸ್ಥೂಲವಾಗಿತ್ತು. ಮುಖ, ಮೈ ಬೆನ್ನಿನಲ್ಲಿ ಬೆವರು ಕಾಣಿಸಿಕೊಂಡಿತು. ಸೆರಗಿನಿಂದಲೇ ಹಣೆಯ ಮೇಲಿನ ಬೆವರನ್ನೊತ್ತಿಕೊಂಡಳು.

"ಅಬ್ಬ....! ಸಾಕಾಯ್ತೋ... ರೇಣು!" ರೇಣು ಜೋರಾಗಿ ನಕ್ಕ.

"ನೀವ್ ಸಾಹುಕಾರ್ರು! ಎಲ್ಲಿಗೆ ಹೋಗ್ಬೇಕಾದ್ರೂ ಕಾರು!" ಅಣಕದ ಧ್ವನಿಯಲ್ಲಿ ನುಡಿದ. ಇತ್ತೀಚೆಗೆ ಅವನಿಗೂ ಸ್ವಲ್ಪ ಸ್ವಲ್ಪ ಅರ್ಥವಾಗುತ್ತಿತ್ತು. 'ಮಂಡಿ ವ್ಯಾಪಾರದಲ್ಲೂ ಲಾಭವಿಲ್ಲ!' ಅವರ ತಂದೆ ಆಗಾಗ ಗೊಣಗುತ್ತಿದ್ದುದನ್ನು ಕೇಳಿಸಿಕೊಂಡಿದ್ದ.

ಗೇಟು ಮುಂದೆ ನಿಂತ ಗಿರಿಜ, ಒಂದು ಹೆಜ್ಜೆ ಮುಂದಕ್ಕೆ ಇಡದಾದಳು. ಸಂಕೋಚ ಅವಳನ್ನು ಬಾಧಿಸುತ್ತಿತ್ತು. ರೇಣು ಮುಂದೆ ನಡೆದು ಹಿಂದಕ್ಕೆ ತಿರುಗಿ ನೋಡಿದ. ಕಣ್ಣು ಕಿರಿದುಗೊಳಿಸಿ ಬರುವಂತೆ ಸನ್ನೆ ಮಾಡಿದ. ಧೈರ್ಯವಾಗಿ ಮುಂದಕ್ಕೆ ಹೆಜ್ಜೆ ಹಾಕಿದಳು. ಈಗ ತೋಟದ ಪ್ರತಿಯೊಂದು ಗಿಡ, ಬಳ್ಳಿಯೂ ನವೋಲ್ಲಾಸದಿಂದ ಶೋಭಿಸುತ್ತಿತ್ತು. ಇದಕ್ಕೆ ಕಾರಣವೇನು?

"ಬನ್ನಿ.... ಗಿರಿಜ" ಮುರುಳಿ ಆಹ್ವಾನಿಸಿದ. ತೊಟ್ಟಿದ್ದ ಬಿಳಿಯ ಪೈಜಾಮ, ಜುಬ್ಬ ಶುಭ್ರವಾಗಿತ್ತು. ಮುಖದ ಮೇಲೆ ಮಾರ್ದವತೆ ಮಿನುಗುತ್ತಿತ್ತು. ಮೊದಲಿಗಿಂತ ಆರೋಗ್ಯವಾಗಿ ಕಾಣುತ್ತಿದ್ದ. ಎದೆಯವರೆಗೂ ಕೈಕಟ್ಟಿ ನಿಂತಿದ್ದ.

"ಯಾವಾಗ್ಬಂದದ್ದು?" ಧ್ವನಿಯಲ್ಲಿ ಆತ್ಮೀಯತೆ ತುಳುಕಿತ್ತು.

"ನಾಲ್ಕಾರು ದಿನವಾಯ್ತು" ಮೇಲುಸಿರು ಬರುತ್ತಿತ್ತು ಬಿಸಿಲಿನ ಝಳಕ್ಕೆ.

"ಬನ್ನಿ...." ಒಳಗೆ ನಡೆದ. ರೇಣು ಪಕ್ಕಕ್ಕೆ ಸರಿದುಹೋದ. ಗಿರಿಜ ಅವನನ್ನು ಹಿಂಬಾಲಿಸಿದಳು. ಮನೆಯ ಅಚ್ಚುಕಟ್ಟನ್ನು ನೋಡಿ ದಂಗಾದಳು. ಮಣ್ಣಿನ ನೆಲ ಅಚ್ಚುಕಟ್ಟಾಗಿ ಸಾರಿಸಲ್ಪಟ್ಟಿತ್ತು. ಗೋಡೆಯ ಅಂಚಿಗೆ ರಂಗೋಲಿ ಶೋಭಾಯಮಾನವಾಗಿತ್ತು. ಹಳೇಕಾಲದ ಫೋಟೋಗಳು ಗೋಡೆಯ ಮೇಲೆ ವಿರಾಜಮಾನವಾಗಿತ್ತು. ಸ್ವಾಮಿ ವಿವೇಕಾನಂದರ ಭವ್ಯವಾದ ಒಂಟಿ ಫೋಟೋ ಒಂದು ಮುರುಳಿಯ ಅಭ್ಯಾಸ ಸ್ಥಳಕ್ಕೆ ಎದುರಾಗಿ ವಿರಾಜಮಾನವಾಗಿತ್ತು. ಪ್ರತಿಯೊಂದರಲ್ಲೂ ಅಚ್ಚುಕಟ್ಟುತನ.

"ಬಹಳ ಬದಲಾವಣೆಯಾಗಿದೆ." ಮುರುಳಿ ತುಟಿಗಳ ನಡುವೆಯೇ ನಕ್ಕು "ಸೀತ" ಎಂದು ಕೂಗಿದ. ಒಳಗಿನಿಂದ ಬಂದ ಸೀತ ಗಿರಿಜಳನ್ನು ನೋಡಿ ತುಟಿ ಅರಳಿಸಿದಳು. ಆತ್ಮೀಯತೆಯಿಂದ ಕಣ್ಣುಗಳು ಅರಳಿದವು. ಎಷ್ಟೋ ದಿನದ ಪರಿಚಯವೆನ್ನುವಂತೆ "ಕೂತ್ಕೊಳ್ಳಿ, ನೀವು ಬಂದಿದ್ದು ಬಹಳ ಸಂತೋಷ" ಗಿರಿಜ ಅವಾಕ್ಕಾದಳು. ಮನದಲ್ಲಿಯೇ ಭಯ ಆವರಿಸಿತು. ಮುರುಳಿಯೇನಾದರೂ ಮಡದಿಗೆ ತನ್ನ ಬಗ್ಗೆ ಹೇಳಿದ್ದರೆ!? ಖಂಡಿತ ಹೇಳಿರಲಾರ. ಅಂಥ ಅಲ್ಪತನ ಅವನಲ್ಲಿಲ್ಲ.

"ಇವ್ರು, ನನ್ನ ಸಹಪಾಠಿ ಗಿರಿಜಾಂತ, ಎಷ್ಟೋ ದಿನ ಹಸಿದ ನನ್ನ ಹೊಟ್ಟೆಗೆ ಅನ್ನ ನೀಡಿದ್ದಾರೆ." ಅವನ ಮಾತುಗಳಲ್ಲಿ ಕೃತಜ್ಞತೆ ಇತ್ತು.

ಸೀತ ಹಾಸಿದ ಚಾಪೆಯ ಮೇಲೆ ಕೂತಳು.

"ಬರವಣಿಗೆ ಹೇಗೆ ಸಾಗಿದೆ?" ಗಿರಿಜ ಕೇಳಿದಾಗ ಅವನು ತೃಪ್ತಿಯ ನಗೆ ನಕ್ಕ.

"ಒಂದ್ನಿಮಿಷ - ಬರ್ತೀನಿ" ಸೀತ ಸಡಗರದಿಂದ ಅಡಿಗೆಯ ಮನೆಯೊಳಕ್ಕೆ ಹೋದಳು.

"ಹೇಗಿದ್ದೀರಿ? ನಿಮ್ಮಕ್ಕ ಚೆನ್ನಾಗಿದ್ದಾರ? ನಾಗೇಂದ್ರ ಇತ್ತೀಚೆಗೆ ಬರಲಿಲ್ಲ!" ಒಟ್ಟಿಗೇ ಕೇಳಿದ.

"ಅಮ್ಮ ಹೇಳಿದ್ರು." ಮಾತುಗಳು ಒಳಗೆ ಉಳಿದವು.

"ಏನಂತ, ನೇರವಾಗಿ ಹೇಳಿ."

"ತುಂಬ ಬದಲಾಗಿದ್ದೀರೀಂತ. ಮನೆ ಕಡೆ ಬರೋದೆ ಇಲ್ವಂತೆ!" ಅವೆರಡು ಮಾತುಗಳನ್ನು ಅಲ್ಲಗಳೆಯಲಾರ. ಆದರೆ.... ಪರಮೇಶಿ ಬಂದ ಮೇಲೆ ಒಂದೆರಡು ಸಲ ಹೋದಾಗ ಏನೋ ಕೊರತೆಯೆನಿಸಿತು. ಒಂದು ವಿಧವಾದ ಉಪೇಕ್ಷೆ ಕಂಡುಕೊಂಡ. ಅತ್ತ ಹೋಗುವುದನ್ನು ನಿಲ್ಲಿಸಿದ. ಅದನ್ನು ನೇರವಾಗಿ ಹೇಳಿ ಗಿರಿಜಳ ಮನವನ್ನು ಘಾಸಿಗೊಳಿಸಲು ಅವನಿಗೆ ಇಷ್ಟವಾಗಲಿಲ್ಲ.

ಮೆಂತ್ಯದ ದೋಸೆಯ ಘಮಲು ಮನೆಯಲ್ಲೆಲ್ಲ ಹರಡಿತು. ಈ ವಾಸನೆ ಗಿರಿಜಳಿಗೆ ಹಿತವಾಗಿತ್ತು. ಅವರ ಮನೆಯಲ್ಲಿ ಎಂದೂ ಮೆಂತ್ಯದ ದೋಸೆ ಮಾಡುತ್ತಿರಲಿಲ್ಲ. ಗೆಳತಿಯರ ಮನೆಯಲ್ಲಿ ತಿಂದು ರುಚಿ ಕಂಡಿದ್ದಳು.

ತಟ್ಟೆಗಳ ಮಧ್ಯೆ ಬಾಳೆಯೆಲೆ ಹರಡಿ ಬಿಸಿ ಬಿಸಿ ದೋಸೆ, ಚಟ್ನಿಯನ್ನು ತಂದು ಅವಳ ಮುಂದೆ ಇಟ್ಟಳು. ಹಣೆಯಲ್ಲಿ ಬೆವರಿನ ಹನಿಗಳು ಸಾಲುಗಟ್ಟಿದ್ದವು. ಆದರೆ ಮುಖದಲ್ಲಿ ಬೇಸರವಾಗಲಿ, ಆಯಾಸವಾಗಲಿ ಇಲ್ಲ. ಸುಂದರ ರೂಪು, ಅದಕ್ಕೆ ಹೊಂದಿಕೊಂಡಂತೆ ಮೈಕಟ್ಟು, ವಿನಯವೇ ಮೂರ್ತಿವೆತ್ತಂತೆ ಕಂಡಳು.

"ತಗೊಳ್ಳಿ" ಅಲ್ಲೇ ಕೂತಳು. ಅವಳ ಕಣ್ಣುಗಳು ಜ್ಯೋತಿಗಳಂತೆ ಹೊಳೆಯುತ್ತಿದ್ದವು. ಅತೃಪ್ತಿಯ ಛಾಯೆಯೇ ಇಲ್ಲ. ಸಂತೃಪ್ತಿಭಾವ ಮುಖದ ಮೇಲೆ ನೆಲೆಸಿತ್ತು.

ತಟ್ಟನೇ "ಎದ್ದು "ಒಂದ್ನಿಮಿಷ ಬಂದ್ಬಿಟ್ಟೆ" ಒಳಗೆ ನಡೆದಳು.

"ತಿಂದ್ಬಿಡು. ಆರಿಹೋದ್ರೆ - ದೋಸೆಯ ರುಚಿಯೇ ಕೆಟ್ಟುಹೋಗುತ್ತೆ" ಬಲವಂತ ಮಾಡಿದ.

ಸೀತ, ಹೊರಗಿದ್ದ ರೇಣುನ ಕೂಡ ಕರೆದುಕೊಂಡು ಬಂದು ತಿಂಡಿಕೊಟ್ಟಳು. ಪಾದರಸದಂಥ ಚಟುವಟಿಕೆ. ಕಣ್ಣರಳಿಸಿ ನೋಡಿದಳು.

ದೋಸೆ ತಿಂದ ಮೇಲೆ ಬಿಸಿಬಿಸಿಯಾದ ಕಾಫಿ ಬಂತು. ನೀರು ಕಾಫಿನೆ ಆದರೂ ತಳದವರೆಗೆ ಕುಡಿದು ಮುಗಿಸಿದಳು.

"ಏನಾದ್ರೂ ಓದಿದ್ದೀರಾ?" ಅವಳ ಮುಖದ ಕಳೆಯೇ ಕೆಟ್ಟುಹೋಯಿತು. ಅವರ ಮನೆಯ ವಾತಾವರಣ ನೆನೆಸಿಕೊಂಡಳು. ಎಲ್ಲರೂ ವಿದ್ಯಾವಂತರೆ! ಏನು ಪ್ರಯೋಜನ? ಅವರ ಗುರಿ ಡಿಗ್ರಿಯ ಮೇಲೆ ಮಾತ್ರವಿತ್ತು. ಓದಿದ್ದನ್ನು ಕಕ್ಕಿ ತಲೆ

ಹಗುರ ಮಾಡಿಕೊಂಡಿದ್ದರು. ಪುಸ್ತಕಗಳನ್ನು ಕಂಡರೂ ಅವರಿಗೆ ಆಗದು. ಪತ್ರಿಕೆಗಳು ಮಾತ್ರ ಬಂದುಬೀಳುತ್ತಿದ್ದವು. ಅವರು ಓದುತ್ತಿದ್ದುದೂ ತೀರಾ ಕಳಪೆ ಸುದ್ದಿಗಳನ್ನು ಇಂತಹ ವಾತಾವರಣದಲ್ಲಿ ಏನು ಓದಿಯಾಳು? ನೋವಿನಿಂದ ಹೊರಳಿ ಹೊರಳಿ ಅತ್ತಿತ್ತು, ಅವಳ ಹೃದಯ.

"ಇಲ್ಲ, ಹಿಂದಿನ ಗಿರಿಜ ಎಂದೋ ಸತ್ತಿದ್ದಾಳೆ. ಈ ಗಿರಿಜಳೇ ಬೇರೆ. ಒಡವೆ, ವಸ್ತ್ರ ಧರಿಸಿಕೊಂಡು ಕಾರಿನಲ್ಲಿ ಓಡಾಡಿಕೊಂಡು...." ಅವಳ ಧ್ವನಿ ಭಾರವಾಯಿತು. ಮಾತುಗಳು ಹೊರಡದಾಯಿತು. ತಲೆ ತಗ್ಗಿಸಿದಳು. ನೋಟ ನೆಲವನ್ನು ನೋಡಿತು.

"ಸಮಾಧಾನ ಮಾಡ್ಕೊಳ್ಳಿ" ಎಂದಿಷ್ಟು ಮಾತ್ರ ಮುರುಳಿ ಉಸುರಿದ.

ಸೀತ, ಅವರನ್ನು ಮಾತಿಗೆ ಬಿಟ್ಟು ಹೊರಗೆ ಬಂದು ನಿಂತ ಅಂದಿನ ದೃಶ್ಯ. ಇಂದು ಅವನ ಕಣ್ಣುಗಳ ಮುಂದೆ ಜೀವಂತವಾಗಿತ್ತು. ಗಿರಿಜ ಅಳುತ್ತ ಸರಿದುಹೋಗಿದ್ದಳು.

ಅವರಿಬ್ಬರೂ ಕೆಲವೇ ನಿಮಿಷಗಳಲ್ಲಿ ಆತ್ಮೀಯ ಗೆಳತಿಯರಾಗಿಬಿಟ್ಟಿದ್ದರು. ಸೀತನೇ ಬೇಡವೆಂದರೂ ಕೇಳದೆ ತರಕಾರಿ, ಹೂವನ್ನು ಕಿತ್ತು ಬುಟ್ಟಿಗೆ ಹಾಕಿಕೊಟ್ಟಳು.

ಮುರುಳಿ ಗುಲಾಬಿಯ ಗಿಡಗಳ ಮುಂದೆ ನಿಂತು "ಇವನ್ನೆಲ್ಲ ಗಿರಿಜ ಅವರೇ ತಂದುಕೊಟ್ಟಿದ್ದು" ಎಂದಾಗಲೂ ಅವಳ ಮುಖದ ಮೇಲೆ ಅನುಮಾನದ ನೆರಳಾಡಲಿಲ್ಲ. ಕಣ್ಣುಗಳಲ್ಲಿ ಅಸಹನೆ ಪ್ರಜ್ವಲಿಸಲಿಲ್ಲ. ಸಂತೋಷದಿಂದ ಕಣ್ಣರಳಿಸಿ "ಎಂಥಾ ಚೆಂದದ ಗುಲಾಬಿ ಗಿಡಗಳು ತಂದುಕೊಟ್ಟಿದ್ದೀರಿ ಈ ಗಿಡಗಳಲ್ಲಿ ಬಿಟ್ಟ ಹೂಗಳನ್ನು ದೇವರಿಗೆ ಇಡೋವಾಗ 'ನಿಮ್ಗೆ ಒಳ್ಳೆಯದನ್ನ ಮಾಡು ಭಗವಂತ!' ಅಂತ ಪ್ರಾರ್ಥಿಸ್ತೀನಿ" ಎಂದಳು ಸೀತ. ಎಂಥ ಸುಂದರ ಹೃದಯ! ಇವರೇ ಸುಖಿಗಳು ಎಂದುಕೊಂಡಳು.

"ನೀವ್ ನಮ್ಮನೆಗೆ ಬನ್ನಿ" ಸೀತಳ ಕೈ ಹಿಡಿದು ಹೇಳಿದಳು. ಸೀತಳ ದೃಷ್ಟಿ ಗಂಡನ ಕಡೆ ಹೊರಳಿತು. 'ಎಂಥಾ ಅನುರಾಗ ಭಾವ!'

"ಆಯ್ತು ಬರ್ತೀವಿ" ಮುರುಳಿಯೇ ಹೇಳಿದ.

ಇಬ್ಬರೂ ಹೋಗಿ ಗೇಟಿನವರೆಗೂ ಬೀಳ್ಕೊಟ್ಟರು. ಸೀತ ಅವಳನ್ನೇ ನೋಡುತ್ತ ನಿಂತಿದ್ದಳು. ಗಿರಿಜ ಕೂಡ ಒಂದೆರಡು ಬಾರಿ ಹಿಂದಿರುಗಿ ನೋಡಿ ಕೈ ಬೀಸಿದಳು.

"ತುಂಬ ಒಳ್ಳೆಯವ್ಳು." ಸೀತಾ ಉದ್ಗರಿಸಿದಳು. ಅವಳ ಕಣ್ಣುಗಳ ಹೊಳಪು ನೋಡಿ ಮುರುಳಿ ದಂಗಾದ. ತಟ್ಟನೆ ನುಡಿದ ಮಾತು ಜ್ಞಾಪಕಕ್ಕೆ ಬಂತು. "ಅಚ್ಛಾ ದೋಸ್ತ್ ಔರ್ ಆಚ್ಛಿ ಪತ್ನಿ ಕಿಸ್ಮತ್‌ವಾಲೋಂಕೋ ಮಿಲತಾ ಹೈ' ಹಿಂದಿಯ ಲೋಕೋಕ್ತಿ. ಅವನು ತುಟಿಗಳ ಮೇಲೆ ತೃಪ್ತಿಯ ನಗು ಅರಳಿತು. ತೋರುಬೆರಳಿನಿಂದ ಮಡದಿಯ ಕೆನ್ನೆಯನ್ನು ತಟ್ಟಿ "ನಿನ್ಗೆ ಎಲ್ಲರೂ ಒಳ್ಳೆಯವ್ರೇ" ಎಂದು ಒಳಗೆ ನಡೆದ. ಎಷ್ಟೋ ಹೊತ್ತು ಸೀತ ಅಲ್ಲೇ ನಿಂತಿದ್ದಳು.

ಗಿರಿಜ ಮನೆಗೆ ಬಂದಾಗ ಹೊತ್ತು ಏರಿತ್ತು. ಅವಳ ತಾಯಿ ಅವಳ ದಾರಿಯನ್ನು

ಕಾಯುತ್ತ ನಿಂತಿದ್ದರು. ಶ್ರೀಮಂತರ ಮನೆ ಸೊಸೆ. ಹೋಗಿದ್ದು ಅವರಿಗೆ ಸರಿಯೆನಿಸಲಿಲ್ಲ. ಹೆಣ್ಣು ಮಕ್ಕಳ ಭವಿಷ್ಯದ ಬಗ್ಗೆ ತಾಯಂದಿರಿಗೆ ಆತಂಕವೇ.

"ಎಂದಾದ್ರೂ ಸಂಜೆ ಹೋಗಿ ಬಂದಿದ್ರಾಗಿತ್ತು!" ಎಂದವರೇ ಒಳ ನಡೆದರು. ರೇಣು ಬುಟ್ಟಿಯನ್ನು ಅವರಮ್ಮನ ಕೈಯಲ್ಲಿ ಕೊಟ್ಟ.

"ಪರಮೇಶಿ ಎಲ್ಲಿ?" ಎನ್ನುತ್ತಲೇ ಗಿರಿಜ ಒಳಗೆ ನಡೆದಳು. ಹಿಂದೆ ಅವನೆಲ್ಲೋ ಹೊರಟುಹೋದ ಎಂಬ ಕೊರಗು ಮಾತ್ರವಿತ್ತು. ಈಗ... ಕೊರಗು ವೇದನೆಯ ರೂಪ ತಾಳಿ ಮನೆಯವರನ್ನೆಲ್ಲ ಕೊಲ್ಲುತ್ತಿತ್ತು.

"ಮಲ್ಗಿದ್ದಾನೆ. ಊಟ ಮಾಡ್ಬಾ."

"ಈಗ ಬೇಡಮ್ಮ" ಎಂದವಳೇ ಕೋಣೆಗೆ ಹೋಗಿ ಮಂಚದ ಮೇಲೆ ಮಲಗಿದಳು.

ಹೆಣ್ಣು ಮಕ್ಕಳ ಮದುವೆಗಾಗಿ ಅಪಾರವಾಗಿ ಖರ್ಚು ಮಾಡಿದ್ದರು. ಚಿಕ್ಕಣ್ಣಯ್ಯಪ್ಪ, ಕೇಳಿದಷ್ಟು ವರದಕ್ಷಿಣೆ ಕೊಟ್ಟಿದ್ದರು. ಬಡ ವರಗಳ ಕಡೆ ದೃಷ್ಟಿನೇ ಬೀರಿರಲಿಲ್ಲ. ತಮ್ಮ ಜೋರಿನ ಮಧ್ಯೆ ಹೆಣ್ಣುಮಕ್ಕಳಿಗೂ ಮನಸ್ಸಿದೆ ಎಂಬುದನ್ನು ಮರೆತುಬಿಟ್ಟಿದ್ದರು. ತಮ್ಮ ಮನಸ್ಸಿನಂತೆ ನಡೆಸಿದ್ದರು. ಇವರ ಅರ್ಥದಲ್ಲಿ ಅವರುಗಳು ಸುಖವಾಗಿಯೇ ಇದ್ದರು. ಇವರ ಸ್ಥಿತಿ ಮಾತ್ರ ಯೋಚಿಸುವಂತಾಗಿತ್ತು. ಮಗ ಮನೆಗೆ ಬಂದಮೇಲೆ ಖರ್ಚಿಗೆ ದಾರಿಯಾಗಿತ್ತು. ಉದಾಸೀನ, ಬೇಸರದಿಂದ ವ್ಯಾಪಾರದಲ್ಲಿ ನಷ್ಟ. ಒಂದೇ.... ಎರಡೇ... ಇಷ್ಟಾದರೂ ಬಾಯಿಬಿಡರು. ಒಳಗೊಳಗೆ ನುಂಗಿ ನುಂಗಿ ಅರ್ಧವಾಗಿದ್ದರು.

ಎದುರು ಮಂಚದ ಮೇಲೆ ಮಲಗಿದ್ದ ಪರಮೇಶಿ, ಛಾವಣಿ ನೋಡುತ್ತಿದ್ದ. ಮಲಗಿದ್ದ ಗಿರಿಜ ಎದ್ದು ಕೂತಳು. ಇತ್ತೀಚಿನ ಅವನ ಮೇಲೆ ಅಸಹ್ಯ ಭಾವ ಉದಯಿಸಿತು.

"ಸುಮ್ನೇ ಮಲಗಿದ್ರೆ ಹತ್ತಾರು ಕಾಯಿಲೆಗಳು ಬಂದು ಮುತ್ತಿಕೊಳ್ಳುತ್ತೆ. ಹೋಗಿ ಮಂಡಿಯಲ್ಲಿ ಕೂತ್ಕೋ" ಅಸಹನೆ ಸಿಡಿಯಿತು.

"ನನ್ಕೈಯ್ಯಲ್ಲಾಗೋಲ್ಲ!" ಮಲಗಿದಲ್ಲಿಂದಲೇ ಉತ್ತರಿಸಿದ. ಅವಳಿಗೆ ರೇಗಿಹೋಯಿತು. ಒಬ್ಬೊಬ್ಬರು ಅವನ ಕಾಯಿಲೆಗಳಿಗೆ ಒಂದೊಂದು ಹೆಸರಿಸುತ್ತಿದ್ದರು.

"ಥೂ...." ಎಂದು ಎದ್ದು ಹೊರಗೆ ಬಂದಳು. ಇತ್ತೀಚಿನ ದಿನಗಳಲ್ಲಿ ತವರುಮನೆಯೆಂದರೆ ಅವಳಿಗೆ ಬೇಸರ. ಯಾಕೆ? ಅವಳೇನಾದರೂ ಇವರ ಮೇಲೆ ದ್ವೇಷ ಸಾಧನೆ ಮಾಡುತ್ತಿದ್ದಾಳೊ? ಏನೋ.....???

"ಅಮ್ಮ ನಾನು ರೇಣುನ ಕರ್ಕೊಂಡ್ಹೋಗ್ತೀನಿ. ಅವು ಅಲ್ಲೇ ಓದಿಕೊಳ್ಳಿ" ತಟ್ಟನೆ ನುಡಿದಳು. ರೇಣು ಕಣ್ಣರಳಿಸಿ ಅಕ್ಕನನ್ನು ನೋಡಿದ. ಅವಳ ಜೊತೆ ಹೋಗುವುದು

ಅವನಿಗೂ ಇಷ್ಟವಾದ ಸಂಗತಿಯೇ. ಮುಸುಮುಸು ಅಳೋ ಅಮ್ಮ ರೇಗಾಡೋ ಅಪ್ಪಾಜಿ, ಮುಲುಗಾಡೋ ಪರಮೇಶಿ. ಅವನಿಗೂ ಕೂಡ ಮಂಕು ಕವಿಸಿತ್ತು.

"ನಿಮ್ಮ ಅಪ್ಪಾಜಿ ಒಪ್ಪಿಕೊಳ್ಳಬೇಕಲ್ಲ!"

ಹಿಂದೆ ಅಪ್ಪಾಜಿಯ ವಿಷಯ ಬಂತೆಂದರೇ ನಡುಗಿಬಿಡುತ್ತಿದ್ದಳು. ಈಗ.... ಆ ಭಯವಿಲ್ಲ. ಯೋಚಿಸಿದಾಗ ಅರ್ಥವಿಲ್ಲವೆನಿಸಿತ್ತು. ಶ್ರೀಮಂತರ ಮನೆಯ ಸೊಸೆ. ಅವರೂ ಕೂಡ ಮೊದಲಿನಂತೆ ಜೋರು ಮಾಡಲಾರರು.

"ಎಲ್ಲಾ ಒಪ್ಕೋತಾರೆ. ಇಲ್ಲಿದ್ರೆ - ಅವ್ನು ಹಾಳಾಗ್ತಾನೆ" ಇತ್ತೀಚಿಗೆ ಗಂಭೀರವಾಗಿ, ನೇರವಾಗಿ ಮಾತಾಡುವುದನ್ನು ಅಭ್ಯಾಸ ಮಾಡಿಕೊಂಡಿದ್ದಳು. ಅತ್ತೆಯ ಮನೆಯಲ್ಲಿ ಬಹಳ ಜನರಿದ್ದರು. ಯಾರೂ ಯಾರಿಗೂ ಹೆದರುತ್ತಿರಲಿಲ್ಲ. ಇವಳ ಗಂಡ ಶಂಕರ್ ಎಲ್ಲರಿಗಿಂತ ಮೇಲುಗೈ ಪಡೆದವನು. ಮನೆಯಲ್ಲಿ ಅವನಿಗೆ ಹೆಚ್ಚಿನ ವಿದ್ಯಾರ್ಹತೆಯೂ ಇತ್ತು. ಅದೃಷ್ಟವೂ ಚೆನ್ನಾಗಿತ್ತು. ವ್ಯಾಪಾರದಲ್ಲಿ ಅವನ ಗಳಿಕೆ ಮುಂದಾಗಿತ್ತು. ಆದ್ದರಿಂದ ಆ ಮನೆಯಲ್ಲಿ ಗಿರಿಜಳಿಗೆ ಸ್ವಲ್ಪ ಹೆಚ್ಚಿನ ಗೌರವ ಇತ್ತು. ಅವಳ ಮಾತಿಗೂ ಬೆಲೆ ಇತ್ತು. ತಮ್ಮನನ್ನು ಕರೆದೊಯ್ದು ಇರಿಸಿಕೊಂಡರೆ ಯಾರೂ ಆಕ್ಷೇಪಿಸುತ್ತಿರಲಿಲ್ಲ. ಚೆಲುವೆ ಮಡದಿಯ ಕಣ್ಣು ಸನ್ನೆಗೆ ಸೋತುಹೋಗುವ ಗಂಡ ಶಂಕರ್.

ತಾಯಿ ಕಣ್ಣಲ್ಲಿ ನೀರಾಡಿದ್ದು ನೋಡಿ ಅವಳಿಗೆ ಸಂಕಟವಾಯಿತು. ಅಪ್ಪಾಜಿಯ ಜೋರಿಗೆ ತಗ್ಗಿಬಗ್ಗಿ ನಡೆದದ್ದು ಆಯಿತು. ಮಗ ಎಲ್ಲೋ ಹೋದನಲ್ಲ ಎಂದು ಹಗಲು ರಾತ್ರಿ ಕಣ್ಣೀರು ಸುರಿಸಿದ್ದಾಯಿತು. ಈಗಂತೂ ಗೋಳು ಇದ್ದಿದ್ದೇ.

"ಸುಮ್ಮನಿರಮ್ಮ, ಯಾಕೆ ಅಳ್ತೀ! ಏನು ಪ್ರಯೋಜನ? ಹಗ್ಲೂ ರಾತ್ರಿ ನನ್ಮಗ ಹಿಂದಿರುಗಿ ಬರಲೀಂತ ದೇವರಿಗೆಲ್ಲ ಕೈಮುಗ್ದೇ. ಅವನ ವಿಷ್ಯ ತಿಳಿಯದಿದ್ರೆ ಎಷ್ಟೋ ಚೆನ್ನಾಗಿತ್ತು" ಸಮಾಧಾನ ಕಳೆದುಕೊಂಡು ಆಡಿದಳು. ಆಮೇಲೆ ನಾಲಿಗೆ ಕಚ್ಚಿಕೊಂಡಳು.

ಅವರು ಮಗಳನ್ನು ಅಚ್ಚರಿಯಿಂದ ನೋಡಿದರು. ಇವಳು ಮೊದಲಿನ ಗಿರಿಜಳಲ್ಲ. ಸೌಮ್ಯ ಹುಡುಗಿ, ಹೇಗೆ ತಯಾರಾಗಿದ್ದಾಳೆ! ಒಡಹುಟ್ಟಿದವನ ಬಗ್ಗೆಯೇ ಎಷ್ಟು ಕಠಿಣವಾಗಿ ಆಡಿದಳು!

"ರೇಣು ಬಟ್ಟೆ ಬರೆ ಎತ್ತಿಟ್ಕೋ!"

ಇದ್ದಷ್ಟು ದಿನ ಒಮ್ಮೆಯಾದರೂ ಹೋಗಿ ಸೀತಳನ್ನು ಮಾತಾಡಿಸಿಕೊಂಡು ಬರುತ್ತಿದ್ದಳು. ಆಕಸ್ಮಾತ್ ಮುರುಳಿ ಇಲ್ಲದಿದ್ದರೂ ಇಬ್ಬರೂ ಕೂತು ಮಾತಾಡುತ್ತಿದ್ದರು. ಗಿರಿಜ ಮದುವೆಯಾದ ಮೇಲೆ ಪೂರ್ಣವಾಗಿ ಬದಲಾಯಿಸಿಬಿಟ್ಟಿದ್ದಳು. ಒಮ್ಮೊಮ್ಮೆ ವೇದನೆಯ ಮಹಾಪೂರವೇ ಉಕ್ಕಿದಂತಾಗುತ್ತಿತ್ತು. ಮರುಕ್ಷಣವೇ ತಟಸ್ಥವಾಗಿಬಿಡುತ್ತಿತ್ತು. ಬದಲಾವಣೆಗೆ ಪೂರ್ಣವಾಗಿ ಹೊಂದಿಕೊಂಡಿದ್ದಳೆಂದೇ ಹೇಳಬಹುದು.

ಒಂದು ದಿನ ಸಂಜೆಯ ವೇಳೆ ಬಂದ ಗಿರಿಜ ಗಕ್ಕನೇ ನಿಂತಳು.

ಭಕ್ತಿಪೂರ್ವಕವಾಗಿ ಸುಶ್ರಾವ್ಯವಾಗಿ ಸೀತ ಹಾಡುತ್ತಿದ್ದಳು. ಅವಳ ತನ್ಮಯತೆ ಎಷ್ಟಿತ್ತೆಂದರೆ ಮನೆಯಲ್ಲಿ ಕಳ್ಳರು ನುಗ್ಗಿದರೂ ಅವಳಿಗೆ ಗೊತ್ತಾಗುತ್ತಿರಲಿಲ್ಲವೇನೋ!

ಹಾಡು ನಿಲ್ಲಿಸಿದ ಮೇಲೆಯೇ ಸೀತ ಇವಳತ್ತ ಗಮನಹರಿಸಿದ್ದು. ನಗುಮೊಗದಿಂದ ಎದುರುಗೊಂಡು "ಬನ್ನಿ, ತುಂಬ ಹೊತ್ತಾಯ್ತು?" ಸಂಕೋಚದಿಂದ ಕೇಳಿದಳು.

"ನೀವು ಹಾಡ್ತಾ ಇದ್ದರೇ ಇಡೀ ದಿನಪೂರ್ತಿ ಹೀಗೆಯೇ ನಿಲ್ಲಬಲ್ಲೆ. ಎಷ್ಟು ಚೆನ್ನಾಗಿ ಹಾಡ್ತೀರಿ!" ಅವಳ ಕಣ್ಣುಗಳಲ್ಲಿ ಮೆಚ್ಚುಗೆ ತುಳುಕಾಡಿತು.

"ಇಲ್ಲೇ ಚೆನ್ನಾಗಿದೆ. ಕೂತುಕೊಳ್ಳೋಣ."

ಇಬ್ಬರೂ ಬಾವಿಯ ಕಟ್ಟೆಯ ಬಳಿ ಕೂತರು. ಗಿರಿಜ ಬಲವಂತ ಮಾಡಿ ಅವಳಿಂದ ಇನ್ನೆರಡು ಭಕ್ತಿಗೀತೆಗಳನ್ನು ಹಾಡಿಸಿದಳು.

ಅವಳು ಹೊರಟು ನಿಂತಾಗ ಕಟ್ಟಿಟ್ಟಿದ್ದ ಮೊಗ್ಗಿನ ದಂಡೆಯನ್ನು ಅವಳ ಮುಡಿಗೆ ಮುಡಿಸಿದಳು. ತೃಪ್ತಭಾವ ಸೀತೆಯ ಮುಖದ ಮೇಲೆ ಮಿನುಗಿತು.

"ಅಯ್ಯೋ.... ನೀವು ಮುಡುಕೊಂಡೇ ಇಲ್ಲ."

"ಪರ್ವಾಗಿಲ್ಲ, ನಾನು ಮುಡುಕೊಳ್ಳುವುದಕ್ಕಿಂತ ಬೇರೆಯವರಿಗೆ ಕೊಟ್ಟರೇನೇ ಹೆಚ್ಚಿನ ಸಂತೋಷ." ಅದು ಬಾಯಿ ಮಾತು ಆಗಿರಲಿಲ್ಲ. ಹೃದಯದಾಳದಿಂದ ಹೊರಬಂದಿತ್ತು.

ಮನೆ ತಲುಪುವವರೆಗೂ ಗಿರಿಜ ಅವಳ ಬಗ್ಗೆ ಯೋಚಿಸುತ್ತಿದ್ದಳು. ಅವಳಿಗೆ ಮುರುಳಿಯ ಮೇಲಿದ್ದ ಪ್ರೀತಿಯನ್ನು ಕಂಡು ದಿಗ್ಭ್ರಮೆಗೊಂಡಿದ್ದಳು. ಅವಳು ಬರೀ ಗಂಡನನ್ನು ಪ್ರೀತಿಸುತ್ತಿರಲಿಲ್ಲ; ಆರಾಧಿಸುತ್ತಿದ್ದಳು; ಪೂಜಿಸುತ್ತಿದ್ದಳು.

* * * *

ಸಂಜಯನಲ್ಲಿ ಒಂದು ರೀತಿಯ ಹಟದ ಜೊತೆ ಸಾಹಿತ್ಯ ಸೇವೆಯ ಹುಚ್ಚು ಹರಡಿಕೊಂಡಿತ್ತು. ಇದು ಮೊದಲಿನದೇನು ಅಲ್ಲ. ಉಷಾಳನ್ನು ಮದುವೆಯಾದ ಮೇಲೆ, ಮುರುಳಿಯನ್ನು ನೋಡಿದ ಮೇಲೆ.

ಮೂರು ನಾಲ್ಕು ದಿನಗಳಿಂದ ಉಷಾ ಡ್ರಾಯಿಂಗ್ ರೂಮಿನಲ್ಲಿ ಬಿಡಾರ ಹೂಡಿದ್ದಳು. ಅವಳ ಊಟ, ತಿಂಡಿಯೆಲ್ಲ ಅಲ್ಲೇ ಆಗುತ್ತಿತ್ತು. ಯಾರೂ ಕೋಣೆಯೊಳಕ್ಕೆ ಬರಬಾರದೆಂದು ನಿರ್ಬಂಧ ಹಾಕಿದ್ದಳು. ಅದು ಸಂಜಯನಿಗೂ ಅನ್ವಯಿಸುತ್ತಿತ್ತು. ಹೇಳಿದಾಗ ಜೋರಾಗಿ ನಕ್ಕುಬಿಟ್ಟಿದ್ದ. ಆದರೂ ಅವಳನ್ನು ನಿರಾಶೆಗೊಳಿಸಬಾರದೆಂದು ಒಪ್ಪಿಕೊಂಡಿದ್ದ.

ಮಧ್ಯಾಹ್ನ ಸಂಜಯ ಊಟಕ್ಕೆ ಬಂದಾಗ ಡ್ರಾಯಿಂಗ್ ರೂಮಿನ ಬಾಗಿಲು ಅರೆ ಮುಚ್ಚಿತ್ತು. ಮೆಲ್ಲಗೆ ಇಣಕಿದ. ಉಷಾ ಗದ್ದಕ್ಕೆ ಕೈಯಾನಿಸಿ ಕೂತಿದ್ದಳು. ತೆರೆದ ಪೆನ್ನು ಅವಳ ಕೈಯಲ್ಲಿತ್ತು. ಫ್ಲಾಸ್ಕ್, ಹೂಜಿ, ಗಾಜಿನ ಲೋಟಗಳು ಅವಳಿಗೆ

ಎಟುಕುವಂತಿತ್ತು. ಮನದಲ್ಲಿಯೇ ನಗುತ್ತ ತನ್ನ ಕೋಣೆಗೆ ಹೋಗಿ ಉಡುಪು ಬದಲಾಯಿಸಿ ಹೊರಗೆ ಬಂದ. ಮಡದಿಯ ಬಗ್ಗೆ ಸಹಾನುಭೂತಿಯುಂಟಾಯಿತು.

"ಅಮ್ಮಾವ್ರರದು ಊಟ ಆಯ್ತ?" ಅಡಿಗೆಯ ಹುಡುಗ ಬಾಯಿಗೆ ಕೈ ಅಡ್ಡ ಹಿಡಿದು ನಗುತ್ತಿದ್ದ. ನಗುವನ್ನು ಬಲವಂತದಿಂದ ಅಮುಕುವಂತೆ ಕಂಡ.

"ಯಾಕೋ! ಏನಾಯ್ತು?"

ಅವನು ಬಾಯಿಗೆ ಕೈ ಅಡ್ಡ ಹಿಡಿದೇ ಅಡಿಗೆಯ ಮನೆಯೊಳಕ್ಕೆ ಓಡಿದ. ಅವನ ನಗುವಿನ ರೀತಿ ಕಂಡು ಸಂಜಯನ ತುಟಿಗಳ ಮೇಲೂ ನಗು ತುಳುಕಿತು. ವಿಷಯ ತಿಳಿಯುವವರೆಗೂ ಅವನಿಗೆ ಸಮಾಧಾನವಿರಲಿಲ್ಲ.

"ರಂಗ, ಯಾಕೋ?" ಎಂದ, ಅಡಿಗೆಯ ಮನೆಯ ಬಾಗಿಲಿನಲ್ಲಿ ನಿಂತು.

"ಅಮ್ಮಾವ್ರರು.... ಅಮ್ಮಾವ್ರರು..." ಅವನ ನಗು ನಿಲ್ಲಲಿಲ್ಲ.

"ಏನೋ, ಅಮ್ಮಾವ್ರರಿಗೆ?" ರೇಗಿ ಕೇಳಿದ.

"ನೀವು ಬೆಳಿಗ್ಗೆ ಹೊರಟಾಗಿನಿಂದ ಅಮ್ಮಾವ್ರರು ಇಪ್ಪತ್ತೊಂದು ಸಾರಿ ಬೆಲ್ ಮಾಡಿದ್ದರು: ಕಾಫಿ, ಹಾಟ್ ಮಿಲ್ಕ್, ಕೋಲ್ಡ್ ಮಿಲ್ಕ್, ಮೋಸಂಬಿ ರಸ, ಐಸ್ ಕ್ರೀಮ್..." ಜೋರಾಗಿ ನಕ್ಕ. ವಿಷಯ ಸಂಜಯನಿಗೂ ಅರ್ಥವಾಗಿತ್ತು. ರೇಗಲಿಲ್ಲ. ಅವನ ಜೊತೆ ಜೋರಾಗಿ ನಕ್ಕುಬಿಟ್ಟ.

ಮೇಜಿನ ಮುಂದೆ ಊಟಕ್ಕೆ ಕೂತ, ಬೇಸರವಾಯಿತು. ಎದ್ದು ಬಂದು ಡ್ರಾಯಿಂಗ್ ರೂಮು ಬಳಿ ನಿಂತು "ಮೇಡಮ್, ಒಳ್ಗೆ ಬರಬಹುದಾ?" ಧ್ವನಿಯಲ್ಲಿ ಅತಿ ವಿನಯ ಪ್ರದರ್ಶಿಸಿದ.

ಉಷಾಳಿಗೂ ಏಕಾಂತ ಬೇಸರವಾಗಿರಬೇಕು. ಪೆನ್ನು ಕೆಳಗಿಟ್ಟು ಕೈ ಕೊಡವಿ, ತೀರಾ ಘಾಸಿಗೊಂಡವಳಂತೆ "ಬನ್ನಿ" ಎಂದಳು. ಸಂಜಯ ಬಂದು ಅವಳ ಟೇಬಲಿಗೆ ಎದುರಾಗಿದ್ದ ಕುರ್ಚಿಯ ಮೇಲೆ ಕೂತು ಅತ್ತಿತ್ತ ನೋಡಿದ. ಅರ್ಧ ಕುಡಿದ ಕಾಫಿ, ಹಾಲು, ಬಟ್ಟಲುಗಳು ಸ್ಟೂಲ್ ಮೇಲೆ ಹರಡಿಕೊಂಡಿದ್ದವು. ಅವಳು ಬೇಕು ಎಂದಾಗ ಒಂದು ಚಾಕಲೇಟ್ ಬಾಕ್ಸ್‌ನ ತಂದುಕೊಟ್ಟಿದ್ದ. ಅದರಲ್ಲಿ ಕೇವಲ ನಾಲ್ಕು ಚಾಕಲೇಟು ಮಾತ್ರ ಉಳಿದಿತ್ತು. ಅವನ ಆಸಕ್ತಿ ಕೆರಳಿತು.

"ಹೇಗೆ ಸಾಗಿದೆ, ಬರವಣಗೆ?" ಗಂಭೀರವಾಗಿ ಕೇಳಿದ. ದೊಡ್ಡ ಲೇಖಕಿಯಾಗಬೇಕೆಂದು ಹೊರಟಿರುವ ಹೆಣ್ಣಿನ ಮುಂದೆ ಹಗುರವಾಗಿ ಮಾತಾಡಲು ಸಾಧ್ಯವೆ?

"ಪರ್ವಾಗಿಲ್ಲ, ನಾನು ನಿಮ್ಮನ್ನು ಕೈ ಹಿಡ್ದು ತಪ್ಪು ಮಾಡ್ದೆ!" ಅವನು ತಟ್ಟನೆ ಕುಸಿದ. ಇಂತಹ ಮಾತುಗಳು ಅವಳ ಬಾಯಿಂದ ಅಪರೂಪವೇನಲ್ಲ. ಕೋಪದಿಂದ ಹಾರಾಡಿದಾಗ, ನಿರರ್ಗಳವಾಗಿ ಹೊರಬೀಳುತ್ತಿದ್ದವು. ಇಂದು ಗಂಭೀರವಾಗಿ ಆಡಿದ್ದಳು.

ತಟ್ಟನೆ ಕೋಪ ಬಂತು. ಅವನ ಮುಖದ ನರಗಳೆಲ್ಲ ಬಿಗಿದುಕೊಂಡವು. ರೋಷದಿಂದ ಅವುಡು ಕಚ್ಚಿದ. ತಟ್ಟನೆ ಎದ್ದು ಹೊರ ಬಂದುಬಿಟ್ಟ. ಅವನ ಸಹನೆಗೂ ಮಿತಿಯುಂಟು.

ಊಟ ಮಾಡಿ ಕೋಣೆಗೆ ಹೋಗಿ ಮಲಗಿಬಿಟ್ಟ. ಅವಳ ಹಗುರವಾದ ಮಾತುಗಳನ್ನು ಯೋಚಿಸುವ ಮಟ್ಟಕ್ಕೆ ಒಯ್ಯುತ್ತಲೇ ಇರಲಿಲ್ಲ. ಇಂದು ಮನಸ್ಸಿಗೆ ಬಹಳ ಕಿರಿಕಿರಿಯೆನಿಸಿತ್ತು.

ನಾಲ್ಕೈದು ದಿನಗಳಿಂದ ಪ್ರಯಾಸಪಟ್ಟು ಎರಡು ಸಣ್ಣ ಕಥೆಗಳನ್ನು ಬರೆದಿದ್ದಳು. ಕೆಲವು ಕಡೆ ಹೊಡೆದು ಹಾಕಿ ಬರೆದು, ಅಂತೂ ಇಂತೂ ಮುಗಿಸಿದ್ದಳು. ಪೆನ್ನು ಹಿಡಿದಾಗ ಅವಳ ಕಲ್ಪನೆಗಳು ಕರಗಿಹೋಗುತ್ತಿದ್ದವು. ವಸ್ತು ಗಟ್ಟಿಯಾಗಿರಲಿಲ್ಲ. ಎಷ್ಟೇ ಪ್ರಯತ್ನಪಟ್ಟರೂ ಭಾವನಾವೇಗ ಅವಳಲ್ಲಿ ಹರಿದುಬರುತ್ತಿರಲಿಲ್ಲ.

"ನಂಗೆ ಈ ಮನೆಯಲ್ಲಿ ಬರ್ಯೋಕೆ ಆಗೋಲ್ಲ!" ಅಬ್ಬರಿಸಿದ್ದಳು. ಅವನ ಕೋಣೆಯ ಬಳಿ ಬಂದರು. ಸಂಜಯ ಅವಳೆಡೆ ತಿರುಗಿ ನಸುನಕ್ಕು, ಮಗ್ಗುಲಾಗಿ ಮಲಗಿಬಿಟ್ಟ.

ಅವನಿಗೆ ಗೊತ್ತು; ದೊಡ್ಡ ಲೇಖಕಿಯಾಗಬೇಕು, ತನ್ನ ಕತೆ, ಕಾದಂಬರಿಗಳು ಜನಪ್ರಿಯವಾಗಬೇಕು. ಪತ್ರಿಕೆಗಳಲ್ಲಿ ತನ್ನ ಹೆಸರು ಅಚ್ಚಾಗಬೇಕು. ಓದುಗರ ನಾಲಗೆಯ ಮೇಲೆ ತನ್ನ ಹೆಸರು ನಲಿದಾಡಬೇಕು. ಇದಿಷ್ಟೇ ಅವಳ ಆಕಾಂಕ್ಷೆ. ಆದರೆ ಅದಕ್ಕೆ ಬೇಕಾದ ಆಳವಾದ ಜೀವನಾನುಭವದ ಆಲೋಚನಾ ಶಕ್ತಿ ಅವಳಲ್ಲಿ ಇರಲಿಲ್ಲ. ಜೀವನದ ಕಾಠಿಣ್ಯವನ್ನು ವಾಸ್ತವತೆಯ ಕೋನದಿಂದ ನೋಡಲಾರದ ದುರ್ಬಲತೆ ಅವಳಲ್ಲಿತ್ತು.

"ನಾನು ಎಲ್ಲಾದ್ರೂ ಹೋಗ್ತೀನಿ."

ಮಲಗಿಯೇ ಅವನು "ಹೋಗು, ಆದರೆ ಮತ್ತೆ ಬರ್ಬೇಡ" ಸ್ಪಷ್ಟವಾಗಿ ಅವಳಿಗೆ ಅರ್ಥವಾಗುವಂತೆ ಹೇಳಿದ.

ಅರ್ಧ ಗಂಟೆ ಒಂದೇ ಸಮನೆ ಒದರಾಡಿ ಆಯಾಸ ಮಾಡಿಕೊಂಡಳು. ಅವನು ತಮಾಷೆ ನೋಡುವವನಂತೆ ಸುಮ್ಮನಿದ್ದ. ಅವಳ ಈ ತರಹ ನಡತೆ ಅವನ ಪಾಲಿಗೆ ಮನರಂಜನೆ.

ಅವಳು ಸುಮ್ಮನೆ ಒಂದೆಡೆ ಕೂತ ಮೇಲೆ ಮೇಲಕ್ಕೆದ್ದು ಒಂದು ಲೋಟ ನೀರು ತಗೊಂಡು ಹೋಗಿ "ಮೊದ್ಲು ಸ್ವಲ್ಪ ಕುಡ್ದು ಸಮಾಧಾನ ಮಾಡ್ಕೋ" ಎಂದವನೇ ಅವಳ ತಲೆ ಸವರಿ ಹೊರಗೆ ಹೋಗಿಬಿಟ್ಟ.

ಅವನ ಉದಾಸೀನ ಕಂಡು ಉಷಾಳಿಗೆ ಅಳುವುಕ್ಕಿ ಬಂತು. ಎರಡು ಕೈಗಳಿಂದ ಮುಖ ಮುಚ್ಚಿ ಬಿಕ್ಕಿಬಿಕ್ಕಿ ಅತ್ತಳು. ಸಂಜಯ ಪುನಃ ಅತ್ತ ತಲೆ ಹಾಕಲಿಲ್ಲ. ನೇರವಾಗಿ ಆಫೀಸಿಗೆ ಹೋಗಿಬಿಟ್ಟ.

ಎದ್ದ ಉಷಾ ಊಟ ಮಾಡಿ ಹೊರಗೆ ಬಂದಳು. ಕಾರು ಇರಲಿಲ್ಲ. ತಾನು ಬರೆದ

ಹಸ್ತಪ್ರತಿಗಳನ್ನು ಮಡಚಿ ತನ್ನ ವ್ಯಾನಿಟಿ ಬ್ಯಾಗ್‌ನಲ್ಲಿಟ್ಟುಕೊಂಡು "ರಂಗ, ನಾನು ಆ ಮನೆಗೆ ಹೋಗಿಬರ್ತೀನಿ" ಎಂದು ಹೇಳಿ ಹೊರನಡೆದಳು.

ಅವಳ ಉದ್ದೇಶ ಮುರುಳಿಯನ್ನು ನೋಡುವುದಾಗಿತ್ತು. ಆಟೋದಲ್ಲಿ ಕುಳಿತ ಮೇಲೆ ಮನಸ್ಸು ಬದಲಾಯಿಸಿದಳು. ನೇರವಾಗಿ ಅಪ್ಪನ ಮನೆಗೆ ಬಂದಳು. ಶಾಲೆಗೆ ರಜ ಇತ್ತು. ಅವರು ಮನೆಯಲ್ಲಿಯೇ ಇದ್ದರು.

"ಬಾಮ್ಮ...." ಅರೆ ಮನಸ್ಸಿನಿಂದಲೇ ಸ್ವಾಗತಿಸಿದರು. ಇತ್ತೀಚಿಗಂತೂ ಮಗಳ ಭವಿಷ್ಯದ ಬಗ್ಗೆ ಬಹಳ ಆತಂಕಗೊಂಡಿದ್ದರು.

"ಇದ್ನ ಸ್ವಲ್ಪ ಓದಿ." ಅವರ ಮುಂದೆ ಕೂತುಬಿಟ್ಟಳು. ಅವಳ ಉತ್ಸಾಹ ನೋಡಿ ನಿರಾಶೆಗೊಳಿಸುವ ಮನಸ್ಸು ಅವರಿಗೂ ಆಗಲಿಲ್ಲ. ಕನ್ನಡಕ ಏರಿಸಿ ನಿಧಾನವಾಗಿ ಓದಿದರು. ತೀರಾ ಕೆಳಮಟ್ಟದ ಬರಹ. ಎಲ್ಲಾ ಹಸಿಹಸಿಯಾಗಿತ್ತು. ಅವೆರಡು ಕತೆಗಳು ಪ್ರೇಮಕ್ಕೆ ಸಂಬಂಧಿಸಿದವು. ಹೇಳುವ ರೀತಿಯಲ್ಲೂ ಆಕರ್ಷಣೆ ಇರಲಿಲ್ಲ. ತಲೆ ಕೆರೆದುಕೊಂಡರು.

"ಹೇಗಿದೆ, ಅಣ್ಣ?" ಉತ್ಸಾಹದಿಂದ ಕೇಳಿದಳು.

ಮೊದಲು ಏನು ಹೇಳಬೇಕೆಂಬುದೇ ಅವರಿಗೆ ತೋಚಲಿಲ್ಲ. ಯಾವುದೂ ಪಕ್ವವಲ್ಲ, ಮುಂದೆ ಶ್ರಮಪಟ್ಟರೂ ಒಳ್ಳೆಯ ಲೇಖಕಿಯಾಗುವ ಭರವಸೆ ಅವರಲ್ಲಿ ಮೂಡಲಿಲ್ಲ.

"ಚೆನ್ನಾಗಿದೆ" ಮೊಟಕಾಗಿ ಹೇಳಿದರು.

"ಚೆನ್ನಾಗಿರಲೇಬೇಕು. ನಾನು ಎಷ್ಟು ಶ್ರಮಪಟ್ಟಿದ್ದೀನಿ, ಗೊತ್ತ? ನಾನು ಸಾಹಿತಿಗಳ್ನ ಮದ್ವೆಯಾಗಬೇಕಿತ್ತಣ್ಣ. ಇವ್ರಿಗೆ ಸಾಹಿತ್ಯದ ಗಂಧವೇ ಇಲ್ಲ. ನನ್ನ ಬರಹಗಳ್ನ ನೋಡಿ ನಕ್ಕುಬಿಡ್ತಾರೆ" ಮಗಳ ಮಾತು ಕೇಳಿ ಅವರಿಗೆ ನಗಬೇಕೋ, ಅಳಬೇಕೋ, ಗೊತ್ತಾಗಲಿಲ್ಲ. ಮೌನವಹಿಸಿದರು.

"ಅಣ್ಣ, ನಿಂಗೆ ಪುರಸೊತ್ತು ಇದೆಯಲ್ಲ. ಇದ್ನ ಕೂತು ದುಂಡಗೆ ಬರೆದು ಪ್ರತಿ ಮಾಡಿಕೊಡಣ್ಣ." ಅವರಿಗೆ ತಲೆ ಚಚ್ಚಿಕೊಳ್ಳಬೇಕೆನಿಸಿತು.

"ಸ್ವಲ್ಪ ಕಾಫಿ ಮಾಡ್ಕೊಂಡ್ಬಾರೆ," ಹೆಂಡತಿಗೆ ಕೂಗಿ ಹೇಳಿ ಹಸ್ತಪ್ರತಿಯನ್ನು ಮಡಚಿ, ಕನ್ನಡಕ ತೆಗೆದು ಕೈಯಲ್ಲಿ ಹಿಡಿದು, "ಉಷಾ, ನಿಂಗೂ ಕೆಲ್ಸವಿರೋಲ್ಲ. ಬರೀತಾ... ಬರೀತಾ... ಶೈಲಿ ಸುಧಾರಿಸುತ್ತೆ. ಇದ್ನ ಓದಿ ಇನ್ನೊಮ್ಮೆ ಬರೆಯುವ ಪ್ರಯತ್ನ ಮಾಡು."

"ಬೇಜಾರಣ್ಣ, ಕೈಯಲ್ಲಿ ನೋವು ಬಂದುಬಿಡ್ತು" ಕೈಯನ್ನು ಅದುಮಿಕೊಂಡಳು. ಮೊದಲಿನಿಂದ ಸುಖವಾಗಿಯೇ ಬೆಳೆದವಳು. ಈಗಲೂ ಸುಖೀ ಜೀವನ ಅವಳನ್ನ ಅರಸಿಕೊಂಡು ಬಂದಿತ್ತು. ಕಾಲೇಜು ಬಿಟ್ಟ ಮೇಲೆ ಮೊದಲಿನ ಚಟುವಟಿಕೆಯೇ ಅವಳಲ್ಲಿರಲಿಲ್ಲ. ತಾತ್ಕಾಲಿಕವಾಗಿ ರಂಜಿಸುವ ಪುಸ್ತಕಗಳನ್ನು ಓದುವುದು, ಚಲನಚಿತ್ರಗಳನ್ನು ನೋಡುವುದು ಇದಿಷ್ಟೇ ಅವಳ ಕೆಲಸಗಳು. ಎಷ್ಟೋ ಸಲ 'ನೀನು

ಲೇಖಕಿಯಾಗದಿದ್ರೆ ಬೇಡ. ಒಳ್ಳೆಯ ಗ್ರಂಥಗಳನ್ನು ಓದುವುದನ್ನು ಅಭ್ಯಾಸ ಮಾಡ್ಕೋ' ಎಂದು ಹೇಳುತ್ತಿದ್ದ. ಅವೊಂದೂ ಇವಳ ಕಿವಿಗೆ ಹೋಗುತ್ತಿರಲಿಲ್ಲ. ಕೆಲವೊಮ್ಮೆ ತೀರಾ ಸಣ್ಣ ಹುಡುಗಿಯಂತೆ ಮಾತಾಡುತ್ತಿದ್ದಳು. ಮತ್ತೊಮ್ಮೆ ದೊಡ್ಡ ಲೇಖಕಿಯಂತೆ ಗಂಭೀರವಾಗಿ ಮಾತಾಡುತ್ತಾಳೆ. ಅವಳ ಪ್ರವೃತ್ತಿಯನ್ನ ಅರ್ಥಮಾಡಿಕೊಳ್ಳುವುದೇ ಕಷ್ಟವಾಗಿತ್ತು.

"ನೀನು ಈಗ್ಲೇ ಕೂತು ಪ್ರತಿ ಮಾಡಿಕೊಡಣ್ಣ. ನಾಳೆ ಪತ್ರಿಕೆಗೆ ಕಳ್ಸಿಬಿಡ್ಬೇಕು" ಎಂದವಳೆ ತಾಯಿ ತಂದಿಟ್ಟ ಕಾಫಿ ಕುಡಿದು, ಬಿದ್ದಿದ್ದ ಚಂದಮಾಮ ಹಿಡಿದು ಮಲಗಿಯೇಬಿಟ್ಟಳು.

ಇದನ್ನು ಪ್ರತಿಮಾಡಿ ಕೊಡುವವರೆಗೂ ಎದ್ದು ಹೋಗಲಾರಳೆಂದು ಅವರಿಗೆ ಗೊತ್ತಾಯಿತು. ಬೇಸರದಿಂದಲೇ ಆ ಕೆಲಸವನ್ನು ಕೈಗೊಂಡರು. ಬರಹದ ಎಲ್ಲೆಯಲ್ಲೂ ಬರೆದವಳ ಉದಾಸೀನತೆ ಎದ್ದು ಕಾಣುತ್ತಿತ್ತು. ಹಣೆಯ ನೆರಿಗೆಗಳು ಆಳವಾದವು. ಅಲ್ಲಲ್ಲಿ ತಿದ್ದಿ ಬೇಗ ಪ್ರತಿ ಮಾಡಿದರು - ಮಗಳನ್ನು ಆದಷ್ಟು ಬೇಗ ಸಾಗಾಕಬೇಕಲ್ಲ. ಇಲ್ಲದಿದ್ದರೇ ಅಳಿಯನ ಕೋಪವನ್ನು ಎದುರಿಸಬೇಕು.

"ಎದ್ದು ಮುಖ ತೊಳ್ಕೊ. ಪ್ರತಿ ಮಾಡಿಟ್ಟಿದ್ದೀನಿ." ತಾವೇ ಮಗಳ ಜೊತೆ ಹೊರಡಲು ಸಿದ್ಧರಾದರು.

ತಂದೆ, ಮಗಳು ಮನೆಗೆ ಬಂದಾಗ ಸಂಜಯ ಪೇಪರ್ ಓದುತ್ತ ವರಾಂಡದಲ್ಲಿ ಕೂತಿದ್ದ. ಅವನ ಮುಖದ ಮೇಲೆ ಬೇಸರವಾಗಲಿ, ಕೋಪವಾಗಲಿ ಇರಲಿಲ್ಲ. ಹಸನ್ಮುಖನಾಗಿಯೇ ಇದ್ದ. ಮಡದಿಯ ಕಡೆ ನೋಡಿ ಹಗುರವಾಗಿ ನಕ್ಕ.

ಉಷಾ ಬಹಳ ಸಂತೋಷದಿಂದಿದ್ದಳು. ಬಂದವಳೇ ಅವನ ಸಮೀಪದಲ್ಲಿದ್ದ ಬೆತ್ತದ ಛೇರಿನ ಮೇಲೆ ಕೂತಳು. ವಾರೆಗಣ್ಣಿಂದ ಅವಳ ಕಡೆ ನೋಡಿ ತುಟಿ ಕೊಂಕಿಸಿ ನಕ್ಕ.

ವ್ಯಾನಿಟಿ ಬ್ಯಾಗ್‌ನಲ್ಲಿದ್ದ ಹಸ್ತಪ್ರತಿಯನ್ನು ತೆಗೆದು ಅವನ ಮುಂದೆ ಹಿಡಿದಳು. ಸುಮ್ಮನೆ ತೆಗೆದುಕೊಂಡ. ಅವಳ ಮುಖದ ಮೇಲಿನ ಬಿಗುಮಾನ ಅಣಕಿಸಿದಂತಾಯಿತು.

"ಈ ಕತೆಗಳ್ನ ಅಣ್ಣ ತುಂಬ ಚೆನ್ನಾಗಿದೆ ಅಂದ್ರು!" ಮಾವ, ಅಳಿಯ ಮುಖ ಮುಖ ನೋಡಿಕೊಂಡರು. ಅವಳ ಬಂಡವಾಳ ಇಬ್ಬರಿಗೂ ಗೊತ್ತು. ಸಂಜಯ ನಗುತ್ತ "ಹಾಗಂತ ಹೇಳ್ಲೇಬೇಕು!" ಎಂದ. ಅವನ ಮಾತಿನರ್ಥ ಅವಳಿಗಾಗಲಿಲ್ಲ.

"ನೀವು ಓದಿ ನಿಮ್ಮ ಅಭಿಪ್ರಾಯ ತಿಳ್ಸಬೇಕು."

"ಖಂಡಿತ ಬೇಡ. ನಿನ್ನ ಸಾಹಿತ್ಯನ ಓದಿ, ಹೇಳೋಷ್ಟು ಶಕ್ತಿ ನಂಗಿಲ್ಲ, ಬೇಕಾದ್ರೆ ಮುರುಳಿಗೆ ತೋರಿಸೋಣ" ಎಂದು ಅವಳ ಮುಖದ ಭಾವನೆಗಳನ್ನು ನಿರುಕಿಸುತ್ತಿದ್ದ.

ಅಂದು ಹಸ್ತಪ್ರತಿಯನ್ನು ಹರಿದು ಅವನ ಮುಂದೆ ತೂರಿ ಬಂದಿದ್ದಳು. ಅವನ ಬಗ್ಗೆ ಅವಳಿಗೆ ಗೊತ್ತು. ಅವನ ಸಾಹಿತ್ಯವನ್ನೇ ಅಲ್ಲ, ಅವನನ್ನು ಕೂಡ ಪ್ರೇಮಿಸಿದ್ದಳು.

ಇಂದು ಕೂಡ ಪ್ರೇಮಿಸುತ್ತಿದ್ದೇನೆ; ನಮ್ಮಿಬ್ಬರ ಪ್ರೇಮ ಜೀವಂತ ಎಂಬುದು ಅವಳ ಅಚಲ ನಂಬಿಕೆ.

"ಬೇಡ." ಅವನ ಕೈಯಲ್ಲಿದ್ದ ಹಸ್ತಪ್ರತಿಯನ್ನು ಕಿತ್ತುಕೊಂಡು, ಒಳಗೋಗಿಬಿಟ್ಟಳು.

ಅದೂ ಇದೂ ಮಾತಾಡುತ್ತಾ ಕೂತಿದ್ದ ಅವರು ಎದ್ದುಹೋದ ಮೇಲೆ ಸಂಜಯ ಒಳಗೆ ಬಂದ. ಉಷಾ ಮಲಗಿಬಿಟ್ಟಿದ್ದಳು. 'ಪಾಪ, ಬರೆದು ದಣಿದಿದ್ದಾಳೆ' ಎಂದು ಮನದಲ್ಲೇ ನಕ್ಕು ಸುಮ್ಮನಾಗಿಬಿಟ್ಟ.

ಊಟಕ್ಕೆ ಕೂಡ ಎಬ್ಬಿಸಲಿಲ್ಲ. ತಣ್ಣಗೆ ಊಟ ಮಾಡಿ ಹೋಗಿ ಮಲಗಿದ. ದಿನದಂತೆ ಪೀಡಿಸಲೂ ಹೋಗಲಿಲ್ಲ, ನಿದ್ದೆ ಮಾಡುವವನಂತೆ ನಟಿಸಿದ.

ಉಷಾ ಒಂದೆರಡು ಸಾರಿ ಹೊರಳಾಡಿದಳು. ಎದ್ದು ಕೂತಳು. ಅವನೆಡೆ ದುರದುರನೆ ನೋಡಿ ಮಲಗಿದಳು. ಅವನತ್ತ ಹೊರಳಿ ಅವನೆದೆಯ ಮೇಲೆ ಕೈಯಿಟ್ಟಳು. ಅವನ ಬೆರಳುಗಳಲ್ಲಿ ತನ್ನ ಬೆರಳುಗಳನ್ನು ಬೆಸೆದಳು. ಕೋಪಗೊಂಡು ಮೂಗು ಹಿಂಡಿದಳು. ಬಳಸಿ ಅಪ್ಪಿದ ಅವನೆದೆಯಲ್ಲಿ ಮುಖವಿಟ್ಟಳು. ಕ್ರಮೇಣ ಕರಗಿಹೋದಳು.

ಕತೆಗಳನ್ನು ಪತ್ರಿಕೆಗೆ ಕಳುಹಿಸಿದ ಉಷಾ ಪ್ರತಿದಿನ ಅಂಚೆ ನೋಡುವಳು. ಈಗಾಗಲೇ ಗೆಳತಿಯರಿಗೆಲ್ಲ ತನ್ನ ಕತೆಗಳು ಪತ್ರಿಕೆಯಲ್ಲಿ ಪ್ರಕಟವಾಗುವ ವಿಷಯವನ್ನು ತಿಳಿಸಿದ್ದಳು. ಓದುಗರಿಂದ ಬರುವ ಮೆಚ್ಚಿಗೆಗಾಗಿ ಕನಸು ಕಾಣತೊಡಗಿದಳು. ಸದಾ ಅವಳಿಗೆ ಅದೇ ಗುಂಗು.

"ಉಷಾ, ಫಿಲಂಗೆ ಹೋಗೋಣ್ವಾ?" ಸಂಜೆ ಮನೆಗೆ ಬಂದ ಕೂಡಲೇ ಸಂಜಯ ಕೇಳಿದ. ಅವಳು ಆ ಲಹರಿಯಿಂದ ಹೊರಬೀಳಬೇಕಾಗಿತ್ತು. ಇಲ್ಲದಿದ್ದರೆ ಅವನ ತಲೆ ಚಿಟ್ಟು ಹಿಡಿದುಹೋಗುತ್ತಿತ್ತು. 'ಇವಳಿಗೆ ಯಾಕಪ್ಪ ಹಿಡಿಯಿತು ಈ ಹುಚ್ಚು' ಎಂದು ಪೇಚಾಡಿಕೊಳ್ಳುತ್ತಿದ್ದ.

"ಈಗ್ಬೇಡ" ಅವಳತ್ತ ನೋಡಿದ. ಯೋಚನಾಮಗ್ನಳಾಗಿರುವಂತೆ ಕಂಡಳು. ತನ್ನ ಕತೆಗಳು ಪತ್ರಿಕೆಗಳಲ್ಲಿ ಅಚ್ಚಾಗುವ ಗುಂಗಿನಲ್ಲಿ ಬಹಳ ಇಷ್ಟಪಡುತ್ತಿದ್ದ ಅವಳಿಗೆ ಫಿಲಂ ನೋಡುವುದು ಕೂಡ ಬೇಡವಾಗಿತ್ತು.

"ಇನ್ಯಾವಾಗ ಹೋಗೋದು?" ಸಿಡಿಮಿಡಿಗೊಂಡ.

"ಆ ಕತೆಗಳು ಪ್ರಕಟವಾಗಿಬಿಡಲಿ. ನನ್ನನ್ನು ಓದುಗರು ಗುರ್ತಿಸಲಿ" ಇದು ತೀರಾ ಹುಚ್ಚಾಟವೆನಿಸಿತು ಅವನಿಗೆ.

ಲೇಖನ ವ್ಯವಸಾಯವನ್ನು ಹಿಡಿದ ಮಾತ್ರಕ್ಕೆ ಜನರಿಗಿಂತ ತಾನು ಬಹಳ ಭಿನ್ನ ಎಂದು ತಿಳಿಯುವುದು ಸರಿಯಲ್ಲ. ಜೀವನದ ನೈಜ ಮೌಲ್ಯಗಳನ್ನು ಎತ್ತಿ ಹಿಡಿಯುವುದೇ ಲೇಖನಿಯ ಉದ್ದೇಶವಾಗಿರಬೇಕು. ಹೆಸರು ಗಳಿಕೆಗೆ ಇದೊಂದು

ಸಾಧನವಲ್ಲ. ಕೀರ್ತಿಕಾಮನೆಗೆ ಬಲಿಯಾಗದೆ ಅನುಭವ ಸಮೃದ್ಧಿ ಅಧ್ಯಯನಶೀಲತೆಗಳನ್ನು ಹೆಚ್ಚಿಸಿಕೊಳ್ಳಬೇಕು.

ಸಂಜಯ ನಿಟ್ಟುಸಿರು ಚೆಲ್ಲಿದ. ತಕ್ಷಣ ಅವನಿಗೆ ಮುರುಳಿಯ ನೆನಪಾಯಿತು. ಸದಾ ಏಕಾಂಗಿಯಾಗಿರುತ್ತಿದ್ದ, ಯೋಚಿಸುತ್ತಿದ್ದ, ಅಭ್ಯಾಸ ಮಾಡುತ್ತಿದ್ದ. ಅವನ ದೃಷ್ಟಿ ಕೀರ್ತಿಯ ಬಗ್ಗೆ ಹೊರಳಿಯೇ ಇರಲಿಲ್ಲ.

ಕಾರಿನ ಕೀ ತಗೊಂಡು ಹೊರಟುಬಿಟ್ಟ. ಅವನ ಕಾರು ತಿರುಗಿದ್ದು ಮುರುಳಿಯ ಮನೆ ಕಡೆ. ಅವರ ಕಾದಂಬರಿಯನ್ನು ಇವನೇ ಅಚ್ಚಾಗಿಸುತ್ತಿದ್ದ. ಮುರುಳಿಯಲ್ಲಿ ಸುಪ್ತವಾಗಿ ಅಡಕವಾಗಿದ್ದ ಪ್ರತಿಭೆ ಶೋಷಿತರ ಕೈಗೆ ಸಿಕ್ಕಿ ಕುಂಠಿತವಾಗುವುದು ಅವನಿಗೆ ಬೇಕಿರಲಿಲ್ಲ.

ಗಂಡ, ಹೆಂಡತಿ ಕಾಂಪೌಂಡಿನ ಬಿರುಕುಗಳನ್ನು ಸರಿ ಮಾಡುವುದರಲ್ಲಿ ಮಗ್ನರಾಗಿದ್ದರು. ಆ ಮುಖಗಳಲ್ಲಿ ಮಿನುಗುವ ತುಂಬ ತೃಪ್ತಭಾವವನ್ನು ನಿಂತು ನೋಡಿದ. ತಾನಾಗಿ "ನಮಸ್ತೆ" ಎಂದ. ಹಿಂದಕ್ಕೆ ತಿರುಗಿದ ಮುರುಳಿ "ಓ! ನೀವಾ! ಬನ್ನಿ.... ಬನ್ನಿ..." ಎಂದು ಮಣ್ಣು ಕೈಯನ್ನು ಕೊಡವುತ್ತಲೇ ಬಂದ.

"ನಿಮ್ಮ ಕೆಲ್ಸಕ್ಕೆ ತೊಂದರೆಯಾಯ್ತೂಂತ ಕಾಣಿಸುತ್ತೆ." ಅವನ ದನಿಯಲ್ಲಿದ್ದ ಸಂಕೋಚ ಗುರ್ತಿಸಿದ ಮುರುಳಿ "ಏನಿಲ್ಲ, ಸ್ವಲ್ಪ... ಕೆಲಸವಷ್ಟೆ." ಬಾವಿಯ ಬಳಿ ಕೈಗಳನ್ನು ತೊಳೆದು, ಅಲ್ಲೇ ಹರವಿದ್ದ ಟವಲಿನಿಂದೊರೆಸುತ್ತ ಬಂದ.

"ಏನೂ ಕೆಲ್ಸವಿರಲಿಲ್ಲ. ನಿಮ್ಮನ್ನು ನೋಡೋಣಾಂತ್ಬಂದೆ" ನವಿರಾಗಿ ನಕ್ಕ.

"ಸೀತಾ... ಬಾ, ನಾಳೆ ಮಾಡಿದ್ರಾಯ್ತು" ಹಿಂದಕ್ಕೆ ತಿರುಗಿ ಹೇಳಿದ. ಆ ದನಿಗೇ ಕಾದಿದ್ದವಳಂತೆ ಅವಳೂ ಬಂದಳು.

ಬಂದಾಗ ಸಿಗೋ ಕಾಫಿ ಜೊತೆಗೆ ಸಂಜಯನಿಗೆ ತಿಂಡಿ ಕೂಡ ಸಿಕ್ಕಿತು. ಕೋಡುಬಳೆ, ಉಂಡೆಯನ್ನು ಸೀತ ತಂದಿಟ್ಟಾಗ ಬೇಡವೆನ್ನಲಿಲ್ಲ.

"ನಮ್ಮತ್ತೆ, ಮಾವ ಬಂದಿದ್ರು. ಸಂಪ್ರದಾಯವಾದಿಗಳು. ಬರೀ ಕೈಯಲ್ಲಿ ಮಗಳ ಮನೆಗೆ ಬರೋಲ್ಲ." ಮುರುಳಿ ಮಡದಿಯ ಮುಖ ನೋಡಿ ನಕ್ಕ.

"ಅವೆಲ್ಲ ನಂಗೆ ತುಂಬ ಇಷ್ಟ. ನೀತಿ, ಸಂಯಮ, ಸಂಪ್ರದಾಯ ಕೆಲವೊಮ್ಮೆ ಬಹಳ ಅಗತ್ಯವೆನಿಸುತ್ತೆ."

ಆಮೇಲೆ ಅವರ ಮಾತುಗಳು ಪುಸ್ತಕದ ಕಡೆ ಸಾಗಿದವು. ಅಚ್ಚಿನ ಲೋಪದೋಷಗಳ ಬಗ್ಗೆ ಮಾತಾಡಿದರು. ಇನ್ನು ಕೆಲವೇ ದಿನಗಳಲ್ಲಿ ಪುಸ್ತಕ ಮುದ್ರಣ ಪೂರ್ತಿಯಾಗುವ ಬಗ್ಗೆ ತಿಳಿಸಿದ. ಮುರುಳಿ ಕೃತಜ್ಞತೆಯಿಂದ ಅವನೆಡೆ ನೋಡಿದ. ಸಂಜಯನ ಬಗ್ಗೆ ತಪ್ಪು ತಿಳಿಯಲಾರ. ಅವನ ಸಹನೆ ಇವನಿಗೆ ದೊಡ್ಡ ಸವಾಲನ್ನೇ ಎಸೆದಿತ್ತು. ಎಷ್ಟೋ ದಿನ ಮುಖ ತಿರುಗಿಸಿದ್ದ. ಕಟುವಾಗಿ ಮಾತಾಡಿದ್ದ. ಆದರೂ ಎಂದೂ ಅವನ ಮುಖದ ನಗುವಿನ ಛಾಯೆ ಕುಂದಿರಲಿಲ್ಲ.

"ಪ್ರಸಿದ್ಧ ಸಾಹಿತಿಗಳ ಕೈಯಲ್ಲಿ ಪುಸ್ತಕವನ್ನು ಬಿಡುಗಡೆ ಮಾಡಿಸುವ ಉದ್ದೇಶವಿದೆ. ನೀವೇನು ಹೇಳ್ತೀರಾ!" ಮುರುಳಿ ಎತ್ತಲೋ ನೋಡಿದ. ಪ್ರತಿಕ್ರಿಯೆ ಸೂಚಿಸಲು ಹಿಂದುಮುಂದೆ ನೋಡಿದ. ಇದರಿಂದಲೇ ಅವನ ಆ ಇಷ್ಟವನ್ನು ಅರ್ಥಮಾಡಿಕೊಂಡ. ಆ ವಿಷಯವನ್ನು ಅಷ್ಟಕ್ಕೇ ಬಿಟ್ಟ.

"ಬೇಡ, ಬಿಡಿ. ಬೇಸರ ಬೇಡ" ಎಂದು ಬೀಳ್ಕೊಟ್ಟು ನಡೆದ.

ಉಷಾಳ ಎರಡು ಸಣ್ಣಕತೆಗಳು ಅಸ್ವೀಕೃತವಾಗಿ ಹಿಂದಿರುಗಿದ್ದವು. ದಿನಪೂರ್ತಿ ಪತ್ರಿಕೆಯ ಸಂಪಾದಕರ ಮೇಲೆ ಹಾರಾಡಿದಳು. ಒಳಗೊಳಗೇ ಕುದಿದಳು. ಸಂಜಯ ಸಮಾಧಾನ ಮಾಡಲು ಹೋಗಲಿಲ್ಲ. ಅವಳಾಗಿ ತಪ್ಪನ್ನ ಅರಿತು ಸಮಾಧಾನಗೊಳ್ಳಲೆಂದು ಮೌನವಹಿಸಿದ.

ಮುರುಳಿಯ ಕಾದಂಬರಿಗಳು ಯಾವ ಸಮಾರಂಭವೂ ಇಲ್ಲದೆ ಮಾರಾಟಕ್ಕೆ ಬಿಡುಗಡೆಯಾದವು. ಎಲ್ಲರಿಗಿಂತ ಹೆಚ್ಚಿನ ಸಂತೋಷ ಅನುಭವಿಸಿದವಳು ಸೀತ. ದೇವರ ಮುಂದೆ ಪುಸ್ತಕದ ಪ್ರತಿಗಳನ್ನಿಟ್ಟು ಸಿಹಿ ಅಡಿಗೆ ಮಾಡಿದಳು. 'ಚೈತ್ರದ ಕೋಗಿಲೆ'ಯಿಂದ ಹೆಸರು ಮಾಡಿದ ಮುರುಳಿ, ಈ ಕಾದಂಬರಿಯಿಂದ ಮತ್ತಷ್ಟು ಜನಪ್ರಿಯನಾದ. ಈ ಕೀರ್ತಿ ಅವನಲ್ಲಿ ಯಾವ ಮಾರ್ಪಾಡು ಮಾಡಲಿಲ್ಲ. ಎಂದಿನಂತೇ ಇದ್ದ. ಈಗಿನ್ನೂ ಆಳವಾಗಿ ಅಭ್ಯಾಸ ಮಾಡುತ್ತಿದ್ದ.

ಸಂಜಯ ಕೊಟ್ಟ ರಾಯಲ್ಟಿಯ ಹಣ ಕೈ ಸೇರಿತ್ತು. ಮೊದಲ ಬಾರಿ ಎನ್ನುವಂತೆ ಮಡದಿಯ ಬಗ್ಗೆ ಯೋಚಿಸಿದ.

"ಸೀತಾ, ಬೇಗ ರೆಡಿಯಾಗು. ಎಲ್ಲಾದ್ರೂ ಹೋಗ್ಬರೋಣ." ಅವಳು ತಬ್ಬಿಬ್ಬು ಆದಳು. ಸಂತೋಷದಿಂದ ಅವಳಿಗೆ ಉಸಿರು ಕಟ್ಟುವಂತಾಯಿತು.

"ಯಾಕೆ ಸುಮ್ನೆ ನಿಂತುಬಿಟ್ಟೆ!" ನಗುತ್ತ ಅವಳ ಭುಜವನ್ನು ಹಿಡಿದು ಅಲ್ಲಾಡಿಸಿದ. ಅವಳ ಕಣ್ಣಲ್ಲಿ ಚಿಮ್ಮಿದ್ದ ಕಣ್ಣೀರು ಕೆನ್ನೆಯ ಮೇಲೆ ಉರುಳಿತು. ಇದುವರೆಗೂ ಎಂದೂ ಅವಳ ಕಣ್ಣಲ್ಲಿ ನೀರು ಕಂಡಿರಲಿಲ್ಲ. ಆತಂಕಗೊಂಡ. "ಯಾಕೆ?" ಬೆರಳಿನಿಂದ ಕಣ್ಣೀರನ್ನು ತೊಡೆದ. ಅವನ ಕಾಲಿನ ಬಳಿ ಕುಸಿದಳು. ಹಿಡಿದೆತ್ತಿ ಅವಳನ್ನು ಎದೆಗೊರಗಿಸಿಕೊಂಡ. ಆ ಆಲಿಂಗನದಲ್ಲಿ ಎರಡು ಹೃದಯಗಳ ಸಂವೇದನೆ ಅಡಗಿತ್ತು. ಆಳವಾದ ಪ್ರೀತಿಯ ಅನುಭವವಾಗಿತ್ತು ಮುರುಳಿಗೆ.

"ಬೇಗ ರೆಡಿಯಾಗು." ಅವಳ ಕೆನ್ನೆ ತಟ್ಟಿದ.

ಸೀತ ಗಂಟೆಕಾಲ ಕನ್ನಡಿಯ ಮುಂದೆ ನಿಂತು ಅಲಂಕರಿಸಿಕೊಳ್ಳಲಿಲ್ಲ. ಎರಡೇ ನಿಮಿಷದಲ್ಲಿ ಬಂದಳು. ಆಧುನಿಕ ಅಲಂಕಾರಪ್ರಿಯಳಲ್ಲ. ಆದರೂ ಗಂಡನ ತುಂಬು ಪ್ರೀತಿಯನ್ನು ತನ್ನದನ್ನಾಗಿ ಮಾಡಿಕೊಂಡಿದ್ದಳು.

ಬಾಗಿಲಿಗೆ ಬೀಗ ತಗುಲಿಸಿ ಇಬ್ಬರೂ ಹೊರಬಿದ್ದರು. ಒಟ್ಟಿಗೆ ಎಂದೂ ಹೀಗೆ ಹೊರಟಿರಲಿಲ್ಲ. ಏನೋ ಒಂದು ವಿಧವಾದ ಉತ್ಸಾಹ ತುಂಬಿಕೊಂಡಿತ್ತು. ಮುರುಳಿ ನಡೆಯುತ್ತಲೇ ಮಾತಾಡುತ್ತಿದ್ದ. ತಲ್ಲೀನಳಾಗಿ ಕೇಳುತ್ತಿದ್ದಳು.

ದಾರಿಯಲ್ಲಿ ಮಲ್ಲಿಗೆಯ ದಂಡೆಯನ್ನು ಕೊಂಡ. ತಾನೇ ಆಯ್ಕೆ ಮಾಡಿ ಎರಡು ಸೀರೆ, ಬ್ಲೌಸ್ ಪೀಸನ್ನು ಪ್ಯಾಕ್ ಮಾಡಿಸಿದ. ತನಗಾಗಿ ಜುಬ್ಬಾ, ಪೈಜಾಮದ ಬಟ್ಟೆಯನ್ನು ಕೊಂಡ. ಕಾಲೇಜಿಗೆ ಹೋಗುತ್ತಿದ್ದ ದಿನಗಳಲ್ಲಿ ಪ್ಯಾಂಟ್ ಧರಿಸುತ್ತಿದ್ದ. ಅದರ ಅಸ್ತಿತ್ವವನ್ನೇ ಮರೆತುಬಿಟ್ಟಿದ್ದ. ಉಳಿದ ಒಂದೆರಡು ಸುಮಾರಾದ ಪ್ಯಾಂಟ್‌ಗಳು ಟ್ರಂಕಿನ ತಳ ಸೇರಿತ್ತು. ಈಗ ಅವನ ಉಡುಪು ಪೈಜಾಮ, ಜುಬ್ಬಾ ಮಾತ್ರ.

ಹೋಟಲಿನಲ್ಲಿ ತಿಂಡಿ ತಿಂದು ಮನೆಗೆ ಬರುವ ವೇಳೆಗೆ ರಾತ್ರಿ ಒಂಭತ್ತು ಗಂಟೆಯಾಗಿತ್ತು. ಇಬ್ಬರಿಗೂ ಊಟ ಬೇಕಿರಲಿಲ್ಲ. ಆ ರಾತ್ರಿ ಅವರ ಸ್ಮರಣೆಯಲ್ಲಿ ಉಳಿಯುವಂಥದ್ದು.

ಒಂದಿಷ್ಟು ದಿನ ಸುತ್ತಾಡಿ ಬರುವ ಆಸೆ ಅವನಲ್ಲಿ ಭುಗಿಲೆಂದಿತು. ಕೈಯಲ್ಲಿ ಹಣವಿತ್ತು. ತೊಂದರೆ ಇರಲಿಲ್ಲ. ಭವಿಷ್ಯದ ಬಗ್ಗೆ ಯೋಚಿಸುವುದು ಅವನ ಮನೋಧರ್ಮಕ್ಕೆ ವಿರುದ್ಧ. ಮಡದಿಯ ಮುಂದೆ ಮನದ ಆಸೆ ಬಿಚ್ಚಿಟ್ಟ. ಅವಳು ತಟ್ಟನೇ ಉತ್ತರಿಸಲಿಲ್ಲ. ಗಂಡನ ಮಾತಿಗೆ ಪ್ರತಿ ಹೇಳಲಾರಳು. ಆದರೂ.... ಒಮ್ಮೆಲೆ ಮನೆ ಬಿಟ್ಟು ಹೋಗುವುದೆಂದರೆ....!?

"ಒಂದಷ್ಟು ದಿನ ಮಾವನಿಗೆ ಒಪ್ಪಿಸಿ ಹೋಗೋದು. ಬೇರೆಲ್ಲೂ ಸುತ್ತೋದು ಬೇಡದಿದ್ದರೂ ಜೋಗ್‌ಗಾದರೂ ಹೋಗಿಬರೋಣ." ಮೌನದಿಂದ ತಲೆಯಾಡಿಸಿ ಒಪ್ಪಿಗೆ ಸೂಚಿಸಿದಳು.

ಸ್ವತಃ ಮುರುಳಿಯೇ ಹೋಗಿ ಮಾವನನ್ನು ಕರೆದುಕೊಂಡು ಬಂದ ಅವರ ತಾಪತ್ರಯಗಳನ್ನು ಲೆಕ್ಕಿಸದೆ ಮಗಳು, ಅಳಿಯನನ್ನು ಸಂತೋಷದಿಂದ ಹೋಗಿಬರಲು ಹೇಳಿದರು.

ಚೀಲದಲ್ಲಿ ನಾಲ್ಕಾರು ದಿನಕ್ಕೆ ಆಗುವಷ್ಟು ಬಟ್ಟೆ, ಬರೆಗಳನ್ನು ತುಂಬಿಕೊಂಡರು. ಜೋಗ್‌ಗೆ ಹೊರಡುವ ಬಸ್ ಹತ್ತಿದರು. ಬಸ್ಸು ಜೋಗ್ ತಲುಪುವ ವೇಳೆಗೆ ಸಂಜೆಯಾಗಿತ್ತು. ವಾತಾವರಣ ಆಹ್ಲಾದಕರವಾಗಿತ್ತು. ಬೆಳದಿಂಗಳಿನ ದಿನ ತುಂಬು ಚಂದಿರ ಆಕಾಶದಲ್ಲಿ ಕಾಣಿಸಿಕೊಂಡಿತ್ತು. ಹೆಚ್ಚಿನ ಜನಸಂದಣಿ ಇರಲಿಲ್ಲ. ರೂಮು ಸುಲಭವಾಗಿ ಸಿಕ್ಕಿತು. ಕೊಂಡುಹೋಗಿದ್ದ ಚೀಲಗಳನ್ನು ರೂಮಿನಲ್ಲಿಟ್ಟು ಮುಖ, ಕೈಕಾಲು ತೊಳೆದು ಹೊರಗೆ ಬಂದರು.

ಸೀತ ಎಂದೂ ಇಷ್ಟು ದೂರ ಪ್ರಯಾಣ ಮಾಡಿರಲಿಲ್ಲ. ಅವರಿವರು ಜೋಗ್‌ನ ಬಗ್ಗೆ ಹೇಳಿದ್ದನ್ನು ಕೇಳಿದ್ದಳು. ನೋಡುವ ಕಲ್ಪನೆಯು ಎಂದೂ ಅವಳ ಮನದಲ್ಲಿ ಹುಟ್ಟಿರಲಿಲ್ಲ.

"ಮೊದ್ಲು ಸ್ವಲ್ಪ ಕಾಫಿ ತಗೊಳ್ಳೋಣ" ಎಂದ ಮುರುಳಿ. ಬೆವರಿನಿಂದ ಮೈಯೆ ತೊಯ್ದುಹೋಗಿತ್ತು. ಸ್ನಾನ ಮಾಡಿದ್ದರಾಗಿತ್ತು ಎಂದುಕೊಂಡ. ಸೀತ ಕಿಟಕಿಯ ಬಳಿ ನಿಂತು ಹೊರಗೆ ನೋಡುತ್ತಿದ್ದಳು.

ಇಬ್ಬರು ಹೊರಗೆ ಬಂದರು. ಹೊರಗೆಲ್ಲವೂ ಬೆಳದಿಂಗಳು. ಹೋಟೆಲಿಗೆ

ಬಂದಾಗ ಊಟ ರೆಡಿಯಾಗಿತ್ತು. ಕಾಫಿಗಿಂತ ಊಟ ಮಾಡುವುದೇ ಸರಿಯೆಂದುಕೊಂಡು ಊಟ ಮಾಡಿಬಿಟ್ಟರು.

ಅವರಿಬ್ಬರ ಮೈಮನಗಳು ಮುದಗೊಂಡಿದ್ದವು. ಮುರುಳಿ ಮಡದಿಯ ಕೈ ಹಿಡಿದುಕೊಂಡೇ ಹೋಗಿ ಕಲ್ಲಿನ ಬೆಂಚಿನ ಮೇಲೆ ಕುಳಿತ. ಅವರಂತೆ ಇನ್ನೂ ಕೆಲವರು ಬೆಳದಿಂಗಳಲ್ಲಿ ಜಲಪಾತದ ಸೊಬಗನ್ನು ನೋಡಲು ಬಂದಿದ್ದರು.

ಹದವಾದ ಬಿಳುಪು ಬೆಳದಿಂಗಳಲ್ಲಿ, ಜಲಪಾತದ ಬಿಳಿಯ ಧಾರೆಗಳು ರುದ್ರರಮಣೀಯವಾಗಿದ್ದವು. ಅದರ ಇಡೀ ಶಬ್ದಕ್ಕೆ ಮೈ ರೋಮಾಂಚಿತವಾಗಿದ್ದವು. ಧುಮುಕುವ ಜಲಧಾರೆಗೆ ಅದ್ಭುತ ಚೈತನ್ಯ. ಎಷ್ಟೋ ಹೊತ್ತು ನೋಡುತ್ತಲೇ ಇದ್ದರು. ಚಳಿ ಮೈಯನ್ನು ನಡುಗಿಸಿದಾಗಲೇ ಬಾಹ್ಯದ ಪರಿವೆ. ಎದ್ದು ಸುತ್ತಮುತ್ತಲೂ ನೋಡಿದರು. ಯಾರೂ ಇರಲಿಲ್ಲ. ನೀರವ ರಾತ್ರಿಯಲ್ಲಿ ಜಲಪಾತದ ಸೊಬಗು ಇನ್ನೂ ಹೆಚ್ಚಿತ್ತು.

"ಹೋಗೋಣ" ಸೀತಾಳನ್ನು ಎಬ್ಬಿಸಿಕೊಂಡು ತಮ್ಮ ಕೋಣೆಗೆ ಬಂದ. ಪಕ್ಕದ ಕೋಣೆಯಲ್ಲಿ ತಂಗಿದ್ದವರ ಮಗುವೊಂದು ಅಳುತ್ತಿತ್ತು. ಅವರ ಗದರಿಸುವಿಕೆ, ಮೂದಲಿಸುವಿಕೆ, ಸಮಾಧಾನ ಮಾಡುವಿಕೆ ನಡೆದೇ ಇತ್ತು. ಸೀತಳ ಹೃದಯ ಕಲ್ಪನೆಯಲ್ಲಿ ನಲಿದಾಡಿತು. ಮುರುಳಿಯಂಥ ಮುದ್ದು ಮಗು ಅವಳ ಮಡಿಲಿನಲ್ಲಿ ಮುಖದ ಮೇಲೆ ಅಪೂರ್ವ ಶೋಭೆ ಮಿನುಗಿ ಮಾಯವಾಯಿತು. ಆ ರಾತ್ರಿಗೆ ನಿಜವಾದ ಅರ್ಥ ಮೂಡಿಬಂದಿತ್ತು.

* * * *

ಪೇಟೆಯಿಂದ ಸಾಮಾನು ತಗೊಂಡು ಮುರುಳಿ ಹಿಂದಿರುಗುತ್ತಿದ್ದಾಗ ಗಿರಿಜಳ ಮನೆಯ ಮುಂದೆ ಎರಡು ಕಾರುಗಳು ನಿಂತಿದ್ದವು. ಚಿಕ್ಕಣ್ಣಯ್ಯನವರು ತಮ್ಮ ದೊಡ್ಡಸ್ಥಿಕೆಗೆ ಸರಿಯಾಗಿ ಕಾರು ಇರೋ ಜನರೊಂದಿಗೇನೇ ಸಂಬಂಧ ಬೆಳೆಸಿದರು ಎಂದು ಮನದಲ್ಲಿಯೇ ನಕ್ಕ.

"ಮಿಸ್ಟರ್ ಮುರುಳಿಧರ್" ಚಪ್ಪಾಳೆಯ ಸದ್ದು ಅವನನ್ನು ಹಿಡಿದು ನಿಲ್ಲಿಸಿತು. ನಿಂತು ಧ್ವನಿ ಬಂದತ್ತ ತಿರುಗಿದ. ನಾಗೇಂದ್ರ ಬರುತ್ತಿದ್ದ. ಇತ್ತೀಚೆಗೆ ಬಹಳ ಸ್ಥೂಲದೇಹಿಯಾಗಿದ್ದ. ನಡಿಗೆಯಲ್ಲಿ ಹಿಂದಿನ ಉತ್ಸಾಹವಿರಲಿಲ್ಲ. ಆದರೆ ಅದೇ ಮುಖ. ಅದೇ ಭಾವ. ಗದ್ದಗಳು ಮಾತ್ರ ತುಂಬಿಕೊಂಡು ಕೆಳಕ್ಕೆ ಜೋತುಬಿದ್ದಂತೆ ಕಾಣುತ್ತಿತ್ತು.

ಹತ್ತಿರಕ್ಕೆ ಬಂದು ಕೈ ಕುಲುಕಿ "ಚೆನ್ನಾಗಿದ್ದೀರಾ?" ಎಂದು ತುಟಿಗಳ ಮೇಲೆ ಆತ್ಮೀಯತೆಯ ನಗು ತುಳುಕಿಸುತ್ತ ಮುರುಳಿ ತಲೆಯಾಡಿಸಿದ.

"ಯಾವಾಗ್ಬಂದದ್ದು?"

"ನೆನ್ನೆ ರಾತ್ರಿ" ಎಂದಾಗ ಮುರುಳಿ ಗದ್ದ ತುರಿಸಿಕೊಂಡ. ಅವನು ಅದೇ

ಹಾದಿಯಲ್ಲಿ ಸ್ವಲ್ಪ ಹೊತ್ತಿನ ಮೊದಲು ಹಾದುಹೋಗಿದ್ದ. ಆಗ ಕಾರುಗಳು ಇದ್ದ ನೆನಪು ಇರಲಿಲ್ಲ.

"ನೀವು ಹೋಗ್ತಾ ಇದ್ದಿದ್ದು ನೋಡಿದೆ. ಭಾವನಾ ಪ್ರಪಂಚದಲ್ಲಿ ಬದುಕೋರು" ನಕ್ಕ.

"ಬನ್ನಿ ಹೋಗೋಣ" ಬೀದಿಯಲ್ಲಿ ನಿಂತು ಸಿಕ್ಕಿದ ವಿಷಯಗಳನ್ನು ಮಾತಾಡುವುದು ಅವನ ಮನೋಧರ್ಮಕ್ಕೆ ಬಂದದಲ್ಲ.

"ಈಗ ಡಾಕ್ಟ್ರು ಬರ್ತಾರೆ, ಆಮೇಲೆ ಬರ್ತೀನಿ."

ಮುರುಳಿಯ ಹುಬ್ಬುಗಳು ಸಂಕುಚಿತಗೊಂಡವು. ಕ್ಷಣಕಾಲ ಯೋಚಿಸುತ್ತ ನಿಂತ, ನೆನ್ನೆ ಬೆಳಿಗ್ಗೆ ರೇಣು ಬಂದಿದ್ದ. ಏನು ಹೇಳಲಿಲ್ಲ. ಅವನು ಕೇಳಲಿ ಬಿಡಲಿ - ಮನೆಯ ಪ್ರತಿಯೊಂದು ಸಮಾಚಾರವನ್ನೂ ಅವನ ಮುಂದೆ ಹೇಳುತ್ತಿದ್ದ. ಅದನ್ನು ತಡೆಯಲು ಬಹಳಷ್ಟು ಪ್ರಯತ್ನಿಸಿ ಸುಮ್ಮನಾಗಿದ್ದ.

"ನಮ್ಮ ಮಾವನೋರಿಗೆ ಹುಷಾರಿಲ್ಲ. ನೆನ್ನೆ ಮಧ್ಯಾಹ್ನದಿಂದ ಹೇಗೇಗೋ ಆಡ್ತಾ ಇದ್ದಾರೆ. ಇಲ್ಲದ ಡಂಭಾಚಾರ ಮಾಡೋಕೆ ಹೋದ್ರು. ಈಗ ಅದು ಅವರ ಪಾಲಿಗೆ ಉರುಳಾಯ್ತು!" ನಿಟ್ಟುಸಿರುಬಿಟ್ಟ.

ವಿವರವಾಗಿ ತಿಳಿಯಲು ಇಷ್ಟಪಡದಿದ್ದರೂ, ಮರುಕಗೊಂಡ. ತಟ್ಟನೆ ಏನು ಹೇಳಬೇಕೆಂದು ಅವನಿಗೆ ತೋಚಲಿಲ್ಲ. ಅವರನ್ನು ನೋಡಿದಾಗಿನಿಂದ ಒಂದು ರೀತಿಯ ಸಹಾನುಭೂತಿಯುಂಟಾಗಿತ್ತು. ಕಾರಣ ಅವರ ಅರಿವಿಗೆ ಸಿಕ್ಕಿರಲಿಲ್ಲ.

"ಆಮೇಲೆ ಬರ್ತೀನಿ" ನಾಗೇಂದ್ರ ಹೇಳಿಹೋದ. ಅವನು ಹೋದತ್ತಲೇ ನೋಡಿ, ಮನೆಯ ಕಡೆ ಹೆಜ್ಜೆ ಹಾಕಿದ.

ಸೀತ ಬಾವಿ ಕಟ್ಟೆ ಮುಂದೆ ಸುಮ್ಮನೇ ಕೂತುಬಿಟ್ಟಿದ್ದಳು. ಲವಲವಿಕೆ ಕಡಿಮೆಯಾಗಿತ್ತು. ಮಂಕಾಗಿದ್ದಳು. ಗಾಬರಿಯಾದ, ಆರೋಗ್ಯ ಕೆಟ್ಟಿರಬಹುದೆ! ಯೋಚಿಸಿದೆ. ಜೋಗ್‌ನಿಂದ ಬಂದ ಮೇಲೆ ಹೆಚ್ಚುಕಡಿಮೆ ಹೀಗೆಯೇ ಇರುತ್ತಿದ್ದಳು. ಕೇಳಿದಾಗ ನಿರ್ದಿಷ್ಟವಾದ ಉತ್ತರವೇ ಅವಳಿಂದ ದೊರೆಯುತ್ತಿರಲಿಲ್ಲ.

ಮೇಲಕ್ಕೆದ್ದು ಬಂದಳು. ಬಲವಂತದ ಛಾಯೆ ಮುಖದ ಮೇಲೆ ಮಿನುಗುತ್ತಿತ್ತು. ತೀರದ ಆಯಾಸ ಅವಳ ಕಣ್ಣುಗಳಲ್ಲಿ ಕಾಣಿಸಿಕೊಂಡಿತ್ತು.

ಪ್ರೀತಿಯಿಂದ ತಲೆ ಸವರಿ "ನಿನ್ನ ಆರೋಗ್ಯ ಕೆಟ್ಟಿದೆ ಸೀತ. ಈಗಿಂದೀಗ ಡಾಕ್ಟ್ರ ಬಳಿ ಹೋಗ್ಬಂದ್ಬಿಡೋಣ." ನಾಚಿದ ಮೋರೆ ಕೆಂಪೇರಿತು. ನಕ್ಕಳು. ಆ ನಗುವಿನಲ್ಲಿ ಎಂತಹ ಆಕರ್ಷಣೆ ಇದೆಯೆಂದು - ಇಂದು ಕಂಡ.

"ಏನಿಲ್ಲ, ಬಿಡಿ." ಅವನ ಕೈಯಲ್ಲಿದ್ದ ಚೀಲ ತೆಗೆದುಕೊಂಡು ಒಳಗೆ ಹೋಗಿಬಿಟ್ಟಳು.

ಜೋಗ್‌ನಿಂದ ಬಂದ ಮೇಲೆ ಬಹಳಷ್ಟು ಪುಸ್ತಕಗಳನ್ನು ಕೊಂಡುತಂದಿದ್ದ.

ಲೈಬ್ರರಿಗಳಲ್ಲಿ ಹೋಗಿ ತರುತ್ತಿದ್ದ. ಅವನ ಮನಸ್ಸನ್ನು ಪುಸ್ತಕಗಳು ಮುತ್ತಿಬಿಟ್ಟಿದ್ದವು. ಬರವಣಿಗೆಗೆ ಕೈ ಹಾಕಲಿಲ್ಲ.

ಇತ್ತೀಚಿಗೆ ಸೀತಾಳಿಂದಲೂ ಹೆಚ್ಚಿನ ಕೆಲಸ ಮಾಡುವುದು ಆಗುತ್ತಿರಲಿಲ್ಲ. ವಾತಾವರಣಕ್ಕೆ ಅನುಗುಣವಾಗಿ ತರಕಾರಿಗಳನ್ನು ಬೆಳೆಸುತ್ತಿದ್ದಳು. ಬಿಡುವಿನ ವೇಳೆಯನ್ನೆಲ್ಲ ಅದರ ಆರೈಕೆಯಲ್ಲಿಯೇ ಕಳೆಯುತ್ತಿದ್ದಳು. ಈಗ ಸುಸ್ತು, ಸಂಕಟ, ಅವಳಿಂದಾಗದು. ಅಭ್ಯಾಸದಲ್ಲಿ ನಿರತನಾದ ಗಂಡನೆ ಲಕ್ಷ್ಯವನ್ನು ಇತ್ತ ಸೆಳೆದು ಅವನ ಏಕಾಗ್ರತೆಗೆ ಭಂಗ ತರಲು ಅವಳಿಗೆ ಇಷ್ಟವಿಲ್ಲ.

ಕೈಯಲ್ಲಿದ್ದ ಅಲ್ಪಸ್ವಲ್ಪ ಹಣ ಕರಗಿಹೋಗಿತ್ತು. ಅತಿಯಾದ ಬುದ್ಧಿವಂತಿಕೆ ಉಪಯೋಗಿಸಿ ಇದ್ದ ಅಡಿಗೆಯ ಸಾಮಾನಿನಲ್ಲಿ ದಿನಗಳನ್ನು ದೂಡುತ್ತಿದ್ದಳು.

ಎರಡು ದಿನದಿಂದ ಊಟ ಸೇರಿರಲಿಲ್ಲ. ಸುಸ್ತಾಗಿ ಒಂದು ಕಡೆ ಮಲಗಿಬಿಟ್ಟಿದ್ದಳು. ಓದುತ್ತಿದ್ದ ಪುಸ್ತಕವನ್ನು ಮುಚ್ಚಿಟ್ಟ ಮುರುಳಿ ಗೋಡೆಯ ಕಡೆ ತಿರುಗಿದ. ತನ್ನ ಕೆಲಸ ಮುಗಿದ ಮೇಲೆ ಸೀತ ಅಲ್ಲಿ ಬಂದು ಕೂಡುತ್ತಿದ್ದಳು.

"ಸೀತ, ಸೀತ" ಎಂದು ಕೂಗುತ್ತ ಮೇಲಕ್ಕೆದ್ದ. ಉತ್ತರವಿಲ್ಲ. ಅಡಿಗೆ ಮನೆಯಲ್ಲಿ ಬಂದು ನೋಡಿದ. ಮಲಗಿಬಿಟ್ಟಿದ್ದಳು. ಗಾಬರಿಯಾದ.

"ಸೀತ, ಸೀತ" ಅಲುಗಿಸಿದ. ಕ್ಷೀಣವಾಗಿ ನರಳಿದಳು. ಆಮೇಲೆ ಅವಳ ಬಾಯಿಂದಲೇ ವಿಷಯ ತಿಳಿದ ಮೇಲೆ ನಾಚಿದ. ಆಮೇಲೆ ಕಣ್ಣರಳಿಸಿ ನೋಡಿದ. ಮನೆಯ ಪರಿಸ್ಥಿತಿ ಅರಿವಾಯಿತು.

ಮಲಗಿರು, ಬಂದ್ಬಿಟ್ಟೆ. ಗೂಟಕ್ಕೆ ನೇತುಹಾಗಿದ್ದ ಷರಟನ್ನು ಹಾಕ್ಕೊಂಡು ನಡೆದುಬಿಟ್ಟ. ಅವನ ಜೊತೆಯಲ್ಲಿ ವ್ಯಾಸಂಗ ಮಾಡಿದ ಕೆಲವು ಗೆಳೆಯರು ಮೈಸೂರಿನಲ್ಲಿಯೇ ಉಳಿದಿದ್ದರು. ಅವರಲ್ಲಿ ತೀರಾ ಅಗತ್ಯಬಿದ್ದಾಗ ಹಣವನ್ನು ಸಾಲವಾಗಿ ಪಡೆದು ಆಮೇಲೆ ಹಣ ಸಿಕ್ಕಿದ ಕೂಡಲೇ ಹಿಂದಿರುಗಿಸಿಬಿಡುತ್ತಿದ್ದ. ಅವನ ಪ್ರಾಮಾಣಿಕತೆ, ಸ್ವಾಭಿಮಾನದ ಬಗ್ಗೆ ಅವರಿಗೆಲ್ಲ ಗೊತ್ತು. ಉದಾಸೀನವಾಗಿ ಕಾಣಲಾರರು.

ಜವಳಿ ಅಂಗಡಿ ಇಟ್ಟಿದ್ದ ರಮೇಶನಿಂದ ನೂರು ರೂಪಾಯಿ ಸಾಲ ಪಡೆದು ಮನೆಯ ಹಾದಿ ಹಿಡಿದ. ತಟ್ಟನೆ ಜ್ಞಾಪಿಸಿಕೊಂಡು ಹಣ್ಣು, ಗ್ಲೂಕೋಸ್ ಕೊಂಡ.

ಇವನು ಬಂದಾಗ ಸೀತ ಆಯಾಸದಿಂದ ಗೋಡೆಗೊರಗಿ ಕೂತಿದ್ದಳು. ಅವನ ಬಗ್ಗೆ ಅವನಿಗೇ ಬೇಸರವಾಯಿತು. ತನ್ನನ್ನು ನಂಬಿ ತನ್ನ ಸುಖದ ಕಲ್ಪನೆಯಲ್ಲೇ ಬಾಳುತ್ತಿರುವ ಹೆಣ್ಣಿನ ಬಗ್ಗೆ ಉದಾಸೀನ. 'ಛಿ! ಛಿ' ಮುಖ ಸಿಂಡರಿಸಿದ.

ಮೋಸಂಬಿ ಸುಲಿದು ತಾನೇ ತಿನ್ನಿಸಿದ. ಆ ಕ್ಷಣದಲ್ಲಿ ಎಂತಹ ಸಂತೋಷವಿತ್ತು! ಅನುಭವಿಸಿದವರಿಗೆ ಮಾತ್ರ ಗೊತ್ತು.

"ನೀವ್ ಮೊದ್ಲು ಊಟ ಮಾಡಿ."

ಪುಸ್ತಕದತ್ತ ಮುಖ ಹಾಕಲಿಲ್ಲ. ಸೀತ ಮಾತ್ರ ಪದೇ ಪದೇ ಜ್ಞಾಪಿಸುತ್ತಿದ್ದಳು. ಮನೋಧರ್ಮಕ್ಕೆ ವಿರುದ್ಧವಾಗಿ ಉದಾಸೀನ ಮಾಡಿದ್ದ. ಕಣ್ಣಿನ ರೆಪ್ಪೆಯಂತೆ ಅವಳನ್ನು ಜೋಪಾನ ಮಾಡಿದ.

ಅಳಿಯನ ಕಾಗದ ನೋಡಿ ಓಡಿಬಂದ ಸೂರ್ಯನಾರಾಯಣಯ್ಯ ಮಗಳನ್ನು ಕರೆದೊಯ್ದರು. ಸೀತ ಅರೆ ಮನಸ್ಸಿನಿಂದಲೇ ತಂದೆಯ ಜೊತೆ ಹೊರಟಳು. ಅವಳನ್ನು ಕಳುಹಿಸಿಕೊಡುವಾಗ ಮುರುಳಿ ಮನದ ನೋವನ್ನು ತಡೆಯಲಾರದೆ ಚಡಪಡಿಸಿದ. ಅವನ ಜೀವನದ ಒಂದು ಭಾಗವೇ ಆಗಿಹೋಗಿದ್ದಳು.

ಸಂಜೆ ನಾಲ್ಕರ ಸಮಯ. ಬಿಸಿಲಿನ್ನೂ ಕಡಿಮೆಯಾಗಿರಲಿಲ್ಲ. ಒಳಗೆ ಸೆಕೆಯೆನಿಸಿದ್ದರಿಂದ ಹೊರಗೆದ್ದು ಬಂದ. 'ಉಸ್ಸಪ್ಪಾ' ಎನ್ನುತ್ತ ಸೀಬೆಯ ಮರದ ನೆರಳಿನಲ್ಲಿ ಹೋಗಿನಿಂತ. ಗಾಳಿ ಸ್ವಲ್ಪ ಬಿಸಿಯಾಗಿತ್ತು. ಅಲ್ಲೇ ಕುಳಿತ. ಸೀತ ಬಂದ ಮೇಲೆ ಎಲ್ಲಕ್ಕೂ ಜೀವ ಬಂದಿತ್ತು. ಶುಭ್ರವಾಗಿಟ್ಟಿದ್ದಳು. ಕೂತು ಮರಕ್ಕೆ ಒರಗಿದ. ಹಳೆಯ ಮರ - ಕಾಂಡ, ಟೊಂಗೆಗಳು ದಪ್ಪವಾಗಿದ್ದವು.

"ಹಲೋ ಮಿಸ್ಟರ್ ಮುರುಳಿಧರ್" ಧ್ವನಿ ಬಂದತ್ತ ತಿರುಗಿದ. ಬಂದ ನಾಗೇಂದ್ರನ ಮುಖದ ಮೇಲೆ ಗೆಲುವಿರಲಿಲ್ಲ. ಮನೆಯ ಮುಂದೆ ಕಂಡು ಮಾತಾಡಿದ್ದ ನಾಗೇಂದ್ರ ಇತ್ತ ಬಂದಿರಲಿಲ್ಲ. ಅವನಿಗೆ ಕೂಡ ಸೀತಳ ಆರೈಕೆಯಲ್ಲಿ ಜ್ಞಾಪಕ ಬಂದಿರಲಿಲ್ಲ.

"ಬನ್ನಿ" ಎದ್ದು ನಿಂತು ಆಹ್ವಾನಿಸಿದ.

"ಇಲ್ಲೇ ಕೂತುಕೊಳ್ಳೋಣ" ನಾಗೇಂದ್ರ ಪ್ಯಾಂಟ್‌ನ ಬಗ್ಗೆ ಯೋಚಿಸದೆ ಕುಳಿತುಬಿಟ್ಟ. ಅಲ್ಲಿ ಇನ್ನೂ ಬಿಸಿಲು ನೆರಳಿನ ಆಟ ನಡೆಯುತ್ತಿತ್ತು.

"ನೀವ್ ಶಿವಮೊಗ್ಗೆಗೆ ಹಿಂದಿರುಗಿ ಬಿಟ್ಟಿದ್ದೀರಿಂತ ಅಂದುಕೊಂಡಿದ್ದೆ" ಮ್ಲಾನವನದನಾದ. ತುಂಬ ಚಿಂತಿಸುವವನಂತೆ ಕಂಡ.

"ಬೇಜಾರು. ನಮ್ಮ ಮಾವನವರ ಸ್ಥಿತಿಯಲ್ಲಿ ಸುಧಾರಣೆ ಕಂಡು ಬಂದಿಲ್ಲ. ಒಮ್ಮೆಲೇ ಹೇಗೆ ಬಿಟ್ಹೋಗೋದು!?"

"ಅಂದರೆ..." ವಿಸ್ಮಿತನಾಗಿ ಕೇಳಿದ. ವಿಷಯ ಪೂರ್ಣವಾಗಿ ತಿಳಿದಿರಲಿಲ್ಲ.

"ಹುಚ್ಚುಚ್ಚು.... ಮನೋರೋಗ.... ಆರ್ಥಿಕ ಸ್ತಿತಿ ಹದಗೆಟ್ಟು ಹೋಯ್ತು! ಇನ್ನೇನಾಗುತ್ತೆ?" ಸಂಕ್ಷಿಪ್ತವಾಗಿ ಎಲ್ಲಾ ವಿವರಿಸಿದ. ಈಗ ಬೇಕಾದಷ್ಟು ಸಾಲ ಅವರ ತಲೆಯ ಮೇಲಿತ್ತು. ಪರಮೇಶಿಯ ಮೇಲೆ ನಂಬಿಕೆ ಇಲ್ಲ.

"ಈಗೇನು ಮಾಡೋದು? ಬೇರೆ ಏನಾದ್ರೂ ದಾರಿ ಮಾಡ್ಬೇಕು!" ಗಡ್ಡ ಕೆರೆದುಕೊಂಡ. ಬಹಳಷ್ಟು ಹೊರೆಯನ್ನು ಇಬ್ಬರು ಅಳಿಯಂದ್ರು ಹೊರಬೇಕೆಂಬ ವಿಷಯ ಅವನ ಮಾತಿನಿಂದ ವ್ಯಕ್ತವಾಯಿತು.

ಗಂಭೀರವಾಗಿ ಯೋಚಿಸಿದ ಮುರುಳಿ. ಅವರಿಗೆ ಆ ದೊಡ್ಡಸ್ತಿಕೆಯಲ್ಲಿಯೇ ತೃಪ್ತಿ ಸಿಕ್ಕಿರಬೇಕೆಂದುಕೊಂಡ.

ನಾಗೇಂದ್ರ ಬಹಳ ಹೊತ್ತು ಮಾತಾಡಿದ. ಅವನು ಮಾತ್ರ ಸುಮ್ಮನೆ ಕೂತು ಕೇಳುತ್ತಿದ್ದ. ಅವನ ಮಾತಿಗೂ ಇವನ ಆಲೋಚನೆಗೂ ಹೊಂದಿಕೆಯಾಗುತ್ತಿರಲಿಲ್ಲ. ಹೇಳಿ ಹೇಳಿ ಸಾಹಿತ್ಯವನ್ನು ಅರಿಸಿಕೊಂಡಿದ್ದ. ಇಲ್ಲಿ ಭಾವುಕ ವೈಪರಿತ್ಯವೇ ಜಾಸ್ತಿ. ವ್ಯವಹಾರ ಜ್ಞಾನ ಸೊನ್ನೆ.

ಹೊರಡಲು ಎದ್ದಾಗ ನಾಗೇಂದ್ರ, ಜೊತೆಯಲ್ಲಿ ಹೋಗಿ ನೋಡಿ ಬರುವುದು ಸರಿಯೆನಿಸಿತು. ಬೇರೆ ಬಟ್ಟೆ ಧರಿಸಿ ಅವನ ಜೊತೆ ಹೊರಟ. ಬಹಳ ದೂರದ ಹಾದಿಯೇನು ಅಲ್ಲ. ನಾಗೇಂದ್ರ ನಡೆದೇ ಬಂದಿದ್ದ.

ಅವರ ಮನೆಯ ಬಾಗಿಲಿಗೆ ಬಂದಾಗ ಸ್ಮಶಾನ ಮೌನ ನೆಲೆಸಿತ್ತು. ಒಳಗಿರುವ ಜನರು ಉಸಿರಾಡುತ್ತಿದ್ದರೋ, ಇಲ್ಲವೋ ಎನ್ನುವಷ್ಟರ ಮಟ್ಟಿನ ನೀರವ ನೆಲೆಸಿತ್ತು.

"ಬನ್ನಿ" ನಾಗೇಂದ್ರ ಮುಂದೆ ನಡೆದಾಗ ಮುರುಳಿ ಅವನನ್ನು ಹಿಂಬಾಲಿಸಿದ. ವರಾಂಡ ದಾಟಿ ದೊಡ್ಡ ಹಾಲ್‌ಗೆ ಕಾಲಿಟ್ಟರು. ಯಾರೂ ಇರಲಿಲ್ಲ. ನಾಗೇಂದ್ರ ಕೆಮ್ಮಿ ಗಂಟಲು ಸರಿಪಡಿಸಿಕೊಂಡು "ಭಾಗ್ಯ" ಎಂದು ಮಡದಿಯನ್ನು ಕರೆದ.

ಪಕ್ಕದ ಕೋಣೆಯಿಂದ ಹೊರಬಂದ ಸೌಭಾಗ್ಯ ಮಂಕಾದ ಮುಖದಲ್ಲಿ ನಗುವನ್ನು ಅರಳಿಸಿದಳು. "ಚೆನ್ನಾಗಿದ್ದೀರಾ?" ಎಂದಾಗ ಮುರುಳಿ ನಕ್ಕು ತಲೆಯಾಡಿಸಿದ. "ಕೂತ್ಕೊಳ್ಳಿ" ಎಂದು ಹೇಳಿ ಒಳಗೆ ಹೋಗಿಬಿಟ್ಟಳು.

"ಕೂತ್ಕೊಳ್ಳಿ" ನಾಗೇಂದ್ರನೇ ಮೊದಲು ಕೂತ.

ಅಡಿಗೆಯ ಮನೆಯ ಕಡೆಯಿಂದ ಗಿರಿಜ ಹೊರಬಂದಳು. ಅಕ್ಕನ ಮುಖದಷ್ಟು ಅವಳ ಮುಖ ಮಂಕಾಗಿರಲಿಲ್ಲ. ನೇರವಾಗಿ ಅವನ ಬಳಿಗೆ ಬಂದು ಮಾತಾಡಿಸಿದಳು.

"ನಾನು ಬರ್ಬೇಕೂಂತ ಇದ್ದೆ. ಸೀತ ಚೆನ್ನಾಗಿದ್ದಾರ?" ಮಾತಿನಲ್ಲಿ ದಿಟ್ಟತನವಿತ್ತು. ಬರಬರುತ್ತಾ ಗಿರಿಜ ಬದಲಾದಂತೆ ಕಂಡಳು. ಇನ್ನು ಒಂದೆರಡು ವರ್ಷದಲ್ಲಿ ಹಳೆಯ ಗಿರಿಜಳ ವ್ಯಕ್ತಿತ್ವವೇ ಪೂರ್ಣವಾಗಿ ಮಾಸಿ ಹೋಗಿ, ಹೊಸದಾಗಿ ರೂಪುಗೊಳ್ಳುತ್ತಾಳೇನೋ!!

"ಚೆನ್ನಾಗಿದ್ದಾಳೆ, ಊರಲ್ಲಿಲ್ಲ" ಗಿರಿಜ ಆಕರ್ಷಕವಾಗಿ ನಕ್ಕಳು. ಬಿಳಿಯ ದಂತಪಂಕ್ತಿ ಮುತ್ತಿನ ಸಾಲಿನಂತೆ ಹೊಳೆಯಿತು. ಹಿಂದಿಗಿಂತ ಹೆಚ್ಚು ಆಕರ್ಷಕವಾಗಿ ಕಂಡಳು.

"ನಿಮ್ಮ ಕಾದಂಬರಿ ಓದಿದೆ ಬುದ್ಧಿಶಕ್ತಿ ಪ್ರಚಂಡವಾದದ್ದು. ನಿಮಗೆ ಇರುವ ವಿಶಾಲ ದೃಷ್ಟಿ, ಅನುಭವವನ್ನು ಮೆಚ್ಚಬೇಕಾದ್ದೆ. ಕಾದಂಬರಿಯಲ್ಲಿ ಪ್ರತಿಯೊಂದು ಸಣ್ಣ ಅಂಶದ ಕಡೆಗೂ ಗಮನ ಕೊಟ್ಟಿದ್ದೀರಿ." ತಟಪಟನೆ ಹೇಳಿ, ದಯವಿಟ್ಟು ಕ್ಷಮಿಸಿ, ನನ್ನ ಬುದ್ಧಿಮಟ್ಟ ನಿಮ್ಮ ಕಾದಂಬರಿಯನ್ನು ವಿಮರ್ಶಿಸುವಷ್ಟರ ಮಟ್ಟದ್ದಲ್ಲ. ಮುರುಳಿ ಸುಮ್ಮನೆ ನಕ್ಕ. ಅವನ ದೃಷ್ಟಿ ಎದುರು ಗೋಡೆಯ ವಿರಾಜಮಾನವಾಗಿದ್ದ ಬಸವಣ್ಣನವರ ಫೋಟೋದತ್ತ ಇತ್ತು. ಯೋಚಿಸುವವನಂತೆ ಕಂಡ. ಅವನ ಸ್ವಭಾವವೇ ಹಾಗೆ. ಒಮ್ಮೊಮ್ಮೆ ಸಂಗಡ ಇರುವವರನ್ನು ಮರೆತು ಅದಾವುದೋ

ಆಲೋಚನೆಯಲ್ಲಿ ಮುಳುಗಿ ಬಿಡುತ್ತಿದ್ದ. ಇದು ಅಲ್ಪಸ್ವಲ್ಪ ಪರಿಚಯವಿದ್ದವರಿಗೂ ಗೊತ್ತು. ಗಿರಿಜಳಿಗೂ ಕೂಡ ತಿಳಿಯದ್ದೇನು ಅಲ್ಲ. ಏನಾದರೂ ಮಾತಾಡಬಹುದೆಂದು ಒಂದೆರಡು ನಿಮಿಷ ನಿರೀಕ್ಷಿಸಿದ ಅವಳು ಕಡೆಗೆ "ಇತ್ತೀಚೆಗೆ ಏನೂ ಬರೆಯುತ್ತಾ ಇದ್ದೀರಿ?" ತಕ್ಷಣ ಮುರುಳಿಗೆ ಏನು ಹೇಳುವುದೂ ಆಗಲಿಲ್ಲ. ಮೇಲಕ್ಕೂ ಕೆಳಕ್ಕೂ ನೋಡಿದ.

ಅಷ್ಟರಲ್ಲಿ ಸೌಭಾಗ್ಯ ಕಾಫಿ ತಂದಿತ್ತಳು. ಗಿರಿಜ ಕೂಡ ಅಲ್ಲಿಯೇ ಕೂತು ಕಾಫಿ ಕುಡಿದಳು.

"ಒಂದ್ನಿಮಿಷ, ಬಂದೆ." ಎದ್ದು ಹೋದಳು.

ನಾಗೇಂದ್ರ ಯಾವುದೋ ಸಣ್ಣ ವಿಷಯ ಹೇಳುತ್ತಿದ್ದ. ಇವನು ಸುಮ್ಮನೆ ಕೂತು ಕೇಳುತ್ತಿದ್ದ. ಇತ್ತೀಚೆಗೆ ಅವನಿಗೆ ಮಾತಿಗಿಂತ ಮೌನವೇ ಪ್ರಿಯ. ಯಾರಾದರೂ ಮಾತಾಡುತ್ತಿದ್ದರೆ ಮೌನವಾಗಿದ್ದು ಬಿಡುತ್ತಿದ್ದ.

ಗಿರಿಜಳ ಜೊತೆ ಮೂವತ್ತರ ಯುವಕ ಬಂದ. ನಿದ್ದೆ ಮಾಡುತ್ತಿದ್ದವನನ್ನು ಎಬ್ಬಿಸಿಕೊಂಡು ಬಂದಿರಬೇಕು, ಕಣ್ಣುಗಳು ಇನ್ನೂ ಮಂಪರಿನಲ್ಲಿಯೇ ತೂಗುತ್ತಿದ್ದವು.

"ಇವ್ರು..." ಅವಳ ತುಟಿಗಳ ಮೇಲೆ ನಗು ಕಾಣಿಸಿಕೊಂಡಿತು. ಶಂಕರ ಅವಳ ತಲೆಯ ಮೇಲೆ ಮೊಟಕಿ "ಸರ್ವೆಂಟ್..." ಎಂದು ಪೂರ್ತಿ ಮಾಡಿದ. ಮುಖದ ಮೇಲೂ ನಗು ಅರಳಿತು. ಗಿರಿಜ ಕೋಪದಿಂದ ಗಂಡನನ್ನು ದುರದುರನೆ ನೋಡಿದಳು. ಅವನು ಜೋರಾಗಿ ನಕ್ಕುಬಿಟ್ಟ.

ನಾಗೇಂದ್ರನೆ ಹಾರ್ದಿಕವಾಗಿ ಇಬ್ಬರಿಗೂ ಪರಿಚಯ ಮಾಡಿಸಿದ. ಶಿಷ್ಟಾಚಾರದಂತೆ ಕೈ ಕುಲುಕಿದ, ಪರಿಚಯವಾದುದಕ್ಕೆ ಸಂತೋಷ ವ್ಯಕ್ತಪಡಿಸಿದರು. ಸುಮ್ಮನೇ ಮಾತಾಡುತ್ತ ಕೂತರು. ಮುರುಳಿ ಬಂದ ವಿಷಯವನ್ನೇ ಮರೆತು ಹೊರಡಲು ಮೇಲೆದ್ದ. ಆಗ ನಾಗೇಂದ್ರ "ನೀವ್ ಬಂದ ವಿಷ್ಯವೇ ಮರ್ತುಬಿಟ್ರಿ!" ಎಂದು ಜ್ಞಾಪಿಸಿ, ವರಾಂಡಕ್ಕೆ ಅಂಟಿಕೊಂಡಂತಿದ್ದ ಕೋಣೆಗೆ ಕರೆದೊಯ್ದ.

ಚಿಕ್ಕಣ್ಣಯ್ಯಪ್ಪನವರು ಮಂಚದ ಮೇಲೆ ಮಲಗಿದ್ದರು. ಮೀಸೆ, ಗಡ್ಡ ಬೆಳೆದು ಕಾಯಿಲೆ ಬಿದ್ದವರಂತೆ ಕಾಣಿಸುತ್ತಿದ್ದರು. ಅವರ ದೃಷ್ಟಿ ಛಾವಣಿಯ ಕಡೆ ಇತ್ತು. ಬಹಳ ಮೆತ್ತಗೆ ತಮ್ಮಲ್ಲಿ ತಾವೇ ಮಾತಾಡಿಕೊಳ್ಳುತ್ತಿದ್ದರು. ಒಂದರ ಕೈ ಬೆರಳುಗಳೊಂದಿಗೆ ಮತ್ತೊಂದರ ಕೈ ಬೆರಳುಗಳು ಬೆಸೆದುಕೊಂಡಿದ್ದವು. ಕ್ಷಣಕ್ಷಣಕ್ಕೂ ಅವರ ಮುಖದ ಭಾವ ಬದಲಾಗುತ್ತಿತ್ತು.

ಗೋಡೆಯ ಬದಿಗೆ ತಲೆ ತಗ್ಗಿಸಿಕೊಂಡು ಕೂತ ತಾಯಿಯ ಕಡೆ ನೋಡಿದ ಗಿರಿಜ "ಅಮ್ಮ ಕೂತು ಇಲ್ಲೇನು ಮಾಡ್ತೀ? ಹೊರಗೆದ್ದು ನಡಿ!" ಸ್ವಲ್ಪ ಕಠೋರವಾಗಿಯೇ ಆಡಿದಳು. ಅವರ ಬಗ್ಗೆ ತೀರಾ ಬೇಸರಗೊಂಡಂತೆ ಕಾಣುತ್ತಿದ್ದಳು.

ಮುರುಳಿಯ ಮನ ಸಹಾನುಭೂತಿಯಿಂದ ಕರಗಿ ಹೋಗುವಷ್ಟು ಮೃದುವಾಯಿತು. ಹಿಂದೆ ಆ ತಾಯಿಯ ಮಮತೆಯ ನೋಟ ಅವನ ಇಡೀ

ದೇಹವನ್ನು ತಡವುತ್ತಿತ್ತು. ಪರಮೇಶಿ ಬಂದ ಮೇಲೆ ಸ್ವಲ್ಪಮಟ್ಟಿನ ಬದಲಾವಣೆ ಕಂಡಿತು. ಆದರೆ ಅವರ ಮೇಲಿನ ಪ್ರೀತಿ, ಗೌರವಗಳೇನೂ ಕಡಿಮೆಯಾಗಿರಲಿಲ್ಲ.

"ಡಾಕ್ಟ್ರು ಏನು ಹೇಳ್ತಾರೆ?" ಇಷ್ಟನ್ನು ಮಾತ್ರವೇ ಮುರುಳಿ ಕೇಳಿದ್ದು, ಅದನ್ನುಳಿದು ಬೇರೇನು ವಿಚಾರಿಸಲೂ ಬಾರದು.

"ಬನ್ನಿ" ಎಂದು ನಾಗೇಂದ್ರ ಹೊರಗೆ ಕರೆದುಕೊಂಡು ಬಂದ. ಅವನು ನಾಲ್ಕಾರು ವಾಕ್ಯಗಳಲ್ಲಿ ಒಟ್ಟಿಗೆ ಎಲ್ಲವನ್ನೂ ಹೇಳಿ ಮುಗಿಸಿದ ಅರ್ಥವಾಗಲಿಲ್ಲ. ಇದೇನು ಅಂಥ ಕಗ್ಗಂಟಲ್ಲ ಸತ್ಯ ಎದುರಿಗೆ ಇತ್ತು.

"ಬರ್ತೀನಿ" ಹೊರಡಲು ಎದ್ದ.

"ಇದೇನು ಊಟದ ವೇಳೆಯಾಯ್ತು, ಮಾಡ್ಕೊಂಡ್ಹೋಗಿ" ಗಿರಿಜಳ ಧ್ವನಿಯಲ್ಲಿ ಬಲವಂತಕ್ಕೆ ಮೀರಿದ ಅಧಿಕಾರದ ಧ್ವನಿಯಿತ್ತು.

ರೇಣು, ಶಂಕರ ಎಲ್ಲರೂ ಜೊತೆಗೆ ಕೂತರು. ಸೌಭಾಗ್ಯ, ಗಿರಿಜ ಬಡಿಸಿದರು. ಅವರ ತಾಯಿ ಮುಖವನ್ನು ಹೊರಗೆ ಹಾಕಲಿಲ್ಲ. ಸೌಭಾಗ್ಯ ಸ್ವಲ್ಪ ಪೆಚ್ಚಾಗಿದ್ದರೂ ಗಿರಿಜ ನಗುನಗುತ್ತ ಮಾತಾಡುತ್ತಲೇ ಬಡಿಸಿದಳು. ಮಧ್ಯೆ ಮಧ್ಯೆ ಗಂಡನ ಜೊತೆ ಮಿಕ್ಕವರನ್ನು ತಮಾಷೆ ಮಾಡಿದಳು. ಮುರುಳಿಯನ್ನು ಮಾತಾಡಿಸುವಾಗ ಸಂಕೋಚಿಸುತ್ತಿರಲಿಲ್ಲ. ಅವಳ ದಿಟ್ಟತನವನ್ನು ಮೆಚ್ಚಿಕೊಂಡ. ಹಿಂದೆ ಅವಳಿಂದ ಪರಿಶುದ್ಧ ಸ್ನೇಹವನ್ನು ಮಾತ್ರ ಕಂಡಿದ್ದ. ಇಂದು ಕೂಡ ಅದೇ ಆತ್ಮೀಯತೆ ಅವನಲ್ಲಿತ್ತು. ಗಿರಿಜಳನ್ನು ನೋಡುವ ದೃಷ್ಟಿಯಲ್ಲಿ ಕಳಂಕವಿರಲಿಲ್ಲ. ಪರಿಶುಭ್ರ ಸ್ನೇಹ ಮಾತ್ರವಿತ್ತು.

ಇವನು ಅವರ ಮನೆಯಿಂದ ಹೊರಟಾಗ ರಾತ್ರಿ ಒಂಭತ್ತರ ವೇಳೆಯಾಗಿತ್ತು. ಶಂಕರ, ನಾಗೇಂದ್ರ ಅಷ್ಟು ದೂರದವರೆಗೂ ಬಂದು ಅವನನ್ನು ಬೀಳ್ಕೊಟ್ಟು ಹೋದರು.

ಗಿರಿಜ ಸುಖವಾಗಿದ್ದಳು. ಅವನ ಮನಸ್ಸಿನ ತೃಪ್ತಿ, ಸಮಾಧಾನಗಳುಂಟಾಗಿದ್ದವು.

* * * *

ಮಡದಿಯ ಉಪಟಳ ಸಹಿಸಲಾರದೇ ಸಂಜಯ ಅವಳ ಹತ್ತು ಸಣ್ಣಕತೆಗಳ ಸಂಗ್ರಹವನ್ನು ಅಚ್ಚುಹಾಕಿಸಿದ್ದ. ಅದರ ಪ್ರಚಾರಕ್ಕಾಗಿಯೇ ಬಹಳಷ್ಟು ದುಡ್ಡು ಖರ್ಚು ಮಾಡಿದ್ದಳು. ದೊಡ್ಡ ಸಮಾರಂಭದಲ್ಲಿ ಪುಸ್ತಕ ಬಿಡುಗಡೆ ಮಾಡಬೇಕೆಂದು ಒತ್ತಾಯ ತಂದಳು. ಅವಳ ಮೇಲಿನ ಪ್ರೀತಿಗಾಗಿ ಸಂಜಯ ಬೇಸರವನ್ನು ನುಂಗಿಕೊಂಡ.

ಉಷಾ ಬಂದಾಗ ಅವನು ಅರಿಸ್ಟಾಟಲ್‌ನ ಗ್ರಂಥವನ್ನು ಓದುತ್ತಿದ್ದ. ಓದುವಿಕೆಯಲ್ಲಿ ಪೂರ್ಣ ಮಗ್ನನಾಗುವುದು ಅವನಿಂದ ಸಾಧ್ಯವಾಗದೇ ಹೋಗಿತ್ತು. ಆದರೆ, ಪ್ರಯತ್ನಪೂರ್ವಕವಾಗಿ ಓದಲು ಪ್ರಯತ್ನಿಸುತ್ತಿದ್ದ.

"ಹಲೋ" ತಲೆ ಎತ್ತಿದ. ಉಷಾ ಎದುರಿಗೆ ನಿಂತಿದ್ದಳು. ಈಗ ಆತ್ಮೀಯವಾಗಿ

ಸಂಜಯನ ಪತ್ನಿ, ಕಣ್ಣುಗಳು ಸಂತೋಷ ವ್ಯಕ್ತಪಡಿಸಿ "ಬನ್ನಿ" ಎಂದ ಹಾರ್ದಿಕವಾಗಿ. ಸೀತಳಿನ್ನೂ ಊರಿನಿಂದ ಹಿಂದಿರುಗಿರಲಿಲ್ಲ. ಒಂಟಿಯಾಗಿಯೇ ಇದ್ದ.

ಅವನು ಸರಿಸಿದ ಕುರ್ಚಿಯ ಮೇಲೆ ಕೂತಳು. ಯಾಕೋ.... ಏನೋ... ಮುರುಳಿಯ ಎದುರಿಗೆ ಬಂದರೆ ಪೂರ್ಣವಾಗಿ ಕರಗಿಬಿಡುವಳು. ಹೃದಯದಲ್ಲಿ ಅರ್ಥವಾಗದ ವೇದನೆಯನ್ನು ಅನುಭವಿಸುವಳು.

"ಸಂಜಯ್ ಬರಲಿಲ್ವಾ?" ಕೇಳಿದ. ಹದವಾಗಿ ನಿಧಾನವಾಗಿ ಅವನ ಮನದೊಳಗೆ ಬೆರೆತುಹೋದ ಸೀತ ಗಟ್ಟಿಯಾಗಿ ಅವನ ಮನದಲ್ಲಿ ಬೇರೂರಿದ್ದಳು. ಉಷಾ ಮತ್ತು ಅವನ ನಡುವಿನ ಪ್ರೇಮ ಬರೀ ಕನಸಾಗಿ ಉಳಿದಿತ್ತು.

ಮಾತುಗಳಿಗಾಗಿ ಉಷಾ ಹುಡುಕಾಡಿದಳು. ಎಷ್ಟೋ ಮಾತಾಡಬೇಕೆಂದು ಬಂದಿದ್ದಳು. ಒಂದೂ ಹೊರಬೀಳದು. ಅವನ ಕಣ್ಣುಗಳನ್ನು ನಿಟ್ಟಿಸಿ ನೋಡಲು ಧೈರ್ಯ ಸಾಲದು.

"ನನ್ನ ಕಥಾಸಂಕಲನಕ್ಕೆ ಪ್ರೊಫೆಸರ್ ಶ್ಯಾಮರಾಯರೇ ಮುನ್ನುಡಿ ಬರೆದಿದ್ದಾರೆ" ಅವರ ಬಗ್ಗೆ ಅವನಿಗೆ ಗೊತ್ತು. ಏನೂ ಹೇಳಲು ಹೋಗಲಿಲ್ಲ.

"ಮುರುಳಿ..." ಅವಳ ಧ್ವನಿ ಕಂಪಿಸಿತು. ಮಧುರತೆ ಕೂಡಿ ಬಂತು, ವಿಸ್ಮಿತವಾಗಿ ಅವಳೆಡೆ ನೋಡಿದ. ಆ ನೋಟದಲ್ಲಿ ಗಲಿಬಿಲಿ ಇರಲಿಲ್ಲ.

"ನಿನ್ನ ತುಂಬ ಪ್ರೀತಿಸ್ತಿದ್ದೆ" ಮುರುಳಿ ಹಗುರವಾಗಿ ನಕ್ಕುಬಿಟ್ಟ. ಈಗ ಆ ಮಾತುಗಳಿಗೆ ಏನೇನೂ ಅರ್ಥವಿಲ್ಲ. ದೃಢಮನಸ್ಕಳಲ್ಲವೆಂದು ಎಂದೋ ಕಂಡುಕೊಂಡಿದ್ದ.

"ಅದೆಲ್ಲ ಬೇಡ. ಒಂದು ವಿಧವಾದ ಭ್ರಮೆಯಷ್ಟೆ. ಮನಸ್ಸಿನ ಕೆಲವು ಆಸೆ, ಆಕಾಂಕ್ಷೆ, ಕಾಮನೆ, ಬಯಕೆಗಳಿಗೆ ಹುಚ್ಚಾಗಿ ಪ್ರೇಮವೆಂದು ನಂಬುವುದು ತಪ್ಪು. ಅದು ಶುದ್ಧ ಪ್ರೇಮವಲ್ಲ. ಕಲ್ಪನೆಯ ಭ್ರಮೆಯಷ್ಟೆ" ಗಂಭೀರವಾಗಿ ಹೇಳಿದ.

ಗಾಬರಿಯಾದಳು. ಇಂದಿನವರೆಗೂ ಮುರುಳಿ ತನ್ನನ್ನು ಪ್ರೀತಿಸುತ್ತಿದ್ದಾನೆಂದು ತಿಳಿದಿದ್ದಳು. ಹೆಮ್ಮೆಯಿಂದ ಬೀಗಿದ್ದಳು. ಈಗ ಕೂಡ ಅವನ ಮಾತನ್ನು ಅವಳು ನಂಬಲು ಸಿದ್ಧವಿಲ್ಲ. ಅವನದು ಗಟ್ಟಿಪ್ರೇಮವೆಂದು ತಿಳಿದಿದ್ದಳು.

ಅವನ ಮಾತುಗಳಿಂದ ಒಂದು ರೀತಿಯ ಸೂಕ್ಷ್ಮ ಯಾತನೆಯಾಯಿತು.

"ಉಷಾ, ಇಂಥ ಹುಚ್ಚುಚ್ಚು ಮಾತುಗಳು ಬೇಡ. ನೀನು ಆರಿಸಿಕೊಂಡ ಸುಖಜೀವನ ಮುಳ್ಳಾದೀತು. ಸಂಜಯ ಬಹಳ ಒಳ್ಳೆಯವರು. ನಿನ್ನ ಅದೃಷ್ಟ ದೊಡ್ಡದು" ಯಾವುದೋ ಭಾವನಾವೇಗಕ್ಕೆ ಸಿಕ್ಕಿದಂತೆ ಆಡಿಬಿಟ್ಟ.

ಮೇಲೆದ್ದು ಉಷಾ ಬಾಗಿಲವರೆಗೂ ಹೋಗಿ ಹಿಂದಕ್ಕೆ ತಿರುಗಿ "ನಾನು ನಿಮ್ಮನ್ನ ಪ್ರೇಮಿಸೋದು, ನೀವು ನನ್ನನ್ನು ಪ್ರೇಮಿಸೋದು ಮಾತ್ರ ಸುಳ್ಳಲ್ಲ!" ಕಣ್ಣುಗಳಲ್ಲಿ ತುಂಬಿದ ಕಂಬನಿ ಕೆನ್ನೆಗೇ ಜಾರಿತು. ಮುಂಗೈನಿಂದ ತೊಡೆದುಕೊಳ್ಳುತ್ತ ನಡೆದುಬಿಟ್ಟಳು.

ಇವಳಿಗೇನು ಮಾನಸಿಕ ವಿಕಲ್ಪವಾಗಿದೆಯೇ? ಮುರುಳಿ ಯೋಚಿಸಿದ. ಹಗುರ ಮನಸ್ಸಿನಿಂದ ಮರುಕ್ಷಣ ಮರೆತುಬಿಟ್ಟ.

ಬೆಳಿಗ್ಗೆ ಎದ್ದಾಗಿನಿಂದ ಸೀತಳ ನೆನಪೇ. ಬೇಸರ... ಬೇಸರ... ತಾಳಿಕೊಳ್ಳಲು ಕಷ್ಟವಾಯಿತು. ಜೇಬಿನಲ್ಲಿದ್ದ ದುಡ್ಡನ್ನು ಎಣಿಸಿ ನೋಡಿದ. ಉಟ್ಟಬಟ್ಟೆಯಲ್ಲಿಯೇ ಮನೆಯಿಂದ ಹೊರಬಿದ್ದ.

ಒಂದೆರಡು ಗಂಟೆಗಳೇ ಬಸ್ ಸ್ಟ್ಯಾಂಡ್‌ನಲ್ಲಿ ಕಾಯಬೇಕಾಯಿತು. ಹೊಟ್ಟೆ ಚುರುಗುಟ್ಟಿದಾಗ ದೋಸೆ ತಿಂದು ಬಂದ. ಇವನು ಬರಿಗೈಯಲ್ಲಿಯೇ ಹಳ್ಳಿ ತಲುಪಿದ.

"ಮಾವ ಬಂದ್ರು" ಅಚ್ಚು ಬಂದು ಅವನ ಕೈಹಿಡಿದೇ ಕರೆದೊಯ್ದು. ಬಾಲ್ಯ ಸಹಜವಾದ ಚಪಲ. ಮುರುಳಿಯ ಬರಿದಾದ ಕೈಗಳನ್ನು ನೋಡಿ ಅವನಿಗೆ ನಿರಾಶೆಯಾಯಿತು. ಎಷ್ಟಾದರೂ ಸಣ್ಣ ಹುಡುಗ. ಮನದ ಬೇಸರ ಮುಚ್ಚಿಡಲು ದೊಡ್ಡವರೆ! ಉತ್ಸಾಹ ಕಳೆದುಕೊಂಡು ಮಂಕಾದ. ಅವನ ಕೈಬಿಟ್ಟು ಹೊರಗೆ ಆಡಲು ಓಡಿದ. ಆಗ ಮುರುಳಿಗೆ ತನ್ನ ತಪ್ಪಿನರಿವಾಯಿತು.

"ಓ!" ಎದುರು ಬಂದು ನಿಂತ ಸೀತ ಒಂದಡಿ ಸರಿಯಲಿಲ್ಲ. ಅವಳ ಶಾಂತ ಸರೋವರಗಳಂಥ ಕಣ್ಣುಗಳಲ್ಲಿ ಪ್ರೇಮದ ಬೆಳಕು ಪ್ರಜ್ವಲಿಸುತ್ತಿತ್ತು.

ನಸುನಗುತ್ತಾ "ಆರೋಗ್ಯವಾಗಿದ್ದೀಯಾ!" ಕೇಳಿದ. ನೋಟ ನೆಲ ನೋಡಿತು. ನಾಚಿದ ಮುಖದ ಮೇಲೆ ಸೊಬಗಿನ ಬೆಳದಿಂಗಳು ಹರಡಿತು.

ಅತ್ತೆ ಆತ್ಮೀಯವಾಗಿ ಉಪಚರಿಸಿದರು. ಅವರಿವರು ಕೆಲಸವಿಲ್ಲದ ಜನ ಬಂದು ಕೂತು "ಓದಿದ ನಿಮ್ಮ ಅಳಿಮಯ್ಯ ಯಾಕೆ ಕೆಲ್ಸಕ್ಕೆ ಸೇರ್ಕೊಂಡಿಲ್ಲ." ಏನೇನೋ ಹುಚ್ಚು ಹುಚ್ಚಾಗಿ ಕೇಳಿ ಅವರ ತಲೆ ಕೆಡಿಸುತ್ತಿದ್ದರು. ಆದರೂ ಸಮಾಧಾನವಾಗಿಯೇ ಇದ್ದರು.

"ನಾಳೆ ಬೆಳಿಗ್ಗೆ ಸೀತನ ಕರ್ಕೊಂಡ್ಹೋಗ್ತೀನಿ." ಊಟ ಮಾಡಿದ ಕೈ ತೊಳೆಯುತ್ತ ಹೇಳಿದ.

ಚೊಚ್ಚಲು ಬಸುರಿ ಈಗ ಆರೈಕೆ ಅಗತ್ಯವಾಗಿತ್ತು. ಅಲ್ಲಿ ಮಾಡುವವರಿಲ್ಲ. ಹಣಕಾಸಿಗೂ ತೊಂದರೆ. ಮನೆಯಲ್ಲಿ ಹಸು ಕರೆಯುತ್ತೆ. ಹಾಲು ತುಪ್ಪ ತಿಂದ್ಕೊಂಡು ಒಂದು ತಿಂಗಳಾದರೂ ಮಗಳು ಇಲ್ಲಿರಲಿ ಎಂಬುದು ಅವರ ಆಸೆ. ಅದನ್ನ ಗಂಡನ ಮುಂದೆ ಆಡಿಯೂ ಇದ್ದರು.

"ಇನ್ನು ಒಂದು ತಿಂಗಳಾದ್ರೂ ಇರ್ಲಿ. ಈ ದಿನಗಳಲ್ಲಿ ಸುಸ್ತು, ಸಂಕಟ ಇದ್ದಿದ್ದೇ. ಸರ್ಯಾಗಿ ಆರೈಕೆ ಮಾಡ್ಬೇಕೂ...."

ಅವನು ಮಡದಿಯ ಕಡೆ ನೋಡಿದ. ಅವರ ಮಾತಿನಲ್ಲಿ ಅತಿಶಯವೇನು ಇರಲಿಲ್ಲ. ಆದರೆ ಸೀತ ಬಂದ ದಿನದಿಂದ ಅವನ ಮನದಲ್ಲಿ ಶೂನ್ಯ ತುಂಬಿಕೊಂಡಿತ್ತು. ಯಾವುದರಲ್ಲೂ ಆಸಕ್ತಿ ಇರಲಿಲ್ಲ. ಇನ್ನು ಬರವಣಿಗೆಯ ಕೆಲಸ ಹೇಗೆ ತಾನೇ ಮುಂದುವರಿದೀತು?

"ಇಲ್ಲಮ್ಮ ಹೋಗ್ತೀನಿ. ಅವ್ರಿಗೆ ಊಟ, ತಿಂಡಿಗೆ ತೊಂದರೆಯಾಗುತ್ತೆ. ನಂಗೇನು ಇಲ್ಲ, ಚೆನ್ನಾಗಿದ್ದೀನಿ." ಮುರುಳಿಯ ಕೆಲಸ ಹಗುರವಾಯಿತು. ಆಕೆ ಮತ್ತೆ ಮಾತಾಡಲು ಹೋಗಲಿಲ್ಲ. ಮಗಳನ್ನು ಆಕ್ಷೇಪಿಸಲಾರರು. ಹೆಣ್ಣಾಗಿ ಅವಳ ಮನಸ್ಥಿತಿಯನ್ನು ಅರ್ಥಮಾಡಿಕೊಂಡಿದ್ದರು.

ರಾತ್ರಿಯೆಲ್ಲ ಯೋಚಿಸಿದ ಮುರುಳಿ. ಮನವೆಲ್ಲ ಭಾರವಾಗಿತ್ತು. ಜವಾಬ್ದಾರಿ ಹೊತ್ತವನಂತೆ ಕುಸಿದಿದ್ದ. ಬೆಳಕು ಹರಿದ ಮೇಲೆ ಚೇತರಿಸಿಕೊಂಡ. ತಲೆ ಕೆಡಿಸಿಕೊಳ್ಳಲು ಹೋಗಲಿಲ್ಲ. ಅತ್ತೆ ಮಾವನ ಬಲವಂತಕ್ಕೆ ಅಂದು ಅಲ್ಲೆ ಉಳಿದ.

ಸಂಜೆ ಮಡದಿಯೊಂದಿಗೆ ಹೊಲ, ಗದ್ದೆಗಳ ನಡುವೆ ಸುತ್ತಾಡಿ ಬರಲು ಹೊರಟ. ಪಕ್ಕದಲ್ಲಿ ನಡೆದು ಬರುತ್ತಿದ್ದ ಮಡದಿಯೆಡೆ ನೋಡಿದ. ಅವಳಿಗೆ ಸ್ವಂತ ವ್ಯಕ್ತಿತ್ವದ ಬೆಳವಣಿಗೆಯ ಕಡೆ ಗಮನವೇ ಇಲ್ಲ. ಅದನ್ನು ರೂಢಿಸಿಕೊಂಡೇ ಇಲ್ಲ. ಸ್ತ್ರೀ-ಸಮಾನತೆ ಬಗ್ಗೆ ಅವಳಿಗೆ ಪರಿಜ್ಞಾನವೇ ಇಲ್ಲ. ಅದರಿಂದಲೇ ನೆಮ್ಮದಿಯಾಗಿದ್ದಳು.

ಸೀತಳ ಮುಖದ ಮೇಲೆ ಆಯಾಸ ಕಾಣಿಸಿಕೊಂಡಿತು. ಅವಳು ಕೋಮಲೆಯಲ್ಲ. ಆದರೂ ಈ ಪರಿಸ್ಥಿತಿಯಲ್ಲಿ ಬೆವೆತುಹೋಗಿದ್ದಳು. ಸುತ್ತಮುತ್ತಲೂ ಬೋಳು ಬೋಳಾಗಿತ್ತು. ಹಳೆಯ ವರ್ಷದ ಕೊಳೆಯ ಬೆಳೆ ಹೊಲಗಳಲ್ಲಿ ಒಣಗಿ ನಿಂತಿತ್ತು. ಹಸುರಿನ ವನರಾಜಿ ಕಂಗೊಳಿಸುತ್ತಿರಲಿಲ್ಲ. ಇಬ್ಬರೂ ಹೋಗಿ ಹುಣಸೆ ಮರದ ಬುಡದಲ್ಲಿ ಕುಳಿತರು. ದೂರಕ್ಕೆ ನೋಡಿದ. ಬೋಳಾದ ಮರಗಳಲ್ಲಿ ಹೊಸ ಚಿಗುರು ಕಾಣಿಸಿಕೊಂಡಿತು. ಇಂಥ ಒಂದು ಚೈತ್ರದ ಸಂಜೆಯೇ "ಚೈತ್ರದ ಕೋಗಿಲೆ" ಕವನ ರಚಿಸಿದ್ದ. ಉಷಾಳ ಧ್ವನಿಯಲ್ಲಿ ಅದು ಕೇಳುವಂತಾಗಿತ್ತು. ಒಮ್ಮೊಮ್ಮೆ ಅವಳನ್ನು 'ಚೈತ್ರದ ಕೋಗಿಲೆ'ಯೆಂದೇ ಸಂಬೋಧಿಸುತ್ತಿದ್ದ. ಎಲ್ಲ ನೆನಪಿನಾಳದಲ್ಲಿ ಹುದುಗಿಹೋಗಿತ್ತು.

ಬಹಳ ಹೊತ್ತು ಯೋಚಿಸುತ್ತಲೇ ಕುಳಿತ. ಸಂಗಡ ಬಂದಿದ್ದ ಸೀತಳನ್ನೇ ಮರೆತ.

"ಮನೆಗೆ ಹೋಗೋಣ, ಕತ್ತಲಾಯಿತು" ಸೀತಳ ಧ್ವನಿ ಅವನನ್ನು ಹಿಡಿದು ಅಲುಗಾಡಿಸಿದಂತಾಯಿತು.

'ಅಬ್ಬ!' ಎಂದುಕೊಳ್ಳುತ್ತ ಮೇಲಕ್ಕೆದ್ದ. ಇಷ್ಟೊತ್ತು ಸಹನೆಯಿಂದ ಕೂತಿದ್ದ ಸೀತಳ ಬಗ್ಗೆ ಸಹಾನುಭೂತಿಯಾಯಿತು. ನಕ್ಕು ಏನೇನೋ ಮಾತಾಡಿದ. ಸಂದರ್ಭಕ್ಕೆ ಅನುಚಿತವಾಗಿರಲಿಲ್ಲ. ಅವಳ ಮನಸ್ಸಿನ ಬೇಸರ ನೀಗುವುದೇ ಅವನ ಉದ್ದೇಶವಾಗಿತ್ತು.

"ಏನಾದ್ರೂ ಬರೆದಿದ್ದೀರಾ?" ಅವಳ ಪ್ರಶ್ನೆಯಿಂದ ದಂಗಾದ. ಅವಳು ಸ್ವತಂತ್ರ ವಹಿಸಿ ಅಷ್ಟರಮಟ್ಟಿಗೆ ಕೇಳುವಂತಾಗಿದ್ದು ಅವನಿಗೆ ಸಂತೋಷದ ವಿಷಯ.

"ಇಲ್ಲ. ನೀನಿಲ್ದೇ ಏನೂ ಬರೆಯಲಾರೆ. ಒಂದು ವಿಧವಾದ ಕತ್ತಲು ತುಂಬಿಹೋಗುತ್ತೆ. ತಲೆಯಲ್ಲಿನ ಕಲ್ಪನೆಗಳು ಜಾರಿಕೊಂಡುಬಿಡುತ್ವೇ."

ಸೀತ ನಡೆವಲ್ಲೇ ಕರಗಿಹೋದಳು. ತಾನು ಅಷ್ಟರಮಟ್ಟಿಗೆ

ಪ್ರಯೋಜನವಾಗಿದ್ದೇನೆಯೇ! ಗಂಡನ ಬಾಯಿಂದಲೇ ಅದನ್ನು ಕೇಳಿದಾಗ ಅವಳ ಮೈ ಕಂಪಿಸಿತು. ಸಂತೋಷ ತಡೆದುಕೊಳ್ಳಲಾರದೆ ಹೋದಳು. ದೃಷ್ಟಿಗೆ ಕಣ್ಣಿನ ಪೊರೆ ಅಡ್ಡಬಂತು. ಎಲ್ಲಾ ವಸ್ತುಗಳು ಮಂಜುಮಂಜಾಗಿ ಕಾಣತೊಡಗಿತು. ಗಂಟಲು ಬಿಗಿದು ಬಂತು. ನಿಂತಲ್ಲೇ ಕುಸಿದಳು.

ಗಾಬರಿಯಿಂದ ಅವಳ ತಲೆಯನ್ನೆತ್ತಿಕೊಂಡು ತೊಡೆಯ ಮೇಲಿಟ್ಟುಕೊಂಡ. ಉದ್ವೇಗ ಅವನ ಈಗಿನ ಸ್ಥಿತಿ ಒಳ್ಳೆಯದಲ್ಲ. ಕಣ್ಣುಬಿಟ್ಟವಳೇ ಎದ್ದುಕೂತಳು. ಅತ್ತಿತ್ತ ನೋಡಿ "ನಡೆಯಿರಿ, ಹೋಗೋಣ" ಅವನ ಕೈ ಹಿಡಿದುಕೊಂಡೇ ಮೇಲಕ್ಕೆದ್ದಳು.

ಮನೆಗೆ ಬಂದಾಗ ರಾಜಮ್ಮನ ಜೊತೆಯಲ್ಲಿ ಮತ್ತಿಬ್ಬರು ಹೆಂಗಳೆಯರು ಕೂತು ಮಾತಾಡುತ್ತಿದ್ದರು. ಸುದ್ದಿ ಇವನದೇ. ಭವಿಷ್ಯದ ಬಗ್ಗೆ ಅವನಿಗಿಲ್ಲದ ಆತಂಕ ಅವರಿಗಿತ್ತು.

"ನಾಳೆ ಮಕ್ಳು - ಮರೀಂತಾದರೆ ಗತಿಯೇನು? ಮೊದ್ಲು ಸಂಬ್ಳ ಬರೋ ನೌಕರಿ ಹುಡುಕ್ಕೋಂತ್ಹೇಳಿ. ಮದುವೆಯಾದ್ಮೇಲೆ ಒಂದು ಚೂರು ಬಂಗಾರ ಮಾಡ್ಸಿಯಾಕಿಲ್ಲ. ಹೆಂಡತಿ ಮೈಮೇಲೆ. ಇದು ಯಾವ ಸೀಮೆ ಚಂದ. ಈ ಬದುಕಿಗೆ ಅಷ್ಟ್ಯಾಕೆ ಒಪ್ಪೇಕಿತ್ತು!" ತಮ್ಮದೇ ಆದ ವಾದ ಸರಣಿಯಲ್ಲಿ ಹೇಳುತ್ತಿದ್ದರು.

ಅಳಿಯನನ್ನು ಅವಹೇಳನಕ್ಕೆ ಗುರಿಮಾಡುವಂಥ ಹೆಣ್ಣಲ್ಲ ರಾಜಮ್ಮ. ಅವರ ಸಮಾಧಾನ ಹೀಗಿತ್ತು. "ಅಂಥದ್ದೇನು ಇಲ್ಲ. ಸಂಬ್ಳ ತರದಿದ್ರೆ ಏನಾಯ್ತು. ದೊಡ್ಡ ದೊಡ್ಡ ಪುಸ್ತಕಗಳನ್ನು ಬರೀತಾನೆ. ಸಾಕಷ್ಟು ಸಂಪಾದ್ನೇ ಇದೆ!"

"ಬರೀ ಊಟ, ತಿಂಡಿಗಾದ್ರೆ ಸಾಕಾ! ಬೆಳ್ಳಿ, ಚಿನ್ನ ಮಾಡಿಟ್ಕೋಬಾರ್ದಾ! ಕೈಕಾಲು ಗಟ್ಟಿಮುಟ್ಟಿಗಿರೋವಾಗ್ಲೇ ಒಂದಿಷ್ಟು ಆಸ್ತಿ ಮಾಡ್ಕೋಬೇಕು." ಮುರುಳಿ ಮಡದಿಯ ಮುಖ ನೋಡಿ ಹಗುರವಾಗಿ ನಕ್ಕುಬಿಟ್ಟ.

"ಅಮ್ಮ..." ಎಚ್ಚರಿಸಿದಳು ಸೀತ. ಅವರ ಮಾತುಗಳಿಂದ ಮುರುಳಿಗೆ ನೋವಾಗುವುದು ಅವಳಿಗೆ ಬೇಡವಾಗಿತ್ತು. ಈಗಾಗಲೇ ಅವನ ಮನಸ್ಸು ಘಾಸಿಗೊಂಡಿದೆಯೆಂದು ಅವನ ಮುಖಭಾವದಿಂದಲೇ ಅರಿತಳು.

ಆ ತಾಯಿಯರು ಅರೆ ಮನಸ್ಸಿನಿಂದಲೇ ಎದ್ದುಹೋದರು. ಹೇಳುವುದು ಇನ್ನೂ ಮುಗಿದಿರಲಿಲ್ಲ. ಸಂತೃಪ್ತಿಯ ಸಂಸಾರದಲ್ಲಿ ಅತೃಪ್ತಿಯ ಬೀಜಗಳನ್ನು ಬಿತ್ತುವುದೇ ಆ ಕೆಲಸಗೇಡಿ ಹೆಣ್ಣುಗಳ ಕೆಲಸ. ಇದಕ್ಕೆ ಸಿಕ್ಕಿದೋರು ಬೇಯಬೇಕು?

ರಾಜಮ್ಮನ ಮುಖ ಚಿಕ್ಕದಾಯಿತು. ಅಳಿಯ ಪರಕೀಯನಲ್ಲ. ಆದರೂ ತಪ್ಪು ಭಾವನೆಗೆ ಅವಕಾಶವಾಗಬಾರದು. ಆಮೇಲೆ ಪ್ರೀತಿ, ಗೌರವಗಳು ಉಳಿಯಲು ಸಾಧ್ಯವಿಲ್ಲ.

"ತುಂಬ ದೂರ ಹೋಗಿದ್ರಾ? ಈಗ ಹೊಲ, ಗದ್ದೆಗಳನ್ನು ನೋಡಲು ಏನು ಚೆನ್ನ! ಎತ್ತ ನೋಡಿದರೂ ಬೋಳು... ಬೋಳು..."

"ಸುಮ್ನೇ ಸ್ವಲ್ಪ ದೂರ ಅಡ್ಡಾಡಿ ಬಂದ್ವಿ" ಮುರುಳಿಯೇ ಉತ್ತರ ಹೇಳಿದ.

ಸೀಮೆಎಣ್ಣೆಯ ದೀಪದ ಬೆಳಕು. ಹಳ್ಳಿಗೆ ಎಲೆಕ್ಟ್ರಿಕ್ ದೀಪ ಬಂದಿದ್ದರೂ ಅದನ್ನು ಹಾಕಿಸುವಷ್ಟು ಹಣಕಾಸಿನ ಸ್ಥಿತಿ ಸರಿಯಿಲ್ಲವೇನೋ? ಅಥವಾ ಮನಸ್ಸಿಲ್ಲವೋ? ಅಂತೂ ಆ ಮನೆಯಲ್ಲಿ ಸೀಮೆಎಣ್ಣೆಯ ದೀಪದ ಅಗತ್ಯವಿತ್ತು.

ಕಾದ ಹಸುವಿನ ಹಾಲಿನ ಎರಡು ಲೋಟಗಳನ್ನು ಹಿಡಿದುಕೊಂಡು ಬಂದರು. ಮಗಳು, ಅಳಿಯನ ಮುಂದಿಟ್ಟರು. ಈಗ ಹಾಲು ಕುಡಿಯುವ ಒಂದು ನಿರ್ದಿಷ್ಟ ವೇಳೆಯ ಅಗತ್ಯವಿಲ್ಲವೆನ್ನಿಸಿರಬೇಕು.

"ತಗೊಳ್ಳಿ" ಅಲ್ಲಿಟ್ಟು ಹೋದರು.

ಮುರುಳಿ ಹಾಲಿನ ಲೋಟದ ಕಡೆ ನೋಡುತ್ತ ಕೂತ. ಗಾಢವಾದ ಯೋಚನೆಯಲ್ಲಿ ಮುಳುಗಿದ್ದ. ಅವನನ್ನು ತಟ್ಟಿ ಎಬ್ಬಿಸುವಂತೆ "ತಗೊಳ್ಳಿ" ಎಂದರು. ಈಗ ಅವನಿಗೆ ಮಾತು ಬೇಕಿರಲಿಲ್ಲ. ಮೌನವಾಗಿ ಹಾಲನ್ನು ಕುಡಿದು ಲೋಟವನ್ನು ಕೆಳಗಿಟ್ಟ. ಅವಳು ಕುಡಿದಳೇ, ಇಲ್ಲವೇ? ಎಂಬುದನ್ನು ಕೂಡ ಗಮನಿಸಲಿಲ್ಲ.

ಅವನು ಹೆಚ್ಚು ಮಾತಾಡಲೇ ಇಲ್ಲ. ಊಟವಾದ ಕೂಡಲೇ ಮಲಗಿಬಿಟ್ಟ. ಮಾತಿನ ಮೇಲೆ ಆಸಕ್ತಿ ಇಲ್ಲದ ಸಮಯದಲ್ಲಿ ಮಾತಾಡಿಸುವ ಪರಿಪಾಠ ಇಟ್ಟುಕೊಂಡಿರಲಿಲ್ಲ, ಸೀತ, ಸುಮ್ಮನೆ ಮಲಗಿದಳು.

ಬೇರೆಯವರ ಹಾಗೆ ಭವಿಷ್ಯದ ಬಗ್ಗೆ ಚಿಂತಿಸಲಾರಳು. ಬಯಕೆಗಳನ್ನು ಬೃಹತ್ ಮಾಡಿ ಆಸೆಯ ಕಣ್ಣುಗಳಿಂದ ನೋಡಲಾರಳು. ದೇವರಲ್ಲಿ ಅಪಾರ ಭಕ್ತಿ. ಎಲ್ಲವನ್ನು ನಡೆಸಿಕೊಡುವವನು ಅವನೇ. ಹೇಗೋ ನಡೆಯುತ್ತೆ; ಧರ್ಮವನ್ನು ಬಿಟ್ಟು ಅಧೋಗತಿಯ ದಾರಿಯನ್ನು ತುಳಿಯದಿದ್ದರೆ, ಇವು ಅವಳ ಸ್ವಚ್ಛ ಮನಸ್ಸಿನ ಭಾವನೆಗಳು. ಆದ್ದರಿಂದಲೇ ನಿರಾತಂಕವಾಗಿದ್ದಳು. ಮಲಗಿದ ಕೂಡಲೇ ನಿದ್ದೆ ಹತ್ತಿಬಿಡುತ್ತಿತ್ತು.

ಪಕ್ಕಕ್ಕೆ ಹೊರಳಿದ ಮುರುಳಿ "ಸೀತ." ಆ ಕರೆಯಲ್ಲಿ ಮೃದುತ್ವ ಇತ್ತು, ಆರ್ತತೆ ಇತ್ತು. ತಟ್ಟನೆ ಎದ್ದು ಕೂತ. ಸೀತ ಏನು ಎನ್ನುವಂತೆ ನೋಡಿದಳು. ಅವಳನ್ನು ಬಳಸಿ ಹತ್ತಿರಕ್ಕೆ ಎಳೆದುಕೊಂಡ. ಮಂದವಾದ ದೀಪದ ಬೆಳಕಿನಲ್ಲಿ ತುಂಬು ಮುಖವನ್ನು ದಿಟ್ಟಿಸಿದ. ಎಲ್ಲಿಯೂ ಅತೃಪ್ತಿಯ ಛಾಯೆ ಇರಲಿಲ್ಲ. ಅವಳ ಮುಖವನ್ನು ತನ್ನೆದೆಯಲ್ಲಿ ಹುದುಗಿಸಿಕೊಂಡ. ಬಗ್ಗಿ ಅವಳ ಹಣೆಯನ್ನು ಚುಂಬಿಸಿದ.

ಬೆಳಗಿನ ಮೊದಲ ಬಸ್ಸಿಗೆ ಹೊರಟು ನಿಂತರು. ಗಂಡ, ಹೆಂಡತಿ ಚಕಾರವೆತ್ತದೇ ಮಗಳು ಅಳಿಯನನ್ನು ಸಂತೋಷದಿಂದ ಕಳಿಸಿಕೊಟ್ಟರು. ಕಡೆಗೆ ತಾಯಿ ಹೃದಯ ಕೇಳದಾಯಿತು. "ಮುರುಳಿ, ಸೀತನ ಸ್ವಲ್ಪ ಹುಷಾರಾಗಿ ನೋಡ್ಕೋಪ್ಪ" ಅವನು ತಲೆಯಾಡಿಸಿದ. ಸ್ವಚ್ಛ ಆಕಾಶದಲ್ಲಿ ನಿರಾತಂಕವಾಗಿ ಸ್ವತಂತ್ರವಾಗಿ ಹಾರಾಡುತ್ತಿದ್ದ ಪಕ್ಷಿಗೆ ಬಂಧನದ ಸಂಕೋಲೆ ತೊಡಿಸಿದಂತಾಯಿತು.

ಹಿಂದೆ ವ್ಯಾಸಂಗ ಬರವಣಿಗೆ ಬಿಟ್ಟು ಅವನ ಜಗತ್ತೇ ಇರಲಿಲ್ಲ. ಹೇಗೋ ನಡೆಯುತ್ತಿತ್ತು. ವಯೋಧರ್ಮಕ್ಕೆ ಅನುಗುಣವಾಗಿಯೋ ಅವಳಲ್ಲಿನ ಸಾಹಿತ್ಯ ಪ್ರೇಮ

ಗುರ್ತಿಸಿಯೋ! ಸೋತುಹೋಗಿದ್ದ. ಈಗ... ಸೀತಳನ್ನು ಕೈಹಿಡಿದು ಗೃಹಸ್ಥ ಆಶ್ರಮ ಪ್ರವೇಶಿಸಿದ್ದ. ಜವಾಬ್ದಾರಿಗಳು ಸಾಕಷ್ಟಿತ್ತು. ಆದರೂ ನಿರಾತಂಕವಾಗಿದ್ದ. ತಂದೆಯಾಗುವ ಹೊರೆ ಅವನ ಮೇಲೆ ಬಿದ್ದಿತ್ತು, ತಪ್ಪಿಸಿಕೊಳ್ಳಲಾರ.

* * * *

ಉಷಾಳ ಕಥಾ ಸಂಕಲನ ಒಂದು ಪ್ರಸಿದ್ಧ ಕನ್ನಡ ಸಂಘದ ಆಶ್ರಯದಲ್ಲಿ ಬಿಡುಗಡೆಯಾಗುವ ಏರ್ಪಾಟು ಆಗಿತ್ತು. ಒಂದೆರಡು ದಿನಗಳ ಮುನ್ನ ಸಂಜಯ ತಾನೇ ಕಥಾಸಂಕಲನ ಪ್ರತಿಯನ್ನು ಕೊಟ್ಟು, ಒಂದು ನಾಲ್ಕು ಮಾತುಗಳನ್ನು ಆಡಲು ಸಾಧ್ಯವೇ ಎಂದು ಕೇಳಿದ.

ಮುರುಳಿ ತಕ್ಷಣ ಗಂಭೀರನಾದ. ಅವನು ಸಾಕಷ್ಟು ಸಾಹಿತ್ಯದಲ್ಲಿ ಕೃಷಿ ನಡೆಸಿದ್ದ. ಬಹಳ ಹಿಂದೆ ಬರೆದ ಒಂದು ಕಾದಂಬರಿ ಪ್ರಕಟಿಸುವ ವಿಷಯದಲ್ಲಿ ಆಸ್ಥೆವಹಿಸಿರಲಿಲ್ಲ.

"ಅಂದಿನ ಸಮಾರಂಭಕ್ಕೆ ಬರ್ತೀನಿ. ಆದರೆ ವೇದಿಕೆಯ ಮೇಲೆ ಕೂತುಕೊಳ್ಳುವಂತೆ ಬಲವಂತ ಮಾಡ್ಬೇಡ."

ಸಂಜಯ ಕೂಡ ವಿಷಯವನ್ನು ಅಷ್ಟಕ್ಕೇ ಮುಗಿಸಿದ. ಒತ್ತಾಯಪಡಿಸುವುದು ಅವನಿಗೆ ಬೇಕಿಲ್ಲ. ಬೇಸರವಾಗೇ ಇದ್ದ.

"ಆಯ್ತು: ಬರ್ದೇ ಇರ್ಬೇಡಿ" ಹೇಳಿ ಹೋದ.

ಅವನು ಕೂಡ ಸಂಜಯನ ಪರಿಸ್ಥಿತಿಯನ್ನು ಅರ್ಥಮಾಡಿಕೊಂಡಿದ್ದ. ಸಂಯಮದ ಸಭ್ಯ ಮನುಷ್ಯ. ಇದು ಅವನ ಬಗ್ಗೆ ಮುರುಳಿಯ ಅನಿಸಿಕೆ.

ಮರುದಿನ ಬೆಳಿಗ್ಗೆಯೇ ಉಷಾ ಬಂದಳು. ಅವಳೊಬ್ಬಳೇ ಬಂದಿರಲಿಲ್ಲ. ಅವಳ ಜೊತೆ ನಾಲ್ಕಾರು ಹೆಂಗಳೆಯರೂ ಇದ್ದರು. ಅವರ ಸ್ವಭಾವಕ್ಕೆ ಹೊಂದಿಕೊಂಡವರೇ ಇರಬೇಕು. ಬಹಳ ಶಿಸ್ತಾಗಿ ಬಂದಿದ್ದರು. ತಾನು ದೊಡ್ಡ ಲೇಖಕಿಯಾದೆನೆಂಬ ಹಮ್ಮು ಅವಳ ಮಾತುಗಳಲ್ಲಿ ಕಾಣಬಹುದಿತ್ತು.

"ನೀವ್ ಖಂಡಿತ ಬರ್ಬೇಕೂ..." ಹೇಳಿದಳು. ಅವಳ ಧ್ವನಿಯಲ್ಲಿ ಹಿಂದಿನ ಮಿಡಿತವಿತ್ತು. ಒಪ್ಪಿಗೆಯೆನ್ನುವಂತೆ ತಲೆಯಾಡಿಸಿದ. ಅವರುಗಳು ಹೊರಟ ಕೂಡಲೆ ಭೋರೆಂದು ಸುರಿಯುತ್ತಿದ್ದ ಮಳೆ ಒಮ್ಮೆ ನಿಂತಂತೆ ಆಯಿತು.

ಕರೆಯೋಲೆಯನ್ನು ತೆಗೆದು ನೋಡಿದ. ಕಥಾಸಂಕಲನಕ್ಕೆ ಮುನ್ನುಡಿ ಬರೆದಿದ್ದ ಪ್ರೊಫೆಸರ್ ಶ್ಯಾಮರಾವ್ ಸಮಾರಂಭದ ಅಧ್ಯಕ್ಷತೆ ವಹಿಸಲಿದ್ದರು. ರಾಜಕೀಯ ಮುಖಂಡರು ಪುಸ್ತಕ ಬಿಡುಗಡೆ ಮಾಡುವವರಿದ್ದರು. ತೆಗೆದಿರಿಸಿ "ಸೀತಾ, ಹೋಗ್ಬರೋಣ" ಅವಳಿಗೆ ಕಸಿವಿಸಿಯಾಯಿತು. ಸಭೆ ಸಮಾರಂಭಗಳಿಗೆ ಹೋಗಿ ಅವಳಿಗೆ ಅಭ್ಯಾಸವಿಲ್ಲ. ಸಂಕೋಚದಿಂದಲೇ "ನಾನ್ಯಾಕೆ? ನೀವ್ಹೋಗ್ಬನ್ನಿ." ಅವಳ ಒಳಗುದಿ ಮುರುಳಿಗೆ ಅರ್ಥವಾಯಿತು. ಹಗುರವಾಗಿ ನಕ್ಕು "ಪರ್ವಾಗಿಲ್ಲ ಹೋಗ್ಬರೋಣ" ಅಷ್ಟಕ್ಕೆ ಸೀತ ಸುಮ್ಮನಾದಳು.

ಸಂಜಯ ತಂದುಕೊಟ್ಟಿದ್ದ ಪ್ರತಿಯನ್ನು ತೆಗೆದುಕೊಂಡು ಹೋಗಿ ಬಾವಿಯ ಕಟ್ಟೆಯ ಮೇಲೆ ಕೂತ. ಬಿಸಿಲಿನ ಪ್ರಖರತೆ ತೀಕ್ಷ್ಣವಾಗಿರಲಿಲ್ಲ. ಮೋಡಗಳು ಬೆಳಕಿನೊಡನೆ ಆಟವಾಡುತ್ತಿದ್ದವು.

ಪುಟಗಳನ್ನು ತಿರುವಿದ. ಮುನ್ನುಡಿ ಮೂರು ಪುಟದಷ್ಟಿತ್ತು. ತನ್ಮಯತೆಯಿಂದ ಓದಿದ. 'ಉತ್ತಮ ಮಟ್ಟದ ಕಥೆಗಳು, ಕಥಾನಿರೂಪಣೆ ಸಮರ್ಪಕವಾಗಿದೆ. ಕಥೆಯ ವಿಚಾರಗಳ ಅಂಶಗಳೂ ಎಲ್ಲಿಯೂ ಗಂಟು ಹಾಕಿಕೊಳ್ಳದೇ ತಾವೇ ತಾವಾಗಿ ಬೆಳೆದಿವೆ. ಓದುಗರನ್ನು ತನ್ಮಯವಾಗಿ ಮಾಡುವ ಕಲೆ ಲೇಖಕಿಗೆ ಕರಗತವಾಗಿದೆ. ಲೇಖಕಿಯ ಕಥಾರಚನೆಯ ವೈಶಿಷ್ಟ್ಯ ಹಾಗೂ ವಸ್ತುವಿನ ವಿಶೇಷಗಳನ್ನು ಈ ಸಂಕಲನದ ಕಥೆಗಳು ಪ್ರತಿಧ್ವನಿಸುತ್ತದೆ' ಬಹಳ ಒತ್ತುಕೊಟ್ಟು ಹೊಗಳಿ ಬರೆದಿದ್ದರು.

ಮೊದಲ ಕತೆ 'ಕಳೆದುಹೋದೆ'ಯನ್ನು ಓದಲು ಶುರು ಮಾಡಿದ. ಹಸಿಹಸಿಯಾದ ಬರಹ, ಎಲ್ಲೂ ಹಿಡಿತವಿರಲಿಲ್ಲ. ಕಥೆಯ ನಿರೂಪಣೆಗೆ ಹೆಚ್ಚಿನ ಪ್ರಾಮುಖ್ಯತೆ ಕೊಟ್ಟಿರಲಿಲ್ಲ. ಕತೆಗೆ ಸಂಬಂಧಿಸದ ಅನವಶ್ಯಕ ವಿವರಗಳು ತುಂಬಿಕೊಂಡಿದ್ದವು. ಘಟನೆಗಳನ್ನು ಎಳೆದುತಂದು ಕೂಡಿ ಹಾಕಿದಂತಿತ್ತು. ಬಲವಂತದಿಂದ ಎರಡು ಮೂರು ಕತೆಗಳನ್ನು ಓದುವ ವೇಳೆಗೆ ಸಾಕೆನಿಸಿತು. ಪುಸ್ತಕವನ್ನು ಮುಚ್ಚಿ ಕೈಯಲ್ಲಿಡಿದು ಯೋಚಿಸಿದ. ಒಮ್ಮೆಲೆ ನಿಟ್ಟುಸಿರಿಟ್ಟು ಇಳಿದು ಒಳಕ್ಕೆ ಬಂದ.

ಕಷ್ಟವಾದ ಕೆಲಸಗಳನ್ನು ಸೀತಳಿಂದ ಮಾಡಲು ಬಿಡುತ್ತಿರಲಿಲ್ಲ. ತಾನೇ ಮಾಡುತ್ತಿದ್ದ.

ಇವರು ಹೋಗಿ ತಲುಪುವ ವೇಳೆಗೆ ಮುಂದಿನ ಸೀಟುಗಳೆಲ್ಲ ಭರ್ತಿಯಾಗಿದ್ದವು. ಸಭಾ ಮಂಟಪವನ್ನು ಬಣ್ಣಬಣ್ಣದ ದೀಪಗಳಿಂದ ಅಲಂಕರಿಸಿದ್ದರು. ಖಾಲಿಯಿದ್ದ ಹಿಂದಿನ ಸೀಟುಗಳಲ್ಲಿಯೇ ಕುಳಿತ. ಮಹಿಳೆಯರಿಗೆ ಕೂಡಲು ಬೇರೆ ವ್ಯವಸ್ಥೆ ಮಾಡಲಾಗಿತ್ತು. ತಡವಾಗಿಯಾದರೂ ಸಭೆಯ ಕಲಾಪಗಳು ಪ್ರಾರಂಭವಾದವು. ಸಂಸ್ಥೆಯ ವತಿಯಿಂದ ಲೇಖಕಿಗೆ ಶಾಲು ಹೊದಿಸಿ ಸರಸ್ವತಿಯ ಗಂಧದ ವಿಗ್ರಹ ಕೊಟ್ಟು ಸನ್ಮಾನಿಸಿದರು. ಮಾತು, ಕ್ರಮ ಎಲ್ಲವೂ ನಟನೆಯಾಗಿ ಕಂಡಿತು.

ಮಡದಿಗೆ ಸನ್ನೆ ಮಾಡಿ ಅಲ್ಲಿಂದೆದ್ದ. ಮಧ್ಯದಲ್ಲಿ ಕಷ್ಟಕ್ಕೆ ಸಿಕ್ಕಿ ಹಾಕಿಕೊಳ್ಳುವುದು ಅವನಿಗೆ ಬೇಡವಾಗಿತ್ತು.

"ಸ್ವಲ್ಪ ಕಾಫಿ ಕುಡಿದು ಹೋಗೋಣ" ಹೇಳಿದ.

ವಿಶೇಷ ಆಹ್ವಾನಿತರಿಗೆ ಪಾರ್ಟಿಯ ಏರ್ಪಾಟಾಯಿತು. ಆದರೆ ಅವನಿಗಿಷ್ಟವಿಲ್ಲ. ಸತ್ಯಕ್ಕೆ ತೀರಾ ದೂರವಾದ ಮಾತುಗಳನ್ನು ಅವನು ಆಡಲಾರ. ಅವನು ಜೀವನವನ್ನು ನೋಡುವ ದೃಷ್ಟಿಯೇ ಬೇರೆ.

ಭವ್ಯವಾದ ಶ್ರೀಮಂತ ಹೋಟಲುಗಳ ಕಡೆ ಮುಖ ಹಾಕದೇ ಸಾಧಾರಣ

ಹೋಟಲ್ ಹೊಕ್ಕರು. ಅಲ್ಲೂ ಗಿರಾಕಿಗಳಿಗೆ ಕೊರತೆಯಿರಲಿಲ್ಲ. ತಿಂಡಿ ತಿಂದು ಕಾಫಿ ಕುಡಿದು ಹೊರಬಿದ್ದರು. ಆಮೇಲೆ ನಡೆದೇ ಬಂದು ಮನೆ ಸೇರಿದರು.

ಗೇಟು ತೆರೆದಿತ್ತು. ಒಂದು ಹಿಂಡು ದನಗಳು ಒಳಗೆ ಮೇಯುತ್ತಿದ್ದವು. ನಂದನ ವನದಂತಿದ್ದ ತೋಟ ಅಂದಗೆಟ್ಟುಹೋಗಿತ್ತು. ಹಲ್ಲು ಮುಡಿಕಚ್ಚಿ ಅಬ್ಬರಿಸಿದ. ಎರಡು ಕಡೆಯಿಂದಲೂ ದನಗಳನ್ನು ಅಟ್ಟಿದರು. ಇದುವರೆಗೂ ಇಷ್ಟು ದೊಡ್ಡ ನಷ್ಟ ಸಂಭವಿಸಿರಲಿಲ್ಲ. ತಿಂಗಳು ಹುರುಳಿ ಗಿಡಗಳು ಹೂ, ಕಾಯಿಗಳಿಂದ ತೊನೆದಾಡುತ್ತಿದ್ದವು. ಅವು ಈಗ ಬುಡಮಟ್ಟದಲ್ಲಿ ಮುಳ್ಳಿನಂತೆ ನಿಂತಿತ್ತು. ಕೆಲವು ಕಡೆ ಗಿಡಗಳ ಅವಶೇಷವೇ ನಾಶವಾಗಿತ್ತು. ಬದನೆಸೊಪ್ಪು ಹಾಗೂ ಮಿಕ್ಕ ಎಲ್ಲಕ್ಕೂ ಇದೇ ಗತಿ. ಸೀತಳ ಕಣ್ಣಲ್ಲಿ ನೀರೂರಿತು. ಆರ್ಥಿಕ ನಷ್ಟಕ್ಕಿಂತ ಮಕ್ಕಳಂತೆ ಅವುಗಳನ್ನು ಬೆಳೆಸಿದ್ದಳು.

"ಛೆ! ಛೆ! ಎಂಥ ಕೆಲಸವಾಗೋಯ್ತು!" ಕೈಯಲ್ಲಿದ್ದ ಕೋಲಿನ ತುಂಡನ್ನು ಎಸೆದು ಹೇಳಿದ. ಕೆಲವು ಹೂಗಿಡಗಳು ಅವುಗಳ ತುಳಿತಕ್ಕೆ ಸಿಕ್ಕಿ ಭೂಮಿಯ ಮಟ್ಟಕ್ಕೆ ಮಲಗಿತ್ತು. ಶಾವಂತಿಗೆ ಹೂ ಬೆಳೆ ಪೂರ್ಣವಾಗಿ ಅಲ್ಲದಿದ್ದರೂ ಅಷ್ಟಿಷ್ಟು ನಾಶವಾಗಿತ್ತು. ಚೇತರಿಸಿಕೊಳ್ಳಲಾರದಷ್ಟು ದೊಡ್ಡ ಪೆಟ್ಟು. ಕಳೆದುಕೊಂಡವನಂತೆ ಕುಸಿದ. ಬೇಸರದ ವನಕ್ಕೆ ಆ ಹಸುರಿನ ವನರಾಶಿ ಚೇತನವನ್ನು ನೀಡುತ್ತಿತ್ತು. ಗಂಟೆಗಟ್ಟಲೆ ಅದರ ಸೊಬಗನ್ನು ಸವಿಯುತ್ತ ಕೂತುಬಿಡುತ್ತಿದ್ದ. ವೇಳೆ ಸರಿಯುತ್ತಿದ್ದುದೇ ಅವನಿಗೆ ಗೊತ್ತಾಗುತ್ತಿರಲಿಲ್ಲ. ಕಣ್ಣು ಮಂಜಾಯಿತು. ಸುಮ್ಮನೆ ಕಟ್ಟೆಯ ಬಳಿಯ ಕಲ್ಲು ಹಾಸಿನ ಮೇಲೆ ಕೂತುಬಿಟ್ಟ.

ಕತ್ತಲು ಮುಸುಕಿ ರಾತ್ರಿ ಹೆಚ್ಚಿದರೂ ಅಲ್ಲಿಂದ ಏಳಲಿಲ್ಲ. ಏಳುವ ಮನಸ್ಸಾಗಲಿಲ್ಲ. ಒಳಗೆ ನಿರಾಸೆ ಕವಿದುಕೊಂಡಿತ್ತು.

"ಬನ್ನಿ ಒಳಗೋಗೋಣ" ಸೀತೆಯ ಕೈ ಅವನ ಭುಜದ ಮೇಲೆ ಬಿತ್ತು. ತಲೆ ಎತ್ತಿ ಅವಳೆಡೆ ನೋಡಿದ. ಅವನು ಒಬ್ಬನೇ ಈ ವೇದನೆ ಅನುಭವಿಸುತ್ತಿರಲಿಲ್ಲ. ಅವಳೂ ಅನುಭವಿಸಿದ್ದಳು. ನಿಟ್ಟುಸಿರಿಟ್ಟು ಎದ್ದು ಒಳಗೆ ನಡೆದ.

ಹೊಟ್ಟೆ ಹಸಿವಿರಲಿಲ್ಲ. ಮಡದಿಯ ಮನಸ್ಸಿನ ನೆಮ್ಮದಿಗಾಗಿ ತಟ್ಟೆಯ ಮುಂದೆ ಕೂತ. ಬಲವಂತದಿಂದ ಅಷ್ಟಿಷ್ಟು ತಿಂದು ಮೇಲಕ್ಕೆದ್ದ.

ಅಂದು ರಾತ್ರಿಯೇ ಕೂತು ಒಂದು ಕಥೆ ಬರೆದ. ಮನದ ನೋವನ್ನು ಸರಿಯಾಗಿ ಅಭಿವ್ಯಕ್ತಿಗೊಳಿಸಿದ. ಅದನ್ನು ಬೇರೆ ಪ್ರತಿಮಾಡುವ ಗೋಜಿಗೂ ಹೋಗದೆ ಪತ್ರಿಕೆಗೆ ಕಳುಹಿಸಿಬಿಟ್ಟ. ಇದು ಅವನ ಮನೋಧರ್ಮಕ್ಕೆ ವಿರೋಧ, ಆದರೂ ಯಾವುದೋ ಒಳಗಿನ ಶಕ್ತಿ ಇದನ್ನ ಮಾಡಿಸಿತ್ತು.

* * * *

ಉಷಾ ಈಗ ಒಂದು ಮಹಿಳಾ ಕ್ಲಬ್‌ನ ಅಧ್ಯಕ್ಷಿಣಿ. ಕನ್ನಡ ಸಂಘದ ಸಾಂಸ್ಕೃತಿಕ ಕಾರ್ಯಕ್ರಮದ ಕಾರ್ಯದರ್ಶಿನಿ. ಅವಳ ಸುತ್ತಮುತ್ತಲೂ ಹೆಂಗಳೆಯರ ಗುಂಪು.

ಅಂದು ಸಂಜಯ ಮಧ್ಯಾಹ್ನದ ಊಟಕ್ಕೆ ಮನೆಗೆ ಬಂದಾಗ ಗಂಟೆ ಮೂರಾಗಿತ್ತು. ತುರ್ತು ಕೆಲಸವಿದ್ದುದ್ದರಿಂದ ತಡವಾಗಿ ಬಂದಿದ್ದ. ಹೊಟ್ಟೆಯಲ್ಲಿ ಭಯಂಕರ ಹಸಿವು. ಅದರ ಜೊತೆ ತಲೆ ಒಂದೇ ಸಮನೆ ಸಿಡಿಯುತ್ತಿತ್ತು. ಎರಡು ಮಾತ್ರೆ ನುಂಗಿ ನೀರು ಕುಡಿದಿದ್ದ. ಆದರೂ ಕಡಿಮೆಯಾಗಿರಲಿಲ್ಲ. ಬೇಸರದಿಂದಲೇ ಬಂದಿದ್ದ.

ಉಡುಪು ಬದಲಾಯಿಸಿದ. ಡ್ರಾಯಿಂಗ್ ರೂಮಿನಲ್ಲಿದ್ದ ಮಡದಿಗಾಗಿ ಕಾದ. ಐದು ನಿಮಿಷ ಕಳೆದರೂ ಬರುವ ಸೂಚನೆ ಕಾಣಲಿಲ್ಲ. ಸಹನೆ ಉರಿದು ಮರೆಯಾಯಿತು. "ಉಷಾ" ಎಂದು ಅಬ್ಬರಿಸಿದ. ಆ ಅಬ್ಬರಕ್ಕೂ ಅವಳು ಹೊರಗೆ ಬರಲಿಲ್ಲ. ಕುಳಿತಲ್ಲೇ ಕೆಂಡವಾದ. ನೇರವಾಗಿ ಡ್ರಾಯಿಂಗ್ ರೂಮಿಗೆ ಬಂದ. ಅವಳು ಕಥೆ ಪುಸ್ತಕ ಹುಡುಕುವುದರಲ್ಲಿ ಮಗ್ನವಾಗಿದ್ದಳು.

ಓದಿದ ತಕ್ಷಣ ಮರೆತುಬಿಡುವ ಕೇವಲ ಮನರಂಜನೆಯ ಪುಸ್ತಕ. ಪುಸ್ತಕ ಕಿತ್ತು ಹರಿದು ಎಸೆದ. ಇನ್ನು ಅವನ ಕೋಪ ಶಮನವಾಗಲಿಲ್ಲ.

"ಕೂಗಿದ್ದು ಕೇಳಿಸಲಿಲ್ವಾ?" ಗದರಿಸಿದ.

"ನಾನು ನಿಮ್ಮ ಹೆಂಡ್ತಿ ಮಾತ್ರವಲ್ಲ; ಒಬ್ಬ ಲೇಖಕಿ ಕೂಡ. ಅದ್ನ ಅರ್ಥಮಾಡ್ಕೊಳ್ಳಿ. ನನ್ನ ಮೂಡ್‌ಗೆ ಭಂಗ ತರ್ಬೇಡಿ" ತೆಗೆದು ಅವಳ ಕೆನ್ನೆಗೆ ಅಪ್ಪಳಿಸಿದ. "ಯೂ.... ರ್‍ಯಾಸ್ಕಲ್" ನಿಂತಲ್ಲೇ ನಡುಗಿದ. ಕೋಪದಿಂದ ಅನಾಹುತವೇ ಹೆಚ್ಚು. ಹೊರಗೆ ಬಂದ. ಹಸಿವು ಎಲ್ಲಿ ಅಡಗಿಹೋಗಿತ್ತೋ!!

ಸಂಜಯ ಸುಮ್ಮನೆ ಮಲಗಿಬಿಟ್ಟ. ಪುಸ್ತಕ ಬಿಡುಗಡೆಯ ಸಮಾರಂಭದ ನಂತರ ಅವಳು ಮತ್ತೊಂದು ಹುಚ್ಚಿಗೆ ಬಲಿಯಾಗಿದ್ದಳು. ಸಮಯ ಸಾಧಕರಾದ ಪ್ರೊ. ಶ್ಯಾಮರಾವ್ ಅವಳ ಸಾಹಿತ್ಯದ ಜೊತೆ ಅವಳಿಗಿರುವ ಮಧುರ ಕಂಠವನ್ನು ಹೊಗಳಿದ್ದರು. ಅವಳು ಹಿಂದೆ ಹಾಡಿದ 'ಚೈತ್ರದ ಕೋಗಿಲೆ' ಕವನವನ್ನು ಜ್ಞಾಪಿಸಿಕೊಂಡಳು. ಮತ್ತು ದೊಡ್ಡ ಗಾಯಕಿಯಾಗುವ ಲಕ್ಷಣ ಅವಳಲ್ಲಿದೆಯೆಂದುಬಿಟ್ಟರು. ಇದನ್ನು ಬೇರೆಯವರು ಮರೆತುಬಿಟ್ಟಿದ್ದರೇನೋ! ಆದರೆ ಅವರ ಮನದಲ್ಲಿ ಅದು ನೆಟ್ಟುಹೋಗಿತ್ತು. ತನ್ನಲ್ಲಿ ಮತ್ತೇನೋ ವಿಶೇಷವಿದೆ ಎಂಬ ಹುಚ್ಚು ಅವಳ ತಲೆಗೇರಿತ್ತು.

ತೀರದ ಅಭಿಮಾನವಾಗಿತ್ತು ಉಷಾಳಿಗೆ. ತನ್ನಂಥ ಒಂದು ಹೆಣ್ಣಿನ ಮೇಲೆ ಗಂಡಿನ ಹಿಪಾಕ್ರಸಿ. ಧಿಕ್ಕಾರ... ಧಿಕ್ಕಾರ... ಅವಳ ಮನ ಬೊಬ್ಬಿಡಿದು ಚೀತ್ಕರಿಸಿತು.

ಈ ಘಟನೆಯಿಂದ ಅವನಿಗೂ ಬೇಸರವಾಗಿತ್ತು. ಮನಸ್ಸನ್ನು ಸಮಾಧಾನ ಮಾಡಿಕೊಂಡು ಎದ್ದುಕೂತ. ಬೀರು ತೆಗೆದು ಅದರೊಳಗಿನ ಅವಳ ಬಟ್ಟೆಗಳನ್ನು ಸೂಟ್‌ಕೇಸ್‌ಗೆ ತುಂಬುತ್ತಿದ್ದಳು.

"ಏಯ್... ಉಷಾ, ಬಾ ಇಲ್ಲಿ." ಕುಳಿತೆಡೆಯಿಂದಲೇ ಕೂಗಿದ. ಧ್ವನಿ ಮೃದುವಾಗಿತ್ತು.

ಅವಳು ಅವನ ಮಾತಿಗೆ ಗಮನವನ್ನೇ ಕೊಡದೇ ಸೂಟ್‌ಕೇಸ್ ತುಂಬಿದ ಮೇಲೆ ಮುಚ್ಚಿ ಬೀಗ ಹಾಕಿ ಎತ್ತಿಕೊಂಡು ಹೊರಗೆ ನಡೆದಳು.

ಪರಿಸ್ಥಿತಿ ಹದಗೆಟ್ಟು ಹೋಗುತ್ತದೆಯೆಂದು ತಿಳಿದ ಸಂಜಯ ಬೇಗ ಓಡಿಹೋಗಿ ಅವಳ ಕೈಯಲ್ಲಿನ ಸೂಟ್‌ಕೇಸ್ ಕಿತ್ತುಕೊಂಡು "ಸಾರಿ... ಚಿನ್ನ ಕ್ಷಮ್ಸಿಬಿಡು. ಇನ್ನೊಮ್ಮೆ ದುಡುಕೊಲ್ಲ. ಸುಮ್ನೆ ನಂಗೆ ಕೋಪ ಬರಿಸ್ಬಿಡ್ತಿ!" ರಮಿಸುವ ಧ್ವನಿಯಲ್ಲಿ ಹೇಳಿದ. ಏಟು ತಿಂದ ಕೆನ್ನೆಯ ಮೇಲೆ ಬೆರಳಾಡಿಸಿ, ಅವನ ಕೃತ್ಯದಿಂದ ಅವನೇ ರೋಸಿಹೋಗಿದ್ದ.

"ನನ್ನ ಸೂಟ್‌ಕೇಸ್ ಕೊಡಿ. ಒಂದು ಕ್ಷಣ ಇಲ್ಲಿರೋಲ್ಲ. ನಿಮ್ಗೆ ಯಾರು ಈ ಅಧಿಕಾರ ಕೊಟ್ಟೋರು? ಛಿ...." ಇವಳಿಗೆ ಹೇಗೆ ತಿಳಿಸಬೇಕೋ ಅವನಿಗೆ ಗೊತ್ತಾಗಲಿಲ್ಲ.

"ಜೀವನ ಅಂದ್ಮೇಲೆ ಇವೆಲ್ಲ ಇದ್ದಿದ್ದೇ. ಪ್ರಕೋಪಕ್ಕೆ ತಗೊಂಡ್ಹೋಗಬಾರದಷ್ಟೆ! ನಡೀ ಒಳ್ಗೆ."

"ಒಂದು ಕ್ಷಣ ಈ ಮನೇಲಿರೋಲ್ಲ. ಡೈವೋರ್ಸ್ ತಗೋತೀನಿ. ನಂಗೆ ಬೇಕಾದಂತೆ ಇರ್ತೀನಿ."

"ಛಿ... ಛಿ... ಇಷ್ಟು ಸಣ್ಣ ವಿಷಯಗಳಿಗೆಲ್ಲ ಅಂಥ ಮಾತಾಡ್ಬಾರ್ದು. ನಂದೇ ತಪ್ಪು. ನಡೀ" ಅವನ ಕೈಯಲ್ಲಿನ ಸೂಟ್‌ಕೇಸ್ ಕಿತ್ತುಕೊಂಡವಳೇ ಬಿರಬಿರನೆ ನಡೆದುಬಿಟ್ಟಳು. ಸುಮ್ಮನೆ ಅವಳು ಹೋಗುವುದನ್ನೇ ನಿಂತು ನೋಡಿದ. 'ಅಹಂಕಾರಕ್ಕೆ ಉದಾಸೀನವೇ ಮದ್ದು' ಎಂದುಕೊಂಡು ಸುಮ್ಮನಾದ.

ಸೂಟ್‌ಕೇಸ್‌ನ ಹೊರಗಿಟ್ಟ ಉಷಾ ಕಾರಿನ ಕೀಗಾಗಿ ಒಳಗೆ ಬಂದಳು. ಟೇಬಲ್ಲು ಮೇಲಿದ್ದ ಕೀಗೆ ಕೈ ಹಾಕಿದಳು.

"ಮುಟ್ಬೇಡ. ಹೋಗೋರಿಗೆ ಆ ಅಧಿಕಾರವಿಲ್ಲ" ಕೈಯಲ್ಲಿನ ಬೀಗದ ಕೈ ಟೇಬಲ್ಲಿನ ಮೇಲೆ ಬಿತ್ತು. ಅವನ ಕಡೆ ನೋಡದೆಯೇ ಹೊರಟುಬಿಟ್ಟಳು.

ಬಾಗಿಲಿನಲ್ಲಿ ನಿಂತು "ರಂಗ, ರಂಗ" ಎಂದು ಕೂಗಿದಳು. ಸಂಜಯ ಹೋಗಬಾರದೆಂದು ಸನ್ನೆ ಮಾಡಿ. ಫೋನ್ ಇದ್ದ ಕೋಣೆಗೆ ಬೀಗ ಹಾಕಿ ಊಟ ಮಾಡಲು ನಡೆದ. ಅವಳ ಮೇಲಿನ ಜಿಗುಪ್ಸೆಗೆ ಹೊಟ್ಟೆ ತುಂಬ ಊಟ ಮಾಡಿ ಬಂದ. ಅವಳು ಇರಲಿಲ್ಲ.

ಅವಳು ನಡೆದೇ ಹೋಗಿ ಆಟೋ ಹತ್ತಿದಳು. ಮನೆಯ ಮುಂದೆ ಇಳಿದು ಆಟೋದವನಿಗೆ ಐದು ರೂಪಾಯಿ ಕೊಟ್ಟು ಚಿಲ್ಲರೆಗಾಗಿ ಕಾಯದೆ ಸೂಟ್‌ಕೇಸ್ ಹೊತ್ತುಕೊಂಡು ಒಳಗೆ ನಡೆದಳು.

ನಡುಮನೆಯಲ್ಲಿ ಚಾಪೆಯ ಮೇಲೆ ಕೂತು ಅವರಮ್ಮ ಹೊಲಿಗೆ ಬಿಚ್ಚಿಹೋದ ಅಂಗಿಯನ್ನು ರಿಪೇರಿ ಮಾಡುತ್ತಿದ್ದರು. ಶ್ರೀಮಂತಿಕೆ ಇಲ್ಲದಿದ್ದರೂ ಹೇಗೋ ಒಂದು ರೀತಿಯಲ್ಲಿ ನೆಮ್ಮದಿಯಾಗಿದ್ದರು. ಅಳಿಯನ ಬಗ್ಗೆಯೂ ಸಂತೃಪ್ತಭಾವನೆ ಇತ್ತು. ಆದರೆ ಮಗಳ ವಿಷಯದಲ್ಲಿ ಅವರ ಆತಂಕವೇನೂ ಕಡಿಮೆಯಾಗಿರಲಿಲ್ಲ.

ಮಗಳನ್ನು ನೋಡಿದ ಕೂಡಲೆ "ಇದೇನೇ!" ರಾಗವೆಳೆದರು.

ಸೂಟ್‌ಕೇಸ್‌ನ ಒಂದು ಕಡೆ ಕುಕ್ಕಿ ಕೈಯಲ್ಲಿದ್ದ ವ್ಯಾನಿಟಿ ಬ್ಯಾಗನ್ನು ಅಷ್ಟು ದೂರಕ್ಕೆ ಎಸೆದು ಕುರ್ಚಿಯ ಮೇಲೆ ಕುಕ್ಕರಿಸಿದಳು. ಅಸಹನೆಯಿಂದ ಬುಸುಗುಟ್ಟುತ್ತಿದ್ದಳು.

"ನೀವೆಲ್ಲ ಸೇರಿ ನನ್ನ ಜೀವನ ಹಾಳು ಮಾಡಿಬಿಟ್ರಿ. ಅವನ ಶ್ರೀಮಂತಿಕೆ ನೋಡಿ ಮದ್ವೆಯಾದದ್ದೇ ತಪ್ಪು!" ಕಣ್ಣಲ್ಲಿ ತೇಲಿದ ಕಂಬನಿ ಕೆನ್ನೆಯ ಮೇಲೆ ಜಾರಿತು. ಹೊಡೆತ ತಿಂದ ಕೆನ್ನೆ ಚುರುಗುಟ್ಟಿತು. ಕೋಪ ಭುಗಿಲೆದ್ದಿತು. ತಿರಸ್ಕಾರದಿಂದ ಹಲ್ಲು ಕಡಿದಳು.

"ಯಾಕೆ! ಏನಾಯ್ತು!?"

"ನಿನ್ನಳಿಯ ಕೈ ಹಿಡ್ದವಳನ್ನ ಹೊಡೆಯೋಷ್ಟು ದೊಡ್ಡ ಮನುಷ್ಯ! ಅವ್ನ ಕೈಯಲ್ಲಿ ಹೊಡೆತ ಬಡಿತ ತಿಂದು ಸಂಸಾರ ಮಾಡ್ಬೇಕೆನ್ನೋ ಹಣೆಬರಹ ನಂಗೇನು ಬಂದಿದೆ! ನನ್ನಂಥ ಹೆಣ್ಣು ಸಿಕ್ಕಿದ್ದಕ್ಕೇ ಅವ್ನೇ ಹೆಮ್ಮೆ ಪಡಬೇಕೂ."

ಅವರು ಸುಮ್ಮನೆ ನಿಂತು ಕೇಳಿದರು. ನಿರರ್ಗಳವಾಗಿ ಅವಳ ಬಾಯಿಂದ ಹೊರಬೀಳುತ್ತಿತ್ತು. ಕೈ ಹಿಡಿದವನ ಬಗ್ಗೇ ಏಕವಚನವನ್ನೇ ಪ್ರಯೋಗ ಮಾಡುತ್ತಿದ್ದಳು.

"ನಂಗೊಂದೂ ಅರ್ಥವಾಗಲಿಲ್ಲ!" ಕೈಯಲ್ಲಾಡಿಸಿಬಿಟ್ಟರು.

"ನಿಮ್ಗೆ ಅರ್ಥವಾಗದಿದ್ರೆ ಬೇಡ. ನನ್ನ ಜೀವನ ನಾನು ರೂಪಿಸಿಕೊಳ್ತೀನಿ. ಕಟುಕನ ಜೊತೆ ಮಾತ್ರ ಸಂಸಾರ ಮಾಡ್ಲಾರೆ!" ಮಾತಾಡದೆ ಸುಮ್ಮನೆ ಕೂತುಬಿಟ್ಟರು. ಇಂಥ ಅನಾಹುತ ಎಂದಾದರೂ ಮಗಳು ಮಾಡಿಕೊಂಡು ಬರುತ್ತಾಳೆಂದು ಅವರಿಗೆ ಎಂದೋ ಮನದಟ್ಟು ಆಗಿತ್ತು.

ಎಷ್ಟೋ ಹೊತ್ತು ಅವಳು ಹಾಗೆಯೇ ಕೂತಿದ್ದಳು. ಅವಳ ಮನಸ್ಸು ಇನ್ನೂ ಸಮಾಧಾನಕ್ಕೆ ಬಂದಿರಲಿಲ್ಲ. ಯಾರದಾದರೂ ಸಹಾನುಭೂತಿ ಬೇಕು. ತಂದೆ ಬಂದ ಕೂಡಲೇ ಅವರೆದೆಯಲ್ಲಿ ಮುಖವಿಟ್ಟು ಬಿಕ್ಕಿಬಿಕ್ಕಿ ಅತ್ತುಬಿಟ್ಟಳು.

ಮಗಳ ಕೆಂಪಾದ ಕೆನ್ನೆ ನೋಡಿ ಅವರಿಗೆ ಸಿಟ್ಟೇ ಬಂದುಬಿಟ್ಟಿತು. ಈ ಸಮಾನತೆಯ ಯುಗದಲ್ಲೂ ವಿದ್ಯಾವಂತ ಗಂಡು, ಹೆಣ್ಣನ್ನ ಹೊಡೆಯುವುದೆಂದರೇನು? ಸಿಟ್ಟಿನಿಂದ ತರತರ ನಡುಗಿದರು. ಮಗಳ ನಡವಳಿಕೆಯನ್ನೇ ಮರೆತುಬಿಟ್ಟರು.

"ಸಮಾಧಾನ ಮಾಡ್ಕೋ, ನಾನ್ಹೋಗಿ ಬುದ್ಧಿ ಹೇಳಿಬರ್ತೀನಿ. ಏನಂತ ತಿಳಿದಿದ್ದಾನೆ ಆ ಗಂಡು!" ಅವರಲ್ಲಿ ವಿವೇಚನೆ ಮರೆಯಾಯಿತು. ಆ ಏಟಿನ ಹಿಂದಿನ ಕಾರಣವನ್ನು ಅವರು ವಿಚಾರಿಸಲೇ ಇಲ್ಲ. ಅಳಿಯನನ್ನು ಪೂರ್ಣವಾಗಿ ತಪ್ಪಿತಸ್ಥನನ್ನಾಗಿ ಮಾಡಿದರು.

ಉಟ್ಟಬಟ್ಟೆಯಲ್ಲಿಯೇ ಹೊರಟರು. ವಯೋಧರ್ಮ ಬಲಹೀನತೆಯನ್ನು ಮತ್ತಷ್ಟು ಹೆಚ್ಚಿಸುತ್ತೆ. ಏದುಸಿರು ಬಿಡುತ್ತಲೇ ಕಾಂಪೌಂಡ್ ಗೇಟ್‌ನ ತಳ್ಳಿಕೊಂಡು

ಹೊರಕ್ಕೆ ನಡೆದರು. ಅನುಭವ, ವಿವೇಚನೆ, ಸಹನೆ ಎಲ್ಲವನ್ನೂ ಮರೆಮಾಡಿತ್ತು. ಮಗಳ ಕೆಂಪಾದ ಕೆನ್ನೆ.

ಸ್ಟೀರಿಯೋನಿಂದ ಸಂಗೀತ ಹರಿದು ಬರುತ್ತಿತ್ತು. ಮನೆಯ ವಾತಾವರಣ ಸಾಮಾನ್ಯ ಸ್ಥಿತಿಯಲ್ಲಿತ್ತು. ರಂಗನಿಂದ ವಿಷಯ ತಿಳಿದ ಸಂಜಯ ಎದ್ದುಬಂದು ಎದುರುಗೊಂಡ. ಹಸನ್ಮುಖನಾಗಿಯೇ ಇದ್ದ. ನಟನೆಯೊ? ಇಲ್ಲ ಅವನ ಸ್ವಭಾವವೇ ಅಂಥದ್ದು.

"ಬನ್ನಿ, ಬನ್ನಿ" ಎಂದ.

ಕೋಪದಿಂದಲೇ ಸೋಫಾದ ಮೇಲೆ ಕೂತರು. ಅಳಿಯನ ಮುಖವನ್ನ ಕೂಡ ನೋಡದಾದರು.

"ರಂಗ" ಎನ್ನುತ್ತಲೇ ಕೂತ. ಇದು ಏನಾದರೂ ಕುಡಿಯಲು ತರಲು ಸೂಚನೆ.

"ನಂಗೇನು ಬೇಡ. ಈ ಮನೆಯಲ್ಲಿ ಒಂದ್ಲೋಟ ನೀರು ಕುಡ್ಯೋಲ್ಲ!" ಅವನು ಸರಿಯಾಗಿ ಹಿಂದಕ್ಕೆ ಒರಗಿ ಕುಳಿತ, ತುಟಿ ಕಚ್ಚಿ ಯೋಚಿಸಿದ. ಇವರಿಗೆ ವಿಷಯ ಸರಿಯಾಗಿ ತಿಳಿದಿಲ್ಲ. ತಾನೇಕೆ ದುಡುಕಬೇಕು!

"ಯಾಕೆ ಕುಡ್ಯೋಲ್ಲ? ನನ್ನ ಮನೆ ನೀರೇನಾದ್ರೂ ಕಹಿನಾ? ದೋಷಯುಕ್ತವಾಗಿದ್ಯಾ?" ಎಷ್ಟೇ ಸಮಾಧಾನ ಮಾಡಿಕೊಂಡರೂ ತಾಳಲಾರದೆ ಸವಾಲು ಎಸೆಯುವಂತೆ ಕೇಳಿದ.

"ಅದ್ನ ನನ್ನ ಬಾಯಿಂದ್ಲೇ ಹೇಳ್ಬೇಕಾ. ಈ ಮನೆ ನೀರು ಕುಡಿದ್ರೆ ಆರು ತಿಂಗಳು ಪಾಪ ಮುಟ್ಟುತ್ತೆ!" ಸಂಜಯ ಗಹಗಹಿಸಿ ನಕ್ಕುಬಿಟ್ಟ. ಉಷಾಳ ವಿಷಯ ಅವನಿಗೆ ಗೊತ್ತಿದ್ದುದ್ದೇ. ಆದರೆ ಅವರು ವಿವೇಚನೆ ಕಳೆದುಕೊಂಡಿದ್ದು ಅವನಿಗೆ ಬೇಸರದ ವಿಷಯವಾಗಿತ್ತು.

"ಬೇಡ ಬಿಡಿ. ಬಲವಂತ ಮಾಡಿ ನಂಗೆ ಅಭ್ಯಾಸವಿಲ್ಲ." ಕೈಯಲ್ಲಿದ್ದ ಪತ್ರಿಕೆಯನ್ನು ಟೀಪಾಯಿ ಮೇಲೆ ಉದಾಸೀನವಾಗಿ ಎಸೆದ.

"ನೀನ್ಯಾಕೆ ನನ್ಮಗ್ಳನ್ನ ಹೊಡೆದಿದ್ದು?" ಅವನಿಗೆ ಕೋಪ ತಡೆಯದಾಯಿತು. ಕೆಕ್ಕರಿಸಿಕೊಂಡು ಅವರತ್ತ ನೋಡಿ "ನಿಮ್ಮ ಮಗಳನ್ನೆಲ್ಲಿ ಹೊಡೆದಿದ್ದು. ನನ್ನೆಂಡ್ತೀನ."

ಅವರು ಒಂದು ನಿಮಿಷ ತಡಬಡಿಸಿ ಒಂದೆರಡು ಸಲ ಉಗುಳು ನುಂಗಿದರು. ಮತ್ತೆ "ನಿನ್ನ ಯಾರು ಹೊಡಿ ಎಂದವ್ರು!?" ಮಗಳ ಮೇಲಿನ ಪ್ರೀತಿಯಿಂದ ಪೂರ್ತಿ ಕುರುಡಾಗಿದ್ದಾರೆಂದುಕೊಂಡ.

ಮಾವನೆಂಬ ಮರ್ಯಾದೆಯನ್ನು ಬಿಟ್ಟ. ಹಲ್ಲಿನಡಿಯಿಂದ ಹೇಳಿದ. "ರೀ ಮೇಷ್ಟ್ರೆ.... ಹುಡುಗರಿಗೂ ಪಾಠ ಹೇಳಿ ನಿಮ್ಮ ಮಿದುಳು ಕೆಟ್ಟಿರ್ಬೇಕೂ. ಮೊದ್ಲು ಅದರ ಪರೀಕ್ಷೆ ಮಾಡ್ಸಿ. ನನ್ನ ಸ್ವಂತ ವಿಷ್ಯನ ಕೇಳೋಕೆ ನೀವ್ಯಾರು?" ಕೂತವರು ತಟ್ಟನೆ ಎದ್ದುಬಿಟ್ಟರು. ಸಿಟ್ಟು, ಅಪಮಾನದಿಂದ ಅವರ ಮೈ ನಡುಗುತ್ತಿತ್ತು.

"ಆಯ್ತು, ಆಯ್ತು, ಸರಿಯಾಗಿ ಮಾಡ್ತೀನಿ" ವದರಾಡುತ್ತಲೇ ಹೋಗಿಬಿಟ್ಟರು.

ಅವರ ಬಗ್ಗೆ ಸಹಾನುಭೂತಿಯ ಬದಲು ಕೋಪವೇ ಬಂತು. ಅವಳ ಮಂಗಚೇಷ್ಟೆಗೆ ಇವರೇ ಕಾರಣವೆಂದುಕೊಂಡ. ಅವಳ ಅಹಂಕಾರ ಹುಚ್ಚಾಟ ನೆಲಸಮವಾಗುವವರೆಗೂ ಸೋಲಬಾರದು.

ರಂಗ ತಂದುಕೊಟ್ಟ ಕಾಫಿ ಕುಡಿದು ಬಟ್ಟೆ ಹಾಕ್ಕೊಂಡು ಕ್ಲಬ್ ಕಡೆ ನಡೆದ. ಅಲ್ಲಿ ಯಾವ ಆಟದಲ್ಲಿಯೂ ಆಸಕ್ತಿ ಮೂಡಿಬರಲಿಲ್ಲ. ನೇರವಾಗಿ ಮುರುಳಿಯ ಮನೆ ಕಡೆ ನಡೆದ. ಅವನ ಸರಳ ಜೀವನ ಕ್ರಮ ತೂಕವಾದ ಮಾತುಗಳು ಅವನನ್ನು ಆಕರ್ಷಿಸಿದ್ದವು.

ಇವನು ಬಂದಾಗ ಮುರುಳಿ ಹಾರೆ ಹಿಡಿದು ಪಾತಿ ಮಾಡುತ್ತಿದ್ದ. ಸೀತ ಕ್ಯಾನ್‌ನಿಂದ ಗುಲಾಬಿ ಗಿಡಗಳಿಗೆ ನೀರು ಹಾಕುತ್ತಿದ್ದಳು. ಮೊದಲೇ ಚೆಲುವೆಯಾಗಿದ್ದ ಸೀತ ಮತ್ತಷ್ಟು ಮುದ್ದಾಗಿ ಕಾಣಿಸುತ್ತಿದ್ದಳು.

"ಬರಬೋದಾ?" ಎಂದು ಕೇಳುತ್ತಲೇ ಬಂದ.

"ಬನ್ನಿ, ಬನ್ನಿ" ಹಾರೆಯನ್ನು ಅಲ್ಲಿಯೇ ಇಟ್ಟು ಒಳಗಿದ್ದ ಕುರ್ಚಿಯನ್ನು ತಂದುಹಾಕಿ "ಕೂತ್ಕೊಳ್ಳಿ. ಇತ್ತೀಚೆಗೆ ಬಹಳ ಅಪರೂಪ! ಶ್ರೀಮತಿಯವರನ್ನು ಬಿಟ್ಟು ಒಬ್ರೇ ಬಂದಿದ್ದೀರಲ್ಲ!" ಸಂಜಯ ನಕ್ಕುಬಿಟ್ಟ.

"ಅವರು ಹೇಳಿಕೇಳಿ ಸಾಹಿತಿಗಳು. ಕಾಲಕ್ಕೆ ತುಂಬ ಬೆಲೆ ಕೊಡೋರು" ತಮಾಷೆಯಾಗಿ ಹೇಳಿದ.

ಮುರುಳಿ ಕೆಲಸ ನಿಲ್ಲಿಸಲಿಲ್ಲ. ಪಾತಿ ಮಾಡುತ್ತಲೇ ಮಾತಾಡುತ್ತಿದ್ದ. ಸೀತ ಕಾಫಿ ತಂದಾಗ ಕೈ ತೊಳೆದು ಬಂದ. ಕಾಫಿ ಕುಡಿಯುತ್ತಲೇ ಮಾತಾಡಿದರು.

ಈಚೆಗೆ ಬರೆದ ಒಂದು ಕಾದಂಬರಿಯನ್ನು ವಾರಪತ್ರಿಕೆಗೆ ಧಾರಾವಾಹಿಯಾಗಿ ಕೊಟ್ಟಿದ್ದ. ಕಳುಹಿಸಿಕೊಟ್ಟಿದ್ದ ಸಣ್ಣಕತೆಗಳೆಲ್ಲ ಪ್ರಕಟವಾಗಿದ್ದವು. ಏನೋ ಒಂದು ವಿಧವಾದ ಸಮಾಧಾನ ತಂದಿತ್ತು.

"ನೆವರ್ ಮೈಂಡ್, ಇನ್ಮುಂದೆ ಜವಾಬ್ದಾರಿಗಳು ಹೆಚ್ಚುತ್ತೆ. ಹೆಚ್ಚಿನ ಸಂಪಾದನೆಯ ಮಾರ್ಗವನ್ನು ಅವಲಂಬಿಸಬೇಕಾಗುತ್ತೆ. ಕೆಲ್ಸದ ಪ್ರಯತ್ನ ಮಾಡಬೋದು!"

ಮುರುಳಿಯ ಹಣೆಯ ಮೇಲೆ ನೆರಿಗೆಗಳು ಮೂಡಿದವು. ಇತ್ತೀಚೆಗೆ ಒಮ್ಮೊಮ್ಮೆ ಅಂತಹ ಯೋಚನೆ ಬರುತ್ತಿದ್ದುದ್ದುಂಟು. ಆದರೆ ತಟ್ಟನೆ ಅಳಿಸಿ ಹೋಗುತ್ತಿತ್ತು. ಮನಸ್ಸಿನ ಶಾಂತಿ, ಸಮಾಧಾನ ಎಲ್ಲಿ ಕಡಿದುಹೋಗುತ್ತೋ ಎಂದು ಹೆದರುತ್ತಿದ್ದ.

"ನನ್ನ ಮನೋಧರ್ಮಕ್ಕೆ ಅನುಗುಣವಾದ ಕೆಲ್ಸ ಸಿಕ್ಕಬೇಕು. ಅದ್ರ ಯೋಚನೆಯೇನು ಇಲ್ಲ. ಈಗ್ಲೂ ತೊಂದರೆ ಇಲ್ಲ" ಅವನ ಸ್ವಾಭಿಮಾನವನ್ನು ಕೆಣಕುವ ಮನಸ್ಸಾಗಲಿಲ್ಲ, ಸಂಜಯನಿಗೆ.

"ನಿಮ್ಮ ಕಾದಂಬರಿಯ ಪ್ರತಿಗಳು ಮುಗಿದಿದೆ. ಮತ್ತೆ ಅಚ್ಚಾಗಿಸಬೇಕು."

ಜೇಬಿನಲ್ಲಿದ್ದ ಚೆಕ್ ಪುಸ್ತಕ ತೆಗೆದು ತುಂಬಿ ಸೈನ್ ಹಾಕಿ ಅವನ ಕೈಗೆಕೊಟ್ಟ. ಇಲ್ಲಿಗೆ ಬರೋವಾಗ ಆ ಉದ್ದೇಶವೇನು ಇರಲಿಲ್ಲ. ಆಮೇಲೆ ಅವನ ಅರಿವಿಗೆ ಬಂತು - ಅವನ ಆರ್ಥಿಕ ಪರಿಸ್ಥಿತಿ.

ಈಗ ಮುರುಳಿ ಕೂಡ ಬೇಡವೆನ್ನಲಿಲ್ಲ. ಹಣ ಬೇಕಾಗಿತ್ತು. ಸುಮ್ಮನೆ ತಗೊಂಡ. ಸಂಜಯ ತನಗೆ ಸಹಾಯ ಮಾಡಬೇಕೆನ್ನುವ ದೃಷ್ಟಿಯಿಂದ ಪ್ರಕಾಶಕನಾದನೇ! ಬಾಯಿಬಿಟ್ಟು ಕೇಳಲಿಲ್ಲ.

"ಬರ್ತೀನಿ, ಮತ್ತೆ ಯಾವಾಗ ಬರಲಿ. ನಿಮ್ಮ ಹಸ್ತಪ್ರತಿ ಎಂದಿಗೆ ಮುಗಿಯುತ್ತೆ?"

"ನಾನೇ ತಿಳಿಸ್ತೀನಿ" ಎಂದಾಗ ಮೇಲೆದ್ದ. ಇಲ್ಲಿಗೆ ಬಂದ ಮೇಲೆ ಅವನ ಅಸಮಾಧಾನ ಬಹಳಷ್ಟು ಕಡಿಮೆಯಾಗಿತ್ತು. ಅವರಿಬ್ಬರ ಅನ್ಯೋನ್ಯ ದಾಂಪತ್ಯ ಜೀವನ ನೋಡಿದಾಗ - ಹಾಯೆನಿಸುತ್ತಿತ್ತು.

ಬಿಗುಮಾನ ಬಿಟ್ಟುಹೋಗಿತ್ತು. ನೇರವಾಗಿ ಕಾರನ್ನು ಮಾವನ ಮನೆಯ ಕಡೆ ತಿರುಗಿಸಿದ. ಪರಿಣಾಮವೇನೆಂದು ಯೋಚಿಸಲಿಲ್ಲ. ಕಾರು ನಿಲ್ಲಿಸಿ ಇಳಿದು ಒಳಗೆ ನಡೆದ. ಅತ್ತೆ, ಮಾವ ವರಾಂಡದಲ್ಲಿಯೇ ಕೂತಿದ್ದರು. ಅವನು ನೇರವಾಗಿ ಒಳಗೆ ಹೋದ. ಉಷಾ ಮುಖ ದುಮ್ಮಿಸಿಕೊಂಡು ಕೂತಿದ್ದಳು. ಅವನಿಗೆ ನಗು ಬಂತು.

ಅವಳು ಕೂತ ಕುರ್ಚಿಯನ್ನು ಬಳಸಿ ಕೆನ್ನೆಯ ಬಳಿ ಪಿಸುಗುಟ್ಟಿದ. "ನಡೀ ಹೋಗೋಣ." ಇನ್ನೂ ಸೆಟೆದು ಕೂತಳು. ಭುಜವನ್ನು ಹಿಡಿದು ಅಲುಗಾಡಿಸಿದ, "ನಿನ್ನ ಕೋಪಾನಾ ಮನೆಯಲ್ಲಿ ತೋರ್ಸೀವಂತೆ ನಡೀ." ಹಿಂದಿದ್ದ ಜಡೆಯನ್ನು ಅವಳ ಹೆಗಲ ಮೇಲೆ ಹಾಕಿದ.

"ಬರೋಲ್ಲ..." ಮುಖ ಸಿಂಡರಿಸಿ ಕೆಟ್ಟದಾಗಿ ಹೇಳಿದಳು.

"ರಾತ್ರಿ ಕನಸಿನಲ್ಲಿ ಕಾಡ್ತೀನಿ. ಸುಮ್ನೇ ನಡಿ." ಕೈಹಿಡಿದು ಎಬ್ಬಿಸಲು ನೋಡಿದ. ಕೈ ಕೊಡವಿಕೊಂಡು "ಥೂ ನಿಮ್ಮಂಥವರಿಗೆ ನನ್ನ ಬೆಲೆಯೇನು ಗೊತ್ತು?" ದೂರ ಸರಿದು ನಿಂತ. "ಬೇಡ, ನಿನ್ನ ಹುಚ್ಚಾಟದಿಂದ ನೀನೇ ಹಾಳಾಗ್ತೀಯಾ ನೀನಿಲ್ದೇ ಇದ್ರೆ ನಾನೇನು ವಿರಹಗೀತೆ ಹಾಡ್ತಾ ಕೂಡ್ಲೋಲ್ಲ, ಅರ್ಥ ಮಾಡ್ಕೋ. ಬರ್ತೀಯೋ ಇಲ್ಲವೋ..."

"ಬರೋಲ್ಲ..." ಎರಡು ಕಿವಿಗಳನ್ನು ಮುಚ್ಚಿಕೊಂಡು ಅಬ್ಬರಿಸಿದಳು. ಸಂಜಯ ಇನ್ನೊಂದು ಮಾತು ಆಡಲಿಲ್ಲ. ಅಲ್ಲಿ ನಿಲ್ಲಲೂ ಇಲ್ಲ. ಪಟಪಟನೆ ಷೂ ಸದ್ದು ಮಾಡುತ್ತ ಹೊರಟುಬಿಟ್ಟ. ಕಾರು ಅಷ್ಟೇ ರಭಸವಾಗಿ ಸಾಗಿಹೋಯಿತು.

* * * *

ಗಿರಿಜಳ ತಂದೆಯ ಸ್ಥಿತಿ ಹಾಗೆಯೇ ಇತ್ತು. ಹೆಚ್ಚು ಕಮ್ಮಿ ಕಂಡಿರಲಿಲ್ಲ. ಶಂಕರ, ನಾಗೇಂದ್ರ ಹೊರಟುಹೋಗಿದ್ದರು. ಸೌಭಾಗ್ಯ, ಗಿರಿಜ ಮಾತ್ರ ಇಲ್ಲೇ ಇದ್ದರು.

ಮಧ್ಯಾಹ್ನವಾದರೂ ತಾಯಿ ಹೊರಗೆ ಬರದಿದ್ದು ನೋಡಿ ಗಿರಿಜಳಿಗೆ

ಬೇಸರವಾಯ್ತು. ಅವರ ಪರಿಸ್ಥಿತಿ ಸದ್ಯಕ್ಕೆ ಸುಧಾರಿಸೋಲ್ಲ. ಇವರು ಮಂಕಾಗಿ ಅವರ ಕೋಣೆಯಲ್ಲಿ ಕೂಡೋದು ಬಿಡೋಲ್ಲ.... ಹೇಳಿ ಹೇಳಿ ಸಾಕಾಗಿತ್ತು.

ಹೊರಗೆ ನಿಂತೇ "ಅಮ್ಮ" ಎಂದು ಕರೆದಳು. ಒಳಗಿನಿಂದ ಉತ್ತರವೇ ಇಲ್ಲ. ಬಾಗಿಲನ್ನು ಹಿಂದಕ್ಕೆ ತಳ್ಳಿ ಇಣುಕಿದಳು. ಅವರು ಸುಮ್ಮನೆ ಕೂತೇ ಇದ್ದರು. ಒಳಗೆ ಹೋಗಿ ಕೈಹಿಡಿದು ಹೊರಗೆ ಎಳೆತಂದಳು.

"ನಮ್ಗೇ ಹಸಿವಾಗುತ್ತೆ. ಬಡ್ಸು ನಡೀ. ನೀನು ಅಲ್ಲಿ ಕೂತಿದ್ರೆ ಅಪ್ಪಾಜಿಗೂ ವಾಸಿಯಾಗಿಬಿಡುತ್ತಾ!" ಧ್ವನಿ ಗಡುಸಾಗಿತ್ತು.

ಒಮ್ಮೊಮ್ಮೆ ಅವಳು ಯೋಚಿಸುತ್ತಿದ್ದಳು; ತಂದೆಗೆ ತಾವು ಅಷ್ಟು ಹೆದರುತ್ತಿದ್ದುದ್ದೇಕೆ? ಅವರ ಎದುರಿಗೆ ನಿಂತಿದ್ದರೇನೇ ತೊಡೆಗಳು ನಡುಗುತ್ತಿದ್ದವು. ಇದೆಲ್ಲ ತಾಯಿಯ ದೌರ್ಬಲ್ಯದ ಬಳುವಳಿಯೇ???

ಎಲ್ಲೋ ಹೋಗಿದ್ದ ಪರಮೇಶಿ ಬಂದಿದ್ದ. ಗಿರಿಜಳ ರೇಗಾಟದಿಂದ ಹೊರಗಡೆ ತಿರುಗಾಡಿಕೊಂಡು ಬರುತ್ತಿದ್ದ. ಮೇಲೆ ನೋಡುವುದಕ್ಕೆ ಅವನ ಆರೋಗ್ಯದಲ್ಲಿ ಸುಧಾರಣೆ ಕಂಡುಬಂದಿತ್ತು.

"ಎಲ್ಲಿ ಹೋಗಿದ್ದ್ಯೋ? ಮಂಡಿ ಕಡೆ ಹೋಗಿದ್ದೆ ತಾನೆ!" ಹೌದು ಎನ್ನುವಂತೆ ತಲೆಯಾಡಿಸಿ ಒಳಗೆ ಹೋದ.

ಮನೆಯಿಂದ ಕೋಪಿಸಿಕೊಂಡು ಹೋದ ಪರಮೇಶಿ ನಾನಾ ಅವಸ್ಥೆಗಳನ್ನು ಪಟ್ಟಿದ್ದ, ಹೋಟಲಿನಲ್ಲಿ ಮಾಣಿಯ ಕೆಲಸಕ್ಕೆ ನಿಂತಿದ್ದ. ಅಲ್ಲಿನ ಕೆಟ್ಟ ಸಹವಾಸದಿಂದ ನಾನಾ ರೋಗಗಳಿಗೆ ಗುರಿಯಾಗಿದ್ದ. ತೀರಾ ಸೋತಾಗ ಅಮ್ಮ ಅಪ್ಪನನ್ನು ಜ್ಞಾಪಿಸಿಕೊಂಡಿದ್ದ.

"ಅಮ್ಮ" ಒಳಗಿನಿಂದಲೇ ಕೂಗಿದಾಗ ವಿಮಲಮ್ಮ ಎದ್ದು ಒಳಗೆ ಹೋದರು.

ಸೌಭಾಗ್ಯ ಬೇಡವೆಂದರೂ ತಾಯಿಯೇ ಬಡಿಸಬೇಕೆಂದು ಅವಳು ಹಟಹಿಡಿದಳು. ಮನೆಯ ಕೆಲಸದ ಒತ್ತಡ ತಾನಾಗಿ ಬಿದ್ದರೆ ಅಲ್ಲಿ ಹೋಗಿಕೂಡುವುದನ್ನು ಕಡಿಮೆ ಮಾಡುತ್ತಾರೆ. ಆರೋಗ್ಯಕ್ಕೂ ಎಷ್ಟೋ ಒಳ್ಳೆಯದೆಂದು ಅವಳ ತೀರ್ಮಾನ.

ಕೈತೊಳೆದು ಹೊರಗೆ ಬಂದ ಗಿರಿಜ, ಮುರುಳಿಯ ಮನೆಯ ಕಡೆಯಾದರೂ ಹೋಗಿಬಂದರಾಗುತ್ತೆಂದುಕೊಂಡಳು. ಸೌಭಾಗ್ಯನ ಕರೆದಾಗ "ನಾನು ಮಲಗ್ತೀನಿ, ನೀನು ಬೇಕಾದ್ರೆ ಹೋಗ್ಬಾ. ಈ ಬಿಸಿಲಿನಲ್ಲಿ ಎಂಥ ಹೋಗಾಟ! ಸಂಜೆ ಹೋದ್ರಾಯ್ತು!"

"ನಿಂಗಂತೂ ನಿದ್ದೆ ಬರುತ್ತೆ. ನಂಗೆ ಬರೋಲ್ಲ" ಒಬ್ಬಳೇ ಹೊರಟಳು. ತಲೆ ಎತ್ತಿ ಬೀದಿಯಲ್ಲಿ ನಡೆಯುತ್ತಿದ್ದಳು. ಮದುವೆಗೆ ಮುನ್ನ ಎಂಥ ಅಳಕು, ಅಂಜಿಕೆ!?

"ಸೀತ..." ಗೇಟು ತೆರೆಯುತ್ತಲೇ ಕೂಗಿದಳು. ಬಾಗಿಲು ತೆಗೆದಿತ್ತು. ಸೀತ

ಚಾಪೆಯ ಮೇಲೆ ದಿಂಬು ಹಾಕ್ಕೊಂಡು ಮಲಗಿದ್ದಳು. ಅವಳ ಕೈಯಲ್ಲೊಂದು ಪುಸ್ತಕವಿತ್ತು.

ಇವಳ ಧ್ವನಿ ಅವಳ ಕಿವಿಗೆ ಬಿದ್ದಿರಲಿಲ್ಲವೇನೋ! ಮಲಗಿಯೇ ಇದ್ದಳು. ಚಪ್ಪಲಿ ಸದ್ದು ಕೇಳಿ ಮಲಗಿಯೇ ತಿರುಗಿ ನೋಡಿದವಳೇ ಎದ್ದು ಕೂತಳು.

"ಓ! ಮಧ್ಯಾಹ್ನನೇ ಬಂದ್ಬಿಟ್ಟಿದ್ದೀರಿ!"

ದಿಂಬನ್ನು ಪಕ್ಕಕ್ಕೆ ಸರಿಸಿ ಗಿರಿಜ ಅಲ್ಲಿಯೇ ಕೂತಳು! ಮುರುಳಿ ಕೂಡುತ್ತಿದ್ದ ಕುರ್ಚಿ ಖಾಲಿಯಾಗಿತ್ತು. ಆ ಕುರ್ಚಿಯ ಮೇಲೆ ಕೂತು ಓದುತ್ತಲೋ ಬರೆಯುತ್ತಲೋ ಇರುತ್ತಿದ್ದ. ಇಲ್ಲದಿದ್ದರೆ ತೋಟದಲ್ಲಿ ಕೆಲಸ ಮಾಡುತ್ತಿದ್ದ. ಒಮ್ಮೊಮ್ಮೆ ಅಡ್ಡಾಡುತ್ತ ಯೋಚಿಸುತ್ತಿದ್ದ.

"ಮುರುಳಿ ಇಲ್ವಾ?"

ಸೀತ ಸರಿಯಾಗಿ ಕೂಡುತ್ತ "ಅವ್ರು ಬೆಳಿಗ್ಗೇನೇ ಶ್ರೀರಂಗಪಟ್ಟಣಕ್ಕೆ ಹೋದ್ರು, ಗೆಳೆಯರ ಮದ್ವೆ ಇದೆಯಂತೆ."

"ನೀವು ಹೋಗ್ಬರ್ಬಹುದಿತ್ತು."

ಅಂದು ನಡೆದಿದ್ದ ದಾಂಧಲೆಯನ್ನು ಹೇಗೆ ಹೇಳಿಯಾಳು? ಅವಳು ಇತ್ತೀಚೆಗೆ ಮನೆಬಿಟ್ಟು ಹೊರಡುತ್ತಲೇ ಇರಲಿಲ್ಲ. ಹೊರಗೆ ಸಂಜಯ ವೇಳೆ ಅಡ್ಡಾಡಿ ಬರೋಣವೆಂದರೂ ಅವನೊಬ್ಬನನ್ನೇ ಕಳಿಸಿ ತಾನು ಮಾತ್ರ ಉಳಿಯುತ್ತಿದ್ದಳು.

"ಹೇಗಿದ್ದಾರೆ, ನಿಮ್ಮ ಅಪ್ಪಾಜಿ?" ಗಿರಿಜ ನಿಟ್ಟುಸಿರಿಟ್ಟಳು. ಏನೆಂದು ಹೇಳಿಯಾಳು? ದಿನವೂ ಬಂದು ಡಾಕ್ಟರ್ ನೋಡಿ ಹೋಗುತ್ತಿದ್ದರು. ಮಾನಸಿಕ ತಜ್ಞರಿಗೂ ತೋರಿಸಿದ್ದಾಗಿತ್ತು. ಕಾಯಿಲೆ ಅಂತಹ ಉಲ್ಬಣ ಸ್ಥಿತಿಯಲ್ಲಿರಲಿಲ್ಲ. ದಿನ ಕಳೆದಂತೆ ಸರಿ ಹೋಗಬಹುದಿತ್ತು.

ಅವರಲ್ಲಿ ಎರಡು ಮೂರು ಬದಲಾವಣೆಗಳು ಮಾತ್ರ ಆಗಿತ್ತು. ಜೋರಾಗಿ ಮಾತಾಡೋದನ್ನ ಬಿಟ್ಟಿದ್ದರು. ತಮ್ಮಲ್ಲಿ ಮಾತಾಡಿಕೊಳ್ಳುತ್ತಿದ್ದರು. ಅದು ಬೇರೆಯವರಿಗೆ ಕೇಳಿಸದಂತೆ ಜಾಗರೂಕರಾಗಿರುತ್ತಿದ್ದುದು ಕಾಣಬರುತ್ತಿತ್ತು. ಕೋಣೆ ಬಿಟ್ಟು ಹೊರಬರುತ್ತಿರಲಿಲ್ಲ. ಯಾರಾದರೂ ಅವರ ಮುಂದೆ ಅಡ್ಡಾಡಿದರೂ ಗುರ್ತಿಸುತ್ತಿರಲಿಲ್ಲ. ಅವರುಗಳು ಮಾತಾಡಿಸಿದರೆ ತಮಗೆ ಕೇಳಿಸಲೇ ಇಲ್ಲವೆನ್ನುವಂತಿದ್ದುಬಿಡುತ್ತಿದ್ದರು.

"ಈಗ ಪರ್ವಾಗಿಲ್ಲ!" ಇಷ್ಟು ಮಾತ್ರ ಹೇಳಿದಳು. ಬರೋ ನೆಂಟರಿಷ್ಟರಿಗೆ, ಆಪ್ತೇಷ್ಟರಿಗೆ ಪರಿಚಯದವರಿಗೆ ಹೇಳಿಹೇಳಿ ಸಾಕಾಗಿತ್ತು. ಅವರುಗಳು ಕೇಳೋ ಪ್ರಶ್ನೆಗಳಿಗೆ ಉತ್ತರಿಸಿ, ಇವರಿಗೆ ಹುಚ್ಚು ಹಿಡಿಯುತ್ತೇನೋ, ಅನ್ನುವಷ್ಟು ಮಟ್ಟಿಗೆ ಕಂಗೆಟ್ಟಿದ್ದರು.

"ಏನಾದ್ರೂ ತಿಂಡಿ ಮಾಡ್ತೀನಿ" ಸೀತ ಮೇಲಕ್ಕೆ ಎದ್ದಳು. ಅವಳು

ಬೇಡವೆನ್ನಲಿಲ್ಲ. ಸೀತಳ ಅಂತಃಕರಣವನ್ನು ಬಲ್ಲಳು, ಶ್ರೀಮಂತರ ಮನೆಯಲ್ಲಿ ಹುಟ್ಟಿ ಸಿರಿವಂತರ ಮನೆ ಸೇರಿದ ಅವಳಲ್ಲಿ ಇರಲಿಲ್ಲ ಆ ಧಾರಾಳ. ಬಂದಾಗಲೆಲ್ಲ ಹೂವೋ, ಹಣ್ಣೋ ಕಾಯಿಯೋ ಕೊಟ್ಟೇ ಕಳುಹಿಸುತ್ತಿದ್ದಳು. ತಾವು ಬಡವರೆಂಬ ಹೀಗಳಿಕೆಯ ಸ್ವಭಾವ ಅವಳಲ್ಲಿರಲಿಲ್ಲ. ಬಡತನದ ಬಗ್ಗೆ ಬಾಯಲ್ಲಿಯಾದರೂ ಆಡಲಾರಳು.

ಗಿರಿಜ ಕೂಡ ಹಿಂದೆಯೇ ಅಡಿಗೆಯ ಮನೆಯೊಳಕ್ಕೆ ಬಂದಳು. ಸೀತ ಸಂಪ್ರದಾಯ ಸದಾಚಾರಗಳ ಅಮ್ಮ, ಅಪ್ಪನ ಹೊಟ್ಟೆಯಲ್ಲಿ ಹುಟ್ಟಿದ್ದರೂ ಮೂಢಳಲ್ಲ. ಗಿರಿಜಳನ್ನು ಬಹಳ ಮೆಚ್ಚಿದ್ದಳು. ಅವಳಲ್ಲಿ ಭೇದವೆಣಿಸಲಾರಳು.

ಅಲ್ಲಿದ್ದ ಮಣೆಯನ್ನು ಅವಳತ್ತ ಸರಿಸಿದಳು. ಗೂಡಿನಲ್ಲಿದ್ದ ಡಬ್ಬದ ಮುಚ್ಚಳ ತೆಗೆದು ನೋಡಿದಳು. ಸ್ವಲ್ಪ ಕಡಲೆಹಿಟ್ಟಿತ್ತು. ಬಾಳೆಕಾಯಿಗೆ ಬರವಿರಲಿಲ್ಲ. ಹಿಟ್ಟು ಕಲಸಿ ಬೋಂಡ ಮಾಡಿ ಬಿಸಿಬಿಸಿಯಾಗಿ ಅವಳ ತಟ್ಟೆಗೆ ಹಾಕಿದಳು. ಆತ್ಮೀಯತೆಯ ನಡುವೆ ಸಂಕೋಚಕ್ಕೆಡೆಯಿಲ್ಲ! ಚಪ್ಪರಿಸುತ್ತಲೇ ತಿಂದಳು.

ಸೀತಳ ಅಡುಗೆಯಲ್ಲಿ ಅಚ್ಚುಕಟ್ಟು ಇತ್ತು. ಉಪ್ಪು, ಹುಳಿ ಖಾರಗಳು ಹದವಾಗಿರುತ್ತಿದ್ದವು. ತಾಯಿಯ ತರಬೇತು ನಿಪುಣಳನ್ನಾಗಿ ಮಾಡಿತ್ತು. ಇರುವ ಸಾಮಾನುಗಳಲ್ಲಿ ರುಚಿಕಟ್ಟಾಗಿ ಮಾಡುತ್ತಿದ್ದಳು.

ಇಬ್ಬರು ಹೊರಗೆದ್ದು ಬಂದರು. ಸೀತ ಕೂಡ ಬೋಂಡ ತಿಂದಳು. ಯಾಕೋ ಬೇಗ ಹೋಗಲು ಅವಳಿಗೆ ಮನಸ್ಸಾಗಲಿಲ್ಲ. ಬಾವಿಯ ಬಳಿಯೇ ಮುಖ ತೊಳೆದು ಹಣೆಗಿಟ್ಟುಕೊಂಡಳು.

ಗುಲಾಬಿ ಗಿಡದ ಬಳಿ ಹೋಗಿ ನಿಂತಳು. ಹಳೆಯ ನೆನಪು ನುಗ್ಗಿಬಂತು. ವೇದನೆ, ಸಂವೇದನೆಗಳನ್ನು ಮೌನವಾಗಿ ಅನುಭವಿಸುತ್ತ ನಿಂತಳು. ಮೊದಲ ಬಾರಿ ಮುರುಳಿಯನ್ನು ಕಂಡಾಗಿನಿಂದ ಆಕರ್ಷಿತಳಾಗಿದ್ದಳು. ಬುದ್ಧಿವಂತಿಕೆ, ಧೈರ್ಯ, ಅದಕ್ಕೆ ಸರಿಯಾದ ವಾಕ್ಚಾತುರ್ಯ ಅವಳನ್ನು ಬೆರಗುಗೊಳಿಸಿತ್ತು.

ದೊಡ್ಡದಾಗಿ ಅರಳಿನಿಂತ ಗುಲಾಬಿ ಹೂವನ್ನು ಕಿತ್ತು ಸೀತ ಅವಳಿಗೆ ಕೊಟ್ಟಳು. ಅವಳಿಗೆ ಏನನ್ನಿಸಿತೋ ಅದನ್ನು ಅವಳ ಮುಡಿಗೆ ಏರಿಸಿದಳು. ಒಂದು ವಿಧವಾದ ತೃಪ್ತಿಯಿಂದ ಅವಳೆಡೆ ನೋಡಿದಳು. ಬದುಕಿಗೆ ಅರ್ಥ ಕಂಡುಕೊಂಡಿದ್ದಳು. ಬಂದ ಹಾಗೆಯೇ ಅದನ್ನು ಸ್ವೀಕರಿಸಿದ್ದಳು.

"ನೀವ್.... ಮುಡ್ಕೊಳ್ಳಲೇ ಇಲ್ಲ!?"

"ಅದು ನಿಮ್ಮ ಮುಡಿಯಲ್ಲೇ ಹೆಚ್ಚಿನ ಶೋಭಾಯಮಾನವಾಗಿ ಕಾಣುತ್ತೆ!"

"ನಮ್ಮ ಮನೆಯವರ್ಗೂ ಬರ್ತೀರಾ?" ಸೀತ ಇದುವರೆಗೂ ಅವರ ಮನೆಗೆ ಹೋಗಿರಲಿಲ್ಲ. ಹೋಗುವ ಅವಕಾಶ ಕೂಡಿಬಂದಿರಲಿಲ್ಲವೇನೋ!? ಹಾಗೆಂದು ಗಿರಿಜ ಸಂಕೋಚಿಸುತ್ತಿರಲಿಲ್ಲ.

ಅನುಮಾನಿಸುತ್ತ "ಇನ್ನೊಂದು ದಿನ ಬರಬಹುದಲ್ಲ!" ಅವಳನ್ನು ಗಿರಿಜ

ಬಲವಂತಪಡಿಸಲಿಲ್ಲ. ಕರೆದೊಯ್ಯಬೇಕೆಂಬ ಕಾತರತೆ ಅವಳಿಗಿರಲಿಲ್ಲ. ಮನೆಯ ವಾತಾವರಣ ಪ್ರತಿಕೂಲವಾಗಿತ್ತು.

ಇವಳ ಗೇಟು ಬಳಿ ಬಂದಾಗ ಮುರುಳಿ ಎದುರಾದ. ಸ್ವಚ್ಛವಾದ ಬಿಳಿಯ ಜುಬ್ಬ, ಪೈಜಾಮ ತೊಟ್ಟಿದ್ದ. ಕಣ್ಣುಗಳು ಆತ್ಮವಿಶ್ವಾಸದ ಪ್ರತೀಕದಂತೆ ಕಂಗೊಳಿಸುತ್ತಿದ್ದವು. ಅಂಗೈ ಅಗಲದ ಹಣೆ, ನೀಳವಾದ ಮೂಗು, ಫ್ಯಾಷನ್ ವ್ಯಾಮೋಹ ಅವನನ್ನು ಅಂಟಿರಲಿಲ್ಲ. ಅಚ್ಚುಕಟ್ಟಾದ ಕ್ರಾಪ್, ತುಟಿಗಳ ಮೇಲೆ ನಗು ಅರಳಿಸಿತು. ಪರಿಶುದ್ಧ ಸ್ನೇಹಕ್ಕೆ ಕೊರತೆಯಿಲ್ಲ.

"ಆಗ್ಲೇ ಹೊರಡ್ತಾ ಇದ್ದೀರಾ!?"

"ನಾನು ಬಂದಿದ್ದು ಮಧ್ಯಾಹ್ನ. ನಿಮ್ಮ ಶ್ರೀಮತಿಯವರಿಗೆ ಬೋರ್ ಮಾಡ್ಬಿಟ್ಟಿದ್ದೀನಿ. ಬರ್ತೀನಿ" ನಿಲ್ಲದೇ ಹೊರಟುಬಿಟ್ಟಳು.

ತಂದ ಪ್ರಸಾದ ತಾಂಬೂಲ ಸೀತಳ ಕೈಗಿಟ್ಟು, ತಾನೇ ಅವಳ ಹಣೆಗೆ ಕುಂಕುಮ ಹಚ್ಚಿದ.

"ಹೇಗಿದ್ದೀ? ಅಲ್ಲಿ ಕೂಡ ನಿನ್ದೇ ಯೋಚ್ನೆ!"

"ಯೋಚಿಸೋಕೆ ನಂಗೇನಾಗಿದೆ?" ಸೀತಳ ಮುಖದಲ್ಲಿ ನಗು ಅರಳಿತು. ಆ ತುಂಬು ಮುಖವನ್ನು ಇನ್ನಷ್ಟು ಹೊತ್ತು ನೋಡಬೇಕೆನಿಸಿತು, ಮುರುಳಿಗೆ.

"ಯಾಕೆ, ಹಾಗೆ ನೋಡ್ತೀರಿ?" ಹತ್ತಿರ ಬಂದು ಅವಳನ್ನು ತೋಳಲ್ಲಿ ಬಳಸಿ ಕೆನ್ನೆ ಸವರಿ "ಹೆಣ್ಣಿನ ಪ್ರೀತಿಯಲ್ಲಿ ಎಂಥ ಪ್ರಬಲ ಆಕರ್ಷಣೆ ಇದೆ. ಗಂಡು ಹುಚ್ಚನಾಗ್ತಾನೆ, ಪರದೇಶಿಯಾಗ್ತಾನೆ, ಕಡೆಗೆ ಜೀವ ಬೀಡಲು ಕೂಡ ಮುಂದಾಗುತ್ತಾನೆ!"

"ಏನೋ ಹೇಳ್ದೀ, ನಡೀ" ಎಂದು ಅವಳೊಡನೆ ಒಳಗೆ ನಡೆದ.

ಆತ್ಮೀಯ ಗೆಳೆಯನ ಮದುವೆ, ಹೋಗಲೇಬೇಕಿತ್ತು. ಸೀತ ಕೂಡ 'ಹೋಗ್ಬನ್ನಿ' ಎಂದಿದ್ದಳು. ಆದರೂ ಅವನಿಗೆ ಧೈರ್ಯ ಬರಲೊಲ್ಲದು. ಕಡೆಗೆ ಅವಳ ಒತ್ತಾಯದ ಮೇಲೆ ಹೋದ. ಕಾತರ, ಉದ್ವೇಗದ ನಡುವೆಯೇ ಕ್ಷಣಗಳನ್ನು ಕಳೆದಿದ್ದ.

ಇತ್ತೀಚೆಗೆ ಅವನು ಆಂಗ್ಲ ಸಾಹಿತ್ಯವನ್ನು ಹೆಚ್ಚಾಗಿ ಓದುತ್ತಿದ್ದ. ಗಂಟೆಗಟ್ಟಲೇ ಅದರ ಬಗ್ಗೆ ಮೌನವಾಗಿ ಯೋಚಿಸುತ್ತಿದ್ದ. ಅವನು ತಿಳಿದಷ್ಟು ಸೀತಳ ಬುದ್ಧಿಯ ಮಟ್ಟ ಕಮ್ಮಿ ಇರಲಿಲ್ಲ. ಭಕ್ತಿ ಸಾಹಿತ್ಯವನ್ನು ಅವಳು ತಿಳಿದ ಹಾಗೆ ಅವನು ತಿಳಿದಿಲ್ಲವೆಂದೇ ಹೇಳಬೇಕು. ಮಾತಾಡುವಾಗ ವಾದದಲ್ಲೂ ಹಿಂದೆ ಬೀಳುತ್ತಿರಲಿಲ್ಲ. ಡಿಗ್ರಿಗಳು ತೆಗೆದುಕೊಂಡ ಎಷ್ಟೋ ಜನ ತಿಳಿಯದ ಪುಸ್ತಕ, ಕವಿಗಳ ಬಗ್ಗೆ ತಿಳಿದಿದ್ದಳು. ಅವರ ಬಗ್ಗೆ ಗೌರವ, ಅಭಿಮಾನ ಮಾತ್ರವಲ್ಲ, ಭಕ್ತಿಯೂ ಇತ್ತು.

ಅದೂ ಇದೂ ಮಾತಾಡುತ್ತ "ಸೀತ, ನಿಂಗೆ ರಾಜರತ್ನಂ ಗೊತ್ತ?" ಎಂದು ಕೇಳಿದ. ಮಾನಸಿಕವಾಗಿ, ದೈಹಿಕವಾಗಿ ಅವನಿಗೆ ಸಂಗಾತಿಯಾಗಿದ್ದಳು. ಬೌದ್ಧಿಕವಾಗಿ ಕೂಡ ಅವಳನ್ನು ಬೆಳೆಸುವ ಇಚ್ಛೆ.

"ಎಂಥ ಮಾತು ಹೇಳ್ತೀರಿ! ರತ್ನನ ಪದದ ರಾಜರತ್ನಂ ಯಾರ್ಗೇ ಗೊತ್ತಿಲ್ಲ!" ಧ್ವನಿಯಲ್ಲಿ ಅಭಿಮಾನ ತುಳುಕಿತು. ಅವರ ಪದ್ಯ, ಜ್ಞಾನಸಾಹಿತ್ಯ, ಜೈನಸಾಹಿತ್ಯ, ಸಾಯಿಸಾಹಿತ್ಯ, ಮಕ್ಕಳ ಸಾಹಿತ್ಯಪ್ರಜ್ಞೆ ಅವಳಲ್ಲಿ ಸುಪ್ತಾವಸ್ಥೆಯಲ್ಲಿತ್ತು. ಸ್ವಲ್ಪ ಶ್ರದ್ಧೆವಹಿಸಿದರೂ ಉತ್ತಮ ಓದುಗಳಾಗಬಹುದೆನಿಸಿತು.

ಆಗಾಗ ನಡೆಯುವ ಸಂದರ್ಭಗಳಿಂದ ಇಬ್ಬರೂ ಬಹಳ ಹತ್ತಿರವಾದರು. ಮುರುಳಿ ತನ್ನ ಬರವಣಿಗೆ, ಸಮಸ್ಯೆಗಳ ಬಗ್ಗೆಯೂ ಅವಳೊಡನೆ ಮಾತಾಡುತ್ತಿದ್ದ. ಓದಿ ಅವಳ ಅಭಿಪ್ರಾಯ ತಿಳಿಸಲು ಹೇಳುತ್ತಿದ್ದ. ಮೊದಮೊದಲು ಹಿಂಜರಿಯುತ್ತಿದ್ದಳು. ಅವನೇ ಪ್ರೋತ್ಸಾಹಿಸುತ್ತಿದ್ದ. ತನ್ನ ಅನಿಸಿಕೆಗಳನ್ನು ಧೈರ್ಯವಾಗಿ ಹೇಳುತ್ತಿದ್ದಳು. ಅವಳನ್ನು ಬೌದ್ಧಿಕವಾಗಿ ಬೆಳೆಸಲು ಇದು ಸಹಾಯಕವಾಯಿತು.

* * * *

ಉಷಾ ತಂದೆಯ ಮನೆಗೆ ಬಂದು ಹದಿನೈದು ದಿನಗಳು ಆಗಿಹೋಗಿತ್ತು. ನಾಲ್ಕಾರು ದಿನ ಬಿಗುಮಾನದಿಂದ ಸೆಟೆದುಕೊಂಡು ತಿರುಗಿದರೂ ಆಮೇಲೆ ಒಂದು ತರಹ ಮಂಕಾದಳು. ಸುಮ್ಮನೆ ಕೂತು ಅದೂ ಇದೂ ಗೀಚಿದಳು. ಪತ್ರಿಕೆಗೂ ಕಳಿಸಿದಳು.

"ಶ್ಯಾಮಿ, ಅಂಚೆಯವ್ನು ಬಂದು ಹೋದ್ನಾ!" ಶ್ಯಾಮಿ ಇಲ್ಲವೆನ್ನುವಂತೆ ತಲೆಯಾಡಿಸಿ ಒಳಗೆ ಹೋದ. ಮೊದಲಿನಿಂದಲೂ ಅಕ್ಕನ ಮೇಲೆ ಒಂದು ವಿಧವಾದ ಅಸಮಾಧಾನ ಬೆಳೆಸಿಕೊಂಡಿದ್ದ. ಈಗ ಮನೆಯಲ್ಲಿ ಬಂದು ನೆಲೆಯೂರಿದ ಮೇಲೆ ಮುಖ ತಿರುಗಿಸಿಕೊಂಡು ಓಡಾಡುವ ಅಭ್ಯಾಸ ಮಾಡಿಕೊಂಡಿದ್ದ. ಅವನಿಗೆ ಭಾವನನ್ನು ಕಂಡರೆ ವಿಪರೀತವಾದ ಆತ್ಮೀಯತೆ ಅಮ್ಮ ಅಪ್ಪ ಬೇಡವೆಂದರೂ ಅಕ್ಕನ ಹಳೆಯ ಸೈಕಲ್ ಮೇಲೆ ದಿನಕ್ಕೆ ಒಂದು ಬಾರಿಯಾದರೂ ಜಯನಗರಕ್ಕೆ ಹೋಗಿಬರುತ್ತಿದ್ದ. ಇವಳು ಬಂದ ಮೇಲೆ ಅತ್ತ ತಲೆ ಹಾಕಬಾರದೆಂದು ಕಟ್ಟಪ್ಪಣೆಯಾಗಿತ್ತು.

"ಅಮ್ಮ ನೋಟ್ಸ್ ಬೇಕು. ನನ್ನ ಸ್ನೇಹಿತನ ಮನೆಗೆ ಹೋಗ್ಬರ್ತೀನಿ." ಹೇಳಿ ಹೊರಟ. ಭಾವನ ಮನೆಗೆ ಹೋಗಿ ಬರಬೇಕೆನ್ನುವ ನಿರ್ಧಾರ ಬಲವಾಗಿತ್ತು. ಮೆಲ್ಲನೆ ನುಸುಳಿ ತಿರುವಿಗೆ ಬಂದು ಬಾಡಿಗೆ ಸೈಕಲ್ ಹತ್ತಿ ಹೊರಟುಬಿಟ್ಟ. ಸೈಕಲ್ಲನ್ನು ವೇಗವಾಗಿ ತುಳಿಯುತ್ತಿದ್ದ. ಹತ್ತರ ನಂತರವೇ ಸಂಜಯ ಮನೆಬಿಡುತ್ತಿದ್ದ. ಅಷ್ಟರೊಳಗೆ ಇವನು ಹೋಗಿ ತಲುಪಬೇಕಾಗಿತ್ತು.

ಗೇಟು ಬಳಿ ಬಂದವನೇ ನೆಗೆದು ಇಳಿದ. ಗೇಟನ್ನು ತೆರೆದುಕೊಂಡು ಸೈಕಲ್‌ನ ಒಳಗೆ ನಿಲ್ಲಿಸಿ, ಮುಖದ ಮೇಲಿನ ಬೆವರನ್ನೊರೆಸುತ್ತ ಒಳಗೆ ಹೋದ. ಈಗ ಎದೆಯಲ್ಲಿ ಭಯ ಹುಟ್ಟಿಕೊಂಡಿತು. 'ಆಗ ಅಕ್ಕ, ಭಾವ ಚೆನ್ನಾಗಿದ್ದರು. ಪ್ರೀತಿಯಿಂದ ಕಾಣ್ತಾ ಇದ್ರು. ಈಗ....ನನ್ನನ್ನು.... ಮಾತಾಡಿಸುತ್ತಾರೋ, ಇಲ್ಲವೋ!?"

"ಏನೋ ಶ್ಯಾಮಿ..." ಎಂದಾಗ ಬೆಚ್ಚಿಬಿದ್ದ. ಸಂಜಯ ಉಡುಪು ಧರಿಸಿ

ಹೊರಡಲು ರೆಡಿಯಾಗಿದ್ದ. ಮುಖ ಮುಖ ನೋಡಿದ. ಹಿಂದಿನ ಮುಖವೇ. ಕೋಪವಾಗಲಿ, ತಿರಸ್ಕಾರವಾಗಲಿ ಇಲ್ಲ.

"ಯಾಕ ನಿಂತ್ಬಿಟ್ಟೆ! ಈ ನಡುವೆ ಬಂದೇ ಇಲ್ಲ!?"

ಶ್ಯಾಮಿ ಸಮಾಧಾನದ ಉಸಿರುಬಿಟ್ಟು ಧೈರ್ಯವಾಗಿ ಹೆಜ್ಜೆ ಹಾಕಿದ.

"ಕೂತ್ಕೋ, ಮನೆಯಲ್ಲಿ ಎಲ್ರೂ ಚೆನ್ನಾಗಿದ್ದಾರ?" ಅವನು ಕಹಿಯನ್ನು ನುಂಗಿದ. ಎರಡು ಜೀವಿಗಳ ನಡುವೆ ವಿರಸ ಅಗತ್ಯ. ಆದರೆ ಪ್ರಕೋಪಕ್ಕೆ ಹೋಗಬಾರದು. ನಿಟ್ಟುಸಿರು ಚೆಲ್ಲಿ ಕುಳಿತ. ಶ್ಯಾಮಿನು ಕೂತ. ಅಕ್ಕನ ಬಳಿಗಿಂತ ಭಾವನ ಬಳಿ ಅವನಿಗೆ ಸಲಿಗೆ ಹೆಚ್ಚು.

"ನಿಮ್ಮಕ್ಕ ಹೇಗಿದ್ದಾಳೆ?" ಕೇಳಿದ. ಕೋಪ ಬಿಗುಮಾನಗಳಿಗೆ ಪ್ರೀತಿಯಿದ್ದ ಕಡೆ ಎಡೆಯಿಲ್ಲವೆಂದು ತಾನೇ ಎಷ್ಟೋ ಸಲ ಉಷಾಳನ್ನು ಕರೆದೊಯ್ಯಲು ಹೊರಡುತ್ತಿದ್ದ. ಆದರೆ ಹಠಮಾರಿ, ಸ್ವಲ್ಪದಕ್ಕೆಲ್ಲ ಬಗ್ಗೋಲ್ಲ ಎಂದು ಸುಮ್ಮನಾಗುತ್ತಿದ್ದ.

"ಚೆನ್ನಾಗಿದ್ದಾಳೆ" ಅಷ್ಟನ್ನು ಮಾತ್ರ ಹೇಳಬಲ್ಲ, ಅವಳ ಒಳಗಿನ ಚಡಪಡಿಕೆಯನ್ನು ಅವನೇನು ಬಲ್ಲ!

"ಇಷ್ಟು ದಿನದಿಂದ ಯಾಕೆ ಬರ್ಲಿಲ್ಲ?"

"ಅಣ್ಣ ಹೋಗ್ಬೇಡಾಂದಿದ್ರು!"

ಅವರ ಅವಿವೇಕಕ್ಕೆ ಸಂಜಯನಿಗೆ ಕೋಪ ಬಂತು. ಇವರಿಗೇಕೆ ವಿವೇಕವಿಲ್ಲ? ಇವರಿಗೆ ಇಷ್ಟು ಕೋಪ ಬರಬೇಕಾದರೆ, ಉಷಾ ಏನು ಹೇಳಿರಬೇಕು? ಜಿಜ್ಞಾಸೆಯುಂಟಾಯಿತು.

"ಇವತ್ತು ಹೋಗೂಂದ್ರ?"

"ಇಲ್ಲ; ನಾನೇ ಬಂದೆ." ಅಷ್ಟಕ್ಕೆ ಅವನು ಸುಮ್ಮನಾದ. ಆ ಹುಡುಗನ ಮನಸ್ಸಿನಲ್ಲಿ ರಾಡಿಯೆಬ್ಬಿಸುವುದು ಅವನಿಗೆ ಬೇಕಿರಲಿಲ್ಲ.

ತಿಂಡಿ ತಿಂದ ಶ್ಯಾಮಿ ಭಾವ ಕೊಟ್ಟ ಹತ್ತರ ನೋಟನ್ನು ಜೇಬಿಗೆ ಸೇರಿಸಿ ಹೊರಬಿದ್ದ. ಸಂಜಯ ಅವನಿಗೆ ದುಡ್ಡು ಕೊಡುವುದು ಹೊಸದಲ್ಲ. ಶ್ಯಾಮಿ ಬುದ್ಧಿವಂತ ವಿದ್ಯಾರ್ಥಿ. ಹಣವನ್ನು ಪೋಲುಮಾಡೋಲ್ಲ. ತನಗೆ ಅಗತ್ಯವಿದ್ದ ಪುಸ್ತಕ, ಇತರೇ ವಸ್ತುಗಳಿಗೆ ಉಪಯೋಗಿಸುತ್ತಾನೆಂದು ಗೊತ್ತು. ಆದ್ದರಿಂದಲೇ ಹಿಂದೂ ಮುಂದೂ ನೋಡದೆ ಆಗಾಗ ಸ್ವಲ್ಪ ಹಣವನ್ನು ಅವನಿಗೆ ಕೊಡುತ್ತಿದ್ದ.

ಸಂಜಯನ ಉತ್ಸಾಹ ಕುಗ್ಗಿ ಹೋಯಿತು. ಕೋಣೆಗೆ ಬಂದು ಕುಳಿತುಬಿಟ್ಟ. ಉಷಾಳಿಗಿಂತ ಅಧಿಕವಾದ ಚೆಲುವೆಯರ ಕೈ ಹಿಡಿಯಬಹುದಿತ್ತು. ಇನ್ನು ಹೆಚ್ಚಿನ ವಿದ್ಯಾಭ್ಯಾಸ ಪಡೆದಿದ್ದ ಹೆಣ್ಣುಗಳು ಕೂಡ ಅವನ ಲಿಸ್ಟ್‌ನಲ್ಲಿದ್ದರು. ಆದರೆ.... ಇವನನ್ನು ಆಕರ್ಷಿಸಿದ್ದು ಮಗುವಿನಂಥ ಹಠ, ಎಗ್ಗಿಲ್ಲದೇ ಮಾತಾಡುವ ರೀತಿ.

"ರಂಗ, ಕಾಫಿ ಕೊಡ್ತೀಯಾ!"

ಈಗಾಗಲೇ ಬೆಳಗಿನಿಂದ ನಾಲ್ಕು ಸಲ ಕುಡಿದಿದ್ದ. ರಂಗನಿಗೆ ಯಜಮಾನನ ಸ್ಥಿತಿ ಅರ್ಥವಾಗಿತ್ತು. ಈ ನಿಶ್ಶಬ್ದ ವಾತಾವರಣ ಅವನಿಗೂ ಬೇಸರವಾಗಿತ್ತು. ಯಜಮಾನಿಯ ಕೋಪ, ಹಠ, ಮಾತುಗಳು ಅವನಿಗೆ ಒಂದು ರೀತಿಯ ಮನರಂಜನೆಯಾಗಿತ್ತು. ರಂಗನ ಮುಂದೆ ಗಂಡನ ಜೊತೆ ಜಗಳಕ್ಕೆ ನಿಲ್ಲುತ್ತಿದ್ದಳು. ಯಜಮಾನನ ಛೇಡಿಸುವಿಕೆ, ಯಜಮಾನಿಯ ಕೋಪ ತಮಾಷೆಯಾಗಿರುತ್ತಿತ್ತು. ಈಗ ಅದೆಲ್ಲ ತಪ್ಪಿಹೋಗಿತ್ತು.

ಕಾಫಿ ತಂದು ಅಲ್ಲಿಟ್ಟು, ತಲೆ ತುರಿಸುತ್ತ ನಿಂತ ರಂಗ "ಅಮ್ಮಾವ್ರು ಯಾವಾಗ್ಬರ್ತಾರೆ?" ಸಂಜಯ ಸಿಡಿಮಿಡಿಗೊಳ್ಳಲಿಲ್ಲ. ಜೋರಾಗಿ ನಕ್ಕುಬಿಟ್ಟ. ಕಾಫಿಯ ಕಪ್‌ನ ಕೈಗೆ ತೆಗೆದುಕೊಂಡು "ಕೋಪ ಇಳೀಬೇಕಲ್ಲ!" ಕಾಫಿಯನ್ನು ಗುಟುಕರಿಸಲು ಶುರು ಮಾಡಿದ.

ಮನೆಯಲ್ಲಿರುವುದು ಬೇಡವೆನಿಸಿತು. ಎದ್ದು ಹೊರಟು ಕಾಂಪೌಂಡ್‌ನಿಂದ ನಡೆದೇ ಹೊರಗೆ ಬಂದ. ಹಳೆಯ ಗೆಳೆಯ ಶೇಷಾದ್ರಿ ಎದುರಾದ. "ಹಲೋ" ಎಂದು ಹಲ್ಲು ಕಿರಿದ.

"ಏನಯ್ಯಾ ಸಮಾಚಾರ?" ಕೈಕುಲುಕಿದ. ಶೇಷಾದ್ರಿ ಬಾಯಿಯ ಚುರುಕಿನ ಬಗ್ಗೆ ಅವನಿಗೆ ಗೊತ್ತು. ಅವನಿಗೆ ಬೇರೆಯವರ ವಿಷಯಗಳಲ್ಲಿ ಬಹಳ ಕುತೂಹಲ ಬಹಳ ಸ್ವಾರಸ್ಯವಾಗಿಯೂ ಹೇಳುತ್ತಿದ್ದ.

"ಏನಿಲ್ಲಪ್ಪ! ಬೆಳಿಗ್ಗೆ ಎಲ್ಲಿಗೆ ಸವಾರಿ?"

"ಇನ್ನು ನಿಂಗೆ ಬೆಳಿಗ್ಗೇನಾ!" ಶೇಷಾದ್ರಿ ವಾಚ್‌ನ ಅವನ ಮುಂದಿಡಿದ. "ಇರಲಿಬಿಡೋ" ಅವನ ಕೈಯನ್ನು ಸರಿಸಿದ.

"ನಿಜವೇನಪ್ಪ, ವಿಷ್ಯ!" ತೀರಾ ಗಂಭೀರವಾಗಿ ಕೇಳಿದ. ಸಂಜಯನಿಗೆ ಅವನ ಮಾತಿನ ಧಾಟಿಯ ಅರ್ಥ ಹೊಳೆಯಿತು. 'ನಿಂಗ್ಯಾಕೋ' ಎಂದು ಕೆನ್ನೆಗೆ ಬಾರಿಸುವಷ್ಟು ಕೋಪ ಬಂತು. ಅವನು ಇಂಥವರ ಮಾತನ್ನು ಎಂದೂ ಲೆಕ್ಕಕ್ಕೆ ಇಡುವವನೇ ಅಲ್ಲ.

"ಏನೋ ಅದು?" ಹಗುರವಾಗಿ ಮುಖಕ್ಕೆ ಅಪ್ಪಳಿಸುವಂತೆ ಕೇಳಿದ. ಅವನೆಷ್ಟು ತಡೆದರೂ ಅಸಹನೆ ಕಾಣಿಸಿಕೊಂಡೇಬಿಟ್ಟಿತು.

"ನಾನು ಮದ್ವೆಗೆ ಮೊದ್ಲೇ ಹೇಳ್ದೆ!"

"ಏನೋ ನಿನ್ದು ಪುರಾಣ! ವಿಷ್ಯನ ಸರಿಯಾಗಿ ಹೇಳು."

"ನಿಮ್ಮ ಶ್ರೀಮತಿಯವರು ಡೈವೋರ್ಸ್ ತಗೋತಾರಂತೆ. ಅದೇ ಹಿಂದಿನ ಸುದ್ದಿ. ಮತ್ತೆ ಪ್ರಾರಂಭವಾಗಿದೆಯಂತೆ ಅವರ ಭೇಟಿ, ಬರಹಗಾರರು ಬರಹಗಾರರನ್ನು ಆಕರ್ಷಿಸೋದು ಸರಿ ತಾನೆ!"

ಇವನ ಮಾತುಗಳನ್ನು ಉಪೇಕ್ಷಿಸಿಬಿಡುತ್ತಿದ್ದ. ಆದರೆ ಉಷಾನೇ ಡೈವೋರ್ಸ್‌ನ ಸುದ್ದಿ ಆಡಿದ್ದಳು. ಲಘುವಾಗಿ ಪರಿಗಣಿಸಿದ್ದ. ಆ ಮಟ್ಟಕ್ಕೆ ಹೋಗುವಳೆಂಬ ಕಲ್ಪನೆ ಕೂಡ ಇರಲಿಲ್ಲ.

"ಯಾರೋ ಹೇಳಿದ್ದು? ತಲೆ ಬಾಲವಿಲ್ಲದ ಸುದ್ದಿಗಳೇ ನಿಂಗೆ ಸಿಕ್ಕೋದು." ಕೋಪದಿಂದ ಕೆಂಪಾದ ಅವನ ಮುಖ ನೋಡಿದ. ಇನ್ನು ಕೆರಳಿಸುವುದು ಬೇಡವೆಂದು "ನಿಮ್ಮ ಮಾವ ಲಾಯರ್ ಬಳಿ ಹೋಗಿದ್ದು ಗೊತ್ತಾಯ್ತು. ಮುರುಳಿ, ನಿನ್ನ ಶ್ರೀಮತಿ ಜೊತೆಯಾಗಿ ಹೋಗ್ತಾ ಇದ್ದಿದ್ದು ನೋಡಿದೆ. ಪ್ರೇಮ ಸಾಯಲ್ಲ ಕಣೋ. ಅದು ಜೀವಂತವಾಗಿರುತ್ತೆ. ನಿನ್ನ ಅಧಿಕಾರ, ಐಶ್ವರ್ಯಕ್ಕೆ ಸೋತು ತಾಳಿ ಕಟ್ಟಿಸಿಕೊಂಡ್ಳು."

"ಬಾಯ್ಮುಚ್ಚೋ. ಏನೇನೋ ಬೊಗಳಬೇಡ. ಅವ್ಳಿಗೆ ಪ್ರೇಮದ ಪ್ರಥಮ ಪಾಠಾನ ನಾನು ಹೇಳಿ ಕೊಡ್ತಾ ಇದ್ದೀನಿ!" ಹಗುರವಾಗಿ ನಕ್ಕುಬಿಟ್ಟ.

ಶೇಷಾದ್ರಿಯೇನೋ ಹೋದ. ಅವನು ಹೇಳಿದ ಮಾತುಗಳು ಅವನ ಕಿವಿಗಳಲ್ಲಿ ಗುಯ್‌ಗುಟ್ಟತೊಡಗಿತು. ಅವಳ ಬಾಯಿಂದಲೇ 'ಡೈವೋರ್ಸ್' ಪದದ ಉಚ್ಚಾರಣೆಯನ್ನು ಕೇಳಿದ್ದ. ತಾನೇ ದುಡುಕಿದನೇನೋ ಎಂದು ಪೇಚಾಡಿಕೊಂಡ. ಮನೆ ಸುದ್ದಿ ಬೀದಿಪಾಲು ಆಗುವುದು ಯಾರಿಗೂ ಶ್ರೇಯಸ್ಕರವಲ್ಲ.

ಕಾಂಪೌಂಡ್ ದಾಟಿ ಒಳಗೆ ಹೋದ ಸಂಜಯ. "ರಂಗಾ, ಕಾರು ಕೀ ತಗೊಂಡ್ಬಾ" ಎಂದ.

ಕಾರು ನೇರವಾಗಿ ಮಾವನ ಮನೆಯ ಕಡೆ ಹೊರಟಿತು. ಉದ್ವೇಗದಿಂದ ಅವನೆದೆ ಏರಿಳಿಯುತ್ತಿತ್ತು.

ಎದೆಯಲ್ಲಿ ತುಂಬಿದ ನೋವು ಬೊಬ್ಬಿರಿಯುತ್ತಿತ್ತು. ದಾಂಪತ್ಯ ಜೀವನದ ಬಗ್ಗೆ ಅವನ ಕಲ್ಪನೆ ಬಹಳ ಮೃದುವಾದದ್ದು, ಛೆ.... ಛೆ.... ಬೇರೆಯಾಗುವ ಕಲ್ಪನೆಗೆ ಅವನ ಎದೆಯೊಡೆಯುತ್ತಿತ್ತು.

ನಿಲ್ಲಿಸಿ ಕೆಳಗಿಳಿದು ಒಳಹೊಕ್ಕ. ನಿಶ್ಯಬ್ದವಾಗಿತ್ತು.

ವರಾಂಡದಲ್ಲಿ ಕೂತು ಪೇಪರ್ ನೋಡುತ್ತಿದ್ದರು. ಮುಖ ನೋಡಿದವರೇ ಪೇಪರನ್ನು ಮಡಚಿ ಎದ್ದು ನಿಂತರು. ಅವರು ತೀರಾ ಕಂಗೆಟ್ಟಿದ್ದಂತೆ ಕಂಡರು. "ಬಾಪ್ಪ, ಬಾ" ಉಗುಳು ನುಂಗಿದರು.

"ಹೇಗಿದ್ದೀರಿ?" ಸಂಜಯ ಕಹಿಯನ್ನ ಮರೆತ. ದ್ವೇಷ, ಹಠ ಸಾಧನೆ ಅವನ ಮನೋಧರ್ಮಕ್ಕೆ ವಿರುದ್ಧ. ಗೆಳೆಯರ ಬಗ್ಗೆ ವಾದ ಮಾಡುವಾಗ ವಿರಸವುಂಟಾದರೂ ಮರುಕ್ಷಣ ಮರೆತು ನಕ್ಕು ಮಾತಾಡಿಸುತ್ತಿದ್ದ.

"ಕ್ಷಮ್ಸಿಬಿಡಪ್ಪ, ವಿಷ್ಯ ಗೊತ್ತಿರಲಿಲ್ಲ. ಏನೇನೋ ವದರಾಡ್ಬಿಟ್ಟೆ! ಶಾಮಿಗೆ ಕೂಡ ಹೋಗಬಾರದೆಂದು ಕಟ್ಟಪ್ಪಣೆ ಮಾಡ್ದೆ." ನೊಂದ ಧ್ವನಿಯಲ್ಲಿ ಹೇಳಿಕೊಂಡರು.

ಇಲ್ಲಿಗೆ ಬಂದ ಮೇಲೆ ಮಗಳನ್ನು ಸುಧಾರಿಸುವುದು ಸಾಕುಸಾಕಾಗಿತ್ತು. ಅವಳ ದುರಹಂಕಾರ ಬೆಳೆದು ನಿಂತಿತ್ತು. ತಾನೊಬ್ಬ ಲೇಖಕಿ ಎಂಬುದರ ಜೊತೆ ಮಧುರ ಗಾಯಕಿ ಎನ್ನುವ ಅಮಲು ತಲೆಗೇರಿತ್ತು. ದಿನದಿನಕ್ಕೂ ಅವಳ ಗೆಳತಿಯರ ತಂಡ ಬೆಳೆದು ಹೋಗುತ್ತಿತ್ತು. ಇವಳನ್ನು ಅರಸಿಕೊಂಡು ಬಂದವರಿಗೆಲ್ಲ ಕಾಫಿ, ತಿಂಡಿ ಇನ್ನಿತರ ಮರ್ಯಾದೆಗಳು ಆಗಲೇಬೇಕಿತ್ತು. ಇಲ್ಲದಿದ್ದರೆ ಕೂಗಾಟ,

ಸೋತುಹೋಗಿದ್ದರು. ಇದೆಲ್ಲ ಅಳಿಯನ ಮೇಲಿನ ಕೋಪವನ್ನು ಕರಗಿಸಿತ್ತು. ತಾವಾಗಿಯೇ ಮನೆಯ ಬಾಗಿಲಿಗೆ ಹೋಗಲಾರದೆ ಚಡಪಡಿಸುತ್ತಿದ್ದರು.

"ಸ್ವಲ್ಪ ಬರ್ತೀಯಾ" ಹೆಂಡತಿಯನ್ನು ಕೂಗಿದರು. ಹಿಂದಿನಂತೆಯೇ ಅಳಿಯನಿಗೆ ಉಪಚಾರ ನಡೆಯಿತು. ಸಂಜಯನ ಕಣ್ಣುಗಳು ಮಡದಿಗಾಗಿ ಅರಸಿದವು.

"ಎಲ್ಲೋ ಹೋಗಿದ್ದಾಳೆ" ಮೆಲುವಾಗಿ ಹೇಳಿದರು. ಈ ಸುತ್ತಾಟಗಳೆಲ್ಲ ಸಂಜಯನಿಗೆ ತಿಳಿಯದಲ್ಲ. ಎಷ್ಟೋ ಸಲ ಎಚ್ಚರಿಕೆ ನೀಡಿದ್ದ. ರಮಿಸಿ ಹೇಳಿದ್ದ.

"ನಾನು ಬರ್ತೀನಿ" ಮೇಲಕ್ಕೆದ್ದ.

"ನಾನೇ ಕರ್ಕೊಂಡ್ಬಂದ್ಬಿಡ್ತೀನಿ." ಅವನು ಉಗುಳು ನುಂಗಿದ. ಇಲ್ಲಿಗೆ ಬಂದ ಮೇಲಿನ ಸಮಾಧಾನ ಈಗ ಇರಲಿಲ್ಲ. ಮನದಲ್ಲಿ ದೊಡ್ಡ ಆಂದೋಲನವೇ ಎದ್ದಿತು. ಇಷ್ಟು ದಿನ ಅವಳ ಹುಚ್ಚಾಟಗಳಿಗೆ ಪುಟ್ಟ ಮಗುವಿನ ಹುಡುಗಾಟದ ಬೆಲೆ ಕಟ್ಟಿದ್ದ. ಅವನ ಮನ ನೋಯಿಸಲಾರದೆ, ಮನ್ನಣೆಯನ್ನು ಕೊಟ್ಟಿದ್ದ.

ಗಂಡ, ಹೆಂಡತಿ ಕಾರಿನವರೆಗೂ ಬಂದು ಬೀಳ್ಕೊಟ್ಟರು. ಸಂಜಯ ಮತ್ತೆ ಇನ್ನೊಂದು ಮಾತು ಆಡಲಿಲ್ಲ. ಎಲ್ಲ ಮುಗಿದುಹೋಗಿದೆ ಎನ್ನುವಷ್ಟರ ಮಟ್ಟಿನ ನಿರಾಸಕ್ತಭಾವ ಉದಯಿಸಿತು.

ಒಮ್ಮೆ ಹೋಗಿ ಮುರುಳಿಯನ್ನು ಭೇಟಿ ಮಾಡಿ ಬರಬೇಕೆನಿಸಿತು. ಕಾರನ್ನು ಅತ್ತ ತಿರುಗಿಸಿದ. ಶೇಷಾದ್ರಿ ಆಡಿದ ಮಾತುಗಳು ಪದೇ ಪದೇ ಮುಳ್ಳಿನಂತೆ ಚುಚ್ಚುತ್ತಿತ್ತು. ಮುರುಳಿ, ಸೀತಳ ಸುಂದರ ಅನ್ಯೋನ್ಯ ದಾಂಪತ್ಯ ಜೀವನವನ್ನು ನೋಡಿ ಹರ್ಷಿಸಿದ್ದ. ಈಗ... ಛೆ, ಛೆ.... ಮುರುಳಿಯ ಬಗ್ಗೆ ಹಾಗೆ ತಿಳಿಯುವುದೇ ತಪ್ಪು. ಕೆಲವು ಮೌಲ್ಯಗಳಿಗೆ ಅತಿಯಾದ ಬೆಲೆ ಕೊಡುತ್ತಿದ್ದ. ಅವುಗಳನ್ನು ಎತ್ತಿಹಿಡಿಯಲು ಎಂಥ ಕಷ್ಟಗಳಿಗೂ ಕೂಡ ಗುರಿಯಾಗಲು ಸಿದ್ಧನೇ.

ಇವನು ಹೋದಾಗ ಅವನು ಎರಡು ಕೈಗಳನ್ನು ಹಿಂದಕ್ಕೆ ಕಟ್ಟಿಕೊಂಡು ಅಡ್ಡಾಡುತ್ತಿದ್ದ. ತೀವ್ರತರವಾದ ಆಲೋಚನೆಯಲ್ಲಿದ್ದಂತೆ ಕಾಣುತ್ತಿದ್ದ. ಅವನೆದೆ ಡಂಗುರವಾಯಿತು. ಸಮಾಧಾನ ಮಾಡಿಕೊಳ್ಳಲು ಪ್ರಯತ್ನಿಸಿದ.

"ಓ! ಬನ್ನಿ.... ಬನ್ನಿ" ಮುರುಳಿ ಆಹ್ವಾನಿಸಿದ. ಸಂಜಯ ಮುಖವನ್ನೆಲ್ಲ ಹುಡುಕಿದ. ಎಂದಿನಂತೆ ಸ್ವಚ್ಛವಾಗಿಯೇ ಇತ್ತು. ಆದರೆ ಬೇಸರದ ಛಾಯೆ ಆವರಿಸಿದಂತೆ ಕಂಡಿತು.

"ನಿಮ್ಮ ಬಗ್ಗೇನೇ ಯೋಚಿಸುತ್ತಿದ್ದೆ. ಸಂಜೆ ಬಂದು ನಿಮ್ಮನ್ನು ಭೇಟಿ ಮಾಡುವ ಉದ್ದೇಶವಿತ್ತು."

"ನಾನೇ ಬಂದೆ! ಏನು ವಿಷ್ಯ?" ಅವನ ಸಮೀಪ ಹೋಗಿ ನಿಂತು ಕೇಳಿದ. ಅವನು ಶಿಲೆಯಾಗಬೇಕಿತ್ತು.

"ಕಾದಂಬರಿ ಹಸ್ತಪ್ರತಿ ರೆಡಿಯಾಗಿದೆ. ನೀವು ಯಾವಾಗ ಬೇಕಾದ್ರೂ

ಕೊಂಡೊಯ್ಯಬಹ್ದು!" ಅವನು ನೆಮ್ಮದಿಯಾಗಿ ಉಸಿರಾಡಿದ. ಮುರುಳಿಯನ್ನು ಅತಿಶಯವಾಗಿ ನೋಡಿದ.

"ಬನ್ನಿ ಕೂತ್ಕೊಂಡು ಮಾತಾಡ್ಬಹುದು." ಇಬ್ಬರೂ ಹೋಗಿ ಒಳಗೆ ಕೂತರು. ಪ್ಯಾಕ್ ಮಾಡಿಟ್ಟಿದ್ದ ಪ್ರತಿಯನ್ನು ಅವನ ಕೈಯಲ್ಲಿಟ್ಟ. ಈಗ ಯಾವುದರಲ್ಲೂ ಮನಸ್ಸಿರಲಿಲ್ಲ. ಆದರೂ ಏನೋ ಒಂದು ತೆರನಾದ ಸಂತೋಷ ಲಭಿಸಿತ್ತು.

ಅತ್ತಿತ್ತ ನೋಡಿದ. ಮನೆಯಲ್ಲಿ ಬೇರೆಯವರಿದ್ದ ಸುಳಿವಿರಲಿಲ್ಲ. ತಲೆ ಬೇಗ ಬೇಗ ಕೆಲಸ ಮಾಡಿತು. ಲೆಕ್ಕ ಹಾಕಿತು. ಹಾಕಿದ ಲೆಕ್ಕ ತಪ್ಪಬಹುದೆಂಬ ಸಂದೇಹವೂ ಇತ್ತು. ತಪ್ಪಲಿ ಎಂದೂ ಹಾರೈಸುತ್ತಲೂ ಇದ್ದ.

"ಸೀತ ತವರುಮನೆಗೆ ಹೋಗಿದ್ದಾಳೆ" ಅವನ ಮನಸ್ಸನ್ನು ಅರಿತವನಂತೆ ಹೇಳಿದ. ಇವನಿಂದ ಏನೂ ಮುಚ್ಚಿಡುವುದು ಸಾಧ್ಯವಿಲ್ಲವೆನಿಸಿತು ಸಂಜಯನಿಗೆ.

"ಅದಕ್ಕೆ ಒಂದು ತೆರನಾದ ಬೇಸರ. ಅವಳು ಬಂದ್ಮೇಲೆ ತುಂಬ ಸೋಮಾರಿಯಾಗ್ಬಿಟ್ಟಿದ್ದೆ. ಈಗ ಲವಲವಿಕೆ ಮೈಗೂಡ್ಸಿಕೊಳ್ಳಬೇಕಾದ್ರೆ ಸ್ವಲ್ಪ ದಿನಗಳೂ ಬೇಕಾಗುತ್ತೆ!" ಅವನ ಮುಖದ ಮೇಲೆ ನಗು ಆವರಿಸಿತು. ಮಡದಿಯನ್ನು ಎಷ್ಟರಮಟ್ಟಿಗೆ ಪ್ರೀತಿಸುತ್ತಿದ್ದಾನೆಂದು ಅವನ ಕಣ್ಣುಗಳು ಹೇಳುತ್ತಿದ್ದವು.

"ಸದ್ಯಕ್ಕೆ ನೀವು ಪೂರ್ಣ ಸ್ವತಂತ್ರರು!" ತಮಾಷೆಗಾಗಿ ಸಂಜಯ ಹೇಳಿದಾಗ, ಅವನು ಗಂಭೀರವಾದ. ಅವನು ಪೂರ್ಣ ಸ್ವಾತಂತ್ರ್ಯದ ಬಗ್ಗೆ ಯೋಚಿಸುತ್ತಿದ್ದ. ಒಂದು ಕಾಲದಲ್ಲಿ ಏಕಾಂತ, ಮೌನ ಸಹನೀಯವಾಗಿತ್ತು. ಈಗ ತಬ್ಬಿಬ್ಬು ಆಗುತ್ತಿತ್ತು. ಸೀತಳ ಕೈಗಳಲ್ಲಿದ್ದ ಗಾಜಿನ ಬಳೆಗಳ ಕಿಣಿಕಿಣಿನಾದ ಚೇತೋಹಾರಿಯಾಗಿತ್ತು. ಮುಗ್ಧ ಮುಖದ ನಗು ಉತ್ಸಾಹ ತುಂಬುತ್ತಿತ್ತು.

"ಆ ಪೂರ್ಣ ಸ್ವಾತಂತ್ರ್ಯ ಈಗ ಬೇಡವೆನಿಸಿದೆ, ಮಿಸ್ಟರ್ ಸಂಜಯ್, ಅವಳೆಂದೂ ನನ್ನ ಏಕಾಗ್ರತೆಗೆ ಭಂಗ ತರುತ್ತಿರಲಿಲ್ಲ. ಈಗ ಮಾತ್ರ ತುಂಬ ಕಾಟ ಕೊಡ್ತಾ ಇದ್ದಾಳೆ!" ನವಿರಾಗಿ ನಕ್ಕ.

ಈಗ ಮುರುಳಿ ಜನಪ್ರಿಯ ಲೇಖಕನಾಗಿದ್ದ. ಅವನ ಕಾದಂಬರಿಗಳ ಪ್ರತಿಗಳಿಗೆ ಅಪಾರವಾದ ಬೇಡಿಕೆಯಿತ್ತು. ಕೆಲವು ಪ್ರಕಾಶಕರು ಯತ್ನಪಟ್ಟು ನಿರಾಶರಾಗಿದ್ದರು. ಅವನಲ್ಲಿ ಆಸೆಯ ಮನೋವಿಕಾರಗಳಿರಲಿಲ್ಲ. ಯಾವುದಕ್ಕೂ ತಟ್ಟನೆ ಒಳಗಾಗುತ್ತಿರಲಿಲ್ಲ.

"ಬನ್ನಿ, ಹೋಗೋಣ." ಬಲವಂತದಿಂದ ಹೊರಡಿಸಿದ. ಮುರುಳಿ ಕೇವಲ ಎರಡು ಬಾರಿ ಮಾತ್ರ ಅವರ ಮನೆಗೆ ಹೋಗಿದ್ದ. ಈಗ ಉಷಾ ಬಂದು ಎದುರು ನಿಂತರೂ ಅವನು ದುರ್ಬಲನಾಗುತ್ತಿರಲಿಲ್ಲ. ಸಹಜವಾಗಿ ವರ್ತಿಸಿದ್ದ. ಸೀತಳ ಸಾನ್ನಿಧ್ಯ ಅಷ್ಟರಮಟ್ಟಿಗೆ ಬದಲಾವಣೆಯನ್ನು ತಂದಿತ್ತು.

ಇತ್ತೀಚೆಗೆ ಹೊಸದಾಗಿ ಗೇಟು ಮಾಡಿಸಿದ್ದ. ಅದು ಬಲವಾಗಿಯೂ ಇತ್ತು. ಅದಕ್ಕೆ ಬೀಗ ಹಾಕಿ ಅವನನ್ನು ಅನುಸರಿಸಿ ಬಂದು ಕಾರಿನಲ್ಲಿ ಕೂತ. ಕಾರಿನ ಹಾರನ್

ಸದ್ದು ಕೇಳಿ ರಂಗ ಬಂದು ಗೇಟು ತೆರೆದ, ಕಾರು ಕಾಂಪೌಂಡಿನೊಳಕ್ಕೆ ನುಗ್ಗಿತು. ಮೊದಲು ಸಂಜಯ ಇಳಿದು ಡೋರ್ ತೆಗೆದ.

"ನಿಮ್ಮ ಮನೆ, ತೋಟ – ಅಲ್ಲಿ ಕೂತರೆ ಹಾಯಾಗಿರುತ್ತೆ. ಈಗ ಬಂಗ್ಲೆಯೊಳಕ್ಕೆ ಬಂದ್ರೆ - ಪ್ರತಿಯೊಂದರಲ್ಲೂ ಕೃತಕತೆಯ ಅರಿವಾಗುತ್ತೆ." ಸಂಜಯ ಅನ್ನಿಸಿದ್ದನ್ನು ನೇರವಾಗಿ ಹೇಳಿದ. ಮುರುಳಿ ಸುಮ್ಮನೆ ತುಟಿಗಳನ್ನ ತುಸು ಅರಳಿಸಿದ.

ಡ್ರಾಯಿಂಗ್ ರೂಮಿನೊಳಕ್ಕೆ ಕರೆದೊಯ್ದ. ಪುಸ್ತಕಗಳು ದೊಡ್ಡ ರೀತಿಯಲ್ಲಿ ಸಂಗ್ರಹವಾಗಿತ್ತು. ಅಚ್ಚುಕಟ್ಟಾಗಿ ಜೋಡಿಸಲಾಗಿತ್ತು. ಮಧ್ಯೆ ಕೂತು ಬರೆಯಲು ಕುಷನ್ ಛೇರ್, ಟೇಬಲ್ ಇತ್ತು. ಹತ್ತಾರು ಪೆನ್ನುಗಳು ಸ್ಟ್ಯಾಂಡಿಗೆ ಜೋಡಿಸಲಾಗಿತ್ತು. ಆಂಗ್ಲ ಕವಿ, ಸಾಹಿತಿಗಳ ಚಿತ್ರಪಟಗಳು ಗೋಡೆಯನ್ನು ಅಲಂಕರಿಸಿದ್ದವು. ನೋಡುತ್ತಲೇ ಹೋಗಿ ಸೋಫಾ ಮೇಲೆ ಕುಳಿತ.

"ನಿಮ್ಮ ಶ್ರೀಮತಿಯವರ ಬರವಣಿಗೆ ಹೇಗೆ ಸಾಗಿದೆ?" ಸಂಜಯ ಜೋರಾಗಿ ನಕ್ಕುಬಿಟ್ಟ. ಇದೆಲ್ಲ ಬರೀ ಪ್ರದರ್ಶನವೆಂದು ಬಾಯಿಬಿಟ್ಟು ಹೇಗೆ ಹೇಳಿಯಾನು!?

ಮುದ್ರಿಸಿದ ಕಥಾಸಂಕಲನದ ಪ್ರತಿಗಳು ಹಾಗೆಯೇ ಅಲಮಾರಿನಲ್ಲಿ ಕೂತಿದ್ದವು. ಗೆಳತಿಯರಿಗೆ, ಬೇಕಾದವರಿಗೆ ಪ್ರತಿಗಳನ್ನು ಕೊಟ್ಟಿದ್ದಳು. ಅಷ್ಟು ಬಿಟ್ಟು ಒಂದು ಪ್ರತಿ ಕೂಡ ಹಿಂದಕ್ಕೆ ಬಂದಿತ್ತು. ಅವಳ ಬರವಣಿಗೆ ಸಾಮಾನ್ಯ ಜನರನ್ನು ಕೂಡ ಆಕರ್ಷಿಸಲಾರದೆ ಹೋಗಿತ್ತು.

"ನಿಮ್ಮ ಶಿಷ್ಯೆ ತಾನೆ! ಅವ್ರ ಯೋಗ್ಯತೆ ನಿಮ್ಗೇ ಗೊತ್ತಿರ್ಬೇಕೂ..." ಅಷ್ಟು ಕಟುವಾಗಿ ಎಂದೂ ಸಂಜಯ ಮಡದಿಯ ಬಗೆಗೆ ಆಡಿರಲಿಲ್ಲ. ಅವನು ಬೇಕಾಗೆಂದು ಆಡಿರಲಿಲ್ಲ. ಒಳಗಿನ ಅಸಹನೆ ಸಿಡಿದು ಹೊರಗೆ ಬಂದಿತ್ತು.

"ನಾನೇ ಇನ್ನು ವಿದ್ಯಾರ್ಥಿ! ಅವ್ರಿಗೆ ನಾನು ಯಾವಾಗ ಗುರುವಾದದ್ದು?" ಅವನ ಮಾತಿನಲ್ಲಿ ತಿಳಿಹಾಸ್ಯವಿತ್ತು. ವಾತಾವರಣವನ್ನು ಹಗುರಗೊಳಿಸಬೇಕಿತ್ತು.

ಅವಳದು ತಿರುಳಿಲ್ಲದ ಬರಹಗಳೆಂದು ಅವನಿಗೆ ಗೊತ್ತು. ಕಾಟಾಚಾರಕ್ಕೆ ಸೇರಿಸುವ ಪದಗಳ ಜೋಡಣೆಯಷ್ಟೆ. ಅವುಗಳಲ್ಲಿ ಆಳವಾದ ಅನುಭವವಾಗಲಿ, ಜೀವನವನ್ನು ನೋಡುವ ದೃಷ್ಟಿಕೋನವಾಗಲಿ ಇರುತ್ತಿರಲಿಲ್ಲ.

"ಮೊದ್ಲು ಊಟ ಮುಗ್ಸಿ, ಮಾತಾಡೋಣ" ಈಗ ಮುರುಳಿಗೆ ಮನೆಯಲ್ಲಿ ಮಾಡಿಟ್ಟ ಅನ್ನದ ಜ್ಞಾಪಕ ಬಂತು. ಅದನ್ನೇ ರಾತ್ರಿಗೆ ಉಪಯೋಗಿಸಿದರಾಯಿತೆಂದು ಸುಮ್ಮನಾದ. ಯೋಚಿಸುತ್ತ ಕೂತರೆ ಕೆಲವೊಮ್ಮೆ ಊಟ ಮಾಡುವುದನ್ನೇ ಮರೆಯುತ್ತಿದ್ದ. ಒಂದೊಂದು ಸಲ ಊಟ ಮಾಡಿದರೂ ಪುನಃ ತಟ್ಟೆ ಹಾಕಿಕೊಂಡು ಕೂಡುತ್ತಿದ್ದ. ಆಗೆಲ್ಲ ಸೀತ ನಕ್ಕು ಜ್ಞಾಪಿಸುತ್ತಿದ್ದಳು.

ಇಬ್ಬರಿಗೂ ರಂಗ ಬಡಿಸಿದ. ಅಡಿಗೆಯಲ್ಲಿ ವೈವಿಧ್ಯತೆ ಇತ್ತು. ಬರೀ ಅನ್ನ, ಹುಳಿಯಲ್ಲ. ಪಲ್ಯ, ಉಪ್ಪಿನಕಾಯಿ, ಹಪ್ಪಳ, ತಿಳೀಸಾರು - ಎಲ್ಲ ಇತ್ತು. ಊಟವು

ನಿಧಾನವಾಗಿ ಸಾಗಿತು. ಮಧ್ಯೆ ಮಧ್ಯೆ ಕೆಲವು ಜೋಕ್‌ಗಳನ್ನು ಹೇಳಿ ನಗಿಸುತ್ತಿದ್ದ. ಮುರುಳಿಗೂ ಸಹ ಉಷಾಳ ಜ್ಞಾಪಕ ಬರಲಿಲ್ಲ.

"ಬೀಡಾ..." ಜ್ಞಾಪಿಸಿದ. ಮುರುಳಿ ಬೇಡವೆಂದ. ಕೆಲವು ಅಭ್ಯಾಸಗಳಿಗೆ ದಾಸನಾಗಲು ಅವನು ಇಷ್ಟಪಡುತ್ತಿರಲಿಲ್ಲ. ಎರಡು, ಮೂರು ಬೀಡಾಗಳನ್ನು ತಿಂದ. ಸಿಹಿ ನೆನಪು ಅವನನ್ನು ಗಂಭೀರನನ್ನಾಗಿ ಮಾಡಿತು.

"ಮನೆಯಲ್ಲಿ...."

"ನಾನೊಬ್ಬನೇ, ಉಷಾ ಅಪ್ಪನ ಮನೆಯಲ್ಲಿ ಇದ್ದಾಳೆ. ಇವತ್ತು, ನಾಳೆ ಬರಬಹುದು. ಇಲ್ಲ ಅಲ್ಲಿಯೇ ಉಳಿಯಬಹುದು!" ನಾಲಿಗೆ ಕಚ್ಚಿಕೊಂಡ ಮನಸ್ಸಿನ ರಾಡಿ ಹೊರಬೀಳಲೇಬೇಕು. ಇಲ್ಲದಿದ್ದರೆ ಮನಸ್ಸಿಗೆ ಸಮಾಧಾನವಿಲ್ಲ. ಆಗಾಗ ಅದು ಇಣಕಿ ನೋಡುವುದಂತೂ ಸಹಜ.

ಮುರುಳಿಯು ಗಾಬರಿಯಾದ. ಎಲ್ಲೋ ಒಡಕಿದೆಯೆನಿಸಿತು. ಎಂದಿಗೂ ಉಷಾ ಸುಖವಾಗಿರಬೇಕೆಂದೇ ಅವನು ಬಯಸುತ್ತಿದ್ದ. ಅವಳಿಗೆ ಚಿತ್ತಸ್ವಾಸ್ಥವಿಲ್ಲ. ಜೀವನದ ಬಗ್ಗೆ ಬಿಗಿಯಾದ ಧೋರಣೆಯಿಲ್ಲ. ಎಲ್ಲದರಲ್ಲಿಯೂ ಒಂದು ರೀತಿಯ ಹುಡುಗಾಟ.

"ನನ್ನ ನಿಮ್ಮ ಸ್ಥಿತಿ ಒಂದೇ" ಸಂಜಯ ಬೇಕಂತಲೆ ವಿಷಯವನ್ನು ಬದಲಾಯಿಸಿದ. ಮನೆಗೆ ಬಲವಂತದಿಂದ ಕರೆದುಕೊಂಡು ಬಂದು ವಿನಾಕಾರಣ ನೋಯಿಸಿ, ಅವನ ಮನದ ಸಮತೋಲನ ತಪ್ಪುವಂತೆ ಮಾಡುವುದು ಸರಿಯಲ್ಲ.

ಆಮೇಲೆ ಇಬ್ಬರೂ ಮಾತುಗಳಿಗಾಗಿ ಹುಡುಕಾಡಬೇಕಾಯಿತು. ಹೆಚ್ಚು ಹೊತ್ತು ಕೂಡಲು ಇಷ್ಟಪಡದೆ ಮುರುಳಿ ಎದ್ದ. ನಿಲ್ಲಿಸಿಕೊಂಡರೆ ಏನಾದರೂ ಕಕ್ಕಿಬಿಡಬಹುದೆಂಬ ಭಯವಾಯಿತು.

"ನಾನು ಬರ್ತೀನಿ, ನಡೆಯಿರಿ" ಮೇಲೆದ್ದ.

"ಬೇಡ ಸಂಜಯ್, ನಾನು ನಡೆದೇ ಹೋಗ್ತೀನಿ. ನಂಗೆಲ್ಲ ಅಭ್ಯಾಸವಿದೆ. ಅದ್ನೇ ಇಷ್ಟಪಡ್ತೀನಿ. ಒಂದೆರಡು ಮೈಲಿಯಾದ್ರೂ ನಡೆಯೋದು ಆರೋಗ್ಯ ದೃಷ್ಟಿಯಿಂದ ಒಳ್ಳೇದು." ಎಷ್ಟೋ ಹೇಳಿದ. ಆದರೆ ಅವನು ಒಪ್ಪಲಿಲ್ಲ. ಕಾರಿನಲ್ಲಿ ಕರೆದೊಯ್ದು ಇಳಿಸೇ ಬಂದ.

* * * *

ಬೆಳಿಗ್ಗೆ ಎದ್ದಾಗಿನಿಂದ ಉಷಾ ಸಿಡುಕುತ್ತಲೇ ಇದ್ದಳು. ಅದಕ್ಕೆ ಕಾರಣ ಅವಳ ತಂದೆ ಮರ್ಯಾದೆಯಾಗಿ ಗಂಡನ ಮನೆಗೆ ಹೋಗು ಎಂದಿದ್ದರು. ಈ ನಡುವೆ ಅವಳ ತಲೆ ಪೂರ್ಣವಾಗಿ ಕೆಟ್ಟಿತ್ತು. ಪ್ರೇಮಿಗಳ ದುರಂತ ಕಾದಂಬರಿಗಳನ್ನು ಓದುತ್ತಿದ್ದಳು. ಅಂತಹ ಚಲನಚಿತ್ರಗಳನ್ನೇ ನೋಡುತ್ತಿದ್ದಳು. ಪ್ರೇಮದ ಬಗ್ಗೆ ಅವಳ ಕನಸುಗಳು ಗರಿಗೆದರಿದ್ದವು.

"ಎಲ್ಲಿಗೆ ಹೋಗ್ತೀಯಾ?" ತಾಯಿಯ ಮಾತಿನಲ್ಲೂ ಅಸಹನೆ ಸಿಡಿದಿದ್ದನ್ನು

ಕಂಡು ಅವಳಿಗೆ ದುಃಖವಾಯಿತು. ಸಿಡುಕು ಮರೆಯಾಗಿ ಮಂಕು ಕವಿಯಿತು. ಸುಮ್ಮನೆ ಮಂಚದ ಮೇಲೆ ಹೋಗಿ ಮಲಗಿದಳು. ತಲೆಕೆಟ್ಟು ಸಿಡಿಯತೊಡಗಿತು. ಸುಮ್ಮನೆ ಬಿದ್ದುಕೊಂಡೇ ಇದ್ದಳು. ಏನೋ ಒಂದು ವಿಧವಾದ ಮಾನಸಿಕ ಜಾಡ್ಯ, ಅಸ್ವಾಸ್ಥ್ಯ. ಅನೇಕ ವಿಧವಾದ ಆಲೋಚನೆಗಳು, ನೆನಪುಗಳು ಮನದಲ್ಲಿ ಸುಳಿಯುತ್ತಿದ್ದವು. 'ಚೈತ್ರದ ಕೋಗಿಲೆ'ಯೆಂದೇ ಸಂಬೋಧಿಸುತ್ತಿದ್ದರು. ಆ ಪದ ತಲೆಯಲ್ಲಿ ಬಿರುಗಾಳಿ ಎಬ್ಬಿಸುತ್ತಿತ್ತು. ತಾನು ಮೈಮರೆತು ಮುರುಳಿಯ ಎದೆಗೊರಗಿ ಹಾಡುತ್ತಿದ್ದಂತೆ ಕನಸು ಕಾಣುತ್ತಿದ್ದಳು. ಮುರುಳಿಯನ್ನು ನೋಡದ ಹೊರತು ಸಮಾಧಾನವಿಲ್ಲ.

ಎದ್ದವಳೇ ಗೋಡೆಗೆ ಒರಗಿಸಿಟ್ಟ ಸೈಕಲ್‌ನ ಹತ್ತಿ ಹೊರಟುಬಿಟ್ಟಳು. ಆ ಕ್ಷಣದಲ್ಲಿ ಎಲ್ಲವನ್ನು ಮರೆತುಬಿಟ್ಟಿದ್ದಳು. ವೇಗವಾಗಿ ಸೈಕಲ್ ತುಳಿಯುತ್ತ ಮುರುಳಿಯ ಮನೆಯ ಹತ್ತಿರ ಬಂದಳು. ಇಳಿದ ಕೂಡಲೇ ಒಂದು ತೆರನಾದ ನಿಶ್ಶಕ್ತಿ ಅವಳನ್ನು ಆವರಿಸಿತು. ಹುಚ್ಚು ಹಿಡಿದವಳಂತೆ ಗೇಟು ಸರಿಸಿ ಸೈಕಲ್ ತಳ್ಳಿಕೊಂಡು ಹೋಗಿ ಸ್ಟ್ಯಾಂಡ್ ಹಾಕಿ ನಿಲ್ಲಿಸಿ, ಬಾಗಿಲ ಬಳಿ ಓಡಿದಳು.

ಮುರುಳಿ ಗೋಡೆಗೆ ಒರಗಿ ಚಾಪೆಯ ಮೇಲೆ ಕುಳಿತು ಓದುತ್ತಿದ್ದ. ಓದುವುದರಲ್ಲಿ ಪೂರ್ಣವಾಗಿ ತಲ್ಲೀನನಾಗಿದ್ದ. ಒಂದು ಕ್ಷಣ ಹೃದಯ ಸ್ತಬ್ಧವಾಯಿತು. ನಾಡಿಯ ಬಡಿತ ನಿಂತಂತಾಯಿತು. ನಾಚಿಕೆ, ಭಯ ಸಂಕೋಚ ಒಟ್ಟಿಗಾಯಿತು. ಇದೆಂತಹ ವಿಚಿತ್ರ!

"ಮುರುಳಿ...." ಅವಳ ಬಾಯಿಂದ ಹಾರಿ ಬಂತು. ಅವನು ತಲೆಯೆತ್ತಿದ. ಕಣ್ಣುಗಳಲ್ಲಿ ಆಶ್ಚರ್ಯ ಮಿನುಗಿತ್ತು. ಆಮೇಲೆ ಮೊದಲಿನ ಸ್ಥಿತಿಗೆ ಬಂದವು. ಸಹಜವಾಗಿ "ಬನ್ನಿ ಉಷಾ, ಸಂಜಯ್ ಬರಲಿಲ್ವಾ?" ಸೋತವಳಂತೆ ಹೋಗಿ ಕುರ್ಚಿಯ ಮೇಲೆ ಕೂತಳು.

"ಬಿಸಿಲಿನಲ್ಲಿ ಬಂದಿದ್ದೀರಲ್ಲ. ಸಂಜೆ ಬರಬೋದಿತ್ತು. ಏನಂತಹ ಮಹತ್ತರವಾದ ವಿಷ್ಯ!" 'ನೀನೂ' ಎಂದು ಸಂಬೋಧಿಸುತ್ತಿದ್ದನ್ನು ಮರೆತಿದ್ದ. ಶಿಷ್ಟಾಚಾರದಿಂದ ಮಾತಾಡಿಸುತ್ತಿದ್ದ.

"ನಾನು ಸಂಜಯನನ್ನ ಬಿಟ್ಬಿಟ್ಟೆ!"

ಅವಳು ಹೇಳಿದ ರೀತಿ ನೋಡಿ ಅವನಿಗೆ ನಗು ಬಂತು. ಈ ಬಂಧನವನ್ನು ಅಷ್ಟು ಲಘುವಾಗಿ ಪರಿಗಣಿಸಿ ಕರೆದೊಯ್ಯಲು ಸಾಧ್ಯವೇ?

"ನಿಮ್ಮ ವಿಚಾರ ವಿವೇಕವಲ್ಲ. ಸುಲಭವಾಗಿ ಫಲಿಸುವುದು ಇಲ್ಲ. ಸಾಧುವಾದ ವಿಚಾರವಲ್ಲ, ಮರ್ತುಬಿಡಿ" ನಿಧಾನವಾಗಿ ಹೇಳಿದ.

"ನನ್ನ ಪ್ರೇಮ ಪವಿತ್ರವಾದದ್ದು. ನಿಮ್ಮನ್ನು ಪ್ರೀತಿಸಿದ್ದೆ. ಈಗಲೂ ಪ್ರೀತಿಸುತ್ತಿದ್ದೇನೆ." ಈ ವ್ಯರ್ಥವಾದ ಆಲಾಪ ಕೇಳುವುದು ಅವನಿಂದಾಗಲಿಲ್ಲ. ಅಂದು ಆಡಿದ ಮಾತುಗಳ ಪುನರಾವರ್ತನೆಯಾಗಿತ್ತು.

"ನನ್ನ ಬದುಕು ಸತ್ತಿದೆ. ಸತ್ತಂತೆ ಬದುಕಲು ನಂಗಿಷ್ಟವಿಲ್ಲ. ನಾನು ನಿರಾಶಳಾಗಿ

ಬಂದಿದ್ದೇನೆ. ನಿಮ್ಮ ಸನಿಹದಲ್ಲಿ ತನ್ನ ಲೇಖನಿಗೆ ಬಲಬರುತ್ತೆ. ನಿಮ್ಮ ಎದೆಯಂಗಳದಲ್ಲಿ 'ಚೈತ್ರದ ಕೋಗಿಲೆ' ಯಾಗಿದ್ದುಬಿಡ್ತೀನಿ!" ಉದ್ವೇಗದಿಂದ ಹೇಳುತ್ತಿದ್ದಳು. ಅವಳು ಸಾಮಾನ್ಯ ಸ್ಥಿತಿಯಲ್ಲಿರಲಿಲ್ಲ.

"ನಿನ್ನ ಆಲೋಚನೆಯನ್ನು ವಾಸ್ತವತೆಯ ಗಟ್ಟಿ ಜೀವನದಲ್ಲಿ ಅನುಸರಿಸಲು ಹೊರಟರೆ ಪ್ರಪಾತಕ್ಕೆ ಬೀಳಬೇಕಾಗುತ್ತೆ. ಅದರ ಪರಿಣಾಮ ಭಯಂಕರ" ಅವನ ನುಡಿಗಳು ಎಚ್ಚರಿಕೆ ನೀಡುವಂತಿತ್ತು.

"ಹುಡುಗಾಟ, ಹುಚ್ಚಾಟ ಬೇಡ. ನನ್ನ, ನಿನ್ನ ಜೀವನದ ದಾರಿಗಳು ಬೇರೆಯಾಗಿವೆ. ಅದರಲ್ಲಿ ಸುಖ, ಶಾಂತಿ, ತೃಪ್ತಿ ಇದೆ. ಪ್ರೇಮದ ಬಗ್ಗೆ ನಿಂಗೇನೂ ತಿಳಿಯದು. ಇದರಿಂದ ಸಂಜಯನ ಮನಸ್ಸಿಗಾಗುವ ನೋವನ್ನು ಅರಿತುಕೊ. ಚಿತ್ತದ ಸಮತೋಲನ ಕಾಯ್ದುಕೊಂಡು ಬದುಕಲು ಪ್ರಯತ್ನಪಡು" ಪುನಃ ಹೇಳಿದ.

ಉಷಾಳ ಮನದ ಆಸೆ-ಭರವಸೆಗಳ ಚಿತ್ರ ಸ್ಪಷ್ಟವಾಗಿ ಕಾಣಿಸಿತು. ಹೊಸ ಚೈತನ್ಯದೊಡನೆ ಬಂದಿದ್ದಳು. ಇಲ್ಲಿ ಕುಸಿದಿದ್ದಳು. ಎರಡು ಕೈಗಳಿಂದ ಮುಖ ಮುಚ್ಚಿ ಬಿಕ್ಕಳಿಸಿದಳು.

ಅವನಿಗೆ ಅವಳ ಬಗ್ಗೆ ಸಹಾನುಭೂತಿಯುಂಟಾಯಿತು. ಅವಳ ಮನಸ್ಥಿತಿಯನ್ನು ಅರ್ಥಮಾಡಿಕೊಳ್ಳುವುದೇ ಕಷ್ಟ. ಅಂದು ಸುಲಭವಾಗಿ ಇವನ ಪ್ರೇಮ ನಿರಾಕರಿಸಿ ಸಂಜಯನ ಕೈ ಹಿಡಿದಿದ್ದಳು. ಇಂದು.... ಅದೇ ಪುನರಾವರ್ತನೆ ಬೇರೊಂದು ರೀತಿಯಲ್ಲಿ.

"ನಿಂಗೆ ಹೃದಯಾನೇ ಇಲ್ಲ. ಕಲ್ಲಿನ ಕೊರಡು!" ಅವನು ಕುಳಿತಲ್ಲಿಯೇ ಶಿಲೆಯಾಗಿದ್ದ. ಹೃದಯ ಮಾರುತ್ತರಿಸುವ ಸ್ಥಿತಿಯಲ್ಲಿರಲಿಲ್ಲ.

ಬಿರುಗಾಳಿಯಂತೆ ಎದ್ದು ಹೊರಟಳು. ನಿಲ್ಲಿಸಿಕೊಳ್ಳುವ ಪ್ರಯತ್ನ ಅವನು ಮಾಡಲಾರ. ಶಾಂತ ಸರೋವರದಂತಿದ್ದ ಹೃದಯಗಳಲ್ಲಿ ಬಿರುಗಾಳಿ ಏಳುವುದು ಅವನಿಗೆ ಬೇಡ.

ಹೊರಗೆ ಬಂದ ಉಷಾಳಿಗೆ ಎಲ್ಲೆಡೆ ಕತ್ತಲು ಆವರಿಸಿದಂತೆ ಕಂಡಿತು. ಉದಾಸೀನವಾಗಿ ಸೈಕಲ್ಲನ್ನು ತಳ್ಳಿಕೊಂಡು ಹೊರಟಳು. ಅವಮಾನದಿಂದ ಅವಳೆದೆ ಕುದಿಯುತ್ತಿತ್ತು.

ಹೊರಗೆ ನಿಂತಿದ್ದ ಅವಳ ತಂದೆ "ಎಲ್ಲಿಗೆ ಹೋಗಿದ್ದೆ?" ಅಬ್ಬರಿಸಿದರು. ಅವರೆಡೆ ದುರದುರನೇ ನೋಡುತ್ತ "ಸಾಯೋಕೆ" ಮಗಳು ಹೋದತ್ತಲೇ ನೋಡುತ್ತ ನಿಂತುಬಿಟ್ಟರು. ಅವರ ಪಾಲಿಗೆ ಇವಳೊಂದು ಸಮಸ್ಯೆ.

ಹಿಂದೆ ಅವರ ಜೊತೆ ಕೆಲಸ ಮಾಡುವ ಆತ್ಮೀಯರೇ "ನಿಮ್ಮ ಮಗಳ ರೀತಿ ನೀತಿ ಸರಿ ಕಾಣೋಲ್ಲ. ಸರ್ಯಾಗಿ ಬುದ್ಧಿ ಹೇಳಿ" ಎಂದಿದ್ದರು. ಆಗ ಹಗುರವಾಗಿ ನಕ್ಕುಬಿಟ್ಟಿದ್ದರು. ಈಗ.... ತೊಡಕುಗಳ ಸರಮಾಲೆ ಅವರನ್ನು ಬಿಗಿದಿತ್ತು.

ನೇರವಾಗಿ ಅವಳ ಬಳಿ ಬಂದರು. ಕಣ್ಣುಗಳು ಕಣ್ಣೀರಿನ ಕೊಳಗಳಾಗಿದ್ದವು.

ಹದಮಾಡುವುದಕ್ಕೆ ಇದು ಸರಿಯಾದ ಸಮಯವೆನಿಸಿತು, ಪಕ್ಕದಲ್ಲಿ ಕೂತು, ತಲೆ ಸವರುತ್ತ "ಬೇಡಮ್ಮ ನೀನು ತಿಳ್ಕೊಂಡಿರೋಷ್ಟು ಸಂಜಯ ಕೆಟ್ಟವನಲ್ಲ. ಬಿಸಿರಕ್ತ ದುಡುಕ್ಬಿಟ್ಟ. ಇನ್ಮೇಲೆ ಹಾಗೆಲ್ಲ ನಡ್ಯೋಲ್ಲ. ನಾನು ಹೇಳ್ತೀನಿ." ಸುಮ್ಮನೆ ಕೂತಿದ್ದಳು. 'ನಿನ್ನದು ಯೋಚಿಸುವ ತಲೆಯೇ ಅಲ್ಲ!' ಗೆಳತಿಯರೆಲ್ಲ ಅವಳನ್ನು ಹಾಸ್ಯ ಮಾಡುತ್ತಿದ್ದರು.

"ಈಗ್ಲೇ.... ಹೋಗ್ತೀನಿ..." ಅಲ್ಲಲ್ಲಿ ಬಿದ್ದಿದ್ದ ಬಟ್ಟೆಗಳನ್ನೆಲ್ಲ ಸೂಟ್‌ಕೇಸ್‌ಗೆ ತುಂಬಿದಳು. ಕೇಶವಯ್ಯನವರು ತಡೆಯಲಿಲ್ಲ.

"ಆಟೋ ತರಲಾ?" ಅವರೇ ಕೇಳಿದರು. ಬೇಡವೆನ್ನುವಂತೆ ಸನ್ನೆ ಮಾಡಿದ ಉಷಾ ಹೊರಟೇಬಿಟ್ಟಳು. ತಡೆಯಲು ಹೋದ ಮಡದಿಯನ್ನು ಕಣ್ಣು ಸನ್ನೆಯಿಂದಲೇ ಸುಮ್ಮನಾಗಿಸಿದರು.

ಸೂಟ್‌ಕೇಸ್ ಹೊತ್ತುಕೊಂಡೇ ಹೊರಟಳು. ಅಷ್ಟು ದೂರ ಸಾಗಿದರೂ ಆಟೋ ಕಾಣಿಸಲಿಲ್ಲ. ಮುಖ ಕೆಂಪಾಯಿತು. ಬಸ್ ಸ್ಟಾಪ್‌ನಲ್ಲಿ ಹೋಗಿ ನಿಂತಳು. ಮನಸ್ಸಿನಲ್ಲಿಯೇ ಸಿಡಿಮಿಡಿಗೊಳ್ಳುತ್ತಿದ್ದಳು.

"ಹಲೋ" ಅವಳ ಇತ್ತೀಚಿನ ಗೆಳತಿ ಸುಮನಾಳ ಗಂಡ ಕೈ ಬೀಸಿದ. ಅವನು ಪ್ರಸಿದ್ಧ ಆರ್ಕೆಸ್ಟ್ರಾನಲ್ಲಿ ಸಿಂಗರ್ ಆಗಿದ್ದ. ಆರಡಿ ಎತ್ತರದ ದೃಢಕಾಯ ಮನುಷ್ಯ. ಅವನ ಕಣ್ಣುಗಳಲ್ಲಿ ಮಾದಕತೆ ಸದಾ ಹರಿಯುತ್ತಿತ್ತು. ಯಾವಾಗಲೂ ಸಿಗರೇಟ್ ಅವನ ತುಟಿಗಳ ಮಧ್ಯೆ ಅಥವಾ ಬೆರಳುಗಳ ಮಧ್ಯೆ ಇರುತ್ತಿತ್ತು. ಆಕರ್ಷಕವಾಗಿ ನಗುತ್ತಿದ್ದ. ಅವನು ಹಾಡುತ್ತಿದ್ದರೆ ಯುವ ಪೀಳಿಗೆ ಹುಚ್ಚೆದ್ದು ಕುಣಿಯುತ್ತಿತ್ತು.

"ಹಲೋ" ಎಂದಳು. ಅವಳು ಇರೋ ಸ್ಥಿತಿಯಲ್ಲಿ ಪ್ರಭಾತ್ ಸಿಕ್ಕಿದ್ದು ಬೇಸರದ ಸಂಗತಿ, ಮುಜುಗರಗೊಂಡಳು.

"ಎಲ್ಲೋ ಹೊರಟಹಾಗಿದೆ!" ಸೂಟ್‌ಕೇಸ್ ಕಡೆ ನೋಡಿ ಪ್ರಶ್ನಿಸಿದ.

"ಏನಿಲ್ಲ ಮನೆಗೆ ಹೋಗ್ಬೇಕು" ಪ್ರಭಾತ್ ನಿಂತಲ್ಲೇ ಯೋಚಿಸಿದ. ಸುಮನಾಳೊಂದಿಗೆ ಉಷಾ ಎರಡು, ಮೂರು ಭಾರಿ ಅವಳ ಮನೆಗೆ ಹೋಗಿದ್ದಳು. ಆಗ ಪರಿಚಯ ಬೆಳೆದಿತ್ತು. ಹೊರಗಡೆ ಸಿಕ್ಕಾಗಲೂ ಮಾತನಾಡಿಸುತ್ತಿದ್ದ.

"ಬನ್ನಿ, ನಿಮ್ಮನ್ನು ಡ್ರಾಪ್ ಮಾಡಿ ಹೋಗ್ತೀನಿ" ಕರೆದ. ಮೊದಲು ಉಷಾ ಅನುಮಾನಿಸಿದರೂ ಆಮೇಲೆ 'ಸದ್ಯ ಬಿಸಿಲಲ್ಲಿ ಕಾಯೋಕೆ ಬದಲು ಕಾರಲ್ಲಿ ಆರಾಮಾಗಿ ಹೋಗೋದು ಸರಿ."

ಅವಳ ಕೈನ ಸೂಟ್‌ಕೇಸ್ ಅವನ ಕೈ ಸೇರಿತು. ಕೆಂಪಾದ ಅಂಗೈಯನ್ನು ನೋಡಿಕೊಂಡಳು. ಅತ್ತಿತ್ತ ನೋಡಿ ಬಿಗುಮಾನದಿಂದ ಅವನ ಜೊತೆ ಹೊರಟಳು.

ಸೂಟ್‌ಕೇಸನ್ನು ಒಳಗಿಟ್ಟು ಕಾರಿನ ಮುಂದಿನ ಡೋರ್ ತೆಗೆದ. ಅಂಜಿಕೆ, ಅಳುಕಿಲ್ಲದ ಹೆಣ್ಣು ಹತ್ತಿ ಕೂತಳು. ತಾನು ಹತ್ತಿ ಕಾರು ಸ್ಟಾರ್ಟ್ ಮಾಡುತ್ತ "ಎಲ್ಲಿಗೆ?"

ತಡೆಯಿಲ್ಲದೆ ಬಂತು 'ನಮ್ಮನೆಗೆ" ಅವನು ವಾರೆಗಣ್ಣಿಂದ ಅವಳೆಡೆ ನೋಡಿದನೇ ವಿನಃ ಮಾತಾಡಲಿಲ್ಲ.

"ಸ್ವಲ್ಪ ಕಾಫಿ ಕುಡ್ದು ಹೋಗೋಣ್ವಾ!" ಏನನ್ನಿಸಿತೋ 'ಬೇಡ'ವೆಂದುಬಿಟ್ಟಳು. ಅವನು ಬದಲು ಹೇಳಲಿಲ್ಲ. ಆದರೆ ಅವಳ ಮಧುರ ಕಂಠವನ್ನು ಹೊಗಳಿದ. ಮುಂದಿನ ಭವಿಷ್ಯದ ಕಲ್ಪನೆಯ ರೂಪುರೇಖೆಯನ್ನು ಅವಳ ಮುಂದಿಟ್ಟ. ದೊಡ್ಡ ಗಾಯಕಿಯಾದಂತೆ ಕನಸು ಕಂಡಳು. ಆ ಸಮಯದಲ್ಲಿ ಮುರುಳಿ, ಸಂಜಯ, ಪ್ರೇಮ ಸಾಹಿತ್ಯ ಎಲ್ಲವನ್ನು ಮರೆತುಬಿಟ್ಟಿದ್ದಳು. ಭವ್ಯವಾದ ವೇದಿಕೆಯ ಮೇಲೆ ನಿಂತು ಹಾಡುತ್ತಿದ್ದಂತೆ....

"ನೀವ್ ಮನ್ಸು ಮಾಡಿದ್ರೆ - ನಮ್ಮ ಆರ್ಕೆಸ್ಟ್ರಾದಲ್ಲಿ ಹಾಡಬಹುದು!"

"ಖಂಡಿತ ಹಾಡ್ತೀನಿ." ಮೊದಲು ಇವಳನ್ನು ನೋಡಿದಾಗಲೇ ಅರ್ಥ ಮಾಡಿಕೊಂಡಿದ್ದ. ಮನದಲ್ಲೇ ನಕ್ಕ.

ಕಾರು ಗಕ್ಕನೇ ನಿಂತಾಗ ಎಗರಿಬಿದ್ದಳು. ಪ್ರಭಾತ್ ಇಳಿದು ಡೋರ್ ತೆಗೆದು ನಿಂತ. ಅವಳು ಇಳಿದ ಮೇಲೆ ಸೂಟ್‌ಕೇಸನ್ನು ಎತ್ತಿ ಅವಳ ಮುಂದೆ ಹಿಡಿದ.

"ಬರ್ತೀನಿ" ಎಂದ. ಸುಮ್ಮನೆ ತಲೆಯಾಡಿಸಿದಳು. ಕನಸಿನಲ್ಲಿ ತೇಲುತ್ತಿರುವಂತೆ ಕಂಡಳು. ನಕ್ಕು ಕಾರಿನಲ್ಲಿ ಕೂತ.

ಕಾರು ಹೋದ ಎಷ್ಟೋ ಹೊತ್ತಿನವರೆಗೂ ಅಲ್ಲಿಯೇ ನಿಂತಿದ್ದಳು. ಅವಳ ಯೋಚನಾಸರಣಿ ಬೇರೆ ರೀತಿಯಲ್ಲಿ ಹರಿಯುತ್ತಿತ್ತು.

"ಏಯ್.... ಉಷಾ" ಸಂಜಯನ ಧ್ವನಿ ಅವಳನ್ನು ಎಚ್ಚರಿಸಿತು. ತಲೆಯೆತ್ತಿ ಅವನೆಡೆ ನೋಡಿದಳು. ವಿಧವಿಧವಾದ ಭಾವ, ರಾಗಗಳ ಸಂಚಾರ.

"ಇಲ್ಲಿ ಕೊಡು" ಅವಳ ಕೈಯಲ್ಲಿದ್ದ ಸೂಟ್‌ಕೇಸನ್ನು ಕಿತ್ತುಕೊಂಡು "ಇಲ್ಲೇ ಇರ್ತೀಯಾ! ಒಳ್ಗೆ ಬರ್ತೀಯಾ?" ನಕ್ಕು ಅವನೊಂದಿಗೆ ಹೆಜ್ಜೆ ಹಾಕಿದಳು.

ಸಂಜಯನ ದುಗುಡ, ದುಮ್ಮಾನಗಳು ಹರಿದುಹೋಗಿದ್ದವು. ಭವಿಷ್ಯದ ಬಗ್ಗೆ ಕೆಟ್ಟ ಕನಸು ಕಾಣತೊಡಗಿದ್ದ. ಉಷಾಳ ಆಗಮನ ಅವನ್ನೆಲ್ಲ ಕೊಚ್ಚಿ ಹಾಕಿತ್ತು. ಸಂತೋಷದಿಂದ ತೇಲಾಡಿದ.

"ಮೊದ್ಲು ಹೋಗಿ ಸ್ನಾನ ಮಾಡು" ಕೆಂಪಾದ ಮುಖ ಅಸ್ತವ್ಯಸ್ತವಾದ ತಲೆ ಕೂದಲು. ತೀರಾ ಸಾಮಾನ್ಯ ದರ್ಜೆಯ ಹೆಣ್ಣಾಗಿ ಕಂಡಳು. ಮನಸ್ಸಿಟ್ಟು ಅಲಂಕರಿಸಿಕೊಳ್ಳುತ್ತಿದ್ದಳು. ಆದ್ದರಿಂದಲೇ ನೋಡುವವರ ಕಣ್ಣುಗಳಿಗೆ ಚೆಲುವೆಯಾಗಿ ಕಾಣುತ್ತಿದ್ದಳು. ಅವಳು ತೊಡುತ್ತಿದ್ದ ವಿಧವಿಧ ಉಡುಪುಗಳು ಅವಳ ಸಾಮಾನ್ಯ ರೂಪವನ್ನು ಮರೆಮಾಡಿತ್ತು.

"ರಂಗ, ಕಾಫಿ" ಕೂತ ಕಡೆಯಿಂದಲೇ ಕೂಗಿದಳು. ಏನನಿಸಿತೋ ಸಂಜಯನನ್ನು ಎವೆಯಿಕ್ಕದೇ ನೋಡಿದಳು. ಹುಚ್ಚಾಗಿ ತನ್ನನ್ನು ಪ್ರೀತಿಸುತ್ತಾನೆ.

ವಿರಹದಿಂದ ಕಂಗೆಟ್ಟುಹೋಗಿರುತ್ತಾನೆಂದು ತಿಳಿದಿದ್ದಳು. ಅದರ ಗುರುತುಗಳೇ ಇರಲಿಲ್ಲ. ಎಂದಿನಂತೆಯೇ ಕಂಡ. 'ಪ್ರೀತಿ ಇಲ್ಲದವರ ಜೊತೆ ಸಂಸಾರ....!' ಅವಳು ತನ್ನ ಬಗ್ಗೆ ಯೋಚಿಸಿಕೊಳ್ಳಲೇ ಇಲ್ಲ.

ರಂಗ ಎರಡು ಕಪ್ ಕಾಫಿ ತಂದಿಟ್ಟ. ಅವನಿಗೂ ಒಂದು ತರಹ ಸಂತೋಷವಾಗಿತ್ತು.

ಸ್ನಾನ ಮಾಡಿ ಬಂದು ಅಲಂಕರಿಸಿಕೊಂಡಳು. ಕನ್ನಡಿಯ ಮುಂದೆ ನಿಂತಾಗ ಸಂಜಯನ ಜೊತೆಗಿನ ಕ್ಷಣಗಳು ಮೈ ಜುಮ್ಮೆನ್ನಿಸಿತು. ಅವನು ಕುಳಿತ ಕಡೆ ಮುಖ ಮಾಡಿದಳು. ಅವನು ಫೈಲುಗಳ ನಡುವೆ ತಲ್ಲೀನನಾಗಿದ್ದ ಇದೊಂದು ರೀತಿಯ ಉಪೇಕ್ಷೆ!

ಎದುರಿಗೆ ಬಂದು ಕೂತಳು. ತಲೆ ಎತ್ತಲಿಲ್ಲ. ಮನೆ ಆಫೀಸಾ! ಸಿಡುಕಿದಳು. ತಲೆ ಬಗ್ಗಿಸಿಯೇ "ಏನು ವ್ಯತ್ಯಾಸ!" ಅವನ ತುಟಿಗಳ ನಡುವೆ ತುಂಟ ನಗುವಿತ್ತು.

ಉಷಾ ಬೇರೊಬ್ಬರ ಕಾರ್‌ನಿಂದ ಇಳಿದಿದ್ದನ್ನು ನೋಡಿದ. ಸಂಶಯದ ಮನಸ್ಸು ಅವನದಲ್ಲ. ಇವಳು ಇದ್ದಕ್ಕಿದ್ದಂತೆ ಬರಲು ಕಾರಣವೇನು? ಮಾವನವರ ಬಲವಂತವೇನಾದರೂ ಇದೆಯೇ? ಒಂಟಿಯಾಗಿ ಹೇಗೆ ಕಳಿಸಿದರು? ಕಾರಿನಲ್ಲಿ ತಂದು ಇಳಿಸಿಹೋದ ವ್ಯಕ್ತಿ ಯಾರು? ಒಳಗೆ ಆಹ್ವಾನಿಸಲಿಲ್ಲವೇಕೆ? ಇವಳಾಗಿಯೇ ಬಂದಿದ್ದಾಳೆ! ಎಂದು ಅವನ ಮನಸ್ಸು ಒಂದೇ ಸಮನೆ ಶಂಕಿಸುತ್ತಿತ್ತು.

"ಊಟ ರೆಡಿ" ರಂಗ ಹೇಳಿದಾಗ, ಸಂಜಯ ತೆರೆದ ಪೆನ್ನಿನ ಕ್ಯಾಪ್ ಮುಚ್ಚಿ ಮೇಲೆದ್ದ. ಅವಳ ಕಡೆ ನೋಡಿದ ಮೈ ಬಿಸಿಯಾಯಿತು. ತಕ್ಷಣ ತಣ್ಣಗಾಗಿಬಿಟ್ಟಿತ್ತು. ನಿರುತ್ಸಾಹದಿಂದ "ನಡೀ, ಊಟ ಮಾಡೋಣ" ಡೈನಿಂಗ್ ಹಾಲ್ ಕಡೆ ನಡೆದ.

ಉಷಾಳ ತಂದೆಯ ಮನೆಯಲ್ಲಿ ಕಾಟಾಚಾರದ ಊಟವಲ್ಲದಿದ್ದರೂ ಇಲ್ಲಿನಷ್ಟು ಹೇರಳವಾಗುತ್ತಿರಲಿಲ್ಲ; ತರಕಾರಿ, ಹಾಲು, ತುಪ್ಪ ಹಿಂದೂಮುಂದೂ ನೋಡದೇ ಹೊಟ್ಟೆ ತುಂಬ ಊಟ ಮಾಡಿದಳು.

ಕೋಣೆಗೆ ಬಂದವಳೇ ಮಲಗಿಬಿಟ್ಟಳು. ಹಾಸಿಗೆಯ ಸ್ಪರ್ಶ ಅವಳಲ್ಲಿ ಬಯಕೆಗಳನ್ನು ಕೆರಳಿಸಿತು. ಮೂರು ನಾಲ್ಕು ಬಾರಿ ಬಾಗಿಲ ಕಡೇ ನೋಡಿದಳು. ಮಿಸುಕಾಡಿದಳು. ಹೊರಳಾಡಿದಳು; ಸಿಡಿಮಿಡಿಗುಟ್ಟಿದಳು. ಆಮೇಲೆ ನಿದ್ದೆಬಂತು. ಅವಳಿಗೆ ಎಚ್ಚರವಾದಾಗ ಸಂಜಯ ಮನೆಯಲ್ಲಿರಲಿಲ್ಲ.

ಮುಖ ತೊಳೆದು, ಉಡುಪು ಬದಲಾಯಿಸಿ, ಕಾಫಿ ಕುಡಿದು ಬಂದು ಕಾಂಪೌಂಡಿನಲ್ಲಿ ನಿಂತಳು. ಸಂಜೆಯ ತಣ್ಣನೆ ಗಾಳಿಗೆ ಹೂಗಿಡಗಳು ನರ್ತನವಾಡುತ್ತಿದ್ದವು. ಏನೋ ಒಂದು ವಿಧವಾದ ಚಡಪಡಿಕೆ ಅವಳಲ್ಲಿ ಉಂಟಾಗಿತ್ತು. ಪದೇ ಪದೇ ಗೇಟಿನ ಕಡೆ ನೋಡುತ್ತಿದ್ದಳು. ಇವಳ ಆತುರಕ್ಕೆ ಸಂಜಯ ಬರಲಿಲ್ಲ. ಅವನು ಕ್ಲಬ್ ಮುಗಿಸಿಕೊಂಡು ರಾತ್ರಿ ಹತ್ತಕ್ಕೇ ಮನೆಗ ಬಂದಿದ್ದು.

ನಸುಮುನಿಸಿನಿಂದ ಅವನೆಡೆ ನೋಡಿದಾಗ, ಹಗುರವಾಗಿ ನಕ್ಕುಬಿಟ್ಟ. ಅವನು

ಚೆನ್ನಾಗಿ ಯೋಚಿಸಿ ಒಂದು ನಿರ್ಧಾರಕ್ಕೆ ಬಂದಿದ್ದ. ಈಗಲೂ ಅವಳ ಬುದ್ಧಿಯ ಮಟ್ಟ ಹೆಚ್ಚಿದೆಯೆನ್ನುವುದರಲ್ಲಿ ಅನುಮಾನವಿತ್ತು. ಅತಿರೇಕಗಳನ್ನು ನೋಡಿ ಕೆಲವೊಮ್ಮೆ 'ಇವಳ ಚಿತ್ರ - ಸ್ವಾಸ್ಥ್ಯ ಸರಿಯಿದೆಯೇ?' ಎಂದು ಯೋಚಿಸುತ್ತಿದ್ದ. ಇನ್ನಾದರೂ ಅವಳ ಹುಚ್ಚಾಟಗಳಿಗೆ ತಲೆಯೊಡ್ಡಿ ವಾಸ್ತವತೆಯ ಗಟ್ಟಿ ಜೀವನದ ಪರಿಚಯ ಮಾಡಿಸಬೇಕು. ತೀರಾ ಹದಗೆಟ್ಟಿರೋ ಅವಳನ್ನು ಅವಳ ಪಾಡಿಗೆ ಬಿಟ್ಟುಬಿಡುವುದು. ನೋವು, ವೇದನೆ ಅನುಭವಿಸಿಯೇ ಗಟ್ಟಿ ನಿರ್ಧಾರ ಕೈಗೊಂಡಿದ್ದ.

"ಊಟ ಆಯ್ತಾ?" ಎಂದು ಕೇಳಿದಾಗ "ಆಯ್ತು" ಮುಖವನ್ನು ಅತ್ತ ತಿರುಗಿಸಿದಳು. ಅಂತಹ ಸಂಪ್ರದಾಯಗಳ ವಿರೋಧಿಯೆಂದು ಅವನಿಗೆ ಗೊತ್ತು. ಅವನು ಕೂಡ ಅದನ್ನೆಲ್ಲ ಇಷ್ಟಪಡುತ್ತಿರಲಿಲ್ಲ. ಆದರೆ ಏನಾದರೂ ಅವಳಲ್ಲಿ ಬದಲಾವಣೆ ಕಂಡಿದೆಯೇ ಎಂದು ಪರೀಕ್ಷಿಸಬೇಕಿತ್ತು. ನಿರಾಶೆಯಾಯಿತು.

ಅವನ ಪಾಡಿಗೆ ಅವನು ಹೋಗಿ ಊಟ ಮಾಡಿಬಂದ. ಆದರೆ ಎದೆಯಾಳದಲ್ಲಿ ನಿರಾಸೆಯ ನಿಟ್ಟುಸಿರು. ಅವಳ ಸಂಪೂರ್ಣ ಸ್ವಭಾವವನ್ನು ಸಮಗ್ರವಾಗಿ ಅವಲೋಕಿಸಿದ್ದ.

"ನಂಗೆ ನಿದ್ದೆ ಬರ್ತಾ ಇದೆ" ಮಲಗಿದಲ್ಲಿಂದಲೇ ಕೂಗಿ ಹೇಳಿದಳು. ಅವನಿಗೆ ನಗು ಬಂತು, ತಣ್ಣಗೆ "ಮಲ್ಗು" ಎಂದ. ಆಮೇಲೆ ಎಷ್ಟೋ ಹೊತ್ತಿನ ಮೇಲೆ ಬಂದು ಮಲಗಿದ. ಒಡನೆಯೇ ತಬ್ಬಿದಳು. ಬಾಹುಗಳಲ್ಲಿ ಬಳಸಿದ. ಒಮ್ಮೆಲೆ ಹರಿಯಿತು ಪ್ರವಾಹ. ತಡೆಗಟ್ಟಲು ಯಾರಿಂದ ಸಾಧ್ಯ? ತೃಪ್ತಿಗೊಂಡ ಹೂ ಬಳಸಿಯೇ ಹೋಯಿತು. ಹಣೆಯ ಮೇಲೆ ಹರಡಿದ್ದ ಮುಂಗುರುಳನ್ನು ಸರಿಮಾಡಿ ಹಣೆಗೆ ಚುಂಬಿಸಿದ.

* * * *

ಪರಮೇಶಿ ಎರಡು ದಿನದಿಂದ ಕಾಣೆಯಾಗಿದ್ದ. ಅಲ್ಲಲ್ಲಿ ಹುಡುಕಿ ಸಾಕಾದರು. ಹಣದ ಜೊತೆ ಅವರಮ್ಮನ ಪೂರ್ತಾ ಒಡವೆಯನ್ನು ಒಯ್ದಿದ್ದ. ಶುಕ್ರವಾರ ಎಣ್ಣೆ ಸ್ನಾನ ಮಾಡುವ ಸಲುವಾಗಿ ಕಿವಿಯಲ್ಲಿದ್ದ ಓಲೆಯನ್ನು ಸಹ ತೆಗೆದಿರಿಸಿದ್ದರು. ಅದನ್ನು ಕೂಡ ಬಿಡದೆ ಒಯ್ದಿದ್ದ. ಒಡವೆ, ಹಣದ ಜೊತೆ ಮಗನು ಹೋಗಿದ್ದ. ಅವರ ರೋದನ ಹೇಳಲಸಾಧ್ಯವಾಗಿತ್ತು. ಆದರೆ ಚಿಕ್ಕಣ್ಣಯ್ಯಪ್ಪ ಅದೃಷ್ಟವಂತರು. ಅವರೀಗ ಇದೆಲ್ಲ ತಿಳಿದುಕೊಳ್ಳುವ ಸ್ಥಿತಿಯಲ್ಲಿರಲಿಲ್ಲ. ಅವರ ಪ್ರಪಂಚವೇ ಬೇರೆಯಾಗಿತ್ತು. ಇಲ್ಲದಿದ್ದರೆ ಎದೆಯೊಡೆದು ಸಾಯುತ್ತಿದ್ದರು.

ಶಂಕರ ಬಂದವನೇ ಹಾರಾಡಿದ. ಇವರ ಕಷ್ಟಗಳ ಸಲುವಾಗಿ ಮಡದಿ ಅವನಿಂದ ದೂರ ಉಳಿದಿದ್ದಳು. ಸಹಿಸಲಸಾಧ್ಯವಾದ ಸಂಗತಿ. ತಡೆದೂ ತಡೆದೂ ಅವನಿಗೂ ಸಾಕಾಗಿತ್ತು. ಈಗ ಪರಮೇಶಿ ಬಿರುಗಾಳಿ ಎಬ್ಬಿಸಿ ಹೋಗಿದ್ದ.

"ಈಗ ಏನಾಮ್ರೋದು?" ಶಂಕರನ ಮುಖ ಕೆಂಪಾಗಿತ್ತು. ಯೌವನ ದಿನಗಳ

ಅಮೂಲ್ಯ ರಸನಿಮಿಷಗಳು ವ್ಯರ್ಥವಾಗುವುದು ಅವನಿಗೆ ಬೇಕಿಲ್ಲ. ಮಡದಿ ಏನು ಹೇಳಿದರು ಒಪ್ಪಬಲ್ಲ. ಅವಳನ್ನು ಬಿಟ್ಟುಹೋಗಲು ಮಾತ್ರ ಸಿದ್ಧವಿಲ್ಲ.

ಅವಳು ತುಟಿ ಕೊಂಕಿಸಿ ನಕ್ಕಳು. ಗಂಡನನ್ನು ಸಮಾಧಾನ ಸ್ಥಿತಿಯಲ್ಲಿ ಇಟ್ಟುಕೊಳ್ಳುವ ಉಪಾಯ ಅವಳಿಗೆ ಕರಗತವಾಗಿತ್ತು. ಅತ್ತು ತಲೆಯ ಮೇಲೆ ಕೈಹೊತ್ತು ಕೂತು ಸಾಕಾಗಿತ್ತು. ಅದರಿಂದ ಯಾವ ಪ್ರಯೋಜನವೂ ಇಲ್ಲ. ಬರೀ ಮಾನಸಿಕ ಹಿಂಸೆಯಷ್ಟೇ.

ಕುರ್ಚಿಯ ಮೇಲೆ ಕೂತು ಬೇರೆಡೆ ಮುಖ ತಿರುಗಿಸಿದ. ಗಿರಿಜ ಅವನ ಸಮೀಪಕ್ಕೆ ಬಂದಳು. ಕೈ ಅವನ ಕೂದಲಲ್ಲಿ ಆಡಿತು. ಕೋಪದ ಬಿಸಿ ಒಮ್ಮೆಲೆ ತಣ್ಣಗಾಗಿರಬೇಕು!

ಅವಳ ಎರಡು ಕೈಗಳನ್ನು ಹಿಡಿದುಕೊಂಡು "ಗಿರಿಜ, ನಿನ್ನ ಇಲ್ಲಿ ಬಿಟ್ಹೋಗೋಕೆ ನಾನು ತಯಾರಿಲ್ಲ. ಪರಮೇಶಿ ದೇಶ ತಿರುಗಿದವನು, ಎಲ್ಲಿಂತ ಹುಡ್ಕೋದು? ನಿಮ್ಮಪ್ಪನಿಗೆ ಸರ್ಯಾಗಿ ಚಿಕಿತ್ಸೆ ಕೊಡ್ಸೋಕೆ ನಿಮ್ಮಮ್ಮ ಬಿಡೋಲ್ಲ. ಹೇಗೆ ಮಾಡೋದು?"

ಅವಳು ಕೂಡ ರಾತ್ರಿ-ಹಗಲು ಯೋಚಿಸುತ್ತಿದ್ದಳು. ಬಗೆಹರಿಸಲು ಸಾಧ್ಯವಾಗದಷ್ಟು ಸಮಸ್ಯೆಗಳಿದ್ದವು. ಚಿಕ್ಕಣ್ಣಯ್ಯನವರಿಗೆ ತಲೆ ಕೆಟ್ಟ ಮೇಲೆ ಸಾಲಗಾರರು ಹುಟ್ಟುಕೊಂಡಿದ್ದರು. ದೊಡ್ಡ ದೊಡ್ಡ ಸಾಲಗಳಿಗೆ ಪತ್ರ ಪುರಾವೆಗಳಿದ್ದವು. ಇನ್ನು ಸಣ್ಣ ಸಾಲಗಾರರು – ಅವರ ಮಾತುಗಳಿಂದಲೇ ನಂಬಬೇಕು. ಅವರೇನು ಕಳಪೆ ವ್ಯಕ್ತಿಗಳಲ್ಲ; ಸಮಾಜದಲ್ಲಿ ಪ್ರತಿಷ್ಠಿತರಾಗಿ ಚಲಾವಣೆಯಾಗುತ್ತಿರುವವರು 'ಇಲ್ಲ' ಎನ್ನಲು ಸಾಧ್ಯವಿಲ್ಲ, ಅಂಗಡಿ, ಮನೆ ಮಾರಬೇಕಾದ ಅನಿವಾರ್ಯತೆ ಇತ್ತು.

"ಭಾವ ಶಿವಮೊಗ್ಗಕ್ಕೆ ಕರ್ಕೊಂಡ್ಹೋಗ್ತಾರೆ. ವ್ಯಾಪಾರ-ವಹಿವಾಟು ಬಿಟ್ಟು ಇಲ್ಲಿರೋದು ಅವರಿಂದ ಸಾಧ್ಯವಿಲ್ಲ."

ಶಂಕರನ ಮನೆಯಲ್ಲಂತೂ ಸಾಧ್ಯವಿಲ್ಲ. ಒಟ್ಟಾರೆ ಸಂಸಾರ, ಹೆಚ್ಚು ಜನ. ದೂಷಣೆಗೆ ಗುರಿಯಾಗುವುದು ಅವನಿಗೆ ಬೇಕಿಲ್ಲ. ಹಣದ ಸಹಾಯ ಮಾತ್ರ ಮಾಡಬಲ್ಲವನಾಗಿದ್ದ.

"ಆಯ್ತು, ರೇಣುನ ನಾವು ಕರ್ಕೊಂಡ್ಹೋಗೋಣ. ಹಣ ಬೇಕಾದ್ರೆ ನಾನು ಕೊಡ್ತೀನಿ. ನಿಮ್ಮ ಭಾವ ಮುಂದು ನಿಂತು ವ್ಯವಸ್ಥೆ ಮಾಡಲಿ."

ಪ್ರೇಮದಿಂದ ಅವನೆಡೆ ನೋಡಿದಳು. ಮನದ ತೃಪ್ತಿಗಾಗಿ ಮುರುಳಿಯ ಕೈಹಿಡಿದಿದ್ದರೆ... ಶಂಕರನಿಂದ ವಿಮುಖಳಾಗಿದ್ದರೆ...! ತುಟಿಗಳ ಮೇಲೆ ಸಣ್ಣ ನಗೆ ಹರಡಿತು. ಯಾವ ರೀತಿಯಲ್ಲೂ ಸಹಾಯ ಮಾಡುವುದಾಗುತ್ತಿರಲಿಲ್ಲ. 'ಅನುಭವದಲ್ಲಿ ಸತ್ಯವಾದದ್ದೇ ಜೀವಂತ ಮೌಲ್ಯಗಳು' ಎನಿಸಿತು.

"ನೀವ್ ತುಂಬ ಒಳ್ಳೆಯೋರು."

"ಹೌದಾ!" ಎಂದು ಅವಳನ್ನು ಹತ್ತಿರಕ್ಕೆ ಎಳೆದುಕೊಂಡ. ಅವನೆದೆಯಲ್ಲಿ ತಲೆಯಿಟ್ಟಳು. ಜಗತ್ತಿನ ಸಂತೋಷ ತೃಪ್ತಿ ಎಲ್ಲವೂ ಇಲ್ಲಿದೆಯೆನಿಸಿತು. ಎಷ್ಟೋ ಹೊತ್ತು ಒರಗಿಯೇ ಇದ್ದಳು.

"ನಿಮ್ಮಮ್ಮನಿಗೆ ಸ್ವಲ್ಪ ಧೈರ್ಯ ಹೇಳು. ಡಾಕ್ಟ್ರು ಹೇಳಿದಂತೆ ಒಂದಿಷ್ಟು ದಿನ ಆಸ್ಪತ್ರೆಯಲ್ಲಿ ಬಿಡೋಣ." ಕಹಿ ಗುಳಿಗೆಗಳನ್ನು ನುಂಗಿದಂತಾಯಿತು ಅವಳ ಮುಖ.

"ಖಂಡಿತ ಒಪ್ಪೊಲ್ಲ." ಅಂದು ಆಡಿ ಮಗನನ್ನು ಮನೆಯಿಂದ ಓಡಿಸಿಬಿಟ್ಟಿರಿ. ಈಗ ಅವರನ್ನು ನನ್ನಿಂದ ದೂರ ಮಾಡ್ತೀರಾ! ಎಂದೇ ಬಿಟ್ಟಿದ್ದರು. ಅವರ ಅಜ್ಞಾನದಿಂದ ಸಾಯೋವರೆಗೂ ಹುಚ್ಚನ ಹೆಂಡತಿಯಾಗಿ ಬದುಕಿರಬೇಕು. ಅದನ್ನು ನೋಡಿ ಇವರುಗಳು ಮರುಗಬೇಕಷ್ಟೆ.

"ನಮ್ಮಮ್ಮ ಒಪ್ಪೋಲ್ಲ. ಸ್ವಲ್ಪ ಪರಮೇಶಿನ ಅಂದು, ಆಡಿ ಮಾಡ್ತಾ ಇದ್ದೋಳು ನಾನೇ. ಅಪ್ರಿಗೆ ನನ್ಮೇಲೆ ಕೋಪ. ಬಲವಂತ ಮಾಡಿದಷ್ಟೂ ಬಿಗಿಯಾಗ್ತಾರೆ. ಭಾವ 'ನಿಂಗೆ ಅಪ್ರ ಯೋಚ್ನೆ ಬೇಡ. ನಾನೆಲ್ಲ ಸರಿ ಮಾಡ್ತೀನಿ' ಅಂದಿದ್ದಾರೆ."

ನಾಲ್ಕಾರು ದಿನ ಶಂಕರನೂ ನಿಂತ ಎಲ್ಲಾ ಲೆಕ್ಕಾಚಾರಗಳು ಮುಗಿಯಿತು. ಮಂಡಿಯ ಸಮಸ್ತವು ಸಾಲಗಾರರಿಗೆ ಹಂಚಿಹೋಯಿತು. ಮನೆ ಮಾರಲು ಯಾರೂ ಇಷ್ಟಪಡಲಿಲ್ಲ. ನಾಗೇಂದ್ರನ ಕೈ ತಡೆದು ಶಂಕರನೇ ನೋಟುಗಳನ್ನು ಎಣಿಸಿದ. ಎಲ್ಲಾ ಒಂದು ವ್ಯವಸ್ಥೆಗೆ ಬಂತು.

ನಾಗೇಂದ್ರ ಶಂಕರನನ್ನು ಕರೆದು "ಇನ್ನೆಲ್ಲ ನಂಗೆ ಬಿಡು. ಗಿರಿಜನ ಕರ್ಕೊಂಡು ಹೊರಟ್ಬಿಡು" ಎಂದ. ಮುಖದ ಬಣ್ಣ ಕಪ್ಪಾಗಿದ್ದರೂ ಹೃದಯದ ಬಣ್ಣ ಅಚ್ಚ ಬಿಳಿದಾಗಿತ್ತು. ಸ್ವಲ್ಪವೂ ಬೇಸರಿಸದೆ ಜವಾಬ್ದಾರಿಯನ್ನು ಹೊತ್ತಿದ್ದ. ಅದನ್ನು ಕರ್ತವ್ಯವೆಂದು ತಿಳಿದಿದ್ದನೇ ವಿನಃ ಹೆಚ್ಚುಗಾರಿಕೆಯೆಂದು ಭಾವಿಸಿರಲಿಲ್ಲ.

ಹೊರಡುವ ವೇಳೆ ಸಮೀಪಿಸುತ್ತಿದ್ದಂತೆ ಗಿರಿಜಳ ಕಣ್ಣುಗಳು ಮಂಜಾದವು. ಹುಟ್ಟಿ ಬೆಳೆದ ಊರು. ಪರಿಸರವನ್ನು ಒಮ್ಮೆಲೇ ಬಿಡಬೇಕಾಗಿತ್ತು. ಅತ್ತೆಯ ಮನೆಗೆ ಹೋಗಿದ್ದರೂ ತೌರಿನ ಆಸೆಗಾಗಿ ಆಗಾಗ ಬರಬಹುದಿತ್ತು. ಇನ್ನು ಯಾರಿಗಾಗಿ ಬರಬೇಕು? ಮನದ ಕಣ ಕಣದಲ್ಲಿಯೂ ನೋವು ಕಂಡಿತು.

"ಮುರುಳಿಗೆ ಹೇಳಿಬರೋಣ!" ಗಂಡನ ಕಡೆ ನೋಡಿದಳು. ಅವನು ದೊಡ್ಡದಾಗಿ ನಕ್ಕು "ಸಾಹಿತಿಗಳ್ನ! ಅವಶ್ಯವಾಗಿ ನೋಡಿಬರೋಣ. ಅವರ ಪರಿಚಯವೇ ಹೆಮ್ಮೆಯ ವಿಷಯ!" ವ್ಯಂಗ್ಯವಾಗಿ ಆಡಿರಲಿಲ್ಲ. ಮುರುಳಿಯ ಬಗ್ಗೆ ಸಾಹಿತಿಯೆಂಬ ವಿಷಯ ಬಿಟ್ಟರೆ ಅವನಿಗೇನು ಗೊತ್ತಿಲ್ಲ. ಗಿರಿಜಳ ಸಹಪಾಠಿಯೆನ್ನುವ ವಿಷಯವನ್ನ ಅವಳ ಬಾಯಿಂದಲೇ ಕೇಳಿದ್ದ.

"ತುಂಬ ದೂರವೇನು ಇಲ್ಲ. ನಡ್ದೇ ಹೋಗ್ಬರೋಣ" ಮುರುಳಿಯ ಮುಂದೆ ತನ್ನ ಶ್ರೀಮಂತಿಕೆಯನ್ನು ತೋರಿಸಿಕೊಳ್ಳಲು ಅವಳೆಂದು ಇಷ್ಟಪಡಳು. ಅವನನ್ನು ಇಂದಿಗೂ ಗೌರವದಿಂದಲೇ ಕಾಣುತ್ತಿದ್ದಳು.

ಕಾರಿನ ಬಳಿ ಹೋದವನು ಹಿಂದಕ್ಕೆ ಬಂದು "ನಡೀ" ಎಂದ. ಇಬ್ಬರು ನಡೆದುಕೊಂಡೇ ಹೊರಟರು. ಹಾದಿಯಲ್ಲಿ ಹಾಸ್ಯ, ಮಾತು, ಮುನಿಸು ನೋಟಗಳ ವಿನಿಮಯ ನಡೆದಿತ್ತು.

ಸೀತ ತವರುಮನೆಗೆ ಹೋಗಿದ್ದ ಸುದ್ದಿ ಅವಳಿಗೆ ತಿಳಿದಿತ್ತು. ಬರೀ ಮುರುಳಿಯನ್ನು ಮಾತಾಡಿಸಿ ಹೇಳಿ ಬರುವುದು ಅವಳ ಉದ್ದೇಶವಾಗಿತ್ತು. ಗೇಟಿನ ಬಳಿಯೇ ಸೀತಳನ್ನು ಕಂಡಾಗ ಆಶ್ಚರ್ಯವಾಯಿತು.

"ಓ! ಯಾವಾಗ್ಬಂದ್ರಿ?" ಸೀತಳ ಕಣ್ಣುಗಳಲ್ಲಿ ಹೊಳಪು ನೂರುಪಟ್ಟು ಹೆಚ್ಚಿತ್ತು. ಕಣ್ಣಗಲಿಸಿ "ಡಾಕ್ಟ್ರು ಬಳಿ ತಪಾಸಣೆಗಾಗಿ ಕರ್ಕೊಂಡು ಬಂದ್ರು." ಕೆಂಪಿನ ಕೆನ್ನೆಗಳು ಮತ್ತಷ್ಟು ಕೆಂಪಾದವು. ತಾಯಿತನದ ಸೊಬಗು ಅವಳ ಚೆಲುವನ್ನು ಹೆಚ್ಚಿಸಿತ್ತು.

"ಬನ್ನಿ, ಬನ್ನಿ" ಆದರದಿಂದ ಒಳಗೆ ಕರೆದೊಯ್ದರು. ಮುರುಳಿ ಬೆನ್ನು ಕುರ್ಚಿಗೆ ಆನಿಸಿ ಕುಳಿತು ಟೇಬಲ್ ಮೇಲೆ ಕಾಲು ಚಾಚಿದ್ದ. ಇತ್ತೀಚೆಗೆ ಈ ಅಭ್ಯಾಸ ಮಾಡಿಕೊಂಡಿದ್ದ. ಟೇಬಲ್ ಮೇಲೆ ಇರುತ್ತಿದ್ದ ಪುಸ್ತಕಗಳೆಲ್ಲ ಗೂಡು ಸೇರಿತ್ತು. ಕಾಲುಗಳನ್ನು ಹಿಂದಕ್ಕೆಳೆದುಕೊಂಡು ಎದ್ದು ನಿಂತು, ನಗುಮುಖದಿಂದ ಬರಮಾಡಿಕೊಂಡ.

"ಸೀತನ ನೋಡೋ ಅವಕಾಶ ಸದ್ಯಕ್ಕೆ ಇಲ್ಲವೇನೋ ಅಂದುಕೊಂಡಿದ್ದೆ" ಮುರುಳಿ ನವಿರಾಗಿ ನಕ್ಕ.

ಮಗಳ ಜೊತೆ ಸೀತಳ ತಾಯಿ ಕೂಡ ಬಂದಿದ್ದರು. ಅವರೇ ಅಚ್ಚುಕಟ್ಟಾಗಿ ಉಪ್ಪಿಟ್ಟು ಮಾಡಿ ಕಾಫಿ ಬೆರೆಸಿಕೊಟ್ಟರು.

ನಾಗೇಂದ್ರನಷ್ಟು ವಾಚಾಳಿಯಲ್ಲವೆನಿಸಿತು ಮುರುಳಿಗೆ. ಎರಡೇ ಮಾತಿನಲ್ಲಿ ಶಂಕರ ವಿಷಯ ತಿಳಿಸಿದ. ಅವನ ಮನಸ್ಸಿಗೆ ನೋವಾಯಿತು. ಚಿಕ್ಕಣ್ಣಯ್ಯನ ದರ್ಪವನ್ನು ಕಣ್ಣಾರೆ ಕಂಡಿದ್ದ. ಬಡತನದ ಬಗ್ಗೆ ಅವರಿಗೆ ಎಂಥ ತಾತ್ಸಾರ. ಈಗ ಅವರ ಸ್ಥಿತಿ! ಮರುಕದಿಂದ ಅವನ ಬಾಯಿಕಟ್ಟಿ ಹೋಯಿತು.

"ಸದ್ಯಕ್ಕೆ ಅವರಿಬ್ರೂ ಶಿವಮೊಗ್ಗದಲ್ಲಿರ್ತಾರೆ. ರೇಣು ನಮ್ಮ ಜೊತೆಯಲ್ಲಿ ಬರ್ತಾನೆ. ಪರಮೇಶಿ ಸಿಕ್ಕರೆ ಮುಂದಿನ ದಾರಿ ಬಗ್ಗೆ ಯೋಚಿಸ್ಬಹುದ್ದು!"

ಸೀತ, ಗಿರಿಜ ಬಾವಿಯ ಕಟ್ಟೆ ಬಳಿ ಕುಳಿತರು. ಮಾತಾಡಿದರು. ಯಾವುದೋ ಆತ್ಮೀಯತೆ ಅವರಲ್ಲಿ ಮಿಡಿದಿತ್ತು. ಇಬ್ಬರೂ ಒಂದು ವಿಧವಾದ ಮೂಕವೇದನೆ ಅನುಭವಿಸಿದರು.

"ನಿನ್ನ ಮಗು ನಾಮಕರಣಕ್ಕೆ ತಪ್ಪದೇ ಬರ್ತೀನಿ. ಪತ್ರ ಬರೆಸೋದು...!" ಸೀತಳ ಎರಡು ಕೈಗಳನ್ನು ಹಿಡಿದುಕೊಂಡು ಹೇಳಿದಳು. ಅವಳ ಕಣ್ಣಂಚಿನಲ್ಲಿ ಕಂಬನಿ ಕಂಡಿತು. ಸೀತಳ ಬಾಯಿಂದ ಮಾತುಗಳು ಹೊರಡುವುದೇ ಕಷ್ಟವಾಯಿತು.

"ಗಿರಿಜ, ಹೊರಡೋಣ್ವಾ!" ಎಂದಾಗ ಕಣ್ಣೊರೆಸಿಕೊಂಡು ಅತ್ತ ಹೆಜ್ಜೆ ಹಾಕಿದಳು.

ಸೀಮಂತ ಮಾಡಿದಾಗ ಮಡಿಲು ತುಂಬಿದ ದೊಡ್ಡ ಜರಿಯಂಚಿನ ರೇಶಿಮೆ ಕಣವನ್ನು ತಾಂಬೂಲದ ಜೊತೆಗೆ ಇಟ್ಟುಕೊಟ್ಟಳು. ಮೊದಲು ಗಿರಿಜ ನಿರಾಕರಿಸಿದರೂ ಆಮೇಲೆ ತೆಗೆದುಕೊಂಡಳು. ಬಡತನದ ಜೊತೆ ಧಾರಾಳತನವನ್ನು ಬಲ್ಲಳು. ಶ್ರೀಮಂತ ಹೃದಯಗಳ ನಡುವೆ ಬಡತನಕ್ಕೆ ಎಡೆಯೆಲ್ಲಿ?

ಅಚ್ಚ ಬಿಳಿ, ಹಳದಿ, ಕೆಂಪು ಹೊತ್ತ ಗುಲಾಬಿಗಳ ಬಳಿ ಬಂದಾಗ ಅವಳ ದೃಷ್ಟಿ ಅತ್ತ ಹರಿಯಿತು. ಅಲ್ಲಿ ನಿಂತಿತು ಮುರುಳಿಯ ನೋಟ ಕೂಡ ಅಲ್ಲಿಯೇ ಇತ್ತು. ಇಬ್ಬರೂ ಯಾವುದೋ ಸಂದರ್ಭವನ್ನು ಮೆಲುಕು ಹಾಕುತ್ತಿದ್ದರು.

ನಾಲ್ಕಾರು ಹೂಗಳನ್ನು ಕಿತ್ತು ಎಲೆಯಲ್ಲಿ ಸುತ್ತಿ ಸೀತ ಅವಳ ಕೈಯಲ್ಲಿಟ್ಟಳು. ಮನ ಭಾರವಾಯಿತು. ಕಾಲುಗಳನ್ನು ಎಳೆದು ಹಾಕುತ್ತ ಕಾಂಪೌಂಡ್ ಗೇಟಿನವರೆಗೂ ಬಂದಳು. ನಿಂತು ಹಿಂದಿರುಗಿದಳು. ಎಲ್ಲಾ ಮಸುಕು ಮಸುಕಾಯಿತು. ಮುಂದೆಹೋದ ಶಂಕರ, ಮುರುಳಿ ಗೇಟಿನ ಆಚೆ ನಿಂತು ಮಾತಾಡುತ್ತಿದ್ದರು.

"ಬರ್ತೀನಿ ಸೀತ" ಅವಳ ಕೈಗಳನ್ನು ಹಿಡಿದುಕೊಂಡಳು. "ಮುರುಳಿಗೆ ಯಾರ ನೆನಪು ಇರೋಲ್ಲ. ನೀನಾದ್ರೂ ಆಗಾಗ ಪತ್ರ ಬರಿ. ನಿಮ್ಮ ನೆನಪಿಗಾಗಿಯಾದ್ರೂ ಮೈಸೂರಿಗೆ ಬರ್ತೀನಿ" ಅವಳ ಗಂಟಲು ಗದ್ಗದವಾಯಿತು. ಮತ್ತೆ ಶಂಕರ ಕರೆದಾಗಲೆ ಹೊರಟಿದ್ದು.

ಮಂಕಾಗಿ ಸೀತ ಬಾವಿಯ ಕಟ್ಟೆಯ ಬಳಿ ಕುಳಿತುಬಿಟ್ಟಳು. ಸ್ವಂತ ಅಕ್ಕ, ತಂಗಿಯರನ್ನು ಬೀಳ್ಕೊಟ್ಟಷ್ಟು ಸಂಕಟವಾಗಿತ್ತು. ರಾಜಮ್ಮ ಎರಡು ಮೂರು ಸಲ ಒಳಗೆ ಬರುವಂತೆ ಕೂಗಿದರು. ಅಲ್ಲಿಂದ ಅಲ್ಲಾಡಲಿಲ್ಲ, ಮತ್ತೆ "ಇಲ್ಲಿ ತಣ್ಣಗಿದೆ, ಸ್ವಲ್ಪ ಹೊತ್ತು ಕೂಡ್ತೀನಿ" ಎಂದಾಗ ಸುಮ್ಮನಾದರು.

ಅವರ ಮನೆಯವರೆಗೂ ಕಳುಹಿಸಿಕೊಟ್ಟು ಮುರುಳಿ ಬಂದಾಗ, ಸೀತ ಅಲ್ಲಿಯೇ ಕೂತಿದ್ದಳು. ಅತ್ತ ಹೆಜ್ಜೆ ಹಾಕಿದ. ಅವಳ ಪಕ್ಕದಲ್ಲಿ ಕೂತ. ಮುಂಗೈಯನ್ನು ಹಿಡಿದು ಸವರುತ್ತ "ಏನು ಚಿಂತೆ?" ತಟ್ಟನೆ ಇವನತ್ತ ತಿರುಗಿದಳು. ಕಣ್ಣುಗಳು ಪ್ರಜ್ವಲಿಸುತ್ತಿದ್ದವು.

"ನಂಗೇನೂ ಚಿಂತೆಯಿಲ್ಲ! ಚಿಂತೆ ಮಾಡೋಕೇ ತಾನೇ ಏನಿದೆ?" ಪೂರ್ಣತೃಪ್ತಳಂತೆ ಹೇಳಿದಳು. ಅತೃಪ್ತಿಯೇ ಅವಳ ಬಳಿ ಸುಳಿಯದು. ಈ ಮನದ ಗುಟ್ಟೇನು?

"ಗಿರಿಜ ತುಂಬ ಒಳ್ಳೆಯವ್ರು, ಅವ್ರಿಗೆ ಅಂಥ ಕಷ್ಟಬರಬಾರದಿತ್ತು. ದೈವ ಮುನಿದಾಗ ಯಾರೂ ಏನು ಮಾಡಿಯಾರು!"

ತನ್ನ ಬಗ್ಗೆ ಅವಳೆಂದು ಯೋಚಿಸಲಾರಳು. ದೈವವನ್ನು ನಂಬಿದ ಅವಳಿಗೆ ಭವಿಷ್ಯದ ಬಗ್ಗೆ ನಿರ್ಯೋಚನೆ, ಬೇರೆಯವರ ಬಗ್ಗೆ ಮಾತ್ರ ಮರುಕ.

"ಗಿಡಗಳೆಲ್ಲ ಸೊರಗ್ಬಿಟ್ಟಿದೆ!" ಗಿಡಗಳ ಕಡೆ ಅವಳ ಗಮನ ಹರಿದಿತ್ತು. ಮುನ್ನಾ ದಿನವೇ ಹಳ್ಳಿಯಿಂದ ಬಂದಿದ್ದಳು. ಆದರೆ ಅವಳಾಗಿ ಬಂದಿರಲಿಲ್ಲ. ಮುರುಳಿ

ಬಲವಂತ ಮಾಡಿ ಕರೆ ತಂದಿದ್ದ. ಪಾದಗಳು ಊದಿಕೊಂಡಿದ್ದವು. ಅದು ಸಹಜವೆಂದು ಅವನತ್ತೆ ತಿಳಿಸಿ ಹೇಳಿದರೂ ಅವನು ಒಪ್ಪಿರಲಿಲ್ಲ.

ಪರೀಕ್ಷಿಸಿದ ಡಾಕ್ಟರ್, ಚಿಕಿತ್ಸೆಯ ವಿವರಗಳ ದೊಡ್ಡ ಪಟ್ಟಿಯನ್ನೇ ಕೊಟ್ಟಿದ್ದರು. ಅರ್ಧಗಂಟೆಯಲ್ಲಿ ಮೂವತ್ತೈದು ರೂಪಾಯಿಗಳನ್ನು ಸೆಳೆದಿದ್ದರು. ದುಡ್ಡಿನ ಬಗ್ಗೆ ಮುರುಳಿ ಯೋಚಿಸಲಾರ. ಆದರೆ... ಸೀತ... ಅವನ ಹೃದಯ ಕಿತ್ತು ಬಾಯಿಗೆ ಬಂದಿತ್ತು.

ಪುಸ್ತಕ ಹಿಡಿದು ಕುಳಿತರೆ ಮುರುಳಿಗೆ ಬೇರೆಯ ಕಡೆ ಗಮನವೆ ಹರಿಯುತ್ತಿರಲಿಲ್ಲ. ಊಟ, ತಿಂಡಿಗಳ ಬಗ್ಗೆ ಸೀತಳಿಗೆ ಕಾಳಜಿ. ಅವನು ನಕ್ಕುಬಿಡುತ್ತಿದ್ದ.

ನಗುತ್ತ "ನಿನ್ನ ಹಾಗೆ ನಾನು ಅರೈಕೆ ಮಾಡ್ಲಾರೆ!" ಆಮೇಲೆ ಏನೇನೋ ಮಾತಾಡಿದಳು.

ಎರಡು ದಿನಗಳ ತರುವಾಯ ಸೀತ ಹೊರಡಬೇಕಿತ್ತು. ಮಗಳ ಚೊಚ್ಚಲ ಹೆರಿಗೆ ತಮ್ಮ ಮನೆಯಲ್ಲೇ ಆಗಬೇಕೆಂದು ಅತ್ತೆ, ಮಾವನ ಬಯಕೆ. ಅದನ್ನು ವಿರೋಧಿಸಲಾರ.

ಬಸ್ಸಿಗೆ ಹೊರಡಬೇಕಾದಾಗ ಯೋಚಿಸಿದ ಆಟೋದಲ್ಲಿ ಇಬ್ಬರಿಗಿಂತ ಹೆಚ್ಚು ಜನರನ್ನು ಕೂಡಿಸಲಾರರು. ಟ್ಯಾಕ್ಸಿ ಹಿಡಿದರೆ ದುಬಾರಿಯೆನಿಸಿತು. ಆಟೋ ಜೊತೆ ಒಂದು ಬಾಡಿಗೆಯ ಸೈಕಲನ್ನು ತಂದು ಅವರಿಬ್ಬರನ್ನು ಕಳುಹಿಸಿ ತಾನೂ ಸೈಕಲ್ ಏರಿ ನಡೆದ.

ಬಸ್ಸು ವೇಳೆಗೆ ಸರಿಯಾಗಿ ಬಂತು. ಅವರಿಬ್ಬರನ್ನು ಕೂಡಿಸಿದ. ಸಂಜೆ ಐದರ ವೇಳೆಗೆ ಬಿಸಿಲಿನ ವೇಳೆಯಲ್ಲಿ ಬಸುರಿ ಹೆಣ್ಣು ಮಕ್ಕಳಿಗೆ ಆಯಾಸ ಹೆಚ್ಚೆಂದು ತಣ್ಣನೆಯ ವೇಳೆಯನ್ನು ಆರಿಸಿಕೊಂಡಿದ್ದರು ಪ್ರವಾಸಕ್ಕೆ.

"ಆಗಾಗ ಬನ್ನಿ" ಸೀತಳ ಕಣ್ಣುಗಳಲ್ಲಿ ನೋವಿನ ಮಿಡಿತವಿತ್ತು. ತಲೆಯಾಡಿಸಿ ಬಸ್ಸಿನಿಂದ ಇಳಿದು ಬಂದ. ಅಲ್ಲೇ ಇದ್ದ ಹಣ್ಣಿನಂಗಡಿಯಿಂದ ಹಣ್ಣನ್ನು ಕೊಂಡು ಬ್ಯಾಗಿಗಿಟ್ಟ.

ಸೀತ ಅವನ ಜೀವನಕ್ಕೆ ಹೊಸ ಚೈತನ್ಯ ತುಂಬಿದ್ದಳು. ಅವನ ಆಂತರಿಕ ಪ್ರಜ್ಞೆಯನ್ನು ಪರಿಹಾಸ್ಯ ಮಾಡಿರಲಿಲ್ಲ. ಉದಾಸೀನ ಮಾಡಿರಲಿಲ್ಲ.

ಬಸ್ಸು ಹೊರಟಾಗ ತನ್ನೆಲ್ಲ ಶಕ್ತಿಗಳು ಅವಳೊಡನೆ ಹೊರಟು ಹೋಗಿದೆಯೆನ್ನುವಂತೆ ಮುಖ ಕೆಳಗೆ ಹಾಕಿ ನಿಂತ. ಅಂತಹ ಜನಸಂದಣಿಯಲ್ಲೂ ಯೋಚಿಸುತ್ತ ಎಷ್ಟೋ ವೇಳೆ ಕಳೆದ. ಆಮೇಲೆ ಕಾಲುಗಳನ್ನು ಎಳೆದುಕೊಂಡು ಸೈಕಲ್ ತಳ್ಳಿಕೊಂಡು ಹೊರಟ. ಮೈಯಲ್ಲೂ ಕೂಡ ಆಯಾಸ ಕಾಣಿಸಿಕೊಂಡಿತ್ತು. ಸೈಕಲ್ ಹತ್ತಬೇಕೆನ್ನುವ ವಿಷಯವನ್ನು ಮರೆತ. ಹಾರನ್ ಶಬ್ದದೊಂದಿಗೆ ಕಾರು ನಿಂತಿತು. ಒಂದು ಸಣ್ಣ ಹುಡುಗ ಪ್ರಮಾದದಿಂದ ಪಾರಾಗಿದ್ದ. ಡ್ರೈವರ್‌ನ ಜಾಣ್ಮೆಯ ಬಗ್ಗೆ ಮೆಚ್ಚಿಕೊಂಡ. ಎದುರಿಗೆ ಬಂದ ವಾಹನದ ಬೆಳಕಿನಿಂದ ಕಾರು ನಡೆಸುತ್ತಿದ್ದವರು

ಕಾಣಿಸಿದರು. ಆ ವ್ಯಕ್ತಿಯನ್ನು ನೋಡಿರಲಿಲ್ಲ. ಆದರೆ ಅವನನ್ನು ಒಂದು ಸಂಗತಿ ಆಶ್ಚರ್ಯಚಕಿತನಾಗಿ ಮಾಡಿತು. ಉಷಾ ಅವನಿಗೆ ಒತ್ತಿಕೊಂಡು ಕೂತಿದ್ದಳು.

ಉದ್ವೇಗದಿಂದ ಅವನೆದೆ ಏರಿಳಿಯಿತು. ಉಷಾಳ ಭವಿಷ್ಯದ ಬಗ್ಗೆ ಅವನಿಗೆ ಆತಂಕವಿದ್ದೇ ಇತ್ತು. ಸೈಕಲ್ ಏರಿ ಹೊರಟು ಮನೆ ತಲುಪುವ ವೇಳೆಗೆ ಪೂರ್ಣವಾಗಿ ಆಯಾಸಗೊಂಡಿದ್ದ. ಸೈಕಲ್ಲನ್ನು ಹಿಂದಿರುಗಿಸಬೇಕೆಂಬ ವಿಷಯವನ್ನೇ ಮರೆತ.

* * * *

ಬಂದಾಗಿನಿಂದ ಸಂಜಯ ಸೂಕ್ಷ್ಮವಾಗಿ ಮಡದಿಯನ್ನು ಗಮನಿಸುತ್ತಿದ್ದ. ಅವಳ ನಡವಳಿಕೆಯಲ್ಲಿ ಯಾವ ಬದಲಾವಣೆಯನ್ನು ಕಾಣಲಿಲ್ಲ. ಸದಾ ರೇಡಿಯೋ ಅಥವಾ ಸ್ಟಿರಿಯೋ ಹಚ್ಚೇ ಇರುತ್ತಿದ್ದಳು. ಹಾಡಿಗೆ ಅನುಕರಣೆ ಮಾಡಿಕೊಂಡು ಹಾಡುತ್ತಿದ್ದಳು. ಒಮ್ಮೊಮ್ಮೆ ಅವನಿಗೆ ತಲೆ ಚಿಟ್ಟೆನಿಸುತ್ತಿತ್ತು.

ಸಂಜೆ ಮನೆಗೆ ಬಂದ. ಸ್ಟೀರಿಯೋದಲ್ಲಿ ಹರಿದುಬರುತ್ತಿದ್ದ. ಹಿಂದಿ ಚಿತ್ರಗೀತೆಗಳು ಹಾದಿಗೆ ಕೇಳಿಸುತ್ತಿದ್ದವು. ಎಷ್ಟೋ ಸಲ ಹೇಳಿದ್ದ. ನಮ್ಮ ವರ್ತನೆಯಿಂದ ಅಕ್ಕಪಕ್ಕದವರು ನೋಯಬಾರದು. ಅವರುಗಳ ಮನೆಯಲ್ಲಿ ಓದುವ ವಿದ್ಯಾರ್ಥಿಗಳಿರುತ್ತಾರೆ. ಅವಳಂತೂ ಕಿವಿಗೆಯ ಮೇಲೆ ಹಾಕಿಕೊಳ್ಳುತ್ತಿರಲಿಲ್ಲ.

ಕೋಪದಿಂದಲೇ ಒಳಗೆ ಬಂದ. ಹೆಣ್ಣು ಗಂಡಿನ ನಗು ಅವನ ಕಿವಿಗಳಿಗೆ ಬಂದು ಅಪ್ಪಳಿಸಿದವು. ಕತ್ತಿನ ನರಗಳು ಉಬ್ಬಿದವು. ಅವಡು ಕಚ್ಚಿದ ಕೋಪವನ್ನು ಒಳಗೇ ನುಂಗಿದ.

ಸೋಫಾ ಮೇಲೆ ಕೂತಿದ್ದ ಪ್ರಭಾತ್ ಎದ್ದು ಆತ್ಮೀಯತೆಯ ನಗು ಬೀರಿದ. ಹತ್ತಿರ ಬಂದು ಕೈ ಕುಲುಕಿದ. ತನ್ನ ಪರಿಚಯ ತಾನೇ ಮಾಡಿಕೊಟ್ಟ.

"ಗ್ಲಾಟ್ ಟು ಮೀಟ್ ಯು" ಸಂತೋಷ ವ್ಯಕ್ತಪಡಿಸಿದ. ಬರೀ ನಾಟಕೀಯತೆ, ಆ ಕಣ್ಣುಗಳಲ್ಲಿ ಕುಟಿಲತೆ ಅವನಿಗೆ ಎಚ್ಚರಿಕೆಯನ್ನು ನೀಡಿತ್ತು. ಒಂದೆರಡು ಮಾತುಗಳಲ್ಲಿ ಮುಗಿಸಿ ಕೋಣೆಗೆ ಹೋದ. ಹೊರಗೆ ಬರುವ ಮನಸ್ಸಾಗಲಿಲ್ಲ; ಅವರ ಮಾತು, ನಗು ನಡದೇ ಇತ್ತು.

ಉಷಾ ನಡವಳಿಕೆ ಅವನ ನಂಬಿಕೆಯ ಬುಡವನ್ನೇ ಅಲ್ಲಾಡಿಸಿತ್ತು. ಅನುಮಾನದ ಬಿರುಕು ಮನದಲ್ಲಿ ಬೇರು ಬಿಟ್ಟಿತ್ತು.

ಬಹಳ ವೇಳೆಯ ನಂತರವೇ ಉಷಾ ಕೋಣೆಯ ಒಳಗೆ ಬಂದಿದ್ದು. ಕಣ್ಣುಗಳು ಕೆಂಡದುಂಡೆಗಳನ್ನೇ ಉಗುಳಿದವು ಅವಳ ಮೇಲೆ. ಅಡಿಯಿಂದ ಮುಡಿಯವರೆಗೂ ನೋಡಿದ. ಉಲ್ಲಾಸವಾಗಿದ್ದಳು.

"ಯಾವತ್ತಿನಿಂದ ನಿನ್ನ ಅವನ ಪರಿಚಯ!" ಸಭ್ಯತೆಗೆ ಮೀರಿ ಏಕವಚನ ಪ್ರಯೋಗ ಮಾಡಿದ್ದ.

"ಯಾಕೆ? ನಿಮ್ಗೆ ಹೊಟ್ಟೆಯುರಿನಾ?!"

"ಬಾಯ್ಮುಚ್ಚು. ಯಾರ ಜೊತೆ ಸ್ನೇಹ ಬೆಳೆಸಿಕೊಳ್ಳಬೇಕೆಂಬುದೇ ನಿಂಗೆ ತಿಳಿಯದು. ಇನ್ಮೇಲೆ ಅವನಂಥವರು ಈ ಮನೆ ಮೆಟ್ಟಲು ಹತ್ತಬಾರ್ದು!" ಎಚ್ಚರಿಕೆ ಕೊಡುವಂತಿತ್ತು, ಅವನ ಮಾತುಗಳು.

"ಬೇಡ ಬಿಡಿ. ನಾನೇ ಹೋಗ್ತೀನಿ" ಉದ್ಧಟತನದಿಂದ ಹೇಳಿದಳು.

ಈ ಘಟನೆಯಿಂದ ಅವರಿಬ್ಬರ ನಡುವೆ ಸಂಪೂರ್ಣವಾಗಿ ಮಾತುಕತೆಯೇ ನಿಂತು ಹೋಯಿತು. ಸಂಜಯ ಅವಳ ಕಡೆ ನೋಡುವುದನ್ನೇ ಬಿಟ್ಟ.

ಗಂಡ ಮನೆಯಿಂದ ಹೊರಟ ಕೂಡಲೇ ಉಷಾ ಅಲಂಕರಿಸಿಕೊಂಡು ನೇರವಾಗಿ ಸುಮನಾಳ ಮನೆಗೆ ಹೋದಳು. ಅವಳು ಹೋದ ವೇಳೆಯಲ್ಲಿ ಪ್ರಭಾತ್ ಕೂಡ ಮನೆಯಲ್ಲೇ ಇದ್ದ.

"ಬನ್ನಿ, ಬನ್ನಿ. ನಿಮ್ಮ ಬಗ್ಗೇನೆ ಮಾತಾಡ್ತಾ ಇದ್ದೀವಿ." ಕೈಯಲ್ಲಿ ಸಿಗರೇಟ್ ಹಿಡಿದೇ ಆಹ್ವಾನಿಸಿದ. ಅವನ ಕಪ್ಪು-ನೀಲಿ ಮಿಶ್ರಿತವಾದ ಕಿಡಿ ಕಣ್ಣುಗಳು ಮಿಂಚಿದವು.

ಉಷಾಳ ಮುಖ ಕೆಂಪಾಯಿತು. ಆ ಕಣ್ಣುಗಳಲ್ಲಿನ ತೀಕ್ಷ್ಣತೆಯನ್ನು ಎಂದೂ ಕಂಡೇ ಇಲ್ಲವೆಂದುಕೊಂಡಳು. ಮುರುಳಿಯ ಕಣ್ಣುಗಳು ಶಾಂತ ಸರೋವರಗಳು. ಗಲಿಬಿಲಿಯೇ ಇಲ್ಲ. ಮಾರ್ದವತೆ ಬೆರೆತ ತುಂಟ ಕಣ್ಣುಗಳು ಸಂಜಯನದು. ಪ್ರಜ್ವಲಿಸುವ ಈ ತೀಕ್ಷ್ಣತೆ ಇಬ್ಬರ ಕಣ್ಣುಗಳಲ್ಲಿಯೂ ಇಲ್ಲ. ತುಟಿ ಕಚ್ಚಿ ಮನಸ್ಸಿನ ಗಡಿಬಿಡಿಯನ್ನ ತಡೆದುಕೊಂಡಳು. ಏನೋ ಒಂದು ತೆರನಾದ ಹೆದರಿಕೆಯುಂಟಾಯಿತು. ಅವಳು ಗಂಡಿಗೆ ಹೆದರಿದ್ದು ಇಂದೇ."

ಇದನ್ನ ಸುಮನಾ ಅರ್ಥಮಾಡಿಕೊಂಡಳೇನೋ! ನಗುತ್ತ "ನೀವು ಹಾಗೆ ನೋಡಿದ್ರೆ ಯಾರಾದ್ರೂ ಹೆದರ್ತಾರೆ!" ಪ್ರಭಾತ್ ಫಕಫಕನೆ ನಕ್ಕ. ಅವನ ಹೊರ ಮೀಸೆಗಳು ಕುಣಿದಾಡಿದವು.

"ನನ್ನ ಕಂಡರೆ ಹೆದರಿಕೆ ಆಗುತ್ತಾ?"

ಉಷಾಳ ಮುಖ ಕೆಂಪಾಯಿತು. ಚೇತರಿಸಿಕೊಂಡು "ಇಲ್ಲ"ವೆನ್ನುವಂತೆ ತಲೆಯಾಡಿಸಿದಳು.

ಸುಮನಾ, ಪ್ರಭಾತ್ ಅವರದು ಲವ್‌ಮ್ಯಾರೇಜ್. ಸಾಧಾರಣವಾಗಿ ಬಂಧನಕ್ಕೆ ಸಿಕ್ಕಿಬೀಳುವಂಥ ಮನುಷ್ಯನಲ್ಲ ಪ್ರಭಾತ್. ಆದರೆ ಅವಳು ಅವನಿಗಿಂತ ಘಾಟಿ. ಗಾಳ ಸರಿಯಾಗಿ ಬಿಗಿದು ತಾಳಿ ಕಟ್ಟಿಸಿಕೊಂಡಿದ್ದಳು. ಅವನ ಎಲ್ಲ ಹಾಬಿಗಳ ಪರಿಚಯವು ಮದುವೆಗೆ ಮುನ್ನಿನಿಂದ ಗೊತ್ತಿತ್ತು. ಅವೆಲ್ಲ ಅವನು ಸತ್ತಾಗ ಅವನ ಜೊತೆ ಸಾಯಬೇಕಷ್ಟೆ! ಆದರಿಂದ ನಿರಾಸಕ್ತಿ ಹೊಂದಿದ್ದಳು. ತಲೆ ಕೆಡಿಸಿಕೊಳ್ಳಲು ಹೋಗುತ್ತಿರಲಿಲ್ಲ. ಬಹಳ ದಿನ ಹೆಣ್ಣನ್ನ ನಿಲ್ಲಿಸಿಕೊಳ್ಳುತ್ತಿರಲಿಲ್ಲ. ಈಗ ಅವನ ಕಾಕದೃಷ್ಟಿ ಉಷಾಳ ಮೇಲೆ ಬಿದ್ದಿದೆಯೆಂದು ಎಂದೋ ಗೊತ್ತಾಗಿತ್ತು.

ಒಮ್ಮೆ "ನಿನ್ನ ಕೆಟ್ಟತನಕ್ಕೆ ಮಿತಿ ಇರಬೇಕು. ಉಷಾ ಮದ್ವೆಯಾದ ಹೆಣ್ಣು!" ಛೀಮಾರಿ ಹಾಕಿದ್ದಳು.

ಜೋರಾಗಿ ನಕ್ಕು "ಸೆಂಟಿಮೆಂಟಲ್ ಫೂಲ್! ಅವಳೇನು ಜಗದೇಕ ಸುಂದರಿನ ಅವಳ ಹಿಂದೆ ಬಿದ್ದುಸಾಯೋಕೆ! ಆಕರ್ಷಣೆಯಲ್ಲಿ ಬಿದ್ದು ಅವ್ವೇ ಒದ್ದಾಡ್ತಾ ಇದ್ದಾಳೆ!" ತಾತ್ಸಾರವಾಗಿ ಅಂದಿದ್ದ.

ಸುಮನಾಳಿಗೆ ಅವಳ ಸ್ವಭಾವ ಗೊತ್ತಿತ್ತು. ಉಷಾಳದು ವಿಚಿತ್ರ ಸ್ವಭಾವ. ಕೆಟ್ಟದಾಹ, ಬಯಕೆ ಅವಳಲ್ಲಿ ಇಲ್ಲವೇ ಇಲ್ಲ. ಎಚ್ಚರನೀಡಿ! ಸುಮ್ಮನಾಗಿಬಿಟ್ಟಿದ್ದಳು.

"ಇವತ್ತು ನಮ್ಮ ಆಫೀಸಿಗೆ ಹೋಗೋಣ್ವಾ!" ಅವಳ ತಲೆಯಲ್ಲಿ ಚೆನ್ನಾಗಿ ತುಂಬಿದ ಗಾಯಕಿಯಾಗಿ ಮೆರೆದಂತೆ ಕನಸು ಕಾಣುತ್ತಿದ್ದಳು.

"ಆಯ್ತು ಅದಕ್ಕಾಗಿಯೇ ಬಂದಿದ್ದು!" ತಲೆಯಾಡಿಸಿದಳು.

ಒಂದು ಕ್ಷಣ ಸುಮನಾಳ ಮನಸ್ಸು ಕಳವಳಕ್ಕೀಡಾಯಿತು. ಉಷಾಳ ಬಗ್ಗೆ ಸಹಾನುಭೂತಿಯುಂಟಾಯಿತು. ಒಂದೆರಡು ಸಲ ಸಂಜಯನನ್ನು ನೋಡಿದ್ದಳು. ಗಂಭೀರ ಮನುಷ್ಯ.

"ನಿಮ್ಮವರನ್ನ ಕೇಳಿದ್ಯಾ!" ಉಷಾ ನಕ್ಕುಬಿಟ್ಟಳು. ತೀರಾ ತನ್ನ ಸ್ವಾತಂತ್ರ್ಯವನ್ನು ಕಳೆದುಕೊಳ್ಳಲು ಅವಳು ಸಿದ್ಧಳಿಲ್ಲ. ಸಂಜಯನನ್ನು ಕೇಳಬೇಕೆನಿಸಿರಲಿಲ್ಲ. ಕೇಳಿದರೂ ಒಪ್ಪಿಗೆ ಕೊಡುವಷ್ಟು ಧಾರಾಳತನ ಅವನಲ್ಲಿಲ್ಲವೆಂದು ಗೊತ್ತು.

"ಯಾಕೆ ಕೇಳ್ಬೇಕೂ?" ಮರುಪ್ರಶ್ನೆ ಹಾಕಿದಳು. ಪ್ರಭಾತ್ ಮಡದಿಗೆ ಕಣ್ಣೊಡೆದು ಸುಮ್ಮನಾಗಿಸಿದ.

ಅವರಿಬ್ಬರ ಜೊತೆ ಉಷಾ ಆರ್ಕೆಸ್ಟ್ರಾ ಆಫೀಸಿಗೆ ಹೋದಳು. ಅಂದಿನಿಂದ ಪ್ರತಿದಿನ ಅಭ್ಯಾಸಕ್ಕಾಗಿ ಹೋಗತೊಡಗಿದಳು. ಪ್ರಭಾತ್ ಮೈ ಕುಣಿಸಿಕೊಂಡು ಹಾಡುತ್ತಿದ್ದರೆ ಎಂಥವರಾದರೂ ಮತ್ತರಾಗಬೇಕು. ಆ ಆರ್ಕೆಸ್ಟ್ರಾಗೆ ಅವನೇ ಜೀವಾಳ. ಆದ್ದರಿಂದಲೇ ಅವನ ಕೆಲವು ಕೆಟ್ಟಚಟಗಳನ್ನು ಸಹಿಸಿಕೊಂಡಿದ್ದರು. ಇದ್ದ ಇಬ್ಬರು ಗಾಯಕಿಯರು ಇವನಿಂದ ದೂರವೇ ಇರುತ್ತಿದ್ದರು.

ಪ್ರಭಾತ್ ಹೇಳಿದ ಮೇಲೆ ಆರ್ಕೆಸ್ಟ್ರಾದವರು ಒಪ್ಪಿಕೊಳ್ಳಲೇಬೇಕಿತ್ತು. ಅಷ್ಟೇ ಅಲ್ಲದೆ ಉಷಾಳಿಗೆ ಮಧುರ ಕಂಠವೂ ಇತ್ತು.

ಅಭ್ಯಾಸ ಮುಗಿಸಿಕೊಂಡು ಪ್ರಭಾತ್ ಕಾರಿನಲ್ಲೇ ಮನೆಗೆ ಹೊರಟಾಗ ಗಂಟೆ ಎಂಟಾಗಿತ್ತು. ಸಂಜಯ ಕಾಂಪೌಂಡಿನಲ್ಲೇ ಅಡ್ಡಾಡುತ್ತಿದ್ದ. ಸಂಜೆ ಐದರಿಂದ ಅವಳಿಗಾಗಿ ಕಾದಿದ್ದ. ಸಹನೆಯ ಕಟ್ಟೆ ಸಡಿಲಗೊಂಡಿತ್ತು.

ಕಾರು ನಿಂತ ಸದ್ದು ಕೇಳಿ ಅತ್ತ ದುರದುರ ನೋಡಿದ. ಅವನ ಮನಸ್ಸು ಒಳಗೊಳಗೇ ಕುದಿಯುತ್ತಿತ್ತು. ಗೇಟು ಶಬ್ದದೊಂದಿಗೆ ನಗು ದಾಟಿಕೊಂಡು ಬಂದಿತು ಮೈ ಕೂದಲೆಲ್ಲ ನಿಮಿರಿ ನಿಂತಿತು.

"ಬೈ" ಕೈ ಬೀಸುತ್ತಲೇ ಒಳಗೆ ಬಂದಳು. ಕಾರು ಮುಂದಕ್ಕೆ ಹೋಯಿತು. ಅವಳು ಮನೆಯ ಬಾಗಿಲು ದಾಟಿ ಒಳಗೆ ನಡೆದಳು.

ಸಣ್ಣಗೆ ಹಾಡನ್ನು ಗುನುಗುತ್ತಲೇ ಕೋಣೆಯೊಳಕ್ಕೆ ಹೋದಳು. ಒಳ್ಳೆ ಮೂಡ್‌ನಲ್ಲಿದ್ದಳು. ಇವತ್ತು ಪ್ರಭಾತ್ ಮೆಚ್ಚುಗೆ ಗಳಿಸಿದ್ದಳು ಹಾಡಿ. "ಇನ್ಮುಂದೆ ನನ್ನೊಂದಿಗೆ ಆರ್ಕೆಸ್ಟ್ರಾದಲ್ಲಿ ಹಾಡಬಹುದು!" ಎಂದು ಹೇಳಿದ್ದ. ಅತಿಯಾದ ಸಂತೋಷದಿಂದ ಮನಸ್ಸು ಉಲ್ಲಾಸವಾಗಿತ್ತು.

"ಉಷಾ ಎಲ್ಲಿಗೆ ಹೋಗಿದ್ದು?" ಅವಳ ಸಂತೋಷವೆಲ್ಲ ಜರ್ರನೆ ಇಳಿದು ಹೋಯಿತು. ಇವತ್ತು ಅವಳಾಗಿಯೇ ಮುಂದೆ ಆರ್ಕೆಸ್ಟ್ರಾದಲ್ಲಿ ಹಾಡುವ ವಿಷಯ ತಿಳಿಸಬೇಕೆಂದುಕೊಂಡಿದ್ದಳು. ಪ್ರೇಮದ ಯುಗಳ ಗೀತೆ ಹಾಡಿದಾಗ ಕಲ್ಪನೆಯಲ್ಲಿ ಸಂಜಯನ ತೋಳುಗಳಲ್ಲಿ ಸುಖಿಸಿದ್ದಳು.

"ಆರ್ಕೆಸ್ಟ್ರಾ ಆಫೀಸ್‌ಗೆ, ವಿಷ್ಯ ಗೊತ್ತಿದ್ದು ಪದೇ ಪದೇ ಯಾಕೆ ಕೇಳ್ತೀರಾ?" ಸಿಡುಕಿದಳು.

"ಹೋಗಬೇಡಾಂತ ಎಷ್ಟು ಸಲ ಹೇಳಿದ್ದೀನಿ?" ಕೋಪದಿಂದ ಹಲ್ಮುಡಿ ಕಚ್ಚಿದ.

"ನಿಮ್ಗೆ ಇಷ್ಟ ಬಂದಷ್ಟು ಸಾರಿ ಹೇಳಿರಬಹುದು! ನಾನು ಕೇಳೋಕೆ ಸಿದ್ಧವಿಲ್ಲ. ನನ್ನಲ್ಲಿನ ಪ್ರತಿಭೇನ ಗುರ್ತಿಸೋಕೆ ನಿಮ್ಮಿಂದ ಸಾಧ್ಯವೇ ಇಲ್ಲ."

"ಉಷಾ..." ಅಬ್ಬರಿಸಿದ.

"ನೀನೂ ಸೆಂಟಿಮೆಂಟಲ್ ಫೂಲ್. ನಿನ್ನ ಹುಚ್ಚಿಗೆ ಮದ್ದೇ ಇಲ್ಲ. ಸಂಗೀತ ಬೇಕಾದ್ರೆ ಕಲಿ. ಬೇಕಾದಷ್ಟು ಇನ್‌ಸ್ಟಿಟ್ಯೂಟ್‌ಗಳಿವೆ. ಮನೆಗೆ ಬಂದು ಪಾಠ ಹೇಳಿಕೊಡೋರು ಸಿಕ್ತಾರೆ. ಅವ್ರಿಂದ ಕಲಿ ಪ್ರಭಾತ್ ಜೊತೆ ಸುತ್ತಾಟ ಮಾತ್ರ ಸಹಿಸ್ಲಾರೆ!" ಜೋರಾಗಿ, ಮತ್ತಷ್ಟು ಜೋರಾಗಿ ನಕ್ಕುಬಿಟ್ಟಳು.

"ಸಾವಿರಾರು ಜನ ನನ್ನ ಮಧುರ ಕಂಠ ಆಲಿಸಿ ಸಂತೋಷಪಡೋದು ನಿಮ್ಗೆ ಬೇಕಿಲ್ಲ. ಎಲ್ಲ ನಿಮ್ಮದ್ದಾಗಿಯೇ ಉಳಿಯಬೇಕು. ನೀವು ಸ್ವಾರ್ಥಿಗಳು! ಅದಕ್ಕೆಲ್ಲ ಸೊಪ್ಪು ಹಾಕೋ ಹೆಣ್ಣಲ್ಲ ಈ ಉಷಾ...!" ಎತ್ತಿದ ಕೈಯನ್ನು ಸಂಜಯ ಇಳಿಸಿದ. ಕಹಿ ಉಗುಳನ್ನು ನುಂಗಿ ಕೋಣೆಯಿಂದ ಹೊರಬಂದ. ರಾತ್ರಿ ಪೂರ್ಣವಾಗಿ ಯೋಚಿಸಿದ. ಮರುದಿನದಿಂದ ಜಾರಿಗೆ ತರಲು ನಿರ್ಧರಿಸಿದ. ಕೋಪ ಕರಗಿ ಕನಿಕರ ಮೂಡಿತ್ತು. ಮದುವೆಯಾದ ದಿನದಿಂದ ತಮ್ಮಿಬ್ಬರ ನಡುವೆ ಸಣ್ಣಪುಟ್ಟ ಘಟನೆಗಳನ್ನೆಲ್ಲ ಅವಲೋಕಿಸಿದ. ನಿಟ್ಟುಸಿರಿಟ್ಟ.

ಬೇಗ ಎಚ್ಚರಗೊಂಡ ಉಷಾ ಕೋಣೆಯಿಂದ ಹೊರಗೆ ಬರುವ ವೇಳೆಗೆ ಸಂಜಯ ಉಡುಪು ಧರಿಸಿ ಸಿದ್ಧನಾಗಿ ಕೂತಿದ್ದ. ಕಡು ನೀಲಿ ಬಣ್ಣದ ಪ್ಯಾಂಟ್ ತೊಟ್ಟು ಮಿರುಗುವ ಬಿಳಿಯ ಷರಟು ಹಾಕಿಕೊಂಡಿದ್ದ. ಸೊಂಟಕ್ಕೆ ನಾಲ್ಕು ಬೆರಳಗಲದ ಬೆಲ್ಟ್ ಹಾಕಿದ್ದ. ಮಿರುಗುವಂತೆ ಬಾಚಿದ್ದ ಕ್ರಾಪು. ಕಾಲಿನಲ್ಲಿದ್ದ ಕಪ್ಪುಷೂಗಳು ಫಳಫಳನೆ ಹೊಳೆಯುತ್ತಿದ್ದವು. ಹೆಚ್ಚಿನ ಗಂಭೀರತೆ ಇತ್ತು, ಅವನ ಮುಖದ ಮೇಲೆ.

"ಬೇಗ ಸ್ನಾನ ಮುಗಿಸಿಕೊಂಡ್ಬಾ - ಮಾತಾಡ್ಬೇಕು" ಮುಖ ಎತ್ತದೆ ಹೇಳಿದ. ಹೆಚ್ಚಿನ ಸಂಯಮದಿಂದ ಅವಳು ಬರುವವರೆಗೂ ಕಾದು ಕೂತಿರಲು ಸಿದ್ಧವಾಗಿದ್ದ.

ಅರ್ಧ ಗಂಟೆಯ ನಂತರವೇ ಹಿಂದಿರುಗಿದ್ದು ಪುನಃ "ಬೇಗ ಡ್ರೆಸ್ ಮಾಡ್ಕೊಂಡ್ಬಾ. ತಿಂಡಿ ತಿಂದು ಮಾತಾಡೋಣ."

ಇಬ್ಬರೂ ಕೂತು ತಿಂಡಿ ತಿಂದರು. ಮಾತಿಲ್ಲ, ಕತೆಯಿಲ್ಲ, ಸಾಕೂ ಬೇಕೂ, ಅಷ್ಟೆ.

"ಸ್ವಲ್ಪ ಬಾ" ಡ್ರಾಯಿಂಗ್ ಕೋಣೆಗೆ ಬಂದು ಕೂತ. ಅವನ ಹಿಂದೆಯೇ ಬಂದ ಉಷಾ ಅವನಿಗೆ ಎದುರಾಗಿ ಬಂದು ಕೂತಳು. ಅವನಾಗಿ ಏನಾದರೂ ಮಾತಾಡುವವರೆಗೂ ತುಟಿ ಬಿಚ್ಚಬಾರದೆಂದು ನಿರ್ಧರಿಸಿಕೊಂಡು ಬಂದಿದ್ದಳು.

"ನಿನ್ನ ಸಾಹಿತ್ಯದ ಸೇವೆ ಎಲ್ಲಿವರ್ಗೂ ಬಂತು?" ಗಂಭೀರವಾಗಿ ಕೇಳಿದ. ನೋಟ ಜೋಡಿಸಿಟ್ಟ ಪುಸ್ತಕಗಳ ಮೇಲೆಲ್ಲ ಹರಿಯುತ್ತಿತ್ತು. ಅತ್ಯಮೂಲ್ಯವಾದ ಗ್ರಂಥಗಳು ಶೇಖರಣೆಗೊಂಡಿದ್ದವು. ಉಷಾ ಒಂದನ್ನಾದರೂ ಕೈಯಲ್ಲಿ ಹಿಡಿದು ಓದಲಿಲ್ಲ. ವಾಸ್ತವಿಕತೆಯ ಕಟುಸತ್ಯ ಬೇಡ. ತೀರಾ ಸಾಮಾನ್ಯವಾದ ಪ್ರೇಮಕಥೆಗಳನ್ನು ಓದುವುದು, ಕನಸಿನ ಲೋಕದಲ್ಲಿ ತೇಲುವುದು. ಹೆಣ್ಣುಗಳ ಹಣೆಬರಹವೇ ಇಷ್ಟು! ಎನ್ನುವಷ್ಟರಮಟ್ಟಿಗೆ ಬೇಸರವಾಗಿತ್ತು.

"ಪ್ರೋತ್ಸಾಹವೇ ಇಲ್ಲ. ಎಲ್ಲಾ ಸಪ್ಪೆಯಾಯಿತು." ಕೋಪದಿಂದ ಅವನ ಕಣ್ಣುಗಳು ಕೆಂಪಗಾದವು. ಕೋಪ ಮಾಡಿಕೊಳ್ಳಬಾರದೆಂದು ರಾತ್ರಿಯಿಂದ ಯೋಚಿಸಿ ನಿರ್ಧಾರಕ್ಕೆ ಬಂದಿದ್ದ. ಆದರೆ.... ಅವಳಾಡುವ ಮಾತುಗಳು ಅವನನ್ನು ಕೆರಳಿಸುತ್ತಿದ್ದವು.

"ಬರೀ ಪ್ರೋತ್ಸಾಹದಿಂದ ಸಾಹಿತ್ಯ ಹುಟ್ಟುತ್ತಾ? ನೀನು ಲೇಖಕಿ ಅಂದುಕೊಂಡರೂ ಒಂದಾದರೂ ಒಳ್ಳೆಯ ಪುಸ್ತಕವನ್ನು ಓದಿದ್ದೀಯಾ!"

"ಈಗ ಅದನ್ನು ಮರ್ತುಬಿಟ್ಟಿದ್ದೀನಿ."

"ಗಾಯಕಿಯಾಗೋಕೆ ಹೊರಟಿದ್ದೀಯಾ!" ಗಹಗಹಿಸಿ ನಕ್ಕ. ಅವಳಿಗೆ ಅವಹೇಳನ ಮಾಡಿದಂತಾಯಿತು. ಮುಖ ತಿರುಗಿಸಿ ಕೂತಳು.

"ನಂಗೆ ಅವೆಲ್ಲ ಇಷ್ಟವಿಲ್ಲ. ಪ್ರತಿಭೆಯೆಂದರೆ ಬೀದಿಯಲ್ಲಿಟ್ಟು ಮಾರೋದಲ್ಲ. ಸರಿಯಾದ ಸಾಧನೆ ಬೇಕು. ಪರಿಶ್ರಮಪಡಬೇಕು. ಏನೂ ಇಲ್ಲದೇ ತೀರಾ ಕಳಪೆಯಾಗೋದ್ಬೇಡ. ಇವೆಲ್ಲ ಬಿಟ್ಬಿಡು."

"ಇಲ್ಲ ಬಿಡೋಲ್ಲ. ಸಾಮಾನ್ಯವಾದ ಬದುಕು ನಂಗೆ ಬೇಡ."

"ಸರಿ ನಿನ್ನಿಷ್ಟ. ನಾನು ನೀನೂ ಕೂಡಿ ಬಾಳೋದು ಸಾಧ್ಯವಿಲ್ಲ. ಅವತ್ತು ಸುಮ್ನೇ ಹೇಳ್ದೇ. ಈಗ ಡೈವೋರ್ಸ್ ಕೊಡೋಕೆ ಸಿದ್ಧವಾಗಿದ್ದೀನಿ. ಮೂರು ದಿನದಲ್ಲಿ ಯೋಚ್ಸಿ ನಿನ್ನ ನಿರ್ಧಾರ ತಿಳ್ಸು" ಎದ್ದು ಬಾಗಿಲ ಕಡೇ ನಡೆದುಬಿಟ್ಟ. ಕಠಿಣನಾಗಿದ್ದ.

ಎರಡು ದಿನ ಸಂಜಯ ಮನೆಗೆ ಬರಲಿಲ್ಲ. ಮೂರನೆಯ ದಿನ ನೇರವಾಗಿ ಮಾವನ ಮನೆಗೆ ಹೋದ. ತಮ್ಮಿಬ್ಬರ ಮಧ್ಯೆ ಅವರ ಅವಶ್ಯಕತೆ ಇಲ್ಲವೆಂದು ಅವನಿಗೆ ಗೊತ್ತು. ಕಣ್ಣೀರು ಸುರಿಸುತ್ತಾ ಮುಂದೆ ಬಂದು ನಿಲ್ಲಬಾರದು.

"ಅಪರೂಪಕ್ಕೆ ಬಂದ್ರಿ. ನೆನ್ನೆ ಬಂದಿದ್ದೆ. ನೀವ್ ಇರಲಿಲ್ಲ." ಕೈ ಹೊಸೆಯುತ್ತ ಹೇಳಿದರು. ಅತ್ತ ಕಡೆ ಅವನ ಗಮನವಿಲ್ಲ.

"ಉಷಾ ಏನಾದ್ರೂ ಹೇಳಿದ್ಲಾ!" ಅವರು ಯೋಚಿಸುತ್ತ ನಿಂತರು. ಅವಳು ತನ್ನ ಆರ್ಕೆಸ್ಟ್ರಾ ಬಗ್ಗೆ ಮಾತ್ರ ಹೇಳಿಕೊಂಡಿದ್ದಳು. ತಂದೆಗೆ ಆಮಂತ್ರಣವನ್ನು ನೀಡಿದ್ದಳು.

"ಆರ್ಕೆಸ್ಟ್ರಾ ಬಗ್ಗೆ ಹೇಳಿದ್ಲು. ಬಲು ಚುರುಕಿನ ತಲೆ! ಪ್ರತಿಯೊಂದರಲ್ಲೂ ಅವ್ಳಿಗೆ ಆಸಕ್ತಿ!" ಸಂಜಯ ನಕ್ಕುಬಿಟ್ಟ. ಅವರು ಬೆಪ್ಪಾದರು.

ಇದೇ ತಂದೆ ಅಂದು ಬಂದು ಕೂಗಾಡಿದ್ದರೂ, ವಿವೇಚಿಸಿರಲಿಲ್ಲ. ಪಶ್ಚಾತ್ತಾಪಪಟ್ಟಿದ್ದರು. ಈಗ ಮಗಳನ್ನು ಹೊಗಳಿಕೊಳ್ಳುತ್ತಿದ್ದಾರೆ "ಅಹಹಾ...!" ಜೋರಾಗಿ ನಕ್ಕ.

"ಸರಿ, ಬರ್ತೀನಿ, ಇನ್ನೊಮ್ಮೆ ಬಂದು ನಿಮ್ಮ ಮಗಳನ್ನು ವಿಚಾರಿಸಿ ನಿಮ್ಮ ಅಮೂಲ್ಯ ಸಲಹೆಗಳನ್ನು ಕೊಡಿ." ಷೂ ಶಬ್ದ ಕ್ರಮೇಣವಾಗಿ ಕಡಿಮೆಯಾಯಿತು.

ಮನೆಗೆ ಬಂದಾಗ ನಾಲ್ಕು ಗಂಟೆಯಾಗಿತ್ತು. ಬಿಸಿಲಿನ ಪ್ರಖರತೆ ಕಮ್ಮಿಯಾಗಿತ್ತು. ಯಾವ ಉತ್ಸಾಹವೂ ಅವನಿಗಿರಲಿಲ್ಲ. ಎರಡು ದಿನದಿಂದ ಗೆಳೆಯನ ಮನೆಯಲ್ಲಿದ್ದ. ಒಂಟಿಯಾಗಿದ್ದಾಗಲಾದರೂ ಮುಂದಿನ ಜೀವನದ ಬಗ್ಗೆ ಯೋಚಿಸಿಕೊಳ್ಳಲಿ. ಸ್ಥಾನದ ಅರಿವನ್ನು ಮಾಡಿಕೊಳ್ಳಲಿ. ನಿಧಾನವಾಗಿಯಾದರೂ ಅರ್ಥವಾಗುತ್ತೆ. ಇದೆಲ್ಲ ಅವನ ಉದ್ದೇಶ.

ಎದುರಾದ ರಂಗನನ್ನು ಕೇಳಿದ "ಅಮ್ಮಾವ್ರು ಎಲ್ಲಿ? ಎಂದು. ಒಂದು ಕ್ಷಣ ಬೆಪ್ಪಾದ. ಹೇಳಲೋ ಬೇಡವೋ ಎಂದು ಯೋಚಿಸಿದ. ಅಂಥ ತಪ್ಪೇನೂ ಇಲ್ಲ. ಅಮ್ಮಾವ್ರು ಕೂಡ ಹೇಳಬಾರದೆಂದು ಶಾಸಿಸಲ್ಲ. ಉಸಿರನ್ನು ಮೇಲಕ್ಕೆಳೆದುಕೊಂಡು ಅವ್ರು ಯಾರೋ ಜಂಟಲ್‌ಮನ್ ಬಂದಿದ್ರು. ಅವ್ರ ಜೊತೇಲಿ ಹೋದ್ರು."

"ಸರಿ" ಎಂದವನೇ ಷೂ ಬಿಚ್ಚಿ ಹಿಂದಕ್ಕೆ ತಳ್ಳಿದ. ಅವನ ಅಭಿಮಾನಕ್ಕೆ, ಆತ್ಮಗೌರವಕ್ಕೆ ಬರೆ ಬಿದ್ದಿತ್ತು. ಉದಾಸೀನ ಮಾಡಿದಳು.

ಕಾಫಿ ಕುಡಿದು ಹೊರಗೆ ಬಂದು ಕೂತ. ಮುರುಳಿಯನ್ನು ಕಂಡಕೂಡಲೇ ಅವನಿಗೆ ಆಶ್ಚರ್ಯವಾಯಿತು, ಅವನಾಗಿ ಎಂದೂ ಬರುತ್ತಿರಲಿಲ್ಲ. ತೀರಾ ಬಲವಂತ ಮಾಡಿ ಸಂಜಯನೇ ಕರೆತರಬೇಕಾಗಿತ್ತು.

"ಸೂರ್ಯ ಏನಾದ್ರೂ ದಿಕ್ಕು ಬದಲಾಯಿಸಿದ್ದಾನಾ!" ಅವನ ಮಾತಿಗೆ ಮುರುಳಿ ಗಂಭೀರವಾಗಿ ನಕ್ಕ.

ಒಂದೆರಡು ದಿನದಿಂದ ಅವನಿಗೆ ಸಂಜಯನ ಜ್ಞಾಪಕ ಬರುತ್ತಿತ್ತು. ಮುನ್ನ ದಿನ ಬೇಸರದಿಂದ ಚಾಮುಂಡಿ ಬೆಟ್ಟಕ್ಕೆ ಹೋಗಿದ್ದ. ಅಲ್ಲಿ ಉಷಾ, ಪ್ರಭಾತ್‌ರನ್ನು ಕಂಡಿದ್ದ. ಮೊದಲ ನೋಟದಲ್ಲಿಯೇ ಸಭ್ಯನಲ್ಲವೆಂದು ಗುರುತಿಸಿಕೊಂಡಿದ್ದ. ಅವನ ಉಡುಪು, ಶೋಕಿ, ಕೃತಕ ನಗು ಅವನಿಗೆ ಹಿಡಿಸಿರಲೇ ಇಲ್ಲ.

"ನಿಮ್ಮನ್ನ ನೋಡ್ಬೇಕೂಂತ ಅನ್ನಿಸ್ತು." ಮುರುಳಿ ಅಲ್ಲಿದ್ದ ಬೆತ್ತದ ಛೇರಿನ ಮೇಲೆ ಕೂತ.

ಅವನು ಎದೆಯ ಮೇಲೆ ಕೈಯಿಟ್ಟುಕೊಂಡು "ನಮ್ಮ ಅದೃಷ್ಟ ದೊಡ್ಡದು!" ನಟನೆಯ ಮಧ್ಯೆ ಅಭಿಮಾನ ತುಳುಕಿತು.

ಅಷ್ಟರಲ್ಲಿ ರಂಗ ಬಂದು ಇಣುಕಿದ. ಆಧುನಿಕತೆಯ ಶ್ರೀಮಂತಿಕೆಯಲ್ಲಿ ಮನೆಯ ಗೃಹಿಣಿಯಿಂದ ಬಂದ ಅತಿಥಿಗೆ ಉಪಚಾರ ಸಾಧ್ಯವೇ!

"ಏನಾದ್ರೂ ತಿಂಡಿ ತಗೊಂಡ್ಬಾರೋ." ಅವನು ಹೇಳಿದಾಗ ಮುರುಳಿ "ಬೇಡ. ಯಾರೋ ಸ್ನೇಹಿತರು ಸಿಕ್ಕಿದ್ರು. ಹೊಟ್ಟೆ ತುಂಬಾ ತಿಂಡಿಯಾಯ್ತು ಜಾಗವಿಲ್ಲ. ಒತ್ತಾಯಕ್ಕೆ ಏನಾದ್ರೂ ಕುಡೀಬಹುದು" ಎಂದ.

"ಪರ್ವಾಗಿಲ್ಲ. ಅರಗಿಸಿ ಕಳಿಸ್ತೀನಿ."

ಮತ್ತೇನು ಹೇಳಲಿಲ್ಲ. ಉಷಾ ಮನೆಯಲ್ಲಿಲ್ಲವೆನಿಸಿತು. ಅವಳದು ಪರಿಶುಭ್ರ ಸ್ನೇಹವಿರಬಹುದು. ವ್ಯಕ್ತಿ ಅದಕ್ಕೆ ಅರ್ಹನಲ್ಲ. ಅದು ಯಾಕೆ ತಿಳಿಯಬಾರದು! ತಿಳಿದುಕೊಳ್ಳುವ ಮನಸ್ಸಿಲ್ಲವೇನೋ!!

ಹಳ್ಳಿ ಕಡೇ ಹೋಗಿದ್ರಾ? ಮನೆಯವರ ಆರೋಗ್ಯ ಹೇಗಿದೆ?

"ಒಂದು ದಿನದ ಮಟ್ಟಿಗೆ ಹೋಗ್ಬಂದೆ. ಆರೋಗ್ಯವಾಗೇ ಇದ್ದಾಳೆ. ಗಟ್ಟಿ ಹೆಣ್ಣು!" ತನ್ನಲ್ಲಿಯೇ ನಕ್ಕ.

"ಒಂದೆರಡು ಪುಸ್ತಕ ಬೇಕಾಗಿತ್ತು."

"ಅಗತ್ಯವಾಗಿ, ಅದರ ಸಂಗ್ರಹದ ಉದ್ದೇಶ ಈಡೇರಲಿಲ್ಲ. ಅವಳು ಒಳ್ಳೆಯ ಲೇಖಕಿಯಲ್ಲದಿದ್ದರೂ ಸಾಹಿತ್ಯಾಭಿಮಾನಿಯೆಂದು ತಿಳಿದಿದ್ದೆ. ಅದೂ ಕೂಡ ತಪ್ಪೆನಿಸಿದೆ."

ಮುರುಳಿ ಗಂಭೀರವಾದ. ಅವಳಲ್ಲಿನ ಸಾಹಿತ್ಯಾಭಿಮಾನವೇ ಅವನನ್ನು ಆಕರ್ಷಿಸಿದ್ದು. ತಾನೂ ಕೂಡ ತಪ್ಪಾಗಿ ತಿಳಿದಿದ್ದೇನೆ? ಎಂದು ಯೋಚಿಸಿದ.

"ಬನ್ನಿ" ಮೇಲಕ್ಕೆದ್ದ.

ಡ್ರಾಯಿಂಗ್ ರೂಮಿಗೆ ಕರೆದೊಯ್ದ. ಅದೇ ಲೈಬ್ರರಿ ಕೋಣೆಯಾಗಿತ್ತು. ನಾಲ್ಕಾರು ಪುಸ್ತಕಗಳನ್ನು ಆರಿಸಿಟ್ಟುಕೊಂಡ. ಮತ್ತೇ ನೋಡಿ ಅವನ್ನೆಲ್ಲ ಕೈಯಲ್ಲಿಡಿದು ಓದಿ ಹಿಂದಿರುಗಿಸ್ತೀನಿ ಎಂದು ಹೇಳಿದ.

"ಅವಸರವೇನಿಲ್ಲ. ನಿಧಾನವಾಗಿ ಹಿಂದಿರುಗಿಸಿದರೂ ಪರ್ವಾಗಿಲ್ಲ. ನಿಮ್ಮಲ್ಲೇ ಉಳಿಸಿಕೊಂಡರೂ ಬಾಧಕವಿಲ್ಲ!" ಮಾತುಗಳ ಹಿಂದೆ ನೋವಿತ್ತು.

"ಈಗ ಉಷಾ ಗಾಯಕಿಯಾಗೋಕೇ ಹೊರಟಿದ್ದಾಳೆ. ನಿಮ್ಮ 'ಚೈತ್ರದ ಕೋಗಿಲೆ'ಯೇ ಅವಳಿಗೆ ಸ್ಫೂರ್ತಿಯಂತೆ. ಅದೆಲ್ಲ ನಾನು ನಂಬೋಲ್ಲ, ಅವಳಿಗೆ

ಸಾಮಾನ್ಯ ಹೆಣ್ಣಾಗಿ ಬದುಕಲು ಇಷ್ಟವಿಲ್ಲ. ಹೆಸರುಗಳಿಸಿ ಮೆರೆಯುವ ಆಸೆ. ಮರೀಚಿಕೆಯ ಬೆನ್ನು ಹತ್ತಿದಂತಾಗಿದೆ ಅವಳ ಪಾಡು..."

"ಅಲೆಗಳ ಎದುರು ಈಜೋಕೆ ಹೋದವರ ಪಾಡೆಲ್ಲ ಇಷ್ಟೇನೇನೋ! ಹೆಣ್ಣು ಗುಲಾಮಳಾಗಬಾರ್ದು. ತನ್ನತನದ ಅರಿವಿರಬೇಕು. ತನ್ನ 'ಇಷ್ಟ ಅನಿಷ್ಟಗಳನ್ನ ಧೈರ್ಯವಾಗಿ ಮಂಡಿಸ್ಬೇಕೂ - ಇದೆಲ್ಲ ನನ್ನ ಕನಸುಗಳು. ಅಳೋ ಹೆಣ್ಣನ್ನ ಕಂಡರೆ ಮುಖ ತಿರುಗಿಸುತ್ತಿದ್ದೆ. ಅಳಿಸೋ ಹೆಣ್ಣು ಗಂಡುಬಿದ್ದಳು!" ನೋವಿನ ನಗೆ ನಕ್ಕ.

ಮುರುಳಿ ಮೇಲೂ ಕೆಳಗೂ ನೋಡಿದ. ಸಾಂತ್ವನಪಡಿಸಲು ಅವನಲ್ಲಿ ಮಾತುಗಳು ಇಲ್ಲವೆನಿಸಿತು.

"ಬರ್ತೀನಿ" ಎಂದ.

ಗೇಟಿನವರೆಗೂ ಬಂದು ಅವನು, ಮುರುಳಿಯ ಬೆನ್ನ ಮೇಲೆ ಕೈಯಾಡಿ "ಏನೇನೋ ಹೇಳಿ ನಿಮ್ಮ ಮನಸ್ಸಿನ ಸಮಾಧಾನ ಸ್ಥಿತಿಯನ್ನು ಕೆಡ್ಸಿಬಿಟ್ಟೆನೇನೋ!!"

ಮುರುಳಿಯ ಮನಸ್ಸು ಅರ್ಧ ಶೂನ್ಯ, ಅರ್ಧ ಅರಿವಿನಿಂದ ತುಂಬಿತ್ತು, ಯೋಚಿಸುತ್ತಿದ್ದ.

"ಪ್ರೀತಿ, ಪ್ರೇಮ ಇವೆಲ್ಲ ಮಿಥ್ಯವೆನಿಸಿಬಿಟ್ಟಿದೆ. ಯಾರನ್ನೂ ಪ್ರೀತಿಸಬಾರ್ದು. ಬಯಕೆ, ಭ್ರಾಂತಿಯಿಂದ ವೇದನೆ ಅಪಾರ!" ಮನದ ಆವೇಗ ತಡೆಯಲಾರದೆ ಸಂಜಯ ಪುನಃ ಅದೇ ವಿಷಯಕ್ಕೆ ಬಂದ.

"ನಾಳೆ ಸಾಧ್ಯವಾದ್ರೆ ನಿಮ್ಮನ್ನು ನೋಡ್ತೀನಿ" ಮುರುಳಿಯ ಬೆನ್ನು ತಟ್ಟಿದ. ಅವನು ಹೋದ ಕಡೆಯೇ ನೋಡುತ್ತ ನಿಂತ. ಸೀತಳ ಮುಗ್ಧ ಮುಖ ಕಣ್ಮುಂದೆ ತೇಲಿ ಬಂತು. ಮುರುಳಿಯ ಬಗ್ಗೆ ಒಂದು ಗಳಿಗೆ ಅಸೂಯೆ ಮೂಡಿತು. ಅವಿವೇಕಕ್ಕೆ ಮನದಲ್ಲೇ ನಗುತ್ತಾ ಒಳಗೆ ಹೋದ.

ರಾತ್ರಿ ಹತ್ತರ ಸುಮಾರಿಗೆ ಉಷಾ ಮನೆಗೆ ಬಂದಿದ್ದು. ಅವಳಾಗಿ ಮಾತನಾಡಲಿ ಎಂದು ಸುಮ್ಮನೆ ಮಲಗಿದ. ಉಡುಪು ಬದಲಾಯಿಸಿ ಬಂದು ಮಲಗುವವರೆಗೂ ಸುಮ್ಮನಿದ್ದ. ಆಮೇಲೆ ಎದ್ದು ಕೂತು "ಯೋಜನೆಯ ಪ್ರಕಾರ ನಿಂಗೆ ಕೊಟ್ಟಿದ್ದ ಮೂರು ದಿನದ ಗಡುವು ಮುಗಿಯಿತು. ನಿನ್ನ ನಿರ್ಧಾರ ಈಗ್ಲೇ ತಿಳಿಸಿದರೆ ಉತ್ತಮ, ನಾಳೆ ಸಂಜೆಯೇ ಹೋಗಿ ಲಾಯರನ್ನು ಕಾಣ್ತೀನಿ."

"ನಾನು ರೆಡಿ. ಆದರೆ ನೀವೇ ನಾಳೆ ಪಶ್ಚಾತ್ತಾಪ ಪಡ್ತೀರಿ. ನನ್ನ ಭವಿಷ್ಯ ಭವ್ಯವಾಗಿದೆ. ಅದಕ್ಕೆ ಬೇಕಾದ ದಾರಿಯೂ ಸಿಕ್ಕಿದೆ. ನಿಮ್ಮ ಹೆಂಡ್ತಿಯ ಹೆಸರು..." ಜೋರಾಗಿ ನಕ್ಕ. ಬಿದ್ದುಬಿದ್ದು ನಕ್ಕ. ಅವನ ನಗು ಗೋಡೆಗಳಿಗೆ ಅಪ್ಪಳಿಸಿ ಅವಹೇಳನ ಮಾಡುತ್ತಿರುವಂತೆ ಕಂಡಿತು.

ಈಗ ಸಂಜಯ ವಿವೇಕವಿಲ್ಲದ ಮನುಷ್ಯನಾಗಿ ಕಂಡ. ಸಿಡಿಮಿಡಿಗೊಂಡಳು.

"ನಂಗೆ ಅದೆಲ್ಲ ಬೇಕಿಲ್ಲ. ನೀನು ನನ್ನ ಹೆಂಡ್ತಿಯಾಗಿ ಮಾತ್ರ ಉಳೀಬೇಕಷ್ಟೆ!"

ಕೈಚಾಚಿ ಅವಳನ್ನು ಎಳೆದುಕೊಂಡ ಅವಳ ಅಮಲಲ್ಲೇ ಅವನ ಒರಟುತನದ ಮುಂದೆ ಇಳಿದುಹೋಯಿತು.

ಅಸಹಾಯಕತೆಯ ಕಣ್ಣೀರು ದಿಂಬನ್ನ ತೋಯಿಸಿತು. ಅಷ್ಟು ದೂರ ಹೋಗಿ ಮಲಗಿದಳು. ನಕ್ಕು ಮಗ್ಗುಲಾಗಿ ಮಲಗಿದ.

ಎದ್ದಕೂಡಲೇ "ಉಷಾ, ಬೇಗ ಏಳು. ಮೂರು ದಿನ ಕಳ್ದುಹೋಯ್ತು. ಇಂದು ತೀರ್ಮಾನವಾಗಿಬಿಡ್ಬೇಕೂ" ಅಲುಗಾಡಿಸಿ ಎಬ್ಬಿಸಿದ.

"ನನ್ನ ಪಾಡಿಗೆ ನನ್ನ ಬಿಡಿ" ಸಿಡುಕಿದಳು.

"ಖಂಡಿತ. ನಾನು ಅದರ ಬಗ್ಗೇನೇ ಕಾರ್ಯೋನ್ಮುಖನಾಗಿದ್ದೀನಿ. ನಂಗೂ ಬಿಡುಗಡೆಯ ಅವಶ್ಯಕತೆ ಇದೆ. ಇಷ್ಟು ದಿನವನ್ನು ಕೆಟ್ಟ ಕನಸ್ಸೆಂದು ಮರ್ತುಬೇರೆ ಹುಡ್ಗೀನ ಕೈ ಹಿಡೀತೀನಿ" ದುರದುರನೆ ನೋಡಿದಳು.

"ಏನು ನಿನ್ನ ತೀರ್ಮಾನ?" ಮತ್ತೆ ಕೇಳಿದ.

"ವಿಚ್ಛೇದನಕ್ಕೆ ಸಿದ್ಧವಾಗಿದ್ದೀನಿ."

"ಭೇಷ್" ಮೇಲಕ್ಕೆದ್ದ: "ನಿನ್ನಂಥ ಧೈರ್ಯದ ಹುಡ್ಗಿಯರ್ನ ಕಂಡರೆ ನಂಗೆ ತುಂಬ ಪ್ರೀತಿ. ಸಂಜೆ ಮನೆಯಲ್ಲೇ ಇರು. ಲಾಯರ್ ಬಳಿ ಹೋಗ್ಬರೋಣ. ತೀರ್ಮಾನವಾದ ಕೂಡಲೇ ಎಲ್ಲಾ ನಡೆದುಬಿಡ್ಬೇಕೂ..."

"ನಾನು ಈಗ್ಲೇ ಮನೆಯಿಂದ ಹೊರಟುಹೋಗಬೇಕಾ!"

"ಸಂಜೆವರೆಗೂ ಇರು. ಆಮೇಲೆ ನಿನ್ನಿಷ್ಟ. ಕೋರ್ಟಿನ ಒಪ್ಪಿಗೆ ದೊರೆಯುವವರೆಗೂ ನಾವು ಸಂಪೂರ್ಣ ಸ್ವತಂತ್ರರಲ್ಲ. ಅಷ್ಟರವರೆಗೂ ಒಬ್ಬರನ್ನೊಬ್ಬರು ಅರ್ಥ ಮಾಡಿಕೊಂಡು ಒಂದಾಗುವುದಕ್ಕೆ ಅವಕಾಶವಿರುತ್ತೆ. ಅದರಿಂದ ನಮ್ಮಿಬ್ಬರಿಗೇನು ಪ್ರಯೋಜನವಿಲ್ಲ."

"ತುಂಬಾ ಥ್ಯಾಂಕ್ಸ್." ಅವಳ ಕೆನ್ನೆ ಹಿಂಡಿದ. ಕೆನ್ನೆಯ ಬಳಿ ಪಿಸುಗುಟ್ಟಿ ಎದ್ದು ಹೊರಟ.

ಸ್ನಾನ ಮಾಡಿ ತಿಂಡಿ ಮುಗಿಸಿಕೊಂಡು ಆಫೀಸಿಗೆ ಹೋದ. ಸಂಜೆ ಅವನು ಬರುವ ವೇಳೆಗೆ ಉಷಾ ಮನೆಯಲ್ಲಿರಲಿಲ್ಲ. ಬರಬಹುದೆಂದು ಉಡುಪು ಬದಲಾಯಿಸದೆ ಬಹಳ ಹೊತ್ತು ಕಾದ. ಅವಳ ಬದಲು ಜೋಲು ಮೋರೆ ಹೊತ್ತು ಅವರ ತಂದೆ ಬಂದರು.

"ಉಷಾ ಅಲ್ಲಿಗೆ ಬಂದಿದ್ದಾಳ?" ಕುರ್ಚಿಯ ಬೆನ್ನಿಗೊರಗಿ ಕೇಳಿದ.

"ಅವಳೊಬ್ಬ ಹೇಡಿ. ಜೀವನನ ಎದುರಿಸೋ ರೀತೀನೇ ಗೊತ್ತಿಲ್ಲ." ತಾತ್ಸಾರದಿಂದ ನುಡಿದ.

"ಏನೇನೋ ಹೇಳ್ಬೇಡಪ್ಪ. ಬಹಳ ಮುದ್ದಿನಿಂದ ಸಾಕಿಬಿಟ್ರೆ!" ಸೊಟ್ಟಗೆ ನಕ್ಕ. ಸಹಾನುಭೂತಿ ಕರುಣೆ ಸತ್ತು ಹೋಗಿತ್ತು.

"ಕೆಲವರು ಮನೆಯಲ್ಲಿ ನಾಯಿ ಮರಿನ ಕೂಡ ಮುದ್ದಿನಿಂದ ಸಾಕ್ತಾರೆ. ಆಂತರಂಗಿಕ ಪ್ರಜ್ಞೆಯನ್ನು ಮರ್ಯೋ‍ಲ್ಲ! ಅದೆಲ್ಲ ಇರಲಿ. ಉಷಾ ಅಲ್ಲಿದ್ದಾಳ!?"

"ಇನ್ನೆಲ್ಲಿಗೆ ಹೋಗ್ತಾಳಪ್ಪ!"

"ಅವ್ಳಿಗೇನು! ನಮ್ಮ ಹಾಗೆ ಸಾಮಾನ್ಯಳೇ! ದೊಡ್ಡ ಲೇಖಕಿ, ಗಾಯಕಿ. ಅವ್ಳ ಅಭಿಮಾನಿ, ಆರಾಧಕರ ಬಳಗ ಅಪಾರ. ಎಲ್ಲಾದ್ರೂ ಇರ್ತಾಳೆ." ಸರಿಯಾಗಿ ಕೂತು "ಲಾಯರ್‌ಗೆ ಬರೋ ವಿಷ್ಯ ತಿಳಿಸಿದ್ದೆ ಅವ್ರು ಕಾಯ್ತಾ ಇರ್ತಾರೆ. ತಾವ್ಹೋಗಿ ದಯವಿಟ್ಟು ಅಲ್ಲಿಗೇನೆ ಕರ್ಕೊಂಡ್ಬರ್ತೀರಾ!" ಸಣ್ಣ ಚೀಟಿಯಲ್ಲಿ ಅಡ್ರೆಸ್ ಗೀಚಿ ಅವರ ಮುಂದೆ ಹಾಕಿದ.

"ಅದೆಲ್ಲ ಬೇಡ."

"ಯಾವುದೆಲ್ಲ ಬೇಡ? ರ್ರೀ.... ಮೇಷ್ಟ್ರೆ.... ನಿಮ್ಮ ಮಗ್ಳ ನಡತೆ ಬಗ್ಗೆ ಯೋಚಿಸಿದ್ದೀರೇನ್ರಿ! ಅವಳ ಜೊತೆ ಯಾವನು ಸಂಸಾರ ಮಾಡ್ಬೇಕು! ಕಲಾಭಿಮಾನಿ, ಸಂಗೀತಾಭಿಮಾನಿ, ಸಾಹಿತ್ಯಾಭಿಮಾನಿಯನ್ನು ತಂದು ಮದ್ವೆ ಮಾಡಿ."

"ಬೇಡಿ, ಬೇಡಿ: ನಾನೆಲ್ಲ ಬುದ್ಧಿ ಹೇಳ್ತೀನಿ, ಅವೆಲ್ಲ ಬೇಡ. ಹುಡುಗುತನವಷ್ಟೆ!" ಸಮಾಧಾನ ಹೇಳಲು ಪ್ರಯತ್ನಿಸಿದರು. ನೆಲದವರೆಗೂ ಬಗ್ಗಿದರು.

"ನನ್ನ ತಪ್ಪಿತಸ್ಥನ್ನ ಮಾಡೋಕೆ ಹೋಗ್ಬೇಡಿ. ಮೂರು ದಿನ ಗಡುವು ಕೊಟ್ಟಿದ್ದೇ. ಅವ್ಳೇ ಬೆಳಿಗ್ಗೆ ಡೈವೋರ್ಸ್‌ಗೆ ರೆಡಿ ಅಂತ್ಹೇಳಿದ್ಲು. ಬೇಕಾದ್ರೆ ವಿಚಾರ್ಸಿ."

ಬಹಳಷ್ಟು ಸಮಾಧಾನ ಹೇಳಿ ಅವರು ಮನೆಗೆ ಹೋದರು. ಅಷ್ಟರಲ್ಲಿ ಪ್ರಭಾತ್ ಬಂದಿದ್ದ. ಅವನ ಜೊತೆ ಮಾತುಕತೆಗಳು ನಡೆಯುತ್ತಿತ್ತು. ಅವನ ಸಲಹೆಯಂತೆಯೇ ಅವಳು ಬಂದು ಇಲ್ಲಿದ್ದಳು.

"ನೀನು ಲಾಯರ್ ನೋಟೀಸ್‌ಗೆ ಸದ್ಯಕ್ಕೆ ಸಹಿ ಹಾಕ್ಬೇಡ. ಅವನಲ್ಲಿ ವಿವೇಕ ಮೂಡುತ್ತೆ. ನಿನ್ನಂಥ ಹೆಣ್ಣನ್ನ ಮೂರ್ಖ ಕೂಡ ತೊರೆದುಕೊಳ್ಳಲಾರ!" ಅವನ ಸಮಾಧಾನದ ರೀತಿ ಹೀಗಿತ್ತು.

"ನಾಳೆ ಸಂಜೆ ರೆಡಿಯಾಗಿರು, ಬರ್ತೀನಿ" ಅವನು ಹೊರಟ.

"ಯಾರೇ ಅವ್ನು?" ಬಿರುಸಾಗಿತ್ತು ಅವರ ಮಾತು.

"ನಮ್ಮ ಮಾಸ್ಟರ್. ನನ್ನ ಜೊತೆ ಸಿಂಗರ್. ಅಬ್ಬ.... ಅವರ ಹಾಡುಗಳೆಂದರೆ!" ಬಾಯಿ ಚಪ್ಪರಿಸಿದಳು.

"ನಿಂಗೆ ಬುದ್ಧಿ ಇಲ್ವಾ! ಈ ಹುಚ್ಚಾಟಗಳೆಲ್ಲ ಬೇಡ. ಸಂಜಯನಿಗೆ ಹೇಳಿ ಬಂದಿದ್ದೀನಿ. ಈಗಿನಿಂದ ನಡೇ."

"ಏನಣ್ಣ, ನೀನು ಹೇಳ್ತಾ ಇರೋದು. ಅರಸಿಕೊಂಡು ಬಂದ ಅದೃಷ್ಟನ ಕಾಲಿನಿಂದ ಒದೆಯಲಾ! ಅವ್ರಿಗೆ ಬಹಳ ಅಸೂಯೆ. ತನ್ನ ಪ್ರತಿಭೆ ನಾಲ್ಕು ಜನರ ಕಣ್ಣಿಗೆ ಬೀಳುವುದು ಅವ್ರಿಗೆ ಬೇಡ."

ಅಪ್ಪ, ಮಗಳಿಗೆ ಬಹಳ ಹೊತ್ತು ಚರ್ಚೆಯಾಯಿತು. ಅವಳು ಸೋಲಲಿಲ್ಲ. ಹಿಡಿದದ್ದೇ ಪಟ್ಟು. ಬಹಳಷ್ಟು ಸಂಪಾದಿಸಿ ಬೇರೆ ಮನೆ ಮಾಡಿ ಬದುಕುತ್ತೇನೆಂದು ಸವಾಲು ಎಸೆದಳು. ಅವರು ಸುಮ್ಮನೆ ತಲೆಯ ಮೇಲೆ ಕೈಹೊತ್ತು ಕೂತುಬಿಟ್ಟರು.

"ಅಕ್ಕ, ಯಾರೋ ಬಂದಿದ್ದಾರೆ" ಶ್ಯಾಮಿ ಬಂದು ಹೇಳಿದ. ಮೋರೆಯನ್ನು ಇಷ್ಟಗಲ ಮಾಡಿಕೊಂಡೇ ಹೊರಗೆದ್ದು ಹೋದಳು. ಮುರುಳಿ ನಿಂತಿದ್ದ. ಒಂದು ಕ್ಷಣ ತಣ್ಣಗಾದಳು. ಧೀರೋತ್ತಮ ನೋಟವನ್ನು ಎದುರಿಸಲಾರದಾದಳು.

"ನಮಸ್ಕಾರ" ಎರಡು ಕೈ ಜೋಡಿಸಿದ.

ಅಂದಿನ ಸರಳತೆಯೇ. ಪ್ರಸಿದ್ಧಿಯೂ ಕೂಡ ಅವನ ತಲೆಯನ್ನು ತಿರುಗಿಸಲಿಲ್ಲ. ವೇಷಭೂಷಣಗಳಲ್ಲಿಯೂ ಕೂಡ ಯಾವ ಬದಲಾವಣೆಯೂ ಇಲ್ಲ. ಬಿಳಿಯ ಶುಭ್ರ ಪೈಜಾಮ, ಜುಬ್ಬಾ, ಎತ್ತಿ ಬಾಚಿದ ಕೂದಲು.

"ನಮಸ್ಕಾರ" ತಡವರಿಸಿದಳು.

"ನಿಮ್ಹತ್ರ ಸ್ವಲ್ಪ ಮಾತಾಡ್ಬೇಕಿತ್ತು. ಪುರುಸೊತ್ತು ಇದೆಯಾ? ಇಲ್ಲದಿದ್ರೆ ಸಂಜೆ ಬರ್ತೀನಿ."

"ಇದೆ, ಇಲ್ಲ, ಬನ್ನಿ" ನಾಲಿಗೆ ಹೊರಳಿತು.

"ತುಂಬ ಪರ್ಸನಲ್. ತಾವು ಬಿಡುವು ಮಾಡ್ಕೊಂಡು ನಮ್ಮ ಮನೆಗೆ ಬಂದ್ರೂ ಆಗುತ್ತೆ."

ಯೋಚಿಸಿದವಳೇ "ಬರ್ತೀನಿ, ನಡೆಯಿರಿ" ಎಂದಳು. ಅವನಿಗೆ ಕಸಿವಿಸಿಯಾಯಿತು. ಅವಳಪ್ಪ ನಿಂತು ದುರದುರನೆ ನೋಡುತ್ತಿದ್ದರು. ಶ್ಯಾಮಿ ಕೂಡ ಅಲ್ಲಿಯೇ ನಿಂತಿದ್ದ.

"ಇಲ್ಲೇ ಮಾತಾಡೋಣ." ಅವನೇ ಸೋತ.

"ಸರಿ ಬನ್ನಿ." ಕೋಣೆಗೆ ಕರೆದುಕೊಂಡು ಹೋದಳು. ಕೂತು ಸುತ್ತಮುತ್ತಲೂ ನೋಡಿದ. ಬಹಳ ತಗ್ಗಿನ ಮನೆ, ಸೆಕೆಯೆನಿಸಿತು. ಜುಬ್ಬಾ ಮೇಲಿನ ಗುಂಡಿ ಬಿಚ್ಚಿದ.

"ಏನು ಹೇಳಿ" ಕೂತು ನೆಟ್ಟಗೆ ಅವನನ್ನೇ ನೋಡಿದಳು.

"ನಾನು ನಿಮ್ಮ ಹಿತೈಷಿಯಂತೆ ತಿಳ್ಕೊಳ್ಳಿ. ಸಿನಿಮಾ ಡೈಲಾಗ್ ಅಲ್ಲ. ಸಂಜಯ್ ಕೂಡ ನಂಗೆ ಆಪ್ತ. ಉಷಾ..." ಉದ್ವೇಗಗೊಂಡ ಅವನ ಮೂಗಿನ ತುದಿ ಕೆಂಪಾಯಿತು. ತಡೆದು, "ಜೀವನನ ಅರಸಿಕೊಂಡು ಹೋಗಿರುವ ರೀತಿ ಸರಿಯಲ್ಲ. ಬೆಟ್ಟದ ಕಲ್ಲಿಗೆ ಹೋಗಿ ಹಣೆ ಗಟ್ಟಿಸಿಕೊಂಡ ಹಾಗಿದೆ. ಕನಸಿನಲ್ಲಿ ಬದುಕೋಕೆ ಸಾಧ್ಯವಿಲ್ಲ!"

"ಇದ್ನ ಅವ್ನ ಹೇಳಿಕಳಿಸಿದ್ನಾ!" ಕೋಪ ಬಂದಾಗ ಅವಳ ಬಾಯಿಗೆ ಹಿಡಿತವೇ ಇರುತ್ತಿರಲಿಲ್ಲ. ಯದ್ವಾ ತದ್ವಾ ಪ್ರಯೋಗ ಮಾಡಿಬಿಡುತ್ತಿದ್ದಳು.

"ಸಂಜಯ್ ಬಗ್ಗೆ ನಿಮ್ಮ ಅಭಿಪ್ರಾಯ ತಪ್ಪು. ನೀವು ಆರಿಸಿಕೊಂಡಿರೋ ದಾರಿ ಕಲ್ಲು, ಮುಳ್ಳುಗಳು. ಪ್ರಪಾತಕ್ಕೆ ಬೀಳ್ತೀರಾ. ಆಮೇಲೆ ಎತ್ತುವವರೇ ಇರೋಲ್ಲ."

ಮುರುಳಿ ಬಿಟ್ಟು ಬೇರೆ ಯಾರಾದರೂ ಇಷ್ಟೆಲ್ಲ ಪುರಾಣ ಹೇಳಿದ್ದರೆ ಕೆನ್ನೆಗೆ ಬಾರಿಸಿ ಕಳುಹಿಸಿದ್ದಳು. ಆದರೆ.... ಯಾವುದೋ ದೌರ್ಬಲ್ಯಕ್ಕೆ ಗುರಿಯಾಗುತ್ತಿದ್ದಳು.

"ಅವ್ನು... ಸ್ವಾರ್ಥಿ... ಹೇಡಿ, ಪ್ರೀತೀನೇ ಗೊತ್ತಿಲ್ಲ ಅವ್ನ ಜೊತೆ ಬಾಳ್ವೆ ಯಾರ್ಗೇ ಬೇಕಾಗಿದೆ! ನನ್ನ ಪ್ರೀತಿನಿಂದು, ನಾನು ನಿಮ್ಮವಳು..." ತಟ್ಟನೆ ಹೋಗಿ ಅವನೆದೆಗೆ ಒರಗಿದಳು. ಕೋಪದಿಂದ ದೂಡಿದ. ಇದು ತೀರಾ ಮನಸ್ಥಿತಿ ಕೆಟ್ಟವರ ಅವಸ್ಥೆ!

ಎದ್ದು ಬಾಗಿಲ ಬಳಿ ಬಂದವನೆ ಹಿಂದಿರುಗಿ ನೋಡಿದ. ಆರ್ತ ನೋಟ ಎದುರಾಯಿತು.

"ನಂಗೆ ಬದುಕು ಕೊಡಿ. ಬೇರೆಲ್ಲಾರೂ ಸಾಯಲಿ..." ಕೂಗಿ ಹೇಳಿದಳು.

ದಢಾರನೆ ಬಾಗಿಲನ್ನು ಹಿಂದಕ್ಕೆ ತಳ್ಳಿ ಹೊರಟುಬಿಟ್ಟ. ಎಷ್ಟು ವೇಗವಾಗಿ ಅವನಿಂದ ನಡೆಯಲು ಸಾಧ್ಯವೋ ಅಷ್ಟೂ ವೇಗವಾಗಿ ನಡೆಯುತ್ತಿದ್ದ. ಭಯದ ಭ್ರಮೆ ಅವನನ್ನು ಆವರಿಸಿತ್ತು.

ನಡೆಯುತ್ತಲೇ ಇದ್ದ ಸುತ್ತು ಬಳಸು ದಾರಿಗಳನ್ನು ಸುತ್ತಿಕೊಂಡು ರಾತ್ರಿ ಮನೆಗೆ ಸೇರಿದ.

ಬೀಗ ಕೂಡ ತೆಗೆಯದೆ ಬಾವಿಯ ಕಟ್ಟೆಯ ಬಳಿ ಕೂತ. ಬೆಳದಿಂಗಳ ರಾತ್ರಿ, ಚಂದ್ರನ ಶೀತಲ ಕಿರಣಗಳು ಎಲ್ಲೆಡೆಯಲ್ಲಿ ಹರಡಿಕೊಂಡಿದ್ದವು. ಅಂದು ಅನುಭವಿಸಿದ ನಿರಾಶೆಯನ್ನು ಇಂದೂ ಅನುಭವಿಸಿದ್ದ. ಉಷಾಳ ಮಾತುಗಳೇ ಅವನನ್ನು ಅಪ್ರಸನ್ನಗೊಳಿಸಿದ್ದವು.

ಪ್ರೀತಿಯು ಬತ್ತದ ಸರೋವರ, ಎಂದಿಗೂ ಸಾಯದು. ಸತ್ತರೂ ನಾಮಾವಶೇಷವಾಗದು, ಮನದ ಮೂಲೆಯಲ್ಲಿ ಅದರ ಎಳೆ ಇದ್ದೇ ಇರುತ್ತೆ. ಉಷಾಳ ಸುಖವನ್ನು ಬಯಸುತ್ತಿದ್ದ. ಅರ್ಥವಿಲ್ಲದ ಒತ್ತಡಗಳಿಗೆ ಮಣಿದು ಹಾಳಾಗುವುದು ಬೇಕಿರಲಿಲ್ಲ. ಅದಕ್ಕಾಗಿಯೇ ಅವಳನ್ನರಸಿಕೊಂಡು ಹೋಗಿದ್ದ. ಆದರೆ ಆಗಿದ್ದು ತೀವ್ರ ನಿರಾಶೆ.

ಎಷ್ಟೋ ಹೊತ್ತಿನ ನಂತರ ಹಸಿವಾಯಿತು. ಎದ್ದು ಹೋಗಿ ಬೀಗ ತೆಗೆದು ದೀಪ ಹಚ್ಚಿದ.

ಸೀತಳ ನೆನಪಾಯಿತು. ಮನ ಪ್ರಸನ್ನವಾಯಿತು. ನೆನಪು ತೀವ್ರತರವಾಗಿ ಕೆರಳಿತು. ರಾತ್ರಿಯೆಲ್ಲ ಒಂದು ಗಳಿಗೆ ನಿದ್ರೆ ಮಾಡಲಿಲ್ಲ.

ಬೆಳಿಗ್ಗೆ ಎದ್ದವನೇ ಸ್ನಾನ ಮುಗಿಸಿ ಬಸ್‌ಸ್ಟಾಂಡಿನ ಕಡೆಗೆ ನಡೆದ. ಅವಳನ್ನು ನೋಡುವವರೆಗೂ ಮನದ ಅಸಮಾಧಾನ ಕರಗದು.

ದೂರದ ಪ್ರಯಾಣವಲ್ಲ. ಮೊದಲ ಬಸ್ಸಿಗೆ ಹೊರಟಿದ್ದ. ನಸುಕು ಹರಿಯುವ ವೇಳೆಗೆ ಅಲ್ಲಿದ್ದ, ಸೀತ ಕಣ್ಣುಗಳಲ್ಲಿಯೇ ಸ್ವಾಗತಿಸಿದಳು.

"ತುಂಬಾ ಬಡವಾಗ್ಬಿಟ್ಟಿದ್ದೀರಿ!" ಕಣ್ಣೋಟ ಮೈಯನ್ನೆಲ್ಲ ಸವರಿತು.

ಮುರುಳಿ ನಸುನಗುತ್ತ ಕಣ್ಣರಳಿಸಿ ನೋಡಿದ. ದಿನ ತುಂಬಿದ ಬಸುರಿ ಶೋಭೆಗೊಂಡಿದ್ದಳು.

"ಯಾಕೆ? ಹಾಗೆ ನೋಡ್ತೀರಾ? ತುಂಬಾ ವಿಕಾರವಾಗಿದ್ದೀನಾ!"

ಅವಳ ಕೆನ್ನೆ ಹಿಂಡಿದ. ಕಲಾಹೃದಯ ತೊನೆಯಿತು. ಮೈಮರೆತ. ಮನವೂ ಸುಂದರ ಕವಿತೆಯನ್ನಾಡಿತು.

"ಸೀತಾ, ಮಾತೇ ಸಾಕಾ!" ರಾಜಮ್ಮ ಎಚ್ಚರಿಸಿದರು. ನಾಚಿ ಒಳಗೆ ಹೋದಳು.

ತಿಂಡಿಯಾಯ್ತು. ಸೀತ ಅವನ ಬಳಿಯೇ ಕೂತಳು. ಮಾತೃತ್ವದ ಛಾಯೆ ಸಂಕೋಚವನ್ನು ಹರಿಸಿತ್ತು.

"ಗಿರಿಜನ ಮನೆಯವ್ರ ಸುದ್ದಿ ಗೊತ್ತಾಯ್ತಾ? ಪರಮೇಶಿ ಸಿಕ್ಕಿದ್ನಾ?" ಇಲ್ಲವೆನ್ನುವಂತೆ ತಲೆಯಾಡಿಸಿದ.

ಬಂದಾಗಿನಿಂದ ಗಂಡನ ಅನ್ಯಮನಸ್ಕತೆಯನ್ನು ಗುರುತಿಸಿದ್ದಳು. ಮೇಲು ನೋಟಕ್ಕೆ ಗೆಲುವಾಗಿಯೇ ಕಾಣುತ್ತಿದ್ದ. ಅಂತರಂಗದಲ್ಲಿ ನೋವು ಯಾವ ಕ್ಷಣದಲ್ಲಿಯಾದರೂ ಭುಗಿಲೆನ್ನಬಹುದು. ಎಷ್ಟು ಮರೆಯಬೇಕೆಂದರೂ ಉಷಾಳ ಮಾತುಗಳು ಪದೇ ಪದೇ ಜ್ಞಾಪಕಕ್ಕೆ ಬರುತ್ತಿದ್ದವು.

ದುಗುಡದಿಂದ ಅವಳ ಮಾತುಗಳು ತುಂಬಿಕೊಳ್ಳುತ್ತಿದ್ದವು. ಅವನು ಮದುವೆಯಾಗದಿದ್ದರೇ ಸೋತುಬಿಡುತ್ತಿದ್ದನೇನೋ! ಅದಲ್ಲದೆ ಅವಳ ಮದುವೆಯೇ ಆಗದಿದ್ದರೆ.... ನಗು ಬಂತು. ಇದೆಲ್ಲ ಆಗದ ಹೋಗದ ವಿಚಾರಗಳು.

"ಸೀತ, ನಿಂಗೆ ಎಂದೂ ಉಷಾ ಸುದ್ದೀನೇ ಹೇಳಿಲ್ಲ ಅಲ್ಲವಾ?" ಕೇಳಿದ. ಎಂದೂ ಚಕಾರವೆತ್ತದವನು ಇಂದು ಕೇಳಿದ. ಕೇಳಬೇಕೆನಿಸಿತು, ಕೇಳದಿದ್ದರೆ ಶಾಂತಿಯಿಲ್ಲ.

"ನೀವು ಹೇಳಿಲ್ಲ, ಆದ್ರೂ ಗೊತ್ತು. ಗಿರಿಜ ಒಂದು ದಿನ ಎಲ್ಲಾ ಹೇಳಿದ್ರು. ಅಪ್ಪ, ಅಮ್ಮ ನಿಮ್ಮ ಬಗ್ಗೆ ಮಾತಾಡುತ್ತಿದ್ದಾಗ ಅಷ್ಟಿಷ್ಟು ತಿಳಿದಿದ್ದೆ. ನಿಮ್ಮ ಪ್ರೀತಿ ದೊಡ್ಡದಿರಬಹುದು!"

ತುಂಬಿದ ಬಸುರಿ. ಇಂಥ ದಿನಗಳಲ್ಲಿ ಏನೇನೋ ಹೇಳಿ ಅವಳ ಮನದ ನೆಮ್ಮದಿಯನ್ನು ಕದಡಬಾರದೆಂಬುದೇ ತಿಳಿಯದೇ ಹೋಯಿತು.

"ಅರ್ಥವಾಗಲಿಲ್ಲ, ನನ್ನ ಪ್ರೀತಿ ಸತ್ಯವಾಗಿತ್ತು. ಹುಚ್ಚನಾಗಿಬಿಟ್ಟಿದ್ದೆ."

"ಅವ್ರು ಮದುವೆಯಾಗದಿದ್ರೆ, ನಾನೂ ಖಂಡಿತ ಒಪ್ಪಿಕೋತಾ ಇದ್ದೆ, ನೀವು ಅವಳನ್ನು ಮದ್ವೆ ಮಾಡಿಕೋಬೋದಿತ್ತು!" ಸುಮ್ಮನೆ ನಕ್ಕುಬಿಟ್ಟ. ಅವಳು

ಮದುವೆಯಾದ ಮೇಲೆ ತಾನೇ ಇವನು ಹುಚ್ಚನಾಗಿದ್ದು. ಮತ್ತೆ ಮದುವೆಯಾಗಿದ್ದು. ವಿಷಯ ತಿಳಿದಿಲ್ಲವೆಂದುಕೊಂಡ.

"ನಾನು ಅವಳನ್ನು ಈಗ್ಲೂ ಪ್ರೀತಿಸಿದ್ರೆ - ನಿಂಗೆ ಅಸೂಯೆ ಇಲ್ಲವಾ!" ಸೀತೆಯ ಕಣ್ಣುಗಳು ಕತ್ತಲೆಯಲ್ಲೂ ಮಿನುಗಿದವು.

"ಖಂಡಿತ ಇಲ್ಲ. ನಮ್ಮಕ್ಕ ಅಂದುಕೋತೀನಿ."

"ಹುಚ್ಚಿ, ತಮಾಷೆಗೆ ಹೇಳ್ದೆ. ಅವ್ಳಿಗೆ ಮದುವೆಯಾಗಿದೆ. ಗಂಡ ಶ್ರೀಮಂತ, ಸಭ್ಯ."

ನಾನೇಕೆ ಹುಚ್ಚುಹುಚ್ಚಾಗಿ ಇದೆಲ್ಲ ಮಾತಾಡಿದೆ? ಯೋಚಿಸಿದ. ನಾನೇನಾದರೂ ಇನ್ನು ಉಷಾಳನ್ನು ಪ್ರೀತಿಸುತ್ತಿದ್ದೀನಾ? ಛೆ... ಛೆ... ಎಲ್ಲಾದರೂ ಉಂಟೇ! ಎದೆಯ ಮೇಲೆ ಕೈಯಿಟ್ಟುಕೊಂಡು ಧೈರ್ಯವಾಗಿ ಹೇಳಬಲ್ಲೆನೇ...? ಹೇಳಬಹುದು. ಇದೆಲ್ಲ ಒಂದು ರೀತಿಯ ಕ್ರೂರ ಆಘಾತ!

ಒಂದೆರಡು ದಿನ ಅಲ್ಲಿಯೇ ಉಳಿದ. ಮರುದಿನ ಹೊರಟಾಗ ಸೀತೆಗೆ ಹೆರಿಗೆ ಬೇನೆ ಕಾಣಿಸಿಕೊಂಡಿತು. ನಿಂತ. ಹೆಚ್ಚು ಪ್ರಯಾಸವಿಲ್ಲದೆ ಹೆರಿಗೆಯಾಯಿತು. ಮುದ್ದಾದ ಗಂಡು ಮಗು.

ಅತ್ತೆ ತಂದು ಅವನ ಮುಂದೆ ಹಿಡಿದಾಗ, ಕಣ್ಣರಳಿಸಿದ. ಅವರು ನಗುತ್ತ "ಎಲ್ಲಾ ನಿನ್ನ ತದ್ರೂಪು. ಚಿಕ್ಕವನಿದ್ದಾಗ ಹೀಗೆಯೇ ಇದ್ದೆ" ಎಂದು ನುಡಿದರು.

ಮಗುವಿನ ಮೃದು ಕೆನ್ನೆಯನ್ನು ಸವರಿದ. ಎಂತಹುದೋ ಚೇತನ ಮೈಮನದಲ್ಲಿ ಉಕ್ಕಿತು. ಮಗುವಿನ ರೂಪದಲ್ಲಿ, ಮುಂಜಾವಿನ ಇಬ್ಬನಿಯಲ್ಲಿ ಮಿಂದ ಹೂವಿನಂತಹ ಹೊಸತನವಿತ್ತು.

ಕತ್ತಲು ಕೋಣೆಯಲ್ಲಿ ಮಿಣುಕು ದೀಪ. ಒಳಗೆ ಹೋದ ಸೀತ ಕಣ್ಮುಚ್ಚಿ ಮಲಗಿದ್ದಳು. ಮುಖ ಬೆಳ್ಳಗೆ ಬಿಳುಚಿಕೊಂಡಿದ್ದರೂ ಧನ್ಯತೆಯ ಭಾವವಿತ್ತು.

"ಸೀತ" ಸೋತ ಕೈಯನ್ನು ತನ್ನ ಕೈಯೊಳಗೆ ತಗೊಂಡ. ಮೆಲ್ಲಗೆ ಕಣ್ಣು ತೆರೆದಳು. ಮೃದು ಸ್ವರದಲ್ಲಿ "ನಾನು ತುಂಬ ಅದೃಷ್ಟವಂತಳು. ಯಾರ್ಗೂ ಇಲ್ಲದ ಭಾಗ್ಯ ನನ್ನದಾಗಿದೆ." ಹೀಗೇಕೆ ಅಂದಳು? ಯೋಚಿಸಿದ.

"ಮಗುವೆಲ್ಲ ನಿಮ್ಮ ಹಾಗೇನೆ ಇದೆಯಂತೆ." ಧ್ವನಿ ಕ್ಷೀಣವಾಗಿತ್ತು.

"ಆಯಾಸವಾಗಿದೆ, ಮಲ್ಗು" ಎಂದು ಹೇಳಿ ಹೊರಗೆ ಬಂದ. ಮನದಲ್ಲೆಲ್ಲ ಅರ್ಥವಾಗದ ಸಂಕಟ, ತಳಮಳ. ಎಲ್ಲಿ ಕೂತರೂ ನಿಂತರೂ ಸಮಾಧಾನವಿಲ್ಲದಾಯಿತು. ಹೊರಟುಬಿಡುವ ನಿರ್ಧಾರ ಮಾಡಿದ.

"ಬಾಪ್ಪ, ಮುರುಳಿ, ನಿಂಗೊಂದು ಟೆಲಿಗ್ರಾಂ ಬಂದಿದೆ." ಸೂರ್ಯನಾರಾಯಣಯ್ಯ ಕೂಗಿ ಹೇಳಿದರು.

ಈಗ ಭಯ ಬೃಹದಾಕಾರ ತಾಳಿತು. ತಲೆ ಸಿಡಿದುಹೋಗುವಷ್ಟು

ಯೋಚನೆಗಳು. ಅವಸರದಿಂದ ಬಂದು ಸಹಿ ಹಾಕಿ ಬಿಡಿಸಿ ನೋಡಿದ. 'ಕೂಡಲೇ ಹೊರಟುಬರುವುದು' ಸಂಜಯನಿಂದ ಬಂದಿತ್ತು. ಏನೋ ಅನಾಹುತವಾಗಿದೆಯೆಂದರಿತ, ಅದನ್ನು ಮಡಚಿ ಜೇಬಿನಲ್ಲಿಟ್ಟುಕೊಂಡ.

"ಏನೋ ವಿಷ್ಯ?" ಸೂರ್ಯನಾರಾಯಣಯ್ಯ ವಿಚಾರಿಸಿದರು.

"ಅಂಥದ್ದೇನಿಲ್ಲ, ನನ್ನ ಗೆಳೆಯ 'ಕೂಡಲೇ ಹೊರಟುಬಾ' ಎಂದು ಕೊಟ್ಟಿದ್ದಾನೆ. ಹೊರಟುಬಿಡ್ತೀನಿ."

ಸೀತೆ ನಿದ್ದೆಯ ಮಂಪರಿನಲ್ಲಿದ್ದಳು. ಅವಳಿಗೂ ಹೇಳಲಿಲ್ಲ. ಕೈಚೀಲ ತಗೊಂಡು ಬಸ್ ನಿಲ್ಲುವ ಸ್ಥಳದಲ್ಲಿ ನಿಂತ. ಇತ್ತಲಿಂದ ಈಗ ಮೈಸೂರು ಕಡೆಗೆ ಯಾವ ಬಸ್ಸುಗಳೂ ಇಲ್ಲವೆಂದರೂ ಅವನಿಗೆ ಸಮಾಧಾನವಿಲ್ಲ. ಯಾವುದೋ ಮಣ್ಣು ಲಾರಿ ಬಂದಾಗ ಅದನ್ನೇ ಹತ್ತಿದ ಮೈಸೂರು ತಲುಪುವ ವೇಳೆಗೆ ಮುಸ್ಸಂಜೆಯ ಹೊತ್ತಾಯಿತು. ಕಾಲುಗಳು ನಡೆದತ್ತ ನಡೆದ. ಎದುರಾದ ಆಟೋ ನಿಲ್ಲಿಸಿ ಕೂತ. ಏನನ್ನಿಸಿತೋ ಉಷಾಳ ಮನೆಯ ಅಡ್ರೆಸ್ ಹೇಳಿದ.

"ಬನ್ನಿ ಸಾರ್" ಶ್ಯಾಮಿಯ ಧ್ವನಿ. ಅತ್ತು ಅತ್ತು ಸೋತ ಹಾಗಿತ್ತು.

"ಭಾವ ನಿಮಗಾಗಿ ಕಾಯ್ತಾ ಇದ್ದಾರೆ." ಆತಂಕದಿಂದಲೇ ಅವನ ಹಿಂದೆ ನಡೆದ. ವರಾಂಡದಲ್ಲಿ ಮುಖಕ್ಕೆ ಕೈಅಡ್ಡ ಹಿಡಿದು ಸಂಜಯ ಕೂತಿದ್ದ. ಖಂಡಿತ ಏನೋ ಆಘಾತ ಘಟಿಸಿದೆ.

"ಸಂಜಯ್" ದಢಕ್ಕನೆ ಎದ್ದು ನಿಂತ. ಕಣ್ಣ ನೋಟದಲ್ಲಿ ವಿಷಾದವೂ ನಿರಾಶೆಯೂ ಮಿಳಿತವಾದ ದುಃಖದ ಮಬ್ಬು ಆವರಿಸಿತ್ತು. ನೋವಿನಿಂದ ಕೂಡಿದ ಗಂಭೀರಭಾವ ಸೇರಿ ಮುಖ ಸ್ವಲ್ಪ ಗಡುಸಾಗಿತ್ತು. "ಬನ್ನಿ ಮುರುಳಿ" ಸೋತ ಧ್ವನಿ.

ಸಂಜಯನ ಕೈ ಇವನ ತೋಳಿನ ಮೇಲೆ ಬಿತ್ತು. ಕಣ್ಣುಗಳು ಕೆಂಪಗಾಗಿದ್ದವು. ಭುಜವಿಡಿದು ನಡೆಸಿಕೊಂಡೇ ಒಳಗೆ ಕರೆದೊಯ್ದ.

"ಉಷಾ ಕೈಕೊಟ್ಟಳು. ಈ ಭಯ ಎಂದಿನಿಂದಲೋ ಇತ್ತು." ಧ್ವನಿ ಭಾರವಾಯಿತು. ಮಾತುಗಳು ಹೊರಳಿ ಹೊರಳಿ ಬಂದವು.

ತನಗೇನೂ ಅರ್ಥವಾಗಲಿಲ್ಲವೆನ್ನುವಂತೆ ಅವನ ಮುಖ ದಿಟ್ಟಿಸಿದ. ಮುರುಳಿ. ಭಯ, ಅಳುಕು ಇದ್ದೇ ಇತ್ತು.

"ಉಷಾ...." ಮುಂದೆ ಹೇಳಲು ಅವನಿಂದಾಗಲಿಲ್ಲ. ತೋರು ಬೆರಳಿನಿಂದ ಕೋಣೆಯ ಕಡೆ ತೋರಿಸಿದ. ವಿಸ್ಮಯದಿಂದಲೇ ಅತ್ತ ಹೋಗಿ ಇಣಕಿದ. ಉಷಾ ನಿಶ್ಚಿಂತಳಾಗಿ ಮಂಚದ ಮೇಲೆ ಮಲಗಿದ್ದಳು. ಸಾವು ಕೂಡ ಅವಳ ಹುಡುಗಾಟಿಕೆಯ ದಿಟ್ಟ ಮುಖಭಾವವನ್ನು ಬದಲಿಸಿರಲಿಲ್ಲ.

ಸುಮ್ಮನೆ ನಿಂತ. ಕಾಲುಗಳು ಶಕ್ತಿಯನ್ನು ಕಳೆದುಕೊಂಡವು. ಗೋಡೆಯನ್ನು ಆಸರೆಯಾಗಿ ಹಿಡಿದು ನಿಂತ. ನೋವಿನ ಪ್ರವಾಹ ಉಕ್ಕಿತು. ತಡೆಯಲು ಅವನಿಂದಾಗಲಿಲ್ಲ.

"ಸಮಾಧಾನ ಮಾಡ್ಕೊಳ್ಳಿ. ನಿಮ್ಮ ನೋವು ನಂಗೆ ಅರ್ಥವಾಗುತ್ತೆ" ಸಂಜಯ ತನ್ನ ನೋವಿನಲ್ಲೂ ಅವನಿಗೆ ಸಮಾಧಾನ ಹೇಳಿದ.

"ಬೇಕಾದ ಸಿದ್ಧತೆ ಮಾಡಿ." ಮಂಕಾಗಿ ತಲೆಯ ಮೇಲೆ ಕೈಹೊತ್ತು ಕೂತಿದ್ದ ಮಾವನವರಿಗೆ ಅಣತಿ ಇತ್ತ.

"ಬನ್ನಿ" ಕೋಣೆಯೊಳಗೆ ಕರೆದೊಯ್ದ.

ಅವಳ ತಲೆಯ ದಿಶೆಯಲ್ಲಿ 'ಚೈತ್ರದ ಕೋಗಿಲೆ'ಯ ಪ್ರತಿ ಇತ್ತು. ಈ ಅನಿರೀಕ್ಷಿತ ಸಾವು ಅವನನ್ನು ದಿಗ್ಮೂಢನನ್ನಾಗಿ ಮಾಡಿತು.

ವಿವೇಕದಿಂದ ಗಲಾಟೆಗೆ ಅವಕಾಶ ಕೊಡದಂತೆ ಎಲ್ಲಾ ನಡೆಸಿಬಿಟ್ಟರು. ದುಃಖದ ವೇಳೆಯಲ್ಲಿ ಸಂಜಯ ಧೈರ್ಯಗೆಡಲಿಲ್ಲ. ಸಂಯಮದಿಂದ ವರ್ತಿಸಿದ.

ಏನೋ ಮಂಕು, ನಿರಾಶೆ, ಸೀಬೆಯ ಗಿಡಕ್ಕೆ ಒರಗಿ ಕುಳಿತ. ಯೋಚನೆಯ ಮಧ್ಯೆ ಸಂಜಯ ಬಂದಿದ್ದೇ ಅವನಿಗೆ ಗೊತ್ತಾಗಲಿಲ್ಲ.

"ಮುರುಳಿ" ಧ್ವನಿ ಬಂದತ್ತ ತಿರುಗಿದ. ಸಂಜಯ ಕೂಡ ಬರೀ ನೆಲದ ಮೇಲೆ ಕುಳಿತಿದ್ದ. ಕಾಯಿಲೆ ಬಿದ್ದು ಚೇತರಿಸಿಕೊಂಡವರ ಹಾಗೆ ಇದ್ದ.

"ವಿಷಯ ತಿಳಿದ್ರೆ ನಿಮ್ಮ ಮನಸ್ಸಿನ ನೋವಾದ್ರೂ ಕಡಿಮೆಯಾಗುತ್ತೆ. ಅವಳ ಸಾವಿಗೆ ನೀವೂ ನಾವೂ ಯಾರೂ ಕಾರಣರಲ್ಲ. ಅವಳ ಅವಿವೇಕವೇ ಅವಳನ್ನ ಆಹುತಿ ತೆಗೆದುಕೊಂಡಿತು." ವಿಸ್ಮಯದಿಂದ ಅವನ ಮುಖವನ್ನೇ ನೋಡಿದ.

"ಅವಳು ಸತ್ತ ದಿನ ಪ್ರಥಮ ಬಾರಿ ಅವಳು ಆರ್ಕೆಸ್ಟ್ರಾದಲ್ಲಿ ಹಾಡುವುದಿತ್ತು. ನಂಗೂ ವಿಷಯ ತಿಳಿದಿತ್ತು. ಆ ಸಂಜೆ ಪ್ರಭಾತ್ ಬಂದು ಅವಳನ್ನು ಮಾತ್ರವಲ್ಲದೆ ಅವಳ ಮನೆಯವರನ್ನೆಲ್ಲ ಕಾರಿನಲ್ಲಿ ಕರೆದೊಯ್ದಿದ್ದ. ಬಹಳ ಸಂಭ್ರಮದಿಂದಲೇ ಹೋಗಿದ್ದಳು. ತಕ್ಕಮಟ್ಟಿಗೆ ಚೆನ್ನಾಗಿಯೇ ಹಾಡಿದ್ದಳಂತೆ. ಮುಗಿದ ಮೇಲೆ ಪಾರ್ಟಿಯ ನೆಪ ಹೇಳಿ ಪ್ರಭಾತ್ ಅವಳನ್ನ ಅಲ್ಲಿಯೇ ನಿಲ್ಲಿಸಿಕೊಂಡು ಇವರುಗಳನ್ನು ಮಾತ್ರ ಮನೆಗೆ ಕಳುಹಿಸಿಕೊಟ್ಟಿದ್ದ." ಧ್ವನಿಯಲ್ಲಿ ನೋವಿನ ಮಿಡಿತವಿತ್ತು. ನಿಲ್ಲಿಸಿ ತಲೆ ಎತ್ತಿ ಆಕಾಶದ ಕಡೆ ನೋಡಿದ. ಮತ್ತೆ "ಮಧ್ಯರಾತ್ರಿಯ ವೇಳೆಗೆ ಅವಳನ್ನು ಕಾರಿನಲ್ಲಿ ತಂದುಬಿಟ್ಟು ಹೋದನಂತೆ. ಬಂದವಳೇ ಯಾರಿಗೂ ಮುಖ ತೋರಿಸದೆ ಕೋಣೆಗೋಗಿ ಬಾಗಿಲು ಹಾಕಿಕೊಂಡಳಂತೆ. ಬೆಳಿಗ್ಗೆ ಬಾಗಿಲು ಚಿಲಕ ಮುರಿದು ಒಳಗೆ ಹೋಗಬೇಕಾಯ್ತು. ರಾತ್ರಿ ನಡೆದಿರಬಹುದಾದ ಘಟನೆಯ ಕಲ್ಪನೆ ಮಾಡಿಕೊಳ್ಳಬಹುದು. ಬದ್ಮಾಷ್.... ಅವನು ಹಾಯಾಗಿ ಕಾರಿನಲ್ಲಿ ಮೆರೀತಾನೆ."

ಎರಡು ಹನಿ ಸಂಜಯನ ಕಣ್ಣುಗಳಿಂದ ಉದುರಿ ಭೂಮಿ ಸೇರಿತು. ತದೇಕಚಿತ್ತನಾಗಿ ಮುರುಳಿ ಅವನನ್ನು ನೋಡಿದ. ಇದ್ದಾಗಲೂ ಹಿಂಸೆಪಡಿಸಿದ್ದಳು. ಸತ್ತು ಅವನ ಮನಕ್ಕೆ ಅಪಾರ ನೋವನ್ನುಂಟು ಮಾಡಿದ್ದಳು.

"ಜೀವನವನ್ನು ನೋಡುತ್ತಿದ್ದ ರೀತಿಯೇ ಬೇರೆ. ತನ್ನಲ್ಲಿ ಏನೋ ಪ್ರತ್ಯೇಕತೆಯಿದೆಯೆಂಬ ಕೆಟ್ಟ ಕಲ್ಪನೆ ಅವಳ ತಲೆಯಲ್ಲಿ ಸೇರಿಕೊಂಡಿತ್ತು. ಅದರ

ಬಿಡುಗಡೆಗಾಗಿ ಬಹಳ ಪ್ರಯತ್ನಪಟ್ಟೆ. ಕಡೆಗೂ ನಾನೇ ಸೋತೆ. ಅವಳೇ ಗೆದ್ದಳು." ನೋವಿನ ನಗೆ ತುಟಿಗಳ ಮೇಲೆ ಸುಳಿಯಿತು.

"ಬನ್ನಿ ಸಂಜಯ್" ಮುರುಳಿ ಮೇಲಕ್ಕೆದ್ದ.

ಅವರ ಮನೆಗೆ ಹೋದಾಗ ರಂಗ ಕಣ್ಣಲ್ಲಿ ನೀರು ಹಾಕ್ಕೊಂಡು "ಯಜಮಾನ್ರು ಊಟನೆ ಮಾಡೋಲ್ಲ" ಅಂತ ಹೇಳಿಕೊಂಡಿದ್ದ.

ಅನ್ನ ಹುಳಿ ಕಲೆಸಿಕೊಂಡು ಬಂದು ಅವನ ಮುಂದಿಟ್ಟ. ಸಂಜಯ ಮುಖವನ್ನು ಅತ್ತ ತಿರುವಿದ. ಇತ್ತ ತಿರುಗಿದಾಗ ಅವನ ಕಣ್ಣಂಚು ಒದ್ದೆಯಾಗಿತ್ತು.

"ಈ ನೋವು ಸಾಯುವಂಥದ್ದಲ್ಲ." ಅನ್ನ ಕಲೆಸಿ ತುತ್ತು ಮಾಡಿ ಅವನ ಕೈಗೆ ಹಾಕಿದ. ಕಹಿ ಉಗುಳನ್ನ ನುಂಗಿ ಅನ್ನದ ತುತ್ತನ್ನು ಬಾಯಿಗಿಟ್ಟ. ಅಂತಃಕರಣದ ಪ್ರಭಾವವೇನೋ, ತಾನೇ ಕೈ ನೀಡಿ ತುತ್ತು ಹಾಕಿಸಿಕೊಂಡು ಹೊಟ್ಟೆ ತುಂಬ ಊಟ ಮಾಡಿದ. ನೊಂದ ಮನಕ್ಕೆ ನೊಂದ ಹೃದಯದ ಸಾಂತ್ವನ!

* * * *